੧ੳ ਸਤਿਗੁਰ ਪ੍ਰਸਾਦ

ਸਟੀਕ ਜਪੁਜੀ ਸਾਹਿਬ

ਸ੍ਰੀ ਗੁਰੂ ਨਾਨਕ ਦੇਵ ਸਾਹਿਬ

ਟੀਕਾਕਾਰ
ਹਰਚੰਦ ਸਿੰਘ ਗਿੱਲ

ਪ੍ਰਕਾਸ਼ਨ ੩
੮ ਜੂਨ ੨੦੧੯

ਮੁੱਖ ਬੰਦ

ਸ਼ੁਰੂ ਵਿੱਚ ਸਾਲ ੧੯੬੧ ਵਿੱਚ ਸ੍ਰੀ ਗੁਰੂ ਗ੍ਰੰਥ ਸਾਹਿਬ ਦਾ ਫਰੀਦਕੋਟੀ ਟੀਕਾ ਵਾਚਣ ਸਮੇਂ ਇਕ ਜਰਮਨ ਮਿਸ਼ਨਰੀ ਡਾ: ਅਰਨੈਸਟ ਟਰੰਪ ਵਲੋਂ ੧੮੭੭ ਈ: ਵਿੱਚ, ਅੰਗ੍ਰੇਜੀ ਵਿੱਚ ਕੀਤੇ ਗੁਰਬਾਣੀ ਦੇ ਗਲਤ ਉਲਥੇ ਬਾਰੇ ਪਤਾ ਲੱਗਿਆ ਤਾਂ ਮਨ ਵਿੱਚ ਬਹੁਤ ਦੁਖ ਹੋਇਆ ਅਤੇ ਜਪੁਜੀ ਸਾਹਿਬ ਦਾ ਟੀਕਾ ਲਿਖਣ ਦਾ ਫੁਰਨਾ ਵੀ ਫੁਰਿਆ । ਪਰ ਇਹ ਜਾਣਕੇ ਕਿ ਡਾ: ਟਰੰਪ ਦੇ ਪਾਏ ਭੁਲੇਖਿਆਂ ਨੂੰ ਦੂਰ ਕਰਨ ਲਈ ਸਿੱਖ ਵਿਦਵਾਨਾਂ ਵਲੋਂ ਬਹੁਤ ਕੁਝ ਲਿਖਿਆ ਜਾ ਚੁਕਿਆ ਹੈ ਤਾਂ ਮੇਰਾ ਟੀਕਾ ਲਿਖਣ ਦਾ ਵੀਚਾਰ ਅਚੇਤ ਮਨ ਦੇ ਕਿਸੇ ਖੂੰਜੇ ਜਾ ਟਿਕਿਆ । ਫਿਰ ਰਿਲੀਜਨ ਦੀ ਐਮ.ਏ. ਪਾਸ ਕਰਨ ਸਮੇਂ ਪੜ੍ਹਾਈ ਦੀ ਕੁਝ ਸਮੱਗਰੀ ਤੋਂ ਉਹੀ ਫੁਰਨਾ ਫਿਰ ਸਾਕਾਰ ਹੋਇਆ । ਪਰ ਘੌਲ਼ ਕਾਰਨ ਕਾਰਜ ਅਰੰਭਿਆ ਨਾ ਗਿਆ । ਫਿਰ ੧੯੯੯ ਵਿੱਚ ਖਾਲਸਾ ੩੦੦ ਸਾਲਾ ਪੁਰਬ ਮਨਾਉਣ ਸਮੇਂ ਦ੍ਰਿੜਤਾ ਨਾਲ ਕਾਰਜ ਸ਼ੁਰੂ ਕੀਤਾ ਗਿਆ ਤੇ ਦੋ ਕੁ ਮਹੀਨਿਆਂ 'ਚ ਪੂਰਾ ਕਰ ਲਿਆ ਗਿਆ । ਪਰ ਸਮੇਂ ਸਿਰ ਛਪਾਈ ਨਾ ਕੀਤੀ ਜਾ ਸਕੀ ਤੇ ਮੁੜ ਛਪਾਈ ਦਾ ਵੀਚਾਰ ਹੀ ਧੁੰਦਲ਼ਾ ਪੈ ਗਿਆ । ਮੇਰੇ ਪ੍ਰਵਾਰ ਦੇ ਮੈਂਬਰਾਂ ਦੀ ਪ੍ਰੇਰਨਾ ਤੇ ਗੁਰੂ ਕ੍ਰਿਪਾ ਦੁਆਰਾ ਆਖਰ ਇਸ ਟੀਕੇ ਦੀ ਪਹਿਲੀ ਜਿਲਦ ੨੦੧੦ 'ਚ ਛਾਪੀ ਗਈ । ਕੁਝ ਸੋਧਾ ਤੋਂ ਬਾਅਦ ਦੂਜੀ ਅਤੇ ਹੁਣ ਇਹ ਤੀਜੀ ਜਲਿਦ ਹੈ ।

ਕਈ ਲੋਕਾਂ ਦਾ ਵੀਚਾਰ ਹੈ ਕਿ ਪਹਿਲਾਂ ਬਹੁਤ ਟੀਕੇ ਲਿਖੇ ਜਾ ਚੁਕੇ ਹਨ । ਹੁਣ ਹੋਰ ਟੀਕੇ ਲਿਖਣ ਦਾ ਕੋਈ ਲਾਭ ਨਹੀਂ । ਗੁਰਬਾਣੀ ਦੀ ਅਗੇ ਲਿਖੀ ਤੁਕ ਤੋਂ ਪਤਾ ਚਲਦਾ ਹੈ ਕਿ ਇਹ ਉਦਮ ਜਾਰੀ ਰਹਿਣਾ ਚਾਹੀਂਦਾ ਹੈ ਕਿਉਂਕਿ ਗੁਰ ਨਾਨਕ ਜੀ ਦਾ ਜਸ ਪੁਰਾਣਾ ਹੋਣ ਵਾਲਾ ਨਹੀਂ; ਇਹ ਤਾਂ ਨਿੱਤ ਨਵਾਂ ਹੈ । ਜਿਉਂ ਜਿਉਂ ਸੰਸਾਰ ਵਿੱਚ ਨਵੀਆਂ ਲੱਭਤਾਂ ਹੁੰਦੀਆਂ ਹਨ, ਤਿਉਂ ਤਿਉਂ ਗੁਰਬਾਣੀ ਦੀ ਵੀਚਾਰ ਦੁਆਰਾ ਗੁਰ ਨਾਨਕ ਜੀ ਦੇ ਨਵੇਂ ਜਸ ਦਾ ਪਤਾ ਚਲਦਾ ਹੈ। ਜਿਵੇਂ ਗੁਰ ਨਾਨਕ ਦੇ ਲਗਪਗ ੪੫੦ ਸਾਲ ਬਾਦ, ਗੁਰਬਾਣੀ ਵਿੱਚ ਕਥੇ ਲੱਖਾਂ ਅਕਾਸਾਂ ਪਾਤਾਲਾਂ, ਬ੍ਰਹਮੰਡਾਂ ਤੇ ਲੱਖਾਂ ਸੂਰਜਾਂ ਤੇ ਚੰਦਾਂ ਦਾ ਪਤਾ ਲੱਗਿਆ ਹੈ ਤੇ ਹੋਰ ਪ੍ਰਿਥਵੀਆਂ ਦੇ ਲੱਭ ਜਾਣ ਦੀ ਸੰਭਾਵਨਾ ਹੈ, ਇਤਿਆਦਿਕ । ਸੋ ਗੁਰ ਨਾਨਕ ਜੀ ਦਾ ਜਸ ਨਿੱਤ ਨਵਾਂ ਹੈ । **ਯਥਾ**:-ਕਬਿ ਕਲ ਸੁਜਸੁ ਨਾਨਕ ਗੁਰ ਨਿਤ ਨਵਤਨੁ ਜਗਿ ਛਾਇਓ ॥ ੮ ॥ (ਸਵਈਏ ਮਹਲੇ ਪਹਿਲੇ ਕੇ)॥

ਜਪੁ ਬਾਰੇ ਮੁਢਲੀ ਜਾਣਕਾਰੀ: ਜਪੁ ਗੁਰੂ ਨਾਨਕ ਸਾਹਿਬ ਦਾ ਉਚਾਰਿਆ ਹੋਇਆ ਸਰਬੋਤਮ ਬ੍ਰਹਮ ਸੂਤ੍ਰ ਹੈ । ਸਭ ਤੋਂ ਪਹਿਲਾਂ ਜਗਿਆਸੂ ਨੂੰ ਸਰਬ ਸ਼ਕਤੀਮਾਨ ਪਾਰਬ੍ਰਹਮ ਦੇ ਨਿਰਗੁਣ ਤੇ ਸਰਗੁਣ ਸਰੂਪ ਦੀ ਪਛਾਣ ਸ਼ੁਰੂ ਵਿੱਚ ਮੂਲ ਮੰਤ੍ਰ ਰੂਪੀ ਮੰਗਲਾਚਰਨ ਵਿੱਚ ਕਰਵਾਈ ਗਈ ਹੈ ਤਾਂਕਿ ਜਗਿਆਸੂ ਨੂੰ ਇਹ ਸ਼ਪੱਸਟ ਹੋਵੇ ਕਿ ਉਸਨੇ ਜਿਸ ਪ੍ਰਭੂ ਦੀ ਭਗਤੀ ਕਰਨੀ ਹੈ ਤੇ ਅੰਤ ਜਿਸ ਵਿੱਚ ਲੀਨ ਹੋਣਾ ਹੈ ਉਸਦਾ ਸਰੂਪ ਕੈਸਾ ਹੈ, ਉਸਦਾ ਸੁਭਾਓ ਕੈਸਾ ਹੈ, ਉਸਦੇ ਰਹਿਣ ਦਾ ਟਿਕਾਣਾ ਕਿਥੇ ਹੈ, ਉਸਦੀ ਮਹਿਮਾ ਸਮਰੱਥਾ ਕਿਤਨੀ ਹੈ, ਤੇ ਉਸਦਾ ਜੀਵ ਨਾਲ ਕੀ ਸੰਬੰਧ ਹੈ ? ਫਿਰ ਉਸ ਪ੍ਰਭੂ ਦੇ ਮਿਲਾਪ ਦਾ ਭਾਵ ਉਸ ਵਿੱਚ ਲੀਨ ਹੋਣ ਦਾ ਅਤੀ ਸਹਜ ਅਧਿਆਤਮਕ ਮਾਰਗ ਪ੍ਰਦਰਸ਼ਤ ਕੀਤਾ ਹੈ । **ਉਂਵ ਧਾਰਮਿਕ ਜਗਤ ਦੀ ਇਹ ਬੜੀ ਵੱਡੀ ਤ੍ਰਾਸਦੀ ਹੈ ਕਿ ਬਿਨਾਂ ਵਸਤੂ ਦੇ ਪਛਾਣੇ ਵਾਪਾਰ ਅਰੰਭ ਦਿੱਤਾ ਜਾਂਦਾ ਹੈ ਅਤੇ ਬਿਨਾਂ ਮਾਰਗ ਦੀ ਪਛਾਣ ਦੇ ਸਫਰ ਅਰੰਭ ਦਿੱਤਾ ਜਾਂਦਾ ਹੈ** । ਗੁਰੂ ਸਾਹਿਬ ਇਸ ਬਾਰੇ ਸਾਵਧਾਨ ਵੀ ਕਰਦੇ ਹਨ ਕਿ:-"ਸੁਣਿ ਮੁੰਧੇ ਹਰਣਾਖੀਏ ਗੂੜਾ ਵੈਣੁ ਅਪਾਰੁ ॥ ਪਹਿਲਾ ਵਸਤੁ ਸਿਞਾਣਿ ਕੈ ਤਾ ਕੀਚੈ ਵਾਪਾਰੁ ॥ ਪੰਨਾ ੧੪੧੦ ॥ ਤਥਾ:- ਜੇ ਤੂੰ ਤਾਰੂ ਪਾਣਿ ਤਾਹੂ ਪੁਛੁ ਤਿੜੰਨ ਕਲ ॥

ਤਾਹੂ ਖਰੇ ਸੁਜਾਣ ਵੰਞਾਂ ਏਨੀ ਕਪਰੀ ॥ਸਲੋਕ ਮ:੧ ਪੰ:੧੪੧੦॥ ਇਨ੍ਹਾਂ ਪੰਗਤੀਆਂ ਨੂੰ ਵੀਚਾਰ ਗੋਚਰ ਰੱਖਣਾ ਲੋਕ ਪ੍ਰਲੋਕ ਵਿੱਚ ਸਫ਼ਲਤਾ ਦੀ ਨਿਸ਼ਾਨੀ ਹੈ ਅਤੇ ਦ੍ਰਿਸ਼ਟ ਅਗੋਚਰ ਕਰਨ ਵਿੱਚ ਅਸਫ਼ਲਤਾ ਨਿਸਚਿਤ ਹੈ । ਇਸੇ ਕਰਕੇ ਗੁਰੂ ਨਾਨਕ ਸਾਹਿਬ ਨੇ ਸਾਧਕ ਦੇ ਕਲਿਆਣ ਹਿਤ ਪਰਮਈਸ਼ਰ ਜੀ ਨਾਲ ਜਾਣ ਪਛਾਣ ਜਪੁ ਬਾਣੀ ਦੇ ਮੁਢ ਵਿੱਚ ਹੀ ਕਰਵਾਈ ਹੈ ।

ਟੀਕੇ ਦੀ ਤਰਤੀਬ ਅਤੇ ਸਿਧਾਂਤ: ਜਪੁ ਬਾਣੀ ਦੇ ਦਾਰਸ਼ਨਿਕ ਪੱਖ ਨੂੰ ਕਿਤੇ ਕਿਤੇ ਪ੍ਰੰਪਰਾਵਾਦੀ ਢੰਗ ਦੇ ਨਾਲ ਨਾਲ ਵਿਗਿਆਨਕ ਤੇ ਇਤਿਹਾਸਕ ਢੰਗ ਨਾਲ ਵੀ ਜਿਥੇ ਜਿਥੇ ਲੋੜ ਸਮਝੀ, ਜਪੁ ਸਾਹਿਬ ਵਿੱਚ ਸਰਬ ਸ਼ਕਤੀਮਾਨ ਪਾਰਬ੍ਰਹਮ ਦੀ ਹੋਂਦ ਬਾਰੇ, ਨਾਮ ਸਿਮਰਨ ਬਾਰੇ, ਉਸਤਤਿ ਬਾਰੇ ਤੇ ਚਿੰਤਨ ਬਾਰੇ ਆਏ ਹਵਾਲਿਆਂ ਨੂੰ ਦ੍ਰਿਸ਼ਟਾਂਤ ਸਹਿਤ ਸਪੱਸ਼ਟ ਕਰਨ ਦਾ ਯਤਨ ਕੀਤਾ ਗਿਆ ਹੈ । ਇਹ ਯਤਨ ਸਿੱਖ ਮਤ ਦੀ ਸਰਬ ਸ੍ਰੇਸ਼ਟਤਾ ਨੂੰ ਸਮਝਣ ਅਤੇ ਗੁਰ ਬਾਣੀ ਤੇ ਜਗਿਆਸੂ ਦੇ ਵਿਸ਼ਵਾਸ਼ ਦੀ ਦ੍ਰਿੜਤਾ ਲਈ ਸਹਾਈ ਹੋਵੇਗਾ ਕਿਉਂਕਿ ਇਕ ਵਿਗਿਆਨਕ ਮਨ ਵਿਸ਼ਲੇਸ਼ਣਾਤਮਕ ਰੁਚੀ ਕਰਕੇ ਸੱਚ ਦੀ ਪਛਾਣ ਉਪ੍ਰੰਤ ਆਪਣੇ ਰੂੜੀਵਾਦੀ ਅੰਧਵਿਸ਼ਵਾਸ਼ਾਂ ਅਤੇ ਮਿਥਿਹਾਸਕ ਝੰਬੇਲਿਆਂ ਤੋਂ ਪਾਰ ਹੋ ਕੇ ਗਹਿਰਾਈ ਨਾਲ ਚਿੰਤਨਸ਼ੀਲ ਮਨ ਹੋ ਨਿਬੜਦਾ ਹੈ । ਜਿਥੇ ਉਹ ਪ੍ਰਕ੍ਰਿਤੀ ਅਤੇ ਬ੍ਰਹਮੰਡ ਦੇ ਰਚਨਹਾਰ ਸਰਬ ਸ਼ਕਤੀਮਾਨ ਪ੍ਰਭੂ ਦੇ ਡੂੰਘੇ ਰਹੱਸਾਂ ਨੂੰ ਜਾਨਣ ਲਈ ਸੇਧਤ ਹੋ ਜਾਂਦਾ ਹੈ ਅਤੇ ਇਸ ਤਰਾਂ ਅੰਤਰਗਤਿ ਅਵਸਥਾ ਵਿੱਚ ਸਚੇ ਗਿਆਨ ਦੀ ਦਾਤ ਪ੍ਰਾਪਤ ਕਰਦਾ ਹੈ ਅਤੇ ਇਸ ਤਰਾਂ ਪਰਮਈਸ਼ਰ ਦੀ ਨਦਰਿ ਕਰਮ ਦਾ ਪਾਤ੍ਰ ਬਣਦਾ ਹੈ ।

ਜਪੁ ਬਾਣੀ ਵਿੱਚ ਆਏ ਕੁਝ ਚੋਂਣਵੇਂ ਸਬਦ ਜਿਵੇਂ ਕਿ:- ਸੱਚ, ਕੂੜ, ਹੁਕਮ ਰਜਾਈ, ਹਉਮੈ, ਗੁਰ, ਸੁਣਿਐ, ਮੰਨੈ, ਅੰਤਰਗਤਿ, ਪੰਚ, ਭਗਤ, ਭਗਤੀ, ਲੇਖਾ, ਪੰਜ ਖੰਡ, ਘੜੀਐ ਸਬਦ ਇਤਿਆਦਿਕ ਦੇ ਅੱਖਰੀ ਅਰਥ ਸਰਸਰੀ ਤੌਰ ਤੇ ਸੌਖੇ ਲਗਦੇ ਹਨ । ਪਰ ਸਾਧਨਾ ਪੱਖ ਵਿੱਚ ਇਨ੍ਹਾਂ ਦੇ ਅਰਥ ਦੂਰਗਾਮੀ ਹਨ । ਅਸੀਂ ਕਹਿ ਸਕਦੇ ਹਾਂ ਕਿ ਅਸਲ ਵਿੱਚ ਇਹ ਸਾਧਨਾ ਪੱਖ ਦੇ ਵਿਸ਼ੇਸ਼ ਤਕਨੀਕੀ ਸ਼ਬਦ ਹਨ । ਇਨ੍ਹਾਂ ਸ਼ਬਦਾਂ ਦੇ ਸਾਧਨਾ ਪੱਖ ਦੇ ਅਰਥ ਖੋਲ੍ਹਨ ਦਾ ਯਤਨ ਕੀਤਾ ਗਿਆ **ਹੈ ਤਾਂਕਿ ਇਸ ਤਰਾਂ ਸੰਬੰਧਤ ਇਤਿਹਾਸਕ ਹਵਾਲੇ (ਦ੍ਰਿਸ਼ਟਾਂਤ) ਅਧਿਆਤਮਿਕ ਰਸ ਦੇ ਵਾਧੇ ਵਿੱਚ ਸਹਾਈ ਹੋਣ** । ਆਸ ਹੈ ਕਿ ਇਹ ਯਤਨ ਕਾਫੀ ਹੱਦ ਤੱਕ ਸਾਧਕ ਤਥਾ ਜਗਿਆਸੂ ਨੂੰ ਪਸੰਦ ਆਵੇਗਾ ।

ਇਸ ਤੋਂ ਇਲਾਵਾ ਹਰ ਪਉੜੀ ਦੇ ਮੂਲ ਪਾਠ ਨੂੰ ਇਕੱਠਾ ਲਿਖਿਆ ਗਿਆ ਹੈ ਤੇ ਪਉੜੀ ਦੀ ਸੁਰ ਤਾਲ ਤੇ ਅਰਥਾਂ ਦੀ ਇਕਸਾਰਤਾ ਨੂੰ ਮੁਖ ਰੱਖ ਕੇ ਖੱਬੇ ਹੱਥ ਅੰਕ ਲਾਏ ਗਏ ਹਨ ਅਤੇ ਉਸੇ ਤਰਤੀਬ ਅਨੁਸਾਰ ਇਨ੍ਹਾਂ ਅੰਕਾਂ ਦੇ ਹਿਸਾਬ ਹੀ ਸੰਬੰਧਤ ਤੁਕਾਂ ਦੇ ਅਰਥ ਲਿਖੇ ਗਏ ਹਨ । ਹੋਰ "ਜਪੁ ਸੰਬੰਧੀ ਇਕ ਵੀਚਾਰ" ਸਿਰਲੇਖ ਦੇ ਅੰਤਰਗਤਿ, ਜਪੁ ਬਾਣੀ ਦੇ ਨਾਮ, ਰਚਨ ਕਾਲ, ਵਿਸ਼ਾ ਵਸਤੂ, ਪਾਠ ਤਥਾ ਉਚਾਰਨ ਸੇਧ, ਸਾਹਿਤਕ ਪੱਖ, ਤਤਸਮ ਤੇ ਤਦਭਵ ਸੰਬੰਧੀ ਵੀਚਾਰ, ਜਪੁ ਬਾਣੀ ਦਾ ਪ੍ਰਯੋਜਨ ਤੇ ਲੜੀਬਧ ਵੀਚਾਰਧਾਰਾ ਬਾਰੇ ਸੰਖੇਪ ਵਿੱਚ ਲਿਖਿਆ ਗਿਆ ਹੈ । **ਇਸ ਤੋਂ ਇਲਾਵਾ ਜਪੁ ਬਾਣੀ ਦੀ ਚੌਥੀ ਪਉੜੀ ਦੇ ਭਾਵ ਨੂੰ ਮੁਖ ਰੱਖਕੇ ਮੂਲ ਮੰਤ੍ਰ ਦੀ ਵਿਆਖਿਆ ਕੀਤੀ ਗਈ ਹੈ ਅਤੇ** ਇਸੇ ਚਉਥੀ ਪਉੜੀ ਦੇ ਹਵਾਲੇ ਨਾਲ ਹੀ "ਅੰਮ੍ਰਿਤ ਵੇਲਾ ਸਚੁ ਨਾਉ ਵਡਿਆਈ ਵੀਚਾਰੁ" ਦੇ ਅਧੀਨ ਪ੍ਰਭੂ ਚਿੰਤਨ ਸੰਬੰਧੀ ਇਕ ਗੁਰਸਿੱਖ ਵਲੋਂ ਦਸੀ ਵੀਚਾਰ ਸਾਂਝੀ ਕੀਤੀ ਗਈ ਹੈ; ਤੇ ਪਰਮਸਤਿ ਤੇ ਦੁਨਿਆਵੀ ਸਤਿ ਬਾਰੇ ਵੀਚਾਰ ਦੱਸਿਆ ਗਿਆ ਹੈ । ਉਪ੍ਰੰਤ ਜਪੁ ਬਾਣੀ ਦੇ ਕਰਤਾ ਸ੍ਰੀ ਗੁਰੂ ਨਾਨਕ ਸਾਹਿਬ ਦੇ ਜੀਵਨ ਬਾਰੇ ਸੰਖੇਪ ਵਿੱਚ ਲਿਖਿਆ ਗਿਆ ਹੈ ।

ਕਿਸੇ ਭਾਰੀ ਭੁਲ ਤੋਂ ਬਚਣ ਲਈ, ਟੀਕਾਕਾਰੀ ਦਾ ਸਰਬ ਪ੍ਰਥਮ ਸੁਨਹਿਰੀ ਅਸੂਲ ਹੈ ਕਿ ਚਲੰਤ ਪ੍ਰਸੰਗ

ਅਤੇ ਸਮੇ ਨੂੰ ਮੁਖ ਰੱਖਿਆ ਜਾਵੇ । ਇਸ ਲਈ ਅਰਥ ਵੀਚਾਰ ਕਰਨ ਲਈ ਸਭ ਤੋਂ ਪਹਿਲਾਂ ਚਲੰਤ ਪ੍ਰਸੰਗ ਨੂੰ ਮੁਖ ਰੱਖਿਆ ਗਿਆ ਹੈ । ਫਿਰ ਇਸ ਉਪ੍ਰੰਤ ਪ੍ਰਸੰਗ ਵਿੱਚ ਆਏ ਰਲਦੇ ਮਿਲਦੇ ਉਚਾਰਨ ਵਾਲੇ ਸ਼ਬਦਾ ਦੀ ਭਾਸ਼ਾ ਨੂੰ ਮੁਖ ਰੱਖਿਆ ਗਿਆ ਹੈ, ਭਾਵ ਪ੍ਰਸੰਗ ਅਧੀਨ ਆਇਆ ਸ਼ਬਦ ਕਿਸ ਭਾਸ਼ਾ ਦਾ ਹੈ । ਇਸ ਉਪ੍ਰੰਤ ਅਰਥਾਂ ਸਮੇਂ ਵਿਸ਼ਰਾਮ ਚਿੰਨਾਂ ਦਾ ਵੀ ਧਿਆਨ ਰੱਖਿਆ ਗਿਆ ਹੈ । ਇਤਿਆਦਕ । ਉਕਤ ਦੇ ਸੰਬੰਧ ਵਿੱਚ ਉਦਾਹਰਨਾਂ ਵੀ ਜਪੁਜੀ ਸਾਹਿਬ ਵਿੱਚੋਂ ਹੀ ਲੈਂਦੇ ਹਾਂ । ਚੌਥੀ ਪਉੜੀ ਦੀ ਛੇਵੀਂ ਤੁਕ ਵਿੱਚ 'ਕਰਮੀ' ਸਬਦ ਦਾ ਸੰਬੰਧ ਪਹਿਲੀ ਪਉੜੀ ਵਿਚ ਆਤਮ ਸੁਧੀ (ਆਤਮਿਕ ਸੁੱਚਮ) ਪ੍ਰਾਪਤ ਕਰਨ ਲਈ ਸ਼ਾਸਤ੍ਰ ਵਿਧੀ ਅਨੁਸਾਰ ਦਰਸਾਏ ਕਰਮਾਂ ਨਾਲ ਜੋੜਕੇ 'ਕਪੜਾ' ਸਬਦ ਦੇ ਅਰਥ ਸਰੀਰ ਕਰਨਾ ਠੀਕ ਨਹੀਂ ਕਿਉਂਕਿ ਪਰਮਸਚੁ ਦੀ ਪ੍ਰਾਪਤੀ ਲਈ ਲੋੜੀਂਦੇ ਕਰਮ "ਅੰਮ੍ਰਿਤ ਵੇਲਾ ਸਚੁ ਨਾਉ ਵਡਿਆਈ ਵੀਚਾਰੁ" ਇਸੇ ਪਉੜੀ ਦੇ ਚਲੰਤ ਪ੍ਰਸੰਗ ਵਿੱਚ ਹੀ ਗੁਰੂ ਸਹਿਬ ਨੇ ਨਿਰਧਾਰਤ ਕੀਤੇ ਹੋਏ ਹਨ । ਚਉਥੀ ਪਉੜੀ ਹੇਠਾਂ ਦਿੱਤਾ ਨੋਟ ਨੰਬਰ ੨ ਦੇਖੋ । ਫਿਰ ਅੱਗੇ ੧੯ਵੀਂ ਪਉੜੀ ਵਿੱਚ "ਅਸੰਖ ਕਹਹਿ ਸਿਰਿਭਾਰੁ ਹੋਇ" ਦੇ ਇਹ ਅਰਥ ਕਰਨਾ ਕਿ ਹੇ ਕਰਤਾਰ ਤੈਨੂੰ ਅਸੰਖ (ਅਣਗਿਣਤ-ਬੇਅੰਤ) ਕਹਿਣਾ ਵੀ ਸਿਰ ਤੇ ਭਾਰ (ਪਾਪ) ਲੈਣ ਤੁਲ ਹੈ; ਇਹ ਠੀਕ ਨਹੀਂ ਹੈ । ਜੇ ਕਰਤਾਰ ਨੂੰ (ਅਸੰਖ) ਬੇਅੰਤ ਕਹਿਕੇ ਵੀ ਸਿਰ ਪਾਪ ਚੜ੍ਹਦਾ ਹੈ ਤਾਂ ਫਿਰ ਕੀ ਕਹੀਏ ? ਜਿਥੋਂ ਤੱਕ ਲਗਾਂ ਮਾਤ੍ਰਾਂ ਦੇ ਹਿਸਾਬ ਉਕਤ ਅਰਥਾਂ ਨੂੰ ਠੀਕ ਠਹਿਰਾਉਣ ਦਾ ਸੰਬੰਧ ਹੈ ਇਹ ਠੀਕ ਨਹੀਂ ਹੈ । ਵੈਸੇ ਵੀ ਇਹ ਚਲੰਤ ਪ੍ਰਸੰਗ ਦੇ ਵਿਰੁਧ ਹੈ । ਉਨੀਵੀਂ ਪਉੜੀ ਹੇਠਾਂ ਦਿੱਤਾ ਨੋਟ ਦੇਖੋ । ਫਿਰ ਅੱਗੇ ੩੬ ਵੀਂ ਪਉੜੀ ਵਿੱਚ 'ਸਰਮ ਖੰਡ' ਦੇ ਅਰਥ ਮਿਹਨਤ ਮੁਸ਼ੱਕਤ ਦਾ ਖੰਡ ਕਰਨਾ ਉਚਿੱਤ ਨਹੀਂ ਕਿਉਂਕਿ ਮਿਹਨਤ ਮੁਸ਼ੱਕਤ ਲਈ ਗੁਰੂ ਗ੍ਰੰਥ ਸਾਹਿਬ ਵਿੱਚ ਕਿਤੇ ਵੀ "ਸਰਮ" ਸ਼ਬਦ ਨਹੀਂ ਵਰਤਿਆ ਗਿਆ ਬਲਕਿ ਮਿਹਨਤ ਮੁਸ਼ੱਕਤ ਲਈ ਅਨੇਕਾਂ ਵਾਰ "ਸ੍ਰਮ" ਸ਼ਬਦ ਵਰਤਿਆ ਹੈ। ਛੱਤੀਵੀਂ ਪਉੜੀ ਹੇਠਾਂ ਦਿੱਤਾ ਨੋਟ ਦੇਖੋ । ਇਸੇ ਤਰਾਂ ਸੈਂਤੀਵੀਂ ਪਉੜੀ ਹੇਠ ਦਿੱਤਾ ਨੋਟ ਦੇਖੋ । ਇਸੇ ਤਰਾਂ ਅਠਤੀਵੀਂ ਪਉੜੀ ਵਿੱਚ ਚਲੰਤ ਪ੍ਰਸੰਗ ਅਨੁਸਾਰ 'ਅੰਮ੍ਰਿਤ' ਤੇ 'ਸਬਦ' ਪਦਾਂ ਦੇ ਅਰਥ ਨੋਟ ਕਰਨ ਯੋਗ ਹਨ । ਇਤਿਆਦਕ । ਉਕਤ ਭਾਵਨਾ ਨੂੰ ਮੁਖ ਰੱਖ ਕੇ ਅਰਥਾਂ ਨੂੰ ਵੱਧ ਤੋਂ ਵੱਧ ਸਪੱਸ਼ਟ ਕਰਨ ਦਾ ਯਤਨ ਕੀਤਾ ਗਿਆ ਹੈ ।

ਖਾਲਸਾਈ ਚਿੰਨ "☬" ਕੁਝ ਖਾਸ ਪਹਿਲੂਆਂ ਵੱਲ ਧਿਆਨ ਦੁਆਉਣ ਲਈ ਵਰਤਿਆ ਗਿਆ ਹੈ।

ਇਤਿਹਾਸਕ ਹਵਾਲੇ: ਚਲਦੇ ਪ੍ਰਸੰਗ ਨੂੰ ਸਰਲਤਾ ਨਾਲ ਸਮਝਾਉਣ ਲਈ ਲੋੜ ਮੁਤਾਬਕ ਸਿੱਖ ਇਤਿਹਾਸ ਨਾਲ ਸੰਬੰਧਤ ਤੱਥਾਂ ਤੇ ਆਧਾਰਤ ਹਨ । ਇਨਾਂ ਹਵਾਲਿਆਂ ਦੀ ਮਹੱਤਤਾ ਕਿਸੇ ਵਿਚਾਰਧਾਰਾ ਤੋਂ ਉਪਰ ਉਠ ਸਿਰਫ ਸ਼ਬਦਾਰਥ ਦੀ ਰੌਸ਼ਨੀ ਵਿੱਚ ਹੀ ਪ੍ਰਤੀਬਿੰਬਤ ਹੈ।

ਰਹਿ ਗਈਆਂ ਤਰੁਟੀਆਂ ਸੁਧਾਰਨ ਲਈ ਪਾਠਕਾਂ ਦੇ ਵੱਡਮੁਲੇ ਸੁਝਾਵਾਂ ਲਈ ਤਹਿ ਦਿਲੋਂ ਧੰਨਵਾਦੀ ਹੋਵਾਂਗਾ ਜੀ । ਸੁਝਾਅ ਹੇਠ ਦਿੱਤੇ ਈ-ਮੇਲ ਤੇ ਭੇਜੋ ਜੀ ।

ਮਿਤੀ ਜੂਨ ੮, ੨੦੧੬

ਹਰਚੰਦ ਸਿੰਘ ਗਿੱਲ (ਟੀਕਾਕਾਰ)
੧੨੪ ਅਜੀਤ ਨਗਰ-ਪਟਿਆਲਾ
ਮੂਲ ਨਿਵਾਸੀ ਪਿੰਡ ਕੱਟੂ (ਬਰਨਾਲਾ)
ਈਮੇਲ/e-mail: harchandsingh@yahoo.com
hsgill@thesikh.info

ੴ

ਸਤਿਨਾਮੁਕਰਤਾਪੁਰਖੁਨਿਰ
ਭਉਨਿਰਵੈਰੁਅਕਾਲਮੂਰ
ਤਿਅਜੂਨੀਸੈਭੰਗੁਰਪ੍ਰਸਾ
ਦਿ ॥ਜਪੁ॥ ॥ ॥

ਗੁਰੂਬਰ ਸ੍ਰੀ ਗੁਰੂ ਨਾਨਕ ਦੇਵ ਜੀ ਦਾ ਸੰਖੇਪ ਜੀਵਨ ਵਿਰਤਾਂਤ ਤੇ ਮਹਿਮਾ

ਸਿੱਖ ਧਰਮ ਦੇ ਬਾਨੀ ਜਪ ਬਾਣੀ ਦੇ ਰਚੈਤਾ ਸ੍ਰੀ ਗੁਰੂ ਨਾਨਕ ਦੇਵ ਜੀ ਦਾ ਜਨਮ ਰਾਇ ਭੋਇ ਦੀ ਤਲਵੰਡੀ (ਹੁਣ ਸ੍ਰੀ ਨਾਨਕਿਆਣਾ ਸਾਹਿਬ, ਪਾਕਿਸਤਾਨ) ਵਿਖੇ ਸੰਮਤ ੧੫੨੬ (ਸੰਨ ੧੪੬੯ ਈ:) ਨੂੰ ਕੱਤਕ ਦੀ ਪੂਰਨਮਾਸੀ ਨੂੰ ਮਾਤਾ ਤ੍ਰਿਪਤਾ ਜੀ ਅਤੇ ਪਿਤਾ ਮਹਿਤਾ ਕਾਲੂ ਜੀ ਦੇ ਗ੍ਰਹਿ ਵਿਖੇ ਹੋਇਆ। ਭਾਵੇਂ ਬਹੁਤੀਆਂ ਲਿਖਤਾਂ ਵਿੱਚ ਜਨਮ ਵੈਸਾਖ ਸੁਦੀ ਤੀਜ ਲਿਖਿਆ ਹੋਇਆ ਹੈ, ਪਰ ਪ੍ਰਬਲ ਰਿਵਾਇਤ ਭਾਰੂ ਹੋਣ ਕਰਕੇ ਕੱਤਕ ਦੀ ਪੂਰਨਮਾਸੀ ਨੂੰ ਹੀ ਮੁਖ ਰੱਖਿਆ ਹੋਇਆ ਹੈ। ਗੁਰੂ ਜੀ ਦੀ ਵੱਡੀ ਭੈਣ ਦਾ ਨਾਮ ਨਾਨਕੀ ਸੀ ਜਿਸ ਨੂੰ ਸਤਿਕਾਰ ਵਜੋਂ ਵੱਡੀ ਹੋਣ ਕਰਕੇ ਬੇਬੇ ਨਾਨਕੀ ਕਿਹਾ ਜਾਂਦਾ ਹੈ। ਨਾਨਕੀ ਜੀ ਦਾ ਵਿਆਹ ਚੰਗੇ ਖਾਨਦਾਨੀ ਬ-ਰਸੂਖ਼ ਘਰਾਣੇ ਵਿੱਚ ਸੁਲਤਾਨਪੁਰ ਲੋਧੀ ਵਿਖੇ ਜੈ ਰਾਮ ਜੀ ਨਾਲ ਸੰਮਤ ੧੫੪੧ ਵਿੱਚ ਕਰ ਦਿੱਤਾ ਸੀ। ਦੇਸ਼ ਦੀ ਰਿਵਾਇਤ ਅਨੁਸਾਰ ਗੁਰੂ ਜੀ ਨੂੰ ੭ ਸਾਲ ਦੀ ਉਮਰ ਵਿੱਚ ਪੜ੍ਹਨੇ ਪਾਇਆ ਗਿਆ ਤੇ ਉਨ੍ਹਾਂ ਨੇ ਪੰਡਿਤ ਗੋਪਾਲ ਤੋਂ ਹਿੰਦੀ ਤੇ ਕਾਰੋਬਾਰੀ ਗਣਿਤ ਤੇ ਵਹੀ-ਖਾਤੇ ਦੀ ਵਿਦਿਆ ਸਿਖੀ ਅਤੇ ੯ ਸਾਲ ਦੀ ਉਮਰ ਵਿੱਚ ਸੰਸਕ੍ਰਿਤ ਪੰਡਿਤ ਬ੍ਰਿਜ ਲਾਲ ਤੋਂ ਸਿਖੀ ਅਤੇ ੧੩ ਸਾਲ ਦੀ ਉਮਰ ਵਿੱਚ ਸਰਕਾਰੀ ਕੰਮ ਕਾਜ ਦੀ ਭਾਸ਼ਾ ਫਾਰਸੀ ਮੌਲਵੀ ਕੁਤਬਦੀਨ ਤੋਂ ਸਿਖੀ। ਗੁਰੂ ਜੀ ਦੀ ਤੀਖਣ ਬੁਧੀ ਅਤੇ ਅਧਿਆਤਮਕ ਪ੍ਰਕਾਸ਼ ਤੋਂ ਪੰਡਿਤ ਅਤੇ ਮੌਲਵੀ ਬਹੁਤ ਪ੍ਰਭਾਵਤ ਹੋਏ। ਗੁਰੂ ਜੀ ਦੀ ਦੁਨੀਆਦਾਰੀ ਵਿੱਚ ਰੁਚੀ ਨਾ ਹੋਣ ਕਰਕੇ ਪਿਤਾ ਮਹਿਤਾ ਕਾਲੂ ਜੀ ਬਹੁਤ ਉਦਾਸ ਰਹਿੰਦੇ ਸਨ ਅਤੇ ਉਨ੍ਹਾਂ ਦੀ ਵਪਾਰਕ ਰੁਚੀ ਵਧਾਉਣ ਵਾਸਤੇ ਪਿਤਾ ਜੀ ਨੇ ਨਾਨਕ ਨੂੰ ਕੋਈ ਲਾਹੇਬੰਦ ਸੌਦਾ (ਵਾਪਾਰ) ਕਰਨ ਲਈ ੨੦ ਰੁਪੈ ਦੇਕੇ ਨਾਲਦੇ ਨਗਰ ਚੂਹੜਕਾਣੇ ਭੇਜਿਆ। ਪਰ ਨਾਨਕ ਜੀ ਨੇ ਧਾਰਮਿਕ ਰੁਚੀ ਕਰਕੇ ਇਹ ੨੦ ਰੁਪੈ ਭੁਖੇ ਸਾਧੂਆਂ ਨੂੰ ਭੋਜਨ ਛਕਾਉਣ ਤੇ ਲਾਹੇਬੰਦ ਸੌਦਾ ਸਮਝਕੇ ਖਰਚ ਦਿਤੇ। ਇਸ ਥਾਂ ਨੂੰ ਅੱਜ ਵੀ "ਸਚਾ ਸੌਦਾ" ਦੇ ਨਾਮ ਨਾਲ ਜਾਨਿਆ ਜਾਂਦਾ ਹੈ। ਗੁਰੂ ਜੀ ਦੇ ਇਸ ਸਚੇ ਸੌਦੇ ਦੇ ਪੁੰਨਫਲ਼ ਦੀ ਬਰਕਤ ਕਰਕੇ ਅੱਜ ਲੱਖਾਂ ਲੋਕ ਹਰ ਰੋਜ ਗੁਰੂ ਕੇ ਲੰਗਰ ਵਿੱਚ ਪਰਸ਼ਾਦਾ ਛਕਦੇ ਹਨ ਤੇ ਲੱਖਾਂ ਨੂੰ ਗੁਰੂਘਰ ਵਿੱਚ ਰੁਜਗਾਰ ਮਿਲਿਆ ਹੋਇਆ ਹੈ। ਪਿਤਾ ਮਹਿਤਾ ਕਾਲੂ ਜੀ ਇਹ ੨੦ ਰੁਪੈ ਸਾਧੂਆਂ ਨੂੰ ਖੁਆਏ ਜਾਣ ਕਰਕੇ ਬਹੁਤ ਦੁਖੀ ਤੇ ਉਦਾਸ ਹੋਏ। ਪਿਤਾ ਜੀ ਵਲੋਂ ਨਾਨਕ ਦੇ ਐਸੇ ਵਿਹਾਰ ਤੋਂ ਨਾਖ਼ੁਸ਼ ਹੋਕੇ ਉਸ ਨੂੰ ਭੈਣ ਨਾਨਕੀ ਪਾਸ ਭੇਜਣ ਦਾ ਫੈਸਲਾ ਲਿਆ ਗਿਆ ਤੇ ਨਾਨਕ ਨੂੰ ਸੰਮਤ ੧੫੪੨ ਵਿੱਚ ਭੈਣ ਨਾਨਕੀ ਪਾਸ ਭੇਜ ਦਿੱਤਾ ਗਿਆ। ਭਾਈਆ ਜੈ ਰਾਮ ਜੀ ਨੇ ਆਪਣੇ ਰਸੂਖ਼ ਨਾਲ ਨਵਾਬ ਦੌਲ਼ਤ ਖਾਂ ਦੇ ਮੋਦੀ-ਖਾਨੇ ਵਿੱਚ ਲਗਵਾ ਦਿੱਤਾ ਕਿਉਂਕਿ ਨਾਨਕ ਪਾਸ ਲੋੜੀਂਦੀ ਵਿਦਿਆ ਹੈ ਸੀ। ਸੰਮਤ ੧੫੪੪ (ਸਨ ੧੪੮੭ ਈ:) ਨੂੰ ਗੁਰੂ ਨਾਨਕ ਜੀ ਦਾ ਵਿਆਹ ਬਟਾਲੇ ਮੂਲਚੰਦ ਖਤ੍ਰੀ ਦੀ ਸਪੁਤ੍ਰੀ ਸੁਲੱਖਣੀ ਜੀ ਨਾਲ ਕੀਤਾ ਗਿਆ। ਉਨ੍ਹਾਂ ਦੇ ਘਰ ਦੋ ਸਪੁਤ੍ਰਾਂ ਬਾਬਾ ਸ੍ਰੀ ਚੰਦ ਜੀ ਤੇ ਬਾਬਾ ਲਖ਼ਮੀ ਦਾਸ ਜੀ ਨੇ ਜਨਮ ਲਿਆ। ਗੁਰੂ ਜੀ ਦਾ ਮਨ ਏਨਾ ਵੈਰਾਗੀ ਸੀ ਕਿ ਗਾਹਕਾਂ ਨੂੰ ਦੇਣ ਲਈ ਜੋ ਅਨਾਜ ਤੋਲਦੇ ਸਨ ਤਾਂ ਗਿਣਤੀ ਵੇਲੇ "ਤੇਰਾਂ" ਦੇ ਧੜੇ ਤੋਂ ਅੱਗੇ ਨਾ ਵਧਦੇ ਤੇ ਤੇਰਾਂ ਹੀ ਤੇਰਾਂ ਕਹੀ ਜਾਂਦੇ

ਤੇ ਤੋਲੀ ਜਾਂਦੇ । ਤਾਂ ਕਿਸੇ ਦੇ ਚੁਗਲੀ ਕਰਨ ਤੇ ਕਿ ਇਸ ਤਰਾਂ ਨਾਨਕ ਸਾਰਾ ਮੋਦੀ-ਖਾਨਾ ਹੀ ਲੁਟਾ ਦਵੇਗਾ ਤਾਂ ਨਵਾਬ ਵਲੋਂ ਤਪਤੀਸ਼ ਕਰਵਾਈ ਗਈ । ਤਪਤੀਸ਼ ਉਪ੍ਰੰਤ ਗੁਰੂ ਨਾਨਕ ਦਾ ਵਾਧਾ (ਲੈਣਾ) ਨਿਕਲਿਆ ਤਾਂ ਨਵਾਬ ਨੂੰ ਨਮੋਸ਼ੀ ਝਲਣੀ ਪਈ । ਗੁਰੂ ਨਾਨਕ ਨੇ ਸੰਮਤ ੧੫੫੩ (ਸਨ ੧੪੯੬ ਈ:) ਵਿੱਚ ਮੋਦੀ-ਖਾਨੇ ਦੀ ਨੌਕਰੀ ਛੱਡ ਦਿੱਤੀ । ਉਪ੍ਰੰਤ ਇਕ ਦਿਨ ਗੁਰੂ ਜੀ ਵੇਂਈ ਨਦੀ ਚ ਇਸਨਾਨ ਕਰਨ ਉਪ੍ਰੰਤ ਨਾ ਪਰਤੇ ਤਾਂ ਸਭ ਨੂੰ ਸ਼ੱਕ ਹੋ ਗਿਆ ਕਿ ਨਾਨਕ ਨਦੀ ਵਿੱਚ ਡੁਬ ਗਿਆ ਹੈ ਜਾਂ ਕੋਈ ਹੋਰ ਭਾਣਾ ਵਰਤ ਗਿਆ ਹੈ । ਦਿਨ ਰਾਤ ਨਾਨਕ ਦੀ ਭਾਲ ਜਾਰੀ ਰੱਖੀ ਗਈ ਤੇ ਸਾਰਾ ਨਗਰ ਗਮ ਵਿੱਚ ਡੁਬਿਆ ਹੋਇਆ ਸੀ । ਪਰ ਗੁਰੂ ਜੀ ਜਦ ਤਿੰਨ ਦਿਨਾਂ ਬਾਦ ਮੜ੍ਹੀਆਂ ਦੇ ਉਪਰਲੇ ਪਾਸੇ, ਸਾਧ ਘਾਟ ਦੇ ਸਥਾਨ ਤੇ ਪ੍ਰਗਟ ਹੋਏ ਤਾਂ ਉਸ ਪਾਸੇ ਕਿਸੇ ਦੀ ਨਿਗ੍ਹਾ ਪੈਣ ਤੇ ਲੋਕ ਇਕੱਠੇ ਹੋਏ ਤਾਂ ਕਿਸੇ ਇਕ ਨੇ ਦੂਰੋਂ ਦੇਖ ਕੇ ਕਿਹਾ ਕਿ ਨਾਨਕ ਲਗਦਾ ਹੈ, ਪਰ ਦੂਜੇ ਨੇ ਮੜ੍ਹੀਆਂ ਨੂੰ ਧਿਆਨ ਵਿੱਚ ਰੱਖਕੇ ਕਿਹਾ ਕਿ ਕੋਈ ਭੂਤ ਲਗਦਾ ਹੈ । ਨੇੜੇ ਜਾਣ ਤੇ ਪਤਾ ਲਗਿਆ ਕਿ ਨਾਨਕ ਹੀ ਹੈ । ਲੋਕ ਜਦ ਨਾਨਕ ਤੋਂ ਕਈ ਦਿਨਾਂ ਤੋਂ ਗੁੰਮ ਹੋਣ ਦੀ ਗੱਲ ਪੁਛਣ ਤਾਂ ਨਾਨਕ ਸਿਰਫ਼ ਏਹੀ ਆਖੇ ਕਿ:-"**ਨਾ ਕੋਈ ਹਿੰਦੂ ਨ ਮੁਸਲਮਾਨ**" ਤਾਂ ਵੀ ਕਈਆਂ ਨੇ ਸਮਝਿਆ ਕਿ ਨਾਨਕ ਭੂਤ ਪ੍ਰੇਤ ਦੇ ਛਾਏ (ਕਸਰ) ਹੇਠ ਬੋਲ ਰਿਹਾ ਹੈ । ਪਰ ਮੁਸਲਮਾਨਾਂ ਵਿੱਚੋਂ ਕਈਆਂ ਨੇ ਕਿਹਾ ਕਿ ਅਗਰ ਐਸਾ ਹੈ ਤਾਂ ਨਾਨਕ ਕੱਲ ਨੂੰ ਸਾਡੇ ਨਾਲ ਨਮਾਜ ਪੜ੍ਹੇ । ਨਾਨਕ ਨਮਾਜ ਪੜ੍ਹਨਾ ਮੰਨ ਗਏ ਤਾਂ ਸ਼ਹਿਰ ਦੇ ਹਿੰਦੂਆਂ ਵਿੱਚ ਹੁਣ ਇਸ ਗੱਲ ਦੀ ਹਾਹਾਕਾਰ ਮੱਚ ਗਈ । ਇਸਦੇ ਵਾਬਜੂਦ ਗੁਰੂ ਨਾਨਕ ਸਾਹਿਬ ਮਿਥੇ ਸਮੇਂ ਤੇ ਸਥਾਨ ਤੇ ਨਮਾਜ ਪੜ੍ਹਨ ਲਈ ਹਾਜਰ ਹੋ ਗਏ । ਸੁਲਤਾਨਪੁਰ ਲੋਧੀ ਦਾ ਨਵਾਬ ਦੌਲਤ ਖਾਂ ਲੋਧੀ ਵੀ ਨਿਮਾਜੀਆਂ ਵਿੱਚ ਸ਼ਾਮਲ ਸੀ ਤੇ ਕਾਜ਼ੀ ਨੇ ਨਮਾਜ ਪੜ੍ਹਨੀ ਸ਼ੁਰੂ ਕੀਤੀ । ਕਾਜ਼ੀ ਸਮੇਤ ਸਭ ਨੇ ਤਿਰਸ਼ੀ ਨਿਗ੍ਹਾ ਗੁਰੂ ਜੀ ਤੇ ਰੱਖੀ ਕਿ ਦੇਖੀਏ ਕਿਵੇਂ ਨਾਨਕ ਉਨ੍ਹਾਂ ਨਾਲ ਨਮਾਜ ਪੜ੍ਹਦਾ ਹੈ ! ਪਰ ਗੁਰੂ ਜੀ ਅਡੋਲ ਖੜੇ ਰਹੇ ਤੇ ਮੁਸਕਰਾਉਂਦੇ ਰਹੇ; ਤਾਂ ਨਮਾਜ ਖਤਮ ਹੋਣ ਤੇ ਕਾਜ਼ੀ ਨੇ ਨਵਾਬ ਪਾਸ ਸ਼ਿਕਾਇਤ ਕੀਤੀ ਕਿ ਨਾਨਕ ਨੇ ਨਮਾਜ ਤਾਂ ਕੀ ਪੜ੍ਹਨੀ ਸੀ, ਸਗੋਂ ਨਮਾਜ ਦੌਰਾਨ ਮੁਸ਼ਕਰਾਉਂਦੇ ਰਹਿਣ ਕਰਕੇ ਨਮਾਜੀਆਂ ਦੀ ਤੌਹੀਨ ਕੀਤੀ ਹੈ । ਨਵਾਬ ਦੇ ਪੁਛਣ ਤੇ ਗੁਰੂ ਜੀ ਨੇ ਦੱਸਿਆ ਕਿ ਕਾਜ਼ੀ ਖੁਦ ਨਮਾਜ ਵਿੱਚ ਹਾਜਰ ਨਹੀ ਸੀ ਕਿਉਂਕਿ ਉਸਨੂੰ ਚਿੰਤਾ ਸੀ ਕਿ ਉਸਦੀ ਨਵ ਜੰਮੀ ਵਛੇਰੀ ਕਿਤੇ ਖੂਹੀ ਵਿੱਚ ਨਾ ਡਿੱਗ ਪਈ ਹੋਵੇ ਕਿਉਂਕਿ ਉਹ ਕਾਹਲੀ ਵਿੱਚ ਖੂਹੀ ਢਕਣੀ ਭੁਲ ਆਇਆ ਸੀ । ਇਸ ਲਈ ਨਮਾਜ ਰੱਬ ਦੀ ਦਰਗਾਹ ਵਿੱਚ ਪ੍ਰਵਾਨ ਨਹੀਂ ਹੋਈ, ਤਾਂ ਨਵਾਬ ਨੇ ਕਿਹਾ ਕਿ ਜੇ ਕਾਜ਼ੀ ਹਾਜਰ ਨਹੀਂ ਸੀ ਤਾਂ ਨਾਨਕ ! ਨਮਾਜ ਮੇਰੇ ਨਾਲ ਪੜ੍ਹਨੀ ਸੀ; ਤਾਂ ਗੁਰੂ ਜੀ ਨੇ ਕਿਹਾ ਕਿ ਨਵਾਬ ਜੀ ਤੁਸੀ ਵੀ ਨਮਾਜ ਵਿੱਚ ਹਾਜਰ ਨਹੀਂ ਸਉਂ ਕਿਉਂਕਿ ਤੁਸੀਂ ਵੀ ਕਾਬਲ ਵਿੱਚ ਘੋੜੇ ਖਰੀਦਦੇ ਫਿਰਦੇ ਸੀ । ਤਾਂ ਨਵਾਬ ਸਮੇਤ ਸਭ ਨੇ ਗੁਰੂ ਜੀ ਤੋਂ ਮਾਫੀ ਮੰਗੀ ਤੇ ਗੁਰੂ ਜੀ ਨੂੰ 'ਬਲੀ ਔਲੀਆ' ਜਾਣ ਕੇ ਸਲਾਮ ਕੀਤੀ ਕਿ ਨਾਨਕ ਅੰਦਰ ਖੁਦ ਰੱਬ ਬੋਲਦਾ ਹੈ । ਤਾਂ ਗੁਰੂ ਜੀ ਨੇ ਸਭ ਨੂੰ ਉਪਦੇਸ਼ ਕੀਤਾ ਕਿ ਰੱਬ ਦੀ ਵਡਿਆਈ ਸਿਮਰਨ ਸਮੇਂ ਤੇ ਨਮਾਜ ਸਮੇਂ ਸਾਵਧਾਨ ਹੋਕੇ ਪੂਰੀ ਭਾਵਨਾ ਪ੍ਰੇਮ ਸਹਿਤ ਖੁਦਾ ਦੀ ਸਿਫਤ ਸਲਾਹ ਕਰਨੀ ਚਾਹੀਏ । ਸੁਲਤਾਨਪੁਰ ਲੋਧੀ ਵਿਖੇ

ਇਸ ਘਟਨਾ ਪਰਥਾਏ ਇਤਿਹਾਸਕ ਗੁਰਦੁਆਰਾ ਅੰਤ੍ਰਯਾਮਤਾ ਸਾਹਿਬ ਸੁਸ਼ੋਭਤ ਹੈ । ਇਸ ਗੁਰਦੁਆਰਾ ਸਾਹਿਬ ਦੇ ਦਰਸ਼ਨ ਕਰਨ ਸਾਰ ਹੀ ਰੱਬ ਦੀ ਸਹੀ ਢੰਗ ਨਾਲ ਸਾਵਧਾਨ ਹੋਕੇ ਪੂਰਨ ਪ੍ਰੇਮ ਭਾਵਨਾ ਸਹਿਤ ਪੂਜਾ ਉਪਾਸਨਾ ਤੇ ਸਿਫਤ ਸਾਲਾਹ ਕਰਨ ਦੀ ਸੋਝੀ ਪ੍ਰਾਪਤ ਹੁੰਦੀ ਹੈ । ਗੁਰੁ ਜੀ ਦਾ ਇਹ ਸਾਰੇ ਧਾਰਮਕ ਜਗਤ ਲਈ ਸਰਬ ਸਾਂਝਾ ਉਪਦੇਸ਼ ਹੈ, **ਯਥਾ**:-" **ਪਰਥਾਇ ਸਾਖੀ ਮਹਾ ਪੁਰਖ ਬੋਲਦੇ ਸਾਝੀ ਸਗਲ ਜਹਾਨੈ ॥**"

ਉਪ੍ਰੰਤ ਗੁਰੂ ਜੀ ਨੇ ਆਪਣਾ ਮਿਸ਼ਨ ਅਰੰਭਿਆ ਤੇ ਕੁਝ ਸਮਾਂ ਪੰਜਾਬ ਵਿੱਚ ਹੀ ਆਪਣੇ ਮਿਸ਼ਨ ਦਾ ਪ੍ਰਚਾਰ ਕੀਤਾ ਤੇ ਪ੍ਰਚਾਰ ਕੇਂਦਰ ਸਥਾਪਤ ਕੀਤੇ । ਜਿਵੇਂ ਸੈਦਪੁਰ (ਹੁਣ ਏਮਨਾਬਾਦ) ਵਿੱਚ ਇਕ ਗਰੀਬ ਤਰਖਾਣ ਭਾਈ ਲਾਲੋ ਦੇ ਘਰ ਠਹਿਰੇ ਤੇ ਸਥਾਨਕ ਫੌਜਦਾਰ ਦੇ ਇਕ ਹਿੰਦੂ ਮੁਲਾਜ਼ਮ ਮਲਕ ਭਾਗੋ ਦਾ ਭੋਜ ਠੁਕਰਾ ਕੇ ਗੁਰੂ ਜੀ ਨੇ ਲੋਕਾਂ ਵਿੱਚ ਧਰਮ ਦੀ ਕ੍ਰਿਤ ਦਾ ਪੱਖ ਉਚਾ ਕੀਤਾ ਤੇ ਭਾਈ ਲਾਲੋ ਨੂੰ ਆਪਣੇ ਮਿਸ਼ਨ ਦਾ ਪਹਿਲਾ ਪ੍ਰਚਾਰਕ (ਮੰਜੀਦਾਰ) ਥਾਪਿਆ । ਫਿਰ ਮੁਲਤਾਨ ਨੇੜੇ ਤੁਲੰਬਾ ਨਗਰ ਵਿੱਚ ਸੱਜਣ ਠੱਗ ਨੂੰ ਸਿਧੇ ਰਸਤੇ ਪਾਇਆ ਤੇ ਪੰਜਾਬ ਦੇ ਦੱਖਣ ਪਛਮੀ ਖਿਤੇ ਦਾ ਪ੍ਰਚਾਰਕ ਥਾਪਿਆ । ਉਪ੍ਰੰਤ ਚਾਰ ਉਦਾਸੀਆਂ ਅਰੰਭ ਕੀਤੀਆਂ । ਰਬਾਬੀ ਭਾਈ ਮਰਦਾਨਾ ਲਗਪਗ ਸਾਰੀਆਂ ਉਦਾਸੀਆਂ ਸਮੇਂ ਗੁਰੂ ਜੀ ਦੇ ਨਾਲ ਹੀ ਰਿਹਾ । ਪਹਿਲੀ ਉਦਾਸੀ ਸੰਮਤ ੧੫੫੪ (ਸਨ ੧੪੯੭ ਈ:) ਵਿੱਚ ਪੂਰਬ ਵੱਲ ਅਰੰਭੀ ਤੇ ਕੁਰਛੇਤਰ, ਪਾਣੀਪਤ, ਦਿੱਲੀ, ਹਰਦੁਆਰ, ਬਨਾਰਸ, ਗਯਾ, ਪਟਨਾ, ਆਸਾਮ, ਢਾਕਾ ਗਏ ਅਤੇ ਵਾਪਸੀ ਤੇ ਕਟਕ, ਜਗਨਨਾਥ ਪੁਰੀ ਆਦਿ ਥਾਂਵਾਂ ਤੇ ਹੁੰਦੇ ਹੋਏ ਪੰਜਾਬ ਪਹੁੰਚ ਗਏ ਤੇ ਕੁਝ ਸਮਾਂ ਇਥੇ ਠਹਿਰ ਕੇ ਪ੍ਰਚਾਰ ਕੀਤਾ ਤੇ ਪਾਕਪਟਨ, ਦੀਪਾਲਪੁਰ, ਕਸੂਰ, ਪੱਟੀ, ਵੈਰੋਵਾਲ, ਜਲਾਲਾਬਾਦ ਤੇ ਲਾਹੌਰ ਆਦਿ ਥਾਵਾਂ ਤੇ ਜਾਕੇ ਪ੍ਰਚਾਰ ਕੀਤਾ । ਦੂਜੀ ਉਦਾਸੀ ਸੰਮਤ ੧੫੬੭ (ਸਨ ੧੫੧੦ ਈ:) ਵਿੱਚ ਸੈਦੋ ਅਤੇ ਘੀਉ ਜੱਟ ਨੂੰ ਵੀ ਨਾਲ ਲੈਕੇ ਦੱਖਣ ਵੱਲ ਕੀਤੀ ਤੇ ਅਰਬੁਦਿਗਿਰ (ਕੋਹਆਬੂ), ਸੇਤਬੰਦ, ਰਾਮੇਸਵਰ ਸੰਗਲਾਦੀਪ (ਲੰਕਾ) ਦੇ ਕੋਲੰਬੋ ਆਦਿ ਥਾਵਾਂ ਤੇ ਗਏ ਅਤੇ ਲੰਕਾ ਤੋਂ ਵਾਪਸੀ ਸਮੇਂ ਪੱਛਮੀ ਤਟ ਦੇ ਨਾਲ ਨਾਲ ਪੈਂਡਾ ਤਹਿ ਕਰਦੇ ਹੋਏ ਪੰਜਾਬ ਪਹੁੰਚ ਗਏ । ਤੀਜੀ ਉਦਾਸੀ ਸੰਮਤ ੧੫੭੧ (ਸਨ ੧੫੧੪ ਈ:) ਵਿੱਚ ਉੱਤਰ ਵੱਲ ਜੋਗੀਆਂ ਦੇ ਗੜ੍ਹ ਵੱਲ ਕੀਤੀ ਤੇ ਸਿਰਮੌਰ, ਗੜ੍ਹਵਾਲ, ਹੇਮਕੁੰਡ, ਗੋਰਖਪੁਰ, ਸਿਕਮ, ਭੂਟਾਨ, ਨੇਪਾਲ ਤੇ ਤਿੱਬਤ ਆਦਿ ਥਾਵਾਂ ਤੇ ਹੁੰਦੇ ਹੋਏ ਕੈਲਾਸ਼ ਪਰਬਤ ਤੇ ਮਾਨਸਰੋਵਰ ਝੀਲ ਗਏ ਅਤੇ ਵਾਪਸੀ ਤੇ ਲਦਾਖ, ਸ੍ਰੀਨਗਰ, ਜੰਮੂ ਤੇ ਸਿਆਲਕੋਟ ਆਦਿ ਦੇ ਰਸਤੇ ਪੰਜਾਬ ਵਾਪਸ ਪਹੁੰਚ ਗਏ । ਚੌਥੀ ਉਦਾਸੀ ਸੰਮਤ ੧੫੭੫ (ਸਨ ੧੫੧੮ ਈ:) ਵਿੱਚ ਪੱਛਮ ਵੱਲ ਭਾਈ ਮਰਦਾਨੇ ਨੂੰ ਨਾਲ ਲੈਕੇ ਕੀਤੀ ਤੇ ਬਲੋਚਿਸਤਾਨ ਹੁੰਦੇ ਹੋਏ ਸਮੁੰਦਰ ਦੇ ਰਸਤੇ ਹਾਜੀ ਰੂਪ ਧਾਰਕੇ ਮੱਕੇ ਪਹੁੰਚੇ । ਰਾਤ ਨੂੰ ਮਸਜਿਦ ਵਿੱਚ ਕਾਅਬੇ ਵੱਲ ਪੈਰ ਕਰਕੇ ਲੇਟ ਗਏ । ਮੁਸਲਮਾਨ ਹਾਜੀ ਬੜੇ ਕ੍ਰੋਧਵਾਨ ਹੋਏ ਤੇ ਇਕ ਲਖ਼ਤ ਬਹੁਤ ਹਾਜੀ ਇਕੱਠੇ ਹੋ ਗਏ ਤੇ ਉਥੋਂ ਦੇ ਵੱਡੇ ਪੀਰ ਨੂੰ ਵੀ ਛੇਤੀ ਸੱਦਿਆ ਗਿਆ ਤੇ ਇਕ ਨੇ ਤਾਂ ਗੁੱਸੇ ਵਿੱਚ ਲੱਤ ਹੀ ਕੱਢ ਮਾਰੀ ਤੇ ਕਿਹਾ ਕਿ ਕੌਣ ਕਾਫ਼ਰ ਖ਼ੁਦਾ ਦੇ ਘਰ ਵੱਲ ਪੈਰ ਕਰੀ ਪਿਆ ਹੈਂ ਤੇ ਛੇਤੀ ਨਾਲ ਉਸਨੇ ਲਤੋਂ ਫੜ ਕੇ ਘਸੀਟਿਆ ਤੇ ਪੈਰ ਕਾਅਬੇ ਤੋਂ ਦੂਜੇ ਪਾਸੇ ਕੀਤੇ ਤਾਂ ਸਭ

ਹਾਜੀ ਹੈਰਾਨ ਹੋਏ ਕੀ ਦੇਖਦੇ ਹਨ ਕਿ ਕਾਅਬਾ ਫਿਰ ਗੁਰੂ ਨਾਨਕ ਜੀ ਦੇ ਪੈਰਾਂ ਵੱਲ ਸੀ । ਪੱਕੀ ਤਸੱਲੀ ਕਰਨ ਲਈ ਹੋਰ ਵਾਰ ਵਾਰ ਘਸੀਟਿਆ ਗਿਆ ਪਰ ਕਾਅਬੇ ਦੀ ਸਥਿਤੀ ਪੈਰਾਂ ਵੱਲ ਹੀ ਰਹੀ ਤਾਂ ਸਭ ਦੰਗ ਰਹਿ ਗਏ ਤੇ ਉਨ੍ਹਾਂ ਨੂੰ ਮਨ ਹੀ ਮਨ ਵਿੱਚ ਆਖਰੀ ਨਬੀ ਹਜ਼ਰਤ ਮੁਹੰਮਦ ਸਾਹਿਬ ਦੇ ਕੌਲ ਯਾਦ ਆਏ ਕਿ ਉਨ੍ਹਾਂ ਤੋਂ ਬਾਦ ਨਾ ਕੋਈ ਨਬੀ ਹੋਵੇਗਾ ਤੇ ਨਾ ਕੋਈ ਰਸੂਲ ਅੱਲਾ ! ਤੇ ਫਿਰ ਇਹ ਕੌਣ ਹੈ, ਰੱਬ ਜਾਂ ਰਸੂਲ ਅੱਲਾ ? ਹੈਰਾਨ ਹੋਏ, ਸਭ ਹਾਜੀਆਂ ਨੇ ਵਲੀ ਔਲੀਆ, ਰਸੂਲ ਤਥਾ ਪੈਗੰਬਰ ਜਾਣ ਕੇ ਗੁਰੂ ਜੀ ਦੇ ਪੈਰਾਂ ਤੇ ਝੁਕ ਕੇ ਸਲਾਮ ਕੀਤੀ ਤੇ ਆਮ ਹਾਜੀ ਸਮਝ ਕੇ ਲੱਤ ਮਾਰਨ ਦੀ ਹੋਈ ਅਵੱਗਿਆ (ਗੁਨਾਹ) ਦੀ ਮਾਫੀ ਮੰਗੀ ਤੇ ਫਿਰ ਅਦਬ ਸਹਿਤ ਉਨ੍ਹਾਂ ਦੀ ਕਿਤਾਬ ਫਰੋਲ ਕੇ ਪੁਛਣ ਲੱਗੇ ਕਿ ਰੱਬ ਦੀ ਦਰਗਾਹ ਵਿੱਚ ਹਿੰਦੂ ਵੱਡਾ ਹੈ ਕਿ ਮੁਸਲਮਾਨ ? ਪੁਛਣ ਫੋਲ ਕਤਾਬ ਨੂੰ ਵੱਡਾ ਹਿੰਦੂ ਕਿ ਮੁਸਲ ਮਨੋਈ ਬਾਬਾ ਆਖੇ ਹਾਜੀਆਂ **ਸ਼ੁਭ ਅਮਲਾਂ ਵਾਜੋਂ ਦੋਵੇਂ ਰੋਈ** ! ਨਿਸ਼ਾਨੀ ਵਜੋਂ ਹਾਜੀਆਂ ਦੇ ਮੰਗਣ ਤੇ ਗੁਰੂ ਜੀ ਉਨ੍ਹਾਂ ਨੂੰ ਆਪਣੀਆਂ ਖੜਾਮਾਂ ਦਿੱਤੀਆਂ ਜੋ ਕਾਅਬੇ ਦੀ ਪ੍ਰਕਰਮਾਂ ਵਿੱਚ ਰੱਖੀਆਂ ਗਈਆਂ ਸਨ । ਹਾਜੀ ਕਾਅਬੇ ਦੀ ਪ੍ਰਕਰਮਾ ਸਮੇਂ ਖੜਾਮਾਂ ਅੱਗੇ ਅਦਬ ਵਜੋਂ ਸਿਰ ਝੁਕਾਕੇ ਲੰਘਦੇ ਸਨ । ਮਹਾਨ ਕੋਸ਼ ਅਨੁਸਾਰ ਸੱਯਦ ਰੁਕਨਦੀਨ ਜੋ ਉਸ ਸਮੇਂ ਮੱਕੇ ਵਿੱਚ ਸਨ ਇਹ ਖੜਾਮਾਂ ਉਹ ਆਪਣੇ ਨਾਲ ਹੀ ਹਿੰਦ ਲੈ ਆਏ ਸਨ । ਇਹ ਖੜਾਮਾਂ ਬਹਾਵਲਪੁਰ ਵਿੱਚ "ਉਚਸ਼ਰੀਫ਼" ਨਾਮ ਵਾਲੀ ਜਗ੍ਹਾ ਦੇ ਤੋਸ਼ੇਖਾਨੇ ਵਿੱਚ ਸਾਂਭ ਕੇ ਰੱਖੀਆਂ ਹੋਈਆਂ ਹਨ । ਵੱਡੇ ਭਾਗ ਹਨ ਭਾਈ ਮਰਦਾਨੇ ਦੇ ਜਿਸਨੇ ਮੱਕੇ ਵਿੱਚ ਇਹ ਕੌਤਕ ਆਪਣੀ ਅੱਖੀਂ ਵੇਖਿਆ ਤੇ ਲੰਮੇ ਸਮੇਂ ਤੱਕ ਉਸ ਰੱਬੀ ਨੂਰ ਗੁਰੂ ਨਾਨਕ ਦੇ ਦਰਸ਼ਨ ਕੀਤੇ । ਇਕ ਵਾਰੀ ਦੀ ਗੱਲ ਹੈ ਕਿ ਸਖਾ ਭਾਵ ਤੇ ਪ੍ਰੇਮ ਦੇ ਰੌਂ ਵਿੱਚ ਆਕੇ ਭਾਈ ਮਰਦਾਨੇ ਨੇ ਗੁਰੂ ਨਾਨਕ ਨੂੰ ਕਹਿ ਦਿੱਤਾ ਕਿ 'ਤੇਰੇ ਮੇਰੇ ਵਿੱਚ ਕੋਈ ਫ਼ਰਕ ਨਾਹੀਂ, ਤਾਂ ਗੁਰੂ ਨਾਨਕ ਨੇ ਮੁਸਕਰਾਕੇ ਪੁਛਿਆ ਕਿ ਇਹ ਕਿਵੇਂ ? ਤਾਂ ਮਰਦਾਨੇ ਕਿਹਾ ਕਿ ਤੂੰ ਰੱਬ ਦਾ ਡੂੰਮ ਹੈਂ ਤੇ ਮੈਂ ਤੇਰਾ ਡੂੰਮ !! ਮੱਕੇ ਦੀ ਘਟਨਾ ਤੋਂ ਸਾਨੂੰ ਗੁਰੂ ਨਾਨਕ ਜੀ ਦੇ ਹੌਂਸਲੇ, ਜੁਅਰਤ, ਗਿਆਨ, ਇਲਾਹੀ ਸ਼ਕਤੀਆਂ ਦੇ ਭੰਡਾਰਾਂ ਦਾ ਪਤਾ ਲਗਦਾ ਹੈ । ਉਂਞ ਇਤਿਹਾਸ ਗਵਾਹ ਹੈ ਕਿ ਗੁਰੂ ਨਾਨਕ ਜੀ ਦਾ ਸਾਰਾ ਜੀਵਨ ਹੀ ਪਰਮ ਗਿਆਨ ਤੇ ਜੁਅਰਤ ਭਰੀਆਂ ਘਟਨਵਾਂ ਨਾਲ ਭਰਪੂਰ ਹੈ । ਗੁਰੂ ਨਾਨਕ ਸਾਹਿਬ ਜੀ ਦੀ ਉਪਮਾ ਵਡਿਆਈ ਮਹਿਮਾ ਦਰਸਾਉਣ ਲਈ ਸਾਡੇ ਪਾਸ ਉਸਨੂੰ "ਧੰਨ ਧੰਨ" ਕਹਿਣ ਤੋਂ ਸਿਵਾਇ ਹੋਰ ਯੋਗ ਸ਼ਬਦ ਨਹੀਂ ਲੱਭਦੇ !!! ਮੱਕੇ ਤੋਂ ਬਾਦ ਗੁਰੂ ਜੀ ਮਦੀਨੇ ਗਏ । ਮੱਕੇ ਦੀ ਘਟਨਾ ਕਰਕੇ ਗੁਰੂ ਜੀ ਦਾ ਅਦਬ ਮੁਸਲਮਾਨ ਪੀਰਾਂ ਵਿੱਚ ਬਹੁਤ ਵਧ ਗਿਆ ਸੀ । ਉਥੇ ਵੀ ਮੁਸਲਮਾਨ ਪੀਰਾਂ ਨੂੰ ਉਨ੍ਹਾਂ ਦੇ ਸਵਾਲਾਂ ਦੇ ਜਬਾਬ ਦੇਕੇ ਝੁਕਾਇਆ । ਫਿਰ ਵਾਪਸੀ ਤੇ ਗੁਰੂ ਜੀ ਬਗਦਾਦ ਪਹੁੰਚੇ । ਸਤਿਨਾਮੁ ਮੰਤ੍ਰ ਪੜ੍ਹਕੇ ਬਾਂਗ ਦਿੱਤੀ ਤਾਂ ਸਾਰੀ ਨਗਰੀ ਵਿੱਚ ਅੱਲਾ ਨਾਲ ਧਿਆਨ ਜੁੜਨ ਕਰਕੇ ਚੁਪ ਚਾਪ ਛਾ ਗਈ ਤਾਂ ਸਥਾਨਕ ਪੀਰ ਦਸਤਗੀਰ ਨੂੰ ਬੜੀ ਅਸਚਰਜਤਾ ਹੋਈ ਤੇ ਪੀਰ ਗੁਰੂ ਜੀ ਪਾਸ ਆਇਆ । ਪੀਰ ਨਾਲ ਮੁਲਾਕਾਤ ਸਮੇਂ ਲੱਖਾਂ ਆਕਾਸਾਂ ਪਾਤਾਲਾਂ ਦੀ ਲੰਮੀ ਚੌੜੀ ਚਰਚਾ ਹੋਈ ਤੇ ਪੀਰ ਨੇ ਕਿਹਾ ਕਿ ਇਹ ਕੁਫਰ ਹੈ ਕਿਉਂਕਿ ਕੁਰਾਨ ਸਰੀਫ਼ ਵਿੱਚ ਕੇਵਲ ਚਉਦਾਂ ਤਬਕ ਹੀ ਲਿਖੇ ਹਨ, ਮੇਰੀ ਤਸੱਲੀ ਕਿਵੇਂ ਹੋਵੇ ? ਹਾਂ ਜੇ

ਇਹ ਸੱਚ ਹੈ ਤਾਂ ਮੇਰੇ ਬੇਟੇ ਨੂੰ ਦਿਖਉ ਤਾਂ ਉਸਦੀ ਸਹਿਦੀ ਤੇ ਮੰਨਾਂਗਾ ! ਪੀਰ ਦੇ ਬੇਟੇ ਨੂੰ ਇਹ ਗੁਰੂ ਜੀ ਵਲੋਂ ਦਿਖਾਏ ਗਏ ਤਾਂ ਉਸਦੇ ਬੇਟੇ ਵਲੋਂ ਸਹਿਦੀ ਭਰਨ ਤੇ ਪੀਰ ਦੀ ਤਸੱਲੀ ਹੋਈ ਤੇ ਪੀਰ ਦਸਤਗੀਰ ਗੁਰੂ ਜੀ ਦਾ ਮੁਰੀਦ ਬਣਿਆ । ਬਗਦਾਦ ਵਿੱਚ ਪੀਰ ਦਸਤਗੀਰ ਤੇ ਪੀਰ ਬਹਿਲੋਲ ਦੇ ਜਾਨਸ਼ੀਨ ਗੁਰੂ ਜੀ ਦੇ ਬਹੁਤ ਸਰਧਾਲੂ ਹੋ ਗਏ । ਜਿਸ ਥਾਂ ਬੈਠਕੇ ਗੁਰੂ ਜੀ ਦੀ ਪੀਰ ਨਾਲ ਚਰਚਾ ਹੋਈ ਸੀ ਉਥੇ ਬਣੇ ਥੜ੍ਹੇ ਦੇ ਪਿਛੇ ਬਣੀ ਦੀਵਾਰ ਤੇ ਤੁਰਕੀ ਵਿੱਚ ਉਕਰਿਆ ਹੋਇਆ ਸਿਲਾਲੇਖ ਹੈ ਜਿਸਦਾ ਉਲਥਾ ਮਹਾਨ ਕੋਸ਼ ਅਨੁਸਾਰ ਇਸ ਤਰਾਂ ਹੈ ਕਿ:-"ਦੇਖੋ ! ਹਜ਼ਰਤ ਪਰਵਦਗਾਰ ਬਜ਼ੁਰਗ ਨੇ ਕੇਹੀ ਮੁਰਾਦ ਪੂਰੀ ਕੀਤੀ ਕਿ ਬਾਬੇ ਨਾਨਕ ਦੀ ਤਅਮੀਰ (ਇਹ ਇਮਾਰਤ) ਸਤ ਵੱਡੇ ਵਲੀਆਂ ਦੀ ਸਹਾਇਤਾ ਨਾਲ ਨਵੇਂ ਸਿਰਿਉਂ ਬਣ ਗਈ ਅਤੇ ਉਸਦੀ ਤਾਰੀਖ ਇਹ ਨਿਕਲੀ ਕਿ ਨੇਕ ਬਖ਼ਤ ਮੁਰੀਦ ਨੇ ਪਾਣੀ ਲਈ ਜ਼ਮੀਨ ਵਿੱਚ ਫੈਜ਼ ਦਾ ਚਸ਼ਮਾ ਜਾਰੀ ਕਰ ਦਿੱਤਾ, ੯੨੭ ਹਿਜਰੀ" । ਸਿਰਦਾਰ ਕਪੂਰ ਸਿੰਘ ਨੈਸ਼ਨਲ ਪ੍ਰੋਫੈਸਰ ਆਫ ਸਿੱਖਇਜ਼ਮ ਨੇ ਆਪਣੇ ਇਕ ਲੇਖ ਵਿੱਚ ਦੱਸਿਆ ਹੈ ਕਿ ਉਸ ਯਾਦਗਾਰ ਤੇ ਇਹ ਸ਼ਬਦ ਵੀ ਉਕਰੇ ਹੋਏ ਹਨ:-"**ਗੁਰੂ ਨਾਨਕ ਐਲਦੀ ਹਜ਼ਰਤ ਰਬੁੱਲ ਮਜੀਦ, ਬਾਬਾ ਨਾਨਕ ਫ਼ਕੀਰ**" । ਗੁਰੂ ਜੀ ਦਾ ਇਹ ਇਤਿਹਾਸਕ ਅਸਥਾਨ 'ਰੇਲਵੇ ਸਟੇਸ਼ਨ ਵੈਸਟ' ਬਗਦਾਦ ਤੋਂ ਡੇਢ ਮੀਲ ਦੂਰੀ ਤੇ ਸਥਿਤ ਹੈ । ਅੱਜ ਵੀ ਇਸ ਸਿਲਾਲੇਖ ਦੇ ਪਾਸ, ਗੁਰੂ ਜੀ ਨਾਲ ਸੰਬੰਧਤ, ਸਿਰਫ਼ ਇਸੇ ਖੂਹ ਦਾ ਪਾਣੀ ਮਿਠਾ ਹੈ ਬਾਕੀ ਸਭ ਖਾਰਾ ਹੈ । ਇਸ ਹਿਸਾਬ ਇਹ ਯਾਤ੍ਰਾ ਸਾਲ ੧੫੨੦-੨੧ ਈ: ਦੀ ਬਣਦੀ ਹੈ ।

ਭਾਰਤ ਵਾਪਸੀ ਤੇ ਗੁਰੂ ਜੀ ਹਸਨ ਅਬਦਾਲ (ਹੁਣ ਪੰਜਾ ਸਾਹਿਬ) ਪਹੁੰਚੇ । ਭਾਈ ਮਰਦਾਨਾ ਜੀ ਨੂੰ ਪਿਆਸ ਲੱਗੀ ਤਾਂ ਗੁਰੂ ਜੀ ਨੇ ਉਸ ਨੂੰ ਵਲੀ ਕੰਧਾਰੀ ਪਾਸ ਭੇਜਿਆ । ਪਾਣੀ ਨਾ ਮਿਲਣ ਤੇ ਮਰਦਾਨਾ ਵਾਪਸ ਆਇਆ ਤਾਂ ਗੁਰੂ ਨੇ ਮਰਦਾਨੇ ਨੂੰ ਦੁਬਾਰੇ ਫਿਰ ਪੀਰ ਪਾਸੋਂ ਹੋਰ ਨਿਮਰਤਾ ਸਹਿਤ ਪਾਣੀ ਮੰਗਣ ਲਈ ਕਿਹਾ । ਪਰ ਮਰਦਾਨਾ ਜੀ ਪਾਸੋਂ ਗੁਰੂ ਜੀ ਦੀ ਮੱਕੇ ਮਦੀਨੇ ਤੇ ਬਗਦਾਦ ਵਿਖੇ ਵਾਪਰੀਆਂ ਘਟਨਾਵਾਂ ਵਾਲੀ ਉਸਤਤਿ ਸੁਣਕੇ ਪੀਰ ਈਰਖਾਲੂ ਹੋਕੇ ਕਹਿਣ ਲੱਗਾ ਕਿ ਜੇ ਤੇਰਾ ਗੁਰੂ ਇਤਨਾ ਹੀ ਵਲੀ ਹੈ, ਤੈਨੂੰ ਮੇਰੇ ਪਾਸ ਬਾਰ ਬਾਰ ਕਿਉਂ ਭੇਜਦਾ ਹੈ, ਤੈਨੂੰ ਉਥੇ ਹੀ ਪਾਣੀ ਕਿਉਂ ਨਹੀਂ ਪਿਆ ਦਿੰਦਾ ? ਮਰਦਾਨਾ ਜੀ ਨੇ ਪਾਣੀ ਤੋਂ ਜਵਾਬ ਦੇਣ ਬਾਰੇ ਤੇ ਬਾਕੀ ਸਾਰੀ ਗੱਲ ਗੁਰੂ ਜੀ ਨੂੰ ਦੱਸੀ । ਤਾਂ ਉਥੇ ਵਲੀ ਕੰਧਾਰੀ ਦਾ ਅਭਿਮਾਨ ਉਤਾਰਿਆ ਅਤੇ ਲਾਗਲੇ ਪੱਥਰ ਨੂੰ ਆਪਣੇ ਹੱਥ ਨਾਲ ਦਬਇਆ ਤਾਂ ਗੁਰੂ ਜੀ ਦਾ ਮੁਬਾਰਕ ਪੰਜਾ ਪੱਥਰ ਵਿੱਚ ਖੁਭ ਗਿਆ ਅਤੇ ਜੋ ਪਾਣੀ ਦਾ ਚਸ਼ਮਾ ਹੁਣ ਵਾਲੀ ਥਾਂ ਤੋਂ ਲਗਪਗ ਦੋ ਢਾਈ ਕਿਲੋਮੀਟਰ ਦੂਰ ਪਹਾੜੀ ਉਪਰ ਵਲੀ ਕੰਧਾਰੀ ਦੇ ਸਥਾਨ ਤੇ ਸੀ, ਗੁਰੂ ਜੀ ਨੇ ਆਪਣੀ ਅਧਿਆਤਮਕ ਸ਼ਕਤੀ ਨਾਲ ਹੁਣ ਵਾਲੇ ਥਾਂ ਪ੍ਰਗਟ ਕਰ ਦਿੱਤਾ ਤੇ ਵਲੀ ਕੰਧਾਰੀ ਦੇ ਸਥਾਨ ਤੋਂ ਪੂਰੀ ਤਰਾਂ ਸੁਕ ਗਿਆ । ਤਾਂ ਵਲੀ ਕੰਧਾਰੀ ਪਸ਼ਚਾਤਾਪ ਤੇ ਖਿਮਾ ਜਾਚਨਾ ਕਰਦਾ ਹੋਇਆ ਗੁਰੂ ਜੀ ਦੇ ਚਰਨੀ ਆਏ ਪਿਆ । ਅੱਜ ਵੀ ਜਾਹਰਾ ਉਸ ਚਸ਼ਮੇ ਦਾ ਪਾਣੀ ਗੁਰੂ ਜੀ ਦੇ ਮੁਬਾਰਕ ਹੱਥ ਪੰਜੇ ਥੱਲੋਂ ਦੀ ਬਹਿ ਰਿਹਾ ਹੈ । ਫਿਰ ਗੁਰੂ ਜੀ ਉਥੋਂ ਅੱਗੇ ਮੁਲਤਾਨ ਹੁੰਦੇ ਹੋਏ ਪੰਜਾਬ ਪਹੁੰਚ ਗਏ । ਹੁਣ ਗੁਰੂ ਜੀ

ਨੇ ਸੰਮਤ ੧੫੭੮ (ਸਨ ੧੫੨੧ ਈ:) ਵਿੱਚ ਕਰਤਾਰਪੁਰ ਵਿਖੇ ਪੱਕਾ ਟਿਕਾਣਾ ਕਰ ਲਿਆ। ਗੁਰੂ ਜੀ ਨੇ ਇਹ ਕਰਤਾਰਪੁਰ ਨਗਰ ਪਹਿਲਾਂ ਸੰਮਤ ੧੫੬੧ (ਸਨ ੧੫੦੪ ਈ:) ਵਿੱਚ ਆਬਾਦ ਕੀਤਾ ਸੀ। ਗੁਰੂ ਜੀ ਨੇ ਹੁਣ ਆਪਣੀਆਂ ਯਾਤ੍ਰਾਵਾਂ ਵਾਲਾ ਉਦਾਸੀ ਪਹਿਰਾਵਾ ਛੱਡਕੇ ਸੰਸਾਰੀ ਕਪੜੇ ਪਾ ਲਏ ਤੇ ਆਪਣੀ ਜ਼ਮੀਨ ਤੇ ਖੇਤੀ ਬਾੜੀ ਦਾ ਕੰਮ ਸ਼ੁਰੂ ਕੀਤਾ ਤੇ ਸਵੇਰੇ ਸ਼ਾਮ ਆਪਣੇ ਮਿਸ਼ਨ ਦਾ ਪ੍ਰਚਾਰ ਵੀ ਜਾਰੀ ਰੱਖਿਆ। ਗੁਰੂ ਜੀ ਨੇ ਆਪਣੀਆਂ ਯਾਤ੍ਰਾਵਾਂ ਦੌਰਾਨ ਹੋਈ ਚਰਚਾ ਤੇ ਯਾਦਾਂ ਨੂੰ ਜਗਤ ਦੇ ਕਲਿਆਣ ਹਿਤ ਜਪੁ, ਆਸਾ ਦੀ ਵਾਰ, ਓਅੰਕਾਰ, ਸਿਧ ਗੋਸਟਿ, ਪਟੀ ਲਿਖੀ ਆਦਿ ਲੰਮੀਆਂ ਬਾਣੀਆਂ ਤੇ ਹੋਰ ਬਾਣੀ ਨੂੰ ਇਕਹਰੇ ਸ਼ਬਦਾਂ ਦੇ ਰੂਪ ਵਿੱਚ ਸਾਂਭਿਆ। ਆਪਣੀ ਬਾਣੀ ਦੇ ਨਾਲ਼ ਨਾਲ਼ ਉਦਾਸੀਆਂ ਦੌਰਾਨ ਇਕੱਤਰ ਕੀਤੀ ਭਗਤਾਂ ਦੀ ਬਾਣੀ ਦੀ ਵੀ ਸੰਭਾਲ ਕੀਤੀ। ਸਵੇਰੇ ਸ਼ਾਮ ਦੇ ਸਤਿਸੰਗਿ, ਕਥਾ ਕੀਰਤਨ, ਨਿਤਨੇਮ, ਲੰਗਰ ਤੇ ਸੇਵਾ ਦੀ ਰਹਿਤ ਮਰਯਾਦਾ ਦਾ ਮੁਢ ਬੰਨਿਆ। ਗੁਰੂ ਜੀ ਦੇ ਬਾਦ ਦੇ ਉਹਨਾਂ ਦੇ ਜਾਨਸ਼ੀਨਾਂ ਨੇ ਵੀ ਇਸ ਸਾਰੀ ਰਹੁਰੀਤ ਨੂੰ ਪਹਿਲੇ ਗੁਰੂ ਜੀ ਵਾਂਗ ਹੋਰ ਪ੍ਰਪੱਕ ਕੀਤਾ। **ਯਥਾ:-ਬਾਬਾਣੈ ਘਰਿ ਚਾਲ ਹੈ ਗੁਰਮੁਖਿ ਗਾਡੀ ਰਾਹੁ ਨਿਬਾਹੀ ॥ ਇਕ ਦੋਹੀ ਟਕਸਾਲ ਇਕ ਕੁਤਬਾ ਤਖਤੁ ਸਚਾ ਦਰਗਾਹੀ ॥ ਗੁਰਮੁਖਿ ਸੁਖ ਫਲੁ ਦਾਦਿ ਇਲਾਹੀ ॥** (ਭਾਈ ਗੁਰਦਾਸ ਵਾਰ ੨੬ ਪਉੜੀ ੩੧)॥ ਗੁਰੂ ਜੀ ਦਾ ਹਰ ਕਰਤਬ ਪਾਰਦਰਸ਼ੀ ਹੈ, ਇਸ ਵਿੱਚ ਇਫਤਰੇ ਨੂੰ ਕੋਈ ਥਾਂ ਨਹੀਂ। ਗੁਰੂ ਜੀ ਦਾ ਕੀਤਾ ਹਰ ਇਨਸਾਫ਼ ਮਹਾਨ ਹੈ ਅਤੇ ਬ-ਦਲੀਲ ਹੈ। ਗੁਰੂ ਜੀ ਕੇਵਲ ਇਨਸਾਫ਼ ਕਰਦੇ ਹੀ ਨਹੀਂ ਸਨ ਬਲਕਿ ਉਨ੍ਹਾਂ ਦਾ ਕੀਤਾ ਇਨਸਾਫ਼ ਜਗਤ ਨੂੰ ਪ੍ਰਤੱਖ ਨਜ਼ਰ ਆਉਂਦਾ ਹੈ। ਉਨ੍ਹਾਂ ਦਾ ਕੀਤਾ ਇਨਸਾਫ਼ ਮੂੰਹੋਂ ਬੋਲਦਾ ਹੈ। ਹੁਣ ਅਸੀਂ ਕੁਝ ਉਦਾਹਰਨਾ ਲੈਂਦੇ ਹਾਂ, ਜਿਵੇਂ ਕਿ:-ਗੁਰੂ ਜੀ ਨੇ ਮਲਕ ਭਾਗੋ ਦੇ ਭੋਜ ਨੂੰ ਲੁਟ-ਖਸੁਟ ਦੀ ਕਮਾਈ ਕਰਕੇ ਨਿੰਦਿਆ ਤੇ ਭਾਈ ਲਾਲੋ ਦੀ ਹੱਕ ਕਮਾਈ ਰੋਟੀ ਨੂੰ ਸਲਾਹਿਆ। ਉਂਝ ਤਾਂ ਮਹਾਂ ਪੁਰਸ਼ ਦਾ ਕਹਿਆ ਹੀ ਕਾਫੀ ਸੀ, ਪਰ ਆਪਣੇ ਕਥਨ ਦੀ ਸਚਾਈ ਜਗਤ ਨੂੰ ਦਿਖਾਉਂਣ ਹਿਤ, ਸਭ ਦੇ ਸਾਹਮਣੇ ਮਲਕ ਭਾਗੋ ਦੇ ਭੋਜ ਚੋਂ ਲਹੂ ਨੁਚੜਦਾ ਦਿਖਾਇਆ ਤੇ ਭਾਈ ਲਾਲੋ ਦੀ ਰੁੱਖੀ ਰੋਟੀ ਚੋਂ ਦੁਧ। ਇਸੇ ਤਰਾਂ ਵਲੀ ਕੰਧਾਰੀ ਦਾ ਪਾਣੀ ਦਾ ਚਸ਼ਮਾ ਕੋਈ ਗੁਰੂ ਜੀ ਨੇ ਉਥੇ ਹਸਨ ਅਬਦਾਲ ਆਉਣ ਸਾਰ ਹੀ ਬੰਦ ਨਹੀਂ ਕਰ ਦਿੱਤਾ। ਭਾਈ ਮਰਦਾਨਾ ਜੀ ਵਲੋਂ, ਉਸ ਤੋਂ ਕਈ ਵਾਰ ਨਿਮਰਤਾ ਨਾਲ ਪਾਣੀ ਮੰਗਿਆ ਗਿਆ। ਅਖੀਰ ਵਲੀ ਕੰਧਾਰੀ ਵਲੋਂ ਹੰਕਾਰ ਭਰੇ ਬੋਲ਼ ਬੋਲਣ ਤੇ ਕਿ ਜੇ ਤੇਰਾ ਗੁਰੂ ਇੰਨਾ ਹੀ ਮਹਾਨ ਤੇ ਵਲੀ ਹੈ ਤਾਂ ਤੈਨੂੰ ਉਥੇ ਹੀ ਪਾਣੀ ਕਿਉਂ ਨਹੀਂ ਪਿਆ ਦਿੰਦਾ ? ਤਾਂ ਗੁਰੂ ਜੀ ਨੇ ਉਹ ਚਸ਼ਮਾ ਹੁਣ ਵਾਲੇ ਥਾਂ ਖਿੱਚ ਲਿਆ। ਇਸੇ ਤਰਾਂ ਉੱਤਰ ਪ੍ਰਦੇਸ਼ ਵਿੱਚ ਨੈਨੀਤਾਲ ਜਿਲੇ ਦੇ ਨਾਨਕਮਤੇ ਤੋਂ ਕੋਈ ੭੦ ਕਿਲੋਮੀਟਰ ਪੂਰਬ ਵੱਲ "ਰੀਠਾ ਸਾਹਿਬ" ਦਾ ਪ੍ਰਸੰਗ ਹੈ ਜਿਥੇ ਸਿੱਧਾਂ ਦਾ ਕਰਾਮਾਤੀ ਅਭਿਮਾਨ ਤੋੜਨ ਲਈ ਅਤੇ ਭਾਈ ਮਰਦਾਨੇ ਦੀ ਭੁਖ ਦੂਰ ਕਰਨ ਲਈ ਗੁਰੂ ਨਾਨਕ ਜੀ ਨੇ ਆਪਣੀ ਅੰਮ੍ਰਿਤ ਦ੍ਰਿਸ਼ਟੀ ਦੁਆਰਾ ਰੀਠੇ ਮਿਠੇ ਕਰ ਦਿੱਤੇ। ਇਸ ਬਿਰਛ ਨੂੰ ਅੱਜ ਤੱਕ ਵੀ ਮਿਠੇ ਹੀ ਰੀਠੇ (ਫਲ) ਲਗਦੇ ਹਨ। ਇਸੇ ਤਰਾਂ ਗੁਰੂ ਜੀ ਦੇ ਆਪਣੇ ਉਤਰਾਧਕਾਰੀ ਦੀ ਚੋਣ ਦਾ ਪ੍ਰਸੰਗ ਬੜਾ ਰੌਚਕ ਹੈ। ਭਾਈ ਲਹਿਣਾ ਜੀ ਜਦ ਪਹਿਲੀ ਵਾਰ ਗੁਰੂ ਨਾਨਕ ਜੀ ਨੂੰ ਮਿਲ਼ਨ ਆਏ

ਤਾਂ ਨਗਰ ਤੋਂ ਬਾਹਰ ਉਨ੍ਹਾਂ ਨੂੰ ਇਕ ਬਜੁਰਗ ਮਿਲਿਆ ਤਾਂ ਉਨ੍ਹਾਂ ਘੋੜੀ ਤੇ ਬੈਠੇ ਹੀ ਪੁਛਿਆ ਕਿ ਮੈਂ ਨਾਨਕ ਤਪਾ ਜੀ ਦੇ ਘਰ ਜਾਣਾ ਹੈ ਤਾਂ ਉਸ ਬਜੁਰਗ ਨੇ ਘੋੜੀ ਦੀ ਲਗਾਮ ਫੜ ਲਈ ਤੇ ਕਿਹਾ ਆਓ ਮੈਂ ਲੈ ਚਲਦਾ ਹਾਂ ਮੈਂ ਵੀ ਉਧਰ ਹੀ ਜਾਣਾ ਹੈ । ਘਰ ਨੇੜੇ ਪਹੁੰਚ ਕੇ ਕਿਹਾ ਔਹ ਘਰ ਹੈ, ਘੋੜੀ ਇਧਰ ਬੰਨ੍ਹ ਕੇ ਚਲੇ ਜਾਓ । ਗੁਰੂ ਜੀ ਦੂਸਰੇ ਪਾਸੇ ਦੀ ਮੰਜੀ ਤੇ ਆਣ ਬੈਠੇ ਤੇ ਭਾਈ ਲਹਿਣਾ ਨੇ ਅੰਦਰ ਆਣਕੇ ਨਮਸਕਾਰ ਕੀਤੀ ਤਾਂ ਕੀ ਦੇਖਦੇ ਹਨ ਕਿ ਇਹ ਤਾਂ ਉਹੀ ਬਜੁਰਗ ਹੈ । ਤਾਂ ਭਾਈ ਲਹਿਣਾ ਵਾਰ ਵਾਰ ਮਾਫੀ ਮੰਗੇ ਕਿ ਮੈਥੋਂ ਬੜੀ ਵੱਡੀ ਭੁਲ ਹੋਈ ਹੈ ਕਿ ਮੈਂ ਤੁਹਾਡੇ ਨਾਲ ਘੋੜੀ ਤੇ ਚੜ੍ਹ ਕੇ ਆਇਆ ਹਾਂ । ਗੁਰੂ ਜੀ ਨੇ ਕਿਹਾ ਤੁਹਾਡਾ ਨਾਮ ਕੀ ਹੈ ? ਜੀ ਲਹਿਣਾ ! ਤਾਂ ਗੁਰੂ ਜੀ ਨੇ ਗੁਹਜ ਗੱਲ ਕਹੀ ਕਿ ਲੈਣਦਾਰ ਹਮੇਸ਼ਾ ਘੋੜੀ ਤੇ ਹੀ ਚੜ੍ਹ ਕੇ ਆਉਂਦਾ ਹੈ !! ਉਪ੍ਰੰਤ ਗੁਰੂ ਜੀ ਤੋਂ ਉਪਦੇਸ਼ ਸੁਣਕੇ ਲਹਿਣਾ ਜੀ ਸ਼ਾਂਤ ਚਿੱਤ ਹੋਏ ਤੇ ਮਨ ਵਿੱਚ ਇਨ੍ਹਾਂ ਨੂੰ ਹੀ ਗੁਰੂ ਧਾਰਨ ਦੀ ਠਾਣ ਲਈ । ਉਪ੍ਰੰਤ ਲਹਿਣਾ ਜੀ ਕਰਤਾਪੁਰ ਹੀ ਗੁਰੂ ਜੀ ਦੀ ਸੇਵਾ ਵਿੱਚ ਤਤਪਰ ਹੋ ਗਏ ਤੇ ਹਰ ਰੋਜ ਸਤਿਸੰਗਿ ਕਥਾ ਕੀਰਤਨ ਦਾ ਲਾਹਾ ਲੈਣ ਲੱਗੇ । ਇਸੇ ਸਮੇਂ ਲਹਿਣਾ ਜੀ ਨੇ ਰਹਿਤ ਮਰਯਾਦਾ ਸਿੱਖੀ, ਨਿਤਨੇਮ 'ਤੇ ਰਹਿਤ ਮਰਯਾਦਾ ਦੇ ਪੱਕੇ ਧਾਰਨੀ ਹੋ ਗਏ । ਗੁਰੂ ਜੀ ਦੇ ਉਤਰਾਧਕਾਰੀ ਦੀ ਚੋਣ ਦਾ ਸਮਾਂ ਆਇਆ ਤਾਂ ਹਰ ਇਕ ਨੂੰ ਮੌਕਾ ਮਿਲਿਆ ਖ਼ਾਸ ਕਰਕੇ ਗੁਰੂ ਜੀ ਦੇ ਪੁੱਤਰਾਂ ਨੂੰ । ਪਰ ਹਰ ਪਰਖ ਵਿੱਚ ਲਹਿਣਾ ਜੀ ਹੀ ਖਰੇ ਉਤਰੇ, ਗੱਲ ਕੀ ਗਿੱਲੇ ਪੱਠਿਆਂ ਦੀ ਪੰਡ ਚੁਕਣ ਵਿੱਚ, ਚਿਕੜ ਚੋਂ ਕੌਲ ਕੱਢਣ ਵਿੱਚ, ਅੱਧੀ ਰਾਤ ਨੂੰ ਗੁਰੂ ਜੀ ਦੇ ਕਹੇ ਅਨੁਸਾਰ ਦਿਨ ਮੰਨਕੇ ਕਪੜੇ ਧੋਣ ਵਿੱਚ ਤੇ ਮੁਰਦਾ ਖਾਣ ਵਾਲੇ ਹੁਕਮ ਦੀ ਪਰਖ ਵਿੱਚ ਖਰੇ ਉਤਰੇ ਬਾਕੀ ਸਭ ਬਾਬੇ ਬੁਢੇ ਸਮੇਤ ਪਛੜ ਗਏ । ਉਪਰ ਦਰਸਾਏ ਅਨੁਸਾਰ ਜਦ ਗੁਰੂ ਜੀ ਨੇ ਪਹਿਲਾਂ ਕਹਿ ਹੀ ਦਿੱਤਾ ਸੀ ਕਿ 'ਲੈਣਦਾਰ ਹਮੇਸ਼ਾ ਘੋੜੀ ਤੇ ਚੜ੍ਹ ਕੇ ਆਉਂਦਾ ਹੈ' ਤਾਂ ਭਾਵੇਂ ਉਹ ਭਾਈ ਲਹਿਣਾ ਜੀ ਨੂੰ ਬਿਨਾਂ ਪਰਖੇ ਆਪਣਾ ਜਾਨਸ਼ੀਨ ਥਾਪ ਦਿੰਦੇ ਤਾਂ ਕਿਹੜਾ ਕਿਸੇ ਨੇ ਗੁਰੂ ਜੀ ਨੂੰ ਰੋਕ ਦੇਣਾ ਸੀ ! ਪਰ ਗੁਰੂ ਜੀ ਨੇ ਇਨਸਾਫ਼ ਪਸੰਦ ਹੋਣ ਕਰਕੇ ਐਸਾ ਨਹੀਂ ਕੀਤਾ ਤੇ ਜਗਤ ਨੂੰ ਪ੍ਰਤੱਖ ਦਿਖਾਇਆ ਕਿ ਭਾਈ ਲਹਿਣਾ ਜੀ ਹੀ ਪਰਖ ਚ ਖਰੇ ਉਤਰੇ ਹਨ ਇਸ ਲਈ ਹੀ ਉਹ ਅਗਲੇ ਗੁਰੂ ਥਾਪੇ ਗਏ ਤੇ ਸ੍ਰੀ ਗੁਰੂ ਅੰਗਦ ਦੇਵ ਜੀ ਕਹਾਏ ! 'ਵਾਰ ਰਾਮਕਲੀ' ਵਿੱਚ ਸੱਤਾ ਬਲਵੰਡ ਇਸ ਗੱਲ ਦੀ ਪੁਸ਼ਟੀ ਕਰਦੇ ਹਨ । **ਯਥਾ:-"ਸਿਖਾਂ ਪੁਤ੍ਰਾਂ ਘੋਖਿ ਕੈ ਸਭ ਉਮਤਿ ਵੇਖਹੁ ਜਿ ਕਿਓਨ ॥ ਜਾਂ ਸੁਧੋਸੁ ਤਾਂ ਲਹਣਾ ਟਿਕਿਓਨੁ ॥"** (ਪੰ: ੯੬੭)॥ ਗੁਰੂ ਅੰਗਦ ਦੇਵ ਜੀ ਨੂੰ ਹੁਣ ਪਤਾ ਲੱਗਿਆ ਕਿ ਅੰਤਰਯਾਮੀ ਗੁਰੂ ਨਾਨਕ ਜੀ ਦੇ ਪਹਿਲੀ ਮੁਲਾਕਾਤ ਸਮੇਂ ਕਹੇ ਸ਼ਬਦਾਂ ਦਾ ਕੀ ਭਾਵ ਸੀ:-"ਕਿ ਲੈਣਦਾਰ ਹਮੇਸ਼ਾ ਘੋੜੀ ਤੇ ਚੜ੍ਹ ਕੇ ਹੀ ਆਉਂਦਾ ਹੈ" ਤੇ ਇਸ ਵਾਕ ਨੂੰ ਵਾਰ ਵਾਰ ਯਾਦ ਕਰਕੇ ਗੁਰੂ ਨਾਨਕ ਤੋਂ ਮਨ ਹੀ ਮਨ ਵਿੱਚ ਕੁਰਬਾਨ ਹੋਈ ਜਾਣ । ਗੁਰੂ ਪੁੱਤਰਾਂ ਬਾਰੇ ਜੋ ਆਗਿਆਕਾਰੀ ਨਾ ਹੋਣ ਦੀ ਟਿੱਪਣੀ ਆਈ ਹੈ ਉਹ ਕੇਵਲ ਗੁਰ ਗੱਦੀ ਦੀ ਪ੍ਰਾਪਤੀ ਵਿੱਚ ਪਛੜ ਜਾਣ ਤੱਕ ਹੀ ਸੀਮਤ ਸਮਝਣੀ ਚਾਹੀਏ । ਉਂਝ ਦੋਨੋਂ ਗੁਰੂ ਪੁਤਰ ਆਪਣੇ ਮਾਤਾ ਪਿਤਾ ਦੇ ਆਗਿਆਕਾਰੀ ਸਨ । ਬਾਬਾ ਬੁਢਾ ਜੀ ਵੀ ਤਾਂ ਗੁਰੂ ਜੀ ਦੇ ਮੰਨੇ ਪ੍ਰਮੰਨੇ ਆਗਿਆਕਾਰੀ ਸਿੱਖ ਸਨ, ਉਹ ਵੀ ਤਾਂ ਗੁਰੂ ਸਪੁਤ੍ਰਾਂ ਵਾਂਗ ਪਛੜ ਗਏ

ਸਨ । ਗੁਰੂ ਪੁਤਰਾਂ ਨੂੰ ਇਹ ਸੁਪਨੇ ਵੀ ਯਾਦ ਨਹੀਂ ਸੀ ਕਿ ਪਿਤਾ ਗੁਰੂ ਨਾਨਕ ਜੀ ਗੁਰ ਗੱਦੀ ਕਿਸੇ ਹੋਰ ਨੂੰ ਦੇ ਦੇਣਗੇ ! ਉਹ ਪਿਤਾ ਮੋਹ ਤੇ ਜਗਤ ਰਵੀਰੇ ਤੇ ਆਸ ਟਿਕਾਈ ਬੈਠੇ ਰਹੇ ! ਪਰ ਹਿੰਦੂ ਤੇ ਮੁਸਲਮਾਨ ਸ਼ਰਧਾਲੂਆਂ ਵਾਂਗ ਪਿਤਾ ਗੁਰੂ ਨਾਨਕ ਜੀ ਨੂੰ ਮਹਾਂ ਪੁਰਖ, ਪਰਮ ਸੰਤ, ਪਰਮ ਪੀਰ ਤੇ ਪੈਗੰਬਰ ਸਹੀ ਮੈਨਿਆਂ ਵਿੱਚ ਪਰਮ ਗੁਰੂ, ਗੁਰ ਪਰਮੇਸ਼ਰ ਤੇ ਗੁਰੂ ਅਵਤਾਰ ਸਮਝਣ ਤੋਂ ਅਸਮਰੱਥ ਰਹੇ । ਯਥਾ ਪਰਖ ਦੇ ਇਕ ਬ੍ਰਿਤਾਂਤ ਅਨੁਸਾਰ ਗੁਰੂ ਨਾਨਕ ਜੀ ਨੇ ਸਭ ਨੂੰ ਦਿਖਾਕੇ ਆਪਣੀ ਮੁਠੀ ਇਕ ਰੁਪਇਆ ਰੱਖਕੇ ਮੁਠੀ ਬੰਦ ਕਰਕੇ ਦੋਨੋ ਪੁਤਰਾਂ ਸ੍ਰੀ ਚੰਦ ਤੇ ਲਖ਼ਮੀ ਦਾਸ ਤੋਂ ਪੁਛਿਆ ਕਿ ਮੇਰੀ ਮੁਠੀ ਵਿੱਚ ਕੀ ਹੈ ਤਾਂ ਦੋਨਾਂ ਨੇ ਆਪਣੀ ਵਾਰੀ ਨਾਲ ਉਤਰ ਦਿੱਤਾ ਕਿ ਤੁਸੀਂ ਆਪ ਸਾਨੂੰ ਦਿਖਾਕੇ ਮੁਠੀ ਵਿੱਚ ਰੁਪਿਆ ਰੱਖਿਆ ਹੈ, ਤੁਹਾਡੀ ਮੁਠੀ ਵਿੱਚ ਇਕ ਰੁਪਿਆ ਹੀ ਤਾਂ ਹੈ, ਹੋਰ ਕੀ ਹੈ ? ਗੁਰੂ ਜੀ ਨੇ ਇਹੀ ਪ੍ਰਸ਼ਨ ਲਹਿਣਾ ਜੀ ਨੂੰ ਪੁਛਿਆ ਉਨ੍ਹਾਂ ਕਿਹਾ ਕਿ ਤੁਹਡੀ ਮੁਠੀ ਵਿੱਚ ਸ੍ਰਿਸ਼ਟੀ ਦਾ ਰਾਜ, ਨੌਂ ਨਿਧਾਂ, ਅਠਾਰਾਂ ਸਿਧਾਂ ਤੇ ਹੋਰ ਬੇਅੰਤ ਬਖ਼ਸ਼ਿਸ਼ਾਂ ਹਨ, ਪਰ ਇਹ ਕੁਝ ਮਿਲਦਾ ਉਸੇ ਨੂੰ ਹੈ ਜਿਸਨੂੰ ਨੂੰ ਤੁਸੀ ਆਪ ਦਇਆ ਕਰਕੇ ਦੇਵੋਂ!! ਇਸ ਤਰਾਂ ਪੂਰੀ ਘੋਖ ਉਪ੍ਰੰਤ ਹੀ ਲਹਿਣਾ ਜੀ ਗੁਰ ਗੱਦੀ ਲਈ ਚੋਣ ਵਿੱਚ ਸਫਲ ਹੋਏ । ਗੁਰੂ ਜੀ ਦੇ ਅੰਤਮ ਸਮੇਂ ਹਿੰਦੂ ਮੁਸਲਮਾਨ ਇਕੱਠੇ ਹੋਕੇ ਪੁਛਣ ਲਗੇ ਕਿ ਤੁਹਾਡੀ ਦੇਹ ਦਾ ਹਿੰਦੂ ਰੀਤ ਅਨੁਸਾਰ ਸਸਕਾਰ ਕਰੀਏ ਕਿ ਮੁਸਲਿਮ ਰਵਾਜ ਅਨੁਸਾਰ ਦਫਨਾਈਏ ਕਿਉਂਕਿ ਹਿੰਦੂਆਂ ਦਾ ਦਾਅਵਾ ਸੀ ਗੁਰੂ ਨਾਨਕ ਸਾਡਾ ਹੈ ਤੇ ਮੁਸਲਮਾਨ ਕਹਿੰਦੇ ਸਨ ਕਿ ਨਾਨਕ ਪੀਰ ਸਾਡਾ ਹੈ । ਹੁਕਮ ਹੋਇਆ ਕਿ ਹਿੰਦੂ ਆਪਣੇ ਫੁਲ ਮੇਰੇ ਸੱਜੇ ਪਾਸੇ ਰੱਖਣ ਤੇ ਮੁਸਲਮਾਨ ਮੇਰੇ ਖੱਬੇ ਪਾਸੇ 'ਤੇ ਮੇਰੇ ਦੇਹ ਤਿਆਗਣ ਉਪ੍ਰੰਤ ਜਿਸਦੇ ਫੁਲ ਤਾਜੇ ਰਹੇ ਉਹ ਆਪਣੀ ਰੀਤੀ ਅਨੁਸਾਰ ਅੰਤਮ ਰਸਮਾਂ ਕਰ ਲੈਣ । ਗੁਰੂ ਜੀ ਚਾਦਰ ਉਪਰ ਲੈਕੇ ਬਿਸਤਰੇ ਤੇ ਲੇਟ ਗਏ ਤੇ ਗੁਰੂ ਦੇ ਦੱਸੇ ਸਮੇਂ ਅਨੁਸਾਰ ਦੂਜੇ ਦਿਨ ਜਦ ਦੇਖਿਆ ਉਸ ਥਾਂ ਤੋਂ ਕੇਵਲ ਉਪਰ ਤਾਣੀ ਹੋਈ ਚਾਦਰ ਹੀ ਮਿਲੀ ਪਰ ਗੁਰੂ ਜੀ ਦੀ ਦੇਹ ਨਹੀਂ ਮਿਲੀ ਭਾਵ ਤੱਤਾਂ ਵਿੱਚ ਤੱਤ ਸਮਾ ਗਏ ਤੇ ਗੁਰੂ ਜੀ ਦੀ ਜੋਤਿ ਗੁਰੂ ਅੰਗਦ ਜੀ ਵਿੱਚ ਆ ਟਿਕੀ । ਪਰ ਫੁਲ ਦੋਨੋਂ ਧਿਰਾਂ ਦੇ ਤਾਜੇ ਰਹੇ ਇਸ ਲਈ ਚਾਦਰ ਦੇ ਬਰਾਬਰ ਬਰਾਬਰ ਦੋ ਟੁਕੜੇ ਕਰਕੇ ਵੰਡ ਲਏ ਤੇ ਹਿੰਦੂ ਮੁਸਲਮਾਨਾਂ ਨੇ ਆਪਣੇ ਆਪਣੇ ਧਰਮ ਅਨੁਸਾਰ ਚਾਦਰ ਦੀਆਂ ਅੰਤਮ ਰਸਮਾਂ ਕੀਤੀਆਂ । ਗੁਰੂ ਜੀ ਅਸੂ ਸੁਦੀ ੧੦ ਸੰਮਤ ੧੫੯੫ (੨੨ ਸਤੰਬਰ ਸਾਲ ੧੫੩੯ ਈ:) ਨੂੰ ਜੋਤੀ ਜੋਤਿ ਸਮਾਏ । ਗੁਰੂ ਜੀ ਕੁਲ ਮਨੁਖਾ ਆਯੂ ੭੦ ਸਾਲ ੪ ਮਹੀਨੇ ੩ ਦਿਨ ਹੈ । ਪਰ ਇਤਿਹਾਸ ਗਵਾਹ ਹੈ ਕਿ ਗੁਰੂ ਨਾਨਕ ਸਾਹਿਬ ਅਨੰਤ ਕਲਾ ਸੰਪੂਰਨ, ਅਥਾਹ ਸ਼ਕਤੀਆਂ ਦੇ ਮਾਲਕ ਅਤੇ ਅੰਮ੍ਰਿਤ ਤੱਕਣੀ ਮਾਤ੍ਰ ਨਾਲ ਤਾਰਨ ਵਾਲੇ ਗੋਬਿੰਦ ਰੂਪ ਗੁਰੂ ਅਵਤਾਰ ਹਨ । ਸੱਚ ਤਾਂ ਇਹ ਹੈ ਕਿ ਪਰਮਈਸ਼ਰ ਜੀ ਨੇ ਦਇਆ ਦੇ ਘਰ ਵਿੱਚ ਆਕੇ ਧਰਤੀ ਦੀ ਪੁਕਾਰ ਸੁਣੀ ਅਤੇ ਮੁਖੀ ਭਰਮ ਗਿਆਨੀਆਂ ਦੇ ਫੈਲਾਏ ਅੰਧੇਰ ਤੇ ਮਾਇਆ ਜਾਲ ਵਿੱਚ ਫਸੇ ਸਾਰੇ ਜਗਤ ਦੇ ਮਨੁਖ ਮਾਤ੍ਰ ਦੇ ਕਲਿਆਣ ਹਿਤ ਗੁਰੂ ਨਾਨਕ ਸਰੂਪ ਵਿੱਚ ਪ੍ਰਗਟ ਹੋਕੇ ਆਪਣੇ ਸੇਵਕਾਂ ਨੂੰ ਨੇੜੇ ਹੋਕੇ ਆਪਾ ਦਿਖਾਇਆ ਹੈ । ਗੁਰੂ ਨਾਨਕ ਵਿੱਚ, ਸਭ ਤੋਂ ਪਹਿਲਾਂ ਇਲਾਹੀ ਪ੍ਰਕਾਸ਼ ਦੀ ਝਲਕ ਦੌਲਤਾਂ ਦਾਈ ਨੇ ਵੇਖੀ; ਫਿਰ ਸਭ ਤੋਂ ਪਹਿਲਾਂ ਭੈਣ ਨਾਨਕੀ ਜੀ ਨੇ ਗੁਰੂ ਜੀ ਵਿੱਚ ਰੱਬੀ

ਜੋਤਿ ਦੀ ਪ੍ਰਭਤਾ ਨੂੰ ਪਹਿਚਾਣਿਆ ਅਤੇ ਫਿਰ ਸਭ ਤੋਂ ਪਹਿਲਾਂ ਤਲਵੰਡੀ ਦੇ ਚੌਧਰੀ ਰਾਇ ਬੁਲਾਰ ਜੀ ਨੇ ਗੁਰੂ ਜੀ ਵਿੱਚ ਰੱਬੀ ਜੋਤਿ ਨੂੰ ਪਹਿਚਾਣਿਆ । ਉਸ ਨੇਕ ਪੁਰਸ਼, ਚੌਧਰੀ ਰਾਇ ਬੁਲਾਰ ਜੀ ਨੇ ਗੁਰੂ ਨਾਨਕ ਜੀ ਨੂੰ ਰੱਬੀ ਨੂਰ ਸਮਝਦੇ ਹੋਏ; ਆਪਣੇ ਪਿਤਾ ਚੌਧਰੀ ਰਾਇ ਭੋਇ ਦੇ ਵਸਾਏ ਨਗਰ ਦਾ ਨਾਮ ਬਦਲਕੇ ਗੁਰੁ ਨਾਨਕ ਦੇ ਨਾਮ ਪਰ "ਨਾਨਕਿਆਣਾ" ਰੱਖ ਦਿੱਤਾ ਅਤੇ ਆਪਣੀ ਅੱਧੀ ਜ਼ਮੀਨ ਜਾਇਦਾਦ, ਲਗਪਗ ਅਠਾਰਾਂ ਹਜ਼ਾਰ ਏਕੜ ਗੁਰੂ ਜੀ ਦੇ ਨਾਮ ਕਰ ਦਿੱਤੀ ਅਤੇ ਬਾਲ ਲੀਲ੍ਹਾ ਗੁਰ ਦੁਆਰੇ ਦੇ ਨਾਲ ਗੁਰੂ ਨਾਨਕ ਜੀ ਦੇ ਨਾਮ ਪਰ "ਨਾਨਕ ਸਰ" ਸਰੋਵਰ ਵੀ ਬਣਵਾਇਆ ।

☬ ਉਪਰ ਸਾਹਿਤਕ ਪੱਖ ਵਿੱਚ ਕਹੇ ਇਫਤਰੇ ਬਾਰੇ ਸੰਖੇਪ ਵਿੱਚ ਦੱਸਿਆ ਜਾਂਦਾ ਹੈ ਕਿ ਇਸ ਸੰਬੰਧੀ ਗੁਰੂ ਨਾਨਕ ਜੀ ਦਾ ਹਰ ਕਥਨ ਬੜਾ ਸਪੱਸ਼ਟ ਹੈ । ਗੁਰੂ ਜੀ ਨੇ ਆਪਣੀ ਕਥਨੀ ਨਾਲ ਆਪਣੀ ਕਰਣੀ ਨੂੰ ਮੇਲਿਆ ਹੋਇਆ ਹੈ । ਗੁਰੂ ਜੀ ਦੀ ਬਾਣੀ ਵਿੱਚ ਨੀਮ ਹਕੀਮ ਵਾਲੀ ਕੋਈ ਗੱਲ ਨਹੀਂ ਤੇ ਕੋਈ ਮਨੋ-ਕਲਪਿਤ ਵਰਨਣ ਨਹੀਂ, ਜੋ ਕਹਿਆ ਹੈ ਉਹ ਸਭ ਸੱਚ ਹੈ । ਗੁਰੂ ਜੀ ਨੇ ਆਪਣੀ ਬਾਣੀ ਵਿੱਚ ਸ਼ੱਕ, ਭਰਮ, ਭਲੇਖੇ, ਮੁਬਾਲਗਾ, ਮੁਗਾਲਤੇ, ਮਨੋਕਲਪਣਾ, ਇਫਤਰੇ ਨੂੰ ਕੋਈ ਥਾਂ ਨਹੀਂ ਛੱਡਿਆ ਹੋਇਆ । ਗੁਰੂ ਗ੍ਰੰਥ ਸਾਹਿਬ ਵਿੱਚ ਜੋ ਅਨਮਤਾਂ ਦੇ ਇਫਤਰੇ ਦੀ ਗੱਲ ਕੀਤੀ ਹੋਈ ਹੈ । ਪੰਜਵੇਂ ਗੁਰੂ ਸਾਹਿਬ ਇਸ ਇਫਤਰੇ ਦਾ ਕਾਰਣ ਸਪੱਸ਼ਟ ਕਰਦੇ ਹੋਏ ਪਤੇ ਦੀ ਗੱਲ ਦਸਦੇ ਹਨ ਕਿ ਇਸ ਇਫਤਰੇ ਦੀ ਜੜ੍ਹ ਕਿਥੇ ਪਈ ਹੈ ? **ਯਥਾ:-ਕਿਆ ਤੂ ਸੋਚਹਿ ਮਾਣਸ ਬਾਣਿ ॥ ਅੰਤਰਜਾਮੀ ਪੁਰਖੁ ਸੁਜਾਣੁ ॥ ਏਕ ਟੇਕ ਏਕੋ ਆਧਾਰੁ ॥ ਸਭ ਕਿਛੁ ਜਾਣੈ ਸਿਰਜਣਹਾਰ ॥ ਭੈਰਉ ਮਹਲਾ ੫ ਪੰਨਾ ੧੧੩੯ ॥** ਤਥਾ:-**ਸੁਖੀਏ ਕਉ ਪੇਖੈ ਸਭ ਸੁਖੀਆ ਰੋਗੀ ਕੈ ਭਾਣੈ ਸਭ ਕੋ ਰੋਗੀ ॥ ਕਰਣ ਕਰਾਵਨ ਹਾਰ ਸੁਆਮੀ ਆਪਨ ਹਥਿ ਸੰਜੋਗੀ ॥** (ਸੋਰਠਿ ਮਹਲਾ ੫ ਪੰਨਾ ੬੧੦) ॥ ਭਾਵ ਮਨੁਖ ਆਪਣੀ ਸੋਚਣੀ ਨੂੰ ਪਰਮਾਤਮਾ ਵਿੱਚ ਥੋਪ ਦਿੰਦਾ ਹੈ । ਜੇ ਮਨੁਖ ਨੂੰ ਆਪ ਨੂੰ ਨੀਂਦ ਸਤਾਉਂਦੀ ਹੈ ਤਾਂ ਉਹ ਸਮਝ ਲੈਂਦਾ ਹੈ ਕਿ ਪਰਮਾਤਮਾ ਵੀ ਸੌਂਦਾ ਹੈ । ਮਨੁਖ ਨੂੰ ਆਪਣੀ ਯਾਤ੍ਰਾ ਦੀ ਸੁਵਿਧਾ ਲਈ ਸਵਾਰੀ ਦੀ ਲੋੜ ਪੈਂਦੀ ਹੈ ਤਾਂ ਮਨੁਖ ਸਮਝਦਾ ਹੈ ਕਿ ਪਰਮਾਤਮਾ ਨੂੰ ਵੀ ਸਵਾਰੀ ਦੀ ਲੋੜ ਹੈ । ਮਨੁਖ ਨੂੰ ਸ਼ਰਾਬ, ਭੰਗ ਚੰਗੀ ਲਗਦੀ ਹੈ ਉਸਨੇ ਕਈ ਥਾਂ ਇਸਨੂੰ ਦੇਵਤੇ ਦੀ ਪ੍ਰਸ਼ੰਨਤਾ ਦਾ ਚੜ੍ਹਾਵਾ ਮੰਨ ਲਿਆ ਹੈ । ਮਨੁਖ ਕਾਮ ਕ੍ਰੋਧ ਤੋਂ ਪੀੜਤ ਹੈ ਤਾਂ ਉਸ ਨੇ ਏਹੀ ਦੋਸ਼ ਆਪਣੇ ਇਸ਼ਟ ਵਿੱਚ ਥੋਪ ਦਿੱਤੇ, ਜਿਸ ਤਰਾਂ ਤ੍ਰੈਮੂਰਤੀ ਵੀਚਾਰਧਾਰਾ ਵਾਲੇ ਜਗਤ ਰਚਨਾ ਦੇ ਪ੍ਰਮੁਖ ਦੇਵਤਾ ਬ੍ਰਹਮਾ ਜੀ ਤੇ ਆਪਣੀ ਲੜਕੀ ਪਰ ਮੋਹਿਤ ਹੋਣ ਦਾ ਦੋਸ਼ ਥੋਪਿਆ ਹੋਇਆ ਹੈ । ਮਨੁਖ ਨੂੰ ਕਿਉਂਕਿ ਕੰਮ ਕਰਨ ਤੋਂ ਬਾਦ ਥਕੇਵਾਂ ਹੋ ਜਾਂਦਾ ਹੈ ਤੇ ਇਸੇ ਤਰਾਂ ਮਨੁਖ ਨੇ ਸੋਚ ਲਿਆ ਰੱਬ ਨੂੰ ਵੀ ਸ੍ਰਿਸ਼ਟੀ ਦੀ ਰਚਨਾ ਕਰਨ ਨਾਲ ਥਕੇਵਾਂ ਹੋ ਗਿਆ ਤੇ ਇਸੇ ਕਰਕੇ ਰੱਬ ਨੂੰ ਥਕੇਵਾਂ ਲਾਹੁਣ ਲਈ ਇਕ ਦਿਨ ਆਰਾਮ ਕਰਨਾ ਪਿਆ । ਥੋੜਾ ਹੋਰ ਡੂੰਘਾਈ ਨਾਲ ਸੋਚੀਏ ਤਾਂ ਸ਼ਿਵ ਸ਼ਕਤੀ ਦੇ ਮੇਲ ਤੋਂ ਸ੍ਰਿਸ਼ਟੀ ਦੀ ਸਾਜਣਾ ਵੀ ਇਸੇ ਸੋਚ ਦਾ ਨਤੀਜਾ ਹੈ । ਗੁਰੂ ਨਾਨਕ ਸਾਹਿਬ ਨੇ ਇਸ ਵੀਚਾਰ ਧਾਰਾ ਦੇ ਖੰਡਨ ਲਈ ਮੂਲ ਮੰਤ੍ਰ ਵਿੱਚ "**ਕਰਤਾ ਪੁਰਖੁ**" ਅਤੇ ਆਸਾ ਦੀ ਵਾਰ ਵਿੱਚ ਪ੍ਰਭੂ ਨੂੰ "**ਭੰਡੇ ਬਾਹਰਾ**" ਕਿਹਾ ਹੈ ਤੇ ਗੁਰੂ ਗੋਬਿੰਦ ਸਿੰਘ

ਜੀ ਨੇ ਜਾਪੁ ਸਾਹਿਬ ਵਿੱਚ "**ਨਮਸਤੰ ਨ੍ਰਿਬਾਮੇ**" ਕਿਹਾ ਹੈ, ਇਤਿਆਦਿਕ। ਮਨੁਖ ਨੇ ਆਪਣੀ ਤੇ ਆਪਣੇ ਬਾਲ ਬੱਚੇ ਦੀ ਸਲਾਮਤੀ ਲਈ, ਸੁਖ ਸ਼ਾਂਤੀ ਲਈ, ਬਲਾ ਟਾਲਣ ਲਈ ਅਤੇ ਦੇਵਤੇ ਤੇ ਰੱਬ ਦੀ ਪ੍ਰਸੰਨਤਾ ਲਈ ਵੱਡੇ ਪੱਧਰ ਤੇ ਪਸ਼ੂ ਬਲੀ ਨੂੰ ਸੌਖਾ ਤੇ ਯੋਗ ਸਾਧਨ ਮੰਨ ਲਿਆ ਹੈ, ਇਤਿਆਦਿਕ। ਮਨੁਖ ਆਪਣੇ ਭਰਮ ਭੁਲੇਖੇ ਤੇ ਮੁਗਾਲਤੇ ਕਰਕੇ ਇਹ ਸਮਝਣ ਤੋਂ ਅਸਮਰੱਥ ਰਿਹਾ ਕਿ ਜਦ ਸਭ ਜੀਵ ਰੱਬ ਦੇ ਪੈਦਾ ਕੀਤੇ ਹੋਏ ਹਨ ਤਾਂ ਫਿਰ ਰੱਬ ਆਪਣੇ ਹੀ ਬੱਚੇ (ਜੀਵ) ਦੀ ਕੁਰਬਾਨੀ (ਬਲੀ) ਤੇ ਕਿਵੇਂ ਖੁਸ਼ ਹੋਵੇਗਾ ? ਤਦੇ ਫੁਰਮਾਣ ਹੈ ਕਿ:-**ਜੀਆਂ ਕੁਹਤ ਨ ਸੰਗੈ ਪਰਾਣੀ ॥** (ਪੰ: ੨੦੧)॥ ਇਸ ਰਸਤੇ ਪਾਉਣ ਵਾਲਿਆਂ ਤੇ ਪੈਣ ਵਾਲਿਆਂ ਲਈ ਗੁਰੂ ਜੀ ਦਾ ਬਚਿਤ੍ਰ ਨਾਟਕ ਵਿੱਚ ਫੁਰਮਾਣ ਹੈ ਕਿ:-**ਤੋਹਿ ਬਚਾਇ ਸਕੈ ਕਹੁ ਕੈਸੇ ਕੈ ਆਪਨ ਘਾਵ ਬਚਾਇ ਨ ਐਹੈ ॥ ਕੋਪ ਕਰਾਲ ਕੀ ਪਾਵਕ ਕੁੰਡ ਮੈ ਆਪ ਟੰਗਿਓ ਤਿਮ ਤੋਹਿ ਟੰਗੈ ਹੈ ॥ ੯੮-੧॥** ਤਥਾ:-**ਪਾਪ ਕਰੋ ਪਰਮਾਰਥ ਕੈ ਜਿਹ ਪਾਪਨ ਤੇ ਅਤਿ ਪਾਪ ਲਜਾਹੀ ॥੯੯-੧॥** ਬਹੁਤਾ ਦੁਖ ਇਸ ਗੱਲ ਦਾ ਹੈ ਕਿ ਇਸ ਇਫਤਰੇ ਮੁਗਾਲਤੇ ਵਿੱਚ ਫਸਿਆ ਮਨੁਖ ਇਨ੍ਹਾਂ ਪਾਪਾਂ ਨੂੰ ਰੱਬ ਦੀ ਪ੍ਰਸੰਨਤਾ ਤੇ ਬੰਦਗੀ ਦਾ ਹਿੱਸਾ ਸਮਝੀ ਬੈਠਾ ਹੈ। ਗੁਰੂ ਨਾਨਕ ਜੀ ਨੇ ਜਗਤ ਦੇ ਕਲਿਆਣ ਹਿਤ ਜਗਤ ਨੂੰ ਇਸ ਭਰਮ ਮੁਗਾਲਤੇ ਇਫਤਰੇ ਚੋਂ ਕੱਢਣ ਲਈ ਇਹ ਮਸਲਾ '**ਜਪੁ**' ਬਾਣੀ ਦੀ ਚੌਥੀ ਪਉੜੀ ਵਿੱਚ ਉਠਾ ਕੇ ਆਪ ਹੀ ਇਸਦਾ ਹੱਲ ਦੱਸਿਆ ਹੈ ਕਿ ਉਸ ਸੱਚੇ ਸਾਹਿਬ (ਰੱਬ) ਨੂੰ ਕਿਹੜੀ ਭੇਟਾ ਪਸੰਦ ਹੈ ਤੇ ਉਸ ਰੱਬ ਨੂੰ ਮਿਲਨ ਦਾ ਸੌਖਾ ਤੇ ਨਿਸ਼ਚਿੱਤ ਰਾਹ ਕਿਹੜਾ ਹੈ ? ਇਹ ਅੱਗੇ ਜਪੁ ਬਾਣੀ ਦੀ ਇਸੇ ਹੀ ਚੌਥੀ ਪਉੜੀ ਦੇ ਕੀਤੇ ਅਰਥਾਂ ਵਿੱਚ ਦੇਖ ਲਿਆ ਜਾਵੇ। ਤੇ **ਗੁਰੂ ਨਾਨਕ ਮਹਿਮਾ** ਨੂੰ ਦਰਸਾਉਂਦੀਆਂ ਹੇਠ ਲਿਖੀਆਂ ਤੁਕਾਂ ਵੀਚਾਰਨ ਯੋਗ ਹਨ:- ਇਹ ਹਕੀਕਤ (ਸਚਾਈ) ਜੱਗ ਜ਼ਾਹਰ ਹੈ ਕਿ ਪੂਰਬੀ ਅਤੇ ਪੱਛਮੀ ਧਰਮਾਂ ਦੇ ਅਕੀਦੇ (ਵਿਸ਼ਵਾਸ਼) ਆਪਸ ਵਿੱਚ ਬਿਲਕੁਲ ਉਲਟ ਹੋਣ ਕਰਕੇ ਟਕਰਾਉਂਦੇ ਹਨ। ਇਸ ਲਈ ਅੱਜ ਦੇ ਜਮਾਨੇ ਵਿੱਚ ਗੁਰੂ ਨਾਨਕ ਨੂੰ ਪੜ੍ਹਨਾ ਸੁਣਨਾ ਅਤੀ ਜਰੂਰੀ ਹੈ ਕਿਉਂਕਿ "ਪਰਮਗੁਰੂ" ਗੁਰੂ ਨਾਨਕ ਸਾਹਿਬ ਦਾ ਰੁਤਬਾ ਜਮਾਨੇ ਦੇ ਹੋ ਗੁਜ਼ਰੇ ਅਵਤਾਰਾਂ ਪੈਗੰਬਰਾਂ ਤੋਂ ਕਿਤੇ ਉਚਾ ਹੈ, ਅਨਮਤਾਂ ਦੇ ਧਰਮ ਗ੍ਰੰਥ ਤੇ ਗੁਰੂ ਨਾਨਕ ਦੇ ਜੀਵਨ ਦੀਆਂ ਇਤਿਹਾਸਕ ਘਟਨਾਵਾਂ (ਕੌਤਕ) ਇਸ ਤੱਥ ਦੀਆਂ ਗਵਾਹ ਹਨ। ਸਰਬ ਪ੍ਰਥਮ ਤਾਂ ਪ੍ਰਮਾਤਮਾ ਦੇ ਸਰੂਪ ਦੀ ਮੂਲਮੰਤ੍ਰ ਦੁਆਰਾ ਕੀਤੀ ਵਿਆਖਿਆ ਹੈ ਜਿਸ ਅਨੁਸਾਰ ਅਵਤਾਰਾਂ ਪੈਗੰਬਰਾਂ ਦਾ ਰੱਬ ਨਾਲ ਸਿੱਧਾ ਰਾਬਤਾ ਨਹੀਂ ਹੈ ਅਤੇ ਉਸਨੂੰ ਸ੍ਰਿਸ਼ਟੀ ਦੀ ਪਾਲਣਾ ਪੋਸ਼ਣਾ ਵਿੱਚ ਦੇਵਤਿਆਂ ਤੇ ਫਰਿਸ਼ਤਿਆਂ ਦੀ ਕੋਈ ਲੋੜ ਨਹੀਂ ਪੈਂਦੀ। ਉਹ ਪ੍ਰਭੂ ਸਭ ਕਿਛ ਆਪੇ ਆਪ ਹੀ ਹੈ। "ਗੁਰੂ" ਪਦ ਦੀ ਮਹਾਨਤਾ ਅਤੇ ਰੁਤਬੇ ਬਾਰੇ ਭਗਵਤ ਗੀਤਾ ਦੇ ਪਹਿਲੇ ਅਧਿਆਏ ਵਿੱਚ ਬਹੁਤ ਸੁੰਦਰ ਕਥਨ ਹੈ ਕਿ:-'*ਗੁਰੂਰ ਬ੍ਰਹਮਾ ਗੁਰੂਰ ਵਿਸ਼ਨੂੰ ਗੁਰੂਰ ਮਹੇਸ਼੍ਵਰ: । ਗੁਰੂਰੇਵ ਪਰਬ੍ਰਹਮ ਤਸਮੈ ਸ੍ਰੀ ਗੁਰਵੇ ਨਮ: ॥*' ਭਾਵ ਗੁਰੂ ਬ੍ਰਹਮਾ ਵਿਸ਼ਨ ਮਹੇਸ਼ ਤੋਂ ਵੀ ਉਪਰ ਪਾਰਬ੍ਰਹਮ ਦਾ ਹੀ ਰੂਪ ਹੋਣ ਕਰਕੇ ਨਮਸਕਾਰ ਯੋਗ ਹੈ। ਬਾਵਨ ਅਖਰੀ ਮਹਲਾ ੫ ; ਵਿੱਚ ਫੁਰਮਾਣ ਹੈ:-**ਗੁਰਦੇਵ ਸਤਿਗੁਰੁ ਪਾਰਬ੍ਰਹਮੁ ਪਰਮੇਸਰੁ ਗੁਰਦੇਵ ਨਾਨਕ ਨਮਸਕਰਾ ॥੧॥** ਤਥਾ:-**ਸਤਿ ਪੁਰਖੁ ਜਿਨਿ ਜਾਨਿਆ ਸਤਿਗੁਰੁ ਤਿਸਕਾ ਨਾਉ ॥ ੧ ॥ ੧ ॥ ੧੮ ॥** (ਸੁਖਮਨੀ)॥

ਹੁਣ ਗੁਰੂ ਨਾਨਕ ਨਾ ਤਾਂ ਕਿਸੇ ਅਵਤਾਰ ਦੇ ਭਗਤ ਹਨ ਤੇ ਨਾ ਹੀ ਕਿਸੇ ਦੇਵਤੇ ਦੇ ਅਵਤਾਰ ਹਨ ਤੇ ਨਾ ਹੀ ਉਹ ਪੈਗੰਬਰ ਬਣਕੇ ਕਿਸੇ ਫ਼ਰਿਸ਼ਤੇ ਰਾਹੀਂ ਪ੍ਰਮਾਤਮਾ ਤੋਂ ਪੈਗਾਮ ਪ੍ਰਾਪਤ ਕਰਦੇ ਹਨ। ਬਲਕਿ ਉਨ੍ਹਾਂ ਦਾ ਤਾਂ ਪ੍ਰਮਾਤਮਾ ਨਾਲ ਆਪਣਾ ਸਿੱਧਾ ਰਾਬਤਾ ਹੈ। ਉਨ੍ਹਾਂ ਦਾ ਆਪਣਾ ਫੁਰਮਾਣ ਹੈ ਕਿ:-**ਅਪਰੰਪਰ ਪਾਰਬ੍ਰਹਮ ਪਰਮੇਸਰੁ ਨਾਨਕ ਗੁਰੁ ਮਿਲਿਆ ਸੋਈ ਜੀਉ ॥** (ਪੰਨਾ ੫੯੯)॥ ਅਗੇ ਪਰਮੇਸ਼ਰ ਨਾਲ ਮਿਲਾਪ ਤੋਂ ਬਾਦ ਆਪ ਹੀ ਗੁਰੂ ਨਾਨਕ ਸਾਹਿਬ ਪਰਮੇਸ਼ਰ ਤੋਂ ਮਿਲੇ ਸਿਰਪਾਉ ਬਾਰੇ ਦਸਦੇ ਹਨ। ਤਥਾ:-**ਢਾਢੀ ਸਚੈ ਮਹਲਿ ਖਸਮਿ ਬੁਲਾਇਆ ॥ ਸਚੀ ਸਿਫਤ ਸਾਲਾਹ ਕਪੜਾ ਪਾਇਆ ॥** (ਮਾਝ ਕੀ ਵਾਰ, ਪਉੜੀ ੨੭ ਪੰਨਾ ੧੫੦) ॥ ਗੁਰੁ ਨਾਨਕ ਦਾ ਆਪਦਾ ਸਿੱਧਾ ਰਾਵਤਾ ਤਾਂ ਪਰਮੇਸ਼ਰ ਜੀ ਨਾਲ ਹੈ ਹੀ; ਪਰ ਗੁਰੂ ਨਾਨਕ ਗੁਰੂ ਰੂਪ ਵਿੱਚ ਵਕੀਲ (ਵਿਚੋਲਾ) ਬਣਕੇ ਸਾਧਕ ਨੂੰ ਪਰਮੇਸ਼ਰ ਨੂੰ ਮਿਲਾਉਣ ਦਾ ਜਿੰਮਾ ਵੀ ਲੈਂਦੇ ਹਨ। **ਯਥਾ:- ਦਹਦਿਸਿ ਸਾਖ ਹਰੀ ਹਰੀਆਵਲ ਸਹਜਿ ਪਕੈ ਸੋ ਮੀਠਾ ॥ ਨਾਨਕ ਅਸੁਨਿ ਮਿਲਹੁ ਪਿਆਰੇ ਸਤਿਗੁਰ ਭਏ ਬਸੀਠਾ ॥ ੧੧ ॥** (ਬਾਰਹਮਾਹਾ ਤੁਖਾਰੀ)॥ ਤਥਾ:- **ਜੈਸਾ ਸਤਿਗੁਰੁ ਸੁਣੀਦਾ ਤੈਸੋ ਹੀ ਮੈ ਡੀਠੁ ॥ ਵਿਛੁੜਿਆ ਮੇਲੇ ਪ੍ਰਭੂ ਹਰਿ ਦਰਗਹ ਕਾ ਬਸੀਠੁ ॥** (ਪੰਨਾ ੯੫੭)॥ ਅਨੰਤ ਇਲਾਹੀ ਸ਼ਕਤੀਆ ਦੇ ਮਾਲਕ ਪਰਮ ਗੁਰੂ ਨਾਨਕ ਆਪਣੀ ਅੰਮ੍ਰਿਤ ਤੱਕਣੀ ਦੁਆਰਾ ਮਨੁਖ ਨੂੰ ਦੇਵਤਾ ਬਣਾ ਦਿੰਦੇ ਹਨ, ਕਊਏ ਨੂੰ ਹੰਸ, ਅਵਗੁਣਆਰਿਆਂ ਨੂੰ ਸੰਤ, ਖੋਟੇ ਨੂੰ ਖਰਾ ਤੇ ਰੋਗੀਆਂ ਦੇ ਰੋਗ ਦੂਰ ਕਰ ਦਿੰਦੇ ਹਨ; ਦੁਨੀਆਂ ਪ੍ਰਤੱਖ ਦੇਖਦੀ ਤੇ ਜਾਣਦੀ ਹੈ ਕਿ, ਜੇ ਰੀਠੇ ਵੱਲ ਤੱਕੇ ਤਾਂ ਰੀਠਾ ਮਿੱਠਾ ਹੋ ਜਾਂਵਦਾ ਹੈ !! ਵਿਸ਼ਵ ਸ਼ਾਂਤੀ ਲਈ ਗੁਰੂ ਨਾਨਕ ਨੂੰ ਪੜ੍ਹਨਾ ਸੁਣਨਾ ਜਰੂਰੀ ਹੈ ਕਿਉਂਕਿ ਗੁਰ ਨਾਨਕ ਦਾ ਉਪਦੇਸ਼ ਸਾਰੇ ਜਗਤ ਲਈ ਸਾਂਝਾ ਹੈ। ਗੁਰ ਨਾਨਕ ਦੇ ਕੋਮਲ ਬਚਨ ਸਭ ਦੇ ਮਨ ਨੂੰ ਸੰਤੋਖ ਦੇਣ ਵਾਲੇ ਹਨ ਕਿਉਂਕਿ ਗੁਰੁ ਨਾਨਕ ਜੀ ਕਥਨੀ ਤੇ ਕਰਨੀ ਦੇ ਪੂਰੇ ਹਨ, ਸਰਬ ਸਾਂਝੇ ਸ਼ਬਦ ਗੁਰੂ, ਸ੍ਰੀ ਗੁਰੂ ਗ੍ਰੰਥ ਸਾਹਿਬ ਦੀ ਰਚਨਾ (ਸੰਪਾਦਨਾ) ਇਸ ਗੱਲ ਦਾ ਪ੍ਰਤੱਖ ਇਤਿਹਾਸਕ ਸਬੂਤ ਹੈ। ਅਖੀਰ ਵਿੱਚ ਪੰਜਾਬੀ ਦੀ ਮਸ਼ਹੂਰ ਕਹਾਵਤ ਅਨੁਸਾਰ ਮੁਕਦੀ ਗੱਲ ਕਿ ਸੌ ਹੱਥ ਰੱਸਾ ਸਿਰੇ ਤੇ ਗੰਢ ! ਗੁਰੂ ਨਾਨਕ ਸਾਹਿਬ ਨੇ ਨਾਮ ਸਿਮਰਨ ਦੀ ਸ਼ਕਤੀ ਦੁਆਰਾ ਸਾਇੰਸਦਾਨਾਂ ਤੋਂ ਵੀ ਲਗਪਗ ੪੫੦ ਸਾਲ ਪਹਿਲਾਂ ਜਗਤ ਨੂੰ ਦੱਸਿਆ ਕਿ ਲੱਖਾਂ ਹੀ ਅਕਾਸ ਤੇ ਪਤਾਲ ਹਨ, ਬਲਕਿ ਉਹ ਪ੍ਰਭੂ ਕ੍ਰੋੜਾਂ ਬ੍ਰਹਿਮੰਡਾਂ ਦਾ ਮਾਲਕ ਹੈ, ਕ੍ਰੋੜਾਂ ਸੂਰਜ, ਅਨੇਕਾਂ ਹੀ ਚੰਦ ਤੇ ਪ੍ਰਿਥਵੀਆਂ ਹਨ, ਸੂਰਜ ਤੇ ਚੰਦ ਕ੍ਰੋੜਾਂ ਕੋਹਾਂ ਦਾ ਪੈਂਡਾ ਤਹਿ ਕਰਦੇ ਹਨ ਪਰ ਇਨ੍ਹਾਂ ਦੀ ਉਮਰ ਘਟ ਰਹੀ ਹੈ ਤੇ ਅਖੀਰ ਨੂੰ ਇੱਕ ਦਿਨ ਇਹ ਮਰ ਜਾਣਗੇ। ਇਹ ਗੱਲ ਗੁਰੁ ਨਾਨਕ ਤੋਂ ਪਹਿਲਾਂ ਕਿਸੇ ਨੂੰ ਵੀ ਪਤਾ ਨਹੀਂ ਸੀ। ਇਸ ਕਰਕੇ ਗੁਰੂ ਨਾਨਕ ਦਾ ਰੁਤਬਾ ਸਭ ਭਗਤਾਂ, ਅਵਤਾਰਾਂ ਤੇ ਪੈਗੰਬਰਾਂ ਤੋਂ ਉਪਰ ਹੈ। ਗੁਰੂ ਨਾਨਕ ਸਾਹਿਬ ਪਰਮੇਸ਼ਰ ਦੇ ਸਭ ਤੋਂ ਪਹਿਲੇ ਤੇ ਇਕੋ ਇਕ "ਗੁਰੂ ਅਵਤਾਰ" ਭਾਵ ਜਗਤ ਨੂੰ ਗਿਆਨ ਪ੍ਰਕਾਸ਼ ਦੇਣ ਵਾਲੇ ਹਨ, ਨਾ ਕੋਈ ਉਨ੍ਹਾਂ ਦੇ ਤੁਲ ਹੈ ਨਾ ਕੋਈ ਪਹਿਲਾਂ ਉਨ੍ਹਾਂ ਵਰਗਾ ਜਗਤ ਵਿੱਚ ਹੋਇਆ ਹੈ। ਉਨ੍ਹਾ ਦਾ ਨਾਮ ਵੀ ਇਹੀ ਦਸਦਾ ਹੈ ਕਿ (ਨਾਨਕ = ਨ + ਅਨਕ) ਨਾ ਉਨ੍ਹਾਂ ਵਿੱਚ ਦਵੈਤ ਭਾਵ ਹੈ ਤੇ ਨਾ ਹੀ ਉਨ੍ਹਾਂ ਵਰਗਾ ਕੋਈ ਹੋਰ !! ਸ੍ਰੀ ਗੁਰੂ ਨਾਨਕ ਸਾਹਿਬ, ਮਿਥਿਹਾਸ ਨੂੰ ਇਤਿਹਾਸ ਵਿੱਚ ਬਦਲ਼ਨ ਵਾਲੇ, ਹਰ ਪੱਖੋਂ ਸੰਪੂਰਨ

ਤੇ ਅਨੰਤ ਕਲਾ ਭਰਪੂਰ, ਪਹਿਲੇ ਯੁਗ ਪੁਰਸ਼ ਹਨ । ਆਓ ਮੁੜ ਆਪਣੀ ਮੁਢਲੀ ਵੀਚਾਰ ਵੱਲ ਪਰਤਦੇ ਹੋਏ ਪੂਰੇ ਗੁਰੂ ਨਾਨਕ ਸਾਹਿਬ ਦੀ ਮਹਿਮਾ ਨੂੰ ਦਰਸਾਉਂਦੀਆਂ ਹੇਠ ਲਿਖੀਆਂ ਤੁਕਾਂ ਨੂੰ ਵੀਚਾਰ ਗੋਚਰ ਕਰੀਏ ਜੀ । **ਯਥਾ:-**

੧) *ਤਦਾ ਵੈ ਲੋਕ ਰਖਿਯਾਰਥੰ ਮਲੇਛਾਨਾ ਨਾਸ਼ ਹੇਤਵੇ ॥*
ਪਸਿਚਮੇ ਤੁ ਸ਼ੁਭੇ ਦੇਸ਼ੇ ਵੇਦੀ ਵੰਸ਼ੇ ਚ ਨਾਨਕੌ ॥੩੪ ॥

(ਭਵਿਸ਼ਯ ਪੁਰਾਣ) ॥

ਭਾਵ ਇਹ ਕਿ ਸਾਡੇ ਦੇਸ਼ ਵਿੱਚ, ਵੇਦੀ ਵੰਸ਼ ਵਿੱਚ, ਇਕ ਨਾਨਕ ਨਾਮੇ ਮਹਾਂ ਪੁਰਖ, ਜਨਤਾ ਦੀ ਰੱਖਿਆ ਲਈ ਅਤੇ ਮਲੇਛ ਸ਼ਕਤੀਆਂ ਦੇ ਨਾਸ਼ ਕਰਨ ਲਈ, ਪ੍ਰਗਟੇਗਾ ।

੨) **ਵਰਤਿਆ ਪਾਪੁ ਜਗਤ੍ਰ ਤੇ ਧਉਲ ਉਡੀਣਾ ਰੋਆ ॥**
...ਥੰਮੇ ਕੋਇ ਨ ਸਾਧੁ ਬਿਨੁ ਸਾਧੁ ਨ ਦਿਸੈ ਜਗਿ ਵਿਚਿ ਕੋਆ ॥
ਧਰਮ ਧਉਲ ਪੁਕਾਰੇ ਤਲੈ ਖੜੋਆ ॥

(ਭਾਈ ਗੁਰਦਾਸ ਜੀ, ਵਾਰ ੧ ਪਉ:੨੨)॥

੩) **ਸੁਣੀ ਪੁਕਾਰਿ ਦਾਤਾਰੁ ਪ੍ਰਭੁ ਗੁਰ ਨਾਨਕ ਜਗ ਮਾਹਿ ਪਠਾਇਆ ॥**
—ਕਲਿਜੁਗੁ ਬਾਬੇ ਤਾਰਿਆ ਸਤਿਨਾਮੁ ਪੜਿ ਮੰਤ੍ਰ ਸੁਣਾਇਆ ॥
ਕਲਿ ਤਾਰਣਿ ਗੁਰੁ ਨਾਨਕ ਆਇਆ॥

(ਭਾਈ ਗੁਰਦਾਸ ਜੀ, ਵਾਰ ੧ ਪਉ: ੨੩)॥

੪) **ਸਤਿਗੁਰ ਨਾਨਕ ਪ੍ਰਗਟਿਆ ਮਿਟੀ ਧੁੰਧੁ ਜਗਿ ਚਾਨਣੁ ਹੋਆ ॥**
ਜਿਉ ਕਰਿ ਸੂਰਜੁ ਨਿਕਲਿਆ ਤਾਰੇ ਛਪੇ ਅੰਧੇਰੁ ਪਲੋਆ ॥
ਸਿੰਘ ਬੁਕੇ ਮਿਰਗਾਵਲੀ ਭੰਨੀ ਜਾਇ ਨ ਧੀਰਿ ਧਰੋਆ ॥
ਜਿਥੇ ਬਾਬਾ ਪੈਰ ਧਰੇ ਪੂਜਾ ਆਸਣੁ ਥਾਪਣਿ ਸੋਆ ॥
ਸਿਧ ਆਸਣਿ ਸਭਿ ਜਗਤ ਦੇ ਨਾਨਕ ਆਦਿ ਮਤੇ ਜੇ ਕੋਆ ॥
ਘਰਿ ਘਰਿ ਅੰਦਰਿ ਧਰਮਸਾਲ ਹੋਵੈ ਕੀਰਤਨੁ ਸਦਾ ਵਿਸੋਆ ॥
ਬਾਬੇ ਤਾਰੇ ਚਾਰਿ ਚਕਿ ਨਉਖੰਡਿ ਪ੍ਰਿਥਮੀ ਸਚਾ ਢੋਆ ॥
ਗੁਰਮੁਖਿ ਕਲਿ ਵਿਚਿ ਪਰਗਟੁ ਹੋਆ॥

(ਭਾਈ ਗੁਰਦਾਸ ਜੀ, ਵਾਰ ੧ ਪਉ:੨੭)॥

੫) **ਬਾਬਾ ਫਿਰਿ ਮਕੇ ਗਇਆ ਨੀਲ ਬਸਤ੍ਰ ਧਾਰੇ ਬਨਵਾਰੀ ॥**
—ਜਾ ਬਾਬਾ ਸੁਤਾ ਰਾਤਿ ਨੋ ਵਲਿ ਮਹਿਰਾਬੇ ਪਾਇ ਪਸਾਰੀ ॥
—ਟੰਗੋ ਪਕੜਿ ਘਸੀਟਿਆ ਫਿਰਿਆ ਮਕਾ ਕਲਾ ਦਿਖਾਰੀ ॥
ਹੋਇ ਹੈਰਾਨੁ ਕਰੇਨਿ ਜੁਹਾਰੀ ॥

(ਭਾਈ ਗੁਰਦਾਸ ਜੀ, ਵਾਰ ੧ ਪਉ: ੩੨)॥

੬) **ਪੁਛਨਿ ਗਲ ਈਮਾਨ ਦੀ ਕਾਜ਼ੀ ਮੁਲਾਂ ਇਕਠੇ ਹੋਈ ॥**

—ਪੁਛਨਿ ਫੋਲਿ ਕਿਤਾਬ ਨੋ ਹਿੰਦੂ ਵਡਾ ਕਿ ਮੁਸਲਮਾਨੋਈ ॥
ਬਾਬਾ ਆਖੇ ਹਾਜੀਆਂ ਸੁਭਿ ਅਮਲਾਂ ਬਾਝਹੁ ਦੋਨੋ ਰੋਈ ॥
ਹਿੰਦੂ ਮੁਸਲਮਾਨ ਦੁਇ ਦਰਗਹ ਅੰਦਰਿ ਲਹਿਨ ਨ ਢੋਈ ॥
(ਭਾਈ ਗੁਰਦਾਸ ਜੀ, ਵਾਰ ੧ ਪਉ: ੩੩)॥

੭) ਧਰੀ ਨੀਸਾਣੀ ਕਉਸ ਦੀ ਮਕੇ ਅੰਦਰਿ ਪੂਜ ਕਰਾਈ ॥
—ਘਰਿ ਘਰਿ ਬਾਬਾ ਪੂਜੀਐ ਹਿੰਦੂ ਮੁਸਲਮਾਨ ਗੁਆਈ ॥
(ਭਾਈ ਗੁਰਦਾਸ ਜੀ, ਵਾਰ ੧ ਪਉ: ੩੪)॥

੮) ਗੜ ਬਗਦਾਦ ਨਿਵਾਇਕੈ ਮਕਾ ਮਦੀਨਾ ਸਭੇ ਨਿਵਾਇਆ ॥
—ਭਇਆ ਅਨੰਦ ਜਗਤੁ ਵਿਚਿ ਕਲਿ ਤਾਰਨ ਗੁਰ ਨਾਨਕ ਆਇਆ ॥
ਹਿੰਦੂ ਮੁਸਲਮਾਨਿ ਨਿਵਾਇਆ ॥
(ਭਾਈ ਗੁਰਦਾਸ ਜੀ, ਵਾਰ ੧ ਪਉ: ੩੭)॥

੯) ਹੁਕਮੈ ਅੰਦਰਿ ਸਭ ਕੋ ਕੁਦਰਤਿ ਕਿਸ ਦੀ ਕਰੈ ਜਵਾਬਾ ॥
ਜਾਹਰ ਪੀਰੁ ਜਗਤੁ ਗੁਰ ਬਾਬਾ ॥
(ਭਾਈ ਗੁਰਦਾਸ ਜੀ, ਵਾਰ ੨੪ ਪਉ: ੪)॥

੧੦) ਅਤੁਲੁ ਅਤੁਲੁ ਅਤੁਲੁ ਨਹ ਤੁਲੀਐ ਭਗਤਿ ਵਛਲੁ ਕਿਰਪਾਏ ॥
ਜੋ ਜੋ ਸਰਣਿ ਪਰਿਓ ਗੁਰ ਨਾਨਕ ਅਭੈ ਦਾਨੁ ਸੁਖ ਪਾਏ ॥
(ਪੰ: ੮੨੦)॥

੧੧) ਕਲਿਜੁਗੁ ਉਧਾਰਿਆ ਗੁਰਦੇਵ ॥
ਮਲ ਮੂਤ ਮੂੜ ਜਿ ਮੁਘਦ ਹੋਤੇ ਸਭਿ ਲਗੇ ਤੇਰੀ ਸੇਵ ॥
(ਪੰ: ੪੦੬)॥

੧੨) ਮੈ ਮੂਰਖ ਕੀ ਕੇਤਕ ਬਾਤ ਹੈ ਕੋਟਿ ਪਰਾਧੀ ਤਰਿਆ ਰੇ ॥
ਗੁਰੁ ਨਾਨਕੁ ਜਿਨ ਸੁਣਿਆ ਪੇਖਿਆ ਸੇ ਫਿਰਿ ਗਰਭਾਸਿ ਨ ਪਰਿਆ ਰੇ ॥
ਸੋਰਠਿ ਮਹਲਾ ੫॥ (ਪੰ: ੬੧੨)॥

੧੩) ਹਰਿ ਗੁਰੁ ਨਾਨਕੁ ਜਿਨ ਪਰਸਿਓ ਸਿ ਜਨਮ ਮਰਨ ਦੁਹ ਥੇ ਰਹਿਓ ॥੫॥
(ਸਵੈਯੇ ਸ੍ਰੀ ਮੁਖਵਾਕ ਮਹਲਾ ੫)॥

੧੪) ਹਰਿ ਗੁਰੁ ਨਾਨਕੁ ਜਿਨ ਪਰਸਿਓ ਤੇ ਇਤ ਉਤ ਸਦਾ ਮੁਕਤੇ ॥੮॥
(ਸਵੈਯੇ ਸ੍ਰੀ ਮੁਖਵਾਕ ਮਹਲਾ ੫)॥

੧੫) ਬਲਿਓ ਚਰਾਗੁ ਅੰਧ੍ਯਾਰ ਮਹਿ ਸਭ ਕਲ ਉਧਰੀ ਇਕ ਨਾਮ ਧਰਮ ॥
ਪ੍ਰਗਟੁ ਸਗਲ ਹਰਿਭਵਨ ਮਹਿ ਜਨ ਨਾਨਕੁ ਗੁਰ ਪਾਰਬ੍ਰਹਮ ॥੯॥
(ਸਵੈਯੇ ਸ੍ਰੀ ਮੁਖਵਾਕ ਮਹਲਾ ੫)॥

੧੬) ਧੰਨੁ ਧੰਨੁ ਗੁਰੂ ਨਾਨਕ ਜਨ ਕੇਰਾ ਜਿਤ ਮਿਲਿਐ ਚੂਕੇ ਸਭਿ ਸੋਗ ਸੰਤਾਪੇ ॥ ੪੯ ॥
(ਗਉੜੀ ਮਹਲਾ ੪ ਪੰਨਾ ੧੬੭)॥

੧੭) ਹਰਖ ਅਨੰਤ ਸੋਗ ਨਹੀ ਬੀਆ ॥
ਸੋ ਘਰੁ ਗੁਰਿ ਨਾਨਕ ਕਉ ਦੀਆ ॥੩੫॥

(ਗਉੜੀ ਮਹਲਾ ੫ ਪੰ: ੧੮੬)॥

੧੮) ਗੁਰ ਪੂਰੇ ਕੀ ਬਾਣੀ ॥ ਪਾਰਬ੍ਰਹਮ ਮਨਿ ਭਾਣੀ ॥ਸੋਰਠਿ ਮਹਲਾ ੫ ਪੰ:੬੨੯॥

੧੯) ਜੋ ਬੋਲੇ ਪੂਰਾ ਸਤਿਗੁਰੂ ਸੋ ਪਰਮੇਸਰਿ ਸੁਣਿਆ ॥
ਸੋਈ ਵਰਤਿਆ ਜਗਤ ਮਹਿ ਘਟਿ ਘਟਿ ਮੁਖਿ ਭਣਿਆ ॥

(ਪੰ: ੮੫੪)॥

੨੦) ਗੁਰ ਕੇ ਬਚਨ ਸਤਿ ਸਤਿ ਕਰਿ ਮਾਨੇ ਮੇਰੇ ਠਾਕੁਰ ਬਹੁਤ ਪਿਆਰੇ ॥

(ਪੰ: ੯੮੨)॥

੨੧) ਅੰਮ੍ਰਿਤ ਸਰ ਸਤਿਗੁਰੁ ਸਤਿਵਾਦੀ ਜਿਤੁ ਨਾਤੈ ਕਉਆ ਹੰਸ ਹੋਹੈ ॥

(ਪੰ:੪੯੩)॥

੨੨) ਗੁਰੁ ਨਾਨਕੁ ਬੋਲੈ ਦਰਗਹ ਪਰਵਾਨੁ ॥

(ਪੰ: ੮੨੧)॥

੨੩) ਪ੍ਰਥਮੈ ਨਾਨਕ ਚੰਦੁ , ਜਗਤ ਭਯੋ ਆਨੰਦੁ , ਤਾਰਨਿ ਮਨੁਖ ਜਨ , ਕੀਅਉ ਪ੍ਰਗਾਸ॥

(ਪੰ: ੧੩੯੯)॥

੨੪) ਗੁਰ ਨਾਨਕ ਦੇਵ ਗੋਵਿੰਦ ਰੂਪ ॥

(ਪੰ: ੧੧੯੨)॥

੨੫) ਖੇਮ ਸਾਂਤਿ ਰਿਧਿ ਨਵ ਨਿਧਿ ॥ ਬੁਧਿ ਗਿਆਨੁ ਸਰਬ ਤਹ ਸਿਧਿ ॥
ਬਿਦਿਆ ਤਪੁ ਜੋਗੁ ਪ੍ਰਭ ਧਿਆਨੁ ॥ ਗਿਆਨੁ ਸ੍ਰੇਸਟ ਊਤਮ ਇਸਨਾਨੁ ॥
ਚਾਰਿ ਪਦਾਰਥ ਕਮਲ ਪ੍ਰਗਾਸ ॥ਸਭ ਕੈ ਮਧਿ ਸਗਲ ਤੇ ਉਦਾਸ ॥
ਸੁੰਦਰੁ ਚਤੁਰੁ ਤਤ ਕਾ ਬੇਤਾ ॥ ਸਮਦਰਸੀ ਏਕ ਦ੍ਰਿਸਟੇਤਾ ॥
ਇਹ ਫਲ ਤਿਸੁ ਜਨ ਕੈ ਮੁਖਿ ਭਨੇ॥ਗੁਰ ਨਾਨਕ ਨਾਮ ਬਚਨ ਮਨਿ ਸੁਨੇ
॥੬॥੨੪॥ ਗਉੜੀ ਸੁਖਮਨੀ ਮਹਲਾ ੫ ॥
ਪੂਰਾ ਗੁਰੁ ਅਖ੍ਹਿਓ ਜਾਕਾ ਮੰਤ੍ਰ ॥
ਅੰਮ੍ਰਿਤ ਦ੍ਰਿਸਟਿ ਪੇਖੈ ਹੋਇ ਸੰਤ॥੪॥੧੮॥

(ਗਉੜੀ ਸੁਖਮਨੀ, ਮਹਲਾ ੫, ਪੰ:੨੮੭)॥

੨੬) ਜਨੁ ਨਾਨਕੁ ਭਗਤੁ ਦਰਿ ਤੁਲਿ ਬ੍ਰਹਮ ਸਮਸਰਿ ਏਕ ਜੀਹ ਕਿਆ ਬਖਾਨੈ ॥
ਹਾਂ ਕਿ ਬਲਿ ਬਲਿ ਬਲਿ ਬਲਿ ਸਦ ਬਲਿਹਾਰਿ ॥੧॥

(ਸਵੈਯੇ ਸ੍ਰੀ ਮੁਖਵਾਕ ਮਹਲਾ ੫)॥

ਜਪੁ ਸੰਬੰਧੀ ਇਕ ਵੀਚਾਰ

ਨਾਮ:-ਇਸ ਬਾਣੀ ਦਾ ਨਾਮ "**ਜਪੁ**" ਹੈ । ਇਹ ਨਾਮ ਬਾਣੀ ਦੇ ਰਚਨਹਾਰ ਸ੍ਰੀ ਗੁਰੂ ਨਾਨਕ ਦੇਵ ਜੀ ਨੇ ਆਪ ਰੱਖਿਆ ਹੈ । ਸਿੱਖੀ ਪ੍ਰੰਪਰਾ ਦੇ ਰਿਵਾਜ ਅਨੁਸਾਰ ਸਤਿਕਾਰ ਵਜੋਂ ਇਸ ਬਾਣੀ ਨੂੰ "ਜਪੁਜੀ ਸਾਹਿਬ" ਜਾਂ "ਜਪੁ ਸਾਹਿਬ" ਆਖਿਆ ਜਾਂਦਾ ਹੈ । ਜਪੁ ਦਾ ਭਾਵ ਹੈ ਪ੍ਰਭੂ ਦਾ ਸਿਮਰਨ ਜਾਂ ਪ੍ਰਭੂ ਦੀ ਉਸਤਤੀ ਜੋ ਜੀਵ ਤੇ ਬ੍ਰਹਮ ਦੇ ਮੇਲ (ਸੰਜੋਗ) ਲਈ ਪੁਲ਼ ਦਾ ਕੰਮ ਕਰਦੀ ਹੈ । ਜਪੁ ਦੇ ਮੁਢ ਵਿੱਚ ਮੰਗਲਾਚਰਣ ਰੂਪੀ ਮੂਲ ਮੰਤ੍ਰ ਹੈ ਜੋ "ੴ" ਤੋਂ ਲੈ ਕੇ "ਗੁਰ ਪ੍ਰਸਾਦਿ" ਤੱਕ ਹੈ । ਇਸ ਤੋਂ ਅੱਗੇ ਪੂਰਨ ਵਿਸ਼ਰਾਮ ਚਿੰਨ ਹਨ ਤੇ ਅੱਗੇ ॥ ਜਪੁ ॥ ਲਿਖਿਆ ਹੈ ਅਤੇ ਬਾਦ ਵਿੱਚ ਫਿਰ ਪੂਰਨ ਵਿਸ਼ਰਾਮ ਚਿੰਨ ਹਨ । ਭਾਵ ਜਪੁ ਦੇ ਦੋਨੋਂ ਤਰਫ ਪੂਰਨ ਵਿਸ਼ਰਾਮ ਚਿੰਨ ਹਨ । ਪਹਿਲਾ ਖੱਬੇ ਪਾਸੇ ਵਾਲਾ ਵਿਸ਼ਰਾਮ ਚਿੰਨ ਦਸਦਾ ਹੈ ਕਿ ਜੋ ਮੰਗਲਾਚਰਣ ਇਸ ਵਿਸ਼ਰਾਮ ਚਿੰਨ ਤੋਂ ਪਹਿਲਾਂ ਲਿਖਿਆ ਹੋਇਆ ਹੈ ਉਹ "ਜਪੁ" ਬਾਣੀ ਦਾ ਹੀ ਭਾਗ (ਹਿੱਸਾ) ਹੈ, ਜਿਸਦਾ ਭਾਵ ਹੈ ਕਿ ਮੂਲਮੰਤ੍ਰ ਰੂਪ ਮੰਗਲਾਚਰਣ ਵਿੱਚ ਜਿਸ ਪ੍ਰਭੂ ਦੇ ਸਰੂਪ ਦਾ ਵਰਨਣ ਕੀਤਾ ਗਿਆ ਹੈ ਅੱਗੇ ਉਸੇ ਦੀ ਉਸਤਤੀ ਵਿੱਚ ਇਹ ਜਪੁ ਬਾਣੀ ਉਸੇ ਦੀ ਉਪਾਸਨਾ ਲਈ ਰਚੀ ਗਈ ਹੈ ਅਤੇ ਇਹ ਨਿਤਨੇਮ ਦਾ ਮੰਤ੍ਰ ਪਾਠ ਹੈ । ਇਸੇ ਸੰਕੇਤ "**॥ਜਪੁ॥**" ਕਰਕੇ ਇਸ ਬਾਣੀ ਦਾ ਨਾਮ ਜਪੁਜੀ ਸਾਹਿਬ, ਜਪੁ ਸਾਹਿਬ ਅਤੇ ਜਪੁ ਨੀਸਾਣ ਹੈ । ਜਪੁ ਨੀਸਾਣ ਦਾ ਭਾਵ ਹੈ ਕਿ ਇਹ ਜਪੁ (ਮੰਤ੍ਰਪਾਠ, ਸਿਮਰਨਪਾਠ) ਪ੍ਰਭੂ ਦੀ ਦਰਗਾਹ ਵਿੱਚ ਪ੍ਰਭੂ ਦੀ "ਨਦਰਿ ਕਰਮੁ" ਦਾ ਪ੍ਰਤੀਕ ਹੈ । ਭਾਵੇਂ ਸਿੱਖ ਜਗਤ ਵਿੱਚ ਕਰਤਾਰਪੁਰ ਵਾਲੀ "ਆਦਿ ਬੀੜ" ਵਿੱਚ ਮੂਲਮੰਤ੍ਰ ਰੂਪੀ ਮੰਗਲਾਚਰਣ ਗੁਰੂ ਅਰਜਣ ਦੇਵ ਜੀ ਦੇ ਪਵਿਤ੍ਰ ਕਰ-ਕਮਲਾਂ ਦੁਆਰਾ ਲਿਖਿਆ ਹੋਣ ਕਰਕੇ ਅਤੇ ਮੂਲਮੰਤ੍ਰ ਜਪੁ ਬਾਣੀ ਦੇ ਮੁਢ ਹੋਣ ਕਰਕੇ ਅਤੇ ਜਪੁ ਬਾਣੀ ਵਿੱਚ ਨੀਸਾਣ ਸ਼ਬਦ ਤਿੰਨ ਵਾਰ ਆਇਆ ਹੈ (ਗਾਵੈ ਕੋ ਦਾਤਿ ਜਾਣੈ ਨੀਸਾਣ, ਅਮੁਲੁ ਬਖਸੀਸ ਅਮੁਲੁ ਨੀਸਾਣ, ਨਦਰੀ ਕਰਮਿ ਪਵੈ ਨੀਸਾਣ) ਇਸ ਕਰਕੇ ਵੀ ਇਸਨੂੰ "ਜਪੁ ਨੀਸਾਣ" ਕਿਹਾ ਜਾਂਦਾ ਹੈ ਅਤੇ ਭਾਈ ਗੁਰਦਾਸ ਜੀ ਨੇ ਭਾਵੇਂ ਇਸਨੂੰ ਤਤਕਰੇ ਵਿੱਚ "ਜਪੁ ਗੁਰੂ ਰਾਮਦਾਸ ਜੀਉ ਕਿਆ ਦਸਖਤਾ ਕਾ ਨਕਲ" ਲਿਖਿਆ ਹੈ ਭਾਵ ਗੁਰੂ ਰਾਮ ਦਾਸ ਜੀ ਦੀ ਲਿਖਤ ਦਾ ਉਤਾਰਾ ਹੈ ।ਪਰ ਜਪੁ ਨੀਸਾਣ ਦਾ ਅਸਲੀ ਭਾਵ ਇਹੋ ਹੀ ਹੈ ਕਿ ਜਪੁ ਬਾਣੀ ਦਾ ਸਿਮਰਨ ਪਾਠ ਪ੍ਰਭੂ ਦੀ ਦਰਗਾਹ ਵਿੱਚ ਪ੍ਰਭੂ ਦੀ 'ਨਦਰਿ ਕਰਮੁ' ਦਾ ਪ੍ਰਤੀਕਆਤਮਕ ਨੀਸਾਣ ਹੈ । ਇਸੇ ਕਰਕੇ ਅੰਮ੍ਰਿਤ ਵੇਲੇ ਇਸਦੇ ਨਿਤਨੇਮ ਪਾਠ ਦਾ ਵਿਧਾਨ ਹੈ ।

ਜਪੁ ਦਾ ਰਚਨ ਕਾਲ਼:- ਜਪੁ ਬਾਣੀ ਦੇ ਰਚਨ-ਕਾਲ਼ ਅਤੇ ਸਥਾਨ ਬਾਰੇ ਸਾਨੂੰ ਠੀਕ ਠੀਕ ਪਤਾ ਨਹੀਂ । ਭਾਈ ਗੁਰਦਾਸ ਜੀ ਦੀ ਵਾਰ ੧ ਪਉੜੀ ੩੮ ਤੋਂ ਠੋਸ ਸੰਕੇਤ ਮਿਲਦਾ ਹੈ ਕਿ ਗੁਰੂ ਨਾਨਕ ਸਾਹਿਬ ਵਲੋਂ ਚਾਰੇ ਉਦਾਸੀਆਂ ਪੂਰੀਆਂ ਕਰਨ ਉਪ੍ਰੰਤ ਕਰਤਾਰਪੁਰ ਵਿਖੇ ਪੱਕਾ ਟਿਕਾਣਾ ਕਰਨ ਸਮੇਂ ਜਪੁ ਬਾਣੀ ਦੇ ਨਿਤਨੇਮ ਪਾਠ ਦਾ ਮੁਢ ਬਝਿਆ ਅਤੇ ਸਭ ਸੰਗਤ ਵਲੋਂ ਇਸ

ਜਪੁ ਬਾਣੀ ਦੇ ਨਿੱਤਨੇਮ ਦੇ ਪਾਠ ਦਾ ਵਿਧਾਨ ਸ਼ੁਰੂ ਹੋਇਆ। **ਯਥਾ**:-"ਫਿਰ ਬਾਬਾ ਆਇਆ ਕਰਤਾਰ ਪੁਰਿ ਭੇਖੁ ਉਦਾਸੀ ਸਗਲ ਉਤਾਰਾ ॥ ਪਹਿਰਿ ਸੰਸਾਰੀ ਕਪੜੇ ਮੰਜੀ ਬੈਠਿ ਕੀਆ ਅਵਤਾਰਾ ॥ ਉਲਟੀ ਗੰਗ ਵਹਾਇਓਨ ਗੁਰ ਅੰਗਦੁ ਸਿਰਿ ਉਪਰਿ ਧਾਰਾ ॥ ਪੁਤਰੀ ਕਉਲੁ ਨ ਪਾਲਿਆ ਮਨਿ ਖੋਟੇ ਨਸਿਆਰਾ ॥ ਬਾਣੀ ਮੁਖਹੁ ਉਚਾਰੀਐ ਹੁਇ ਰੁਸਨਾਈ ਮਿਟੈ ਅੰਧਿਆਰਾ ॥ ਗਿਆਨ ਗੋਸਟਿ ਚਰਚਾ ਸਦਾ ਅਨਹਦਿ ਸਬਦਿ ਉਠੇ ਧੁਨਕਾਰਾ ॥ ਸੋਦਰੁ ਆਰਤੀ ਗਾਵੀਐ ਅੰਮ੍ਰਿਤ ਵੇਲੇ ਜਾਪੁ ਉਚਾਰਾ ॥ ਗੁਰਮੁਖਿ ਭਾਰਿ ਅਥਰਬਣਿ ਤਾਰਾ ॥" ਜਪੁਜੀ ਦੀ ਆਪਣੀ ਅੰਦਰਲੀ ਗਵਾਹੀ ਤੋਂ ਪਤਾ ਲਗਦਾ ਹੈ ਕਿ ਇਹ ਸਾਰੀ ਬਾਣੀ ਸਿਧਾਂ ਨੂੰ ਸੰਬੋਧਨ ਕੀਤੀ ਹੋਈ ਨਹੀਂ ਹੋ ਸਕਦੀ ਕਿਉਂਕਿ ਇਸ ਵਿੱਚ ਕਾਜੀਆਂ, ਕੁਰਾਣ, ਪੀਰ, ਸੇਖ਼ ਅਤੇ ਪੰਡਤ, ਪੁਰਾਣ, ਤੀਰਥ, ਬ੍ਰਹਮਾ, ਬਿਸ਼ਨ ਤੇ ਮਹੇਸ਼ ਆਦਿ ਦਾ ਵੀ ਵਰਨਣ ਕੀਤਾ ਹੋਇਆ ਹੈ । ਅਸਲ ਵਿੱਚ ਇਹ ਸਰਬ ਸਾਂਝੀ ਜਪੁ ਬਾਣੀ ਸਾਰੇ ਜਗਤ ਦੇ ਜਗਿਆਸੂਆਂ ਨੂੰ ਸੰਬੋਧਤ ਹੈ ਅਤੇ ਸਰਬ ਜਗਤ ਦੇ ਜਗਿਆਸੂਆਂ ਦੇ ਕਲਿਆਣ ਹਿਤ ਰਚੀ ਗਈ ਹੈ । ਗੁਰੂ ਸਾਹਿਬ ਨੇ ਇਸ ਜਪੁ ਬਾਣੀ ਦੇ ਪਿਛਲੇ ਸਲੋਕ ਵਿੱਚ ਆਪ ਹੀ "**ਖੇਲੈ ਸਗਲ ਜਗਤੁ**" ਦਾ ਵਰਨਣ ਕਰਕੇ ਇਹ ਸਾਰੇ ਭਰਮ ਭੁਲੇਖੇ ਦੂਰ ਕਰ ਦਿੱਤੇ ਹਨ ਕਿ ਇਹ ਪਰਮ ਪਵਿਤ੍ਰ ਬਾਣੀ ਸਾਰੇ ਜਗਤ ਦੇ ਕਲਿਆਣ ਹਿਤ ਹੀ ਰਚੀ ਗਈ ਹੈ । **ਯਥਾ**:-**ਪਵਣੁ ਗੁਰੂ ਪਾਣੀ ਪਿਤਾ ਮਾਤਾ ਧਰਤਿ ਮਹਤੁ ॥ ਦਿਵਸੁ ਰਾਤਿ ਦੁਇ ਦਾਈ ਦਾਇਆ ਖੇਲੈ ਸਗਲ ਜਗਤੁ ॥** ਇਹਨਾਂ ਦੋਨਾਂ ਪੰਗਤੀਆਂ ਤੋਂ ਸਪੱਸ਼ਟ ਸੰਕੇਤ ਮਿਲਦਾ ਹੈ ਕਿ ਇਹ ਗੁਰਬਾਣੀ ਸਾਰੇ ਜਗਤ ਨੂੰ ਸੰਬੋਧਤ ਹੈ । ਇਸ ਜਪੁ ਬਾਣੀ ਦੇ ਨਾਮ ਅਤੇ ਇਸਦੀ ਲੜੀਬਧ ਵੀਚਾਰਧਾਰਾ ਤੋਂ ਅਸੀਂ ਕਹਿ ਸਕਦੇ ਹਾਂ ਕਿ ਇਹ ਬਾਣੀ ਪਰੌੜ ਅਵਸਥਾ ਵਿੱਚ ਗੁਰੂ ਨਾਨਕ ਸਾਹਿਬ ਵਲੋਂ ਕਰਤਾਰਪੁਰ ਵਿਖੇ ਪੱਕੇ ਟਿਕਾਣੇ ਸਮੇਂ ਸ਼ੁਰੂ ਵਿੱਚ ਰਚੀ ਗਈ ਹੈ । ਇਹ ਜਪੁ ਬਾਣੀ ਜਗਤ ਦੇ ਹਰ ਪ੍ਰਾਣੀ ਮਾਤ੍ਰ ਨੂੰ ਸੰਬੋਧਤ ਹੈ ਅਤੇ ਹਰ ਪ੍ਰਾਣੀ ਮਾਤ੍ਰ ਦੇ ਕਲਿਆਣ ਲਈ ਸਰਬ ਸਾਂਝਾ ਉਪਦੇਸ ਹੈ । ਉਪ੍ਰੋਕਤ ਵੀਚਾਰਾਂ ਨੂੰ ਮੁਖ ਰੱਖਕੇ ਅਸੀਂ ਕਹਿ ਸਕਦੇ ਹਾਂ ਕਿ ਗੁਰੂ ਨਾਨਕ ਸਾਹਿਬ ਨੇ ਜਪੁ ਬਾਣੀ ਸਮੇਤ ਸਭ ਲੜੀਬਧ ਲੰਮੀਆਂ ਬਾਣੀਆਂ ਜਿਵੇਂ ਆਸਾ ਦੀ ਵਾਰ, ਓਅੰਕਾਰ ਦਖਣੀ ਤੇ ਸਿਧ ਗੋਸਟਿ ਆਦਿਕ ਬਾਣੀਆਂ ਨੂੰ ਕਰਤਾਰਪੁਰ ਵਿਖੇ ਪੱਕਾ ਟਿਕਾਣਾ ਕਰਨ ਸਮੇਂ ਹੀ ਲਿਖਤੀ ਸਰੂਪ ਦਿੱਤਾ ।

ਵਿਸ਼ਾ:-ਜਪੁਜੀ ਸਾਹਿਬ ਦੇ ਵਿਸ਼ੇ ਦੇ ਅੰਤਰਗਤਿ ਮੁਢ ਵਿੱਚ ਹੀ ਮੂਲਮੰਤ੍ਰ ਰੂਪੀ ਮੰਗਲਾਚਰਣ ਵਿੱਚ ਪਾਰਬ੍ਰਹਮ ਦੇ ਨਿਰਗੁਣ ਤੇ ਸਰਗੁਣ ਸਰੂਪ, ਸੁਭਾਓ, ਗੁਣਾਂ, ਮਹਿਮਾ, ਸਮਰੱਥਾ ਤੇ ਉਸਦੇ ਰਹਿਣ ਦੇ ਥਾਂ ਟਿਕਾਣੇ ਦਾ ਜਗਿਆਸੂ ਦੀ ਜਾਣਕਾਰੀ ਹਿਤ ਵਰਨਣ ਕੀਤਾ ਹੋਇਆ ਹੈ । ਉਪ੍ਰੰਤ ਜੀਵ ਨਾਲ ਉਸਦਾ ਸੰਬੰਧ ਵਰਨਣ ਕੀਤਾ ਹੋਇਆ ਹੈ । ਉਪ੍ਰੰਤ ਉਸਦੇ ਦਰਬਾਰ ਦੀ ਭਾਸ਼ਾ, ਉਸਦੀ ਪ੍ਰਵਾਨਤ ਭੇਟਾ ਤੇ ਉਸਦੇ ਪਿਆਰ ਜਿਤਣ ਵਾਲੇ ਮਾਰਗ ਦਾ ਵਰਨਣ ਕੀਤਾ ਹੋਇਆ ਹੈ । ਉਪ੍ਰੰਤ ਪਰਮਈਸ਼ਰ ਜੀ ਦੀ ਪ੍ਰਾਪਤੀ ਦੇ ਸਾਧਨਾਂ ਦਾ ਅਤੇ ਨਿਰਸੰਦੇਹ ਪ੍ਰਭੂ ਪ੍ਰਾਪਤੀ ਲਈ, ਸੱਚੀ ਟਕਸਾਲ ਵਾਲੇ ਆਚਰਨ ਦੇ ਗੁਣਾਂ

ਦਾ ਵਰਨਣ ਕੀਤਾ ਹੋਇਆ ਹੈ । **ਯਥਾ:-"ਹੁਕਮਿ ਰਜਾਈ ਚਲਣਾ ਨਾਨਕ ਲਿਖਿਆ ਨਾਲਿ ॥, ਨਾਨਕ ਹੁਕਮੈ ਜੇ ਬੁਝੈ ਤ ਹਉਮੈ ਕਹੈ ਨ ਕੋਇ ॥, ਅੰਮ੍ਰਿਤ ਵੇਲਾ ਸਚੁ ਨਾਉ ਵਡਿਆਈ ਵੀਚਾਰੁ ॥, ਗਾਵੀਐ ਸੁਣੀਐ ਮਨਿ ਰਖੀਐ ਭਾਉ ॥, ਸੁਣਿਆ ਮੰਨਿਆ ਮਨਿ ਕੀਤਾ ਭਾਉ ॥ ਅੰਤਰਗਤਿ ਤੀਰਥ ਮਲਿ ਨਾਉ ॥, ਘੜੀਐ ਸਬਦੁ ਸਚੀ ਟਕਸਾਲ ॥** ਤਥਾ ਅਧਿਆਤਮਿਕ ਮਾਰਗ ਦੇ ਪੰਜ ਖੰਡਾਂ (ਪੜਾਂਵਾਂ) ਦਾ ਵਰਨਣ ਕੀਤਾ ਹੋਇਆ ਹੈ । ਤਾਂ ਕਿ ਜਗਿਆਸੂ ਨੂੰ ਉਸਦੇ ਇਸ਼ਟ (ਪਾਰਬ੍ਰਹਮ-ਵਾਹਿਗੁਰੂ) ਦੀ ਸਹਿਜੇ ਪ੍ਰਾਪਤੀ ਹੋਵੇ ! ਅਖੀਰ ਵਿੱਚ ਜਪੁ ਬਾਣੀ ਦੇ ਵਿਸ਼ੇ ਦੇ ਅੰਤਰਗਤਿ ਪਵਨ ਦੇ ਰੂਪਕ ਵਿੱਚ ਗੁਰੂ ਦਾ ਵਰਨਣ ਕਰਕੇ ਗੁਰੂ ਦੇ ਮਹੱਤਵ ਨੂੰ ਪ੍ਰਗਟ ਕੀਤਾ ਹੋਇਆ ਹੈ ਅਤੇ ਸਚੀ ਟਕਸਾਲ ਵਾਲਾ ਆਚਰਨ ਧਾਰਨ ਕਰਕੇ ਪ੍ਰਭੂ ਨਾਮ ਸਿਮਰਨ ਨੂੰ ਮਨੁਖੀ ਜੀਵਨ ਦਾ ਸਾਰ ਦੱਸਿਆ ਹੈ । ਗੁਰੁ ਨਾਨਕ ਸਾਹਿਬ ਪ੍ਰਭੂ ਪ੍ਰਾਪਤੀ ਦੀ ਅਟੱਲ ਸਚਾਈ ਦਾ ਪ੍ਰਗਟਾਵਾ ਕਰਦੇ ਹੋਏ ਫੁਰਮਾਣ ਕਰਦੇ ਹਨ ਕਿ ਸਾਧਕ ਸਚੀ ਟਕਸਾਲ ਦੀ ਘਾੜਤ ਵਾਲਾ ਜੀਵਨ ਪ੍ਰਭੂ ਦੀ ਨਦਰ ਕਰਮ ਦੁਆਰਾ ਹੀ ਧਾਰਨ ਕਰਦਾ ਹੈ ਅਤੇ ਉਹ ਸੱਚੀ ਟਕਸਾਲ ਦੀ ਘਾੜਤ ਵਾਲਾ ਜਗਿਆਸੂ / ਸਾਧਕ ਐਲਾਨੀਆ (ਨਿਰਸੰਦੇਹ) ਉਸ ਪ੍ਰਭ ਨੂੰ ਪ੍ਰਾਪਤ ਕਰ ਲੈਂਦਾ ਹੈ ਅਤੇ ਉਸ ਪ੍ਰਭੂ ਦੀ ਨਦਰ ਕਰਮ ਦੁਆਰਾ ਨਿਸਚੈ ਹੀ ਨਿਹਾਲ ਹੋ ਜਾਂਦਾ ਹੈ ।

ਜਪੁ ਬਾਣੀ ਦਾ ਪਾਠ:- ਉਕਤ ਵਿਸ਼ੇ ਦੇ ਅੰਤਰਗਤਿ ਇਹ ਸਪੱਸ਼ਟ ਹੋ ਗਿਆ ਹੈ ਕਿ ਮੂਲਮੰਤ੍ਰ ਜਪੁ ਬਾਣੀ ਦਾ ਹਿੱਸਾ ਹੈ ਭਾਵ ਜਪੁ ਬਾਣੀ ਵਿੱਚ ਮੂਲ ਮੰਤ੍ਰ ਦਾ ਪਾਠ ਸ਼ਾਮਲ ਹੈ ਕਿਉਂਕਿ ਮੂਲ ਮੰਤ੍ਰ ਵਿੱਚ ਦਰਸਾਏ ਪਾਰਬ੍ਰਹਮ ਦਾ ਹੀ ; ਜਪੁ ਬਾਣੀ ਮੰਤਰ ਪਾਠ ਹੈ । ਮੂਲ ਮੰਤ੍ਰ ਜਪੁ ਬਾਣੀ ਦੇ ਮੁਢ ਵਿੱਚ ਮੰਗਲਾਚਰਣ ਵਜੋਂ ਦਰਜ ਹੈ; ਅਸਲ ਵਿੱਚ ਮੂਲਮੰਤ੍ਰ ਜਪੁ ਬਾਣੀ ਦਾ "ਸਿਰਲੇਖ" ਹੈ । ਜਪੁ ਬਾਣੀ ਵਿੱਚ ਵਾਰ ਵਾਰ ਇਸ ਸਿਰਲੇਖ ਵੱਲ ਕੀਤੇ ਹੋਏ ਸੰਕੇਤ ਮਿਲਦੇ ਹਨ । ਉਦਾਹਰਨ ਲਈ ਪਹਿਲੇ ਸਲੋਕ ਦੀਆਂ ਤੁਕਾਂ ਹੀ ਲਓ:-"**ਆਦਿ ਸਚੁ, ਜੁਗਾਦਿ ਸਚੁ**" ਹੁਣ ਸਿਰਲੇਖ ਦੀ ਅਣਹੋਂਦ ਵਿੱਚ ਪ੍ਰਸ਼ਨ ਖੜਾ ਹੋਵੇਗਾ ਕਿ ਉਹ ਕੌਣ ਹੈ, ਜੋ ਆਦਿ ਸਚੁ ਹੈ ਤੇ ਜੁਗਾਦਿ ਸਚੁ ਹੈ ? ਇਸੇ ਤਰਾਂ ਪ੍ਰਸ਼ਨ ਖੜਾ ਹੋਵੇਗਾ ਕਿ ਪਹਿਲੀ ਪਉੜੀ ਵਿੱਚ ਕਥੇ "**ਹੁਕਮਿ ਰਜਾਈ ਚਲਣਾ ਨਾਨਕ ਲਿਖਿਆ ਨਾਲਿ**" ਤੋਂ ਭਾਵ ਉਹ ਕੌਣ ਹੈ ਜਿਸਦੇ ਹੁਕਮਿ ਵਿੱਚ ਚਲਣਾ ਹੈ ? ਇਤਿਆਦਿਕ । ਇਨ੍ਹਾਂ ਪ੍ਰਸ਼ਨਾਂ ਦਾ ਉਤਰ ਜਪੁ ਬਾਣੀ ਦੇ ਮੰਗਲਾਚਰਣ ਰੂਪੀ ਸਿਰਲੇਖ ਵਿੱਚ ਪਿਆ ਹੈ ਕਿ ਉਹ ਪਰਮਈਸ਼ਰ ਜਿਸਦਾ ਵਰਨਣ ਮੰਗਲਾਚਰਣ ਰੂਪੀ ਸਿਰਲੇਖ ਵਿੱਚ ਕੀਤਾ ਹੋਇਆ ਹੈ ; ਉਹੀ ਆਦਿ ਸਚੁ ਹੈ, ਉਹੀ ਜੁਗਾਦਿ ਸਚੁ ਹੈ ਅਤੇ ਉਸੇ ਦੇ ਹੁਕਮਿ ਵਿੱਚ ਚਲਣਾ ਹੈ, ਇਤਿਆਦਿਕ । ਬਾਕੀ ਪ੍ਰਸ਼ਨਾਂ ਦੇ ਉਤਰ ਬਾਰੇ ਵੀ ਇਸੇ ਤਰਾਂ ਸਮਝਣਾ ਚਾਹੀਏ । ਸਾਰੰਸ਼ ਇਹ ਕਿ ਮੂਲ ਮੰਤਰ ਜਪੁ ਬਾਣੀ ਦਾ ਹਿੱਸਾ ਹੈ ਅਤੇ ਮੂਲਮੰਤ੍ਰ ਤੋਂ ਬਿਨਾਂ ਜਪੁ ਬਾਣੀ ਖੰਡਤ ਸਮਝੀ ਜਾਵੇਗੀ ਅਤੇ ਮੂਲਮੰਤ੍ਰ ਤੋਂ ਬਿਨਾਂ ਜਪੁ ਬਾਣੀ ਦਾ ਪਾਠ ਮਨ ਮੱਤ ਹੈ । ਮੂਲਮੰਤ੍ਰ ਸਮੇਤ ਹੀ ਜਪੁ ਬਾਣੀ ਸੰਪੂਰਨ ਹੈ ।

ਪਰ ਪਰਮਈਸ਼ਰ ਜੀ ਦੀ ਉਪਾਸਨਾ ਲਈ ਇਕੱਲੇ ਮੂਲ ਮੰਤ੍ਰ ਦਾ ਸਿਮਰਨ ਤਥਾ ਚਿੰਤਨ ਵਿਧਾਨ ਹੈ ; ਇਸਦਾ ਵੇਰਵਾ ਅੱਗੇ ਮੂਲ ਮੰਤ੍ਰ ਦੇ ਅਰਥਾਂ ਵਿੱਚ ਵੀ ਦਿੱਤਾ ਹੋਇਆ ਹੈ ।

ੴ ਦਾ ਸਹੀ ਉਚਾਰਨ:- ੴ ਮੂਲ ਮੰਤਰ ਦਾ ਵੀ ਮੂਲ ਹੈ । ਇਸਦਾ ਸਹੀ ਉਚਾਰਨ "ਇਕ ਓਅੰਕਾਰ" ਹੈ । ਇਸਨੂੰ ਏਕ ਓਮ ਉਚਾਰਨਾ ਅਸ਼ੁਧ ਹੈ । ਗੁਰੂ ਨਾਨਕ ਸਾਹਿਬ ਦੀ ਲੜੀਬਧ ਬਾਣੀ "ਓਅੰਕਾਰ" ਜੋ ਰਾਮਕਲੀ ਰਾਗ ਵਿੱਚ ਹੈ, ਉਸੇ ਵਿੱਚ ਕਥਨ ਕੀਤਾ ਹੋਇਆ ਹੈ ਕਿ:-"ਓਅੰਕਾਰਿ ਬ੍ਰਹਮਾ ਉਤਪਤਿ ॥ ਓਅੰਕਾਰੁ ਕੀਆ ਜਿਨਿ ਚਿਤਿ ॥ ਓਅੰਕਾਰਿ ਸੈਲ ਜੁਗ ਭਏ ॥ ਓਅੰਕਾਰਿ ਬੇਦ ਨਿਰਮਏ ॥" ਇਸਤੋਂ ਸਪੱਸ਼ਟ ਹੋਇਆ ਕਿ "ੴ" ਦਾ ਸਹੀ ਉਚਾਰਨ ਓਅੰਕਾਰ ਹੀ ਹੈ ।ਫਿਰ ਭਾਈ ਗੁਰਦਾਸ ਜੀ ਨੇ ਸ੍ਰੀ ਆਦਿ ਗ੍ਰੰਥ ਲਿਖਣ ਵੇਲੇ ਜੋ ਉਚਾਰਨ " ਦਾ ਗੁਰੂ ਅਰਜਣ ਦੇਵ ਜੀ ਦੇ ਸ੍ਰੀ ਮੁਖ ਤੋਂ ਸੁਣਿਆ ਉਸਨੂੰ ਭਾਈ ਗੁਰਦਾਸ ਜੀ ਨੇ ਆਪਣੀ ਬਾਣੀ ਵਿੱਚ "ੴ" ਦੇ ਉਚਾਰਨ ਸੰਬੰਧੀ ਸ਼ਪੱਸਟ ਦਰਸਾਇਆ ਹੈ ਕਿ:-"ਏਕੰਕਾਰ ਏਕਾਂਗ ਲਿਖ ਊੜਾ ਓਅੰਕਾਰ ਲਖਾਇਆ॥" (ਵਾਰ ੩੯ ਪਉ: ੧)॥" ਤਥਾ:-"ਏਕਾ ਏਕੰਕਾਰ ਲਿਖ ਊੜਾ ਓਅੰਕਾਰ ਪਾਸ ਬਹਾਲਿਆ ॥ (ਵਾਰ ੩ ਪਉ: ੧)॥ ਭਾਵ ਇਹ ਕਿ "ੴ" ਨੂੰ ਓਅੰਕਾਰ ਉਚਾਰਨਾ ਹੀ ਠੀਕ ਹੈ । ਇਹੋ ਗੁਰਸਿੱਖਾਂ ਦੀ ਪ੍ਰੰਪਰਾ ਮੁਢ ਤੋਂ ਚਲੀ ਆਉਂਦੀ ਹੈ । ਇਸ ਲਈ "ੴ" ਨੂੰ ਇਕ ਓਅੰਕਾਰ ਉਚਾਰਨਾ ਹੀ ਠੀਕ ਹੈ ।

ਸਾਹਿਤਕ ਪੱਖ:-ਸੰਖੇਪ ਵਿੱਚ ਜਪੁਜੀ ਸਾਹਿਬ ਦੀ ਬੋਲੀ ਗੁਰੂ ਨਾਨਕ ਸਾਹਿਬ ਦੇ ਸਮੇਂ ਬੋਲੀ ਜਾਣ ਵਾਲੀ ਪੁਰਾਣੀ ਪੰਜਾਬੀ ਹੈ । ਅਧਿਆਤਮਕ ਗਿਆਨ ਦੇ ਵਿਸ਼ੇ ਨੂੰ ਪਹਿਲੀ ਵੇਰ ਇਸ ਬੋਲੀ ਵਿੱਚ ਕਥਨ ਕੀਤਾ ਗਿਆ ਹੋਣ ਕਰਕੇ ਕਿਤੇ ਕਿਤੇ ਸਮਝਣ ਵਿੱਚ ਕਠਿਨਾਈ ਆਉਂਦੀ ਹੈ ਉਂਝ ਇਹ ਅੱਜ ਦੀ ਪੰਜਾਬੀ ਤੋਂ ਬਹੁਤੀ ਦੂਰ ਨਹੀਂ ਹੈ । ਛੰਦਾ ਬੰਦੀ ਦੇ ਪੱਖ ਤੋਂ ਇਹ ਇਕ ਉਤਮ ਸੂਤ੍ਰਮਈ ਕਾਵਿ ਰਚਨਾ ਹੈ ਜੋ ਆਪਣੇ ਵਿਸ਼ੇ ਵਸਤੂ ਕਰਕੇ ਕਵਿਤਾ ਨਾ ਰਹਿਕੇ ਬਾਣੀ (ਗੁਰਬਾਣੀ) ਆਖੀ ਜਾਂਦੀ ਹੈ । ਇਸ ਬਾਣੀ ਵਿੱਚ ਛੰਦਾ ਬੰਦੀ ਦੀ ਚਾਲ ਤੇ ਮੁਖ ਵਿਸ਼ੇ ਦੇ ਰਸ ਦਾ ਵਹਾਅ ਆਪ ਮੁਹਾਰਾ ਹੈ । ਇਸੇ ਕਰਕੇ ਜਪੁ ਬਾਣੀ ਦੀਆਂ ਬਹੁਤੀਆਂ ਤੁਕਾਂ ਮੁਹਾਵਰਾ ਬਣ ਗਈਆਂ ਹਨ, ਜਿਵੇਂ "**ਮਨਿ ਜੀਤੈ ਜਗੁ ਜੀਤੁ**" ਇਤਿਆਦਿ । ਇਸ ਬਾਣੀ ਵਿੱਚ ਸ਼ਾਂਤ ਤੇ ਅਦਭੁਤ ਰਸ ਪ੍ਰਧਾਨ ਹੈ । ਜਪੁਜੀ ਦੀ ਬੋਲੀ ਉਤੇ ਪੰਜਬੀ ਦੀਆਂ ਉਪ ਭਾਸ਼ਾਵਾਂ (ਖਾਸ ਕਰਕੇ ਲਹਿੰਦੀ-ਪੋਠੋਹਾਰੀ) ਦਾ ਅਸਰ ਹੈ ਜਿਵੇਂ:- ਹੋਸੀ, ਕਰਸੀ, ਏਵੈ, ਉਤਰਸੁ ਆਦਿ । ਇਸੇ ਤਰਾਂ ਸੰਸਕ੍ਰਿਤ, ਅਰਬੀ ਤੇ ਫਾਰਸੀ ਦੇ ਸ਼ਬਦਾਂ ਨੂੰ ਬਹੁਤ ਥਾਂ ਤਤਸਮ ਤੇ ਤਦਭਵ ਰੂਪ ਵਿੱਚ ਬ-ਖ਼ੂਬੀ ਵਰਤਿਆ ਹੋਇਆ ਹੈ ਜਿਵੇਂ:-ਗਿਆਨ, ਪਰਚੰਡ; ਸਲਾਮਤ, ਦਰਬਾਰ ਤਤਸਮ ਰੂਪ ਹੈ ਤੇ ਤਦਭਵ ਰੂਪ:-ਸਿਰਠਿ, ਬਰਮੇ; ਕਾਗਦ, ਕਾਦੀਆਂ ਆਦਿ ਹੈ । ਅਲੰਕਾਰਾਂ ਤੇ ਦ੍ਰਿਸਟਾਤਾਂ ਦੀ ਬੜੀ ਸੁਯੋਗ ਵਰਤੋਂ ਕੀਤੀ ਹੋਈ ਹੈ । ਦ੍ਰਿਸ਼ਟਾਂਤ ਨਿੱਜੀ ਜਿੰਦਗੀ ਦੇ ਇਤਨੇ ਨੇੜੇ ਹਨ ਕਿ ਇਸ ਸੂਤ੍ਰਮਈ ਬਾਣੀ ਨੂੰ ਭਲੀਭਾਂਤ ਸਮਝਣ ਵਿੱਚ ਸਹਾਈ ਹੁੰਦੇ ਹਨ । ਗੁਰੂ ਨਾਨਕ ਸਾਹਿਬ ਨੇ

ਜ਼ਮਾਨੇ ਦੇ ਰਿਵਾਜ ਅਨੁਸਾਰ ਆਪਣੀ ਮੁਢਲੀ ਵਿੱਦਿਆ ਪਾਧੇ ਅਤੇ ਮੁਲਾਂ ਪਾਸੋਂ ਪ੍ਰਾਪਤ ਕੀਤੀ । ਦੇਸ ਦੇਸੰਤਰਾਂ ਦੇ ਲੰਮੇ ਰਟਨ ਦੇ ਤਜਰਬੇ ਕਰਕੇ ਪੰਜਾਬੀ ਬੋਲੀ ਨੂੰ ਪਹਿਲੀ ਵੇਰ ਬ-ਖ਼ੂਬੀ ਸਫਲਤਾ ਪੂਰਬਕ ਅਧਿਆਤਮਿਕ ਵਿਸ਼ੇ ਦੇ ਪ੍ਰਗਟਾਅ ਲਈ ਬੜੀ ਸਪੱਸ਼ਟਤਾ ਨਾਲ ਵਰਤਿਆ ਅਤੇ ਇਫਤਰੇ ਲਈ ਕੋਈ ਥਾਂ ਨਹੀਂ ਛੱਡਿਆ । ਜਿਵੇਂ ਕਿ ਪਰਮਈਸ਼ਰ ਦਾ ਸ਼ਬਦ-ਚਿਤ੍ਰ ਜਪੁ ਬਾਣੀ ਦੇ ਮੁਢ ਵਿੱਚ ਅਤਿਅੰਤ ਸਪੱਸ਼ਟਤਾ ਨਾਲ ਖਿਚਿਆ ਹੈ ਜਿਸਦੀ ਮਿਸਾਲ ਦੁਨੀਆਂ ਦੇ ਹੋਰ ਅਧਿਆਤਮਿਕ ਵਿਸ਼ੇ ਦੇ ਇਤਿਹਾਸ ਵਿੱਚ ਨਹੀਂ ਮਿਲਦੀ । ਹੋਰ ਤਾਂ ਹੋਰ ਮੂਲਮੰਤ੍ਰ ਦਾ ਵੀ ਸੰਖੇਪ ਰੂਪ “” ਹੀ ਸਾਰੇ ਅਧਿਆਤਮਿਕ ਫਲਸਫੇ ਨੂੰ ਆਪਣੇ ਵਿੱਚ ਸਮੋਈ ਬੈਠਾ ਹੈ ।

ਤਤਸਮ ਤੇ ਤਦਭਵ ਸੰਬੰਧੀ ਵੀਚਾਰ:-ਭਾਵੇਂ ਇਸ ਸੰਬੰਧੀ ਵੀਚਾਰ ਉਪਰ ਕੀਤੀ ਜਾ ਚੁਕੀ ਹੈ ਪਰ ਸਾਧੂ ਦਯਾ ਨੰਦ ਦੇ ਗੁਰੂ ਨਾਨਕ ਸਾਹਿਬ ਪ੍ਰਤੀ ਬੋਲੇ ਕੌੜੇ ਤੇ ਈਰਖਾਲੂ ਬੋਲ ਕਿ:- “ਗੁਰੂ ਨਾਨਕ ਸਾਹਿਬ ਨੇ ਸੰਸਕ੍ਰਿਤ ਦੇ ‘ਨਿਰਭਯ’ ਸ਼ਬਦ ਨੂੰ ‘ਨਿਰਭਉ’ ਆਖਿਆ ਹੈ ਇਸ ਲਈ ਉਹ (ਗੁਰੂ ਜੀ) ਅਨਪੜ੍ਹ ਸਨ । ਹਾਲਾਂਕਿ ਦਯਾ ਨੰਦ ਜੀ ਨੂੰ ਭਲੀ ਭਾਂਤ ਪਤਾ ਸੀ ਕਿ ਗੁਰੂ ਜੀ ਨੇ ਆਪਣਾ ਉਪਦੇਸ਼ ਪੰਜਾਬੀ ਬੋਲੀ ਵਿੱਚ ਦਿੱਤਾ ਹੈ ਨਾ ਕਿ ਸੰਸਕ੍ਰਿਤ ਵਿੱਚ ਜੋ ਲਗਪਗ ਮਹਾਤਮਾ ਬੁਧ ਦੇ ਸਮੇਂ ਤੋਂ ਲੋਕ ਬੋਲੀ ਨਹੀਂ ਰਹੀ ਅਤੇ ਉਨ੍ਹਾਂ ਨੂੰ ਇਹ ਵੀ ਪਤਾ ਸੀ ਕਿ ਪੁਰਾਣੀ ਸੰਸਕ੍ਰਿਤ ਵੀ ਸਮੇਂ ਦੇ ਗੇੜ ਨਾਲ ਬਹੁਤ ਬਦਲ ਚੁਕੀ ਸੀ । ਹਰ ਬੋਲੀ ਦੂਜੀ ਬੋਲੀ ਦੇ ਸ਼ਬਦਾਂ ਨੂੰ ਤਤਸਮ ਤੇ ਤਦਭਵ ਰੂਪ ਵਿੱਚ ਆਪਣੇ ਵਿੱਚ ਸਮੋਅ ਲੈਂਦੀ ਹੈ ਅਤੇ ਤਦਭਵ ਰੂਪ ਵਿੱਚ ਓਪਰੀ ਬੋਲੀ ਦੇ ਸ਼ਬਦਾਂ ਦਾ ਉਚਾਰਨ ਗ੍ਰਹਿਣ ਕਰਨ ਵਾਲੀ ਬੋਲੀ ਦੇ ਸੁਭਾਉ ਅਨੁਸਾਰ ਕੁਝ ਕੁ ਬਦਲ ਜਾਂਦਾ ਹੈ । ਤਤਸਮ ਰੂਪ ਵਿੱਚ ਓਪਰੀ ਬੋਲੀ ਦੇ ਸ਼ਬਦ ਜਿਵੇਂ ਲਿਖੇ ਤੇ ਉਚਾਰੇ ਜਾਂਦੇ ਹਨ ਉਸੇ ਤਰਾਂ ਹੀ ਮੂਲ ਭਾਵ ਨੂੰ ਪ੍ਰਗਟਾਉਣ ਲਈ ਵਰਤ ਲਏ ਜਾਂਦੇ ਹਨ ਜਿਵੇਂ ਕਿ ਅਰਬੀ ਫਾਰਸੀ ਦੇ ਸ਼ਬਦ ਹੁਕਮ, ਕੁਰਾਣ, ਸਲਾਮਤਿ ਆਦਿ । ਹੋਰ ਸਪੱਸ਼ਟਤਾ ਲਈ ਅੰਗ੍ਰੇਜੀ ਬੋਲੀ ਦਾ ਅੱਜ ਪੰਜਾਬੀ ਬੋਲੀ ਤੇ ਬਹੁਤ ਪ੍ਰਭਾਵ ਹੈ, ਇਸ ਲਈ ਦ੍ਰਿਸ਼ਟਾਂਤ ਵੀ ਇਸੇ ਬੋਲੀ ਵਿੱਚ ਠੀਕ ਸਮਝ ਆ ਸਕਣਗੇ ਜਿਵੇਂ ਕਿ ਸਟੇਸ਼ਨ, ਟੈਲੀਵੀਜ਼ਨ, ਟੈਲੀਫੋਨ, ਨਰਸ, ਪਰਸ, ਗਲਾਸ, ਮੋਟਰ, ਰੇਡੀਓ, ਕੰਪਿਊਟਰ ਆਦਿ ਸ਼ਬਦਾਂ ਨੂੰ ਤਤਸਮ ਰੂਪ ਪੰਜਾਬੀ ਬੋਲੀ ਵਿੱਚ ਆਮ ਵਰਤ ਲੈਂਦੇ ਹਾਂ । ਤਦਭਵ ਰੂਪ ਵਿੱਚ ਸ਼ਬਦ ਦਾ ਅਰਥ ਤਾਂ ਆਪਣੀ ਮੂਲ ਭਾਸ਼ਾ ਵਾਲਾ ਹੀ ਰਹਿੰਦਾ ਹੈ ਪਰ ਉਸਦਾ ਉਚਾਰਨ ਅਤੇ ਲਿਖਤੀ ਸਰੂਪ ਗ੍ਰਹਿਣ ਕਰਨ ਵਾਲੀ ਬੋਲੀ ਦੇ ਸੁਭਉ ਅਨੁਸਾਰ ਥੋੜਾ ਬਦਲ ਜਾਂਦਾ ਹੈ ਜਿਵੇਂ ਕਿ ਡੌਕਟਰ ਨੂੰ ਡਾਕਟਰ, ਔਫੀਸਰ ਨੂੰ ਅਫਸਰ, ਹੌਕੀ ਨੂੰ ਹਾਕੀ, ਹੌਸਪੀਟਲ ਨੂੰ ਹਸਪਤਾਲ, ਜੈਨਰਲ ਨੂੰ ਜਰਨੈਲ ਬੋਲਦੇ ਹਾਂ ਅਤੇ ਪੰਜਾਬੀ ਵਿੱਚ ਇਨ੍ਹਾਂ ਹੀ ਰੂਪਾਂ ਨੂੰ ਸ਼ੁਧ ਮੰਨਿਆ ਗਿਆ ਹੈ । ਇਸੇ ਤਰਾਂ ਫਾਰਸੀ ਦੇ ਸ਼ਬਦ ਪਰਦਾ ਤੋਂ ਪੜਦਾ, ਵਕਤ ਤੋਂ ਵਖ਼ਤ, ਮਰਹਮ ਤੋਂ ਮਲ੍ਹਮ ਅਤੇ ਅਰਬੀ ਦੇ ਮਜਹਬ ਤੋਂ ਮਜ਼ਬ, ਮਸਜਦ ਤੋਂ ਮਸੀਤ, ਅਲਾਹ ਤੋਂ ਅੱਲਾ; ਇਸੇ ਤਰਾਂ ਸੰਸਕ੍ਰਿਤ ਸ਼ਬਦ ਲਕਛਮੀ ਤੋਂ ਲਛਮੀ, ਸੂਰਯ ਤੋਂ ਸੂਰਜ, ਸਤਯ ਤੋਂ ਸੱਚ, ਦਯਾ ਤੋਂ ਦਇਆ, ਖਯ ਤੋਂ ਖੈ ਜਾਂ ਖਉ, ਭਯ ਤੋਂ ਭੈ ਜਾਂ ਭਉ, ਇਤਿਆਦਿਕ ਸ਼ਬਦ ਪੰਜਬੀ ਵਿੱਚ ਅਰਧ ਤਤਸਮ ਜਾਂ ਤਦਭਵ

ਰੂਪ ਵਿੱਚ ਸ਼ੁਧ ਪ੍ਰਵਾਨੇ ਗਏ ਹਨ । ਇਥੇ ਸਾਧੂ ਦਯਾ ਨੰਦ ਦੀ ਗੁਰੂ ਜੀ ਪ੍ਰਤੀ ਅੰਦਰੂਨੀ ਭੈੜੀ ਮਾਨਸਿਕਤਾ ਨੂੰ ਪ੍ਰਗਟ ਕਰਨ ਲਈ ਇਤਨਾ ਹੀ ਕਾਫੀ ਹੈ ਕਿ ਪੰਜਾਬੀ ਬੋਲੀ ਵਿੱਚ ਸ਼ਬਦਾਂ ਦੇ ਅਖੀਰ ਤੇ 'ਯ' ਅੱਖਰ ਨਾਲ ਸਮਾਪਤ ਹੋਣ ਵਾਲੇ ਸ਼ਬਦਾਂ ਦੀ ਲਗਪਗ ਅਣਹੋਂਦ ਹੈ ਪਰ ਸੰਸਕ੍ਰਿਤ ਵਿੱਚ 'ਯ' ਅੱਖਰ ਨਾਲ ਸਮਾਪਤ ਹੋਣ ਵਾਲੇ ਸ਼ਬਦ **ਯਥਾ**:- ਨਯਾਯ, ਦਯਾ, ਭਾਗਯ, ਸੂਰਯ, ਪੂਜਯ, ਨਿਤਯ, ਸਤਯ, ਖਯ, ਭਯ ਆਦਿ ਦੇ ਭੰਡਾਰ ਭਰੇ ਪਏ ਹਨ । ਇਹ ਗੱਲ ਦਯਾ ਨੰਦ ਜੀ ਤੋਂ ਛੁਪੀ ਹੋਈ ਨਹੀਂ ਸੀ ਕਿਉਂਕਿ ਉਨ੍ਹਾਂ ਨੂੰ ਭਲੀ ਭਾਂਤ ਪੁਰਾਣੀ ਤੇ ਨਵੀਂ ਸੰਸਕ੍ਰਿਤ ਦੇ ਬਦਲਾਵਾਂ ਦਾ ਪੂਰਾ ਪਤਾ ਸੀ । ਸੋ ਉਕਤ ਦਰਸਾਏ ਅਨੁਸਾਰ ਸਪੱਸ਼ਟ ਹੋ ਗਿਆ ਕਿ ਸੰਸਕ੍ਰਿਤ ਦੇ ਨਿਰਭਯ ਸ਼ਬਦ ਦਾ ਪੰਜਾਬੀ ਵਿੱਚ ਤਦਭਵ ਰੂਪ ਨਿਰਭਉ ਹੀ ਠੀਕ ਹੈ । ਇਸਦਾ ਵਿਸਥਾਰ ਸਹਿਤ ਤੇ ਬਾ-ਦਲੀਲ ਉਤਰ ਭਾਈ ਕਾਨ੍ਹ ਸਿੰਘ ਨਾਭਾ ਅਤੇ ਪ੍ਰੋਫੈਸਰ ਸਾਹਿਬ ਸਿੰਘ ਜੀ ਨੇ ਦਿੱਤਾ ਹੈ ਉਹ ਵੀ ਦੇਖ ਲੈਣਾ ਚਾਹੀਏ । ਇਹੋ ਸਾਧੂ ਦਯਾ ਨੰਦ ਗਿਆਨੀ ਦਿੱਤ ਸਿੰਘ ਜੀ ਪਾਸੋਂ ਚਰਚਾ ਵਿੱਚ ਹਾਰ ਗਏ ਸਨ ਤੇ ਉਨ੍ਹਾਂ ਪਾਸੋਂ ਬਹੁਤ ਡਰਦੇ ਸਨ (ਦੇਖੋ "ਮੇਰਾ ਸਾਧੂ ਦਯਾ ਨੰਦ ਨਾਲ ਸੰਬਾਦ" ਕ੍ਰਿਤ ਗਿਆਨੀ ਦਿੱਤ ਸਿੰਘ) । ਇਸੇ ਸਾਧੂ ਦਯਾ ਨੰਦ ਨੇ ਗੁਰੂ ਨਾਨਕ ਸਾਹਿਬ ਦੀ ਬਾਣੀ ਤੋਂ ਰੌਸ਼ਨੀ ਲੈਕੇ ਵੇਦਾਂ ਦੇ ਅਰਥ ਬਦਲ ਸੁਟੇ ਹਨ (ਦੇਖੋ "ਹਮ ਹਿੰਦੂ ਨਹੀਂ" ਕ੍ਰਿਤ ਭਾਈ ਕਾਨ੍ਹ ਸਿੰਘ ਨਾਭਾ) । ਗੁਰੂ ਨਾਨਕ ਸਾਹਿਬ ਮਹਾਨ ਗੁਰੂ ਹਨ ਉਨ੍ਹਾਂ ਤੇ ਬਦਨੀਤੀ 'ਤੇ ਈਰਖਾ ਨਾਲ ਟੀਕਾ ਟਿਪਣੀ ਕਰਨ ਵਾਲੇ ਦਾ ਉਹੋ ਹਾਲ ਹੋਵੇਗਾ ਜੋ ਸੂਰਜ ਨੂੰ ਦੀਵਾ ਦਿਖਾਉਣ ਵਾਲੇ ਦਾ ਅਤੇ ਚੰਦਰਮਾ ਤੇ ਥੁਕਣ ਵਾਲੇ ਦਾ ਇਸ ਜਗਤ ਵਿੱਚ ਹੁੰਦਾ ਹੈ । ਭਵਿਸ਼ਯ ਪੁਰਾਣ ਦੇ ਕਰਤਾ ਦਾ ਕਥਨ ਹੈ ਕਿ:-"ਤਦਾ ਵੈ ਲੋਕ ਰਖਯਾਰਥੋ ਮਲੇਛਾਨਾ ਨਾਸ ਹੇਤਵੇ ॥ ਪਸ਼ਚਮੇ ਤੁ ਸ਼ੁਭੇ ਦੇਸੇ ਵੇਦੀ ਵੰਸ਼ੇਚ ਨਾਨਕੋ ॥ ੩੪ ॥ ਭਾਵ ਵੇਦੀ ਵੰਸ ਵਿੱਚ ਇਕ 'ਨਾਨਕ ਨਾਮੇ' ਮਹਾਂ ਪੁਰਸ਼ ਅਵਤਾਰ ਲਏਗਾ ਜੋ ਆਪਣੇ ਲੋਕਾਂ ਦੀ ਰੱਖਿਆ ਕਰੇਗਾ ਅਤੇ ਮਲੇਛਾਂ ਦਾ ਨਾਸ ਕਰੇਗਾ । ਭਾਵੇਂ ਭਵਿਖਤ ਪੁਰਾਣ ਦਾ ਕਥਨ ਗੁਰੂ ਨਾਨਕ ਸਾਹਿਬ ਦੀ ਵਡਿਆਈ ਦਾ ਸੂਚਕ ਹੈ, ਪਰ ਗੁਰੂ ਸਾਹਿਬ ਦੀ ਵਡਿਆਈ ਤਾਂ ਉਨ੍ਹਾਂ ਵਲੋਂ ਸਿਰਜੇ ਇਤਿਹਾਸ ਅਤੇ ਰਚੀ ਗਈ ਰੱਬੀ ਬਾਣੀ ਕਰਕੇ ਹੈ । ਉਨ੍ਹਾਂ ਨੇ ਸਾਰੇ ਸਮਕਾਲੀ ਬ੍ਰਹਾਮਣਾਂ ਤੇ ਵਿਦਵਾਨ ਪੰਡਤਾਂ ਤੇ ਕਾਜ਼ੀ ਮੁਲਾਂ ਨੂੰ ਆਪਣੀ ਅਧਿਆਤਮਿਕ ਸ਼ਕਤੀ ਨਾਲ ਝੁਕਾਇਆ ਤੇ ਉਹ ਜਾਹਰ ਪੀਰ ਜਗਤ ਗੁਰ ਬਾਬਾ ਜਾਣੇ ਗਏ । ਸੋ ਉਨ੍ਹਾਂ ਦੀ ਨਿੰਦਾ ਕਿਸੇ ਗਲੋਂ ਵੀ ਭਲੀ ਨਾਹੀਂ । ਗੁਰਬਾਣੀ ਵਿੱਚ ਕਥਨ ਹੈ ਕਿ:-"**ਨਿੰਦਾ ਭਲੀ ਕਿਸੈ ਕੀ ਨਾਹੀ ਮਨਮੁਖ ਮੁਗਧ ਕਰੰਨਿ ॥ ਮੁਹ ਕਾਲੇ ਤਿਨ ਨਿੰਦਕਾ ਨਰਕੇ ਘੋਰਿ ਪਵੰਨਿ ॥** (ਪੰਨਾ ੭੫੫)॥ ਸੋ ਸਾਧੂ ਦਯਾ ਨੰਦ ਨੂੰ ਰਹਿੰਦੀ ਦੁਨੀਆਂ ਤੱਕ ਸਾਰੇ ਜਗਤ ਵਿੱਚ, ਖਾਸ ਕਰਕੇ ਸਿੱਖ ਜਗਤ ਵਿੱਚ ਮਹਾਨ ਨਿੰਦਕ ਤੇ ਬੋਲ ਬਿਗਾੜ ਜਾਣਿਆ ਜਾਂਦਾ ਰਹੇਗਾ । ਮਹਾਂ ਨਿੰਦਕ ਸਾਧੂ ਦਯਾ ਨੰਦ ਦੇ ਸੰਸਕ੍ਰਿਤ ਦੀ ਵਿਦਿਆ ਦੇ ਅਭਿਮਾਨ ਦਾ ਜਾਂ ਕਿਸੇ ਵੀ ਹੋਰ ਨਿੰਦਕ ਦੇ ਅਭਿਮਾਨ ਦਾ ਉੱਤਰ ਗੁਰੂ ਜੀ ਦਾ ਇਹ ਸਲੋਕ ਦਿੰਦਾ ਰਹੇਗਾ ਕਿ:-"**ਉਤੰਗੀ ਪੈਓਹਰੀ ਗਹਿਰੀ ਗੰਭੀਰੀ ॥ ਸਸੁੜਿ ਸੁਹੀਆ ਕਿਵ ਕਰੀ ਨਿਵਣੁ ਨ ਜਾਇ ਥਣੀ ॥ ਗਚੁ ਜਿ ਲਗਾ ਗਿੜਵੜੀ ਸਖੀਏ ਧਉਲਹਰੀ ॥ ਸੇ ਭੀ ਢਹਦੇ ਡਿਠੁ ਮੈ ਮੁੰਧ ਨ ਗਰਬੁ ਥਣੀ ॥** (ਮ:੧ ਪੰਨਾ ੧੪੧੦)॥

ਜਪੁ ਬਾਣੀ ਦਾ ਪ੍ਰਯੋਜਨ (ਮਨੋਰਥ):-ਜਪੁ ਬਾਣੀ ਦਾ ਮੁਖ ਪ੍ਰਯੋਜਨ ਸਰਬ ਪ੍ਰਥਮ ਪਾਰਬ੍ਰਹਮ ਦੇ ਸਰੂਪ, ਸੁਭਾਉ, ਗੁਣਾਂ, ਮਹਿਮਾ, ਸਮਰੱਥਾ, ਰਹਿਣ ਦੇ ਟਿਕਾਣੇ ਅਤੇ ਜੀਵ ਦੇ ਪਾਰਬ੍ਰਹਮ ਨਾਲ ਨਿੱਜੀ ਸੰਬੰਧ ਬਾਰੇ ਪਹਿਚਾਣ ਕਰਾਉਣਾ ਹੈ । ਜੋ ਮੁਢ ਵਿੱਚ ਹੀ ਮੂਲ ਮੰਤ੍ਰ ਦੁਆਰਾ ਕਰਵਾਈ ਗਈ ਹੈ । ਮੂਲ ਮੰਤਰ ਵਿੱਚ ਪਾਰਬ੍ਰਹਮ ਦਾ ਬੜਾ ਉਤਮ ਤੇ ਸਪੱਸ਼ਟ ਵਰਨਣ ਕੀਤਾ ਹੋਇਆ ਹੈ ਭਾਵ ਪਾਰਬ੍ਰਹਮ ਦੀ ਜਾਣ ਪਹਿਚਾਣ ਲਈ ਉਪਰ ਕਹੇ ਗੁਣਾਂ ਨੂੰ ਮੁਖ ਰੱਖਕੇ ਮੂਲ ਮੰਤਰ ਰੂਪੀ ਮੰਗਲਾਚਰਣ ਵਿੱਚ ਪਾਰਬ੍ਰਹਮ ਜੀ ਦੀ ਨਿਰਨੈਆਤਮਕ ਜਾਣ ਪਹਿਚਾਣ ਦੀ ਬੜੀ ਠੋਸ ਜਾਣਕਾਰੀ ਦਿੱਤੀ ਹੋਈ ਹੈ । ਇਸ ਤੋਂ ਉਪ੍ਰੰਤ ਪਾਰਬ੍ਰਹਮ ਜੀ ਦੀ ਪ੍ਰਾਪਤੀ ਦਾ ਪੱਖ ਵਰਨਣ ਹੈ ਕਿਉਂਕਿ ਜਪੁ ਬਾਣੀ ਦਾ ਮੁਖ ਪ੍ਰਯੋਜਨ ਪਾਰਬ੍ਰਹਮ ਦੀ ਪਹਿਚਾਣ ਉਪ੍ਰੰਤ ਪਾਰਬ੍ਰਹਮ ਦੀ ਪ੍ਰਾਪਤੀ ਭਾਵ ਮਿਲਾਪ ਹੈ । **ਜਪੁ ਬਾਣੀ ਦਾ ਮੁਖ ਪ੍ਰਯੋਜਨ ਜਗਿਆਸੂ ਨੂੰ ਪ੍ਰਭੂ ਮਿਲਾਪ ਦੀ ਜੀਵਨ ਜੁਗਤ ਦਸਣਾ ਹੈ ਅਤੇ ਇਹ ਦੱਸੀ ਗਈ ਜੀਵਨ ਜੁਗਤ ਸਰਬ ਸਾਂਝੀ ਤੇ ਸਾਰੇ ਵਿਸ਼ਵ ਦੇ ਰਾਸ ਆਉਣ ਵਾਲੀ ਹੈ** । ਜਿਸ ਕਰਕੇ ਅੱਜ ਨਹੀਂ ਤਾਂ ਕੱਲ ਸਿੱਖ ਧਰਮ ਦੇ ਵਿਸ਼ਵਵਿਆਪੀ ਧਰਮ ਬਣ ਜਾਣ ਦੀ ਸੰਭਾਵਨਾ ਹੈ । ਜਪੁ ਬਾਣੀ ਦਾ ਮੁਖ ਮਨੋਰਥ ਪ੍ਰਭੂ ਦੇ ਗੁਣਾਂ ਦਾ ਵਰਨਣ ਤੇ ਪ੍ਰਭੂ ਦੀ ਬੇਅੰਤਤਾ, ਵੱਡਪਣੇ 'ਤੇ ਵਿਸ਼ਾਲ ਰਚਨਾ ਦੇ ਗਿਆਨ ਦੁਆਰਾ ਜਗਿਆਸੂ ਨੂੰ ਪਾਰਬ੍ਰਹਮ ਦੀ ਹੋਂਦ ਦਾ ਪ੍ਰਮਾਣ ਦੇਕੇ ਉਸ ਵਿੱਚ ਸ਼ਰਧਾ ਭਾਵਨਾ ਜਗਾਉਣਾ ਹੈ ਕਿਉਂਕਿ ਜੀਵ ਉਸੇ ਦੀਆਂ ਬਖ਼ਸ਼ੀਆਂ ਹੋਈਆਂ ਦਾਤਾਂ ਸਾਰਾ ਜੀਵਨ ਭੋਗਦਾ ਰਹਿੰਦਾ ਹੈ । ਇਸ ਲਈ ਜੀਵ ਦਾ ਫਰਜ਼ ਹੈ ਕਿ ਉਹ ਪਾਰਬ੍ਰਹਮ ਜੀ ਦੇ ਮਿਲਾਪ ਲਈ ਜਪੁ ਬਾਣੀ ਵਿੱਚ ਦੱਸੇ ਸਚੇ ਟਕਸਾਲੀ ਰਾਹ ਵਾਲੇ ਗੁਣਾਂ ਤੇ ਆਚਾਰ ਨੂੰ ਧਾਰਨ ਕਰਕੇ ਪ੍ਰਭੂ ਸਿਮਰਨ ਕਰੇ ਕਿਉਂਕਿ ਮਨੁਖੀ ਜੀਵਨ ਦਾ ਇਹੋ ਹੀ ਅਸਲੀ ਮਨੋਰਥ ਹੈ । ਜਪੁ ਬਾਣੀ ਵਿੱਚ ਪ੍ਰਭੂ ਪ੍ਰਾਪਤੀ ਦੇ ਦੋ ਮੁਖ ਸਾਧਨ ਦੱਸੇ ਗਏ ਹਨ । ਇਕ ਅੰਤ੍ਰਮੁਖੀ ਨਾਮਚਿੰਤਨ ਤੇ ਦੂਜਾ ਬਾਹਰਮੁਖੀ ਸ਼ੁਭ ਗੁਣਾਂ ਵਾਲਾ ਆਚਰਨ ਜੋ ਪਹਿਲੇ ਨਾਮਚਿੰਤਨ ਵਾਲੇ ਪੱਖ ਦਾ ਪੂਰਕ ਹੋ ਕੇ ਸਾਧਕ ਲਈ ਪ੍ਰਭੂ ਦੀ ਬਖ਼ਸ਼ਿਸ਼ ਦਾ ਦਰ ਖੋਲ੍ਹਦਾ ਹੈ । ਜਪੁ ਬਾਣੀ ਗੁਰੂ ਜੀ ਦੀ ਸ਼ਬਦ ਪ੍ਰਮਾਣ (ਸਿਧ) ਬਾਣੀ ਹੈ । ਜਪੁ ਬਾਣੀ ਵਿੱਚ ਬ੍ਰਹਮ ਉਸਤਤੀ, ਬ੍ਰਹਮ ਮਿਲਾਪ ਅਤੇ ਬ੍ਰਹਮ ਚਿੰਤਨ ਨੂੰ ਦਰਸਾਉਂਦੇ ਸਪੱਸ਼ਟ ਸੰਕੇਤ ਹਨ ਅਤੇ ੩੮ ਵੀਂ ਪਉੜੀ ਵਿੱਚ ਵਿਸ਼ਵ ਮਾਨਨੀਯ ਅਤੇ ਸਰਬ ਸ੍ਰੇਸ਼ਟ ਟਕਸਾਲੀ ਰਾਹ (ਸਹਜ ਮਾਰਗ) ਬ੍ਰਹਮ ਮਿਲਾਪ ਲਈ ਉਜਾਗਰ ਕੀਤਾ ਹੋਇਆ ਹੈ । ਸੋ ਜਪੁ ਬਾਣੀ ਦੇ ਪ੍ਰਯੋਜਨ ਦਾ ਗੁਰੂ ਜੀ ਵਲੋਂ ਇਸ ਬਾਣੀ ਦਾ ਨਾਮ 'ਜਪੁ' ਰੱਖਣ ਤੋਂ ਹੀ ਸ਼ਪੱਸਟ ਹੈ ਕਿ ਇਹ ਸਰਬ ਸਾਂਝੀ ਬਾਣੀ ਜਗਿਅਸੂਆਂ ਦੇ ਕਲਿਆਣ ਹਿਤ ਪਾਰਬ੍ਰਹਮ ਜੀ ਦੇ ਮਿਲਾਪ ਲਈ ਹੀ ਰਚੀ ਗਈ ਹੈ । ਹਰ ਸਿੱਖ ਲਈ ਇਸ ਜਪੁ ਬਾਣੀ ਦਾ ਪਾਠ ਅੰਮ੍ਰਿਤ ਵੇਲੇ ਕਰਨਾ ਲਾਜਮੀ ਕਰਾਰ ਹੈ । ਸਾਰੇ ਗੁਰੂ ਸਾਹਿਬਾਨ ਵੀ ਇਸ ਬਾਣੀ ਦਾ ਪਾਠ ਨਿਤਨੇਮ ਕਰਦੇ ਰਹੇ ਅਤੇ ਗੁਰੂ ਨਾਨਕ ਸਾਹਿਬ ਖੁਦ ਵੀ ਇਹ ਬਾਣੀ ਰਚਨ ਉਪ੍ਰੰਤ ਨਿਤਨੇਮ ਇਸ ਬਾਣੀ ਦਾ ਪਾਠ ਕਰਦੇ ਸਨ । ਭਾਈ ਗੁਰਦਾਸ ਜੀ ਇਸ ਗੱਲ ਦੀ ਪੁਸ਼ਟੀ ਕਰਦੇ ਹਨ । **ਯਥਾ**:-
"ਫਿਰ ਬਾਬਾ ਆਇਆ ਕਰਤਾਰ ਪੁਰਿ ਭੇਖੁ ਉਦਾਸੀ ਸਗਲ ਉਤਾਰਾ ॥ ਪਹਿਰਿ ਸੰਸਾਰੀ ਕਪੜੇ

ਮੰਜੀ ਬੈਠਿ ਕੀਆ ਅਵਤਾਰਾ ॥ ਉਲਟੀ ਗੰਗ ਵਹਾਇਓਨ ਗੁਰ ਅੰਗਦੁ ਸਿਰਿ ਉਪਰਿ ਧਾਰਾ ॥ ਪੁਤਰੀ ਕਉਲੁ ਨ ਪਾਲਿਆ ਮਨਿ ਖੋਟੇ ਨਸਿਆਰਾ ॥ ਬਾਣੀ ਮੁਖਹੁ ਉਚਾਰੀਐ ਹੁਇ ਰੁਸਨਾਈ ਮਿਟੈ ਅੰਧਿਆਰਾ ॥ ਗਿਆਨ ਗੋਸਟਿ ਚਰਚਾ ਸਦਾ ਅਨਹਦਿ ਸਬਦਿ ਉਠੇ ਧੁਨਕਾਰਾ ॥ ਸੋਦਰੁ ਆਰਤੀ ਗਾਵੀਐ ਅੰਮ੍ਰਿਤ ਵੇਲੇ ਜਾਪੁ ਉਚਾਰਾ ॥ ਗੁਰਮੁਖਿ ਭਾਰਿ ਅਥਰਬਣਿ ਤਾਰਾ ॥ (ਵਾਰ ੧ ਪਉ: ੩੮)॥"

ਲੜੀਬਧ ਵੀਚਾਰਧਾਰਾ:-ਜਪੁ ਬਾਣੀ ਦੀ ਬੜੀ ਹੀ ਜੁਗਤ ਪੂਰਨ ਅਤੇ ਲੜੀਬਧ ਵੀਚਾਰਧਾਰਾ ਹੈ। ਸਰਬ ਪ੍ਰਥਮ ਪਾਰਬ੍ਰਹਮ ਜੀ ਦੇ ਨਿਰਗੁਨ ਤੇ ਸਰਗੁਨ ਸਰੂਪ ਦਾ ਵਰਨਣ ਹੈ ਜੋ ਮੰਗਲਾਚਰਣ ਰੂਪੀ ਮੂਲ ਮੰਤ੍ਰ ਅਤੇ ਜਪੁ ਬਾਣੀ ਵਿੱਚ ਕੀਤਾ ਹੋਇਆ ਹੈ । ਉਪ੍ਰੰਤ ਮੰਗਲਾਚਰਣ ਵਿੱਚ ਵਰਨਣ ਕੀਤੇ ਪਰਮਈਸ਼ਰ ਜੀ ਦੇ ਨਾਮਾਂ ਦੇ ਸੰਦਰਭ ਵਿੱਚ, ਪਾਰਬ੍ਰਹਮ ਜੀ ਦੇ ਨਾਮ ਸਿਮਰਨ ਦੀ ਜੁਗਤ ਅਤੇ ਮਹਿਮਾ, ਉਸਦੇ ਹੁਕਮ ਵਿੱਚ ਚਲਣ ਦੀ ਮਹਿਮਾ, ਉਸਦੀ ਬੇਅੰਤਤਾ, ਪਰਮ ਵੱਡਪਣੇ, ਸ੍ਰਿਸ਼ਟੀ ਰਚਾਇਤਾ ਅਤੇ ਪਰਮਬਲੀ ਹੋਣ ਦੀ ਵਡਿਆਈ ਦਾ ਵਰਨਣ ਹੈ ਜੋ ਸਾਰੀ ਜਪੁ ਬਾਣੀ ਵਿੱਚ ਨਿਰੰਤਰ ਕਾਇਮ ਰੱਖਿਆ ਗਿਆ ਹੈ । ਇਸ ਸਭ ਕੁਝ ਦੇ ਨਾਲ਼ ਨਾਲ਼ ਸਾਰੀ ਜਪੁ ਬਾਣੀ ਵਿੱਚ "**ਅੰਮ੍ਰਿਤ ਵੇਲਾ ਸਚੁ ਨਾਉ ਵਡਿਆਈ ਵੀਚਾਰੁ**" ਅਤੇ "**ਗਾਵੀਐ ਸੁਣੀਐ ਮਨਿ ਰਖੀਐ ਭਾਉ**" ਅਤੇ "**ਸੁਣਿਆ ਮੰਨਿਆ ਮਨਿ ਕੀਤਾ ਭਾਉ ॥ ਅੰਤਰਗਤਿ ਤੀਰਥਿ ਮਲਿ ਨਾਉ**" ਦੇ ਸੰਦਰਭ ਵਿੱਚ ਜੁਗਤੀ ਪੂਰਨ ਢੰਗ ਨਾਲ ਉਸ ਪਰਮਈਸ਼ਰ ਦੀ ਪ੍ਰਾਪਤੀ ਲਈ ਸ਼ੁਭ ਗੁਣਾਂ ਵਾਲ਼ੇ ਅਧਿਆਤਮਕ ਆਚਾਰ ਦਾ ਚਿਤ੍ਰਨ ਵੀ ਕੀਤਾ ਗਿਆ ਹੈ ਜੋ ਇਸ ਦੁਨੀਆ ਵਿੱਚ ਸੁਚੱਜਾ ਜੀਵਨ ਜਿਊਣ ਦਾ ਵਿਵਹਾਰਕ (ਅਮਲੀ) ਰਸਤਾ ਵੀ ਹੈ । ਇਸ ਅਧਿਆਤਮੀ ਵਿਵਹਾਰਕ ਜੀਵਨ ਦੇ ਨਚੋੜ ਦਾ ਚਿਤ੍ਰਨ ਜਪੁ ਬਾਣੀ ਦੀ ਚੌਥੀ ਅਤੇ ੩੮ਵੀਂ ਪਉੜੀ ਵਿੱਚ ਕੀਤਾ ਹੋਇਆ ਹੈ । ਗੁਰੂ ਜੀ ਨੇ ਇਕ ਮਹਾਨ ਰਚਯਤਾ ਅਤੇ ਬਕਤਾ ਦੀ ਤਰਾਂ ਇਕ ਵੀਚਾਰ ਵਿੱਚੋਂ ਉਠੇ ਹੋਰ ਵੀਚਾਰ ਨੂੰ ਨਾਲੋ ਨਾਲ ਸੁਲਝਾਕੇ ਇਸ ਲੜੀਬਧ ਵੀਚਾਰ ਪ੍ਰਬੰਧ ਵਿੱਚ ਕਿਸੇ ਸ਼ੰਕਾ ਦੀ ਗੁੰਜਾਇਸ ਨਹੀਂ ਛੱਡੀ ਅਤੇ ਇਸ ਤਰਤੀਬ ਨੂੰ ਸਾਰੀ ਜਪੁ ਬਾਣੀ ਵਿੱਚ ਨਿਰੰਤਰ ਕਾਇਮ ਰੱਖਿਆ ਹੈ । ਸੰਖੇਪ ਵਿੱਚ, ਜਿਵੇਂ:-ਪਹਿਲੀ ਪਉੜੀ ਵਿੱਚ '**ਹੁਕਮਿ ਰਜਾਈ ਚਲਣਾ ਨਾਨਕ ਲਿਖਿਆ ਨਾਲਿ**' ਦਰਸਾ ਕੇ ਲਗਦੇ ਹੱਥ ਦੂਜੀ ਪਉੜੀ ਵਿੱਚ ਹੁਕਮਿ ਦੀ ਵਿਆਖਿਆ ਕਰ ਦਿੱਤੀ ਤੇ ਸਾਰੰਸ਼ ਦਸ ਦਿੱਤਾ ਕਿ ਹਉਮੈ ਦਾ ਤਿਆਗ ਹੀ ਹੁਕਮਿ ਰਜਾਈ ਚਲਣਾ ਹੈ । ਇਸੇ ਤਰਾਂ ੨੭ਵੀਂ ਪਉੜੀ ਵਿੱਚ ਉਸ ਪਰਮਈਸ਼ਰ ਨੂੰ ਸਰਬ ਸ਼ਕਤੀ ਸੰਪੰਨ ਦੱਸਕੇ ਕਿਹਾ ਹੈ ਕਿ ਉਹ ਪਾਤਸ਼ਾਹਾਂ ਦਾ ਵੀ ਪਾਤਸ਼ਾਹ ਹੈ ਇਸ ਲਈ ਜੀਵ ਨੂੰ ਉਸਦੇ ਹੁਕਮਿ ਰਜਾਈ ਰਹਿਣਾ ਚਾਹੀਏ । ਇਸੇ ਤਰਾਂ ਦੇ ਪ੍ਰਬੰਧ ਨੂੰ ਜਪੁ ਬਾਣੀ ਵਿੱਚ ਨਿਰੰਤਰ ਕਾਇਮ ਰੱਖਿਆ ਗਿਆ ਹੈ । ਇਸੇ ਤਰਾਂ ਪਾਰਬ੍ਰਹਮ ਜੀ ਦੇ ਗੁਣਾਂ ਤੇ ਨਾਮ ਮਹਿਮਾ ਨੂੰ ਪ੍ਰਗਟ ਕਰਨ ਲਈ ਚਾਰ ਚਾਰ ਪਉੜੀਆਂ ਦੀ ਲੜੀਬੱਧ ਵੀਚਾਰਧਾਰਾ ਪੇਸ਼ ਕੀਤੀ ਗਈ ਹੈ । ਜਪੁਜੀ ਦੀਆਂ ਕੁਲ ੩੮ ਪਉੜੀਆਂ ਵਿੱਚੋਂ ੨੦ ਪਉੜੀਆਂ, ਕੇਵਲ ਚਾਰ ਚਾਰ ਪਉੜੀਆਂ ਦੀ ਲੜੀਬਧ ਵੀਚਾਰਧਾਰਾ ਦੇ ਰੂਪ ਵਿੱਚ, ਪਾਰਬ੍ਰਹਮ ਦਾ ਵਿਸ਼ੇਸ਼ ਵਰਨਣ ਕਰਨ ਦੇ ਲੇਖੇ ਵਿੱਚ ਹਨ । ਪੰਜਾਂ ਖੰਡਾਂ ਵਾਲੀਆਂ ਚਾਰ ਪਉੜੀਆਂ ਨੂੰ ਇਸੇ ਲੇਖੇ ਵਿੱਚ ਗਿਣਨਾ ਚਾਹੀਏ ।

ਇਕੱਠੀ ਤਿੰਨ ਤੇ ਦੋ ਦੋ ਪਉੜੀਆਂ ਦੀ ਵੀਚਾਰਧਾਰਾ ਵੀ ਹੈ । ਜਪੁ ਬਾਣੀ ਦੇ ਆਦਿ ਅਤੇ ਅੰਤ ਵਿੱਚ ਇਕ ਇਕ ਸਲੋਕ ਹੈ ਜੋ ਜਪੁ ਬਾਣੀ ਦੀ ਲੜੀਬਧ ਵੀਚਾਰਧਾਰਾ ਦੇ ਉਤਮ ਪ੍ਰਬੰਧ ਨੂੰ ਉਜਾਗਰ ਕਰਦੇ ਹਨ ।

ਅੰਮ੍ਰਿਤ ਵੇਲਾ ਸਚੁ ਨਾਉ ਵਡਿਆਈ ਵੀਚਾਰੁ:- ਗੁਰੂ ਨਾਨਕ ਸਾਹਿਬ ਐਲਾਨੀਆ ਕਹਿੰਦੇ ਹਨ ਕਿ "**ਨਾਨਕ ਏਵੈ ਜਾਣੀਐ**" ਭਾਵ ਸਚੇ ਸਾਹਿਬ ਨੂੰ ਜਾਨਣ ਦਾ (ਮਿਲਣ ਦਾ) ਏਹੋ ਹੀ ਇਕੋ ਇਕ ਸੌਖਾ ਰਸਤਾ (ਮਾਰਗ) ਹੈ ਕਿ ਮਨ ਵਿੱਚ ਅਦਬ ਤੇ ਪ੍ਰੇਮ ਰੱਖ ਕੇ ਤੇ ਅੰਮ੍ਰਿਤ ਵੇਲੇ ਇਸ਼ਨਾਨ ਉਪ੍ਰੰਤ ਸੁਚੇਤ ਹੋ ਕੇ ਉਸ ਸਚੇ ਸਾਹਿਬ ਦਾ ਨਾਮ ਸਿਮਰਨ ਕੀਤਾ ਜਾਵੇ ਅਤੇ ਉਸਦੇ ਗੁਣਾਂ (ਉਪਕਾਰਾਂ) ਤੇ ਵਡਿਆਈਆਂ ਦਾ ਚਿੰਤਨ ਕੀਤਾ ਜਾਵੇ ! ਇਸ ਤੋਂ ਇਲਾਵਾ ਸਚੇ ਸਾਹਿਬ ਨੂੰ ਮਿਲਨ ਦਾ ਹੋਰ ਕੋਈ ਸੌਖਾ ਰਾਹ ਹੀ ਨਹੀਂ । ਗੁਰੂ ਸਾਹਿਬ ਨੇ ਕਰਤਾਰਪੁਰ ਪੱਕੇ ਟਿਕਾਣੇ ਸਮੇਂ ਆਪ ਇਹ ਮਰਯਾਦਾ ਕਾਇਮ ਕੀਤੀ ਤੇ ਖ਼ੁਦ ਐਸੀ ਕਰਨੀ ਦੇ ਧਾਰਨੀ ਹੋ ਕੇ ਸੰਗਤ ਦੀ ਰਹਿਨੁਮਾਈ ਕੀਤੀ । ਜਗਿਆਸੂ ਦੇ ਕਲਿਆਣ ਹਿਤ ਗੁਰੂ ਜੀ ਨੇ ਐਸੀ ਕਰਨੀ ਦਾ ਖੁਲਾਸਾ ਅੱਗੇ ਜਪੁ ਬਾਣੀ ਦੀ ੩੮ਵੀਂ ਪਉੜੀ 'ਚ ਕੀਤਾ ਹੈ । ਭਾਈ ਗੁਰਦਾਸ ਜੀ ਨੇ ਇਸ ਸੰਬੰਧ ਵਿੱਚ ਅਤੀ ਸੁੰਦਰ ਵਰਨਣ ਕੀਤਾ ਹੈ ਕਿ ਗੁਰੂ ਨਾਨਕ ਸਾਹਿਬ ਨੇ ਐਸੀ ਮਰਯਾਦਾ ਸਥਾਪਤ ਕਰਕੇ ਜਗਤ ਦੇ ਸਿਰ ਤੋਂ ਵੇਦਾਂ ਦੇ ਦਸੇ ਗੁੰਝਲਦਾਰ ਕਰਮਕਾਡਾਂ ਦਾ ਭਾਰ ਉਤਾਰ ਕੇ ਪਰੇ ਰੱਖ ਦਿੱਤਾ ਹੈ । **ਯਥਾ**:-"ਫਿਰ ਬਾਬਾ ਆਇਆ ਕਰਤਾਰ ਪੁਰਿ ਭੇਖੁ ਉਦਾਸੀ ਸਗਲ ਉਤਾਰਾ ॥ ਪਹਿਰਿ ਸੰਸਾਰੀ ਕਪੜੇ ਮੰਜੀ ਬੈਠਿ ਕੀਆ ਅਵਤਾਰਾ ॥ ਉਲਟੀ ਗੰਗ ਵਹਾਇਓਨ ਗੁਰ ਅੰਗਦੁ ਸਿਰਿ ਉਪਰਿ ਧਾਰਾ ॥ ਪੁਤਰੀ ਕਉਲੁ ਨ ਪਾਲਿਆ ਮਨਿ ਖੋਟੇ ਨਸਿਆਰਾ ॥ ਬਾਣੀ ਮੁਖਹੁ ਉਚਾਰੀਐ ਹੁਇ ਰੁਸਨਾਈ ਮਿਟੈ ਅੰਧਿਆਰਾ ॥ ਗਿਆਨ ਗੋਸਟਿ ਚਰਚਾ ਸਦਾ ਅਨਹਦਿ ਸਬਦਿ ਉਠੇ ਧੁਨਕਾਰਾ ॥ ਸੋਦਰੁ ਆਰਤੀ ਗਾਵੀਐ ਅੰਮ੍ਰਿਤ ਵੇਲੇ ਜਾਪੁ ਉਚਾਰਾ ॥ ਗੁਰਮੁਖਿ ਭਾਰਿ ਅਥਰਬਨਿ ਤਾਰਾ ॥ (ਵਾਰ ੧ ਪਉ: ੩੮)॥" ਜਪੁ ਬਾਣੀ (ਗੁਰਬਾਣੀ) ਵਿੱਚ ਸਚੇ ਸਾਹਿਬ ਦਾ ਨਾਮ ਹੈ, ਸਚੇ ਸਾਹਿਬ ਦੀ ਵਡਿਆਈ (ਉਸਤਤੀ) ਹੈ ਅਤੇ ਸਚੇ ਸਾਹਿਬ ਦੇ ਨਾਮ ਤੇ ਵਡਿਆਈ ਦੀ ਵੀਚਾਰ ਹੈ । ਇਸੇ ਕਰਕੇ ਸਾਰੇ ਗੁਰੂ ਸਾਹਿਬਾਨ ਜੀਆਂ ਵਲੋਂ ਵੀ ਜਪੁ (ਜਾਪੁ) ਆਦਿ ਬਾਣੀਆਂ ਦੇ ਨਿਤਨੇਮ ਦਾ ਵਿਧਾਨ ਹੈ । ਇਸੇ ਕਰਕੇ ਗੁਰੂ ਜੀ ਦਾ ਫੁਰਮਾਣ ਹੈ ਕਿ :-**ਬਾਣੀ ਬਿਰਲਉ ਬੀਚਾਰਸੀ ਜੇ ਕੋ ਗੁਰਮੁਖਿ ਹੋਇ ॥ ਇਹ ਬਾਣੀ ਮਹਾਪੁਰਖ ਕੀ ਨਿਜ ਘਰਿ ਵਾਸਾ ਹੋਇ** ॥ (ਪੰਨਾ ੯੩੫)॥ ਗੁਰਬਾਣੀ ਪ੍ਰਭੂ ਪ੍ਰਾਪਤੀ ਦਾ ਉਤਮ ਸਾਧਨ ਹੋਣ ਕਰਕੇ ਹੀ ਗੁਰੂ ਅਰਜਣ ਦੇਵ ਸਾਹਿਬ ਜੀ ਦਾ ਫੁਰਮਾਨ ਹੈ ਕਿ:-**ਪ੍ਰਭ ਕੀ ਉਸਤਤਿ ਕਰਹੁ ਸੰਤ ਮੀਤ ॥ ਸਾਵਧਾਨ ਏਕਾਗਰ ਚੀਤ** ॥ (ਪੰ:੨੯੫)॥ ਅਤੇ ਹਰ ਰੋਜ਼ ਪ੍ਰਭੂ ਦੀ ਵਡਿਆਈ ਦੇ ਵੀਚਾਰ ਲਈ; ਅੰਮ੍ਰਿਤ ਵੇਲੇ ਦੇ ਮੁਖਵਾਕ (ਗੁਰ ਸ਼ਬਦ) ਦੀ ਕਥਾ ਵੀਚਾਰ ਦੁਆਰਾ ਗਿਆਨ ਗੋਸ਼ਟ ਚਰਚਾ ਦਾ ਵਿਧਾਨ ਕੀਤਾ ਹੋਇਆ ਹੈ ।

☬ ਇਕ ਗੁਰਸਿੱਖ ਵਲੋਂ ਦਸੇ ਅਨੁਸਾਰ ਸਚੇ ਸਾਹਿਬ ਦੇ ਉਪਕਾਰਾਂ ਤੇ ਵਡਿਆਈਆਂ ਅਤੇ ਨਾਮ ਦੇ ਚਿੰਤਨ ਸੰਬੰਧੀ ਵੀਚਾਰ ਹੈ ਕਿ:-ਅੰਮ੍ਰਿਤ ਵੇਲੇ ਇਸ਼ਨਾਨ ਉਪ੍ਰੰਤ ਆਪਣੇ ਆਸਣ ਪਰ

ਬੈਠਕੇ ਸਰਬ ਪ੍ਰਥਮ ਵੈਖਰੀ ਬਾਣੀ ਦੁਆਰਾ ਸੰਪੂਰਨ ਮੂਲ ਮੰਤ੍ਰ "**ੴ ਸਤਿਨਾਮੁ ਕਰਤਾਪੁਰਖੁ ਨਿਰਭਉ ਨਿਰਵੈਰੁ ਅਕਾਲਮੂਰਤਿ ਅਜੂਨੀ ਸੈਭੰ ਗੁਰ ਪ੍ਰਸਾਦਿ ॥**" ਦਾ ਪ੍ਰਾਪਤ ਸਮੇਂ ਅਨੁਸਾਰ ਜਾਂ ਘਟੋ ਘਟ ਪੰਜ ਵਾਰ ਉਚਾਰਨ ਕੀਤਾ ਜਾਵੇ । ਭਾਵ ਇਸ ਉਚਾਰਨ ਦੁਆਰਾ ਕਰਤਾਪੁਰਖੁ ਦਾ ਇਸ ਮੂਲਮੰਤ੍ਰ ਵਾਲਾ ਸਰੂਪ ਮਨ ਅੰਦਰ ਦ੍ਰਿੜ ਕੀਤਾ ਜਾਵੇ । ਉਸ ਉਪ੍ਰੰਤ ਪ੍ਰਾਪਤ ਸਮੇਂ ਅਨੁਸਾਰ "**ਪੰਜ ਅੱਖਰੀ ਨਾਮ ਮਹਾਂ ਮੰਤ੍ਰ**" ਭਾਵ ਸੰਖੇਪ ਮੂਲ ਮੰਤ੍ਰ "**ੴ ਸਤਿ ਗੁਰ ਪ੍ਰਸਾਦਿ ॥**" ਦਾ ਵੈਖਰੀ ਜਾਂ ਮਧਮਾ ਬਾਣੀ ਦੁਆਰਾ ਜਾਪ ਕਰੇ । ਉਪ੍ਰੰਤ ਸਹੂਲਤ ਅਨੁਸਾਰ ਗੁਰਮੰਤ੍ਰ "**ਵਾਹਿਗੁਰੂ**" ਦਾ ਵੈਖਰੀ ਜਾਂ ਮਧਮਾ ਜਾਂ ਮਾਨਸਿਕ ਜਾਪ ਤਥਾ ਚਿੰਤਨ ਪ੍ਰਾਪਤ ਸਮੇਂ ਅਨੁਸਾਰ ਕਰੇ ।

ਯਥਾ:- ਹੇ ਵਾਹਿਗੁਰੂ ਸਾਹਿਬ ਜੀਓ ! ਤੂੰ ਪਰਮ ਗਿਆਨੀ ਜਗਤ ਗੁਰੂ ਹੈਂ । ਤੂੰ ਪਰਮਗਿਆਤਾ ਜਗਤ ਗੁਰੂ ਹੈਂ । ਤੂੰ ਸਾਰੇ ਜਗਤ ਨੂੰ ਗਿਆਨ ਪ੍ਰਕਾਸ਼ ਦੇਣ ਵਾਲਾ ਪਰਮ ਪੂਜਯ ਜਗਤ ਗੁਰੂ ਹੈਂ । ਤੂੰ ਸਾਰੇ ਜਗਤ ਦਾ ਮਾਰਗ ਦਰਸ਼ਨ ਕਰਨ ਵਾਲਾ ਪਰਮ ਪੂਜਯ ਜਗਤ ਗੁਰੂ ਹੈਂ। ਤੂੰ ਸਰਬ ਪ੍ਰਥਮ ਪੂਜਯ ਹੈਂ । ਕ੍ਰਿਪਾ ਕਰੋ ਜੀ ! ਮੈਨੂੰ ਆਪਦੇ ਸਚੇ ਨਾਮ ਦੇ ਸਿਮਰਨ ਦੀ ਸੋਝੀ ਸਮਰੱਥਾ ਉਦਮ ਬਖ਼ਸ਼ੋ ਜੀ । ਉਪ੍ਰੰਤ ਮੂਲਮੰਤ੍ਰ ਦੇ ਅਰਥਾਂ ਦਾ ਚਿੰਤਨ ਕਰੇ, ਇਤਿਆਦਿਕ । ਉਪ੍ਰੰਤ ਗੁਰਬਾਣੀ ਦੀ ਸੇਧ ਅਨੁਸਾਰ ਪ੍ਰਭੂ ਦਾ ਸ਼ੁਕਰ ਗੁਜਾਰ ਹੋਣ ਦੀਆਂ ਅਰਦਾਸਾਂ ਬੇਨਤੀਆਂ ਹਨ ਜੋ ਆਪੋ ਆਪਣੀ ਮਨਸਾ ਤੇ ਬੁਧੀ ਅਨੁਸਾਰ ਕਰਨੀਆਂ ਹਨ । **ਯਥਾ**:- ਸੱਚੇ ਪਾਤਸ਼ਾਹ ਸ੍ਰੀ ਵਾਹਿਗੁਰੂ ਸਾਹਿਬ ਜੀ ਤੇਰੀ ਅਪਾਰ ਕ੍ਰਿਪਾ ਦੁਆਰਾ ਮੈਨੂੰ ਇਹ ਸਰਬ ਸ੍ਰੇਸ਼ਟ ਮਨੁਖਾ ਜਨਮ ਮਿਲਿਆ ਹੈ, ਤੰਦਰੁਸਤੀ, ਖੁਸ਼ਹਾਲੀ, ਰੌਸ਼ਨ ਬੁਧੀ, ਇਹ ਸੁਖ ਸੰਪਦਾ ਮਿਲੀ ਹੈ; ਆਪਜੀ ਦਾ ਲੱਖ ਲੱਖ ਵਾਰ ਸ਼ੁਕਰਗੁਜ਼ਾਰ ਹਾਂ ਜੀ ਏਤੀਆਂ ਬਖ਼ਸ਼ਸ਼ਾਂ ਕਰਨ ਲਈ । ਤੇਰਾ ਲੱਖ ਲੱਖ ਵਾਰ ਸ਼ੁਕਰਗੁਜ਼ਾਰ ਹਾਂ ਜੀ ਤੂੰ ਮੈਨੂੰ ਗੁਰੁ ਨਾਨਕ ਦੇ ਲੜ ਲਾਕੇ ਵਿਰਸੇ ਵਿੱਚ ਸਿੱਖ ਧਰਮ ਦਿੱਤਾ ਹੈ ਤੇ ਸਿੱਖ ਧਰਮ ਦੀ ਸੋਝੀ ਬਖ਼ਸ਼ੀ ਹੈ, ਤੇਰੀ ਕ੍ਰਿਪਾ ਦੁਆਰਾ ਗੁਰਬਾਣੀ ਵਿਰਸੇ ਵਿੱਚ ਮਿਲੀ ਹੈ ਤੇ ਆਪ ਨੇ ਹੀ ਗੁਰਬਾਣੀ ਦੀ ਸੋਝੀ ਬਖ਼ਸ਼ੀ ਹੈ, ਗੁਰੂ ਨਾਨਕ ਸਾਹਿਬ ਤੋਂ ਮਿਲੀ ਇਹ ਸੋਝੀ ਕਰਕੇ ਹੀ ਮੈਂ ਬੁਤ ਪ੍ਰਸਤ ਹੋਣ ਤੋਂ ਬਚ ਗਿਆ ਹਾਂ, ਮੜੀਆਂ ਮਸਾਣਾਂ ਕਬਰਾਂ ਦੀ ਪੂਜਾ ਕਰਨ ਤੋਂ ਬਚ ਗਿਆ ਹਾਂ, ਧਾਰਮਕ ਪਖੰਡੀ ਭੇਖਧਾਰੀ ਹੋਣ ਤੋਂ ਬਚ ਗਿਆ ਹਾਂ, ਹੋਰ ਦੇਵੀ ਦੇਵਤਿਆਂ ਨੂੰ ਛੱਡ ਕੇ ਤੇਰਾ ਖਾਲਸਾ ਬਣ ਗਿਆ ਹਾਂ । ਗੁਰੂ ਨਾਨਕ ਤੋਂ ਮਿਲੀ ਸੋਝੀ ਕਰਕੇ ਹੀ ਧਰਮ ਦੇ ਨਾਂ ਤੇ ਨਿਖਿੱਧ ਕਿਸਮ ਦੀ ਭਾਵਨਾ ਨਾਲ ਕੀਤੇ ਜਾਣ ਵਾਲੇ ਅੰਗ ਛੇਦਨ ਕਰਨ ਤੋਂ ਬਚ ਗਿਆ ਹਾਂ, ਨਿਖਿਧ ਕਿਸਮ ਦੇ ਖਾਨ ਪਾਨਾਂ ਤੋਂ ਬਚ ਗਿਆ ਹਾਂ ਅਤੇ ਧਰਮ ਦੇ ਨਾਮ ਤੇ ਪਾਪ ਕਰਮਾਂ ਨੂੰ ਪੁੰਨ ਦੇ ਕਰਮ ਮੰਨ ਕਰਨ ਤੋਂ ਬਚ ਗਿਆ ਹਾਂ ਜੀ । ਹੇ ਸੱਚੇ ਪਾਤਸ਼ਾਹ ਵਾਹਿਗੁਰੂ ਜੀਉ ਗੁਰੂ ਨਾਨਕ ਦੇ ਬੋਲ ਆਪ ਦੇ ਦਰ ਤੇ ਸਦਾ ਸਦਾ ਪ੍ਰਵਾਨ ਨੇ ਜੀ । **ਯਥਾ**:- **ਗੁਰ ਪੂਰੇ ਕੀ ਬਾਣੀ ॥ ਪਾਰਬ੍ਰਹਮ ਮਨਿ ਭਾਣੀ ॥** (ਅੰਗ ੬੨੯)॥ **ਤਥਾ**:- **ਗੁਰੁ ਨਾਨਕੁ ਬੋਲੈ ਦਰਗਹ ਪਰਵਾਨੁ** ॥ (ਅੰਗ ੯੨੧)॥ ਵਾਹਿਗੁਰੂ ਜੀ ਆਪਜੀ ਦਾ ਲੱਖ ਲੱਖ ਵਾਰ ਸ਼ੁਕਰਗੁਜਾਰ ਹਾਂ ਜੀ ਕਿ ਆਪ ਜੀ ਨੇ ਮੇਰੇ ਤੇ ਦਇਆ ਕਰਕੇ ਮੇਰੇ ਕਲਿਆਣ ਹਿਤ, ਮੈਨੂੰ ਗੁਰੂ ਨਾਨਕ ਦੇ ਲੜ ਲਾ ਕੇ ਮੇਰੇ ਅੰਤਰ ਆਤਮੇ

ਇਹ ਸੋਝੀ ਬਖ਼ਸ਼ੀ ਹੈ ਕਿ ਜੇ ਮੈਂ ਆਪਣੀਆਂ ਬੇਨਤੀਆਂ ਅਰਦਾਸਾਂ ਪ੍ਰਾਰਥਨਾਵਾਂ ਗੁਰੂ ਨਾਨਕ ਤੋਂ ਮਿਲੀ ਸੋਝੀ ਦੁਆਰਾ ਤੇ ਗੁਰੂ ਨਾਨਕ ਦੇ ਹੀ ਆਪ ਜੀ ਦੇ ਦਰ ਤੇ ਪ੍ਰਵਾਨਤ ਬਚਨਾਂ ਵਿੱਚ ਆਪ ਜੀ ਦੇ ਅਗੇ ਰੱਖਾਂ ਤਾਂ ਮੇਰੀਆਂ ਬੇਨਤੀਆਂ ਅਰਦਾਸਾਂ ਵੀ ਆਪ ਜੀ ਦੇ ਦਰ ਤੇ ਪ੍ਰਵਾਨ ਹੋ ਜਾਣਗੀਆਂ; ਹੁਣ ਇਹ ਅਰਦਾਸਾਂ ਸੁਣੋ ਜੀ ਤੇ ਪ੍ਰਵਾਨ ਕਰੋ ਜੀ:-"**ਫਿਰਤ ਫਿਰਤ ਪ੍ਰਭ ਆਇਆ ਪਰਿਆ ਤਉ ਸਰਨਾਇ ॥ ਨਾਨਕ ਕੀ ਪ੍ਰਭ ਬੇਨਤੀ ਆਪਨੀ ਭਗਤੀ ਲਾਇ ॥**" ਤਥਾ:- **ਕਾਮ ਕ੍ਰੋਧ ਅਰੁ ਲੋਭ ਮੋਹ ਬਿਨਸਿ ਜਾਇ ਅਹੰਮੇਵ ॥ ਨਾਨਕ ਪ੍ਰਭ ਸਰਣਾਗਤੀ ਕਰਿ ਪ੍ਰਸਾਦੁ ਗੁਰਦੇਵ ॥** ਤਥਾ:- "**ਡੰਡਉਤਿ ਬੰਦਨ ਅਨਿਕ ਬਾਰ ਸਰਬ ਕਲਾ ਸਮਰਥ ॥ ਡੋਲਨ ਤੇ ਰਾਖਹੁ ਪ੍ਰਭੂ ਨਾਨਕ ਦੇ ਕਰਿ ਹਥ ॥**" ਤਥਾ:- "**ਕਿਰਪਾ ਕਰਹੁ ਦੀਨ ਕੇ ਦਾਤੇ ਮੇਰਾ ਗੁਣੁ ਅਵਗਣੁ ਨ ਬੀਚਾਰਹੁ ਕੋਈ ॥ ਮਾਟੀ ਕਾ ਕਿਆ ਧੋਪੈ ਸੁਆਮੀ ਮਾਣਸ ਕੀ ਗਤਿ ਏਹੀ ॥**" (ਪੰ: ੮੮੨)॥ ਤਥਾ:- **ਕਰਤਾਰ ਕਰੁਣਾ ਮੈ ਦੀਨੁ ਬੇਨਤੀ ਕਰੈ ॥ ਨਾਨਕ ਤੁਮਰੀ ਕਿਰਪਾ ਤਰੈ ॥** (ਪੰ: ੨੬੭)॥ ਤਥਾ:- **ਸਰਬ ਨਿਧਾਨ ਜਾਕੀ ਦ੍ਰਿਸਟੀ ਮਾਹਿ ॥** (ਪੰ: ੨੯੩)॥ ਹੇ ਸੱਚੇ ਪਾਤਸ਼ਾਹ ਇਸ ਮੰਦ ਬੁੱਧੀ, ਕਠੋਰ ਚਿਤ ਤੇ ਭੁੱਲਣਹਾਰ ਨੂੰ ਆਪਣੀ ਅੰਮ੍ਰਿਤ ਦ੍ਰਿਸ਼ਟੀ ਦੁਆਰਾ ਹੀ ਕ੍ਰਿਪਾ ਕਰਕੇ ਤਾਰਹੁ ਜੀ, ਆਪ ਜੀ ਦੀ ਅੰਮ੍ਰਿਤ ਤੱਕਣੀ ਦੁਆਰਾ ਮੈਨੂੰ ਗੁਣਹੀਣ ਨੂੰ ਗੁਣਵਾਨ ਬਣਾ ਦਿਓ ਅਤੇ ਪੰਚ ਦੋਖ ਗ੍ਰਸਤ ਨੂੰ ਪੰਚ ਪ੍ਰਵਾਨ ਬਣਾ ਦਿਓ ਜੀ । ਜਦੋਂ ਤੱਕ ਮੈਂ ਆਪ ਜੀ ਦੇ ਸੱਚੇ ਨਾਮ ਦਾ ਸਿਮਰਨ ਕਰਕੇ ਸੱਚ ਰੂਪ ਨਹੀਂ ਹੋ ਜਾਂਦਾ ਓਨੇ ਜਨਮਾਂ ਤੱਕ ਮੈਥੋਂ ਇਹ ਸਰਬ ਸ੍ਰੇਸ਼ਟ ਜੋਨ ਮਨੁਖਾ ਜਨਮ ਨਾ ਖੋਹਿਓ, ਇਹ ਤੰਦਰੁਸਤੀ ਖੁਸ਼ਹਾਲੀ ਰੌਸ਼ਨ ਬੁਧੀ ਸੁਖ ਸੰਪਦਾ ਨਾ ਖੋਹਿਓ, ਪੰਜਾਬ ਦੇਸ਼ ਨਾ ਖੋਹਿਓ, ਪੰਜਾਬੀ ਭਾਸ਼ਾ ਦਾ ਗਿਆਨ ਨਾ ਖੋਹਿਓ, ਗੁਰਮੁਖ ਅੱਖਰਾਂ ਦਾ ਗੁਰਬਾਣੀ ਦਾ ਗਿਆਨ ਨਾ ਖੋਹਿਓ ਅਤੇ ਹਰ ਜਨਮ ਵਿੱਚ ਉਚੇ ਸੁੱਚੇ ਆਚਰਨ ਵਾਲਾ ਪੂਰਨ ਗੁਰਸਿੱਖ ਪੂਰਨ ਖਾਲਸਾ ਬਣਾਕੇ ਗੁਰੂ ਨਾਨਕ ਦੇ ਲੜ ਲਾਕੇ ਰੱਖਣਾ ਜੀ ਤੇ ਅੰਤ ਆਪ ਜੀ ਦੇ ਨਾਮ ਦਾ ਸਿਮਰਨ ਕਰਦਾ ਹੋਇਆ ਸੱਚ ਰੂਪ ਹੋ ਜਾਵਾਂ ਆਪ ਜੀ ਦਾ ਹੀ ਰੂਪ ਹੋ ਜਾਵਾਂ ਜੀ । ਸ੍ਰੀ ਵਾਹਿਗੁਰੂ ਸਾਹਿਬ ਜੀ, "**ਤੁਮ ਕਰਹੁ ਦਇਆ ਮੇਰੇ ਸਾਈ ॥ ਐਸੀ ਮਤਿ ਦੀਜੈ ਮੇਰੇ ਠਾਕੁਰ ਸਦਾ ਸਦਾ ਤੁਧੁ ਧਿਆਈ ॥**" ਇਤਿਆਦਿਕ । ਉਪ੍ਰੰਤ ਗੁਰੂ ਅਸਤੋਤ੍ਰ ਉਚਾਰਨਾ ਭਾਵ ਦਸਾਂ ਗੁਰੂਆਂ ਤੇ ਗੁਰੂ ਗ੍ਰੰਥ ਸਾਹਿਬ ਨੂੰ "ਧੰਨ ਧੰਨ" ਆਖਣਾਂ ਜਿਵੇਂ ਰਾੜੇ ਵਾਲੇ ਵੱਡੇ ਸੰਤ ਈਸ਼ਰ ਸਿੰਘ ਜੀ ਹਰ ਦੀਵਾਨ ਦੀ ਸਮਾਪਤੀ ਤੇ ਕਰਦੇ ਸਨ । ਉਪ੍ਰੰਤ ਨਿਤਨੇਮ ਦਾ ਪਾਠ ਤੇ ਅਰਦਾਸ ਹੈ । ਇਸ ਉਪ੍ਰੰਤ ਗੁਰਦੁਆਰੇ ਜਾਕੇ ਸ੍ਰੀ ਗੁਰੂ ਗ੍ਰੰਥ ਸਾਹਿਬ ਨੂੰ ਨਮਸਕਾਰ ਕਰਨੀ ਅਰਦਾਸ ਬੇਨਤੀ ਕਰਨੀ ਅਤੇ ਪ੍ਰਾਪਤ ਸਮੇਂ ਅਨੁਸਾਰ ਸਤਿਸੰਗਤਿ ਕਰਨੀ, ਗੁਰਬਾਣੀ ਕੀਰਤਨ ਸੁਣਨਾ, ਸ੍ਰੀ ਮੁਖਵਾਕ ਗੁਰ ਸਬਦ ਦੀ ਕਥਾ ਵੀਚਾਰ ਸੁਣਨਾ, ਇਤਿਆਦਿਕ । ਯਥਾ ਫੁਰਮਾਣ ਹਨ ਕਿ:- **ਗੁਰੁ ਪੂਰਾ ਨਮਸਕਾਰੇ ॥ ਪ੍ਰਭਿ ਸਭੇ ਕਾਜ ਸਵਾਰੇ ॥** ਪੰ: ੬੨੫ ॥ ਤਥਾ:- **ਦਰਸਨੁ ਦੇਖਿ ਜੀਵਾ ਗੁਰ ਤੇਰਾ ॥ ਪੂਰਨ ਕਰਮੁ ਹੋਇ ਪ੍ਰਭ ਮੇਰਾ ॥** (ਪੰ: ੭੪੨)॥ ਹੇ ਗੁਰਦੇਵ ! ਤੇਰੇ ਮੁਬਾਰਕ ਦਰਸਨਾਂ ਕਰਕੇ ਮੇਰਾ ਪ੍ਰਭੂ ਮਿਲਾਪ ਦਾ ਕਾਰਜ ਰਾਸ ਹੋਵੇ ਜੀ ਅਤੇ ਮੈਨੂੰ ਸਚੇ ਨਾਮ ਦੇ ਸਿਮਰਨ ਦੀ ਸੋਝੀ ਸਮਰੱਥਾ ਪ੍ਰਾਪਤ ਹੋਵੇ, ਵਿਕਾਰਾਂ ਤੇ ਫਤਹਿ ਪ੍ਰਾਪਤ ਹੋਵੇ,

ਬ੍ਰਹਮ ਗਿਆਨ ਦੀ ਦਾਤ ਪ੍ਰਾਪਤ ਹੋਵੇ ਜੀ । ਤਥਾ:- **ਪੋਥੀ ਪਰਮੇਸਰ ਕਾ ਥਾਨੁ ॥ ਸਾਧ ਸੰਗਿ ਗਾਵਹਿ ਗੁਣ ਗੋਬਿੰਦ ਪੂਰਨ ਬ੍ਰਹਮ ਗਿਆਨੁ ॥** (ਪੰ: ੧੨੨੬)॥ ਹੇ ਪਰਮੇਸਰ ਜੀ ਆਪਜੀ ਨੂੰ ਮੇਰੀ ਨਮਸਕਾਰ ਹੈ ਜੀ । ਹੇ ਪਰਮੇਸਰ ਸਵਰੂਪ ਸਤਿਗੁਰੂ ਸ੍ਰੀ ਗੁਰੂ ਗ੍ਰੰਥ ਸਾਹਿਬ ਜੀ ਆਪ ਜੀ ਨੂੰ ਮੇਰੀ ਨਮਸਕਾਰ ਹੈ ਜੀ ਇਤਿਆਦਿਕ । ਇਹ ਇਕ ਗੁਰਸਿੱਖ ਦੁਆਰਾ ਦੱਸੀ ਵਿਧੀ ਕਿਸੇ ਤੇ ਬੰਦਸ਼ ਨਹੀਂ ਕਿਉਂਕਿ ਗੁਰਬਾਣੀ ਦੀ ਸੇਧ ਵਿੱਚ ਤੇ ਸਿੱਖ ਧਰਮ ਦੀ ਸਥਾਪਤ ਰਹਿਤ ਮਰਯਾਦਾ ਅਨੁਸਾਰ ਇਹ ਉਪਾਸਨਾ ਆਪਦੀ ਰੁਚੀ ਅਨੁਸਾਰ ਕੀਤੀ ਜਾ ਸਕਦੀ ਹੈ । ਇਸ ਉਪਾਸਨਾ ਦੀ ਸੇਧ ਲਈ ਜਪੁਜੀ ਸਹਿਬ ਵਿੱਚ ਹੀ ਅਤੇ ਬਾਕੀ ਗੁਰਬਾਣੀ ਵਿੱਚ ਬੇਅੰਤ ਪ੍ਰਮਾਣ ਹਨ ।

ਯਥਾ:- ਸਭਨਾ ਜੀਆ ਕਾ ਇਕੁ ਦਾਤਾ ਸੋ ਮੈ ਵਿਸਰਿ ਨ ਜਾਈ ॥

ਤਥਾ:- **ਸੁਣਿਆ ਮੰਨਿਆ ਮਨਿ ਕੀਤਾ ਭਾਉ ॥ ਅੰਤਰਗਤਿ ਤੀਰਥਿ ਮਲਿ ਨਾਉ ॥**

ਤਥਾ:- **ਏਤੁ ਰਾਹਿ ਪਤਿ ਪਵੜੀਆ ਚੜੀਐ ਹੋਇ ਇਕੀਸ ॥**

ਤਥਾ:- **ਪ੍ਰਭ ਕੀ ਉਸਤਤਿ ਕਰਹੁ ਸੰਤ ਮੀਤ ॥ ਸਾਵਧਾਨ ਏਕਾਗਰ ਚੀਤ ॥** (ਪੰ: ੨੯੫)॥

ਤਥਾ:- **ਜਪਿ ਮਨ ਸਤਿ ਨਾਮੁ ਸਦਾ ਸਤਿ ਨਾਮੁ ॥**

ਹਲਤਿ ਪਲਤਿ ਮੁਖ ਊਜਲ ਹੋਈ ਹੈ, ਨਿਤ ਧਿਆਈਐ ਹਰਿ ਪੁਰਖੁ ਨਿਰੰਜਨਾ ॥

(ਧਨਾਸਰੀ ਮਹਲਾ ੪ ਪੰ:੬੭੦)॥

ਤਥਾ:- **ਗੁਰ ਸਤਿਗੁਰ ਕਾ ਜੋ ਸਿਖੁ ਅਖਾਏ, ਸੁ ਭਲਕੇ ਉਠਿ ਹਰਿ ਨਾਮੁ ਧਿਆਵੈ ॥**

(ਪੰ: ੩੦੫)॥

ਤਥਾ:-**ਗੁਰ ਬਚਨੀ ਜਿਨਾ ਜਪਿਆ ਮੇਰਾ ਹਰਿ ਹਰਿ ਤਿਨਕੇ ਹਉਮੈ ਰੋਗ ਗਏ ॥** (ਪੰ:੭੩੫)॥

ਤਥਾ:-**ਸਤਿਗੁਰ ਵੰਸੀ ਪਰਮ ਹੰਸ, ਗੁਰੁਸਿਖ ਹੰਸ ਵੰਸ ਨਿਬਹੰਦਾ ॥ ਪਿਉ ਦਾਦੇ ਦੇ ਰਾਹਿ ਚਲੰਦਾ ॥** (ਭਾਈ ਗੁਰਦਾਸ ਵਾਰ ੨੬ ਪਉ: ੨੯)॥

... ਇਤਿਆਦਿਕ । ਇਸ ਤਰਾਂ ਮਾਨਸਕ ਜਾਪ ਦੇ ਨਿਰੰਤਰ ਅਭਿਆਸ ਦੁਆਰਾ ਬਿਨਾਂ ਜੀਭ, ਹੋਂਠ, ਕੰਠ ਤੇ ਤਾਲੂ ਦੇ ਉਪਯੋਗ ਤੋਂ ਅਨਾਹਤ ਸ਼ਬਦ ਉਪਜਦਾ ਹੈ । **ਯਥਾ:-ਗੁਰਮਤਿ ਰਾਮੁ ਜਪੈ ਜਨੁ ਪੂਰਾ ॥ ਤਿਤੁ ਘਟਿ ਅਨਹਤ ਬਾਜੇ ਤੂਰਾ ॥** (ਗਉੜੀ ਗੁਆਰੇਰੀ ਮਹਲਾ ੧ ਪੰ: ੨੨੮)॥

ਤਥਾ:- **ਪ੍ਰਭ ਕੈ ਸਿਮਰਨਿ ਅਨਹਦ ਝੁਨਕਾਰ ॥੭॥** (ਸੁਖਮਨੀ ਅਸਟਪਦੀ ੧)॥

ਤਥਾ:- **ਬਿਨੁ ਜਿਹਵਾ ਜੋ ਜਪੈ ਹਿਆਇ ॥ ਕੋਈ ਜਾਣੈ ਕੈਸਾ ਨਉ ॥**

(ਮਲਾਰ ਮ:੧-੬ ਪੰ:੧੨੫੬)॥

ਪਰਮਸਤਿ ਤੇ ਦੁਨਿਆਵੀ ਸਤਿ ਸੰਬੰਧੀ ਵੀਚਾਰ:- ☬ ਪਰਮਸਤਿ ਤੇ ਦੁਨਿਆਵੀ ਸਤਿ ਵਿੱਚ ਇਹ ਫਰਕ ਹੈ ਕਿ ਸਭ ਦੁਨਿਆਵੀ ਸਤਿ ਉਸ ਪਰਮਸਤਿ (ਪ੍ਰਭੂ) ਦੇ ਕੁਦਰਤੀ ਨਿਯਮ ਅਨੁਸਾਰ ਆਪਣੇ ਆਪ ਸਮਾਂ ਪਾ ਕੇ ਮਿਟ ਜਾਂਦੇ ਹਨ ਪਰ ਕੇਵਲ ਪਰਮਸਤਿ (ਪ੍ਰਭੂ) ਹੀ ਸਦਾ ਕਾਇਮ ਰਹਿਣ ਵਾਲਾ "ਸਤਿ" ਹੈ । ਪਰਮਸਤਿ ਤਾਂ ਸੁਤੇ ਸਿਧ ਤ੍ਰੈਕਾਲ ਸਤਿ ਹੈ । ਪਰ ਦੁਨਿਆਵੀ ਸਤਿ ਰੂਪ ਸਾਡਾ ਜੋ ਵਿਰਸਾ ਹੈ ਜਾਂ ਜਿਸ ਵੀ ਦੁਨਿਆਵੀ ਸਤਿ ਨਾਲ ਸਾਡਾ ਵਾਸਤਾ ਪੈਂਦਾ ਹੈ, ਉਸਨੂੰ ਸਾਂਭਣਾ ਪੈਂਦਾ ਹੈ । ਪਰ ਅਮਲੀ ਪੱਖ ਵਿੱਚ ਸਿਖ ਜਗਤ ਉਕਤ ਦਰਸਾਏ ਫਰਕ

ਨੂੰ ਸਮਝਣ ਵਿੱਚ ਅਵੇਸਲਾ, ਉਦਾਸੀਨ ਤੇ ਅਸਮਰੱਥ ਰਿਹਾ ਹੈ । ਇਸੇ ਕਰਕੇ ਸਿੱਖ ਜਗਤ ਨੇ ਆਪਣੀ ਨਾ ਸਮਝੀ ਕਾਰਨ ਆਪਣੇ ਕਾਫੀ ਵਡਮੁੱਲੇ ਇਤਿਹਾਸਕ ਸੋਮੇ ਆਪ ਹੀ ਖਤਮ ਕਰ ਦਿੱਤੇ ਹਨ । ਇਤਿਹਾਸ ਨੂੰ ਮਿਟਾਉਣਾ ਜਾਂ ਧੁੰਦਲਾ ਕਰਨਾ ਕੌਮ ਨੂੰ ਮਿਟਾਉਣ ਜਾਂ ਕੌਮ ਦੇ ਭਵਿਖ ਨੂੰ ਧੁੰਦਲਾ ਕਰਨ ਦੇ ਤੁਲ ਹੈ । ਉਦਾਹਰਣ ਦੇ ਤੌਰ ਤੇ ਚਮਕੌਰ ਦੀ ਗੜ੍ਹੀ ਦੇ ਮੂਲ ਸਰੋਤ ਨੂੰ ਮਿਟਾ ਕੇ ਉਸਦੀ ਥਾਂ ਨਿਸ਼ਾਨੀ ਵਜੋਂ ਸੰਗਮਰਮਰ ਦਾ ਗੁਰਦੁਆਰਾ ਸਾਹਿਬ ਬਣਾ ਦਿੱਤਾ ਹੈ । ਪ੍ਰਤੱਖ ਦਿਸਦਾ ਇਤਿਹਾਸ ਮਿਟਾਕੇ ਉਸਨੂੰ ਸਾਈਨਬੋਰਡ ਦੇ ਅਖਰੀ ਸਰੋਤ ਨਾਲ ਸਮਝਾਉਣ ਦੀ ਕੋਸ਼ਿਸ਼ ਕਰ ਰਹੇ ਹਾਂ ਪਰ ਇਸ ਇਤਿਹਾਸਕ ਗੜ੍ਹੀ ਨੂੰ ਮੂਲ ਰੂਪ ਵਿੱਚ ਨਹੀਂ ਰੱਖ ਸਕੇ । ਬੜੇ ਅਫਸੋਸ ਤੇ ਦੁੱਖ ਦੀ ਗਲ ਹੈ ਕਿ ਪ੍ਰਤੱਖ ਦਿਸਦਾ ਇਤਿਹਾਸਕ ਸਥਾਨ (ਗੜ੍ਹੀ) ਮਿਟਾਕੇ, ਗੁਰੂ ਗੋਬਿੰਦ ਸਾਹਿਬ ਦੀ ਯੁਧ ਕਲਾ ਜਿਸ ਦੁਆਰਾ ਉਨ੍ਹਾਂ ਨੇ ਸਿਰਫ ਚਾਲ਼ੀ ਸਿੰਘਾਂ ਨਾਲ ਦਸ ਲੱਖ ਦੁਸ਼ਮਨ ਦੀ ਫੌਜ਼ ਨੂੰ ਪੂਰੀਆਂ ਦੋ ਰਾਤਾਂ ਤੇ ਪੂਰਾ ਇਕ ਦਿਨ (ਲੜਾਈ ਵਾਲੇ ਦਿਨ ਦੀ ਅਗਲੀ ਪਿਛਲੀ ਰਾਤ) ਤੱਕ ਗੜੀ ਉਤੇ ਕਬਜਾ ਨਹੀਂ ਕਰਨ ਦਿੱਤਾ, ਨੂੰ ਹੁਣ ਸਾਈਨਬੋਰਡ ਦੇ ਅੱਖਰੀ ਸਰੋਤ ਤੱਕ ਸੀਮਤ ਕਰ ਦਿੱਤਾ । ਬਾਕੀ ਦੁਨੀਆਂ ਦੇ ਇਤਿਹਾਸ ਵਿੱਚ ਐਸੀ ਮਿਸਾਲ ਨਹੀਂ ਮਿਲਦੀ ਕਿ ਕਿਸੇ ਨੇ ਇਨ੍ਹਾਂ ਚਾਲ਼ੀ ਕੁ ਬਹਾਦਰ ਸੂਰਵੀਰ ਸਿੰਘਾਂ ਵਾਂਗ ਆਪਣੇ ਬਹਾਦਰ ਸੂਰਵੀਰ ਪੈਗੰਬਰ ਦੀ ਰਹਿਨੁਮਾਈ ਵਿੱਚ ਦਸ ਲੱਖ ਦੁਸ਼ਮਨ ਦੀ ਫੌਜ਼ ਨੂੰ ੩੬ ਘੰਟੇ ਤੱਕ ਆਪਣੇ ਲੜਾਈ ਦੇ ਮੋਰਚੇ ਤੇ ਕਬਜਾ ਨਾ ਕਰਨ ਦਿੱਤਾ ਹੋਵੇ । ਰਹਿੰਦੀ ਦੁਨੀਆਂ ਤੱਕ ਸਿੱਖ ਜਗਤ ਦੀ ਅਣਖ ਤੇ ਬਹਾਦਰੀ ਅਤੇ ਉਚੀ ਸ਼ਾਨ ਦਾ ਅਖੁਟ ਸਰੋਤ ਹੈ ਇਹ ਮਹਾਨ ਵਿਰਸਾ । ਇਹ ਸਾਈਨਬੋਰਡ ਸਾਡੀਆਂ ਆਉਣ ਵਾਲੀਆਂ ਪੀੜੀਆਂ ਅਤੇ ਵਿਦੇਸ਼ੀ ਯਾਤਰੂਆਂ ਤੇ ਉਹ ਪ੍ਰਭਾਵ ਕਤੱਈ ਨਹੀਂ ਛਡਦਾ ਜੋ ਪ੍ਰਤੱਖ ਦਿਸਦੇ ਇਸ ਗੜ੍ਹੀ ਦੇ ਗੌਰਵਮਈ ਇਤਿਹਾਸਕ ਸਥਾਨ ਨੇ ਛਡਣਾ ਸੀ । ਇਸੇ ਤਰਾਂ ਹੋਰ ਇਤਿਹਾਸਕ ਅਸਥਾਨ ਜਿਵੇਂ ਸਰਹੰਦ ਦੀ ਦੀਵਾਰ, ਬਾਬੇ ਗੁਰ ਨਾਨਕ ਸਾਹਿਬ ਦੇ ਵਿਆਹ ਨਾਲ ਸੰਬੰਧਤ ਕੰਧ ਇਤਿਆਦਿਕ ਇਤਿਹਾਸਕ ਅਸਥਾਨਾਂ ਬਾਰੇ ਸਮਝਣਾ ਚਾਹੀਏ । ਸਿੱਖ ਕੌਮ ਨੂੰ ਸਾਡੇ ਸੇਵਾ ਮੁਕਤ ਬਹਾਦਰ ਸਿੱਖ ਫੋਜੀਆਂ, ਅਫ਼ਸਰਾਂ ਅਤੇ ਸਿੱਖ ਜਰਨੈਲਾਂ ਦੀ ਸਲਾਹ ਨਾਲ ਚਮਕੌਰ ਦੀ ਇਸ ਗੜ੍ਹੀ ਨੂੰ ਹੂ-ਬ-ਹੂ ਪੁਰਾਣੀ ਗੜ੍ਹੀ ਵਾਂਗ ਉਸਾਰ ਕੇ ਇਸ ਮਹਾਨ ਇਤਿਹਾਸਕ ਧਰਮ ਅਸਥਾਨ ਦੀ ਉੱਚੀ ਸ਼ਾਨ ਨੂੰ ਸੰਭਾਲਣ ਲਈ ਸੈਲਾਨੀ ਕੇਂਦਰ ਵਜੋਂ ਉਜਾਗਰ ਕਰਨਾ ਚਾਹੀਦਾ ਹੈ । ਵਧੀਆ ਡਾਕੂਮੈਂਟਰੀ ਫਿਲਮ ਬਣਾ ਕੇ ਇਸ ਇਤਿਹਾਸਕ ਦਿਨ ਤੇ ਦਿਖਾਉਣੀ ਚਾਹੀਦੀ ਹੈ । ਜਿਵੇਂ ਸਾਰਾਗੜ੍ਹੀ ਦੀ 'ਫੌਜੀ ਬਹਾਦਰੀ ਦੀ ਸਿਖਰ' ਵਾਲੀ ਲੜਾਈ ਵਿਦੇਸਾਂ ਵਿੱਚ ਖਾਸ ਕਰਕੇ ਫਰਾਂਸ ਵਿੱਚ ਬੱਚਿਆਂ ਨੂੰ ਪੜ੍ਹਾਈ ਜਾਂਦੀ ਹੈ ਉਸੇ ਤਰਾਂ ਸਾਨੂੰ ਉਦਮ ਕਰਕੇ ਇਹ ਚਮਕੌਰ ਸਾਹਿਬ ਵਾਲੀ ਲੜਾਈ ਸਾਰਗੜ੍ਹੀ ਵਾਲੀ ਲੜਾਈ ਵਾਂਗ ਯੂਨੈਸਕੋ (UNESCO) ਨੂੰ ਪਹੁੰਚ ਕਰਕੇ ਉਸ ਕਿਤਾਬ ਵਿੱਚ ਦਰਜ ਕਰਵਉਣੀ ਚਾਹੀਂਦੀ ਹੈ ਤਾਂ ਕਿ ਉਹ ਵਿਦੇਸੀ ਬੱਚੇ ਵੱਡੇ ਹੋ ਕੇ ਜਦ ਭਾਰਤ ਪੰਜਾਬ ਆਉਣ ਤਾਂ ਇਸ ਚਮਕੌਰ ਦੀ ਗੜ੍ਹੀ ਦੇ ਦਰਸ਼ਨ ਕਰਕੇ ਧੰਨ ਧੰਨ ਕਰ ਉਠਣ ।

ਸੁਝਾਅ:- ਅਜੇ ਵੀ ਕੁਝ ਹੱਦ ਤੱਕ ਭੁੱਲ ਨੂੰ ਸੁਧਾਰਨ ਲਈ ਸਿੱਖ ਜਗਤ ਨੂੰ ਚਾਹੀਂਦਾ ਹੈ ਕਿ ਇਨ੍ਹਾਂ ਇਤਿਹਾਸਕ ਅਸਥਾਨਾਂ ਨੂੰ ਮੁੜ ਉਸੇ ਅਸਲੀ ਰੂਪ ਉਸੇ ਹੀ ਤਰਾਂ ਦੀ ਇੱਟ ਤੇ ਮਸਾਲੇ ਨਾਲ ਹੂ-ਬ-ਹੂ ਪਹਿਲੀ ਮੌਲਿਕ ਸ਼ਕਲ ਵਿੱਚ ਉਸਾਰੀਏ ਅਤੇ ਵਡਮੁਲੇ ਵਿਰਸੇ ਦੀ ਸੰਭਾਲ ਕਰੀਏ ਅਤੇ ਸਾਈਨ-ਬੋਰਡ ਦੇ ਅੱਖਰੀ ਸਰੋਤ ਦੁਆਰਾ ਦੱਸੀਏ ਕਿ ਇਹ ਇਤਿਹਾਸਕ ਅਸਥਾਨ ਮੁੜ ਹੂ-ਬ-ਹੂ ਉਸੇ ਤਰਾਂ ਦੇ ਮਟੀਰੀਅਲ ਦੁਆਰਾ ਉਸਾਰਿਆ ਗਿਆ ਹੈ ਅਤੇ ਬਾਕੀ ਬਚੇ ਵਿਰਸੇ ਨੂੰ ਅੱਜ ਤੋਂ ਹੀ ਸੰਭਾਲਣ ਲਈ ਤਤਪਰ ਹੋਈਏ !! ਫਿਰ ਹੀ ਅਸੀਂ ਅਮਲੀ ਪੱਖ ਵਿੱਚ ਦੁਨਿਆਵੀ 'ਸਤਿ' ਅਤੇ 'ਪਰਮਸਤਿ' ਨੂੰ ਠੀਕ ਸਮਝਣ ਦੇ ਯੋਗ ਹੋਵਾਂਗੇ। ਗੁਰੂ ਸਮੱਤ ਬਖ਼ਸ਼ੇ ਸਿੱਖ ਜਗਤ ਨੂੰ ਤੇ ਖਾਸ ਕਰਕੇ ਮੋਢੀ ਸਿੱਖਾਂ ਨੂੰ ਜੋ ਭਾਈ ਗੁਰਦਾਸ ਜੀ ਦੇ ਹੇਠ ਲਿਖੇ ਬਚਨਾਂ ਨੂੰ ਭੁੱਲ ਗਏ ਹਨ। **ਯਥਾ:-ਜਾਨੈ ਉਸਤਤਿ ਔਰ ਕਰਤ ਹੈ ਨਿੰਦਾ ਮੂੜ੍ਹ ; ਐਸੇ ਹੀ ਅਰਾਧਬੇ ਤੇ ਮੌਨ ਸੁਖਦਾਈ ਹੈ ॥** (ਕਬਿਤ ਨੰ:੫੫੬)॥ ਅਸੀਂ ਅਚੇਤ ਅਵਸਥਾ ਤੇ ਭੁਲ ਕਾਰਨ ਇਹ ਨਹੀਂ ਸਮਝ ਸਕੇ ਕਿ ਆਪਣੇ ਵਿਰਸੇ ਦਾ ਕਦੇ ਨਾ ਪੂਰਾ ਹੋਣ ਵਾਲਾ ਨੁਕਸਾਨ ਕਰੀ ਜਾ ਰਹੇ ਹਾਂ। ਅੱਜ ਗੁਰਬਾਣੀ ਸ਼ੁਧ ਰੂਪ ਸਾਡੇ ਪਾਸ ਸ੍ਰੀ ਗੁਰੂ ਅਰਜਣ ਦੇਵ ਜੀ ਦੀ ਘਾਲਣਾ 'ਤੇ ਦੂਰ ਅੰਦੇਸ਼ੀ ਕਰਕੇ ਹੈ, ਨਹੀਂ ਤਾਂ ਹੁਣ ਤੱਕ ਸਾਰੀ ਗੁਰਬਾਣੀ ਹੀ ਬਦਲ ਦਿੱਤੀ ਜਾਂਦੀ ਜੇ ਪਰਮ ਚੇਤਨ ਮਹਾਨ ਗੁਰੂ ਅਰਜਣ ਦੇਵ ਸਾਹਿਬ ਇਸਨੂੰ ਨਾ ਸਾਂਭਦੇ।

☬ ☬ ☬ ☬ ☬

ਸ਼ਬਦਾਰਥ ਜਪੁਜੀ ਸਾਹਿਬ

ੴ ਸਤਿਨਾਮੁ ਕਰਤਾਪੁਰਖੁ ਨਿਰਭਉ ਨਿਰਵੈਰੁ ਅਕਾਲਮੂਰਤਿ ਅਜੂਨੀ ਸੈਭੰ ਗੁਰ ਪ੍ਰਸਾਦਿ॥

ੴ :- ਸਰਬ ਪ੍ਰਥਮ ਸੰਖੇਪ ਤੇ ਸੰਕੇਤਆਤਮਕ ਮੰਗਲਾਚਰਨ ਹੈ । ਸੰਪੂਰਨ ਮੰਗਲਾਚਰਨ ਤਾਂ ਪੂਰਾ ਮੂਲਮੰਤ੍ਰ ਹੈ। ਇਹ ੴ ਨੂੰ ਮੂਲਮੰਤਰ ਦੇ ਮੁੱਢ ਵਿੱਚ ਬੀਜਮੰਤ੍ਰ ਜਾਨਣਾ ਚਾਹੀਏ । ਇਹ ੴ ਗੁਰੂ ਨਾਨਕ ਸਾਹਿਬ ਦਾ ਸਰਬ ਪ੍ਰਥਮ ਮਹਾਂਵਾਕ ਹੈ ਜੋ ਦ੍ਰਿਸ਼ਟੀ ਗੋਚਰ ਕਰਨ ਨਾਲ ਹੀ ਸਚਦਾਨੰਦ ਪਾਰਬ੍ਰਹਮ ਦੀ ਭਰਪੂਰ ਵਿਆਖਿਆ ਨੂੰ ਦਰਸਾਉਂਦਾ ਹੈ ਕਿ ਸਰਬ ਸ਼ਕਤੀਮਾਨ ਸਚਦਾਨੰਦ ਪਾਰਬ੍ਰਹਮ (ਵਾਹਿਗੁਰੂ) ਕੇਵਲ ਇਕੋ ਹੀ ਹੈ ਅਤੇ ਉਸ ਦੇ ਨਿਰਗੁਣ ਸਰੂਪ ਨੂੰ ਸ੍ਰੀ ਗੁਰੂ ਨਾਨਕ ਸਾਹਿਬ ਨੇ ਗਿਣਤੀ ਦੇ ਏਕੇ "੧" ਅੰਕ ਦੁਆਰਾ ਲਖਾਇਆ ਹੈ। ਇਹੋ ਹੀ ਸਰਬ ਸ਼ਕਤੀਮਾਨ ਪਾਰਬ੍ਰਹਮ ਵਾਹਿਗੁਰੂ (ਪਰਮਈਸ਼ਰ) ਜਦੋਂ ਆਪਣੇ ਆਪ ਤੋਂ ਸ੍ਰਿਸ਼ਟੀ ਰਚਦਾ ਹੈ ਭਾਵ ਆਪਣੇ ਨਿਰਗੁਣ ਸਰੂਪ ਤੋਂ ਸਰਗੁਣ ਸਰੂਪ ਵਿੱਚ ਪ੍ਰਗਟ ਹੁੰਦਾ ਹੈ, ਤਾਂ ਉਸੇ ਸਰਗੁਣ ਸਰੂਪ ਨੂੰ ਸ੍ਰੀ ਗੁਰੂ ਨਾਨਕ ਸਾਹਿਬ ਨੇ "ਓਅੰਕਾਰ" ਆਖਿਆ ਹੈ ਤੇ ਖੁਲ੍ਹੇ ਮੂੰਹ ਵਾਲੇ ਊੜੇ "ੳ" ਅੱਖਰ ਦੁਆਰਾ ਸਰਗੁਣ ਸਰੂਪ ਨੂੰ ਲਖਾਇਆ ਹੈ।

ਸ੍ਰੀ ਗੁਰੂ ਨਾਨਕ ਸਾਹਿਬ ਪਹਿਲੇ ਮਹਾਂਪੁਰਖ ਹਨ ਜਿਨ੍ਹਾਂ ਨੇ ਰੱਬੀ (ਪਰਮੇਸ਼ਵਰੀ) ਰਹਸਵਾਦ ਤੇ ਧਾਰਮਿਕ ਫਲਸਫੇ (ਦਰਸ਼ਨ) ਨੂੰ ਦਰਸਾਉਣ ਲਈ ਵਿਗਿਆਨਕ ਢੰਗ ਨਾਲ "ੴ" ਸੰਕੇਤ ਚਿੰਨ (symbol) ਸਭਾਵ "ਨਿਸ਼ਾਨ" ਦੀ ਸਫਲ ਵਰਤੋਂ ਕੀਤੀ ਹੈ ਜੋ ਗੁਰੂ ਨਾਨਕ ਸਾਹਿਬ ਦੇ ਸਮੁਚੇ ਫਲਸਫੇ (ਦਰਸ਼ਨ) ਦੀ ਭਰਪੂਰ ਤੇ ਸਫਲ ਵਿਆਖਿਆ ਕਰਦਾ ਹੈ। ਸਿਰਫ ਇਹ "ੴ" ਸੰਕੇਤ ਚਿੰਨ ਦੇਖਣ ਸਾਰ ਹੀ ਗੁਰੂ ਸਾਹਿਬ ਦਾ ਸਾਰਾ ਫਲਸਫਾ (ਦਰਸ਼ਨ) ਸਮਰਣ ਹੋ ਆਉਂਦਾ ਹੈ। ਏਥੇ ਗੁਰੂ ਸਾਹਿਬ ਨੇ ਏਕੇ "੧" ਅੰਕ ਅਤੇ "ੳ" ਅੱਖਰ ਦੇ ਸੁਮੇਲ ਤੋ "ੴ" ਨਸ਼ਿਾਨ ਘੜਿਆ ਹੈ ਜੋ ਸਰਬ ਸ਼ਕਤੀਮਾਨ ਵਾਹਿਗੁਰੂ (ਪਾਰਬ੍ਰਹਮ) ਦੀ ਭਰਪੂਰ ਵਿਆਖਿਆ ਕਰਦਾ ਹੈ । ਇਸਤੋ ਸਾਨੂੰ ਗੁਰੂ ਨਾਨਕ ਸਾਹਿਬ ਦੀ ਲਾਸਾਨੀ ਰੌਸ਼ਨ ਬੁੱਧ ਤੇ ਲਾਸਾਨੀ ਬ੍ਰਹਮ ਗਿਆਨ ਅਤੇ ਪਾਰਬ੍ਰਹਮ ਵਿੱਚ ਪੱਕੇ ਨਿਸ਼ਚੇ ਦਾ ਪਤਾ ਲਗਦਾ ਹੈ ਜਿਸਦੇ ਅੱਗੇ ਸਭ ਪੀਰ ਪੈਗੰਬਰ, ਤੇ ਸ੍ਰੇਸ਼ਟ ਬੁਧੀ ਵਾਲੇ ਰਿਖੀ ਮੁਨੀ ਅਤੇ ਅਵਤਾਰ ਪਛੜ ਜਾਂਦੇ ਹਨ ਜਿਸਦੀ ਤਸੱਲੀ ਪਾਠਕ ਜਨ ਅੱਗੇ ਕੀਤੀ ਮੂਲਮੰਤ੍ਰ ਦੀ ਵਿਆਖਿਆ ਤੋਂ ਆਪੇ ਹੀ ਕਰ ਲੈਣਗੇ। ਹੁਣ ਅਸੀਂ ਅੱਗੇ ਦੇਖਦੇ ਹਾਂ ਕਿ ਗੁਰੂ ਜੀ ਨੇ ਕਿਵੇਂ ਇਸ ਨਿਸ਼ਾਨ "ੴ" ਦੁਆਰਾ ਸਰਬਸ਼ਕਤੀਮਾਨ ਪਾਰਬ੍ਰਹਮ ਦੀ ਭਰਪੂਰ ਵਿਆਖਿਆ ਕੀਤੀ ਹੈ । ਏਕਾ "੧" ਅੰਕ "ੳ" ਅੱਖਰ ਨਾਲ ਰਲ ਕੇ ਸਪਸ਼ਟ ਕਰਦਾ ਹੈ ਕਿ ਸਰਬਸ਼ਕਤੀਮਾਨ ਸੱਚਦਾਨੰਦ ਪਾਰਬ੍ਰਹਮ (ਵਾਹਿਗੁਰੂ) ਪਰਮਈਸ਼ਰ ਕੇਵਲ ਇਕੋ ਹੀ ਹੈ, ਇਕੋ ਹੀ ਹੈ। "੧" ਲਿਖਣ ਨਾਲ਼ ਦਵੈਤਵਾਦ ਦਾ ਝਗੜਾ ਹੀ ਮੁੱਕ ਜਾਂਦਾ ਹੈ। ਭਾਂਵੇ ਪਾਰਬ੍ਰਹਮ ਦੇ ਇੱਕ ਹੋਣ ਦਾ ਕਥਨ ਤਾਂ ਅਨਿਯ ਮੱਤਾਂ ਵਾਲਿਆਂ ਨੇ ਭੀ ਕੀਤਾ ਹੈ ਪਰ ਇਤਨੀ ਦ੍ਰਿੜਤਾ ਕਿਤੇ ਨਹੀਂ । ਇਹ ਗੱਲ ਅੱਗੇ ਕੀਤੀ ਵਿਆਖਿਆ ਤੋਂ ਪਾਠਕ ਜਨ ਆਪ ਪ੍ਰਤੱਖ ਦੇਖਣਗੇ ।

"ੴ" ਦੇ ਤਿੰਨ ਭਾਗ ਹਨ । ਜਿਵੇਂ ਕਿ ਹੇਠਾਂ ਦਿਤੇ ਚਿੱਤਰ ਤੋਂ ਸਪਸ਼ਟ ਹੈ ਇਹ "ੴ" ਸੂਤਰਮਈ "ਸ਼ਬਦ ਚਿੱਤ੍ਰ" ਹੈ ਜੋ ਉਸ ਪਰਮਈਸ਼ਰ ਬਾਰੇ ਸਾਰੇ ਜਗਤ ਨੂੰ ਪ੍ਰਮਾਣੀਕ ਅਤੇ ਭਰਪੂਰ ਜਾਣਕਾਰੀ ਦੇਣ ਵਾਲਾ ਜੁਗੋ ਜੁਗ ਅਟੱਲ ਪ੍ਰਚੰਡ ਜੋਤੀ-ਚਕਰ ਹੈ । ਇਸ ਨਸ਼ਿਾਨ, ਸੰਕੇਤ ਚਿੰਨ (symbol) ਦੀ ਵਿਆਖਿਆ ਹੇਠ ਅਨੁਸਾਰ ਕੀਤੀ ਜਾ ਸਕਦੀ ਹੈ ।

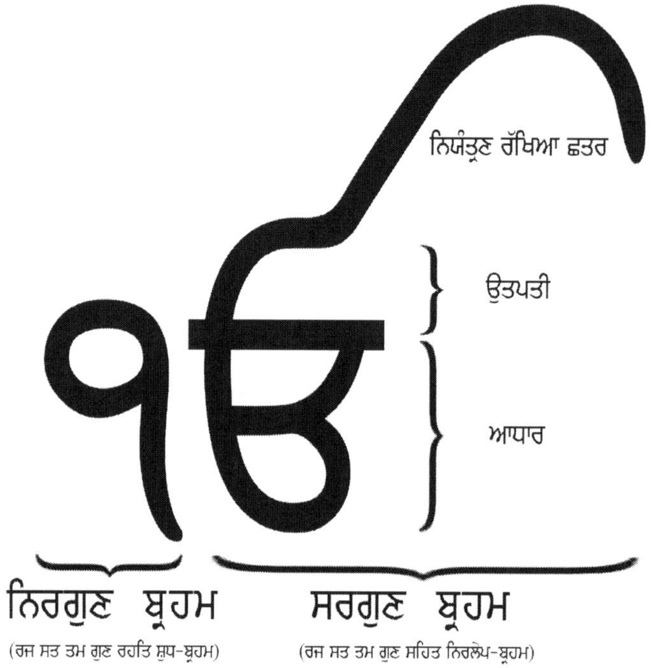

ਗੁਰੂ ਜੀ ਨੇ ਊੜੇ "ੴ" ਦਾ ਮੂੰਹ ਖੁਲ੍ਹਾ ਰੱਖ ਕੇ, ਉਪਰ ਛਤਰ ਦੀ ਤਰਾਂ ਸ਼ਕਲ ਦੇ ਦਿੱਤੀ ਹੈ । ਊੜੇ ਦੇ ਖੁਲੇ ਮੂੰਹ ਤੋਂ ਭਾਵ ਹੈ ਕਿ ਸ੍ਰਿਸ਼ਟੀ ਦੀ ਰਚਨਾ (ਉਤਪਤੀ) ਉਸ ਦੇ ਆਪੇ ਤੋਂ ਹੀ ਹੋਈ ਹੈ । ਊੜੇ ਨੂੰ ਥੱਲੇ ਤੋ ਠੋਸ ਰੱਖਿਆ ਹੈ ਜਿਸਦਾ ਭਾਵ ਹੈ ਕਿ ਉਹ ਸਰਬਸ਼ਕਤੀਮਾਨ ਆਪ ਹੀ ਸ੍ਰਿਸ਼ਟੀ ਦਾ ਆਧਾਰ (ਸਹਾਰਾ) ਹੈ। ਉਪਰ ਛਤਰ ਦੇ ਆਕਾਰ ਦਾ ਚਿੰਨ ਇਹ ਦਰਸਾਉਂਦਾ ਹੈ ਕਿ ਉਹ ਸਰਬਸ਼ਕਤੀਮਾਨ ਆਪ ਹੀ ਇਸ ਉਤਪਤੀ (ਸ੍ਰਿਸ਼ਟੀ ਰਚਨਾ) ਦੀ ਰੱਖਿਆ ਕਰਦਾ ਹੈ ਅਤੇ ਇਸਨੂੰ ਆਪਣੇ ਨਿਯੰਤਰਣ ਵਿਚ ਰੱਖਦਾ ਹੈ ਭਾਵ ਸ੍ਰਿਸ਼ਟੀ ਦੇ ਪਾਲਣ ਪੋਸ਼ਣ ਤੇ ਰੱਖਿਆ ਦਾ ਕੰਮ ਕਿਸੇ ਹੋਰ ਦੇਵਤਿਆਂ ਜਾਂ ਫਰਿਸ਼ਤਿਆਂ ਨੂੰ ਨਹੀਂ ਸੌਂਪਦਾ ਭਾਵ ਕੁੱਝ ਭੀ ਉਸਦੇ ਨਿਯੰਤਰਣ ਤੋਂ ਬਾਹਰ ਨਹੀਂ ਹੈ ਭਾਵ ਉਹ ਮਹਾ ਚੇਤਨ ਅਤੇ ਸਾਹਿਬੇ ਦਿਮਾਗ ਤੇ ਸਰਬਸ਼ਕਤੀਮਾਨ ਹੈ । ਗੁਰੂ ਜੀ ਨੇ ਗੁਰਮੁਖੀ ਦੇ "ੳ" ਅੱਖਰ ਦੀ ਵਰਤੋਂ ਕਰਕੇ ਅਤੇ "ੳ" ਅੱਖਰ ਦੀ ਬਨਾਵਟ ਤੋ ਸਿੰਬਲ ਘੜਨ ਲਈ ਪੂਰਾ ਪੂਰਾ ਲਾਭ ਉਠਾਇਆ ਹੈ । "ੴ" ਦੇ ਅੱਗੇ "੧" ਟਿਕਾ ਦੇਣ ਨਾਲ ਹਰ ਸਮੇਂ ਇਹ ਪ੍ਰਤੱਖ ਹੁੰਦਾ ਰਹਿੰਦਾ ਹੈ ਕਿ ਉਤਪਤੀ ਕਰਨ ਵਾਲਾ ਪਾਰਬ੍ਰਹਮ (ਪਰਮਈਸ਼ਰ) ਇਕੋ ਹੀ ਹੈ, ਇਕੋ ਹੀ ਹੈ । ਇਹ "੧" ਤੇ "ੴ" ਦੇ ਮੇਲ ਤੋਂ ਬਣਿਆ "ੴ" ਬੀਜ ਮੰਤਰ ਹਿੰਦੂ ਮੱਤ ਦੀ ਤ੍ਰੈ ਮੂਰਤੀ (ਬ੍ਰਹਮਾ - ਬਿਸ਼ਨ - ਮਹੇਸ਼) ਵਿਚਾਰਧਾਰਾ ਦੇ ਸਿਧਾਂਤ ਦਾ ਖੰਡਨ ਕਰਦਾ ਹੈ । ਸਾਮੀ ਮੱਤਾਂ ਵਲਿਆਂ ਨੇ ਸ਼ੈਤਾਨ ਨੂੰ ਹੀ ਕੁਝ ਤ੍ਰਿਗਦ ਜੂਨਾਂ (ਬਿੱਲੀ, ਕੁੱਤੇ, ਸੱਪ ਇਤਿਆਦਕ) ਦਾ ਰਚਣਹਾਰ ਮੰਨਿਆ ਹੈ। ਇਸ ਵਿਚਾਰਧਾਰਾ ਦਾ ਵੀ "ੴ" ਨਿਸ਼ਾਨ ਵਿੱਚ "੧" ਅੰਕ ਲੱਗਿਆ ਹੋਣ ਕਰਕੇ ਖੰਡਨ ਹੋ ਜਾਂਦਾ ਹੈ ਕਿਉਂਕਿ ਸਾਰੀ ਰਚਨਾ ਉਸੇ ਇੱਕੋ ਕਰਤਾਪੁਰਖੁ ਦੀ ਕੀਤੀ ਹੋਈ ਹੈ ।

ਬਾਕੀ ਛਤਰ ( ) ਵਾਲਾ ਭਾਗ "ੳ" ਦੇ ਨਾਲ ਹੀ ਜੁੜਿਆ ਹੋਇਆ ਹੈ ਜਿਸਦਾ ਭਾਵ ਹੈ ਕਿ ਉਹ ਪਾਰਬ੍ਰਹਮ ਆਪਣੀ ਰਚਨਾ ਤੋ ਵਖਰਾ ਹੋ ਕੇ ਕਿਸੇ ਉੱਚੇ ਸਥਾਨ ਭਾਵ ਉਪਰ ਸਤਵੇਂ ਆਸਮਾਨ ਤੇ ਨਹੀਂ ਬੈਠਾ ਹੋਇਆ। ਸਗੋਂ ਉਹ ਆਪਨੀ ਰਚਨਾ ਨਾ਼ਲ ਹੀ ਓਤ-ਪੋਤ ਹੈ (ਭਾਵ ਰਚਨਾ ਵਿੱਚ ਸਮਾਇਆ ਹੋਇਆ ਹੈ) । ਸੋ "ੴ" ਦਾ ਭਾਵ ਹੈ ਕਿ ਉਹ ਆਪਣੇ ਨਿਰਗੁਣ ਸਰੂਪ ਤੋਂ ਆਪਣੀ ਕੀਤੀ ਉਤਪਤੀ ਨਾ਼ਲ ਓਤਿ-ਪੋਤ ਹੈ । ਓਅੰਕਾਰ ਦੇ ਅਰਥ ਇਹ ਵੀ ਹਨ ਕਿ ਉਸਨੇ ਆਪਣੀ ਓਅੰ ਧੁਨਿ ਦੁਆਰਾ ਸਾਰੇ ਆਕਾਰ ਧਾਰਨ ਕੀਤੇ ਹਨ ਭਾਵ ਸਾਰੀ ਸ੍ਰਿਸ਼ਟੀ ਦੀ ਰਚਨਾ ਕੀਤੀ ਹੈ । ਓਅੰਕਾਰ ਦੇ ਇਹ ਅਰਥ ਵੀ ਹਨ ਕਿ ਪਰਮਈਸ਼ਰ ਦੇ ਮਨ ਵਿੱਚ ਇਹ ਫੁਰਨਾ ਉਠਿਆ ਕਿ ਮੈਂ ਇਕ ਤੋਂ ਅਨੇਕ ਰੂਪਾਂ (ਆਕਾਰਾਂ) ਵਿੱਚ ਪ੍ਰਗਟ ਹੋ ਜਾਵਾਂ; ਇਹ ਫੁਰਨਾ ਹੀ ਓਅੰ ਧੁਨਿ ਹੈ । ਯਥਾ ਜਪੁਜੀ ਵਿੱਚ ਗੁਰੂ ਨਾਨਕ ਜੀ ਦਾ ਫੁਰਮਾਣ ਹੈ ਕਿ:- "**ਕੀਤਾ ਪਸਾਉ ਏਕੋ ਕਵਾਉ**" ਦੇ ਫੁਰਨੇ ਮਾਤ੍ਰ ਤੇ ਸ੍ਰਿਸ਼ਟੀ ਸਾਜ ਧਰੀ । ਪਾਰਬਹ੍ਰਮ ਦੇ ਦੋ ਹੀ ਪ੍ਰਮੁਖ ਸਰੂਪ ਸਿਆਣਿਆਂ ਨੇ ਮੰਨੇ ਹਨ:- ਪਹਿਲਾ ਨਿਰਗੁਣ ਸਰੂਪ; ਜਦੋਂ ਉਹ ਆਪੇ ਆਪ ਹੀ ਹੁੰਦਾ ਹੈ, ਹੋਰ ਕੋਈ ਰਚਨਾ ਨਹੀਂ ਹੁੰਦੀ ਜਿਸ ਕਰਕੇ ਗੁਰੂ ਜੀ ਨੇ ਇਸ ਨੂੰ "੧" ਅੰਕ ਨਾਲ ਲਖਾਇਆ ਹੈ; ਅਤੇ ਦੂਜਾ ਸਰਗੁਣ ਸਰੂਪ ਹੈ ਜਿਸਦਾ ਭਾਵ ਹੈ ਕਿ ਜਦ ਉਹ ਸਰਬਸ਼ਕਤੀਮਾਨ ਇੱਕ ਤੋਂ ਅਨੇਕ ਰੂਪਾਂ ਵਿੱਚ ਪ੍ਰਗਟ ਹੁੰਦਾ ਹੈ ਤਾਂ ਉਹ ਇਸ ਸਾਰੀ ਉਤਪਤੀ ਵਿਚ ਸਮਾਇਆ ਰਹਿੰਦਾ ਹੈ ਤੇ ਇਸ ਸਰੂਪ ਨੂੰ ਹੀ ਗੁਰੂ ਜੀ ਨੇ ਓਅੰਕਾਰ ਆਖਿਆ ਹੈ । ਉਹ ਆਪਣੇ ਨਿਰਗੁਣ ਸਰੂਪ ਚ 'ਏਕੰਕਾਰ' ਹੈ ਅਤੇ ਆਪਣੇ ਸਰਗੁਣ ਸਰੂਪ ਵਿੱਚ ਉਹੀ ਓਅੰਕਾਰ ਹੈ । ਇਸ ਘੜੇ ਹੋਏ ਸੰਕੇਤ ਚਿੰਨ (ੴ) ਦੁਆਰਾ ਗੁਰੂ ਸਾਹਿਬ ਨੇ ਸੱਚਦਾਨੰਦ ਪਾਰਬ੍ਰਹਮ ਪਰਮੇਸ਼ਵਰ ਜੀ ਦੀ ਇਤਨੀ ਭਰਪੂਰ ਵਿਆਖਿਆ ਕੀਤੀ ਹੈ ਕਿ ਦੁਨੀਆਂ ਦੇ ਦਾਨਸ਼ਵਰ, ਧਰਮਾਚਾਰਯਾ ਦੰਗ ਰਹਿ ਗਏ ਹਨ ਤੇ ਇਸ ਵਿਆਖਿਆ ਦੇ ਅਸਰ ਨੂੰ ਕਬੂਲਦੇ ਹੋਏ ਅਨਮੱਤਾਂ ਵਾਲਿਆਂ ਨੇ ਆਪਣੇ ਧਰਮ ਗ੍ਰੰਥਾਂ ਦੀ ਵਿਆਖਿਆ ਗੁਪਤ ਢੰਗ ਨਾਲ ਗੁਰਬਾਣੀ ਦੇ ਚਾਨਣ ਵਿੱਚ ਕਰਨੀ ਸ਼ੁਰੂ ਕਰ ਦਿੱਤੀ ਹੈ । ਪਰ ਇਹ ਨਵੀਂ ਕੀਤੀ ਵਿਆਖਿਆ ਦੇ ਰਾਹ ਵਿੱਚ ਉਨਾਂ ਦਾ ਆਪਣਾ ਇਤਿਹਾਸ ਹੀ ਭਾਰੀ ਔਕੜ ਹੈ । ਇਸ ਇਤਿਹਾਸਕ ਪਿਛੋਕੜ ਕਰਕੇ ਗੁਰਬਾਣੀ ਦੇ ਆਸੇ ਅਨੁਸਾਰ ਕੀਤੇ ਅਰਥ ਪ੍ਰਤੱਖ ਨਜ਼ਰ ਹੋ ਆਓਂਦੇ ਹਨ। ਪਰ ਜਾਤਪਾਤ ਅਤੇ ਕਾਫੂਰਪੁਣੇ ਦੇ ਨਾਉਂ ਤੇ ਧਰਮ ਦੀ ਆੜ ਹੇਠ ਕੀਤੇ ਜ਼ੁਲਮ, ਮੜ੍ਹੀ ਮਸਾਣਾ ਤੇ ਮੂਰਤੀਆਂ ਦੀ ਪੂਜਾ, ਮਿਥਿਹਾਸ ਤੇ ਦ੍ਰਿੜ ਵਿਸ਼ਵਾਸ ਅਤੇ ਸ਼ੈਤਾਨ ਆਦਿਕ ਹਸਤੀ ਦੇ ਪਿਛੋਕੜ ਕਰਕੇ, ਕੀਤੀ ਨਕਲ ਦਾ ਪਾਜ ਉਘੜ ਜਾਂਦਾ ਹੈ । ਉਂਝ ਇਹ ਇੱਕ ਸ਼ੁਭ ਸ਼ਗਨ ਹੀ ਹੈ ਕਿ ਹਰ ਕੋਈ ਗੁਰੂ ਨਾਨਕ ਸਾਹਿਬ ਦੁਆਰਾ ਪਾਰਬਹ੍ਰਮ ਦੀ ਕੀਤੀ ਵਿਆਖਿਆ ਜੋ ਉਨ੍ਹਾਂ ਆਪਣੇ ਮੂਲਮੰਤ੍ਰ ਰੂਪੀ ਮੰਗਲਾਚਰਨ ਵਿੱਚ ਕੀਤੀ ਹੈ, ਅਨੁਸਾਰ ਆਪਣੇ ਆਪਣੇ ਇਸ਼ਟ ਨੂੰ ਹੋਣਾ ਲੋਚਦੇ ਹਨ । ਜਿਵੇਂ ਕਿ ਅਖਾਣ ਹੈ ਕਿ "ਵਾਪਰਨ ਵਾਲੀਆਂ ਘਟਨਾਵਾਂ ਦੇ ਆਸਾਰ ਪਹਿਲਾਂ ਹੀ ਨਜਰ ਆਉਣ ਲਗ ਪੈਂਦੇ ਹਨ" ਅਨੁਸਾਰ ਛੇਤੀ ਹੀ ਸਾਰਾ ਜਗਤ ਇਸ ਸਾਇੰਸ ਦੇ ਜੁਗ ਵਿੱਚ ਗੁਰੂ ਨਾਨਕ ਸਾਹਿਬ ਦੇ ਸੱਚ ਧਰਮ ਦੀ ਮਾਨਤਾ ਕਰੇਗਾ ।

ਜਿਵੇਂ ਕੇ ਸੈਂਕੜੇ ਸਾਲਾਂ ਬਾਅਦ ਚਰਚ ਨੇ ਗੈਲਿਲੀਓ ਵਰਗੇ ਸਾਇੰਸਦਾਨ ਅਤੇ ਹੋਰ ਸੱਚ ਕਹਿਣ ਵਾਲਿਆਂ ਉਪਰ ਕੀਤੇ ਜੁਰਮਾਂ ਦਾ ਪਸ਼ਚਾਤਾਪ ਹੁਣ ਕੀਤਾ ਹੈ ਅਤੇ ਸੱਚ ਨੂੰ ਮਾਨਤਾ ਦਿੱਤੀ ਹੈ। ਇਸੇ ਤਰਾਂ ਗੁਰੂ ਸਾਹਿਬ ਦੇ ਘੜੇ ਇਸ ਨਿਸ਼ਾਨ "ੴ" ਦੇ ਫਲਸਫੇ ਨੂੰ ਦੁਨੀਆ ਦੇ ਬਾਕੀ ਧਰਮ ਵੀ ਮੰਨਣਗੇ। ਗੁਰਬਾਣੀ ਵਿੱਚ ਭੀ ਇਸ ਤਰਾਂ ਦੇ ਪ੍ਰਭਾਵ ਦਾ ਸਪਸ਼ਟ ਸੰਕੇਤ ਹੈ ਅਤੇ ਇਸਨੂੰ ਸਦੀਵ ਕਾਲੀ ਭਵਿਖਤ ਵਾਕ ਸਮਝਣਾ ਚਾਹੀਏ। **ਯਥਾ:-"ਕਲਿਜੁਗੁ ਉਧਾਰਿਆ ਗੁਰਦੇਵ ॥ ਮਲ ਮੂਤ ਮੂੜ ਜਿ ਮੁਘਦ ਹੋਤੇ ਸਭਿ ਲਗੇ ਤੇਰੀ ਸੇਵ ॥** (ਪੰ:੪੦੬)॥" ਤਥਾ:- "**ਸ੍ਰੀ ਗੁਰੂ ਰਾਜੁ ਅਬਿਚਲੁ ਅਟਲੁ ਆਦਿ ਪੁਰਖਿ ਫੁਰਮਾਇਓ ॥੭॥ ਕਬਿ ਕਲ ਸੁਜਸੁ ਨਾਨਕ ਗੁਰ ਨਿਤ ਨਵਤਨੁ ਜਗਿ ਛਾਇਓ ॥੮॥**" (ਸਵਈਏ ਮਹਲੇ ਪਹਿਲੇ ਕੇ)॥ ਐਸਾ ਪ੍ਰਚੰਡ ਪ੍ਰਕਾਸ਼ ਹੈ ਇਸ "ੴ" ਸਿੰਬਲ ਦਾ ਜੋ ਸਰਬ ਸ਼ਕਤੀਮਾਨ ਪਾਰਬ੍ਰਹਮ (ਪਰਮਈਸ਼ਰ) ਦਾ "ਸ਼ਬਦ ਚਿਤ੍ਰ" ਹੈ ਅਤੇ ਪ੍ਰਮੇਸ਼ਰ ਦੇ ਪ੍ਰਚਲਤ ਚਿਤ੍ਰਾਂ (ਮੂਰਤੀਆਂ) ਵਿੱਚੋਂ ਕਿਤੇ ਵਧਕੇ ਇਹ "ਸ਼ਬਦ ਚਿਤ੍ਰ" ਯਥਾਰਥ, ਸਾਰਥਕ ਤੇ ਪ੍ਰਕਾਸ਼ ਮਈ ਹੈ ਅਤੇ ਪ੍ਰਮੇਸ਼ਰ ਦੇ ਵਿਰਾਟ ਸਰੂਪ ਨੂੰ ਦਰਸਾਉਣ ਵਾਲਾ ਹੈ। ਇਸ ਤਰਾਂ ਦੁਬਿਧਾ ਅਤੇ ਬਹੁ ਦੇਵਬਾਦ ਦਾ ਭੋਗ ਪੈ ਜਾਂਦਾ ਹੈ। ਹਿੰਦੂ ਮਤ ਦੇ ਓਂ ਦੀ ਥਾਂ ਸਿਖ ਮਤ ਵਿੱਚ "ੴ" ਉਪਾਸਨਾ ਦਾ ਸਰੋਤ ਹੈ। ਇਸ "ੴ" ਸ਼ਬਦ-ਚਿੱਤ੍ਰ ਰੂਪੀ ਸੰਕੇਤ-ਚਿੰਨ ਤੋਂ ਸਾਰੇ ਜਗਤ ਨੂੰ ਸਪੱਸ਼ਟ ਗਿਆਨ ਮਿਲਦਾ ਹੈ ਕਿ ਪਰਮਈਸ਼ਰ ਕੇਵਲ ਇਕੋ ਹੈ ਅਤੇ ਸਾਰੀ ਜਗਤ ਰਚਨਾ ਉਸਨੇ ਆਪ ਕੀਤੀ ਹੈ ਅਤੇ ਉਹ ਆਪ ਹੀ ਇਸ ਦਾ ਪਾਲਣਹਾਰ ਹੈ ਅਤੇ ਇਹ ਸਾਰਾ ਜਗਤ ਉਸਦੇ ਆਪਣੇ ਨਿਅੰਤਰਣ (ਹੁਕਮ) ਅਧੀਨ ਹੈ। ਇਸ "ੴ" ਪਦ (ਸ਼ਬਦ) ਤੋਂ ਸਾਨੂੰ ਪਰਮਈਸ਼ਰ ਦੇ ਪਰਮ ਸਮਰੱਥਾਵਾਨ, ਸਿਰਜਣਹਾਰ, ਸਰਬ ਕਲਾ ਸਮਰੱਥ, ਆਪਣੀ ਰਚਨਾ ਨਾਲ ਓਤਿਪੋਤਿ, ਸਾਹਿਬੇ ਦਿਮਾਗ਼, ਅਜਾਦ ਕਰਤਾ ਅਤੇ ਰਜ਼ਾ (ਹੁਕਮ) ਦਾ ਮਾਲਕ ਹੋਣ ਦੇ ਗੁਣਾਂ ਦਾ ਪਤਾ ਚਲਦਾ ਹੈ। ਇਹਨਾਂ ਅਰਥਾਂ ਨੂੰ ਹੋਰ ਸਪਸ਼ਟਤਾ ਨਾਲ਼ ਸਮਝਣ ਲਈ ਹੇਠ ਲਿਖੀਆਂ ਗੁਰਬਾਣੀ ਦੀਆਂ ਤੁਕਾਂ ਨੂੰ ਵਿਚਾਰ ਗੋਚਰ ਕੀਤਾ ਜਾਵੇ ਜੀ:-

੧) **ਏਕਮ ਏਕੰਕਾਰੁ ਨਿਰਾਲਾ ॥ ਅਮਰ ਅਜੋਨੀ ਜਾਤਿ ਨ ਜਾਲਾ ॥**

(ਬਿਲਾਵਲ ਮਹਲਾ ੧ ਪੰ:੮੩੮)

੨) **ਸਾਹਿਬ ਮੇਰਾ ਏਕੋ ਹੈ ॥ ਏਕੋ ਹੈ ਭਾਈ ਏਕੋ ਹੈ॥**

(ਆਸਾ ਮਹਲਾ ੧ ਪੰ:੩੫੦)

੩) **ਓਅੰਕਾਰਿ ਬ੍ਰਹਮਾ ਉਤਪਤਿ ॥ ਓਅੰਕਾਰੁ ਕੀਆ ਜਿਨਿ ਚਿਤਿ ॥**
ਓਅੰਕਾਰਿ ਸੈਲ ਜੁਗ ਭਏ ॥ ਓਅੰਕਾਰਿ ਬੇਦ ਨਿਰਮਏ ॥
ਓਅੰਕਾਰਿ ਸਬਦਿ ਉਧਰੇ ॥ ਓਅੰਕਾਰਿ ਗੁਰਮੁਖਿ ਤਰੇ ॥
ਓਨਮ ਅਖਰ ਸੁਣਹੁ ਬੀਚਾਰੁ ॥ ਓਨਮ ਅਖਰੁ ਤ੍ਰਿਭਵਣ ਸਾਰੁ ॥

(ਰਾਮਕਲੀ ਮਹਲਾ ੧ ਦਖਣੀ ਓਅੰਕਾਰ ਪੰ:੯੩੦)

੪) **ਓਅੰਕਾਰਿ ਸਭ ਸ੍ਰਿਸਟਿ ਉਪਾਈ ॥**

(ਮਾਰੂ ਮਹਲਾ ੩ ਪੰ:੧੦੬੧)

੫) **ਓਅੰਕਾਰਿ ਉਤਪਾਤੀ ॥ ਕੀਆ ਦਿਨਸੁ ਸਭ ਰਾਤੀ ॥**

(ਮਾਰੂ ਮਹਲਾ ੫ ਪੰ:੧੦੦੩)

੬) **ਓਅੰਕਾਰ ਆਦਿ ॥ ਕਥਨੀ ਅਨਾਦਿ ॥੧੬੭॥**

(ਜਾਪੁ ਸਾਹਿਬ)

੭) **ਪ੍ਰਿਥਮ ਕਾਲ ਜਬ ਕੀਆ ਪਸਾਰਾ ॥ ਓਅੰਕਾਰ ਤੇ ਸ੍ਰਿਸਟ ਉਪਾਰਾ ॥**

(ਬਚਿਤ੍ਰ ਨਾਟਕ)

੮) **ਪ੍ਰਣਵੋ ਆਦਿ ਏਕੰਕਾਰਾ ॥ ਜਲਥਲ ਮਹਿਅਲ ਕੀਓ ਪਸਾਰਾ ॥**

(ਅਕਾਲ ਉਸਤਤਿ)

੯) **ਜਿਮੀ ਜਮਾਨ ਕੇ ਬਿਖੈ ਸਮਸਤ ਏਕ ਜੋਤ ਹੈ ॥**
ਨ ਘਾਟ ਹੈ ਨ ਬਾਢ ਹੈ ॥ ਨ ਘਾਟ ਬਾਢ ਹੋਤ ਹੈ ॥

(ਅਕਾਲ ਉਸਤਤਿ)

੧੦) **ਨਿਰਗੁਨੁ ਆਪ ਸਰਗੁਨੁ ਭੀ ਓਹੀ ॥ ਕਲਾਧਾਰਿ ਜਿਨਿ ਸਗਲੀ ਮੋਹੀ ॥**

(ਸੁਖਮਨੀ-੧੮ ਪੰ:੨੮੭)

੧੧) **ਓਅੰ ਗੁਰਮੁਖਿ ਕੀਓ ਅਕਾਰਾ ॥ ਏਕਹਿ ਸੂਤਿ ਪਰੋਵਨ ਹਾਰਾ ॥**
ਭਿੰਨ ਭਿੰਨ ਤ੍ਰੈਗੁਣ ਬਿਸਥਾਰੰ ॥ ਨਿਰਗੁਣ ਤੇ ਸਰਗੁਣ ਦ੍ਰਿਸਟਾਰੰ ॥

(ਬਾਵਨ ਅਖਰੀ ਮਹਲਾ ੫ ਪੰ:੨੫੦)

੧੨) **ਸਾਹਾ ਗਣਹਿ ਨ ਕਰਹਿ ਬੀਚਾਰੁ ॥ ਸਾਹੇ ਊਪਰਿ ਏਕੰਕਾਰੁ ॥**

(ਰਾਮਕਲੀ ਮਹਲਾ ੧ ਪੰ:੯੦੪)

੧੩) **ਓਅੰ ਨਮੋ ਭਗਵੰਤ ਗੁਸਾਈ ॥ ਖਾਲਕੁ ਰਵਿ ਰਹਿਆ ਸਰਬ ਠਾਈ ॥**

(ਰਾਮਕਲੀ ਮਹਲਾ ੫ ਪੰ:੮੯੭)

੧੪) **ਏਕੰਕਾਰੁ ਇਕਾਗ ਲਿਖਿ ਊੜਾ ਓਅੰਕਾਰ ਲਖਾਇਆ॥**

(ਭਾਈ ਗੁਰਦਾਸ ਵਾਰ ੩੯, ਪਉੜੀ ੧)

੧੫) **ਏਕਾ ਏਕੰਕਾਰੁ ਲਿਖ ਦਿਖਾਲਿਆ॥ ਊੜਾ ਓਅੰਕਾਰ ਪਾਸਿ ਬਹਾਲਿਆ॥**

(ਭਾਈ ਗੁਰਦਾਸ ਵਾਰ ੩, ਪਉੜੀ ੧੫)

੧੬) **ਇਕ ਕਵਾਉ ਪਸਾਉ ਕਰਿ ਓਅੰਕਾਰ ਅਕਾਰ ਬਣਾਇਆ॥**

(ਭਾਈ ਗੁਰਦਾਸ ਵਾਰ ੩੭ ਪਉੜੀ ੧)

੧੭) **ਏਕੰਕਾਰਹੁ ਸਬਦ ਧੁਨਿ ਓਅੰਕਾਰ ਅਕਾਰ ਬਣਾਇਆ॥**

(ਭਾਈ ਗੁਰਦਾਸ ਵਾਰ ੨੬ ਪਉੜੀ ੨)

ਸਤਿਨਾਮੁ:-ਨਿਰਗੁਣ ਸਰੂਪ ਤੋਂ ਸਰਗੁਣ ਸਰੂਪ ਵਿੱਚ ਪ੍ਰਗਟ ਹੋਣ ਵਾਲੇ "ਇਕ ਓਅੰਕਾਰ" (ੴ) ਦਾ ਨਾਂਉ ਗੁਰੂ ਜੀ ਨੇ ਸਤਿ ਆਖਿਆ ਹੈ, ਭਾਵ ਉਹ ਕੋਈ ਮਿੱਥ ਮਨਾਉਤ ਤੇ ਆਧਾਰਤ ਕਲਪਤ ਹਸਤੀ ਨਹੀਂ ਹੈ। ਉਹ ਸੱਤਿ ਹੈ, ਉਸਦਾ ਹਰ ਇੱਕ ਨਾਮ ਆਪਣੇ ਗੁਣਾਂ ਅਤੇ ਸੁਭਾਓ ਕਰਕੇ ਸਦੈਵ ਕਾਲ "ਸਤਿ" ਹੈ। ਇਸ 'ਸਤਿ' ਨੂੰ ਦਰਸਾਉਣ ਵਾਲੀ ਇਕ ਇਤਿਹਾਸਕ ਘਟਨਾ ਹੈ ਕਿ ਭਗਤ ਨਾਮਦੇਵ ਜੀ ਨੇ ਦੁਖੀ ਹੋ ਕੇ ਪ੍ਰਭੂ ਨੂੰ ਫਰਿਆਦ ਭਰੀ ਪੁਕਾਰ ਕੀਤੀ ਕਿ ਹੇ ਪ੍ਰਭੂ ਤੂੰ ਜਗਤ ਵਿੱਚ ਦਿਆਲ ਕ੍ਰਿਪਾਲ ਕਰਕੇ ਜਾਣਿਆ ਜਾਂਦਾ ਹੈਂ ਅਤੇ ਹੇ ਪ੍ਰਭੂ ਤੇਰੀਆਂ ਭੁਜਾਵਾਂ ਵਿੱਚ ਬਹੁਤ ਜੋਰ ਸੁਣੀਦਾ ਹੈ, ਪਰ ਇਹ ਪੰਡੇ ਮੈਨੂੰ ਨੀਵੀਂ ਜਾਤ ਦਾ ਹੋਣ ਕਰਕੇ, ਢੇਡ ਕਹਿਕੇ ਧੱਕੇ ਮਾਰਕੇ ਤੇਰੇ ਮੰਦਰ ਚੋਂ ਹੀ ਕੱਢੀ ਜਾਂਦੇ ਹਨ, ਇਸ ਤਰਾਂ ਤੇਰੀ ਹੀ ਪੈਜ ਪਛੜਦੀ ਹੈ ... ! **ਯਥਾ**:-"**ਏ ਪੰਡੀਆ ਮੋਕਉ ਢੇਢ ਕਹਤ ਤੇਰੀ ਪੈਜ ਪਿਛੰਉਡੀ ਹੋਇਲਾ ॥੨॥ ਤੂ ਜੁ ਦਇਆਲੁ ਕ੍ਰਿਪਾਲ ਕਹੀਅਤੁ ਹੈ ਅਤਿਭੁਜ ਭਇਓ ਅਪਾਰਲਾ ॥ ਫੇਰਿ ਦੀਆ ਦੇਹੁਰਾ ਨਾਮੇ ਕਉ ਪੰਡੀਅਨ ਕਉ ਪਿਛਵਾਰਲਾ ॥੩॥੨॥**" (ਪੰ: ੧੨੯੨)॥ ਪ੍ਰਭੂ ਨੇ ਆਪਣੇ ਨਾਮ ਦੀ ਲਾਜ ਰੱਖੀ ਤੇ ਨਾਮਦੇਵ ਦੀ ਪੁਕਾਰ ਸੁਣੀ ਤੇ ਦਿਆਲ ਕ੍ਰਿਪਾਲ ਰੂਪ 'ਸਤਿ' ਹੋ ਕੇ ਦਿਖਾਇਆ ਅਤੇ ਮੰਦਰ ਦਾ ਮੂੰਹ ਨਾਮਦੇਵ ਵੱਲ ਫੇਰਕੇ ਅਤਿਭੁਜ ਬਲੀ 'ਸਤਿ' ਹੋ ਕੇ ਦਿਖਾਇਆ। ਇਹ ਇਤਿਹਾਸਕ ਘਟਨਾ ਮਹਾਂਰਾਸਟਰ ਸੂਬੇ ਦੇ ਹਿੰਗੋਲੀ ਜਿਲੇ ਵਿੱਚ ਔਂਧਾ ਨਾਗਨਾਥ ਦੇ ਸਥਾਨ ਤੇ ਵਾਪਰੀ। ਔਂਧਾ ਨਾਗਨਾਥ ਮੰਦਰ, ਨਾਦੇੜ (ਸ੍ਰੀ ਹਜੂਰ ਸਾਹਿਬ) ਤੋਂ ੬੧ ਕਿਲੋਮੀਟਰ ਦੀ ਦੂਰੀ ਤੇ ਸਥਿਤ ਹੈ। ਸੰਖੇਪ ਵਿਚ ਇਕ ਹੋਰ ਉਦਾਹਰਨ ਹੈ ਕਿ, ਇੱਕ ਸੁੰਦਰ ਸਿੰਘ ਨਾਮ ਦਾ ਵਿਅਕਤੀ ਬਚਪਨ ਵਿਚ ਤੇ ਜਵਾਨੀ ਸਮੇਂ ਤਾਂ ਸੁੰਦਰ ਹੋ ਸਕਦਾ ਹੈ, ਪਰ ਬੁਢਾਪੇ ਵਿਚ ਉਸਦੀ ਸੁੰਦਰਤਾ ਦਾ ਗੁਣ ਖਤਮ ਹੋ ਜਾਂਦਾ ਹੈ, ਇਤਿਆਦਿਕ ਇਸੇ ਤਰਾਂ ਹੋਰ ਵਿਸਥਾਰ ਸਮਝ ਲੈਣਾ; ਪਰ ਉਹ ਪਰਮਈਸ਼ਰ ਸਦੈਵ ਕਾਲ ਹੀ ਸੁੰਦਰ ਹੈ ਭਾਵ ਉਸਦੀ ਸੁੰਦਰਤਾ ਦਾ ਗੁਣ ਸਦੱਈਵ "ਸਤਿ" ਹੈ। ਸਤਿ (ਸੱਤਯ) ਦਾ ਭਾਵ ਹੈ ਹੋਂਦ ਵਾਲ਼ਾ, ਨਾਸ਼ ਰਹਿਤ ਅਥਵਾ ਅਬਿਨਾਸ਼ੀ। ਨਾਮ ਸਦਾ ਨਾਮੀ ਦੇ ਗੁਣਾਂ, ਸੁਭਾਓ ਅਤੇ ਸਰੂਪ ਦਾ ਲਖਾਇਕ ਹੈ। ਇਸੇ ਲਈ ਹੀ ਨਾਮ ਸਿਮਰਨ, ਨਾਮੀ ਤੱਕ ਰਸਾਈ (ਪਹੁੰਚ) ਕਰਾਉਂਦਾ ਹੈ। ਜਗਤ ਵਿਚ ਕਿਸੇ ਭੀ ਦੇਖੀ ਜਾਂ ਸੁਣੀ ਹੋਈ, ਜਾਣੀ ਪਹਿਚਾਣੀ ਵਸਤੂ ਦਾ ਨਾਂਉ ਲਈਏ ਤਾਂ ਉਸਦਾ ਸਰੂਪ ਸਾਹਮਣੇ ਆ ਜਾਂਦਾ ਹੈ। ਇਕਾਗਰ ਚਿੱਤ ਸਹਿਤ ਸਾਵਧਾਨ ਹੋਕੇ ਪ੍ਰਭੂ ਦਾ ਨਾਮ ਲੈਣ ਨਾਲ ਸਾਡੇ ਹਿਰਦੇ ਵਿੱਚ, ਸਾਡੇ ਅੰਤਹਕਰਣ ਵਿੱਚ ਉਸਦੇ ਸਰੂਪ ਦਾ ਨਿਰਮਲ ਅਕਸ ਉਕਰਿਆ ਜਾਂਦਾ ਹੈ ਕਿਉਂਕਿ ਪ੍ਰਭੂ ਦਾ ਹਰੇਕ ਨਾਮ ਉਸਦੇ ਗੁਣ, ਸੁਭਾਓ ਅਤੇ ਉਸਦੇ ਸਰੂਪ ਦਾ ਵਰਨਣ ਹੈ। ਤਦੇ ਗੁਰੂ ਨਾਨਕ ਸਾਹਿਬ ਨੇ ਕਿਹਾ ਹੈ ਕਿ ਮੈਂ ਉਸਦੇ ਸਾਰੇ ਨਾਮਾਂ ਤੋਂ ਬਲਿਹਾਰ ਜਾਂਦਾ ਹਾਂ। **ਯਥਾ** ਫੁਰਮਾਣ ਹੈ:- **ਬਲਿਹਾਰੀ ਜਾਉ ਜੇਤੇ ਤੇਰੇ ਨਾਵ ਹੈ** ॥ (ਬਸੰਤ ਮਹਲਾ ੧ ਪੰ:੧੧੬੮)॥ ਗੁਰੂ ਜੀ ਨੇ ਉਸ ਇਕ ਓਅੰਕਾਰ (ੴ) ਨੂੰ ਸਤਿ ਆਖ ਕੇ ਉਸਦੀ ਹੋਂਦ ਨੂੰ ਤ੍ਰੈ ਕਾਲ਼ ਸਤਿ (ਸੱਚ) ਦ੍ਰਿੜ ਕਰਵਾਇਆ ਹੈ ਅਤੇ ਦਰਸਾਇਆ ਹੈ ਕਿ ਸੱਚ ਕੇਵਲ ਉਹ ਆਪ ਹੀ ਹੈ। ਉਸਤੋ ਬਿਨਾ ਤ੍ਰੈ ਕਾਲ ਹੋਰ ਕੁਝ ਭੀ ਸੱਚ ਨਹੀਂ ਹੈ।

ਗੁਰੂ ਸਾਹਿਬ ਜੀ ਨੇ ਆਪ ਹੀ ਜਪੁਜੀ ਦੇ ਮੁਢ ਵਿੱਚ ਇਨਾਂ ਅਰਥਾਂ ਨੂੰ "**ਆਦਿ ਸਚੁ, ਜੁਗਾਦਿ ਸਚੁ, ਹੈ ਭੀ ਸਚੁ, ਨਾਨਕ ਹੋਸੀ ਭੀ ਸਚੁ**" ਕਹਿ ਕੇ ਦ੍ਰਿੜ ਕਰਵਾਇਆ ਹੈ । ਅਸਲ ਵਿੱਚ ਸਤਿ ਨਾਮ ਉਸਦਾ ਪੁਰਾਣਾ ਭਾਵ ਪਰਾਪੂਰਬਲਾ ਨਾਮ ਹੈ । ਗੁਰੂ ਅਰਜੁਨ ਦੇਵ ਜੀ ਨੇ ਉਸ ਪ੍ਰਭੂ ਦੇ ਅਨੇਕਾਂ ਨਾਮ ਗਿਣਦੇ ਹੋਏ ਮਾਰੂ ਰਾਗ ਵਿੱਚ ਫਰਮਾਇਆ ਹੈ ਕਿ "**ਕਿਰਤਮ ਨਾਮ ਕਥੇ ਤੇਰੇ ਜਿਹਬਾ, ਸਤਿਨਾਮੁ ਤੇਰਾ ਪਰਾ ਪੂਰਬਲਾ**"। ਕਿਉਂਕਿ ਬਾਕੀ ਨਾਮ ਜੋ ਕਰਮ ਵਾਚਕ ਗੁਣਾਂ ਕਰਕੇ ਹੋਂਦ ਵਿੱਚ ਆਏ ਹਨ, ਉਹ ਪ੍ਰਭੂ ਦੇ ਮੁਢਲੇ ਨਿਰਗੁਣ ਸਰੂਪ ਵਿੱਚ, ਸ੍ਰਿਸ਼ਟੀ ਰਚਨਾ ਖਤਮ ਹੋਣ ਨਾਲ਼ ਹੀ ਉਸ ਵਿਚ ਸਮਾ ਜਾਂਦੇ ਹਨ । ਪਰ ਪਰਮਾਤਮਾ ਦੇ ਨਿਰਗੁਣ ਸਰੂਪ ਵਿੱਚ ਸਮਾ ਜਾਣ ਤੇ ਵੀ ਉਸ ਪ੍ਰਭੂ ਦੀ ਹੋਂਦ ਹਸਤੀ ਤਾਂ ਕਾਇਮ ਹੀ ਰਹਿੰਦੀ ਹੈ। ਇਸੇ ਕਰਕੇ ਹੀ ਗੁਰੂ ਅਰਜੁਨ ਦੇਵ ਜੀ ਨੇ ਉਸ ਇਕ ਓਅੰਕਾਰ ਪ੍ਰਭੂ ਦੇ ਨਾਮ ਨੂੰ "**ਸਤਿਨਾਮ ਤੇਰਾ ਪਰਾਪੂਰਬਲਾ**" ਕਿਹਾ ਹੈ ਕਿਉਂਕਿ ਇਹੋ ਹੀ ਅਤਿਅੰਤ ਪੁਰਾਣਾ ਤੇ ਸਦਾ ਕਾਇਮ ਰਹਿਣ ਵਾਲ਼ਾ ਨਾਮ ਹੈ ਅਤੇ ਇਹ '**ਇਕ ਓਅੰਕਾਰ**' ਦੇ ਨਿਰਗੁਨ ਸਰੂਪ ਵਿਚ ਟਿਕੇ ਹੋਏ ਹੋਣ ਦੀ ਸਥਿਤੀ ਵਿੱਚ ਭੀ ਪਾਰਬ੍ਰਹਮ ਦੇ ਸਤਿ ਸਰੂਪ ਨੂੰ ਦ੍ਰਿੜ ਕਰਾਉਂਦਾ ਹੈ । ਸਤਿ ਪਦ (ਸ਼ਬਦ) ਤੋਂ ਹੀ ਸਾਨੂੰ ਪ੍ਰਭੂ ਦੇ ਗੁਣਾਂ, ਸੁਭਾਓ ਅਤੇ ਅਚੁਤ ਅਬਿਨਾਸੀ ਸਰੂਪ ਦਾ ਪਤਾ ਚਲਦਾ ਹੈ ਕਿ ਉਹ ਬਿਨਾਂ ਕਿਸੇ ਬਦਲਾਵ ਸਦੈਵ ਕਾਲ ਸਤਿ ਹੈ । ਗੁਰੂ ਨਾਨਕ ਸਾਹਿਬ ਨੇ ਜਪੁ ਬਾਣੀ ਵਿਚ ਅੱਗੇ ਇਸੇ ਸਤਿ ਸਰੂਪ ਨੂੰ "ਤੂ ਸਦਾ ਸਲਾਮਤਿ ਨਿਰੰਕਾਰ, ਅਨਾਹਤਿ, ਜੁਗੁ ਜੁਗੁ ਏਕੋ ਵੇਸੁ, ਹੈ ਭੀ ਹੋਸੀ ਜਾਏ ਨਾ ਜਾਸੀ" ਕਹਿ ਕੇ ਦ੍ਰਿੜ ਕਰਵਾਇਆ ਹੈ । ਗੁਰੁ ਗੋਬਿੰਦ ਸਿੰਘ ਜੀ ਨੇ ਉਸਨੂੰ "**ਸਦਾਸਚਿਦਾਨੰਦ**" ਭਾਵ ਮਹਾਚੇਤਨ, ਆਨੰਦ ਸਰੂਪ ਅਤੇ ਸਦਾ ਸਤਿ ਸਰੂਪ ਕਿਹਾ ਹੈ। ਪਾਰਬ੍ਰਹਮ ਦਾ ਇਹ ਜਪਣ ਯੋਗ ਨਾਮ ਹੈ। ਇਥੇ ਵੀ ਹਿੰਦੂ ਮੱਤ ਦੀ ਤ੍ਰੈਮੂਰਤੀ ਵਿਚਾਰਧਾਰਾ ਦਾ ਖੰਡਨ ਹੋ ਜਾਂਦਾ ਹੈ ਕਿਉਂਕਿ ਇਹ ਤਿੰਨੇ ਦੇਵਤੇ ਸਦੀਵੀ (ਸਤਿ) ਨਹੀਂ ਹਨ ਅਤੇ ਅੰਤ ਨੂੰ ਇਹ ਵੀ ਕਾਲ ਵਸ ਹੋ ਜਾਣਗੇ । ਯਥਾ ਫੁਰਮਾਣ ਹੈ ਕਿ:-"**ਬ੍ਰਹਮ ਮਹੇਸਰ ਬਿਸਨ ਸਚੀਪਤਿ ਅੰਤ ਫਸੇ ਜਮ ਫਾਸ ਪਰੈਂਗੇ ॥**" ਹੋਰ ਸਪੱਸਟਤਾ ਲਈ ਹੇਠ ਲਿਖੇ ਹਵਾਲੇ ਵਿਚਾਰ ਗੋਚਰ ਕੀਤੇ ਜਾਣ।

੧) **ਨਾਨਕ ਸਚੁ ਧਿਆਇਨਿ ਸਚ॥** (ਵਾਰ ਆਸਾ ਮਹਲਾ ੧ ਪੰ:੪੬੩)
(ਭਾਵ ਜੋ ਸੱਚ ਨਾਮ ਸਿਮਰਦੇ ਹਨ ਉਹ ਸੱਚ ਰੂਪ ਹੋ ਜਾਂਦੇ ਹਨ)

੨) **ਸਚ ਖੰਡਿ ਵਸੈ ਨਿਰੰਕਾਰੁ॥** (ਜਪੁਜੀ)

੩) **ਜਪਿ ਮਨ ਸਤਿਨਾਮੁ ਸਦਾ ਸਤਿਨਾਮੁ॥** (ਧਨਾਸਰੀ ਮਹਲਾ ੪ ਪੰ:੬੭੦)

੪) **ਸਤਿਨਾਮੁ ਪ੍ਰਭ ਕਾ ਸੁਖਦਾਈ॥** (ਸੁਖਮਨੀ ਅ:੧੯, ਪਦਾ ੬)

੫) **ਨਾਮੁ ਸਤਿ ਸਤਿ ਧਿਆਵਨਹਾਰ॥** (ਸੁਖਮਨੀ ਅ:੧੭, ਪਦਾ ੧)

੬) **ਬੋਲਹੁ ਸਚੁ ਨਾਮੁ ਕਰਤਾਰ ॥ ਫੁਨਿ ਬਹੁੜਿ ਨ ਆਵਨ ਵਾਰ ॥**
(ਪ੍ਰਭਾਤੀ ਮਹਲਾ ੧ ਪੰ:੧੩੨੯)

੭) **ਹੈ ਭੀ ਹੋਸੀ ਜਾਇ ਨ ਜਾਸੀ ਰਚਨਾ ਜਿਨਿ ਰਚਾਈ ॥** (ਜਪੁਜੀ)

੮) **ਸਚੁ ਨਾਮ ਕਰਤਾਪੁਰਖੁ ਏਹ ਰਤਨਾ ਖਾਣੀ ॥**

(ਵਾਰ ਗਉੜੀ ਮਹਲਾ ੫ ਪਉੜੀ ੪ ਪੰ:੩੧੯)

੯) **ਹਮ ਧਨਵੰਤ ਭਾਗਠ ਸਚ ਨਾਇ ॥** (ਗਉੜੀ ਮਹਲਾ ੫ ਪੰ:੧੮੫)

੧੦) **ਕਹੈ ਰਵਿਦਾਸੁ ਨਾਮੁ ਤੇਰੋ ਆਰਤੀ ਸਤਿ ਨਾਮੁ ਹੈ ਹਰਿ ਭੋਗ ਤੁਹਾਰੇ ॥੪॥੩॥**

(ਧਨਾਸਰੀ ਭਗਤ ਰਵਿਦਾਸ ਜੀ ਕੀ ਪੰ:੬੯੪)

੧੧) **ਕਲਿਜੁਗ ਬਾਬੇ ਤਾਰਿਆ ਸਤਿਨਾਮੁ ਪੜ੍ਹਿ ਮੰਤ੍ਰ ਸੁਣਾਇਆ॥**

੧੨) **ਕਲਿ ਤਾਰਣਿ ਗੁਰੁ ਨਾਨਕ ਆਇਆ॥** (ਭਾਈ ਗੁਰਦਾਸ ਵਾਰ ੧ ਪਉੜੀ ੨੩)

੧੩) **ਸਤਿ ਸਰੂਪ ਸਤਿ ਨਾਮੁ ਕਰਿ ਸਤਿਗੁਰੁ ਨਾਨਕ ਦੇਉ ਜਪਾਇਆ॥**

(ਭਾਈ ਗੁਰਦਾਸ ਵਾਰ ੨੪ ਪਾਉੜੀ ੧)

ਸਾਰੰਸ਼: "ੴ" (ਇਕ ਓਅੰਕਾਰ) ਦੀ ਹੋਂਦ ਤ੍ਰੈ ਕਾਲ ਸਤਿ ਹੈ। ਉਹ (ਵਾਹਿਗੁਰੂ) ਕੋਈ ਕਲਪਤ ਹਸਤੀ ਨਹੀਂ, ਉਹ ਸੱਚਮੁੱਚ ਹੈ, ਉਹ ਸਦੈਵ "ਸਤਿ" ਹੈ । ਉਸਦਾ ਹਰੇਕ ਨਾਮ ਆਪਣੇ ਗੁਣਾਂ ਅਤੇ ਸੁਭਾਓ ਵਿੱਚ ਤ੍ਰੈਕਾਲ਼ ਸਤਿ ਹੈ । ਉਹ ਕਦੇ ਨਾ ਮਿਟਣ ਵਾਲ਼ਾ ਸਤਿ ਹੈ । ਇਹ ਸਤਿ ਨਾਮ ਪ੍ਰਭੂ ਦੇ ਸਤਿ ਸਰੂਪ ਦਾ ਲਖਾਇਕ ਹੈ । ਉਹ ਅਬਿਨਾਸੀ ਹੈ, ਨਾਸ ਰਹਿਤ ਹੈ । ਉਸਦਾ ਇਹ "**ਸਤਿਨਾਮੁ**" ਮੰਤ੍ਰ ਹੈ ਅਤੇ ਜਪਣ ਯੋਗ ਹੈ । ਨਾਮ ਸਿਮਰਣ ਵਾਲੇ ਦੀ ਨਾਮੀ ਤੱਕ ਰਸਾਈ (ਪਹੁੰਚ) ਹੋਣ ਕਰਕੇ ਇਹ **ਸਤਿਨਾਮੁ** ਜਗਤ ਨੂੰ ਤਾਰਨ ਲਈ ਸਮਰੱਥ ਹੈ ।

ਕਰਤਾਪੁਰਖੁ:- ਸ੍ਰਿਸਟੀ ਦਾ ਰਚਣਹਾਰ, ਸਾਜਣਹਾਰ, ਸ੍ਰਿਸਟੀ ਦੀ ਪਾਲਣਾ ਦਾ ਕਰਤਾ ਧਰਤਾ (ਮੋਢੀ) ਹੋਣ ਕਰਕੇ ਅਤੇ ਆਪਣੀ ਰਚਨਾ ਦੇ ਕਣ ਕਣ ਵਿੱਚ ਸਮਾਇਆ ਹੋਣ ਕਰਕੇ ਉਹ "ਪੁਰਖੁ" ਕਰਤਾਪੁਰਖੁ ਵਿਸ਼ੇਸ਼ ਹੈ । ਉਹ "ਕਰਤਾ" ਆਪਣੀ ਰਚਨਾ (ਕੁਦਰਤ) ਦੇ ਵਿੱਚ ਹੀ ਵਸਿਆ ਹੋਇਆ ਹੈ । ਤਦੇ ਹੀ ਗੁਰੁ ਨਾਨਕ ਸਾਹਿਬ ਦਾ ਫੁਰਮਾਣ ਹੈ ਕਿ "**ਨਾਨਕ ਸਚੁ ਦਾਤਾਰੁ ਸਿਨਾਖਤੁ ਕੁਦਰਤੀ**" ਭਾਵ ਉਸ ਕਰਤਾਪੁਰਖ ਦੀ ਪਹਿਚਾਣ ਤਥਾ ਹੋਂਦ ਉਸਦੀ ਕੁਦਰਤ ਦੇ ਨਜ਼ਾਰਿਆਂ (ਕਰਤਵਾਂ) ਵਿੱਚੋਂ ਹੁੰਦੀ ਹੈ । ਚਾਰਾਂ ਹੀ ਵੇਦਾਂ ਵਿੱਚ "ਪੁਰਸ਼ ਸੂਕਤ" ਦੇ ਲਗਭਗ ੬੦ ਤੋਂ ਜਿਆਦਾ ਮੰਤ੍ਰ ਹਨ ਜਿਨ੍ਹਾਂ ਵਿਚ ਪੁਰਸ਼ ਦੇ ਅਨੇਕਾਂ ਅਰਥ ਹਨ । ਆਮ ਕਰਕੇ ਪੁਰਸ਼ ਨੂੰ "ਪਰੁਸ਼ਯ" ਕਿਹਾ ਜਾਂਦਾ ਹੈ, ਜਿਸਦਾ ਭਾਵ ਹੈ ਸਰੀਰ ਰੂਪੀ ਪੁਰੀਆਂ ਵਿਚ ਸੌਣ ਵਾਲ਼ਾ (ਵਿਸ਼ਰਾਮ ਕਰਨ ਵਾਲਾ) ਪੁਰਸ਼ ਹੈ । ਉਪਨਿਸ਼ਦਾਂ ਵਿੱਚ ਭੀ ਆਤਮਾ ਨੂੰ ਪੁਰਸ਼ ਕਿਹਾ ਗਿਆ ਹੈ । ਗੱਲ ਕੀ ਇਥੇ ਪੁਰਸ਼ ਨੂੰ ਮਨੁੱਖ ਰੂਪ, ਜੀਵ ਰੂਪ, ਆਤਮਾ ਰੂਪ, ਬ੍ਰਹਮ ਰੂਪ, ਪ੍ਰਾਕ੍ਰਿਤੀ ਰੂਪ, ਜੱਗ ਰੂਪ, ਸਮਾਜ ਰੂਪ, ਵਿਰਾਟ ਰੂਪ ਅਤੇ ਵਿਸ਼ਵ ਰੂਪ ਆਦਿ, ਅਨੇਕਾਂ ਅਰਥਾਂ ਵਿੱਚ ਵਰਤਿਆ ਗਿਆ ਹੈ । ਸਾਂਖ ਸ਼ਾਸਤ੍ਰ ਅਨੁਸਾਰ ਪ੍ਰਾਕ੍ਰਿਤੀ ਅਤੇ ਪੁਰਸ਼ (ਆਤਮਾ) ਦੋ ਸਤਿ ਮੰਨੇ ਗਏ ਹਨ ਅਤੇ ਸ੍ਰਿਸ਼ਟੀ ਦੀ ਰਚਨਾ ਪੁਰਸ਼ ਅਤੇ ਪ੍ਰਾਕ੍ਰਿਤ ਦੇ ਸੰਜੋਗ ਤੋਂ ਮੰਨੀ ਗਈ ਹੈ, ਭਾਵ ਪੁਰਸ਼ ਸ੍ਰਿਸ਼ਟੀ ਰਚਨਾ ਦਾ ਅਜਾਦ ਕਰਤਾ ਨਹੀਂ ਹੈ । ਪਰ ਗੁਰੁ ਨਾਨਕ ਸਾਹਿਬ ਨੇ ਪੁਰਸ਼ ਦੇ

ਅੱਗੇ "ਕਰਤਾ" ਵਿਸ਼ੇਸ਼ਣ ਰੱਖ ਕੇ ਉਸਨੂੰ "**ਕਰਤਾ ਪੁਰਖੁ**" ਆਖ ਕੇ ਇਹ ਪ੍ਰਗਟ ਕੀਤਾ ਹੈ ਕਿ ਉਹ ਸਾਂਖ ਸ਼ਾਸਤ੍ਰ ਦੇ ਪੁਰਸ਼ ਦੇ ਵਾਂਗ ਨਾ ਹੋ ਕੇ ਸਗੋਂ ਆਪ ਹੀ ਕਰਣ ਕਾਰਨ ਸਮਰੱਥ ਹੈ ਅਤੇ ਆਪ ਹੀ ਸਾਰੀ ਸ੍ਰਿਸ਼ਟੀ ਦਾ ਰਚਣ ਹਾਰ (ਸਾਜਣਹਾਰ) ਹੈ । ਭਾਵ ਉਹ ਅਜਾਦ ਕਰਤਾ ਹੈ। ਉਹ ਰਜ਼ਾ ਦਾ ਮਾਲਕ ਹੈ, ਉਹ ਰਚਨਾ ਦਾ ਮੁਖੀ ਹੈ। ਉਹ ਰਚਨਾ ਕਰਨ ਉਪਰੰਤ ਆਪਣੀ ਕੀਤੀ ਰਚਨਾ (ਸ੍ਰਿਸਟੀ) ਤੋਂ ਭਿੰਨ ਹੋ ਕੇ ਨਹੀਂ ਬੈਠਦਾ, ਸਗੋਂ ਆਪਣੀ ਸਾਰੀ ਜੜ੍ਹ ਅਤੇ ਚੇਤਨ ਰਚਨਾ ਦੇ ਕਣ ਕਣ ਵਿੱਚ ਸਮਾਇਆ ਹੋਇਆ ਹੈ । ਪੁਰਖੁ ਪਦ (ਸ਼ਬਦ) ਤੋਂ ਸਾਨੂੰ ਉਸ ਪਰਮਈਸ਼ਰ ਦੇ ਰਹਿਣ ਦੇ ਥਾਂ ਟਿਕਾਣੇ ਦਾ ਪਤਾ ਮਿਲਦਾ ਹੈ ਕਿ ਉਹ ਆਪਣੀ ਕੀਤੀ ਰਚਨਾ ਦੇ ਕਣ ਕਣ ਵਿਚ ਵਸਿਆ ਹੋਇਆ ਹੈ ਅਤੇ ਸਭ ਜੀਵਾਂ ਦੇ ਘਟਿ ਘਟਿ ਵਿੱਚ ਵਸਿਆ ਹੋਇਆ ਹੈ ਅਤੇ ਉਹੀ ਆਪਣੀ ਰਚਨਾ ਦੀ ਸਾਰ ਸੰਭਾਲ਼ ਕਰਦਾ ਹੈ । ਭਾਵ ਉਹ **ਕਰਤਾ ਪੁਰਖ** ਹਰ ਤਰਾਂ ਨਾਲ ਕਰਣ ਕਾਰਣ ਸਮਰੱਥ ਹੈ। ਗੁਰੂ ਰਾਮ ਦਾਸ ਜੀ ਨੇ ਆਸਾ ਰਾਗ ਵਿੱਚ "**ਸੋ ਪੁਰਖੁ**" ਦੇ ਸਿਰਲੇਖ ਹੇਠ ਮੂਲ ਮੰਤ੍ਰ ਵਿੱਚ ਆਏ ਕਰਤਾਪੁਰਖੁ ਦੇ "**ਪੁਰਖੁ**" ਪਦ ਦੀ ਵਿਸਥਾਰ ਸਹਿਤ ਵਿਆਖਿਆ ਕੀਤੀ ਹੈ । ਨਿਰਣਾ ਇਤਨਾ ਸਪੱਸ਼ਟ ਹੈ ਕਿ ਅਸੀਂ ਵੇਦ ਦੇ ਪੁਰਸ਼ ਸੂਕਤਾਂ ਅਤੇ ਸਾਂਖ ਸ਼ਾਸਤ੍ਰ 'ਚ ਆਏ ਪਦ "ਪੁਰਸ਼" ਦੇ ਬਹੁਅਰਥੀ ਭੁਲੇਖਿਆਂ ਤੋਂ ਬਚ ਜਾਂਦੇ ਹਾਂ ਅਤੇ ਇਸ "ਪੁਰਖੁ" ਪਦ ਦੇ ਠੀਕ ਠੀਕ ਅਰਥ ਸਮਝਣ ਦੇ ਸਮਰੱਥ ਹੋ ਜਾਂਦੇ ਹਾਂ । ਇਸ ਸ਼ਬਦ ਦਾ ਪਾਠ ਅਸੀਂ ਹਰ ਰੋਜ ਸ਼ਾਮ ਨੂੰ ਰਹਿਰਾਸ ਸਮੇਂ ਕਰਦੇ ਹਾਂ । **ਯਥਾ:-ਸੋ ਪੁਰਖੁ ਨਿਰੰਜਨੁ ਹਰਿ ਪੁਰਖੁ ਨਿਰੰਜਨੁ ਹਰਿ ਅਗਮਾ ਅਗਮ ਅਪਾਰਾ ॥** ਭਾਵ ਉਹ ਕਰਤਾ ਪੁਰਖ ਮਾਇਆ ਤੋਂ ਰਹਿਤ ਹੈ । ਫਿਰ ਫੁਰਮਾਇਆ ਹੈ:- **ਤੂੰ ਆਦਿ ਪੁਰਖੁ ਅਪਰੰਪਰੁ ਕਰਤਾ ਜੀ ਤੁਧੁ ਜੇਵਡ ਅਵਰ ਨ ਕੋਈ ॥ ਤੂੰ ਜੁਗੁ ਜੁਗੁ ਏਕੋ ਸਦਾ ਸਦਾ ਤੂੰ ਏਕੋ ਜੀ ਤੂੰ ਨਿਹਚਲੁ ਕਰਤਾ ਸੋਈ ॥** ਫਿਰ ਫੁਰਮਇਆ ਹੈ:- **ਤੂ ਘਟ ਘਟ ਅੰਤਰਿ ਸਰਬ ਨਿਰੰਤਰਿ ਜੀ ਹਰਿ ਏਕੋ ਪੁਰਖੁ ਸਮਾਣਾ ॥** ਇਹ ਠੀਕ ਹੈ ਕਿ ਪੁਰਖ ਦਾ ਆਮ ਅਰਥ ਜੀਵ ਜਾਂ ਮਨੁਖ ਹੀ ਹੈ । ਜੇ ਪੁਰਖ ਨਾ਼ਲ ਵਿਸ਼ੇਸ਼ਣ ਜੁੜ ਜਾਵੇ ਤਾਂ ਪੁਰਖ ਦੇ ਅਰਥ ਮਨੁੱਖ ਜਾਂ ਜੀਵ ਨਾ ਰਹਿ ਕੇ ਉਸ ਨਾ਼ਲ ਜੁੜੇ ਵਿਸ਼ੇਸ਼ਣ ਅਨੁਸਾਰ ਬਦਲ ਜਾਂਦੇ ਹਨ। ਜਿਵੇਂ ਪਰਮਪੁਰਖ, ਮਹਾਂਪੁਰਖ, ਕਰਤਾਪੁਰਖ । ਇਸ ਤਰਾਂ ਉਹ ਪੁਰਖ ਆਮ ਜੀਵ ਨਾ ਰਹਿ ਕੇ ਇਨਾਂ ਵਿਸ਼ੇਸ਼ਣਾਂ ਅਨੁਸਾਰ ਹੁਣ ਪਰਮੇਸ਼ਵਰ ਦੇ ਅਰਥਾਂ ਨੂੰ ਦਰਸਾਉਂਦਾ ਹੈ । ਗੁਰੂ ਗੋਬਿੰਦ ਸਿੰਘ ਜੀ ਨੇ **ਜਾਪੁ ਸਾਹਿਬ** ਵਿੱਚ ਰੂਆਲ ਛੰਦ ਵਿੱਚ ਪੁਰਖੁ ਪਦ ਨਾਲ ਵੱਖਰੇ ਵੱਖਰੇ ਵਿਸ਼ੇਸ਼ਣ ਵਰਤਕੇ ਉਸ ਕਰਤਾ ਪੁਰਖ ਨੂੰ ਅਜੋਨਿ ਪੁਰਖ, ਆਦਿ ਪੁਰਖ, ਪੂਰਨ ਪੁਰਖ, ਅਕਾਲ ਪੁਰਖ ਆਖਿਆ ਹੈ । ਸੋ ਕਰਤਾਪੁਰਖੁ ਤੋਂ ਭਾਵ ਹੋਇਆ ਕਿ ਉਹ, ਸ੍ਰਿਸ਼ਟੀ ਦਾ ਰਚਣਹਾਰ, ਕਰਣ ਕਾਰਣ ਸਮਰੱਥ, ਸ੍ਰਿਸ਼ਟੀ ਦੀ ਪ੍ਰਕ੍ਰਿਤਕ ਮਰਯਾਦਾ ਸਥਾਪਤ ਕਰਨ ਵਾਲਾ, ਕਰਮ ਬਿਧਾਤਾ ਤੇ ਹੁਕਮ ਦਾ ਮਾਲਕ ਅਤੇ ਆਪਣੀ ਰਚਨਾ ਦਾ ਸਿਰਮੌਰ ਮੁਖੀ, ਕਰਤਾ ਧਰਤਾ ਹੈ । ਉਹ ਇਸੇ ਕਰਕੇ ਜਾਗਤ ਜੋਤਿ ਅਤੇ ਮਹਾਂ ਚੇਤਨ ਤੇ ਕਦੇ ਨਾ ਭੁਲਣ ਵਾਲਾ ਹੈ ਅਤੇ ਜੀਂਵਦਾ ਪੁਰਖੁ ਹੈ । ਸੋ ਇਥੇ ਭੀ **ਕਰਤਾਪੁਰਖੁ** ਇਕ ਬਚਨ ਹੋਣ ਕਰਕੇ, ਦਵੈਤਵਾਦ ਅਤੇ ਹਿੰਦੂ ਮੱਤ ਦੀ ਤ੍ਰੈਮੂਰਤੀ ਵੀਚਾਰਧਾਰਾ ਦਾ ਖੰਡਨ ਹੋ ਜਾਂਦਾ ਹੈ । ਸਾਮੀ ਮੱਤਾਂ ਅਨੁਸਾਰ ਤ੍ਰਿਗਦ ਜੂਨਾਂ ਦੀ ਸ਼ੈਤਾਨ ਦੁਆਰਾ ਰਚਨਾ ਦੀ

ਵਿਚਾਰਧਾਰਾ ਦਾ ਵੀ ਖੰਡਨ ਹੋ ਜਾਂਦਾ ਹੈ ਕਿਉਂਕਿ ਕਰਤਾ ਆਪ ਹੀ ਸਭਦਾ ਸਿਰਜਣਹਾਰ ਤੇ ਕਰਣ ਕਾਰਣ ਸਮਰੱਥ ਹੈ। ਹੇਠ ਦਿੱਤੇ ਗੁਰਬਾਣੀ ਦੇ ਹਵਾਲਿਆਂ ਤੋਂ ਕਰਤਾਪੁਰਖੁ ਦੇ ਉਪ੍ਰੋਕਤ ਦਰਸਾਏ ਹੋਏ ਅਰਥ ਭਲੀ ਭਾਂਤ ਸ਼ਪੱਸ਼ਟ ਹੋ ਜਾਂਦੇ ਹਨ। **ਯਥਾ:-**

੧) **ਤੂੰ ਕਰਤਾਪੁਰਖੁ ਅਗੰਮੁ ਹੈ ਆਪਿ ਸ੍ਰਿਸਟਿ ਉਪਾਤੀ ॥**
ਰੰਗ ਪਰੰਗ ਉਪਾਰਜਨਾ ਬਹੁ ਬਹੁਬਿਧਿ ਭਾਤੀ ॥

(ਮਾਝ ਕੀ ਵਾਰ ਪੰ:੧੩੮)

੨) **ਕਰਣਕਾਰਣ ਸਮਰਥੁ ਹੈ ਕਹੁ ਨਾਨਕ ਬੀਚਾਰਿ ॥**
ਕਾਰਣੁ ਕਰਤੇ ਵਸਿ ਹੈ ਜਿਨ ਕਲ ਰਖੀ ਧਾਰਿ ॥੨॥

(ਸਲੋਕ ਸਹਸਕ੍ਰਿਤੀ ਮ:੧)

੩) **ਆਪੇ ਕਰਤਾਪੁਰਖੁ ਬਿਧਾਤਾ ॥ ਜਿਨ ਆਪੇ ਆਪ ਉਪਾਇ ਪਛਾਤਾ ॥**
ਆਪੇ ਸਤਿਗੁਰੂ ਆਪੇ ਸੇਵਕੁ ਆਪੇ ਸ੍ਰਿਸਟ ਉਪਾਈ ਹੇ ॥

(ਮਾਰੂ ਮ: ੧ ਪੰ:੧੦੨੫)

੪) **ਕਰਤੇ ਹਥਿ ਵਡਿਆਈਆ ਜਿਸ ਭਾਵੈ ਤਿਸ ਦੇਈ ॥**

(ਰਾਮਕਲੀ ਮ:੧/੧੫ ਪੰ:੯੩੭)

੫) **ਕਰਤਾ ਸੋ ਸਾਲਾਹੀਐ ਜਿਨ ਕੀਤਾ ਆਕਾਰ ॥**

(ਮ:੨ ਵਾਰ ਸਾਰੰਗ-੪)

੬) **ਬਿਨ ਕਰਤਾਰ ਨ ਕਿਰਤਮ ਮਾਨੋ ॥**
ਆਦਿ ਅਜੋਨਿ ਅਜੈ ਅਬਿਨਾਸੀ ਤਿਹ ਪਰਮੇਸਰ ਜਾਨੋ ॥

(ਕਲਿਆਨ ਪਾ: ੧੦)

੭) **ਫੋਕਟ ਧਰਮ ਬਿਸਾਰ ਸਭੈ ਕਰਤਾਰ ਹੀ ਕਉ ਕਰਤਾ ਜੀਅ ਜਾਨਿਓ ॥**

(ਪਾ:੧੦, ਸਵਈਏ ੩੩)

੮) **ਪਰਮ ਰੂਪ ਪੁਨੀਤ ਮੂਰਤਿ ਪੂਰਨ ਪੁਰਖ ਅਪਾਰ ॥**
ਸਰਬ ਬਿਸ੍ਵ ਰਚਿਓ ਸੁਯੰਭਵ ਗੜਨ ਭੰਜਨਹਾਰ ॥

(ਜਾਪੁ ਸਾਹਿਬ-੮੩)

੯) **ਕਾਲ ਹੀਨ ਕਲਾ ਸੰਜੁਗਤਿ ਅਕਾਲ ਪੁਰਖ ਅਦੇਸ ॥੮੪॥**

(ਜਾਪੁ ਸਾਹਿਬ)

੧੦) **ਤੂ ਘਟ ਘਟ ਅੰਤਰਿ ਸਰਬ ਨਿਰੰਤਰਿ ਜੀ ਹਰਿ ਏਕੋ ਪੁਰਖੁ ਸਮਾਣਾ ॥**
ਇਕਿ ਦਾਤੇ ਇਕਿ ਭੇਖਾਰੀ ਜੀ ਸਭਿ ਤੇਰੇ ਚੋਜ ਵਿਡਾਣਾ ॥

(ਸੋ ਪੁਰਖੁ)

੧੧) **ਸਤਿ ਪੁਰਖ ਸਭ ਮਾਹਿ ਸਮਾਣੀ ॥**

(ਸੁਖਮਨੀ ੧੯-੬-੪)

੧੨) **ਨਾਨਕ ਜੀਵਦਾ ਪੁਰਖੁ ਧਿਆਇਆ ਅਮਰਾ ਪਦੁ ਹੋਈ ॥**

(ਵਾਰ ਸਾਰੰਗ ਮ: ੪ ਪਉ: ੨੫)

੧੩) **ਅਬ ਮੋਹਿ ਜੀਵਨ ਪਦਵੀ ਪਾਈ ॥**
ਚੀਤਿ ਆਇਓ ਮਨਿ ਪੁਰਖੁ ਬਿਧਾਤਾ ਸੰਤਨ ਕੀ ਸਰਣਾਈ ॥

(ਮਾਰੂ ਮ: ੫ ਪੰ: ੧੦੦੦)

੧੪) **ਜੇ ਹੋਇ ਭੂਲਾ ਜਾਇ ਕਹੀਐ ਆਪਿ ਕਰਤਾ ਕਿਉ ਭੁਲੈ ॥**
ਸੁਣੇ ਦੇਖੇ ਬਾਝੁ ਕਹਿਐ ਦਾਨੁ ਅਣਮੰਗਿਆ ਦਿਵੈ ॥
ਦਾਨੁ ਦੇਇ ਦਾਤਾ ਜਗਿ ਬਿਧਾਤਾ ਨਾਨਕਾ ਸਚੁ ਸੋਈ ॥
ਆਪਿ ਕਰੇ ਕਿਸੁ ਆਖੀਐ ਹੋਰੁ ਕਰੇ ਨ ਕੋਈ ॥੪॥੧॥੪॥

(ਰਾਗੁ ਸੂਹੀ ਛੰਤ ਮਹਲਾ ੧ ॥ਅੰਗ ੭੬੫॥)

੧੫) **ਕਰਤਾ ਪੁਰਖ ਨਾ ਚੇਤਿਓ ਕੀਤੇ ਨੋ ਕਰਤਾ ਕਰਿ ਜਾਣੈ॥**

(ਭਾਈ ਗੁਰਦਾਸ ਵਾਰ ੫ ਪਉ: ੭)

ਨਿਰਭਉ:- ਉਹ ਨਿਰਗੁਣ ਤੋਂ ਸਰਗੁਣ ਸਰੂਪ ਵਿੱਚ ਪ੍ਰਗਟ ਹੋਣ ਵਾਲਾ ਕਰਤਾਪੁਰਖੁ ਨਿਰਭਉ ਹੈ ਭਾਵ ਬਿਨਾ ਕਿਸੇ ਭੈ ਦੇ ਵਿਚਰ ਰਿਹਾ ਹੈ । ਜਲ, ਥਲ ਤੇ ਆਕਾਸ ਵਿੱਚ ਨਿਰੰਤਰ ਸਭ ਜੀਵ ਜੰਤੂਆਂ ਪਸ਼ੂ ਪੰਛੀਆਂ ਲਈ ਇਕ ਦੂਜੇ ਦੇ ਵਿਰੋਧ ਦਾ ਡਰ ਛਾਇਆ ਹੋਇਆ ਹੈ । ਪਰ ਉਸ ਦਾ ਕੋਈ ਵਿਰੋਧੀ ਜਾਂ ਸ਼ਰੀਕ ਨਹੀਂ 'ਤੇ ਉਸ ਤੋਂ ਕੋਈ ਤਕੜਾ ਵੀ ਨਹੀਂ । ਇਸ ਕਰਕੇ ਵੀ ਉਹ ਨਿਡਰ ਹੈ । ਉਸਨੂੰ ਡਰ ਹੋਵੇ ਵੀ ਕਿਸ ਦਾ ? ਉਹ ਸਭ ਲੇਖੇ ਤੋਂ ਬਾਹਰ ਅਲੇਖੁ ਪ੍ਰਭੂ ਹੈ । ਉਸਨੂੰ ਆਪਣੇ ਕੀਤੇ ਕੰਮਾਂ ਦਾ ਲੇਖਾ ਨਹੀਂ ਦੇਣਾ ਪੈਂਦਾ । ਉਹ ਅਜਾਦ ਹਸਤੀ ਹੈ । ਜਦ ਕੋਈ ਦੂਜਾ ਉਸ ਤੋਂ ਬਿਨਾਂ ਹੈ ਹੀ ਨਹੀਂ, ਸਭ ਉਸ ਦਾ ਆਪਾ ਹੀ ਹੈ । ਉਸ ਦੇ ਨਿਰਭਉ (ਨਿਡਰ) ਹੋਣ ਦੀ ਵੱਡੀ ਵੱਡਿਆਈ ਇਹੋ ਹੈ ਕਿ ਉਹ ਕਿਸੇ ਨੂੰ ਪੁੱਛ ਕੇ ਦਾਤ ਨਹੀਂ ਦਿੰਦਾ ਨਾ ਹੀ ਹੁਕਮ ਦੀ ਉਲੰਘਣਾ ਕਰਨ ਵਾਲੇ ਨੂੰ ਸਜਾ ਦੇਣ ਤੋਂ ਡਰਦਾ ਹੈ । ਉਸ ਦੀ ਰਚੀ ਹੋਈ ਸ੍ਰਿਸ਼ਟੀ ਵਿਚ ਦੁਖ ਸੁਖ ਸਭ ਲਈ ਬਰਾਬਰ ਵਿਧਾਨ ਹਨ । ਨਿਰਭਉ ਸੰਸਕ੍ਰਿਤ ਦੇ ਨਿਰਭਯ ਸ਼ਬਦ ਦਾ ਤਦਅਰਥ ਰੂਪ ਹੈ । ਨਿਰਭਉ ਪਦ (ਸ਼ਬਦ) ਤੋਂ ਸਾਨੂੰ ਉਸ ਪਰਮੲੀਸ਼ਰ ਦੇ ਨਿਡਰ ਸੁਭਾਓ ਦਾ ਪਤਾ ਚਲਦਾ ਹੈ । ਜਪੁਜੀ ਸਾਹਿਬ ਦੀ ਤੀਜੀ ਪਉੜੀ ਵਿੱਚ ਪ੍ਰਭੂ ਦੇ ਨਿਰਭਉ ਸੁਭਾਓ ਨੂੰ **ਵੇਪਰਵਾਹੁ** ਕਹਿਕੇ ਵਰਨਣ ਕੀਤਾ ਹੈ । **ਯਥਾ:- ਹੁਕਮੀ ਹੁਕਮੁ ਚਲਾਏ ਰਾਹੁ ॥ ਨਾਨਕ ਵਿਗਸੈ ਵੇਪਰਵਾਹੁ ॥** ਨਿਰਭਉ ਸਰੂਪ ਪ੍ਰਭੂ ਦੇ ਨਾਮ ਦਾ ਸੇਵਨ, ਸਿਮਰਨ, ਚਿੰਤਨ ਸੇਵਕ ਨੂੰ ਭੈ ਰਹਿਤ ਕਰਦਾ ਹੈ । ਅਰਥਾਂ ਨੂੰ ਹੋਰ ਸਪੱਸ਼ਟਤਾ ਲਈ ਸਮਝਣ ਲਈ ਗੁਰਬਾਣੀ ਦੇ ਅੱਗੇ ਦਿੱਤੇ ਹਵਾਲੇ ਵੀਚਾਰਨ ਯੋਗ ਹਨ:-

(੧) **ਸਗਲਿਆ ਭਉ ਲਿਖਿਆ ਸਿਰਿ ਲੇਖੁ ॥**
ਨਾਨਕ ਨਿਰਭਉ ਨਿਰੰਕਾਰੁ ਸਚੁ ਏਕੁ ॥ (ਵਾਰ ਆਸਾ-ਸਲੋਕ ਮ:੧ ਪੰ:੪੬੪)

(੨) **ਨਾਨਕ ਨਿਰਭਉ ਨਿਰੰਕਾਰੁ ਹੋਰਿ ਕੇਤੇ ਰਾਮ ਰਵਾਲ ॥**

(ਵਾਰ ਆਸਾ-ਸਲੋਕ ਮ:੧ ਪੰ:੪੬੪)

(੩) **ਤਿਸ ਤੇ ਉਪਰਿ ਨਾਹੀ ਕੋਇ ॥ ਕਉਣੁ ਡਰੈ ਡਰੁ ਕਿਸਕਾ ਹੋਇ ॥**

(ਬਿਲਾਵਲੁ ਮ:੩ ਪੰ:੮੪੨)

(੪) **ਜਿਨ ਨਿਰਭਉ ਜਿਨ ਹਰਿ ਨਿਰਭਉ ਧਿਆਇਆ ਜੀ, ਤਿਨ ਕਾ ਭਉ ਸਭ ਗਵਾਸੀ ॥**

(ਰਾਗ ਆਸਾ ਮ:੪ ਸੋ ਪੁਰਖ)

(੫) **ਨਿਰਭਉ ਜਪੈ ਸਗਲ ਭਉ ਮਿਟੈ ॥**

(ਸੁਖਮਨੀ ਅਸ੍ਰ:੨੨ ਪਦਾ੭)

(੬) **ਵਡੀ ਵਡਿਆਈ ਜਾ ਪੁਛਿ ਨ ਦਾਤਿ ॥**
ਵਡੀ ਵਡਿਆਈ ਜਾ ਆਪੇ ਆਪ ॥
ਨਾਨਕ ਕਾਰ ਨ ਕਥਨੀ ਜਾਇ ॥
ਕੀਤਾ ਕਰਣਾ ਸਰਬ ਰਜਾਇ ॥

(ਵਾਰ ਆਸਾ-ਸਲੋਕ ਮ:੧ ਪੰ:੪੬੩)

(੭) **ਨਿਰਭਉ ਸੋ ਸਿਰਿ ਨਾਹੀ ਲੇਖਾ ॥**
ਆਪਿ ਅਲੇਖੁ ਕੁਦਰਤਿ ਹੈ ਦੇਖਾ ॥

(ਮਾਰੂ ਮਹਲਾ ੧ ਪੰ: ੧੦੪੨)

(੮) **ਨਿਰਭੈ ਨਿਕਾਮ ॥ ੬੨ ॥ ਕਿ ਜੁਰਅਤਿ ਜਮਾਲ ਹੈ ॥ ੧੫੮ ॥**

(ਜਾਪੁ ਸਾਹਿਬ)

ਨਿਰਵੈਰ:- ਉਹ ਨਿਰਗੁਣ ਤੋਂ ਸਰਗੁਣ ਸਰੂਪ 'ਚ ਪ੍ਰਗਟ ਹੋਇਆ ਪਾਰਬ੍ਰਹਮ ਨਿਰਵੈਰ ਭਾਵ ਬਿਨਾ ਕਿਸੇ ਵੈਰ ਭਾਵ ਦੇ ਵਿਚਰ ਰਿਹਾ ਹੈ । ਜਦ ਉਸਦਾ ਕੋਈ ਵਿਰੋਧੀ ਹੀ ਨਹੀਂ ਤਾਂ ਉਸਨੂੰ ਵੈਰ ਕਿਸ ਨਾਲ ਹੋਵੇ ? ਜਦ ਸਾਰੀ ਰਚਨਾ ਹੀ ਉਸਦਾ ਆਪਣਾ ਨਿਜਤਵ ਹੈ ਫਿਰ ਵੈਰ ਕਿਸ ਨਾਲ਼ ਹੋਵੇ ? ਯਥਾ ਫੁਰਮਾਣ ਹੈ:- **ਜੇਤਾ ਕੀਤਾ ਤੇਤਾ ਨਾਉ ॥ ਵਿਣੁ ਨਾਵੈ ਨਾਹੀ ਕੋ ਥਾਉ॥** ਤਥਾ:- **ਜੋ ਦੀਸੈ ਸੋ ਤੇਰਾ ਰੂਪੁ ॥** ਇਥੇ ਵੀ ਦਵੈਤਵਾਦ ਨੂੰ ਕੋਈ ਥਾਂ ਨਹੀਂ ਹੈ ਅਤੇ ਇਸ ਕਰਕੇ ਉਸਨੂੰ ਕਿਸੇ ਕਲਪਤ ਸ਼ੈਤਾਨ ਵਰਗੀ ਹਸਤੀ ਦਾ ਵੀ ਵਿਰੋਧ ਨਹੀਂ ਹੈ । ਨਾ ਹੀ ਉਸਦੀ ਆਪਣੀ ਕੀਤੀ ਰਚਨਾ ਵਿੱਚੋਂ ਉਸਦਾ ਵਿਰੋਧ ਕਰਨ ਦੇ ਕੋਈ ਸਮਰੱਥ ਹੈ । ਇਸ ਲਈ ਉਹ ਪਾਰਬ੍ਰਹਮ ਨਿਰ ਵਿਰੋਧ ਹੋਣ ਕਰਕੇ ਸੁਭਾਵਕ ਤੌਰ ਤੇ ਨਿਰਵੈਰ ਹੈ । ਤਦੇ ਹੀ ਆਪਣੀ ਰਚੀ ਸ੍ਰਿਸਟੀ ਦੇ ਜੀਵਾਂ ਨੂੰ ਬਿਨਾ ਵਿਤਕਰੇ ਦੇ ਇਨਸਾਫ ਦਿੰਦਾ ਹੈ । ਇਸ ਲਈ ਉਸ ਦੀਆਂ ਦਾਤਾਂ ਬਿਨਾ ਕਿਸੇ ਮੁੱਲ ਦੇ ਸਭ ਲਈ ਬਰਾਬਰ ਹਨ । ਉਹ ਦੇਸ, ਧਰਮ, ਜਾਤ ਪਾਤ, ਊਚ ਨੀਚ ਦਾ ਭੇਦ-ਭਾਵ ਕੀਤੇ ਬਿਨਾਂ ਆਪਣੀਆਂ ਅਮੁੱਲ ਦਾਤਾਂ (ਹਵਾ, ਪਾਣੀ, ਪ੍ਰਕਾਸ਼ ਆਦਿ) ਦੀਆਂ ਬਖਸ਼ਿਸ਼ਾਂ ਕਰਦਾ ਹੈ। ਇਸ ਕਰਕੇ ਉਹ ਨਿਰਵੈਰ ਹੈ । ਸਾਰਾ ਜਗਤ ਉਸਦਾ ਆਪਣਾ ਹੀ ਨਿਜੀ ਸਰੂਪ ਹੋਣ ਕਰਕੇ

ਉਹ ਸੁਭਾਵਕ ਤੌਰ ਤੇ ਨਿਰਵੈਰ ਹਸਤੀ ਹੈ । ਇਸ ਨਿਰਵੈਰ ਪਦ (ਸ਼ਬਦ) ਤੋਂ ਸਾਨੂੰ ਉਸਦੇ ਨਿਰਵੈਰ ਸੁਭਾਉ ਦਾ ਪਤਾ ਚਲਦਾ ਹੈ । ਉਹ ਨਿਰਵੈਰ ਵਿਚ ਸਮਾਈ ਕਰਨ ਵਾਸਤੇ ਨਿਰਵੈਰ ਪ੍ਰਭੂ ਦਾ ਸਿਮਰਨ ਵਿਧਾਨ ਹੈ । ਉਪਰੋਕਤ ਅਰਥਾਂ ਦੀ ਸਪੱਸ਼ਟਤਾ ਲਈ ਗੁਰਬਾਣੀ ਦੇ ਹੇਠ ਲਿਖੇ ਹਵਾਲੇ ਵਿਚਾਰਨ ਯੋਗ ਹਨ:-

੧) **ਤਿਸਕਾ ਸਰੀਕੁ ਕੋ ਨਹੀ ਨਾ ਕੋ ਕੰਟਕੁ ਵੈਰਾਈ ॥**

(ਵਡਹੰਸ ਕੀ ਵਾਰ-੧੫ ਪੰ: ੫੯੨)

੨) **ਨਿਰਵੈਰ ਪੁਰਖ ਸਤਗੁਰ ਪ੍ਰਭ ਦਾਤੇ ॥**

(ਭੈਰੋਂ ਮ: ੫-੨੩)

੩) **ਤੂ ਨਿਰਵੈਰ ਸੰਤ ਤੇਰੇ ਨਿਰਮਲ ॥**

(ਮਾਝ ਮ: ੫-੪੨)

੪) **ਜੈਸਾ ਸੇਵੈ ਤੈਸੋ ਹੋਇ ॥**

(ਗਉੜੀ ਮ:੧- ੨੨੩)

੫. **ਪੋਖਤ ਹੈ ਜਲ ਮੈ ਥਲ ਮੈ ਪਲ ਮੈ ਕਲਕੇ ਨਹੀ ਕਰਮ ਬਿਚਾਰੈ ॥**
ਦੀਨ ਦਇਆਲ ਦਇਆ ਨਿਧ ਦੋਖਨ ਦੇਖਤ ਹੈ ਪਰ ਦੇਤ ਨਾ ਹਾਰੈ ॥੧॥

(ਤ੍ਵਪ੍ਰਸਾਦਿ ਸਵਈਏ)

੬ **ਨਿਰਭਉ ਨਿਰੰਕਾਰ ਨਿਰਵੈਰੁ ਪੂਰਨ ਜੋਤਿ ਸਮਾਈ ॥**

(ਸੋਰਠਿ ਮਹਲਾ ੧ ਪੰ: ੫੯੬)

ਅਕਾਲਮੂਰਤਿ:- ਅਕਾਲਮੂਰਤਿ ਸ਼ਬਦ ਦੇ ਅਰਥ ਸਮਝਣ ਤੋਂ ਪਹਿਲਾਂ ਇਥੇ ਹੀ ਜਾਨਣਾ ਜਰੂਰੀ ਹੈ ਕਿ ਸ੍ਰੀ ਗੁਰੂ ਨਾਨਕ ਸਾਹਿਬ ਭਾਰਤੀ ਸਭਿਅਤਾ ਦੇ ਜੰਮਪਲ਼ ਸਨ । ਉਨਾਂ ਦੇ ਅਪਣੇ ਸਮੇਂ ਭਾਰਤ ਵਿੱਚ, ਹਿੰਦੂ ਸਮਾਜ ਵਿੱਚ ਮੂਰਤੀ ਪੂਜਾ ਪ੍ਰਧਾਨ ਸੀ । ਅੱਜ ਭੀ ਲਗਭਗ ਉਸੇ ਤਰਾਂ ਹੀ ਮੂਰਤੀ ਪੂਜਾ ਹਿੰਦੂ ਸਮਾਜ ਵਿਚ ਪ੍ਰਚੱਲਤ ਹੈ । ਮੁੱਖ ਤੌਰ ਤੇ ਇਸ ਮੂਰਤੀ ਪੂਜਾ ਦਾ ਇੱਕ ਦੇਵਤਾ ਸ੍ਰੀ ਗਣੇਸ਼ ਹੈ, ਜਿਸਦਾ ਧੜ ਮਨੁੱਖ ਦਾ ਅਤੇ ਸਿਰ ਹਾਥੀ ਦਾ ਦਰਸਾਇਆ ਹੋਇਆ ਹੈ ਅਤੇ ਉਸਦਾ ਵਾਹਨ ਭਾਵ ਸਵਾਰੀ ਦਾ ਸਾਧਨ ਚੂਹਾ ਦਸਿਆ ਜਾਂਦਾ ਹੈ । ਇਕ ਹੋਰ ਦੇਵਤਾ ਸ੍ਰੀ ਸ਼ਿਵਜੀ ਹੈ ਜਿਸਦੇ ਸਿਰ ਵਿੱਚ ਅੱਧਾ ਚੰਦਰਮਾ ਹੈ ਅਤੇ ਜਟਾਂ ਵਿਚੋਂ ਗੰਗਾ ਬਹਿੰਦੀ ਦੱਸੀ ਗਈ ਹੈ । ਉਸਦੇ ਗਲ਼ ਵਿੱਚ ਸੱਪ ਅਤੇ ਉਸਦਾ ਕੰਠ (ਹਿੱਸੇ ਆਈ ਸਮੁੰਦਰ ਵਿਚੋਂ ਨਿਕਲੀ ਜਹਿਰ ਪੀਣ ਕਰਕੇ) ਨੀਲਾ ਦਸਿਆ ਜਾਂਦਾ ਹੈ। ਉਸਦੇ ਹੱਥ ਵਿੱਚ ਖੱਪਰ ਅਤੇ ਡਉਰੂ ਹੈ ਅਤੇ ਉਸਦੀ ਸਵਾਰੀ ਨੰਦੀ ਨਾਮ ਦਾ ਬਲ਼ਦ ਦਰਸਾਇਆ ਜਾਂਦਾ ਹੈ । ਇਸੇ ਤਰਾਂ ਇਸਤਰੀ ਰੂਪ ਵਿੱਚ ਦੇਵੀ ਸ੍ਰੀ ਦੁਰਗਾ ਹੈ ਜਿਸਨੂੰ ਅਸ਼ਟਭੁਜੀ ਅਤੇ ਸ਼ੇਰ ਦੀ ਸਵਾਰੀ ਕਰਦੀ ਅਤੇ ਪਹਾੜਾਂ ਵਿੱਚ ਰਹਿੰਦੀ ਦਿਖਾਇਆ ਗਿਆ ਹੈ । ਇਸੇ ਤਰਾਂ ਇੱਕ ਹੋਰ ਦੇਵੀ ਹੈ ਸ੍ਰੀ ਕਾਲੀ ਹੈ । ਇਕ ਹੋਰ ਮਹਾਨ ਦੇਵਤਾ ਸ੍ਰੀ ਵਿਸ਼ਨੂੰ ਜੀ ਹਨ ਜਿਨਾਂ ਦਾ ਵਾਹਨ ਗਰੁੜ ਹੈ । ਇਨਾਂ ਦੇਵੀ ਦੇਵਤੇਆਂ ਤੋਂ ਇਲਾਵਾ ਸ੍ਰੀ ਹਨੂਮਾਨ, ਸ੍ਰੀ ਰਾਮਚੰਦਰ ਅਤੇ ਸ੍ਰੀ ਕ੍ਰਿਸ਼ਨ ਜੀ ਹਨ । ਇਤਿਆਦਕ ਦੇਵਤਿਆਂ ਦੀ ਪੂਜਾ

ਦੇਵ ਰੂਪ 'ਤੇ ਭਗਵਾਨ ਰੂਪ ਵਿੱਚ ਪ੍ਰਚਲਤ ਸੀ ਅਤੇ ਹੈ। ਸੋ ਗੁਰੂ ਸਾਹਿਬ ਦੇ ਭਾਰਤੀ ਸਭਿਅਤਾ ਦੇ ਜੰਮਪਲ ਹੋਣ ਕਰਕੇ ਉਨਾਂ ਵਾਸਤੇ ਇਹ ਜਰੂਰੀ ਸੀ ਕਿ ਜਦ ਵੀ ਉਹ ਪ੍ਰਮਾਤਮਾ (ਪਰਮਈਸ਼ਰ) ਸੰਬੰਧੀ ਕੁਝ ਕਹਿਣ ਤਾਂ ਉਹ ਆਪਣੇ ਲੋਕਾਂ ਨੂੰ ਇਹ ਜਰੂਰ ਦੱਸਣ ਕਿ ਉਸ ਪ੍ਰਮਾਤਮਾ ਦੀ ਸ਼ਕਲ ਸੂਰਤ (ਮੂਰਤਿ) ਕਿਹੋ ਜਿਹੀ ਹੈ ? ਭਾਵ ਮਨ 'ਚ ਉਸਦੀ ਕਿਹੋ ਜਿਹੀ ਮੂਰਤਿ ਬਣਾਈ ਜਾਵੇ ਤਾਂ ਕਿ ਉਸਦੀ ਪੂਜਾ ਹੋ ਸਕੇ। ਸ਼ਾਇਦ ਉਕਤ ਦਰਸਾਏ ਅਨੁਸਾਰ ਉਸ ਸਮੇਂ ਹਿੰਦੂ ਸਮਾਜ ਵਿਚ ਮੂਰਤੀ ਪੂਜਾ ਪੱਖ ਭਾਰੂ ਹੋਣ ਕਰਕੇ ਗੁਰੂ ਜੀ ਨੇ ਉਸ ਪ੍ਰਮੇਸ਼ਰ ਦੀ ਮੂਰਤੀ ਦਾ ਵਰਨਣ ਮੁਢ ਵਿੱਚ ਹੀ ਭਾਵ "ਮੂਲ ਮੰਤ੍ਰ" ਵਿੱਚ ਹੀ ਕਰਨਾ ਉਚਿੱਤ ਸਮਝਿਆ। ਹੁਣ ਗੁਰੂ ਜੀ ਵਾਸਤੇ ਬਹੁਤ ਖੁਲ੍ਹਾਂ ਸਨ ਕਿ ਉਪਰ ਦੱਸੇ ਕਿਸੇ ਦੇਵਤੇ ਦੀ ਮੂਰਤੀ ਨੂੰ ਹੀ ਪੁਰਾਤਨ ਮਿਥਾਂ ਅਨੁਸਾਰ ਜਿਓਂ ਦੀ ਤਿਓਂ ਅਪਨਾਅ ਲੈਣ ਜਾਂ ਉਸਦੀ ਸ਼ਕਲ ਵਿੱਚ ਥੋੜੀ ਬਹੁਤ ਤਬਦੀਲੀ ਕਰ ਲੈਣ। ਜਾਂ ਕਿਸੇ ਦੇਵਤੇ ਦਾ ਵਾਹਨ ਬਦਲ ਕੇ ਉਸਨੂੰ ਥੋੜਾ ਨਰੋਆ ਵਾਹਨ ਦੇ ਕੇ ਅਪਨਾਅ ਲੈਣ। ਪਰ ਪ੍ਰਭੂ ਨੂੰ ਸਰਬ ਵਿਆਪਕ ਹੋਣ ਕਰਕੇ ਉਸਨੂੰ ਕਿਸੇ ਵਾਹਨ ਦੀ ਲੋੜ ਹੀ ਨਹੀਂ ਪੈਂਦੀ। ਇਸੇ ਕਰਕੇ ਗੁਰੂ ਸਾਹਿਬ ਨੇ ਐਸਾ ਨਹੀਂ ਕੀਤਾ ਕਿਉਂਕਿ ਉਹ ਸੱਚ ਦੇ ਅਵਤਾਰ ਹੋਣ ਕਰਕੇ ਸੱਚ ਦੇ ਪੁਜਾਰੀ ਸਨ। ਇਸੇ ਲਈ ਉਨਾਂ ਨੇ ਇਕ ਓਅੰਕਾਰ "ੴ" ਪਰਮਈਸ਼ਰ ਦੀ ਉਹ ਮੂਰਤ ਲੋਕਾਂ ਦੇ ਸਾਹਮਣੇ ਰੱਖੀ ਜੋ ਉਨ੍ਹਾਂ ਨੇ ਆਪ ਆਪਣੇ ਅੰਤਰ ਆਤਮੇ ਦੇਖੀ ਅਤੇ ਗੁਰੂਬਰ ਤੇ ਮਹਾਨ ਸੰਤ ਪੁਰਸ਼ ਹੋਣ ਦੇ ਨਾਤੇ ਲੋਕਾਂ ਨੂੰ ਪ੍ਰਮੇਸ਼ਰ ਦਾ ਸਰੂਪ ਵੈਸਾ ਹੀ ਦਸਣਾ ਕੀਤਾ ਜੈਸਾ ਉਨਾਂ ਆਪਣੇ ਅੰਤਰ ਆਤਮੇ ਦੇਖਿਆ। ਜਿਵੇਂ ਕਿ ਗੁਰਵਾਕ ਭੀ ਹੈ ਕਿ "**ਸੰਤਨ ਕੀ ਸੁਣਿ ਸਾਚੀ ਸਾਖੀ ॥ ਸੋ ਬੋਲਹਿ ਜੋ ਪੇਖੈ ਆਖੀ ॥**" (ਰਾਮਕਲੀ ਮਹਲਾ ੫ ਪੰ: ੮੯੪) ॥ ਗੁਰੂ ਜੀ ਨੇ ਉਸ ਪਰਮਈਸ਼ਰ ਨੂੰ "**ਅਕਾਲਮੂਰਿਤ**" ਆਖਕੇ ਉਸ ਪਰਮਈਸ਼ਰ ਦੀ ਮੂਰਤਿ ਦਾ 'ਸ਼ਬਦ-ਚਿੱਤ੍ਰ' ਖਿਚਿਆ ਹੈ। ਇਸ ਕਰਕੇ ਗੁਰੂ ਜੀ ਨੇ ਉਸ ਪ੍ਰਮੇਸ਼ਰ ਦੀ ਮੂਰਤਿ ਨੂੰ ਦਰਸਾਉਣ ਲਈ ਉਸਨੂੰ ਅਕਾਲ ਮੂਰਤਿ ਆਖਿਆ ਹੈ ਕਿਉਂਕਿ ਮੂਰਤ ਦੇ ਪ੍ਰਤੱਖ ਦਰਸ਼ਨ ਹੋਣ ਤੇ ਜਾਂ **ਸ਼ਬਦ-ਚਿੱਤ੍ਰ ਦੇ ਚਿੰਤਨ ਤੋਂ ਹੀ ਮੂਰਤ ਦਾ ਸਰੂਪ ਪ੍ਰਗਟ ਹੁੰਦਾ ਹੈ**। ਇਸ ਲਈ ਗੁਰੂ ਜੀ ਨੇ ਪ੍ਰਗਟ ਕੀਤਾ ਕਿ ਉਸ ਪ੍ਰਮੇਸ਼ਰ ਦਾ ਸਰੂਪ ਸਮੇਂ (ਕਾਲ) ਦੇ ਪ੍ਰਭਾਵ ਤੋਂ ਮੁਕਤ ਹੋਣ ਕਰਕੇ ਉਹ ਅਕਾਲ ਹੈ ਭਾਵ ਸਮੇਂ ਦੇ ਪ੍ਰਭਾਵ ਨਾ਼ਲ ਉਹ ਬੁਢਾ ਨਹੀਂ ਹੁੰਦਾ, ਜ਼ਰਜ਼ਰਾ ਨਹੀਂ ਹੁੰਦਾ, ਕਮਜੋਰ ਨਹੀਂ ਹੁੰਦਾ, ਮਰਦਾ ਨਹੀਂ ਅਤੇ ਤਜਣ ਯੋਗ ਵੀ ਨਹੀਂ ਹੁੰਦਾ। ਉਹ ਤ੍ਰੈਕਾਲ ਇਕ ਰਸ ਰਹਿੰਦਾ ਹੈ। ਸਮੇਂ ਦੇ ਬੀਤਣ ਨਾਲ ਉਸ ਵਿੱਚ ਕੋਈ ਬਦਲਾਵ ਨਹੀਂ ਆਉਂਦਾ। ਨਾ ਕਾ਼ਲ ਉਸਦਾ ਆਦਿ ਹੈ ਨਾ ਹੀ ਕਾ਼ਲ ਉਸਦਾ ਅੰਤ ਹੈ। ਪਰ ਉਹ ਆਪ ਕਾਲ ਦਾ ਆਦਿ ਵੀ ਹੈ ਅਤੇ ਅੰਤ ਵੀ ਹੈ ਭਾਵ ਉਸਦੇ ਹਰ ਕਰਤਵ ਤੋਂ ਕਾਲ ਦਾ ਜਨਮ ਹੁੰਦਾ ਹੈ ਤੇ ਉਸ ਕਰਤਵ ਦੇ ਅੰਤ ਹੋਣ ਨਾਲ ਕਾਲ ਦਾ ਵੀ ਅੰਤ ਹੋ ਜਾਂਦਾ ਹੈ। ਭਾਵ ਕਾਲ ਉਸ ਕਰਕੇ ਹੈ ਨਾ ਕਿ ਉਹ ਕਾਲ ਕਰਕੇ। ਉਹ ਆਪ ਅਕਾਲ ਹੈ। ਉਸਦੇ ਅਕਾਲ ਹੋਣ ਦੇ ਗੁਣ ਵਿੱਚੋਂ ਹੀ ਉਸਦੇ ਦਰਸ਼ਨ ਦੀ ਝਲਕ ਮਿਲਦੀ ਹੈ। ਐਸਾ ਹੈ ਉਸ ਪਰਮਈਸ਼ਰ ਦਾ ਸਰੂਪ। ਐਸੇ ਹਨ ਉਸਦੀ ਮੂਰਤ ਦੇ ਨੈਣਨਕਸ਼। **ਹੁਣ ਕੋਈ ਬਣਾ ਲਵੇ ਐਸੀ ਮੂਰਤ ਅਪਣੇ ਮਨ ਵਿੱਚ ਜਿਸਨੇ ਉਸਦੀ ਪੂਜਾ ਕਰਨੀ ਹੈ ਕਿਉਂਕਿ ਪੂਜਾ ਲਈ ਉਹੀ ਸਰਬ ਸ੍ਰੇਸ਼ਟ ਹੈ**। ਇਸੇ ਲਈ ਉਸਨੂੰ ਜਾਪੁ ਸਾਹਿਬ ਵਿੱਚ '**ਗੁਰਬਰ ਅਕਾਲ**' ਕਿਹਾ ਹੈ। ਮਿੱਟੀ ਜਾਂ ਪੱਥਰ ਦੀ ਮੂਰਤਿ ਤਾਂ ਗੁਰੂ ਜੀ ਦੇ ਦਰਸਾਏ ਨੈਣ ਨਕਸ਼ਾਂ ਅਨੁਸਾਰ

ਬਣਨੀ ਨਹੀਂ । ☬ **ਸਾਧਕ ਨੂੰ ਇਹ ਮੂਰਤ ਆਪਣੇ ਅੰਤਰ ਆਤਮੇ ਹੀ ਬਣਾਉਣੀ ਪਏਗੀ** । ਇਸ ਕਰਕੇ ਗੁਰੂ ਜੀ ਨੇ ਉਸਨੂੰ '**ਅਕਾਲ ਮੂਰਤਿ**' ਕਹਿ ਕੇ ਪੁਕਾਰਿਆ ਹੈ । ਉਸ ਕ੍ਰੋੜਾਂ ਬ੍ਰਹਮੰਡਾਂ ਦੇ ਸਾਹਿਬੇ ਦਿਮਾਗ ਸੁਆਮੀ ਨੂੰ ਇਕ ਪੱਥਰ ਦੀ ਮੂਰਤੀ ਮੰਨ ਲੈਣਾ ਜਾਂ ਕਬਰ 'ਚ' ਲੇਟਿਆ ਹੋਇਆ ਮੰਨ ਲੈਣਾ ਇਕ ਬੜਾ ਵੱਡਾ ਭਰਮ ਹੈ । ਇਸੇ ਕਰਕੇ ਗੁਰੂ ਗੋਬਿੰਦ ਸਿੰਘ ਜੀ ਨੇ ਇਹਨਾਂ ਭਰਮ ਗਿਆਨੀਆਂ ਨੂੰ ਮਹਾਂ ਮੂੜ੍ਹ ਅਤੇ ਪਸੂ ਕਿਹਾ ਹੈ । ਇਥੇ ਫਿਰ ਹਿੰਦੂ ਮੱਤ ਦੀ ਤ੍ਰੈਮੂਰਤੀ ਵਿਚਾਰਧਾਰਾ ਦਾ ਮੁੜ ਖੰਡਨ ਹੋ ਜਾਂਦਾ ਹੈ ਕਿਉਂਕਿ (ਜਿਵੇਂ ਪਹਿਲਾਂ ਉਪਰ ਦਸਿਆ ਜਾ ਚੁਕਾ ਹੈ) ਇਹ ਤਿੰਨੇ ਦੇਵਤੇ ਕਾਲ ਵਸ ਹਨ । ਅਕਾਲਮੂਰਤਿ ਪਦ (ਸ਼ਬਦ) ਤੋਂ ਸਾਨੂੰ ਉਸ ਪ੍ਰਭੂ ਦੇ ਸਰੂਪ ਅਤੇ ਉਸਦੀ ਉਮਰ ਬਾਰੇ ਪਤਾ ਚਲਦਾ ਹੈ ਕਿ ਉਹ ਸਦੈਵ ਹੀ ਕਾਲ ਦੇ ਪ੍ਰਭਾਵ ਤੋਂ ਮੁਕਤ ਹੈ । ਹੇਠ ਲਿਖੇ ਵਾਕਾਂ ਤੋਂ ਅਰਥਾਂ ਦੀ ਹੋਰ ਸਪੱਸ਼ਟਤਾ ਹੁੰਦੀ ਹੈ।

੧) **ਤੂ ਅਕਾਲ ਪੁਰਖੁ ਨਾਹੀ ਸਿਰਿ ਕਾਲਾ ॥ ਤੂ ਪੁਰਖੁ ਅਲੇਖ ਅਗੰਮ ਨਿਰਾਲਾ ॥**

(ਮਾਰੂ ਮ:੧ ਪੰ:੧੦੩੮)

੨) **ਸਫਲ ਦਰਸਨੁ ਅਕਾਲ ਮੂਰਤਿ ਪ੍ਰਭੁ ਹੈ ਭੀ ਹੋਵਨਹਾਰਾ ॥**

(ਸੋਰਠਿ ਮ:੫ ਪੰ:੬੦੯)

੩) **ਅਕਾਲ ਮੂਰਤਿ ਜਿਸੁ ਕਦੇ ਨਾਹੀ ਖਉ ॥**

(ਮਾਰੂ ਮਹਲਾ ੫ ਪੰ: ੧੦੮੨)

੪) **ਕਾਲ ਹੀਨ ਕਲਾ ਸੰਜੁਗਤਿ ਅਕਾਲਪੁਰਖ ਅਦੇਸ ॥੮੪॥**

(ਜਾਪੁ ਸਾਹਿਬ)

੫) **ਤਾਕੋ ਕਰਿ ਪਾਹਨ ਅਨੁਮਾਨਤ॥ ਮਹਾ ਮੂੜ ਕਛੁ ਭੇਦ ਨ ਜਾਨਤ ॥੧੬॥**

(ਪਾ: ੧੦ ਚੌਪਈ)

੬) **ਕੋਊ ਬੁਤਾਨ ਕੋ ਪੂਜਤ ਹੈ ਪਸੁ ਕੋਊ ਮ੍ਰਿਤਾਨ ਕੋ ਪੂਜਨ ਧਾਇਓ ॥**
ਕੂਰ ਕ੍ਰਿਆ ਉਰਝਿਓ ਸਭ ਹੀ ਜਗ ਸ੍ਰੀ ਭਗਵਾਨ ਕੋ ਭੇਦੁ ਨ ਪਾਇਓ॥੧੦॥

(ਤਵ ਪ੍ਰਸਾਦਿ ਸਵੱਯੇ)

੭) **ਅਕਾਲ ਮੂਰਤਿ ਹੈ ਸਾਧ ਸੰਤਨ ਕੀ ਠਾਹਰ ਨੀਕੀ ਧਿਆਨ ਕਉ ॥**

(ਸਾਰੰਗ ਮ:੫ ਪੰਨਾ ੧੨੦੮)

੮) **ਅਦ੍ਰਿਸਟੁ ਅਗੋਚਰੁ ਪਕੜਿਆ ਗੁਰ ਸਬਦੀ ਹਉ ਸਤਿਗੁਰ ਕੈ ਬਲਿਹਾਰੀਐ ॥**

(ਅੰਗ: ੧੧੧੪)

੯) **ਵਿਣੁ ਡਿਠਾ ਕਿਆ ਸਾਲਾਹੀਐ ਅੰਧਾ ਅੰਧ ਕਮਾਇ ॥**
ਨਾਨਕ ਸਬਦੁ ਪਛਾਣੀਐ ਨਾਮੁ ਵਸੈ ਮਨਿ ਆਇ ॥

(ਸਲੋਕ ਮ:੩ ਪੰ: ੬੪੬)

੧੦) **ਅਕਾਲ ਮੂਰਤਿ ਵਰੁ ਪਾਇਆ ਅਬਿਨਾਸੀ ਨਾ ਕਦੇ ਮਰੇ ਨ ਜਾਇਆ ॥**

(ਸਿਰੀਰਾਗੁ ਮਹਲਾ ੪ ॥ਪੰਨਾ ੭੮॥)

ਨੋਟ:- ☬ ਗੁਰੂ ਨਾਨਕ ਸਾਹਿਬ ਦੇ ਜਮਾਨੇ ਵਿੱਚ ਐਸਟਰਾਨੋਮੀ (ਤਾਰਾ ਵਿਗਿਆਨ) ਦੇ ਗਿਆਨ ਦੀ ਅਣਹੋਂਦ ਹੋਣ ਕਰਕੇ ਕੋਈ ਮਨੁਖ ਭੁਲੇਖੇ ਨਾਲ ਸੂਰਜ ਨੂੰ ਮੂਲ ਮੰਤ੍ਰ ਦੀ ਪਰਭਾਸ਼ਾ ਅਨੁਸਾਰ ਪਰਮਈਸ਼ਰ ਸਮਝ ਸਕਦਾ ਸੀ ਕਿਉਂਕਿ ਸੂਰਜ ਇਕੋ ਹੀ ਸੀ, ਇਸਦੇ ਜਨਮ ਬਾਰੇ ਪਤਾ ਨਾ ਹੋਣ ਕਰਕੇ ਇਹ ਸਵਯੰਭੂ ਹੀ ਸੀ, ਸੂਰਜ ਦੀ ਅਰਬਾਂ ਸਾਲਾਂ ਦੀ ਉਮਰ ਹੋਣ ਕਰਕੇ ਇਹ ਲਗਪਗ ਅਕਾਲ ਹੀ ਸੀ ਅਤੇ ਸਤਿ ਹੀ ਸੀ ਕਿਉਂਕਿ ਇਸਦੀ ਮੌਤ ਬਾਰੇ ਕਿਸੇ ਨੂੰ ਗਿਆਨ ਹੀ ਨਹੀਂ ਸੀ। ਬਾਕੀ ਇਸ ਧਰਤੀ ਤੇ ਜੀਵਨ ਦਾ ਸੋਮਾ ਤਾਂ ਹੈ ਹੀ ਸੂਰਜ, ਇਤਿਆਦਿਕ। ਪਰ ਗੁਰੂ ਨਾਨਕ ਸਾਹਿਬ ਨੇ ਇਸ ਭੁਲੇਖੇ ਨੂੰ ਦੂਰ ਰੱਖਣ ਹਿਤ ਕਿ ਕੋਈ ਸੂਰਜ ਨੂੰ ਹੀ ਪਰਮਈਸ਼ਰ ਨ ਸਮਝ ਬੈਠੇ, ਤਾਂ ਲਗਦੇ ਹੱਥ ਹੀ ਜਪੁ ਬਾਣੀ ਵਿੱਚ ਹੀ ਫੁਰਮਾਇਆ ਕਿ:-**ਕੇਤੇ ਇੰਦ ਚੰਦ ਸੂਰ ਕੇਤੇ ਕੇਤੇ ਮੰਡਲ ਦੇਸ** ॥ ਤਥਾ:- **ਭੈ ਵਿਚਿ ਸੂਰਜੁ ਭੈ ਵਿਚਿ ਚੰਦੁ** ॥ (ਪੰ:੪੬੪)॥ ਤਥਾ:- **ਘਟੰਤ ਰੂਪੰ ਘਟੰਤ ਦੀਪੰ ਘਟੰਤ ਰਵਿ ਸਸੀਅਰ ਨਖ੍ਯਤ੍ਰ ਗਗਨੰ** ॥ (ਪੰ:੧੩੫੪)॥" ਤਥਾ:-**ਹੈ ਭੀ ਹੋਸੀ ਜਾਇ ਨ ਜਾਸੀ ਰਚਨਾ ਜਿਨਿ ਰਚਾਈ** ॥ (ਜਪੁਜੀ)॥ ਪਰ ਅੱਜ ਅਸੀਂ ਇਸ ਭੁਲੇਖੇ ਤੋਂ ਇਸ ਕਰਕੇ ਬਾਹਰ ਹਾਂ ਕਿਉਂਕਿ ਵਿਗਿਆਨਕ ਤਰੱਕੀ ਕਾਰਨ ਅੱਜ ਸਾਨੂੰ ਸਾਡੇ ਇਸ ਸੂਰਜ ਦੇ ਜਨਮ ਤੇ ਮੌਤ ਬਾਰੇ ਵੀ ਅੰਦਾਜਾ ਹੈ ਅਤੇ ਕ੍ਰੋੜਾਂ ਹੋਰ ਸੂਰਜਾਂ ਦੀ ਹੋਂਦ ਦਾ ਵੀ ਪਤਾ ਹੈ।

ਅਜੂਨੀ:- ਉਹ ਸਰਗੁਣ ਸਰੂਪ ਵਚਿ ਪ੍ਰਗਟ ਹੋਇਆ ਪਾਰਬ੍ਰਹਮ ਅਜੂਨੀ ਭਾਵ ਜਨਮ ਤੋਂ ਰਹਿਤ ਹੈ। ਉਹ ਆਮ ਜੀਵਾਂ ਵਾਂਗ ਜੂਨਾਂ ਵਿਚ ਨਹੀਂ ਪੈਂਦਾ। ਭਾਵ ਉਹ ਜਗਤ ਦੇ ਜੀਵਾਂ ਵਾਂਗ ਕਿਸੇ ਜੂਨੀ ਵਿਸ਼ੇਸ਼ ਦੁਆਰਾ ਜਨਮ ਧਾਰਨ ਕਰਕੇ ਜਗਤ ਵਿੱਚ ਪ੍ਰਗਟ ਨਹੀਂ ਹੋਇਆ। ਉਸਨੂੰ ਜਨਮ ਦੇਣ ਵਾਲੀ ਨਾ ਕੋਈ ਉਸਦੀ ਮਾਤਾ ਹੈ ਨਾ ਉਸਦਾ ਕੋਈ ਪਿਤਾ ਹੈ। ਉਹ ਕਿਸੇ ਤਿਥ ਵਿਸ਼ੇਸ਼, ਕੁਲ ਵਿਸ਼ੇਸ਼ ਜਾਂ ਸਥਾਨ ਵਿਸ਼ੇਸ਼ ਤੇ ਅਵਤਾਰ (ਜਨਮ) ਲੈਣ ਵਾਲਾ ਭਗਵਾਨ ਨਹੀਂ ਹੈ। ਉਸ ਪ੍ਰਮੇਸ਼ਵਰ ਨੂੰ **ਅਜੂਨੀ** ਆਖਣ ਨਾਲ਼ ਵੀ ਮੁੜ ਹਿੰਦੂ ਮੱਤ ਦੀ ਤ੍ਰੈਮੂਰਤੀ ਵਿਚਾਰਧਾਰਾ ਦਾ ਖੰਡਨ ਹੋ ਜਾਂਦਾ ਹੈਂ ਕਿਉਂਕਿ ਸਾਨੂੰ ਪਤਾ ਹੈ ਕਿ ਬ੍ਰਹਮਾ ਜੀ ਜੋ ਤ੍ਰੈਮੂਰਤੀ ਵਿਚਾਰਧਾਰਾ ਦਾ ਪਹਿਲਾ ਦੇਵਤਾ ਹੈ, ਜਿਸ ਨੂੰ ਸ੍ਰਿਸ਼ਟੀ ਦਾ ਰਚਣਹਾਰ ਮੰਨਿਆ ਗਿਆ ਹੈ, ਉਸਦੀ ਬਚਿੱਤ੍ਰ ਨਾਭ ਕਮਲ ਵਾਲੀ ਜਨਮ ਕਥਾ ਤੋਂ ਅਸੀਂ ਵਾਕਫ ਹਾਂ। ਇਸ ਤਰਾਂ ਹਿੰਦੂ ਵਿਚਾਰਧਾਰਾ ਦੇ ਅਵਤਾਰਵਾਦ ਦਾ ਵੀ ਖੰਡਨ ਹੋ ਜਾਂਦਾ ਹੈ ਕਿਉਂਕਿ ਅਸੀਂ ਉਨ੍ਹਾਂ ਅਵਤਾਰਾਂ ਦੇ ਜਨਮ ਸਥਾਨ ਅਤੇ ਜਨਮ ਤਿਥਾਂ ਬਾਰੇ ਜਾਣਦੇ ਹਾਂ। ਕਿਸੇ ਜਨਮ ਲੈਣ ਵਾਲੇ ਨੂੰ ਪ੍ਰਮੇਸ਼ਰ ਕਲਪਨਾ ਗੁਰੂ ਨਾਨਕ ਵਿਚਾਰਧਾਰਾ ਦੇ ਅਨਕੂਲ ਨਹੀਂ ਹੈ। ਇਸੇ ਕਰਕੇ ਇਹਨਾਂ ਭਰਮ ਗਿਆਨੀਆਂ ਨੂੰ ਵੀ ਗੁਰੂ ਜੀ ਨੇ ਤਕੜੀ ਫਿਟਕਾਰ ਹੀ ਪਾਈ ਹੈ।

ਸਾਰੰਸ਼:- ਉਹ ਪ੍ਰਮੇਸ਼ਰ ਜਗਤ ਦੇ ਜੀਵਾਂ ਦੀ ਭਾਂਤੀ ਕਿਸੇ ਜੂਨੀ ਵਿਸ਼ੇਸ਼ ਦੁਆਰਾ ਜਨਮ ਧਾਰ ਕੇ ਜੱਗ ਵਿੱਚ ਪ੍ਰਗਟ ਨਹੀਂ ਹੋਇਆ। ਇਸ ਅਜੂਨੀ ਪਦ (ਸ਼ਬਦ) ਤੋਂ ਸਾਨੂੰ ਉਸਦੇ ਅਜਨਮੇ ਹੋਣ ਦਾ ਪਤਾ ਚਲਦਾ ਹੈ ਕਿਉਂਕਿ ਨਾਂ ਕੋਈ ਉਸਦੀ ਮਾਤਾ ਹੈ ਨਾਂ ਪਿਤਾ। ਇਸ ਸੰਦਰਭ ਵਿੱਚ ਅੱਗੇ ਲਿਖੇ ਹਵਾਲੇ ਵਿਚਾਰਨ ਯੋਗ ਹਨ।

੧. **ਸੋ ਮੁਖੁ ਜਲਉ ਜਿਤੁ ਕਹਹਿ ਠਾਕੁਰੁ ਜੋਨੀ ॥**

(ਭੈਰੋਂ ਮ: ੫ ਪੰਨਾ ੧੧੩੬)

੨. **ਜਨਮਿ ਮਰਣਿ ਨਹੀ ਧੰਦਾ ਧੈਰੁ ॥੧੫॥**

(ਰਾਮਕਲੀ ਮਹਲਾ ੧ ਓਅੰਕਾਰ)

੩ **ਜਨਮ ਮਰਣ ਤੇ ਰਹਤ ਨਾਰਾਇਣ ॥**

(ਭੈਰਉ ਮਹਲਾ ੫ ਪੰ: ੧੧੩੬)

੪. **ਅਵਤਾਰ ਨ ਜਾਨਹਿ ਅੰਤੁ ॥ ਪਰਮੇਸਰੁ ਪਾਰਬ੍ਰਹਮ ਬੇਅੰਤੁ ॥**

(ਰਾਮਕਲੀ ਮਹਲਾ ੫ ਪੰਨਾ ੮੯੪)

੫. **ਅਕਾਲ ਮੂਰਤਿ ਅਜੂਨੀ ਸੰਭੌ ਮਨ ਸਿਮਰਤ ਠੰਡਾ ਥੀਵਾ ਜੀਉ ॥੨॥**

(ਮਾਝ ਮਹਲਾ ੫ ॥ਪੰਨਾ ੯੯)

੬. **ਬਿਨ ਕਰਤਾਰ ਨ ਕਿਰਤਮ ਮਾਨੌ ॥**
ਆਦਿ ਅਜੋਨਿ ਅਜੈ ਅਬਿਨਾਸੀ ਤਿਹਿ ਪਰਮੇਸਰ ਜਾਨੌ ॥

(ਪਾਤਸ਼ਾਹੀ ੧੦ ਕਲਿਆਣ)

੭. **ਤਾਤ ਮਾਤ ਨ ਜਾਤ ਜਾਕਰ ਜਨਮ ਮਰਨ ਬਿਹੀਨ ॥੮੨॥**

(ਜਾਪ ਸਾਹਿਬ)

੮. **ਆਦਿ ਰੂਪ ਅਨਾਦਿ ਮੂਰਤਿ ਅਜੋਨਿ ਪੁਰਖ ਅਪਾਰ ॥੭੯॥**

(ਜਾਪ ਸਾਹਿਬ)

ਨੋਟ:- ਅਵਤਾਰਵਾਦ ਨੂੰ ਠੀਕ ਠੀਕ ਸਮਝਣ ਲਈ ਸਾਡੇ ਚੰਗੇ ਭਾਗਾਂ ਨੂੰ ਸਾਡੇ ਪਾਸ ਸ੍ਰੀ ਗੁਰੂ ਗੋਬਿੰਦ ਸਿੰਘ ਜੀ ਦੀ ਆਤਮ ਕਥਾ (ਬਚਿਤ੍ਰ ਨਾਟਕ) ਹੈ। ਅਕਾਲ ਪੁਰਖ ਆਪ ਜਨਮ ਧਾਰਕੇ ਜਗਤ ਵਿੱਚ ਨਹੀਂ ਆਉਂਦਾ। ਉਹ ਤਾਂ ਕਿਸੇ ਮਹਾਂ ਸਾਧਕ ਨੂੰ (ਸੰਤ ਪੁਰਸ਼ ਨੂੰ) ਥਾਪ ਕੇ ਭੇਜਦਾ ਹੈ। **ਯਥਾ:-ਮੇਰ ਕਰੋ ਤ੍ਰਿਣ ਤੇ ਮੁਹਿ ਜਾਹਿ, ਗਰੀਬ ਨਿਵਾਜ਼ ਨ ਦੂਸਰ ਤੋਸੋ** ॥੯੨-੧॥ ਤਥਾ:- **ਅਬ ਮੈਂ ਆਪਨੀ ਕਥਾ ਬਖਾਨੋ ॥ ਤਪ ਸਾਧਤ ਜਿਹ ਬਿਧਿ ਮੁਹਿ ਆਨੋ** ॥੧-੬॥ ਤਥਾ:- **ਮੈਂ ਆਪਨਾ ਸੁਤ ਤੋਹਿ ਨਿਵਾਜ਼ਾ ॥ ਪੰਥ ਪ੍ਰਚੁਰ ਕਰਬੇ ਕੋ ਸਾਜਾ ॥** ੨੯-੬॥ ਤਥਾ:- **ਇਹ ਕਾਰਨਿ ਪ੍ਰਭ ਮੋਹਿ ਪਠਾਯੋ ॥ ਤਬ ਮੈਂ ਜਗਤ ਜਨਮੁ ਧਰਿ ਆਯੋ ॥** ੩੧-੬॥ ਇਸੇ ਤਰਾਂ ਬਾਕੀ ਮਹਾਂ ਪੁਰਸ਼ਾਂ ਬਾਰੇ ਸਮਝਣਾ ਚਾਹੀਏ, ਚਾਹੇ ਉਹ ਦੁਨੀਆਂ ਦੇ ਕਿਸੇ ਕੋਨੇ ਵਿੱਚ ਪ੍ਰਗਟੇ ਹੋਣ ਤੇ ਕਿਸੇ ਵੀ ਧਰਮ ਨਾਲ ਸੰਬੰਧਤ ਹੋਣ। ਇਹ ਵਖਰੀ ਗਲ ਹੈ ਕਿ ਉਨ੍ਹਾਂ ਨੇ ਦੁਨੀਆਂ ਨੂੰ ਆਪਣਾ ਨਾਮ ਜਪਾਇਆ, ਆਪਾ ਜਣਾਇਆ ਜਾਂ ਪ੍ਰਭੂ ਦਾ ਨਾਮ ਜਪਾਇਆ। ਗੁਰੂ ਗੋਬਿੰਦ ਸਿੰਘ ਜੀ ਨੇ ਦੁਨੀਆਂ ਤੋਂ ਲਕੋਅ ਨਹੀਂ ਰੱਖਿਆ; ਉਨ੍ਹਾਂ ਨੇ ਦੁਨਿਆ ਨੂੰ ਸਪੱਸ਼ਟ ਦੱਸਿਆ ਕਿ ਮੈਂ ਪ੍ਰਮੇਸ਼ਰ ਨਹੀਂ; ਬਲਕਿ ਮੈਂ ਤਾਂ ਪ੍ਰਮੇਸ਼ਰ ਦਾ ਦਾਸ ਹਾਂ ਅਤੇ ਮੈਨੂੰ ਕੋਈ ਪ੍ਰਮੇਸ਼ਰ ਨਾ ਆਖੇ !! **ਯਥਾ**:- **ਜੇ ਹਮ ਕੌ ਪਰਮੇਸਰ ਉਚਰਿ ਹੈਂ ॥ ਤੇ ਸਭ ਨਰਕਿ ਕੁੰਡ ਮਹਿ ਪਰਿ ਹੈਂ॥** (੩੨-੬)॥ ਇਸ ਤਰਾਂ ਬਚਿਤ੍ਰ ਨਾਟਕ ਦੇ ਉਕਤ ਕਥਨਾਂ ਦੀ ਰੌਸ਼ਨੀ ਵਿੱਚ ਪਰਮੇਸ਼ਰ ਦੇ ਜਨਮ ਧਾਰਨ ਕਰਨ ਵਾਲ਼ੀਆਂ ਅਵਤਾਰਵਾਦ ਨਾਲ ਜੁੜੀਆ ਕਥਾਵਾਂ ਦਾ ਅੰਤ ਸਮਝਣਾ ਚਾਹੀਏ ਭਾਵ ਅਵਤਾਰ ਪਰਮੇਸ਼ਰ ਨਹੀਂ ਹਨ।

ਸੈਭੰ:- ਉਸ ਸਰਗੁਣ ਸਰੂਪ ਵਿੱਚ ਪ੍ਰਗਟ ਹੋਏ ਪਾਰਬ੍ਰਹਮ ਨੂੰ ਗੁਰੂ ਜੀ ਨੇ ਪਹਿਲਾਂ ਅਜੂਨੀ ਕਿਹਾ ਹੈ, ਜਿਸ ਤੋਂ ਇਹ ਸਵਾਲ ਪੈਦਾ ਹੁੰਦਾ ਹੈ ਕਿ ਫਿਰ ਉਹ ਆਇਆ ਕਿਥੋਂ ? ਫਿਰ ਉਸਦੀ ਹੋਂਦ ਕਿਵੇਂ ਸੰਭਵ ਹੋਈ ? ਸੋ ਲਗਦੇ ਹੱਥ ਹੀ ਪ੍ਰਮੇਸ਼ਰ ਦੀ ਹੋਂਦ ਬਾਰੇ ਸਪੱਸ਼ਟ ਕਰਦਿਆਂ ਗੁਰੂ ਜੀ ਨੇ ਉਸਨੂੰ **ਸੈਭੰ** ਆਖਿਆ ਹੈ । ਭਾਵ ਉਹ ਆਪਣੇ ਆਪ ਤੋਂ ਹੀ ਪ੍ਰਕਾਸ਼ਮਾਨ ਹੈ, ਉਹ ਮਹਾਂ ਪ੍ਰਕਾਸ਼ ਹੈ, ਉਸਦੀ ਹਸਤੀ ਸੁਤੇ ਸਿਧ ਹੈ, ਉਸਦੀ ਚੇਤਨਤਾ ਆਪਣੇ ਆਪ ਤੋਂ ਹੈ । ਉਹ ਦੇਵ ਮੂਰਤੀਆਂ ਦੀ ਭਾਂਤੀ ਕਿਸੇ ਦਾ ਥਾਪਿਆ ਹੋਇਆ ਨਹੀਂ ਹੈ । ਉਹ ਆਪਣੀ ਮਰਜ਼ੀ ਨਾਲ ਹੀ ਨਿਰਗੁਣ ਜਾਂ ਸਰਗੁਣ ਸਰੂਪ ਧਾਰਨ ਕਰਨ ਦੀ ਸਮਰੱਥਾ ਵਾਲਾ ਸਵਯੰਭੂ ਪਾਰਬ੍ਰਹਮ ਹੈ । ਉਹ ਪਾਰਬ੍ਰਹਮ ਜਿਵੇਂ ਸੁਤੇ ਸਿਧ ਪ੍ਰਕਾਸ਼ਮਾਨ ਹੈ ਉਸੇ ਤਰਾਂ ਉਸਦੇ ਸਾਰੇ ਗੁਣ ਵੀ ਸੁਤੇ ਸਿਧ ਹਨ ਅਤੇ ਉਸਦੇ ਪ੍ਰਕ੍ਰਿਤਕ ਨਿਯਮ ਵੀ ਸੁਤੇ ਸਿਧ ਹਨ । **ਯਥਾ**:- ਇਕ ਬੀਜ ਉਸੇ ਤਰਾਂ ਦਰਖਤ ਫੁਲ ਫਲ ਤੇ ਮੁੜ ਬੀਜ ਬਣਕੇ ਆਪਣੇ ਪ੍ਰਕ੍ਰਿਤਕ ਸੁਭਾਓ (ਗੁਣ) ਨੂੰ ਦੁਹਰਾਉਂਦਾ ਰਹੇਗਾ ਜਿਵੇਂ ਮੁਢ ਤੋਂ ਉਸਦਾ ਪ੍ਰਕ੍ਰਿਤਕ ਸੁਭਾਓ (ਗੁਣ) ਨਿਰਧਾਰਤ ਹੋ ਚੁਕਾ ਹੈ । ਇਕ ਸੂਰਜ ਜਿਵੇਂ ਪ੍ਰਕ੍ਰਿਤਕ ਨਿਯਮ ਅਨੁਸਾਰ ਜਨਮ ਲੈਂਦਾ ਹੈ ਉਹ ਉਸੇ ਵਿਧੀ ਵਿਧਾਨ ਅਨੁਸਾਰ; ਪਾਰਬ੍ਰਹਮ ਦੇ ਸਰਗੁਣ ਸਰੂਪ ਵਿੱਚ ਇਸਥਿਤ ਰਹਿਣ ਤੱਕ ਜਨਮ ਲੈਂਦਾ ਰਹੇਗਾ । ਉਸ ਪਾਰਬ੍ਰਹਮ ਨੂੰ ਹਰ ਵਾਰ ਹਰ ਚੀਜ਼ ਲਈ ਤਰੱਦਦ ਕਰਨ ਦੀ ਲੋੜ ਨਹੀਂ ਪੈਂਦੀ ਕਿਉਂਕਿ ਸਾਰਾ ਜਗਤ ਉਸਦਾ ਆਪਾ ਹੋਣ ਕਰਕੇ ਭਾਵ ਉਸਦੀ ਅੰਸ਼ ਹੋਣ ਕਰਕੇ ਉਸ ਪਾਰਬ੍ਰਹਮ ਦੇ ਸਵਯੰਭੂ (**ਸੈਭੰ**) ਵਾਲੇ ਸੁਤੇ ਸਿਧ ਗੁਣ ਜੀਵਾਂ ਤੇ ਪ੍ਰਕ੍ਰਿਤੀ ਵਿੱਚ ਵੀ ਉਸ ਪ੍ਰਭੂ ਦੇ ਹੁਕਮ ਅਨੁਸਾਰ ਪ੍ਰਵੇਸ਼ ਕਰੀ ਬੈਠੇ ਹਨ ਕਿਉਂਕਿ ਪਿਤਾ ਦੇ ਗੁਣ ਆਪਣੀ ਉਲਾਦ ਵਿੱਚ ਮੌਜੂਦ ਹੋਣੇ ਕੁਦਰਤੀ ਨਿਯਮ ਹੈ । ਇਸੇ ਲਈ ਗੁਰ ਫੁਰਮਾਣ ਹੈ:-**ਮਨ ਤੂੰ ਜੋਤਿ ਸਰੂਪੁ ਹੈ ਅਪਣਾ ਮੂਲੁ ਪਛਾਣੁ ॥** (ਆਸਾ ਮਹਲਾ ੩ ਪੰ: ੪੪੧)॥ **ਤਥਾ:-ਮਨ ਮਹਿ ਜੋਤਿ ਜੋਤਿ ਮਹਿ ਮਨੂਆ ਪੰਚ ਮਿਲੇ ਗੁਰ ਭਾਈ ॥** (ਰਾਮਕਲੀ ਮਹਲਾ ੧ ਪੰ: ੮੭੯)॥ ਤਥਾ:- "**ਸਭ ਮਹਿ ਜੋਤਿ ਜੋਤਿ ਹੈ ਸੋਇ ॥ ਤਿਸਦੈ ਚਾਨਣਿ ਸਭ ਮਹਿ ਚਾਨਣੁ ਹੋਇ ॥**" (ਧਨਾਸਰੀ ਮਹਲਾ ੧)॥ ਸੋ ਪਿਤਾ ਪ੍ਰਭੂ ਦਾ ਪਿਤਾ ਪੁਰਖੀ ਸਵਯੰਭੂ (ਸੈਭੰ) ਗੁਣ ਪ੍ਰਭੂ ਦੀ ਅੰਸ ਵਿੱਚ ਸੁਤੇ ਸਿਧ ਮੌਜੂਦ ਹੈ ਜਿਸ ਕਰਕੇ ਪ੍ਰਕ੍ਰਿਤਕ ਬੰਸਾਵਲੀ ਕਾਇਮ ਹੈ । ਉਸਦਾ ਕੋਈ ਮਾਤਾ ਪਿਤਾ ਨਹੀਂ ਪਰ ਉਹ ਆਪ ਜਗਤ ਦਾ ਮਾਤਾ ਪਿਤਾ ਹੈ ਅਤੇ ਉਹ ਜਗਤ ਦੇ ਸਭ ਜੀਵਾਂ ਨੂੰ ਚੇਤਨਤਾ ਬਖ਼ਸ਼ਣਹਾਰਾ ਹੈ ਪਰ ਉਸਦੀ ਚੇਤਨਤਾ ਸੁਤੇ ਸਿਧ ਹੈ । ਇਥੇ ਉਸਨੂੰ ਗੁਰੂ ਜੀ ਵਲੋਂ ਸੈਭੰ ਵਰਨਣ ਕਰਨ ਨਾਲ ਭੀ ਹਿੰਦੂਮਤ ਦੀ ਅਵਤਾਰਵਾਦ ਤੇ ਤ੍ਰੈਮੂਰਤੀ ਵੀਚਾਰਧਾਰਾ ਦਾ ਖੰਡਨ ਹੋ ਜਾਂਦਾ ਹੈ । ਸੈਭੰ ਪਦ (ਸ਼ਬਦ) ਤੋਂ ਸਾਨੂੰ ਉਸ ਪਰਮਈਸ਼ਰ ਦੀ ਹੋਂਦ, ਚੇਤਨਤਾ ਅਤੇ ਖਿਨ ਵਿੱਚ ਥਾਪ ਉਥਾਪਨ ਦੀ ਸਮਰੱਥਾ ਦਾ ਭਾਵ ਆਪਣੀ ਇਛਾ ਅਨੁਸਾਰ ਨਿਰਗੁਣ ਜਾਂ ਸਰਗੁਣ ਸਰੂਪ ਵਿੱਚ ਪ੍ਰਗਟ ਹੋਣ ਦੀ ਸਮਰੱਥਾ ਦਾ ਪਤਾ ਚਲਦਾ ਹੈ । ਉਪਰੋਕਤ ਅਰਥਾਂ ਦੀ ਸਪੱਸ਼ਟਤਾ ਲਈ ਗੁਰਬਾਣੀ ਦੇ ਅੱਗੇ ਲਿਖੇ ਹਵਾਲੇ ਵਿਚਾਰਨ ਯੋਗ ਹਨ:-

੧) **ਆਪੀਨੈ ਆਪੁ ਸਾਜਿਓ ਆਪੀਨੈ ਰਚਿਓ ਨਾਉ ॥**

(ਵਾਰ ਆਸਾ ਮ: ੧ ਪੰ:੪੬੩)

੨) **ਆਪੀਨੈ ਆਪੁ ਸਾਜਿ ਆਪੁ ਪਛਾਣਿਆ ॥**

(ਵਾਰ ਮਲਾਰ ਮਹਲਾ ੧ ਪੰ: ੧੨੭੯)

੩) **ਸਗਰੀ ਸ੍ਰਿਸ਼ਟਿ ਦਿਖਾਇ ਅਚੰਭਵ ॥**
ਆਦਿ ਜੁਗਾਦਿ ਸਰੂਪ ਸੁਯੰਭਵ ॥੧੯॥

(ਪਾਤਸ਼ਾਹੀ ੧੦ ਚੋਪਈ)

੪) **ਥਾਪਿਆ ਨ ਜਾਇ ਕੀਤਾ ਨ ਹੋਇ ॥**
ਆਪੇ ਆਪਿ ਨਿਰੰਜਨੁ ਸੋਇ ॥੫॥

(ਜਪੁਜੀ ਸਾਹਿਬ)

੫) **ਖਿਨ ਮਹਿ ਥਾਪਿ ਉਥਾਪਨਹਾਰਾ ਆਪਨ ਹਾਥਿ ਮਤਾਤ ॥**

(ਗੂਜਰੀ ਮਹਲਾ ੫ ਪੰ:੪੯੬)

੬) **ਚਤ੍ਰ ਚਕ੍ਰ ਵਰਤੀ ਚਤ੍ਰ ਚਕ੍ਰ ਭੁਗਤੇ ॥**
ਸੁਯੰਭਵ ਸੁਭੰ ਸਰਬਦਾ ਸਰਬ ਜੁਗਤੇ ॥

(ਜਾਪੁ ਸਾਹਿਬ-੧੯੯)

੭) **ਅਚਲ ਮੂਰਤਿ ਅਨਭਉ ਪ੍ਰਕਾਸ ਅਮਿਤੋਜਿ ਕਹਿਜੈ ॥੧॥**

(ਜਾਪੁ ਸਾਹਿਬ)

੮) **ਅਮੋਘ ਦਰਸਨ ਅਜੂਨੀ ਸੰਭਉ ॥ ਅਕਾਲ ਮੂਰਤਿ ਜਿਸੁ ਕਦੇ ਨਾਹੀ ਖਉ ॥**

(ਮਾਰੂ ਮਹਲਾ ੫ ਪੰ: ੧੦੮੨)

ਗੁਰ:- ਉਹ ਸਰਗੁਣ ਸਰੂਪ 'ਚ ਪ੍ਰਗਟ ਹੋਇਆ ਪਾਰਬ੍ਰਹਮ "**ਗੁਰ**" ਭਾਵ ਜਗਤ ਗੁਰੂ ਹੈ, ਉਹ ਪਰਮ ਗਿਆਤਾ ਜਗਤ ਗੁਰੂ ਹੈ, ਉਹ ਪਰਮ ਗਿਆਨੀ ਜਗਤ ਗੁਰੂ ਹੈ । ਉਹ ਸਾਰੇ ਜਗਤ ਨੂੰ ਗਿਆਨ ਪ੍ਰਕਾਸ਼ ਦੇਣ ਵਾਲਾ ਪਰਮਪੂਜਯ ਜਗਤ ਗੁਰੁ ਸੁਆਮੀ ਹੈ । ਉਹ ਸਾਰੇ ਜਗਤ ਦਾ ਮਾਰਗ ਦਰਸ਼ਨ ਕਰਨ ਵਾਲਾ ਪਰਮਪੂਜਯ ਜਗਤਗੁਰੂ ਸੁਆਮੀ ਹੈ । ਉਹ ਸਾਰੇ ਜਗਤ ਦੀ ਪ੍ਰਕ੍ਰਿਤਕ ਮਰਿਆਦਾ ਸਥਾਪਤ ਕਰਨ ਵਾਲਾ ਤੇ ਚਲਾਉਣ ਵਾਲਾ ਸਾਹਿਬੇ ਦਿਮਾਗ ਪਰਮਪੂਜਯ ਮਹਾਂ ਚੇਤਨ ਜਗਤ ਗੁਰੂ ਹੈ । ਉਹ ਸਰਬਪ੍ਰਥਮ ਪੂਜਾ ਦੇ ਯੋਗ ਹੈ । ਜਾਪੁ ਸਾਹਿਬ ਵਿੱਚ ਗੁਰੂ ਗੋਬਿੰਦ ਸਿੰਘ ਜੀ ਨੇ ਬਹੁਤ ਸਪੱਸ਼ਟ ਫੁਰਮਾਇਆ ਹੈ ਕਿ "**ਨਮੋ ਦੇਵ ਦੇਵੇ ॥੪੪॥ ਨਮੋ ਇਸਟ ਇਸਟੇ ॥੫੭॥**" ਇਤਿਆਦਕ ਕਿ ਉਹ ਪਰਮੇਸ਼ਰ ਪੂਜਣਯੋਗਾਂ ਦਾ ਵੀ ਪੂਜਨੀਕ ਹੈ । ਪੂਜਾ ਉਪਰ ਸਰਬ ਪ੍ਰਥਮ ਉਸਦਾ ਅਧਿਕਾਰ ਹੈ । ਯਥਾ ਫੁਰਮਾਨ ਹੈ:- **ਗੁਰਬਰ ਅਕਾਲ** ॥ ਪੂਜਨੀਕ ਹੋਣ ਵਿੱਚ ਉਸਦੇ ਤੁਲ ਹੋਰ ਕੋਈ ਵੀ ਨਹੀਂ ਹੈ। ਗੁਰੂ ਗਰੰਥ ਸਾਹਿਬ ਵਿੱਚ ਫੁਰਮਾਨ ਹੈ:- **ਓਇ ਪਰਮ ਪੁਰਖੁ ਦੇਵਾਧਿ ਦੇਵ ॥ ਭਗਤ ਹੇਤਿ ਨਰਸਿੰਘ ਭੇਵ ॥** (ਪੰਨਾ ੧੧੯੪)॥ ਗੁਰੂ ਨਾਨਕ ਸਾਹਿਬ ਨੇ ਜਪੁਜੀ ਸਾਹਿਬ ਦੀ ਪੰਜਵੀ ਪੌੜੀ ਵਿੱਚ "**ਗੁਰੁ ਈਸਰੁ ਗੁਰੁ ਗੋਰਖੁ ਬਰਮਾ ਗੁਰੁ ਪਾਰਬਤੀ ਮਾਈ**"

ਦੁਆਰਾ ਇਨ੍ਹਾਂ ਅਰਥਾਂ ਨੂੰ ਦ੍ਰਿੜ ਕਰਵਾਇਆ ਹੈ ਕਿ ਸਾਡੇ ਲਈ ਤਾਂ ਬ੍ਰਹਮਾ, ਬਿਸਨ, ਮਹੇਸ ਤੇ ਪਾਰਬਤੀ ਮਾਂ ਦੀ ਥਾਂ ਉਹ ੧ੴ (ਪਰਮਈਸ਼ਰ) ਹੀ ਪਰਮਪੂਜਯ ਹੈ । ਸਾਰੀ ਸ੍ਰਿਸ਼ਟੀ ਉਸਦੀ ਆਪਣੀ ਰਚਨਾ ਹੈ ਅਤੇ ਉਹ ਆਪ ਹੀ ਸਭ ਜੀਵਾਂ ਦੇ ਅੰਤਰਆਤਮੇ ਸਥਿਤ ਹੋ ਕੇ ਆਪਣੇ ਗਿਆਨ ਪ੍ਰਕਾਸ਼ ਦੁਆਰਾ ਉਨਾਂ ਦਾ ਮਾਰਗ ਦਰਸ਼ਨ ਕਰ ਰਿਹਾ ਹੈ । ਤਦੇ ਹੀ ਉਹ ਪਰਮਪੂਜਯ ਜਗਤ ਗੁਰੂ ਹੈ । ਗੁਰਬਾਣੀ ਵਿੱਚ ਬਹੁਤ ਥਾਂ ਉਸ ਪੂਜਾ ਯੋਗ ਪਾਰਬ੍ਰਹਮ ਲਈ "ਗੁਰ" ਸ਼ਬਦ ਵਰਤਿਆ ਗਇਆ ਹੈ ਜੋ ਹੇਠ ਲਿਖੇ ਵਾਕਾਂ ਤੋਂ ਭਲੀ ਭਾਂਤ ਸਪਸ਼ਟ ਹੈ । ☬ **ਗੁਰੂ ਨਾਨਕ ਸਾਹਿਬ ਪਹਿਲੇ ਸਰਬ ਸ੍ਰੇਸ਼ਟ ਧਰਮਾਚਾਰਯ ਹਨ ਜਿਨ੍ਹਾਂ ਨੇ ਪ੍ਰਮੇਸ਼ਰ ਦਾ ਸਿਮਰਨ "ਗੁਰੂ" ਰੂਪ ਵਿੱਚ ਪ੍ਰਚਲਤ ਕੀਤਾ ਹੈ** । ਪਰਮਈਸ਼ਰ ਦੀ ਸਰਬ ਸ੍ਰੇਸ਼ਟ ਉਪਾਸਨਾ ਲਈ "ਗੁਰ" ਪਦ ਨੂੰ ਸਾਰੇ ਸੰਖੇਪ ਮੰਗਲਾਂ ਵਿੱਚ ਵੀ ਸੰਮਿਲਤ ਰੱਖਿਆ ਗਿਆ ਹੈ । **ਯਥਾ**:- "੧ੴ" ਸਤਿ ਗੁਰ ਪ੍ਰਸਾਦਿ ॥" ਤਥਾ:-"੧ੴ **ਸ੍ਰੀ ਵਾਹਿਗੁਰੂ ਜੀ ਕੀ ਫਤਹ** ॥" ਮੂਲ ਮੰਤ੍ਰ ਦੇ ਇਸੇ "**ਗੁਰ**" ਸ਼ਬਦ ਤੋਂ ਅਤਿਅੰਤ ਸਾਰਥਕ ਤੇ ਜਪਣਯੋਗ "**ਵਾਹਿਗੁਰੂ**" ਗੁਰਮੰਤ੍ਰ ਦਾ ਵਿਕਾਸ ਹੋਇਆ ਹੈ । ਇਸ 'ਗੁਰ' ਪਦ (ਸਬਦ) ਤੋਂ ਸਾਨੂੰ ਉਸ ਪਰਮਈਸ਼ਰ ਦੇ ਪਰਮ ਗਿਆਨੀ, ਪਰਮ ਗਿਆਤਾ, ਪਰਮ ਪੂਜਯ, ਜਗਤਗੁਰ ਸੁਆਮੀ, ਅੰਮ੍ਰਿਤ ਦ੍ਰਿਸਟ ਤੱਕਣੀ ਤਥਾ ਕ੍ਰਿਪਾ ਦ੍ਰਿਸਟੀ ਮਾਤ੍ਰ ਨਾਲ ਨਿਹਾਲ ਕਰਨ ਦੀ ਸਮਰੱਥਾ ਵਾਲਾ ਅਤੇ ਮਹਾਂ ਚੇਤਨ ਹੋਣ ਦੇ ਰੁਤਬੇ ਦਾ ਪਤਾ ਚਲਦਾ ਹੈ । 'ਗੁਰ' ਪਦ ਪ੍ਰਭੂ ਦੇ ਮਹਾਨ ਤੇ ਵਿਸ਼ਾਲ ਗੁਣ ਆਪਣੇ ਵਿੱਚ ਸਮੋਈ ਬੈਠਾ ਹੈ ਇਸ ਲਈ ਮੂਲ ਮੰਤ੍ਰ ਦੇ ਚਲੰਤ ਨਿਰੰਤਰ ਉਸਤਤਿ ਮਈ ਪ੍ਰਸੰਗ ਅਨੁਸਾਰ "ਗੁਰ" ਪਦ ਦੇ ਐਸੇ ਅਰਥ ਕਰਨੇ ਹੀ ਉਪਯੁਕਤ ਜਾਪਦੇ ਹਨ । ਅੱਗੇ ਲਿਖੇ ਗੁਰਬਾਣੀ ਦੇ ਹਵਾਲੇ ਵਿਚਾਰਨ ਯੋਗ ਹਨ:-

੧) **ਅਕਥ ਕਥਾ ਲੇ ਰਹਉ ਨਿਰਾਲਾ ॥ ਨਾਨਕ ਜੁਗਿ ਜੁਗਿ ਗੁਰ ਗੋਪਾਲਾ ॥੪੪॥**
(ਸਿਧ ਗੋਸ਼ਟ)

੨) **ਛਿਅ ਘਰ ਛਿਅ ਗੁਰ ਛਿਅ ਉਪਦੇਸ ਗੁਰੁ ਗੁਰੁ ਏਕੋ ਵੇਸ ਅਨੇਕ ॥**
(ਆਸਾ ਮ:੧-ਸੋਹਿਲਾ)

੩) **ਗੁਰਾ ਇਕ ਦੇਹ ਬੁਝਾਈ ॥**
(ਜਪੁਜੀ ਸਹਿਬ)

੪) **ਥਾਨ ਬਿਹੂਣ ਬਿਸ੍ਰਾਮ ਨਾਮੂੰ ਨਾਨਕ ਕ੍ਰਿਪਾਲ ਹਰਿ ਹਰਿ ਗੁਰਹ ॥**
(ਸਲੋਕ ਸਹਸਕ੍ਰਿਤੀ ਮ:੫-੩੭)

੫) **ਤਤ ਨਿਰੰਜਨ ਜੋਤਿ ਸਬਾਈ ਸੋਹੰ ਭੇਦ ਨ ਕੋਈ ਜੀਓ ॥**
ਅਪ੍ਰੰਪਰ ਪਾਰਬ੍ਰਹਮ ਪਰਮੇਸੁਰ ਨਾਨਕ ਗੁਰੁ ਮਿਲਿਆ ਸੋਈ ਜੀਉ ॥
(ਸੋਰਠਿ ਮ: ੧ ਪੰਨਾ ੫੯੯)

੬) **ਹੇ ਪ੍ਰਾਣਨਾਥ ਗੋਬਿੰਦਹ ਕ੍ਰਿਪਾ ਨਿਧਾਨ ਜਗਦ ਗੁਰੋ ॥**
(ਸਲੋਕ ਸਹਸਕ੍ਰਿਤੀ ਮ: ੫-੫੦)

੭) ਤਵ ਗੁਨ ਕਹਾ ਜਗਤ ਗੁਰਾ ਜਉ ਕਰਮੁ ਨ ਨਾਸੈ ॥
ਸਿੰਘ ਸਰਨ ਕਤ ਜਾਈਐ ਜਉ ਜੰਬੁਕੁ ਗ੍ਰਾਸੈ ॥

(ਬਿਲਾਵਲ ਸਧਨਾ ਜੀ- ਪੰ:੮੫੮)

੮) ਆਦਿ ਅੰਤਿ ਏਕੈ ਅਵਤਾਰਾ ॥
ਸੋਈ ਗੁਰੂ ਸਮਝਿਯਹੁ ਹਮਾਰਾ ॥੯॥

(ਪਾਤਸ਼ਾਹੀ ਦਸਮੀ ਚੌਪਈ)

੯) ਅਚੁਤ ਪੂਜਾ ਯੋਗ ਗੋਪਾਲ॥
ਮਨੁ ਤਨੁ ਅਰਪਿ ਰਖਉ ਹਰਿ ਅਗੈ, ਸਰਬ ਜੀਆ ਕਾ ਹੈ ਪ੍ਰਤਿਪਾਲ ॥

(ਬਿਲਾਵਲ ਮ:੫ ਪੰਨਾ ੮੨੪)

੧੦) ਮਨੁ ਕਰਿ ਮਕਾ ਕਿਬਲਾ ਕਰਿ ਦੇਹੀ ॥
ਬੋਲਣਹਾਰੁ ਪਰਮ ਗੁਰੁ ਏਹੀ ॥

(ਭੈਰੋਂ ਕਬੀਰ ਜੀ- ਪੰ:੧੧੫੮)

੧੧) ਨਮੋ ਸਰਬ ਗਿਅਨੰ ॥ ਨਮੋ ਪਰਮ ਤਾਨੰ ॥੭੦॥

(ਜਾਪੁ ਸਾਹਿਬ)

੧੨) ਕਰਿ ਕਿਰਪਾ ਗੁਰ ਪਾਰਬ੍ਰਹਮ ਪੂਰੇ ਅਨਦਿਨੁ ਨਾਮੁ ਵਖਾਣਾ ਰਾਮ ॥
ਅੰਮ੍ਰਿਤ ਬਾਣੀ ਉਚਰਾਂਹਰਿ ਜਸੁ ਮਿਠਾ ਲਾਗੈ ਤੇਰਾ ਭਾਣਾ ਰਾਮ ॥

(ਬਿਹਾਗੜਾ ਮਹਲਾ ੫ ਅੰਗ ੫੪੩)

੧੩) ਸਤਿਗੁਰੁ ਜਾਗਤਾ ਹੈ ਦੇਉ ॥

(ਆਸਾ ਸ੍ਰੀ ਕਬੀਰ ਜੀਉ ਅੰਗ ੪੭੯॥)

ਪ੍ਰਸਾਦਿ:- ਸਰਗੁਣ ਸਰੂਪ ਵਿੱਚ ਪ੍ਰਗਟ ਹੋਇਆ ਪਾਰਬ੍ਰਹਮ 'ਪ੍ਰਸਾਦਿ' ਭਾਵ ਕ੍ਰਿਪਾ ਨਿਧਾਨ ਹੈ, ਆਦਿ ਉਦਾਰਚਿੱਤ ਕ੍ਰਿਪਾਲੂ ਹੈ, ਸਭ ਤੇ ਬਖ਼ਸ਼ਸ਼ਾਂ ਕਰਨ ਵਾਲਾ ਹੈ, ਸਭ ਦੇ ਜੀਵਨ ਵਿੱਚ ਆਨੰਦ ਅਤੇ ਖੇੜੇ ਦਾ ਸੋਮਾ ਹੈ । ਸਾਰੇ ਜਗਤ ਦੇ ਜੀਵਨ ਵਿੱਚ ਆਨੰਦ ਦਾ ਪ੍ਰਗਟਾਓ ਉਸੇ ਪਰਮੇਸ਼ਰ ਤੋਂ ਹੈ । ਇਸ ਲਈ ਉਹ ਸਾਰੀ ਸ੍ਰਿਸ਼ਟੀ ਦਾ ਸੁਹਾਗ (ਪਰਮਆਨੰਦ) ਹੈ । ਜਿਵੇ ਪ੍ਰਸ਼ਾਂਤ, ਪ੍ਰਚੰਡ ਅਤੇ ਪ੍ਰਮੋਦ ਆਦਿ ਸ਼ਬਦਾਂ ਨਾਲ "ਪ੍ਰ" ਅਗੇਤਰ ਲਗਾਉਣ ਨਾਲ਼ ਇਹ ਸ਼ਬਦ ਆਪਣੇ ਅਰਥਾਂ ਵਿਚ ਸਰਬੋਤਮ ਬਣ ਗਏ, ਇਸੇ ਤਰਾਂ "ਸਾਦ" ਦੇ ਅਗੇ "ਪ੍ਰ" ਲਗਾਉਣ ਨਾਲ ਇਸਦੇ ਅਰਥ ਹੋ ਜਾਂਦੇ ਹਨ 'ਸਰਬੋਤਮ ਸਾਦ' ਭਾਵ ਅਤਿਅੰਤ ਸੁਆਦਲਾ, ਆਨੰਦ ਮਈ ਅਤੇ ਰਸਦਾਇਕ। ਇਸ ਪ੍ਰਸਾਦਿ ਪਦ (ਸ਼ਬਦ) ਤੋਂ ਸਾਨੂੰ ਉਸ ਪਰਮਈਸ਼ਰ ਦੇ ਕ੍ਰਿਪਾ ਨਿਧਾਨ, ਪਰਮ ਦਿਆਲੂ, ਮਨ ਮੋਹਕ ਮਿਠੇ ਸੁਭਾਉ ਅਤੇ ਸ੍ਰਿਸ਼ਟੀ ਦਾ ਸੁਹਾਗ ਹੋਣ ਬਾਰੇ ਪਤਾ ਚਲਦਾ ਹੈ । ਅੱਗੇ ਲਿਖੇ ਵਾਕ ਇਨ੍ਹਾਂ ਅਰਥਾਂ ਨੂੰ ਹੋਰ ਸਪਸ਼ਟ ਕਰਦੇ ਹਨ:-

੧) ੴ ਸਤਿ ਗੁਰ ਪ੍ਰਸਾਦਿ ॥

(ਸੰਖੇਪ ਮੂਲ ਮੰਤ੍ਰ)

੨) ਆਨੰਦ ਮੂਲੁ ਅਨਾਥ ਅਧਾਰੀ ॥

(ਧਨਾਸਰੀ ਮ:੧ ਪੰ:੬੮੫)

੩) ਪਿਰ ਰੀਸਾਲੂ ਤਾ ਮਿਲੈ ਜਾ ਗੁਰ ਕਾ ਸਬਦ ਸੁਣੀ ॥

(ਸ੍ਰੀ ਰਾਗ ਮ: ੧ ਪੰਨਾ ੧੭)

੪) ਅਨਦ ਮੂਲੁ ਧਿਆਇਓ ਪੁਰਖੋਤਮੁ ਅਨਦਿਨੁ ਅਨਦ ਅਨੰਦੇ ॥

(ਬਿਲਾਵਲ ਮ:੪ ਪੰਨਾ ੮੦੦)

੫) ਸਹਜ ਕਥਾ ਪ੍ਰਭ ਕੀ ਅਤਿ ਮੀਠੀ ॥ ਵਿਰਲੈ ਕਾਹੂ ਨੇਤ੍ਰਹੁ ਡੀਠੀ ॥

(ਸੂਹੀ ਮ:੫ ਪੰਨਾ ੭੩੯)

੬) ਅਨਦੋ ਅਨਦ ਘਣਾ ਮੈ ਸੋ ਪ੍ਰਭੁ ਡੀਠਾ ਰਾਮ ॥
ਚਾਖਿਅੜਾ ਚਾਖਿਅੜਾ ਮੈ ਹਰਿ ਰਸੁ ਮੀਠਾ ਰਾਮ ॥

(ਆਸਾ ਛੰਤ ਮ:੫ - ੧)

੭) ਜਤ੍ਰ ਤਤ੍ਰ ਬਿਰਾਜ ਹੀ ਅਵਧੂਤ ਰੂਪ ਰਸਾਲ ॥੭੯॥

(ਜਾਪੁ ਸਾਹਿਬ)

੮) ਵਰਤੰਤਿ ਸੁਖ ਆਨੰਦ ਪ੍ਰਸਾਦਹ ॥
ਸਿਮਰੰਤ ਨਾਨਕ ਹਰਿ ਹਰਿ ਹਰੇ ॥

(ਸਲੋਕ ਸਹਸਕ੍ਰਿਤੀ ਮ:੫-੨੩)

੯) ਸਭਨਾ ਸਾਹਿਬੁ ਏਕੁ ਹੈ ਵੇਖੈ ਧੰਧੈ ਲਾਇ ॥
ਕਿਸੈ ਥੋੜਾ ਕਿਸੈ ਅਗਲਾ ਖਾਲੀ ਕੋਇ ਨਾਹਿ ॥

(ਸਲੋਕ ਮ:੨ ਪੰ: ੧੨੩੮)

੧੦) ਜਿਨਿ ਚਾਖਿਆ ਤਿਸੁ ਆਇਆ ਸਾਦੁ ॥

(ਬਿਲਾਵਲ ਮ:੫ ਪੰ:੮੦੧)

੧੧) ਸਾਕਤ ਹਰਿ ਰਸ ਸਾਦੁ ਨ ਜਾਣਿਆ ਤਿਨ ਅੰਤਰਿ ਹਉਮੈ ਕੰਡਾ ਹੇ ॥

(ਸੋਹਿਲਾ)

੧੨) ਅਜਰੁ ਜਰੈ ਤ ਨਉ ਕੁਲ ਬੰਧ॥
ਪੂਜੈ ਪ੍ਰਾਣ ਹੋਵੈ ਥਿਰੁ ਕੰਧੁ ॥ ਕਹਾ ਤੇ ਆਇਆ ਕਹਾ ਏਹੁ ਜਾਣੁ ॥
ਜੀਵਤ ਮਰਤ ਰਹੈ ਪਰਵਾਣੁ ॥ ਹੁਕਮੈ ਬੂਝੈ ਤਤੁ ਪਛਾਣੈ ॥
ਇਹੁ ਪਰਸਾਦੁ ਗੁਰੂ ਤੇ ਜਾਣੈ ॥

(ਵਾਰ ਮਲਾਰ ਮ:੧ ਪੰ:੧੨੮੯)

੧੩) ਸੇਵਕ ਸੇਵ ਕਰਹਿ ਸਭਿ ਤੇਰੀ ਜਿਨ ਸਬਦੈ ਸਾਦ ਆਇਆ ॥

(ਸੋਰਠਿ ਮਹਲਾ ੩ ਪੰ:੫੯੯)

੧੪) ਨਮਸਤ੍ਵੰ ਕ੍ਰਿਪਾਲੇ ॥੨॥
ਕਿ ਕਾਮਲ ਕਰੀਮ ਹੈਂ ॥੧੨੫॥
ਕਰੁਣਾਲਯ ਹੈਂ॥੧੭੧॥

(ਜਾਪ ਸਾਹਿਬ)

੧੫) ਆਨੰਦ ਰੂਪੁ ਅਨੂਪੁ ਸਰੂਪਾ ਗੁਰਿ ਪੂਰੈ ਦੇਖਾਇਆ ॥

(ਮਾਰੂ ਸੋਲਹੇ ਮ:੧-੨੧-੧੦੪੧)

ਮੂਲਮੰਤ੍ਰ ੧ੴ ਤੋ ਲੈ ਕੇ ਗੁਰਪ੍ਰਸਾਦਿ ਤੱਕ ਹੈ। ਜਿਸਦੇ ਅਰਥ ਇੱਕ ਵਾਰ ਫਿਰ ਸੰਖੇਪ ਵਿੱਚ ਹੇਠ ਲਿਖੇ ਅਨੁਸਾਰ ਸਮਝੇ ਜਾ ਸਕਦੇ ਹਨ। **੧** = ਉਹ ਪਾਰਬ੍ਰਹਮ ਆਪਣੇ ਨਿਰਗੁਣ ਸਰੂਪ ਵਿੱਚ ਕੇਵਲ ਇਕੋ ਹੈ ਤੇ ਸੁੰਨ ਸਮਾਧ ਇਸਥਿਤ ਹੈ। ਆਪਣੇ ਨਿਰਗੁਣ ਸਰੂਪ ਵਿੱਚ ਉਹ ਏਕੰਕਾਰ ਹੈ, ਸ਼ੁਧ-ਬ੍ਰਹਮ ਹੈ। "ੴ" = **ਓਅੰਕਾਰ** = ਉਹ ਪਾਰਬ੍ਰਹਮ ਆਪਣੀ ਓਅੰ ਧੁਨਿ ਦੁਆਰਾ ਨਿਰਗੁਣ ਸਰੂਪ ਤੋਂ ਸਰਗੁਣ ਸਰੂਪ ਵਿੱਚ ਪ੍ਰਗਟ ਹੋ ਕੇ ਸ੍ਰਿਸ਼ਟੀ ਦੇ ਸਾਰੇ ਆਕਾਰ ਧਾਰਨ ਕਰਨ ਵਾਲਾ ਓਅੰਕਾਰ ਹੈ। ਉਹੀ ਜੋ ਆਪਣੇ ਨਿਰਗੁਣ ਸਰੂਪ ਵਿੱਚ ਏਕੰਕਾਰ ਹੈ ਉਹੀ ਆਪਣੇ ਸਰਗੁਣ ਸਰੂਪ ਵਿੱਚ ਓਅੰਕਾਰ ਹੈ, ਨਿਰਲੇਪ-ਬ੍ਰਹਮ ਹੈ। **ਸਤਿਨਾਮੁ** = ਉਹ ਪਰਮਈਸ਼ਰ ਪਾਰਬ੍ਰਹਮ ਸਦੀਵੀ ਹੋਂਦ ਵਾਲਾ ਹੈ। ਉਸਦਾ ਨਾਮ ਸੱਚਾ ਹੈ। ਉਹ ਕੋਈ ਕਲਪਨਾ ਮਾਤਰ ਥਾਪਿਆ ਹੋਇਆ ਪਰਮਈਸ਼ਰ ਨਹੀਂ ਹੈ। ਉਸਦੀ ਹੋਂਦ ਸਰਬ ਕਾਲ ਸਤਿ ਹੈ ਅਤੇ ਉਸਦਾ ਹਰੇਕ ਨਾਮ ਆਪਣੇ ਗੁਣਾਂ ਤੇ ਸੁਭਾਉ ਵਿੱਚ ਸਰਬ ਕਾਲ ਸਤਿ ਹੈ। **ਕਰਤਾਪੁਰਖ** = ਉਹ ਪਾਰਬ੍ਰਮਹ ਖੁਦ ਸ੍ਰਿਸਟੀ ਦਾ ਅਜਾਦ ਰਚਣਹਾਰ, ਕਰਣ ਕਾਰਨ ਸਮਰੱਥ ਕਰਤਾ ਹੈ ਅਤੇ ਸ੍ਰਿਸ਼ਟੀ ਦੀ ਕੁੱਲ ਜੜ੍ਹ ਅਤੇ ਚੇਤਨ ਰਚਨਾ ਦੇ ਕਣ ਕਣ ਵਿੱਚ ਬੈਠਾ ਹੋਇਆ ਪੁਰਖ ਹੈ ਭਾਵ ਆਪਣੀ ਰਚਨਾ (ਕੁਦਰਤ) ਵਿੱਚ ਵਸਿਆ ਹੋਇਆ ਹੈ। **ਨਿਰਭਉ** = ਉਹ ਪਾਰਬ੍ਰਹਮ ਸੁਭਾਵਿਕ ਹੀ ਭੈ ਰਹਿਤ ਨਿਰਭਉ ਨਿਰੰਕਾਰ ਹੈ ਅਤੇ ਲੇਖੇ ਤੋਂ ਬਾਹਰ ਅਲੇਖੁ ਪਰਮਈਸ਼ਰ ਹੈ। **ਨਿਰਵੈਰ** = ਉਹ ਪਾਰਬ੍ਰਹਮ ਕਿਸੇ ਨਾਲ ਵੈਰ ਨਹੀਂ ਰੱਖਦਾ ਅਤੇ ਨਾ ਹੀ ਕੋਈ ਉਸਦਾ ਵਿਰੋਧੀ ਹੈ। **ਅਕਾਲਮੂਰਤਿ** = ਉਹ ਪਾਰਬ੍ਰਮਹ ਕਾਲ ਦੇ ਬੰਧਨ ਵਿੱਚ ਨਹੀਂ ਆਉਂਦਾ ਭਾਵ ਉਸਦਾ ਸਰੂਪ ਸਮੇਂ ਦੇ ਪ੍ਰਭਾਵ ਤੋਂ ਮੁਕਤ ਹੈ। ਕਾਲ ਨਾ ਉਸਦਾ ਆਦਿ ਹੈ ਨਾ ਅੰਤ ਹੈ। ਉਹ ਆਪ ਕਾਲ ਦਾ ਆਦਿ ਵੀ ਹੈ ਅਤੇ ਅੰਤ ਵੀ। ਪਰ ਉਹ ਆਪ ਅਕਾਲ ਹੈ। ਉਹ ਅਬਿਨਾਸੀ ਹੈ॥ **ਅਜੂਨੀ** = ਉਹ ਪਾਰਬ੍ਰਮਹ ਜਨਮ ਤੋਂ ਰਹਿਤ ਹੈ ਭਾਵ ਉਹ ਕਿਸੇ ਜੂਨੀ ਵਿਸ਼ੇਸ਼ ਦੁਆਰਾ ਜਨਮ ਲੈ ਕੇ ਹੋਂਦ ਵਿੱਚ ਨਹੀਂ ਆਇਆ। **ਸੈਭੰ** = ਉਸ ਪਾਰਬ੍ਰਮਹ ਦਾ ਪ੍ਰਕਾਸ਼ ਸੁਤੇ ਸਿਧ ਹੈ ਭਾਵ ਉਸਦੀ ਹੋਂਦ ਆਪਣੇ ਆਪ ਤੋਂ ਹੀ ਹੈ। ਉਹ ਸਵਯੰਭੂ ਹੈ। **ਗੁਰ** = ਉਹ ਪਾਰਬ੍ਰਹਮ ਪਰਮ ਚੇਤਨ ਪਰਮਗਿਆਨੀ ਜਗਤ ਗੂਰੂ ਹੈ। ਉਹ ਪਰਮਗਿਆਤਾ ਜਗਤ ਗੂਰੂ ਹੈ। ਉਹ ਸਾਰੇ ਜਗਤ ਨੂੰ ਗਿਆਨ ਪ੍ਰਕਾਸ਼ ਦੇਣ ਵਾਲਾ ਪਰਮਪੂਜਯ ਜਗਤ ਗੂਰੂ ਹੈ। ਉਹ ਸਾਰੇ ਜਗਤ ਦਾ ਮਾਰਗ ਦਰਸ਼ਨ ਕਰਨ ਵਾਲਾ ਪਰਮਪੂਜਯ ਜਗਤ ਗੂਰੂ ਹੈ ਅਤੇ ਉਹ ਪਾਰਬ੍ਰਮਹ ਸਰਬ ਪ੍ਰਥਮ ਪੂਜਯ ਹੈ। **ਪ੍ਰਸਾਦਿ** = ਉਹ ਪਾਰਬ੍ਰਮਹ ਕ੍ਰਿਪਾ ਨਿਧਾਨ ਹੈ। ਸਭ ਤੇ ਬਖਸ਼ਸ਼ਾਂ ਕਰਨ ਵਾਲਾ ਹੈ। ਆਨੰਦ ਦਾ ਸੋਮਾ ਹੈ। ਉਹ ਜਗਤ ਦਾ ਸੁਹਾਗ ਹੈ। ਉਹ ਮਨ ਨੂੰ ਭਾਉਣ ਵਾਲਾ ਰਸੀਲਾ ਪਰਮਈਸ਼ਰ ਹੈ।

☬ਇਸਤੋਂ ਅਗੇ ਮੂਲ ਮੰਤ੍ਰ ਦੇ ਸਾਰੇ ਰੂਪਾਂ ਤੇ ਲਗਦੇ ਹੱਥ ਇਥੇ ਹੀ ਵਿਚਾਰ ਕਰਨੀ ਉਚਿੱਤ ਹੈ:-

੧) ਜਪੁਜੀ ਸਾਹਿਬ ਦੇ ਮੁਢ ਵਿੱਚ ਆਇਆ ਮੰਗਲਾਚਰਨ ੧ੴ **ਤੋਂ ਲੈ ਕੇ ਗੁਰਪ੍ਰਸਾਦਿ ਤਕ ਮੂਲਮੰਤ੍ਰ ਹੈ** ਜਿਸਦਾ ਸਿਮਰਨ ਪੰਥ ਵਿੱਚ ਵਿਧਾਨ ਹੈ। ਭਾਈ ਗੁਰਦਾਸ ਜੀ (ਜੋ ਗੁਰੂ ਅਰਜਨ ਦੇਵ ਜੀ ਦੇ ਸਮਕਾਲੀ ਤੇ ਵਿਸ਼ਵਾਸ ਪਾਤ੍ਰ ਸਨ ਤੇ ਵਿਦਵਾਨ ਸਿੱਖ ਸਨ ਅਤੇ ਸਿੱਖੀ ਦੀ ਉਸ ਸਮੇ ਪ੍ਰਚਲਿਤ ਮਰਿਯਾਦਾ ਤੋਂ ਜਾਣੂ ਸਨ) ਦਾ ਕਥਨ ਹੈ ਕਿ: "ਸਤਿਨਾਮੁ ਕਰਤਾ ਪੁਰਖੁ ਮੂਲ ਮੰਤ੍ਰ ਸਿਮਰਣ ਪਰਵਾਣੈ" (ਵਾਰ ੬ ਪਉੜੀ ੧੯)।

੨) ਇਸੇ ਤਰਾਂ ਭਾਈ ਮਨੀ ਸਿੰਘ ਜੀ (ਜੋ ਗੁਰੂ ਗੋਬਿੰਦ ਸਿੰਘ ਦੇ ਸਮਕਾਲੀ ਸਨ) ਨੇ ਗਿਆਨ ਰਤਨਾਵਲੀ ਵਿੱਚ ਭਾਈ ਗੁਰਦਾਸ ਜੀ ਦੀ ਪਹਿਲੀ ਵਾਰ ਦਾ ਟੀਕਾ ਕਰਦੇ ਹੋਏ ਇਸ ਪੂਰੇ ਮੂਲ ਮੰਤ੍ਰ ਨੂੰ ਤ੍ਰੈਪਾਲ ਗਾਇਤਰੀ ਵਾਂਗ ਹੀ ਤਿੰਨ ਪਾਲਾਂ (ਸਤਰਾਂ) ਵਿੱਚ ਇਸ ਤਰਾਂ ਲਿਖਿਆ ਹੈ : -

ੴ

ਸਤਿਨਾਮੁ ਕਰਤਾ ਪੁਰਖੁ ਨਿਰਭਉ ਨਿਰਵੈਰੁ ਅਕਾਲ ਮੂਰਤਿ
ਅਜੂਨੀ ਸੈਭੰ ਗੁਰਪ੍ਰਸਾਦਿ ॥

ਵਿਆਖਿਆ:- ਨਾਮ ਸਭ ਦੇਵਾਂ ਦਾ ਦੇਵ ਹੈ, ਕੋਈ ਦੇਵੀ ਨੂੰ ਮਨਾਂਵਦਾ ਹੈ, ਕੋਈ ਸ਼ਿਵ ਨੂੰ, ਕੋਈ ਗਣੇਸ਼ ਨੂੰ, ਕੋਈ ਹੋਰ ਦੇਵਤਿਆਂ ਨੂੰ । ਗੁਰੂ ਕੇ ਸਿੱਖ ਸਤਿਨਾਮੁ ਨੂੰ ਅਰਾਧਤੇ ਹੈਂ। ਜਿਸ ਕਰਕੇ ਸਭ ਵਿਘਨ ਨਾਸ ਹੁੱਦੇ ਹਨ । ਤਾਂ ਤੇ ਸਤਿਨਾਮੁ ਕਾ ਮੰਗਲਾਚਰਨ ਆਦਿ ਰਖਾ ਗਇਆ ਹੈ ।

੩. ਇਸੇ ਤਰਾਂ ਰਾਮਕਲੀ ਰਾਗ ਵਿੱਚ ਰਾਏ ਬਲਵੰਡ ਤੇ ਸੱਤੇ ਡੂਮ ਵਾਲੀ ਵਾਰ ਵਿੱਚ ਸੰਕੇਤ ਮਿਲਦਾ ਹੈ ਕਿ ਮੂਲਮੰਤ੍ਰ ਗੁਰਪ੍ਰਸਾਦਿ ਤੱਕ ਹੀ ਹੈ । ਉਹ ਗੁਰੂ ਮਹਿਮਾ ਕਰਦੇ ਹੋਏ ਕਹਿੰਦੇ ਹਨ ਕਿ ਗੁਰੂ ਨਾਨਕ ਜੀ ਨੇ ਸਬਦ ਰਿੜਕ ਕੇ ੧੪ ਰਤਨ ਰੂਪੀ ਮੂਲ ਮੰਤ੍ਰ ਪਰਗਟ ਕੀਤਾ ਹੈ। **ਯਥਾ:- ਨਾਨਕ ਇਸਰਿ ਜਗਨਾਥਿ ਉਚ ਹਦੀ ਵੈਣੁ ਵਿਰਿਕਿਓਨੁ ॥ ਮਧਾਣਾ ਪਰਬਤ ਕਰਿ ਨੇਤ੍ਰ ਬਾਸਕੁ ਸਬਦਿ ਰਿੜਕਿਓਨੁ ॥ ਚਉਦਹ ਰਤਨਿ ਨਿਕਾਲਿਅਨੁ ਕਰਿ ਆਵਾਗਉਣ ਚਿਲਕਿਓਨੁ ॥**

੧	੨	੩	੪	੫	੬	੭	੮	੯	੧੦	੧੧	੧੨	੧੩	੧੪
੧	ੴ	**ਸਤਿ**	**ਨਾਮੁ**	**ਕਰਤਾ**	**ਪੁਰਖੁ**	**ਨਿਰਭਉ**	**ਨਿਰਵੈਰੁ**	**ਅਕਾਲ**	**ਮੂਰਤਿ**	**ਅਜੂਨੀ**	**ਸੈਭੰ**	**ਗੁਰ**	**ਪ੍ਰਸਾਦਿ**

੪. ਗੁਰੂ ਗਰੰਥ ਸਾਹਿਬ ਵਿੱਚ ੴ ਤੋਂ ਲੇ ਕੇ ਗੁਰਪ੍ਰਸਾਦਿ ਤੱਕ ਸੰਪੂਰਨ ਮੂਲ ਮੰਤ੍ਰ ੩੩ ਵਾਰ ਮੰਗਲਾਚਰਨ ਰੂਪ ਵਿੱਚ ਆਇਆ ਹੈ । ਸੋ ਇਹ ਹੁਣ ਬਿਲਕੁਲ ਸਪੱਸ਼ਟ ਹੈ ਕਿ ਮੂਲਮੰਤ੍ਰ ੴ ਤੋਂ ਲੇ ਕੇ ਗੁਰਪ੍ਰਸਾਦਿ ਤੱਕ ਹੀ ਹੈ । ਮੂਲਮੰਤ੍ਰ ਦਾ ਮੰਗਲਾਚਰਨ ਦੇ ਰੂਪ ਵਿੱਚ ਰਾਗਾਂ ਅਤੇ ਹੋਰ ਬਾਣੀਆਂ ਦੇ ਮੁਢ ਵਿੱਚ ਆਉਣਾ ਇਹ ਸਪੱਸ਼ਟ ਕਰਦਾ ਹੈ ਕਿ ਅਗੇ ਦਰਜ ਬਾਣੀ ਕੇਵਲ ਤੇ ਕੇਵਲ ਮੂਲ ਮੰਤ੍ਰ ਵਿੱਚ ਨਿਰਧਾਰਤ ਕੀਤੇ ਸਰੂਪ ਵਾਲੇ ਕਰਤਾਪੁਰਖੁ ਦੀ ਹੀ ਹੈ । ਭਾਵ ਕਿਸੇ ਹੋਰ ਅਵਤਾਰ ਜਾਂ ਦੇਵੀ ਦੇਵਤੇ ਨੂੰ ਸੰਬੋਧਤ ਨਾ ਹੋਕੇ ਕੇਵਲ ਉਸ ਪਾਰਬ੍ਰਹਮ ਦੀ ਹੀ ਲਖਾਇਕ ਹੈ । ਇਸ ਤਰਾਂ ਬਾਣੀ ਵਿੱਚ ਵਰਤੇ ਪੌਰਾਣਿਕ ਨਾਮ, ਜੋ ਕਿਸੇ ਪੌਰਾਣਿਕ ਹਵਾਲੇ ਵਿੱਚ ਨਹੀਂ ਆਏ, ਉਹ ਸਭ ਮੂਲ ਮੰਤ੍ਰ ਵਾਲੇ ਕਰਤਾਪੁਰਖੁ ਦੇ ਹੀ ਸਮਝੇ ਜਾਣੇ ਚਾਹੀਦੇ ਹਨ । ਸੋ ਮੂਲ ਮੰਤ੍ਰ ਸਾਰੇ ਗੁਰੂ ਗਰੰਥ ਸਾਹਿਬ ਵਿੱਚ ਇਕ ਨਿਯਮਬਧ ਤਰੀਕੇ ਅਨੁਸਾਰ ਇਨਾਂ ੫ ਰੂਪਾਂ ਵਿੱਚ ਆਇਆ ਹੈ ਜਿਸ ਦਾ ਅੰਕਣ ਅੱਗੇ ਦਿੱਤਾ ਹੈ:-

੧. ੴ **ਸਤਿਨਾਮੁ ਕਰਤਾਪੁਰਖੁ ਨਿਰਭਉ ਨਿਰਵੈਰੁ ਅਕਾਲਮੂਰਤਿ ਅਜੂਨੀ ਸੈਭੰ ਗੁਰ ਪ੍ਰਸਾਦਿ॥**
(੩੩ ਵਾਰ)

੨. **ੴ ਸਤਿਨਾਮੁ ਕਰਤਾਪੁਰਖੁ ਗੁਰ ਪ੍ਰਸਾਦਿ ॥** (੮ ਵਾਰ)

੩ **ੴ ਸਤਿਨਾਮੁ ਗੁਰ ਪ੍ਰਸਾਦਿ ॥** (੨ ਵਾਰ)

੪. **ੴ ਸਤਿ ਗੁਰ ਪ੍ਰਸਾਦਿ ॥** (੫੨੩ ਵਾਰ)

੫. ੴ (ਦੇਖੋ ਕਰਤਾਰਪੁਰ ਵਾਲੀ ਬੀੜ ਪੰਨਾ ੯੩੪) (੧ ਵਾਰ)

(ਗੁਰੁਮਤਿ ਮਾਰਤੰਡ ਪੰਨਾ ੫੯੪ ਭਾ: ਕਾਨ੍ਹ ਸਿੰਘ)

ਉਪਰੋਕਤ ੫ ਰੂਪਾਂ ਤੋਂ ਸਪਸ਼ਟ ਹੈ ਕਿ ੴ ਬੀਜ ਮੰਤ੍ਰ ਹੈ । ਬਾਕੀ ਸਰੂਪ ਇਸੇ ਦਾ ਵਿਸਥਾਰ ਹਨ । ਇੱਥੇ ਇਹ ਵੀ ਸਮਝਣ ਵਾਲੀ ਗੱਲ ਹੈ ਕਿ ਮੂਲ ਮੰਤ੍ਰ ਵਿੱਚ ਆਏ ਸਾਰੇ ਨਾਮ ਇਸ ਬੀਜ ਮੰਤ੍ਰ "ੴ" ਨਾਲ ਹੀ ਸੰਬੰਧਤ ਹਨ ਅਤੇ ਇਹ ਸਾਰੇ ਨਾਮ ਨਿਰਗੁਣ ਸਰੂਪ ਤੋਂ ਸਰਗੁਣ ਸਰੂਪ ਵਿੱਚ ਪ੍ਰਗਟ ਹੋਏ ਪਾਰਬ੍ਰਹਮ ਦੇ ਸਰੁਪ ਨੂੰ ਆਪੋ ਆਪਣੇ ਸਬਦ ਭਾਵ ਅਨੁਸਾਰ ਉਸਦੀ ਖਾਸ ਸਿਫਤ ਤਥਾ ਕਰਮ ਨੂੰ ਦਰਸਾਉਂਦੇ ਹਨ । ਉਪਰ ਜਿਵੇਂ ਕਿ ਭਾਈ ਮਨੀ ਸਿੰਘ ਜੀ ਨੇ ਤ੍ਰੈਪਾਲ ਗਾਇਤ੍ਰੀ ਮੰਤ੍ਰ ਵਾਂਗ ੩ ਪਾਲਾਂ (ਸ਼ਤਰਾਂ) ਵਿੱਚ ਮੂਲਮੰਤ੍ਰ ਨੂੰ ਲਿਖਿਆ ਹੈ, ਦੇ ਅਰਥਾਂ ਨੂੰ ਹੋਰ ਸਪੱਸ਼ਟ ਕਰਨ ਲਈ ਹੇਠ ਦਰਸਾਏ ਅਨੁਸਾਰ ਵੀ ਲਿਖ ਸਕਦੇ ਹਾਂ: -

ੴ

ਸਤਿਨਾਮੁ ਕਰਤਾਪੁਰਖੁ ਨਿਰਭਉ ਨਿਰਵੈਰੁ ਅਕਾਲਮੂਰਤਿ ਅਜੂਨੀ ਸੈਭੰ ਗੁਰ ਪ੍ਰਸਾਦਿ ॥

ਜਿਵੇਂ ਪਹਿਲਾਂ ਵੀ ਪੜ੍ਹ ਆਏ ਹਾਂ ਕਿ ਗੁਰੁ ਨਾਨਕ ਸਾਹਿਬ ਨੇ ਗਿਣਤੀ ਦੇ '੧' ਅੰਕ ਅਤੇ ਪੰਜਾਬੀ ਵਰਣਮਾਲਾ ਦੇ 'ੳ' ਅੱਖਰ ਤੋਂ ਸਚਦਾਨੰਦ ਪਾਰਬ੍ਰਹਮ ਦੇ ਸਰੂਪ ਨੂੰ ਦਰਸਾਉਣ ਲਈ "ੴ" ਸੰਕੇਤ ਚਿੰਨ (ਸਿੰਬਲ) ਘੜਿਆ ਹੈ । ਇਥੇ ਸੂਤ੍ਰਮਈ ਸ਼ਬਦਾਵਲੀ ਤੋਂ ਵੀ ਕਿਤੇ ਵਧ ਕੇ, ਇਸ ਨਿਸ਼ਾਨ (symbol) ਦੁਆਰਾ ਉਸ ਪਾਰਬ੍ਰਮ੍ਹ ਦੀ ਭਰਪੂਰ ਵਿਆਖਿਆ ਕੀਤੀ ਹੈ। ਇਹੋ ਸਿੱਖਾਂ ਦਾ ਬੀਜ ਮੰਤ੍ਰ "ੴ" ਹੈ । ਉਪਰ ਮੂਲਮੰਤ੍ਰ ਦੇ ੫ ਸਰੂਪਾਂ ਦੀ ਦਿੱਤੀ ਤਰਤੀਬ ਵਿੱਚ ਲੋੜ ਅਨੁਸਾਰ ਸਪੱਸ਼ਟਤਾ ਲਈ ਭਾਵੇਂ ਇਸਨੂੰ ਪੰਜਵੇਂ ਸਥਾਨ ਤੇ ਦਿਖਾਇਆ ਹੈ, ਪਰ ਇਹ ਬੀਜ ਮੰਤ੍ਰ "ੴ" ਸਰਬਪ੍ਰਥਮ ਤੇ ਸਰਵੋਤਮ ਹੈ । ਅਸਲ ਵਿੱਚ ਇਹ ਮੂਲ ਮੰਤਰ ਦਾ ਹੀ ਸਾਰ ਹੈ । ਪਾਰਬ੍ਰਹਮ ਦੀ ਇਤਨੀ ਭਰਪੂਰ ਤੇ ਸਪੱਸ਼ਟ ਵਿਆਖਿਆ ਦੁਨੀਆਂ ਦੇ ਕਿਸੇ ਧਰਮ ਗਰੰਥ ਵਿੱਚ ਨਹੀਂ ਮਿਲਦੀ । ਭਾਈ ਗੁਰਦਾਸ ਜੀ ਨੇ ਬਹੁਤ ਖੂਬਸੂਰਤ ਲਿਖਿਆ ਹੈ ਕਿ "**ਜਾਹਰ ਪੀਰ ਜਗਤ ਗੁਰ ਬਾਬਾ**"-ਜਿਨਾਂ ਦੇ ਆਉਣ ਨਾਲ ਸੰਸਾਰ ਵਿਚ ਹਨੇਰ ਪਾਈ ਬੈਠੀ ਭਰਮਾਂ ਦੀ ਧੁੰਦ ਮਿਟ ਗਈ ਤੇ ਸਾਰੇ ਜਗਤ ਵਿੱਚ ਰੁਸ਼ਨਾਈ ਫੈਲ ਗਈ । ਜਗਤ ਵਿੱਚ ਕੋਈ ਐਸਾ ਗੁਰਸਿੱਖ ਨਹੀਂ ਜਿਸਨੂੰ ਇਹ ਪੰਗਤੀ ਯਾਦ ਨਾ ਹੋਵੇ: "**ਸਤਗੁਰ ਨਾਨਕ ਪਰਗਟਿਆ ਮਿਟੀ ਧੁੰਦ ਜਗ ਚਾਨਣ**

ਹੋਆ"। ਗੁਰੁ ਨਾਨਕ ਦੁਆਰਾ ਪ੍ਰਗਟਾਇਆ ਗਿਆਨ ਪ੍ਰਕਾਸ਼ ਸਾਰੇ ਜਗਤ ਵਿੱਚ ਪ੍ਰਗਟ ਹੈ। ਗੁਰੂ ਜੀ ਨੇ ਇਸ ਬੀਜ ਮੰਤ੍ਰ ਵਿੱਚ '੧' ਅੰਕ ਨੂੰ ਬੀਜ ਰੂਪ 'ਪਰਮ ਸਤਿ' ਲਈ ਵਰਤਿਆ ਹੈ ਅਤੇ ਗੁਰਮੁਖੀ ਲਿੱਪੀ ਦੇ "ੳ" ਨੂੰ ਖੁਲ੍ਹੇ ਮੂੰਹ ਵਾਲ਼ੇ "ੴ" ਦਾ ਰੂਪ ਦੇਕੇ, ਨਿਰਗੁਣ ਸਰੂਪ ਤੋਂ ਸਰਗੁਣ ਸਰੂਪ 'ਚ' ਪ੍ਰਗਟ ਹੋਏ ਪਰਮਸਤਿ ਦਾ ਲਖਾਇਕ ਦਰਸਾਇਆ ਹੈ । ਇਸ ਤਰਾਂ ਗੁਰੂ ਜੀ ਨੇ ਇਸ ਨਿਸ਼ਾਨ (ੴ) ਨੂੰ ਬੀਜ ਮੰਤਰ ਦੇ ਰੂਪ ਵਿਚ ਪ੍ਰਗਟ ਕੀਤਾ ਹੈ। ਇਸ ਬੀਜ ਮੰਤ੍ਰ ਵਿੱਚ ਪਰਮਈਸ਼ਵਰ ਨੂੰ ਮੰਨਣ ਵਾਲੇ ਜਗਤ ਦੇ ਸਾਰੇ ਧਰਮ ਦਰਸ਼ਨਾ ਦਾ ਨਚੋੜ ਸਮਾਇਆ ਹੋਇਆ ਹੈ । ਸੋ ਉਪਰੋਕਤ ਸਾਰੇ ਵਿਚਾਰਾਂ ਨੂੰ ਸੰਖੇਪ ਤੇ ਸਾਰ ਰੂਪ ਵਿੱਚ ਇਓਂ ਵੀ ਪ੍ਰਗਟ ਕਰ ਸਕਦੇ ਹਾਂ:- ੴ ਬੀਜ ਮੰਤ੍ਰ, ਮੂਲਮੰਤ੍ਰ ਦਾ ਸਾਰ ਹੈ; ਮੂਲ ਮੰਤ੍ਰ ਪਰਮਈਸ਼ਰ ਦੀ ਪਰਮਾਣੀਕ ਪਰਿਭਾਸ਼ਾ ਹੈ । ਮੂਲ ਮੰਤ੍ਰ ਪਰਮਈਸ਼ਰ ਦਾ ਅਤੀ ਸਪੱਸ਼ਟ ਤੇ ਸਰਬੋਤਮ "ਸ਼ਬਦ-ਚਿੱਤ੍ਰ" ਹੈ ਅਤੇ ਜਪੁਜੀ ਸਾਹਿਬ ਦਾ ਸਾਰ ਹੈ । ਜਪੁਜੀ ਸਾਹਿਬ ਗੁਰੂ ਗਰੰਥ ਸਾਹਿਬ ਜੀ ਦੀ ਸਾਰੀ ਬਾਣੀ ਦਾ ਸਾਰ ਹੈ। ਇਸੇ ਕਰਕੇ ਮੂਲਮੰਤ੍ਰ ਮੰਗਲਮਈ ਤਾਂ ਹੈ ਹੀ, ਨਾਲ ਹੀ ਅੰਤਰਆਤਮੇ ਪ੍ਰਭੂ ਚਿੰਤਨ ਦਾ ਬਹੁਤ ਹੀ ਆਨੰਦ ਮਈ ਸੋਮਾ ਵੀ ਹੈ ਜੋ ਅੰਤਰ ਆਤਮੇ ਚਿੰਤਨ ਦੁਆਰਾ ਪ੍ਰਭੂ ਦੇ ਸਰੂਪ ਨੂੰ ਪ੍ਰਤੱਖ ਕਰਨ ਦੇ ਸਮਰੱਥ ਹੈ ਕਿਉਂਕਿ ਮੂਲ ਮੰਤ੍ਰ ਰੂਪੀ ਸਰਬੋਤਮ "ਸ਼ਬਦ ਚਿਤ੍ਰ" ਵਿੱਚ ਪਰਮਈਸ਼ਰ ਜੀ ਦੇ ਸਰੂਪ, ਗੁਣਾਂ, ਸੁਭਾਉ, ਸਮਰੱਥਾ ਅਤੇ ਉਸਦੇ ਰਹਿਣ ਦੇ ਥਾਂ ਟਿਕਾਣੇ ਦਾ ਪੂਰਾ ਪੂਰਾ ਪਤਾ ਦਿੱਤਾ ਹੋਇਆ ਹੈ । ਸ਼ਬਦ ਦੀ ਰਸਾਈ ਸਚੇ ਸਾਹਿਬ ਪਾਰਬ੍ਰਹਮ ਤੱਕ ਹੈ । ਗੁਰੂ ਨਾਨਕ ਸਾਹਿਬ ਇਸ ਕਥਨ ਦੀ ਪੁਸ਼ਟੀ ਕਰਦੇ ਹਨ ਕਿ "**ਨਾਨਕ ਸਹਿਬੁ ਸਬਦਿ ਸਿਞਾਪੈ ਸਾਚਾ ਸਿਰਜਣਹਾਰਾ** ॥ (ਧਨਾਸਰੀ ਮਹਲਾ ੧ ॥ ਅੰਗ ੬੮੮)॥ ਤਥਾ:- **ਸਚੁ ਕਹੈ ਨਾਨਕੁ ਸਬਦਿ ਸਾਚੇ ਮੇਲਿ ਚਿਰੀ ਵਿਛੁੰਨਿਆ**॥" (ਆਸਾ ਮਹਲਾ ੧ ਛੰਤ ॥ ਅੰਗ ੪੩੯)॥ ਇਹ ਗੁਰੂ ਨਾਨਕ ਸਾਹਿਬ ਜੀ ਦਾ ਮਨੁਖਤਾ ਪ੍ਰਤੀ ਕੀਤਾ ਮਹਾਨ ਪਰਉਪਕਾਰ ਹੈ । ਸ਼੍ਰੀ ਗੁਰੂ ਅਰਜਣ ਦੇਵ ਜੀ ਦੁਆਰਾ ਗੁਰੂ ਗਰੰਥ ਸਾਹਿਬ ਵਿੱਚ ਮੂਲਮੰਤ੍ਰ ਸੰਮਪੂਰਨ ਜਾਂ ਸੰਖੇਪ ਰੂਪ ਵਿੱਚ ਵਾਰ ਵਾਰ ਵਿਸ਼ਾ ਜਾਂ ਸਿਰਲੇਖ ਬਦਲਣ ਤੇ ਅੱਗੇ (ਮੁੱਢ ਵਿੱਚ) ਰੱਖੇ ਜਾਣ ਦਾ ਬਹੁਤ ਡੂੰਘਾ ਅਰਥ ਹੈ ।

ਇਥੇ ਸਪੱਸ਼ਟਤਾ ਲਈ ਇਹ ਹੋਰ ਵਿਸਥਾਰ ਦੇਣਾ ਠੀਕ ਰਹੇਗਾ ਕਿ ਜਿਵੇਂ ਕਿਸੇ ਦੇਸ਼ ਦੇ ਸੰਵਿਧਾਨ ਵਿੱਚ ਪ੍ਰਸਤਾਵਨਾ, ਮੁੱਖਬੰਧ (ਪ੍ਰੀਐਮਬਲ) ਅਤੇ ਕੁਝ ਸਬਦਾਂ ਦੀ ਵਿਆਖਿਆ ਨੂੰ ਮੁੱਢ ਵਿੱਚ ਲਿਖ ਦਿੱਤਾ ਜਾਂਦਾ ਹੈ, ਜਿਸਦਾ ਭਾਵ ਇਹੋ ਹੁੰਦਾ ਹੈ ਕਿ ਸੰਵਿਧਾਨ ਦੀ ਵਿਆਖਿਆ ਸਮੇਂ ਇਸ ਮੁਖਬੰਧ ਵਿੱਚ ਦਰਸਾਈ ਭਾਵਨਾ ਨੂੰ ਅਤੇ ਸੰਬੰਧਤ ਸ਼ਬਦਾਂ ਦੀ ਵਿਆਖਿਆ ਦੇ ਅਰਥਾਂ ਨੂੰ ਮੁੱਖ ਰੱਖਿਆ ਜਾਵੇ ਅਤੇ ਕਿਸੇ ਵੀ ਹਾਲਾਤ ਵਿੱਚ ਅਖੋਂ ਪਰੋਖੇ ਨਾ ਕੀਤਾ ਜਾਵੇ । ਇਸੇ ਤਰਾਂ ਸੰਵਿਧਾਨ ਦੇ ਤਹਿਤ ਅਨੇਕਾਂ ਅਧਿਨਿਯਮਾ (Acts) ਵਿੱਚ ਕੁਝ ਸੰਬੰਧਤ ਸਬਦਾਂ ਦੀ ਮੁੱਢ ਵਿੱਚ ਵਿਆਖਿਆ ਕੀਤੀ ਜਾਂਦੀ ਹੈ ਜਿਸਦਾ ਭਾਵ ਇਹੋ ਹੁੰਦਾ ਹੈ ਕਿ ਇਨਾ ਸੰਬੰਧਤ ਸਬਦਾਂ ਦੇ ਅਰਥਾਂ ਨੂੰ ਉਸ ਅਧਿਨਿਯਮ (Act) ਦੀ ਵਿਆਖਿਆ ਸਮੇਂ ਮੁੱਖ ਰਖਿਆ ਜਾਵੇ । **ਉਦਾਹਰਣ ਦੇ ਤੌਰ ਤੇ**:- ਜੇ ਕਿਸੇ ਲਿਖਤ ਦੇ ਮੁੱਢ ਵਿੱਚ "ਗੁਰੂ" ਸਬਦ ਦੀ ਵਿਆਖਿਆ ਇਹ

ਕੀਤੀ ਗਈ ਹੈ ਕਿ 'ਗੁਰੂ' ਤੋਂ ਭਾਵ ਗੁਰੂ ਨਾਨਕ ਸਾਹਿਬ ਤੋਂ ਲੈਕੇ ਗੁਰੂ ਗੋਬਿੰਦ ਸਿੰਘ ਤੱਕ ਹੋਏ ਦਸ ਗੁਰੂ ਸਾਹਿਬਾਨ ਅਤੇ ਗੁਰੂ ਗ੍ਰੰਥ ਸਾਹਿਬ ਤੋਂ ਹੀ ਲਿਆ ਜਾਵੇ, ਤਾਂ ਸਪੱਸ਼ਟ ਹੋ ਜਾਂਦਾ ਹੈ ਕਿ ਉਸ ਸਾਰੀ ਲਿਖਤ ਵਿੱਚ ਜਿਸ ਥਾਂ ਵੀ 'ਗੁਰੂ' ਪਦ ਆਵੇਗਾ ਤਾਂ ਉਸਦੇ ਅਰਥ ਅਸੀਂ ਉਪਰ ਦਰਸਾਏ ਅਨੁਸਾਰ ਹੀ ਲਵਾਂਗੇ ਅਤੇ ਕਿਸੇ ਅਨਮਤੀ ਨੂੰ ਇਹ ਗੁਰੂ ਸਬਦ ਸੰਬੋਧਤ ਹੋਇਆ ਨਹੀਂ ਸਮਝਾਂਗੇ । ਇਸੇ ਤਰਾਂ ਮੁੱਢ ਵਿੱਚ ਜੇ ਕੀਰਤਨ ਪਦ ਦੀ ਵਿਆਖਿਆ ਦਰਜ ਹੈ ਕਿ "ਕੀਰਤਨ ਤੋਂ ਭਾਵ ਹੈ ਗੁਰਬਾਣੀ ਦੇ ਸ਼ਬਦਾਂ ਦਾ ਕੀਰਤਨ" ਹੈ ਤਾਂ ਅਸੀਂ ਸਾਰੀ ਲਿਖਤ ਵਿੱਚ ਕਿਤੇ ਵੀ ਆਏ ਇਸ ਪਦ 'ਕੀਰਤਨ' ਦਾ ਭਾਵ ਗੁਰੂ ਗ੍ਰੰਥ ਸਾਹਿਬ ਜੀ ਵਿੱਚ ਦਰਜ ਗੁਰਬਾਣੀ ਦੇ ਸ਼ਬਦ ਕੀਰਤਨ ਤੋਂ ਹੀ ਲਵਾਂਗੇ ਅਤੇ ਹੋਰ ਅਨਮਤੀਆਂ ਦੀਆਂ ਭਜਨ ਮੰਡਲੀਆਂ ਵਿੱਚ ਹੋਣ ਵਾਲਾ ਕੀਰਤਨ ਨਹੀਂ ਸਮਝਾਂਗੇ । ਇਸ ਤਰਾਂ ਗੁਰੂ ਨਾਨਕ ਦੇਵ ਜੀ ਨੇ ਜਪੁਜੀ ਸਾਹਿਬ ਦੇ ਮੁੱਢ ਵਿੱਚ ਮੂਲਮੰਤ੍ਰ ਰੱਖ ਕੇ ਪਹਿਲਾਂ ਤਾਂ ਪ੍ਰਮੇਸ਼ਰ ਦੀ ਭਰਪੂਰ ਵਿਆਖਿਆ ਕੀਤੀ ਹੈ ਅਤੇ ਸਪੱਸ਼ਟ ਕੀਤਾ ਹੈ ਕਿ ਕੋਈ ਵੀ ਇਸ਼ਟ (ਦੇਵੀ ਦੇਵ ਜਾਂ ਅਵਤਾਰ) ਜੋ ਉਕਤ ਵਿਆਖਿਆ ਅਨੁਸਾਰ ਪੂਰਾ ਨਹੀਂ ਉਤਰਦਾ ਉਹ ਰੱਬ (ਪ੍ਰਮੇਸ਼ਰ) ਨਹੀਂ ਹੈ । ਅਗੋਂ ਜਪੁ ਬਾਣੀ ਵਿੱਚ ਜਿਥੇ ਕਿਤੇ ਵੀ ਰੱਬ ਦਾ ਨਾਮ ਕਿਸੇ ਵੀ ਰੂਪ ਵਿੱਚ ਆਉਂਦਾ ਹੈ ਉਸਦਾ ਸਰੂਪ ਮੂਲਮੰਤ੍ਰ ਵਾਲਾ ਸਮਝਿਆ ਜਾਵੇਗਾ । ਤਾਂਹੀ ਤੇ ੩੭ ਵੀਂ ਪਉੜੀ ਵਿੱਚ ਆਏ 'ਰਾਮੁ' ਪਦ ਦਾ ਅਰਥ ਭੁੱਲ ਕੇ ਵੀ ਦਸ਼ਰਥ ਪੁੱਤਰ ਸ੍ਰੀ ਰਾਮਚੰਦਰ ਨਹੀਂ ਲਵਾਂਗੇ ।

ਇਸੇ ਤਰਾਂ ਗੁਰੂ ਗਰੰਥ ਸਾਹਿਬ ਜੀ ਵਿੱਚ ਮੂਲਮੰਤ੍ਰ ਨੂੰ ਸੰਪੂਰਨ ਤੇ ਸੰਖੇਪ ਰੂਪਾਂ ਵਿੱਚ ਵਾਰ ਵਾਰ ਲਿਖਣ ਦਾ ਇਹੋ ਭਾਵ ਹੈ ਕਿ ਅਗੋਂ ਬਾਣੀ ਵਿੱਚ ਕਿਤੇ ਵੀ ਆਏ 'ਰੱਬ' (ਪਰਮਈਸ਼ਰ) ਦੇ ਨਾਮ ਨੂੰ ਮੂਲਮੰਤ੍ਰ ਵਿੱਚ ਦਰਸਾਏ ਸਰੂਪ ਵਾਲਾ ਰੱਬ ਹੀ ਸਮਝਿਆ ਜਾਵੇ । ਜਿਵੇਂ ਕਿ ਸ਼ਬਦ 'ਰਾਮ', 'ਹਰਿ', 'ਗੋਬਿੰਦ', 'ਮਾਧੋ', 'ਕੇਸ਼ਵ' ਇਤਿਆਦਕ ਦੇ ਅਰਥ ਅਸੀਂ ਦਸ਼ਰਥ ਪੁਤਰ ਰਾਮਚੰਦਰ, ਸ਼ਿਵਜੀ, ਵਿਸ਼ਨੂ, ਜਾਂ ਸ੍ਰੀ ਕ੍ਰਿਸ਼ਨ ਨਹੀਂ ਲਵਾਂਗੇ, ਬਸ਼ਰਤੇ ਕਿ ਇਹ ਕਿਸੇ ਪੌਰਾਣਿਕ ਹਵਾਲੇ (ਦ੍ਰਿਸ਼ਟਾਂਤ) ਅਧੀਨ ਨਾ ਆਏ ਹੋਣ ।

ਸੋ ਸਪਸ਼ਟ ਹੋ ਗਇਆ ਕਿ ਪਰਮਾਰਥ ਦੇ ਰਸਤੇ ਅਗੇ ਵਧਣ ਤੋਂ ਪਹਿਲਾਂ ਸਾਧਕ ਰੱਬ ਦੇ ਸਰੂਪ ਨੂੰ ਆਪਣੇ ਮਨ ਵਿੱਚ ਨਿਸ਼ਚਿਤ ਕਰੇ ਕਿ ਜਿਸ ਇਸ਼ਟ (ਰੱਬ) ਨੂੰ ਉਹ ਪ੍ਰਾਪਤ ਕਰਨਾ ਚਾਹੁੰਦਾ ਹੈ: - ਕਿਥੇ ਹੈ ਉਸਦੇ ਰਹਿਣ ਦਾ ਥਾਂ ਟਿਕਾਣਾ ? ਕੈਸਾ ਹੈ ਸੁਭਾਉ ਉਸਦਾ ? ਕੈਸਾ ਹੈ ਸਰੂਪ ਉਸਦਾ ? ਕੈਸੀ ਹੈ ਮਹਿਮਾ, ਸਮਰੱਥਾ ਉਸਦੀ ? ਕੈਸੀ ਹੈ ਮੂਰਤਿ ਉਸਦੀ ? ਭਾਂਵੇ ਇਹ ਮੂਰਤਿ ਪ੍ਰਤਖ ਦ੍ਰਿਸ਼ਟੀ ਆਉਣ ਦੀ ਵਜਾਏ ਮੰਗਲ ਸ਼ਬਦ ਦੁਆਰਾ ਹੀ ਕਿਉਂ ਨਾ ਦਰਸਾਈ ਗਈ ਹੋਵੇ, ਤਦ ਹੀ ਤਾਂ ਉਹ ਇਸ਼ਟ (ਰੱਬ) ਉਸਦੇ ਅੰਤਰਆਤਮੇ ਪ੍ਰਗਟੇਗਾ। ਤਦੇ ਤਾਂ ਗੁਰਵਾਕ ਦੁਆਰਾ ਫੁਰਮਾਣ ਹੈ ਕਿ "**ਬਿਨੁ ਪੇਖੇ ਕਹੁ ਕੈਸੋ ਧਿਆਨੁ ॥**" (ਭੈਰੋਂ ਮ:੫ -੧੯)। ਭਾਵੇਂ ਉਸ ਪ੍ਰਮੇਸ਼ਰ ਦੀ ਮੂਰਤਿ ਬਨਾਉਣੀ ਤਾਂ ਅਸੰਭਵ ਹੈ ਪਰ ਮੂਲ ਮੰਤਰ ਵਿੱਚ ਦਰਸਾਇਆ ਉਸ ਪ੍ਰਭੂ ਦਾ ਸ਼ਬਦ-ਚਿੱਤ੍ਰ ਸਾਧਕ ਦੇ ਉਸ ਪ੍ਰਭੂ 'ਚ ਧਿਆਨ ਟਿਕਾਉਣ ਲਈ ਉਪਲਬਧ ਹੈ । ਸੋ ਇਸ ਤਰਾਂ ਅਗਰ ਸਾਧਕ ਨੇ ਮੂਲ ਮੰਤ੍ਰ ਰੂਪੀ ਮੰਗਲ ਸ਼ਬਦ ਵਿੱਚ ਦਰਸਾਇਆ

ਰੱਬ ਦਾ ਸਰੂਪ ਆਪਣੇ ਮਨ ਦੇ ਅੰਦਰ ਪਹਿਲਾਂ ਹੀ ਨਿਸ਼ਚਿਤ (ਦ੍ਰਿੜ) ਕੀਤਾ ਹੋਇਆ ਹੈ ਤਾਂ ਉਹ ਗੁਰਬਾਣੀ ਪਾਠ ਅਤੇ ਸ਼ਬਦ ਕੀਰਤਨ ਵਿੱਚ ਉਪਜੀ ਉਸਦੇ ਨਾਮ ਦੀ ਧੁਨ ਵਿੱਚੋਂ ਸੁਰਤੀ ਦੁਆਰਾ ਉਸੇ ਸਰੂਪ ਨੂੰ ਪ੍ਰਤੱਖ ਕਰ ਸਕਦਾ ਹੈ । ਇਸੇ ਨੂੰ ਭਾਈ ਗੁਰਦਾਸ ਜੀ ਨੇ ਕਿਹਾ ਹੈ ਕਿ **"ਅਖੀਂ ਅੰਦਰ ਦੇਖਦਾ ਦਰਸਨ ਵਿਚ ਦਿਸੈ ॥ ਸਬਦੇ ਵਿੱਚ ਵਖਾਨੀਐ ਸੁਰਤੀ ਵਿੱਚ ਰਿਸੈ ॥"** (ਵਾਰ ੯ ਪਉੜੀ ੧੧)। ਸੋ ਸਾਧਕ ਵਲੋਂ ਰੱਬ ਦੇ ਸਰੂਪ ਦੀ ਮੂਲ ਮੰਤ੍ਰ ਰੂਪੀ ਮੰਗਲਾਚਰਨ ਵਿੱਚ ਦਿੱਤੀ ਵਿਆਖਿਆ ਅਨੁਸਾਰ ਪਹਿਚਾਣ ਕਰਨ ਤੋਂ ਬਿਨਾ ਅੱਗੇ ਵਧਣਾ ਹਨੇਰੇ ਵਿੱਚ ਵਸਤੂ ਭਾਲਣ ਤੁੱਲ ਹੈ । **ਜੋ ਵੀ ਮੂਲਮੰਤ੍ਰ ਵਿੱਚ ਦਰਸਾਏ ਰੱਬ ਦੇ ਸਰੂਪ ਨੂੰ ਮਨ ਵਿੱਚ ਰੱਖੇ ਬਿਨਾ ਗੁਰਬਾਣੀ ਦੀ ਵਿਆਖਿਆ ਕਰੇਗਾ, ਜਾਂ ਸਮਝਣ ਦਾ ਯਤਨ ਕਰੇਗਾ, ਉਹ ਅਰਥਾਂ ਦੀ ਥਾਂ ਅਨਰਥ ਕਰ ਬੈਠੇਗਾ** । ਇਸ ਸੰਬਧੀ ਪਾਠਕਾਂ ਨੂੰ ਗੁਰਮਤ ਮਾਰਤੰਡ (ਕ੍ਰਿਤ ਭਾਈ ਕਾਨ੍ਹ ਸਿੰਘ ਨਾਭਾ) ਦੀ ਭੂਮਿਕਾ ਜਰੂਰ ਪੜ੍ਹ ਲੈਣੀ ਚਾਹੀਦੀ ਹੈ । ਉਸ ਵਿੱਚ ਭਾਈ ਸਾਹਿਬ ਨੇ ਕੁੱਝ ਮੰਨੇ ਪਰਮੰਨੇ ਵਿਦਵਾਨਾਂ ਪ੍ਰਤੀ ਬਹੁਤ ਸਖਤ ਟਿੱਪਣੀਆਂ ਕੀਤੀਆਂ ਹਨ ਜਿਨਾਂ ਨਾ.ਲ ਹਰ ਸੂਝਵਾਨ ਗੁਰਮੁਖ ਸਹਿਮਤ ਹੋਵੇਗਾ ।

ਸਾਰਅੰਸ਼:- ਮੂਲਮੰਤ੍ਰ ਦਾ ਸੰਪੂਰਨ ਅਤੇ ਸੰਖੇਪ ਰੂਪ ਵਿੱਚ, ਗੁਰੂ ਗਰੰਥ ਸਾਹਿਬ ਵਿੱਚ ਵਾਰ ਵਾਰ ਸਿਰਲੇਖ ਜਾਂ ਵਿਸ਼ਾ ਬਦਲਣ ਤੇ ਆਉਣਾ ਦ੍ਰਿੜ ਕਰਵਾਉਂਦਾ ਹੈ ਕਿ ਅੱਗੇ ਲਿਖੀ ਬਾਣੀ ਵਿੱਚ ਰੱਬ ਦੇ ਆਏ ਨਾਮ ਬਾਰੇ ਕੋਈ ਵੀ ਭੁਲੇਖੇ ਨਾਲ ਪੌਰਾਣਿਕ ਨਾਮਾਂ ਵਾਲੇ ਅਰਥ ਨਾ ਕੱਢੇ ਅਤੇ ਰੱਬ (ਪ੍ਰਮਾਤਮਾ) ਦੇ ਸਹੀ ਸਰੂਪ ਦੀ ਜਾਣਕਾਰੀ ਨੂੰ ਨਾ ਭੁਲੇ ਅਤੇ ਇਹ ਦ੍ਰਿੜ ਕਰੇ ਕਿ ਇਹ ਨਾਮ ਕਿਸੇ ਦੇਵੀ ਦੇਵਤੇ ਜਾਂ ਅਵਤਾਰ ਨੂੰ ਸੰਬੋਧਤ ਨਹੀਂ ਹਨ, ਸਗੋਂ ਕੇਵਲ ਤੇ ਕੇਵਲ ਸਚਦਾਨੰਦ ਨਿਰਗੁਣ ਤੇ ਸਰਗੁਣ ਪਾਰਬ੍ਰਹਮ ਨੂੰ ਸੰਬੋਧਤ ਹਨ। ਮੂਲ ਮੰਤ੍ਰ ਦਾ ਸਿਮਰਨ ਵਿਧਾਨ ਹੈ। ਮੂਲ ਮੰਤ੍ਰ ਸੰਪੂਰਨ ਰੂਪ ਅਤੇ ਸੰਖੇਪ ਰੂਪ ਵਿੱਚ ਸਿਮਰਨ ਯੋਗ ਹੈ । ਮੂਲ ਮੰਤ੍ਰ ਨਿਰੋਲ ਨਾਮ ਸਿਮਰਨ ਹੈ ਪਰਮਈਸ਼ਰ ਜੀ ਦਾ । ਅੰਮ੍ਰਿਤ ਸੰਸਕਾਰ ਸਮੇਂ ਅਤੇ ਬਾਅਦ ਵਿੱਚ ਹਰ ਰੋਜ ਦੇ ਨਿਤਨੇਮ ਵਿੱਚ ਮੂਲ ਮੰਤ੍ਰ ਦੇ ਸਿਮਰਨ ਦਾ ਵਿਧਾਨ ਹੈ । ਇਸ ਸੰਬੰਧ ਵਿੱਚ ਗੁਰਬਾਣੀ ਅਤੇ ਭਾਈ ਗੁਰਦਾਸ ਜੀ ਦੇ ਹੇਠ ਲਿਖੇ ਹਵਾਲੇ ਵੀਚਾਰਨ ਯੋਗ ਹਨ ।

੧) **ਜਪਿ ਮਨ ਨਿਰਭਉ ॥ ਸਤਿ ਸਤਿ ਸਦਾ ਸਤਿ ॥**
ਨਿਰਵੈਰੁ ਅਕਾਲ ਮੂਰਤਿ ॥ ਅਜੂਨੀ ਸੰਭਉ ॥
ਮੇਰੇ ਮਨ ਅਨਦਿਨੁੋ ਧਿਆਇ ਨਿਰੰਕਾਰ ਨਿਰਾਹਾਰੀ ॥

(ਸਾਰੰਗ ਮਹਲਾ ੪ ਪੰ: ੧੨੦੧)

੨) **ਸਚੁ ਨਾਮ ਕਰਤਾਪੁਰਖੁ ਏਹ ਰਤਨਾ ਖਾਣੀ ॥**
ਮਸਤਕਿ ਹੋਵੈ ਲਿਖਿਆ ਹਰਿ ਸਿਮਰ ਪਰਾਣੀ ॥

(ਵਾਰ ਗਉੜੀ ਮ: ੫ ਪਉ: ੪)

੩) **ਅਕਾਲ ਮੂਰਤਿ ਅਜੂਨੀ ਸੰਭਉ ਕਲਿ ਅੰਧਕਾਰ ਦੀਪਾਈ ॥ ੬ ॥**

(ਰਾਮਕਲੀ ਮਹਲਾ ੫ ਅਸਟ:੬)

੪) **ਮੂਲ ਮੰਤ੍ਰੁ ਹਰਿਨਾਮੁ ਰਸਾਇਣੁ ਕਹੁ ਨਾਨਕ ਪੂਰਾ ਪਾਇਆ ॥**

(ਮਾਰੂ ਮਹਲਾ ੧ ਪੰ: ੧੦੪੦)

੫) **ਅਉਖਧ ਮੰਤ੍ਰ ਮੂਲ ਮਨ ਏਕੈ ਜੇਕਰ ਦ੍ਰਿੜਿ ਚਿਤੁ ਕੀਜੈ ਰੇ ॥**
ਜਨਮ ਜਨਮ ਕੇ ਪਾਪ ਕਰਮ ਕੇ ਕਾਟਨਹਾਰਾ ਲੀਜੈ ਰੇ ॥

(ਗਉੜੀ ਮਹਲਾ ੧ ਪੰ: ੧੫੬)

੬) **ਸਤਿਨਾਮੁ ਕਰਤਾ ਪੁਰਖੁ ਮੂਲ ਮੰਤ੍ਰ ਸਿਮਰਣ ਪਰਵਾਣੈ ॥**

(ਭਾ: ਗੁਰ: ਵਾਰ ੬ ਪਉੜੀ ੧੯)

੭) **ਕਲਿਜੁਗ ਬਾਬੇ ਤਾਰਿਆ ਸਤਿਨਾਮ ਪੜਿ ਮੰਤ੍ਰ ਸੁਣਾਇਆ ॥**

(ਭਾ: ਗੁਰ: ਵਾਰ ੧ ਪਉੜੀ ੨੩)

੮) **ਪੰਚ ਅਖਰ ਉਪਕਾਰ ਨਾਮੁ ਸਮਾਲਿਆ ॥**
ਪਰਮੇਸੁਰ ਸੁਖੁ ਸਾਰੁ ਨਦਰਿ ਨਿਹਾਲਿਆ॥

(ਭਾ: ਗੁਰ: ਵਾਰ ੩ ਪਉੜੀ ੧੫)

ਹਵਾਲਾ ੭ ਵਿੱਚ '**ਪੰਚ ਅੱਖਰ**' ਮੂਲ ਮੰਤ੍ਰ ਦੇ ਸੰਖੇਪ ਰੂਪ "ੴ ਸਤਿਗੁਰਪ੍ਰਸਾਦਿ" ਵੱਲ ਸੰਕੇਤ ਹੈ ।
ਯਥਾ:-

੧੨	੩	੪	੫
ੴ	ਸਤਿ	ਗੁਰ	ਪ੍ਰਸਾਦਿ

ਨੋਟ :-ਕਿਸੇ ਭਾਸ਼ਾ ਦੀ ਵਰਨਮਾਲਾ ਦੇ ੩੫ ਜਾਂ ੫੨ ਅੱਖਰਾਂ ਤੋਂ ਇਲਾਵਾ, ਇਕ ਪੂਰੇ ਸ਼ਬਦ (ਬਹੁ ਅਖਰੀ ਨਾਮ) ਲਈ ਵੀ ਗੁਰੂ ਜੀ ਨੇ "ਅੱਖਰ" ਸ਼ਬਦ ਵਰਤਿਆ ਹੈ । ਯਥਾ :- "**ਬੇਦ ਪੁਰਾਨ ਸਿੰਮ੍ਰਿਤਿ ਸੁਧਾਖਰ ॥ ਕੀਨੇ ਰਾਮ ਨਾਮ ਇਕ ਆਖਰ ॥**" (ਸੁਖਮਨੀ)॥ ਇਥੇ ਲਗਦੇ ਹੱਥ ਇਹ ਦੱਸਣਾ ਤੇ ਜਾਨਣਾ ਵੀ ਅਨੰਦਮਈ ਰਹੇਗਾ ਕਿ ਪ੍ਰਚਲਤ ਮਰਯਾਦਾ ਅਨੁਸਾਰ ਸਾਰੇ ਧਰਮਾਂ ਵਿੱਚ ਜਪਣ ਯੋਗ 'ਨਾਮ' ਆਮ ਕਰਕੇ 'ਇੱਕ ਅੱਖਰੀ ਨਾਮ' ਜਿਵੇਂ ਕਿ:- ਰਾਮ, ਹਰੇ, ਹਰਿ, ਗੋਬਿੰਦ, ਗੋਪਾਲ, ਨਾਰਾਯਣ, ਵਾਹਿਗੁਰੂ, ਖ਼ੁਦਾ, ਅਲਾਹ, ਰਹੀਮ ਇਤਿਆਦਕ ਹਨ । ਪਰ ਗੁਰੂ ਸਾਹਿਬ ਨੇ ਸਾਰੇ ਜਗਤ ਦੇ ਉਪਕਾਰ ਹਿਤ ਅਤੇ ਖਾਸ ਕਰਕੇ ਸਿੱਖਾਂ ਲਈ ਇਕ ਨਵੀਨਤਮ ਮਰਯਾਦਾ ਅਨੁਸਾਰ ਜਿਸ ਦੁਆਰਾ ਪ੍ਰਭੂ ਦੇ ਸਰੂਪ ਦਾ ਮੰਗਲਮਈ ਵਿਸ਼ਾਲ ਅਕਸ ਸਾਧਕ ਦੇ ਅੰਤਹਕਰਣ ਵਿੱਚ ਸਿਮਰਨ ਦੇ ਨਾਲ ਹੀ ਉਕਰਿਆ ਜਾਵੇ; ਇਹ ਪੰਜ ਅੱਖਰੀ ਜਪਨ ਯੋਗ 'ਨਾਮ' "ੴ **ਸਤਿਗੁਰਪ੍ਰਸਾਦਿ**" ਦਾ ਵਿਧਾਨ ਕੀਤਾ ਹੈ । ਇਹ ਮੂਲ ਮੰਤ੍ਰ ਦਾ ਸੰਖੇਪ ਰੂਪ ਮੰਗਲ ਹੈ ਜੋ ਸ੍ਰੀ ਗੁਰੂ ਗ੍ਰੰਥ ਵਿਚ ੫੨੩ ਵਾਰ ਵਰਤਿਆ ਗਿਆ ਹੈ । ਇਹ ਪੰਜ ਅੱਖਰੀ 'ਨਾਮ' ਇਕ ਅੱਖਰੀ ਨਾਮ ਅਲਾਹ, ਰਾਮ, ਰਹੀਮ, ਗੋਬਿੰਦ, "ਵਾਹਿਗੁਰੂ" ਵਾਂਗ ਇਕ ਸਵਾਸ

ਵਿੱਚ ਸੌਖਾ ਜਪਿਆ ਜਾਣ ਯੋਗ ਵੀ ਹੈ । ਭਾਈ ਗੁਰਦਾਸ ਜੀ ਇਸੇ ਤੀਜੀ ਵਾਰ ਦੀ ਪੰਦਰਵੀਂ ਪਉੜੀ ਵਿੱਚ ਉਦਾਹਰਨ ਦੇ ਕੇ ਹੋਰ ਸਪੱਸ਼ਟ ਕਰਦੇ ਹਨ ਕਿ ਮੂਲ ਮੰਤ੍ਰ ਸੰਪੂਰਨ ਰੂਪ ਵਿੱਚ ਜਾਂ ਪੰਜ ਅੱਖਰੀ ਸੰਖੇਪ ਰੂਪ ਵਿੱਚ; ਗਣਤ ਦੇ ਪਹਿਲੇ ਨੌਂ ਅੰਗਾਂ (੧ ੨ ੩ ੪ ੫ ੬ ੭ ੮ ੯) ਵਾਂਗ ਅਸਲੀ ਬਹੁਮੁਲੀ ਕੀਮਤੀ ਵਸਤੂ ਹੈ । ਅਸੀਂ ਕਿਸੇ ਵੀ ਅੰਗ ਨਾਲ ਸੁੰਨਿ (ਸਿਫਰ) ਲਾਕੇ ਗਿਣਤੀ ਕਰੀਏ ਤਾਂ ਉਸਦੀ ਕੀਮਤ ਦਸ ਗੁਣਾਂ ਵਧ ਜਾਂਦੀ ਹੈ ਅਤੇ ਜਿਨੀਆਂ ਸਿਫਰਾਂ ਲਾਈ ਜਾਵਾਂਗੇ ਉਤਨਾ ਬੇਅੰਤ ਮੁੱਲ ਵਧੀ ਜਾਵੇਗਾ । ਇਸੇ ਤਰਾਂ ਸਾਡੇ ਵਲੋਂ ਮੂਲ ਮੰਤ੍ਰ ਦਾ ਪ੍ਰੇਮ ਨਾਲ ਕੀਤੇ ਅਧਿਕ ਸਿਮਰਨ ਨਾਲ ਨਿਰਾਲਾ ਅਧਿਆਤਮਕ ਰੰਗ ਉਘੜੇਗਾ ਅਤੇ ਸਾਰੇ ਸੁਖਾਂ ਦਾ ਤੱਤਸਾਰ (ਨਿਚੋੜ) ਪਰਮਈਸ਼ਰ ਦੀ ਕ੍ਰਿਪਾ ਦ੍ਰਿਸ਼ਟੀ ਦੁਆਰਾ ਨਿਹਾਲ ਹੋ ਜਾਵਾਂਗੇ !!

॥ ਜਪੁ ॥

ਜਪੁ ਇਸ ਬਾਣੀ ਦਾ ਨਾਮ ਹੈ । ਜਿਸ ਦਾ ਭਾਵ ਹੈ ਕਿ ਅਗੇ ਉਚਾਰੀ ਬਾਣੀ ਦਾ ਪਾਠ ਕਰਨਾ ਵਾਹਿਗੁਰੂ ਦਾ ਸਿਮਰਨ ਹੈ, ਜਸ ਹੈ, ਉਸਤਤਿ ਹੈ, ਭਜਨ ਹੈ । 'ਜਪੁ' ਪਦ ਤੋਂ ਅਗੇ ਮੂਲ ਮੰਤ੍ਰ ਦੀ ਵਿਆਖਿਆ ਮਈ ਬਾਣੀ ਜਪੁ ਰੂਪ ਵਿੱਚ ਚਲਦੀ ਹੈ । ਮੂਲ ਮੰਤ੍ਰ ਸੰਪੂਰਨ ਜਾਂ ਸੰਖੇਪ ਰੂਪ ਵਿਚ ਨਿਰੋਲ ਨਾਮ ਸਿਮਰਨ ਹੈ । ਜਪੁ ਬਾਣੀ ਮੁਖ ਰੂਪ ਵਿੱਚ ਉਸਤਤਿ ਮਈ ਹੈ, ਉਪਦੇਸ਼ ਆਤਮਿਕ ਤੇ ਨਾਮ ਰੂਪ ਹੈ । ਇਸ ਜਪੁਜੀ ਸਾਹਿਬ ਦੀ ਬਾਣੀ ਦੇ ਉਕਤ ਮਹੱਤਵ ਕਰਕੇ ਹੀ ਸਿਖ ਪੰਥ ਵਿੱਚ ਇਸਨੂੰ ਅੰਮ੍ਰਿਤ ਵੇਲੇ ਇਸਨਾਨ ਕਰਨ ਉਪਰੰਤ ਪਾਠ ਕਰਨ ਦਾ ਵਿਧਾਨ ਹੈ । ਵੈਸੇ ਤਾਂ ਗੁਰੂ ਗ੍ਰੰਥ ਸਾਹਿਬ ਵਿੱਚ ਦਰਜ ਸਾਰੀ ਬਾਣੀ ਹੀ ਵਾਹਿਗੁਰੂ ਦਾ ਸਿਮਰਨ ਹੈ । ਪਰ ਜਪੁਜੀ ਸਾਹਿਬ ਦਾ ਪਾਠ ਗੁਰੂ ਜੀ ਵਲੋਂ ਜਪੁ (ਸਿਮਰਨ) ਵਿਸ਼ੇਸ਼ ਹੈ । ਅੰਮ੍ਰਿਤ ਵੇਲੇ ਜਪੁਜੀ ਸਾਹਿਬ ਦੇ ਪਾਠ ਦੀ ਪਰੰਪਰਾ ਗੁਰੁ ਨਾਨਕ ਜੀ ਦੇ ਪੱਕੇ ਤੌਰ ਤੇ ਕਰਤਾਰਪੁਰ ਵਿਖੇ ਟਿਕਾਣਾ ਕਰਨ ਸਮੇਂ ਤੋਂ ਹੀ ਪ੍ਰਚਲਤ ਹੈ । ਭਾਈ ਬਾਲੇ ਵਾਲੀ ਜਨਮ ਸਾਖੀ ਵਿੱਚੋਂ ਇਸਦੀ ਗਵਾਹੀ ਮਿਲਦੀ ਹੈ ਅਤੇ ਭਾਈ ਗੁਰਦਾਸ ਜੀ ਤੇ ਭਾਈ ਨੰਦ ਲਾਲ ਜੀ ਵੀ ਇਸਦੀ ਪੁਸ਼ਟੀ ਕਰਦੇ ਹਨ । ਭਾਈ ਨੰਦ ਲਾਲ ਜੀ ਸਮੇ ਤੋਂ ਤਾਂ ਜਪੁਜੀ ਸਾਹਿਬ ਤੋਂ ਇਲਾਵਾ ਗੁਰੂ ਗੋਬਿੰਦ ਸਿੰਘ ਜੀ ਦੇ ਉਚਾਰੇ ਜਾਪੁ ਸਾਹਿਬ ਦਾ ਵੀ ਅੰਮ੍ਰਿਤ ਵੇਲੇ ਪਾਠ ਕਰਨ ਦਾ ਵਿਧਾਨ ਹੈ ਜੋ ਹੇਠ ਲਿਖੇ ਹਵਾਲਿਆਂ ਤੋਂ ਸਪੱਸ਼ਟ ਹੈ:-

੧) **ਫਿਰ ਬਾਬਾ ਆਇਆ ਕਰਤਾਰਪੁਰ ਭੇਖ ਉਦਾਸੀ ਸਗਲ ਉਤਾਰਾ ॥**
ਪਹਿਰ ਸੰਸਾਰੀ ਕਪੜੇ ਮੰਜੀ ਬੈਠ ਕੀਆ ਅਵਤਾਰਾ ॥
– – – – – – – –
ਸੋਦਰ ਆਰਤੀ ਗਾਵੀਐ ਅੰਮ੍ਰਿਤ ਵੇਲੇ ਜਾਪ ਉਚਾਰਾ ॥

(ਭਾਈ ਗੁਰਦਾਸ ਵਾਰ ੧ ਪਉੜੀ ੩੮)

੨) **ਅੰਮ੍ਰਿਤ ਵੇਲੇ ਨਾਵਣਾ ਗੁਰਮੁਖਿ ਜਪੁ ਗੁਰਮੰਤ ਜਪਾਇਆ ॥**

(ਭਾਈ ਗੁਰਦਾਸ ਵਾਰ ੨੬ ਪਉੜੀ ੪)

੩) **ਅੰਮ੍ਰਿਤ ਵੇਲਾ ਸਚ ਨਾਉ ਜਪੁ ਜਪੀਐ ਕਰ ਇਸਨਾਨ ॥**
ਹਿਤ ਚਿਤ ਕਰ ਜਪੁ ਜੋ ਪੜੈ ਸੋ ਪਾਵਹਿ ਦਰਗਹਿ ਮਾਨ ॥

(ਜਨਮ ਸਾਖੀ)

੪) **ਕਰਿ ਇਸਨਾਨ ਪੜੇ ਜਪੁ ਜਾਪੁ ॥**

(ਰਹਿਤਨਾਮਾ ਭਾਈ ਨੰਦ ਲਾਲ ਜੀ)

ਵਿਦਵਾਨ ਲੋਕ ਜਾਪ ਨੂੰ ਤਿੰਨ ਪ੍ਰਕਾਰ ਦਾ ਦਸਦੇ ਹਨ । ਪਹਿਲਾ **ਵਾਚਕ** - ਬੈਖਰੀ ਬਾਣੀ ਦੁਆਰਾ ਭਾਵ ਇਤਨੀ ਕੁ ਉਚੀ ਸੁਰ ਵਿੱਚ ਕੀਤਾ ਪਾਠ ਜਿਸਨੂੰ ਲਾਗੇ ਬੈਠੇ ਬੰਦੇ ਸੁਣ ਸਕਣ ਭਾਵ ਉਚੀ ਸੁਰ ਵਿੱਚ ਕੀਤਾ ਪਾਠ । ਦੂਜਾ **ਉਪਾਸੂ** - ਧੀਮੀ ਸੁਰ ਵਿੱਚ ਕੀਤਾ ਪਾਠ ਜਿਸਨੂੰ ਕੇਵਲ ਸਾਧਕ ਹੀ ਸੁਣ ਸਕੇ । ਅਤੇ ਤੀਜਾ **ਮਾਨਸਕ** - ਜੋ ਪਾਠ ਤਥਾ ਚਿੰਤਨ (ਬਿਨਾ ਹੋਂਠ 'ਤੇ ਜੀਭ ਹਿਲਾਏ) ਮਨ ਵਿੱਚ ਹੀ ਕੀਤਾ ਜਾਵੇ। ਅਰਥ ਵੀਚਾਰ ਸਹਿਤ ਕੀਤੇ ਇਸ ਮਾਨਸਕ ਜਾਪ ਦਾ ਫਲ ਉਕਤ ਦਰਸਾਏ ਦੋਨੋਂ ਜਾਪਾਂ ਤੋਂ ਉਤਮ ਮੰਨਿਆ ਗਿਆ ਹੈ ।

ਨੋਟ:- ਜਾਪ ਦੇ ਸੰਬੰਧ ਵਿੱਚ ਵਿਸ਼ੇਸ਼ ਵਿਵੇਕ ਵੀਚਾਰ ਹੈ ਕਿ ਕੀਤਾ ਹੋਇਆ ਜਾਪ ਸਫਲਾ ਹੋਵੇ ਤਾਂ ਹੇਠ ਲਿਖੀਆਂ ਅਸਾਵਧਾਨੀਆਂ ਤੋਂ ਸਾਧਕ ਨੂੰ ਬਚਣਾ ਪਵੇਗਾ । **ਯਥਾ:- ਕਾਮਨਾ ਅਧੀਨ ਸਦਾ ਦਾਮਨਾ ਪ੍ਰਬੀਨ, ਏਕ ਭਾਵਨਾ ਬਿਹੀਨ ਕੈਸੇ ਪਾਵੈ ਜਗਦੀਸ ਕੌ ॥੯॥੭੯॥** (ਅਕਾਲ ਉਸਤਤਿ)॥ ਤਥਾ:- **ਜਾਪ ਕੇ ਕੀਏ ਤੇ ਜੌ ਪੈ ਪਾਈਅਤ ਅਜਾਪਦੇਵ, ਪੂਦਨਾ ਸਦੀਵ ਤੁਹੀ ਤੁਹੀ ਉਚਰਤ ਹੈ ॥੧੪॥੮੪॥** (ਅਕਾਲ ਉਸਤਤਿ)॥ ਜਾਪ ਦੇ ਅਮਲੀ ਪੱਖ ਨੂੰ ਦਰਸਾਉਣ ਲਈ ਸਾਡੇ ਪਾਸ ਸ੍ਰੀ ਗੁਰੂ ਨਾਨਕ ਦੇਵ ਜੀ ਦੀ ਇਤਿਹਾਸਕ ਸਾਖੀ ਹੈ । ਗੁਰੂ ਜੀ ਜਦ ਵੇਂਈ ਨਦੀ ਚ ਅਲੋਪ ਹੋਣ ਉਪ੍ਰੰਤ ਕਈ ਦਿਨਾਂ ਬਾਅਦ ਪ੍ਰਗਟ ਹੋਏ ਤਾਂ ਕਿਹਾ:- '**ਨਾ ਕੋਈ ਹਿੰਦੂ ਨਾ ਮੁਸਲਮਾਨ**' ਤਾਂ ਮੁਸਲਮਾਨਾਂ ਨੇ ਕਿਹਾ ਕਿ ਜੇ ਐਸਾ ਹੈ ਤਾਂ ਆਉ ਸਾਡੇ ਨਾਲ ਨਿਮਾਜ ਪੜ੍ਹੋ । ਗੁਰੂ ਨਾਨਕ ਸਾਹਿਬ ਮੰਨ ਗਏ ਤਾਂ ਸੁਲਤਾਨਪੁਰ ਲੋਧੀ ਦੇ ਸਾਰੇ ਹਿੰਦੂਆਂ ਵਿੱਚ ਹਾਹਾਕਾਰ ਮਚ ਗਈ; ਇਸਦੇ ਬਾਬਜੂਦ ਗੁਰੂ ਨਾਨਕ ਸਾਹਿਬ ਮਿਥੇ ਸਮੇਂ ਤੇ ਅਤੇ ਮਿਥੇ ਸਥਾਨ ਤੇ ਨਮਾਜ ਪੜ੍ਹਨ ਲਈ ਹਾਜਰ ਹੋ ਗਏ । ਸੁਲਤਾਨਪੁਰ ਲੋਧੀ ਦਾ ਨਵਾਬ ਦੌਲਤ ਖਾਂ ਲੋਧੀ ਵੀ ਨਿਮਾਜੀਆਂ ਵਿੱਚ ਸ਼ਾਮਲ ਸੀ ਤੇ ਕਾਜ਼ੀ ਨੇ ਨਮਾਜ ਪੜ੍ਹਨੀ ਸ਼ੁਰੂ ਕੀਤੀ । ਕਾਜ਼ੀ ਸਮੇਤ ਸਭ ਨੇ ਤਿਰਸ਼ੀ ਨਿਗ੍ਹਾ ਗੁਰੂ ਜੀ ਤੇ ਰੱਖੀ ਕਿ ਦੇਖੀਏ ਕਿਵੇਂ ਨਾਨਕ ਉਨ੍ਹਾਂ ਨਾਲ ਨਿਮਾਜ ਪੜ੍ਹਦਾ ਹੈ ! ਪਰ ਗੁਰੂ ਜੀ ਅਡੋਲ ਖੜੇ ਰਹੇ ਤੇ ਮੁਸਕਰਾਉਂਦੇ ਰਹੇ; ਤਾਂ ਨਮਾਜ ਖਤਮ ਹੋਣ ਤੇ ਕਾਜ਼ੀ ਨੇ ਨਵਾਬ ਪਾਸ ਸ਼ਿਕਾਇਤ ਕੀਤੀ ਕਿ ਨਾਨਕ ਨੇ ਨਮਾਜ ਤਾਂ ਕੀ ਪੜ੍ਹਨੀ ਸੀ, ਸਗੋਂ ਨਮਾਜ ਦੌਰਾਨ ਮੁਸਕਰਾਉਂਦੇ ਰਹਿਣ ਕਰਕੇ ਨਮਾਜੀਆਂ ਦੀ ਤੌਹੀਨ ਕੀਤੀ ਹੈ । ਨਵਾਬ ਦੇ ਪੁਛਣ ਤੇ ਗੁਰੂ ਜੀ ਨੇ ਦੱਸਿਆ ਕਿ ਕਾਜ਼ੀ ਖੁਦ ਨਮਾਜ ਵਿੱਚ ਹਾਜਰ ਨਹੀ ਸੀ ਕਿਉਂਕਿ ਉਸਨੂੰ ਚਿੰਤਾ ਸੀ ਕਿ ਉਸਦੀ ਨਵ ਜੰਮੀ ਵਛੇਰੀ ਕਿਤੇ ਖੂਹੀ ਵਿੱਚ ਨਾ ਡਿੱਗ ਪਈ ਹੋਵੇ ਕਿਉਂਕਿ ਉਹ ਕਾਹਲੀ ਵਿੱਚ ਖੂਹੀ ਢਕਣੀ ਭੁਲ ਆਇਆ ਸੀ । ਇਸ ਲਈ ਨਮਾਜ ਰੱਬ ਦੀ ਦਰਗਾਹ ਵਿੱਚ ਪ੍ਰਵਾਨ ਨਹੀਂ ਹੋਈ, ਤਾਂ ਨਵਾਬ ਨੇ ਕਿਹਾ ਕਿ ਜੇ ਕਾਜ਼ੀ ਹਾਜਰ ਨਹੀਂ ਸੀ ਤਾਂ

ਨਾਨਕ ! ਨਮਾਜ ਮੇਰੇ ਨਾਲ ਪੜ੍ਹਨੀ ਸੀ; ਤਾਂ ਗੁਰੂ ਜੀ ਨੇ ਕਿਹਾ ਕਿ ਨਵਾਬ ਜੀ ਤੁਸੀ ਵੀ ਨਮਾਜ ਵਿੱਚ ਹਾਜਰ ਨਹੀਂ ਸਉ ਕਿਉਂਕਿ ਤੁਸੀਂ ਵੀ ਕਾਬਲ ਵਿੱਚ ਘੋੜੇ ਖਰੀਦੇ ਫਿਰਦੇ ਸੀ । ਤਾਂ ਨਵਾਬ ਸਮੇਤ ਸਭ ਨੇ ਗੁਰੂ ਜੀ ਤੋਂ ਮਾਫੀ ਮੰਗੀ ਤੇ ਗੁਰੂ ਜੀ ਨੂੰ ਬਲੀ ਔਲੀਆ ਜਾਣ ਕੇ ਸਲਾਮ ਕੀਤੀ ਕਿ ਨਾਨਕ ਅੰਦਰ ਖੁਦ ਰੱਬ ਬੋਲਦਾ ਹੈ । ਤਾਂ ਗੁਰੂ ਜੀ ਨੇ ਸਭ ਨੂੰ ਉਪਦੇਸ਼ ਕੀਤਾ ਕਿ ਰੱਬ ਦੀ ਵਡਿਆਈ ਸਿਮਰਨ ਸਮੇਂ ਤੇ ਨਮਾਜ ਸਮੇਂ ਸਾਵਧਾਨ ਹੋਕੇ ਪੂਰੀ ਭਾਵਨਾ ਪ੍ਰੇਮ ਸਹਿਤ ਖੁਦਾ ਦੀ ਸਿਫਤ ਸਲਾਹ ਕਰਨੀ ਚਾਹੀਏ । ਸੁਲਤਾਨਪੁਰ ਲੋਧੀ ਵਿਖੇ ਇਸ ਘਟਨਾ ਪਰਥਾਏ ਇਤਿਹਾਸਕ ਗੁਰਦੁਆਰਾ ਅੰਤ੍ਰਯਾਮਤਾ ਸਾਹਿਬ ਸ਼ੁਸੋਭਤ ਹੈ । ਇਸ ਗੁਰਦੁਆਰਾ ਸਾਹਿਬ ਦੇ ਦਰਸ਼ਨ ਕਰਨ ਸਾਰ ਹੀ ਰੱਬ ਦੀ ਸਹੀ ਢੰਗ ਨਾਲ ਸਾਵਧਾਨ ਹੋਕੇ ਪੂਰਨ ਪ੍ਰੇਮ ਭਾਵਨਾ ਸਹਿਤ ਪੂਜਾ ਉਪਾਸਨਾ ਤੇ ਸਿਫਤ ਸਾਲਾਹ ਕਰਨ ਦੀ ਸੋਝੀ ਪ੍ਰਾਪਤ ਹੁੰਦੀ ਹੈ ।

ਆਦਿ ਸਚੁ ਜੁਗਾਦਿ ਸਚੁ ॥ ਹੈ ਭੀ ਸਚੁ ਨਾਨਕ ਹੋਸੀ ਭੀ ਸਚੁ ॥੧॥

ਪਦ ਅਰਥ

ਆਦਿ = ਜਗਤ ਰਚਨਾ ਦੇ ਮੁਢ ਤੋਂ ਪਹਿਲਾਂ । **ਜੁਗਾਦਿ** = ਜੁਗਾਂ ਦੇ ਸ਼ੁਰੂ ਤੋਂ ਜੁਗਾਂ ਦੇ ਧਰਮ ਸਥਾਪਤ ਹੋਣ ਸਮੇਂ ਤੋਂ ਲੈਕੇ ।

ਅਰਥ

ਇਹ ਸਾਰਾ ਸਲੋਕ ਮੂਲ ਮੰਤ੍ਰ ਵਿੱਚ ਆਏ ਸਤਿ ਪਦ (ਸ਼ਬਦ) ਦੀ ਵਿਆਖਿਆ ਹੈ ਕਿ ਉਹ ਨਿਰਗੁਣ ਸਰੂਪ ਤੋਂ ਸਰਗੁਣ ਸਰੂਪ ਵਿੱਚ ਪ੍ਰਗਟ ਹੋਣ ਵਾਲਾ 'ਪਰਮਸਤਿ' (ਪਾਰਬ੍ਰਹਮ) ਜਗਤ ਰਚਨਾ ਤੋਂ ਪਹਿਲਾਂ ਭਾਵ ਆਪਣੇ ਨਿਰਗੁਣ ਸਰੂਪ ਵਿੱਚ ਰਹਿਣ ਵਾਲੇ ਸਮੇਂ ਵਿੱਚ ਵੀ ਸੱਚ ਸੀ ਭਾਵ ਉਸਦੀ ਹੋਂਦ (ਹਸਤੀ) ਮੌਜੂਦ ਸੀ । ਫਿਰ ਜਗਤ ਰਚਨਾ ਉਪਰੰਤ ਚਾਰੇ ਜੁਗਾਂ ਦਾ ਧਰਮ ਸਥਾਪਤ ਹੋਣ ਦੇ ਸਮੇਂ ਭਾਵ ਸਰਗੁਣ ਸਰੂਪ ਵਿੱਚ ਪ੍ਰਗਟ ਹੋਣ ਸਮੇਂ ਵੀ ਬਿਨਾਂ ਕਿਸੇ ਬਦਲਾਵ ਦੇ ਵੈਸੇ ਦਾ ਵੈਸਾ ਸੱਚ ਸੀ ਭਾਵ ਉਸਦੀ ਹਸਤੀ (ਹੋਂਦ) ਮੌਜੂਦ ਸੀ । ਹੁਣ ਵਰਤਮਾਨ ਸਮੇਂ ਵੀ ਉਹ ਜਿਉਂ ਦਾ ਤਿਉਂ ਸੱਚ ਹੈ ਭਾਵ ਹੋਂਦ ਭਰਪੂਰ ਹੈ ਅਤੇ ਇਸ ਜਗਤ ਰਚਨਾ ਦੇ ਸਮਾਪਤ ਹੋਣ ਤੋਂ ਬਾਅਦ ਵੀ ਬਿਨਾਂ ਕਿਸੇ ਤਬਦੀਲੀ ਦੇ ਵੈਸਾ ਹੀ ਸੱਚ ਬਣਿਆ ਰਹੇਗਾ ਭਾਵ ਉਸਦੀ ਆਪਣੀ ਹਸਤੀ (ਹੋਂਦ) ਮੌਜੂਦ ਰਹੇਗੀ । ਸਮੁਚਾ ਭਾਵ ਇਹ ਹੈ ਕਿ ਉਹ ਪਰਮ-ਸਤਿ (ਪਰਮਈਸ਼ਵਰ) ਤ੍ਰੈਕਾਲ ਸਤਿ ਹੈ । ਸਮੇਂ ਦੇ ਪ੍ਰਭਾਵ ਨਾਲ ਉਸਦੀ ਹੋਂਦ (ਹਸਤੀ) ਮਿਟਦੀ ਨਹੀਂ । ਨਿਰਗੁਣ ਤੋਂ ਸਰਗੁਣ ਅਤੇ ਸਰਗੁਣ ਤੋਂ ਨਿਰਗੁਣ ਸਰੂਪ ਧਾਰਨ ਕਰਨ ਨਾਲ ਭੀ ਉਸਦੀ ਹੋਂਦ (ਹਸਤੀ) ਬਿਨਾਂ ਕਿਸੇ ਬਦਲਾਵ ਦੇ ਬਰਕਰਾਰ (ਸਲਾਮਤਿ) ਰਹਿੰਦੀ ਹੈ ॥ ੧ ॥

ਮੂਲ

੧ ਸੋਚੈ ਸੋਚਿ ਨ ਹੋਵਈ ਜੇ ਸੋਚੀ ਲਖ ਵਾਰ ॥
ਚੁਪੈ ਚੁਪ ਨ ਹੋਵਈ ਜੇ ਲਾਇ ਰਹਾ ਲਿਵ ਤਾਰ ॥
੨ ਭੁਖਿਆ ਭੁਖ ਨ ਉਤਰੀ ਜੇ ਬੰਨਾ ਪੁਰੀਆ ਭਾਰ ॥
ਸਹਸ ਸਿਆਣਪਾ ਲਖ ਹੋਹਿ ਤ ਇਕ ਨ ਚਲੈ ਨਾਲਿ ॥
੩ ਕਿਵ ਸਚਿਆਰਾ ਹੋਈਐ ਕਿਵ ਕੂੜੈ ਤੁਟੈ ਪਾਲਿ ॥
ਹੁਕਮਿ ਰਜਾਈ ਚਲਣਾ ਨਾਨਕ ਲਿਖਿਆ ਨਾਲਿ ॥ ੧ ॥

ਪਦ ਅਰਥ

ਸੋਚੈ = ਸਾਸਤ੍ਰ ਵਿਧੀ ਅਨੁਸਾਰ ਤਨ ਦੀ ਸੁਚ ਕਰਨ ਨਾਲ । **ਸੋਚਿ** = ਸੁਚ, ਮਨ ਦੀ ਸੁਚ । **ਯਥਾ:-ਸੋਚ ਕਰੈ ਦਿਨਸੁ ਅਰ ਰਾਤਿ, ਮਨ ਕੀ ਮੈਲੁ ਨ ਤਨ ਤੇ ਜਾਤਿ ॥** (ਸੁਖਮਨੀ-੩-੩) । ☬(ਬਿਨਾਂ ' ਿ ' ਤੋਂ 'ਸੋਚ' ਸ਼ਬਦ "ਸੋਚਣ" ਦੇ ਅਰਥਾਂ ਵਿੱਚ ਵੀ ਮਿਲਦਾ ਹੈ **ਯਥਾ:-ਜਾਤਿ ਅਜਾਤ ਭਏ ਹਮ ਬਾਵਰ ਸੋਚ ਅਸੋਚ ਦਿਵਸ ਜਾਹੀ ॥** (ਪੰਨਾ ੬੫੮)॥ ਸੋਚਿ ਸ਼ਬਦ ਬੀਚਾਰ ਸ਼ਬਦ ਨਾਲ "ਸੋਚਣ" ਦੇ ਅਰਥਾਂ ਵਿੱਚ ਆਉਂਦਾ ਹੈ । **ਯਥਾ:- ਕਾਜੀ ਸਾਹਿਬੁ ਏਕੁ ਤੋਹੀ ਮੈ ਤੇਰਾ, ਸੋਚਿ ਬੀਚਾਰ ਨ ਦੇਖੈ ॥** (ਪੰਨਾ ੪੯੩)॥ ਤਥਾ:- **ਦਿਲ ਮਹਿ ਸੋਚਿ ਬੀਚਾਰਿ ਕਵਾਦੇ ਭਿਸਤ ਦੋਜਕ ਕਿਨ ਪਾਈ ॥** (ਪੰ:੪੭੭)॥ "**ਸੋਚ**" ਅਤੇ "**ਸੋਚਿ**" ਇਹ ਦੋਨੋਂ ਸ਼ਬਦ ਫਿਕਰ ਅਤੇ ਚਿੰਤਾ ਦੇ ਅਰਥਾਂ ਵਿੱਚ ਵੀ ਆਉਂਦੇ ਹਨ) । ਗੁਰੂ ਜੀ ਨੇ ਤਨ ਮਨ (ਅੰਤਹਕਰਣ) ਦੀ ਸਾਰਥਕ ਸੁਧੀ ਦਾ ਵਰਨਣ ਜਪੁ ਬਾਣੀ ਵਿੱਚ ਅੱਗੇ ਪਉੜੀ ਨੰਬਰ ੨੦ ਅਤੇ ੨੧ ਵਿੱਚ ਕੀਤਾ ਹੈ । **ਲਿਵਤਾਰ** = ਲਗਾਤਾਰ ਧਿਆਨ ਲਾਉਣ ਨਾਲ (ਮੋਨੀ ਬਣਕੇ) **ਯਥਾ:- ਅਸੰਖ ਮੋਨਿ ਲਿਵ ਲਾਇ ਤਾਰ ॥** (ਜਪੁਜੀ)। **ਭੁਖਿਆ** = ਵਰਤ ਰਖਣ ਨਾਲ, ਪਦਾਰਥਾਂ ਦੇ ਭੁਖਿਆਂ ਦੀ ਤ੍ਰਿਸ਼ਨਾ । **ਭੁਖ** = ਤ੍ਰਿਸਨਾ । ਸਵਰਗ ਦੀਆਂ ਅਪੱਛਰਾਂ ਦਾ ਸੁਖ ਮਾਣਦਾ ਹੋਇਆ ਵੀ ਕਾਮ ਤ੍ਰਿਪਤੀ ਦੀ ਤ੍ਰਿਸ਼ਨਾ ਭੁਖ ਕਰਕੇ ਸਵਰਗ ਦਾ ਰਾਜਾ ਇੰਦ੍ਰ ਸਹਸ ਭਗ ਗਾਮੀ ਹੋ ਕੇ ਡੁਬ ਗਿਆ । **ਪੁਰੀਆ ਭਾਰ** = ਇੰਦ੍ਰ ਪੁਰੀ ਆਦਿਕ ਦੇ ਸੁਖ ਸੰਪਦਾ ਦੇ (ਭਾਰ) ਬਹੁਤੇ ਪਦਾਰਥ । **ਯਥਾ:-ਵਡੇ ਵਡੇ ਰਾਜਨ ਅਰੁ ਭੂਮਨ ਤਾ ਕੀ ਤ੍ਰਿਸਨ ਨ ਬੂਝੀ ॥ ਲਪਟਿ ਰਹੇ ਮਾਇਆ ਰੰਗ ਮਾਤੇ ਲੋਚਨ ਕਛੂ ਨ ਸੂਝੀ ॥ ਬਿਖਿਆ ਮਹਿ ਕਿਨਹੀ ਤ੍ਰਿਪਤ ਨ ਪਾਈ ॥ ਜਿਉ ਪਾਵਕੁ ਈਧਨਿ ਨਹੀ ਧ੍ਰਾਪੈ ਬਿਨੁ ਹਰਿ ਕਹਾ ਅਘਾਈ ॥** (ਅੰਗ ੬੭੨) ॥ **ਸਹਸ** = ਹਜਾਰਾਂ । **ਸਿਆਣਪਾ** = ਚਤੁਰਾਈਆਂ, ਮਨ ਦੀ ਚੰਚਲਤਾ ਤੇ ਹਉਮੈ ਭਰਪੂਰ ਚਲਾਕੀਆਂ । **ਸਚਿਆਰਾ** = ਸੱਚਾ, ਸੱਚ ਨੂੰ ਜਾਨਣ ਵਾਲਾ, ਸੱਚੁ ਰੂਪ । **ਕੂੜੈ** = ਕੂੜ ਭਾਵ ਝੂਠ ਦੀ । **ਪਾਲਿ** = ਵੱਟ, ਬੰਨ੍ਹ, ਪੜਦਾ, ਦੋ ਹਿੱਸੇ ਦਰਸਾਉਣ ਵਾਲੀ ਹਦਬੰਦੀ, ਕੋਟ, ਓਟ, ਓਲ੍ਹਾ । **ਯਥਾ:- ਕਬੀਰ ਪਾਲਿ ਸਮੁਹਾ ਸਰਵਰ ਭਰਾ ਪੀ ਨ ਸਕੈ ਕੋਈ ਨੀਰ ॥ ਭਾਗ ਬਡੇ ਤੈ ਪਾਇਓ ਤੂੰ ਭਰਿ ਭਰਿ ਪੀਓ ਕਬੀਰ**

॥ ੧੮੦ ॥ **ਹੁਕਮਿ** = ਪਰਮਈਸ਼ਵਰ ਦਾ ਹੁਕਮ, ਰੱਬੀ ਹੁਕਮ । **ਰਜਾਈ** = ਰਜ਼ਾ ਅਨੁਸਾਰ, ਹੁਕਮ ਅਨੁਸਾਰ । **ਲਿਖਿਆ ਨਾਲਿ** = ਸ੍ਰਿਸ਼ਟੀ ਰਚਨਾ ਸਮੇਂ ਤੋਂ ਹੀ ਰੱਬੀ ਹੁਕਮ (ਵਿਧਾਨ) ਜੋ ਜਗਤ ਰਚਨਾ ਤੇ ਲਾਗੂ ਹੈ ਭਾਵ ਪ੍ਰਭੂ ਨੇ ਆਪਣੀ ਪ੍ਰਕ੍ਰਿਤਕ ਮਰਯਾਦਾ ਸ੍ਰਿਸ਼ਟੀ ਸਾਜਣ ਸਮੇਂ ਤੋਂ ਹੀ ਸਥਾਪਤ ਕੀਤੀ ਹੋਈ ਹੈ ਭਾਵ ਕੁਦਰਤਿ ਦੇ ਨਿਯਮ ਮੁਢ ਤੋਂ ਹੀ ਸਥਾਪਤ ਕੀਤੇ ਹੋਏ ਹਨ । **ਨੋਟ**:- ਜੇ ਕਰ ਸਮੇਂ, ਸਥਾਨ, ਪ੍ਰਚਲਤ ਰੀਤੀ ਰਵਾਜ ਅਤੇ ਪ੍ਰਸੰਗ ਨੂੰ ਮੁਖ ਰਖਕੇ ਵੇਖੀਏ ਤਾਂ ਸਾਨੂੰ ਪਤਾ ਚਲਦਾ ਹੈ ਕਿ ਗੁਰੂ ਜੀ ਨੇ ਇਸ ਪਉੜੀ ਵਿੱਚ ਦੱਸਿਆ ਹੈ ਕਿ ਸ਼ਾਸਤ੍ਰ ਵਿਧੀ ਅਨੁਸਾਰ ਤੀਰਥ ਇਸ਼ਨਾਨ, ਨਿਊਲ਼ੀ ਕਰਮ ਆਦਿ ਨਾਲ ਤਨ ਦੀ ਸ਼ੁੱਧੀ, ਮਨ ਦੇ ਸੰਤੋਖ ਲਈ ਵਰਤ ਰਖਣ ਨਾਲ, ਮੋਨ ਧਾਰਨ ਕਰਕੇ ਅਡੋਲ ਤਨ ਸਮਾਧੀਆਂ ਚ ਬੈਠਣ ਨਾਲ ਆਦਿਸਚੁ (ਪਰਮਸਚੁ) ਦੀ ਪ੍ਰਾਪਤੀ ਨਹੀਂ ਹੁੰਦੀ । ਹਰਨਾਖ਼ਸ਼, ਰਾਵਣ ਤੇ ਰਾਜਾ ਪ੍ਰੀਖਸ਼ਤ ਆਦਿ ਵਰਗੀਆਂ ਸਿਆਣਪਾਂ ਚਤੁਰਾਈਆਂ ਪ੍ਰਭੂ ਨਾਲ ਨਹੀਂ ਚਲਦੀਆਂ । ਸਾਧਕ ਨੂੰ ਤਾਂ ਚਾਹੀਦਾ ਹੈ ਕਿ ਉਹ ਦੁਨਿਆਵੀ ਸਿਆਣਪਾਂ ਚਤੁਰਾਈਆਂ ਨੂੰ ਛੱਡ ਕੇ ਆਦਿਸਚੁ ਪ੍ਰਭੂ ਦੇ ਹੁਕਮ ਵਿੱਚ ਚੱਲੇ ।

☬ ਹੁਕਮ ਰਜਾਈ ਚਲਣਾ ਹੁਣ ਸਿੱਖੀ ਦਾ ਪਹਿਲਾ ਅਸੂਲ ਸਥਾਪਤ ਹੋ ਚੁਕਾ ਹੈ । ਗੁਰੂ ਸਾਹਿਬਾਨਾਂ ਨੇ ਆਪ ਇਸ ਅਸੂਲ ਦੀ ਪਾਲਣਾ ਕਰਕੇ ਸਿੱਖ ਜਗਤ ਦੀ ਰਹਿਨੁਮਾਈ ਕੀਤੀ ਹੈ । ਇਸ ਪਉੜੀ ਦੀ ਸਿਖਿਆ ਦਾ ਅਮਲੀ ਪੱਖ ਇਹ ਹੈ ਕਿ ਸਾਧਕ ਕੂੜ ਦੀ ਪਾਲਿ ਤੋੜਨ ਲਈ ਉਕਤ ਦਰਸਾਏ ਵਰਤ ਤੀਰਥ ਆਦਿ ਕਰਮਾਂ ਨੂੰ ਛੱਡ ਕੇ ਹਰ ਕੋਈ ਹਰਨਾਖਸ਼ੀ ਚਤੁਰਾਈਆਂ ਤੇ ਸਿਆਣਪਾਂ ਤੋਂ ਬਾਜ ਰਹੇ ਅਤੇ ਬਿਨਾਂ ਦੇਰੀ ਪ੍ਰਭੂ ਭਗਤੀ ਵਿੱਚ ਲੱਗੇ । ਆਪਣੇ ਮਨ ਦੀਆਂ ਚਤੁਰਾਈਆਂ ਮਗਰ ਲੱਗ ਕੇ ਐਂਵੇਂ ਨਾ ਸੋਚੇ ਕਿ ਬੁਢੇ ਹੋਕੇ ਨਾਮ ਜਪ ਲਵਾਂਗੇ ਹੁਣ ਤਾਂ ਖਾਣ ਪੀਣ ਦੀ ਉਮਰ ਹੈ ਤੇ ਕੁਝ ਗੁਨਾਹ ਕਰ ਵੀ ਲਵਾਂਗੇ ਤਾਂ ਮਗਰੋਂ ਬਖ਼ਸ਼ਾ ਲਵਾਂਗੇ । ਅੱਗੇ ਪੂਤਨਾ, ਗਨਿਕਾ, ਅਜਾਮਲ ਤੇ ਬਾਲਮੀਕ ਵਰਗੇ ਕਿਹੜਾ ਬਖ਼ਸ਼ੇ ਨਹੀਂ ਗਏ । ਭਾਈ ਗੁਰਦਾਸ ਜੀ ਉਕਤ ਭਾਵ ਨੂੰ ਲੈਕੇ ਗੁਰੂ ਆਸੇ ਅਨਸਾਰ ਚਲਣ ਲਈ ਸਾਵਧਾਨ ਕਰਦੇ ਹਨ ਕਿ ਇਸ ਭਰੋਸੇ ਜਿਉਣਾ ਚੰਗਾ ਨਹੀਂ ਅਤੇ ਜੇ ਕੋਈ ਉਝੜ ਰਾਹ ਚੋਂ ਬਚਕੇ ਆ ਹੀ ਗਿਆ ਤਾਂ ਜਾਣ ਬੁਝਕੇ ਉਝੜ ਰਾਹ ਪੈਣਾ ਚੰਗਾ ਨਹੀਂ । ਤਾਂਤੇ ਚਤੁਰਾਈਆਂ ਛੱਡ ਕੇ ਪ੍ਰਭੂ ਦੀ ਭਾਉ ਭਗਤਿ ਦ੍ਰਿੜ ਕਰੇ ਤੇ ਪ੍ਰਭੂ ਦੇ ਹੁਕਮ ਰਜ਼ਾਈ ਚਲੇ । **ਯਥਾ**:- **ਜੇ ਕਰ ਉਧਰੀ ਪੂਤਨਾ ਵਿਹੁ ਪਿਆਲਣੁ ਕੰਮੁ ਨ ਚੰਗਾ ॥ ਗਨਿਕਾ ਉਧਰੀ ਆਖੀਐ ਪਰ ਘਰਿ ਜਾਇ ਨ ਲਈਐ ਪੰਗਾ ॥ ਬਾਲਮੀਕ ਨਿਸਤਾਰਿਆ ਮਾਰੈ ਵਾਟ ਨ ਹੋਇ ਨਿਸੰਗਾ ॥...॥ ਇਤੁ ਭਰਵਾਸੈ ਰਹਣੁ ਕੁਢੰਗਾ** ॥ (ਵਾਰ ੩੧ ਪਉ: ੯)॥ ਤਥਾ:-**ਉਝੜਿ ਪਇਆ ਨ ਮਾਰੀਐ, ਉਝੜ ਰਾਹੁ ਨ ਚੰਗਾ ਹੋਈ** ॥ (ਵਾਰ ੩੧ ਪਉ: ੧੦)॥

ਅਰਥ

੧. ਪ੍ਰਚਲਤ ਸ਼ਾਸਤ੍ਰ ਵਿਧੀ ਅਨੁਸਾਰ ਅਨੇਕ ਜਤਨ ਕਰਕੇ ਤਨ ਦੀ ਸੁੱਚ ਕਰਨ ਨਾਲ ਮਨ ਦੀ ਸੁੱਚ ਨਹੀਂ ਹੁੰਦੀ {ਮਨ ਦੀ ਸੁਚ ਨਾ ਹੋਣ ਕਰਕੇ ਪਰਮਸਚੁ (ਆਦਿ ਸਚੁ) ਦੀ ਪ੍ਰਾਪਤੀ ਨਹੀਂ ਹੁੰਦੀ} ਅਤੇ ਮੋਨੀ ਬਣਕੇ ਅਡੋਲ ਸਮਾਧੀ ਵਿੱਚ ਬੈਠਕੇ ਨਿਰੰਤਰ ਧਿਆਨ ਲਾਉਣ ਨਾਲ ਮਨ ਚੁਪ

(ਸ਼ਾਂਤ) ਨਹੀਂ ਹੁੰਦਾ {ਇਸ ਕਰਕੇ ਵੀ ਪਰਮਸਚੁ ਦੀ ਪ੍ਰਾਪਤੀ ਨਹੀਂ ਹੁੰਦੀ}। ਭਾਈ ਕਾਨ੍ਹ ਸਿੰਘ ਨਾਭਾ ਨੇ ਅਰਥ ਕੀਤੇ ਹਨ ਕਿ:- **ਸੋਚੈ** = ਸੋਚਣ ਨਾਲ; **ਸੋਚਿ** = ਚਿੰਤਨ, ਧਿਆਨ । ਭਾਵ ਇਹ ਕਿ ਉਹ ਪ੍ਰਭੂ ਚਿੰਤਨ ਤਥਾ ਧਿਆਨ ਦੁਆਰਾ ਬੁਧੀ ਦੀ ਪਕੜ ਵਿਚ ਨਹੀਂ ਆਉਂਦਾ ।

੨. ਵਰਤ ਰਖਣ ਨਾਲ ਤ੍ਰਿਸ਼ਨਾਲੂਆਂ ਦੀ ਤ੍ਰਿਸ਼ਨਾ ਨਹੀਂ ਮਰਦੀ, ਭਾਵੇਂ ਇੰਦ੍ਰ ਪੁਰੀ ਵਰਗੇ ਸਵਰਗ ਦੇ ਸੁਖ ਸੰਪਦਾ ਦੇ ਬੇਅੰਤ ਪਦਾਰਥ ਮਿਲ ਜਾਣ {ਇਸ ਲਈ ਸ਼ਾਸਤ੍ਰ ਵਿਧੀ ਅਨੁਸਾਰ ਰੱਖੇ ਵਰਤ ਆਦਿ ਸਾਧਨਾਂ ਨਾਲ ਵੀ 'ਸਚੁ' ਪਦ ਦੀ ਪ੍ਰਾਪਤੀ ਨਹੀਂ ਹੁੰਦੀ} । ਹਜਾਰਾਂ ਲੱਖਾਂ ਦੁਨੀਆਵੀ ਚਤੁਰਾਈਆਂ ਤੇ ਚਲਾਕੀਆਂ ਹੋਣ ਤਾਂ ਵੀ ਸਚੁ ਪਦ ਦੀ ਪ੍ਰਾਪਤੀ ਲਈ ਇਕ ਵੀ ਕੰਮ ਨਹੀਂ ਆਉਂਦੀ {ਕਿਉਂਕਿ ਕਰਤਾਪੁਰਖੁ ਅੰਤਰਜਾਮੀ ਅਤੇ ਪਰਮ ਚੇਤਨ ਹੈ, ਅਛਲ ਹੈ ਅਤੇ ਅਗੰਮ ਭਾਵ ਮਨੁਖੀ ਸਮਝ ਤੋਂ ਪਰੇ ਹੈ} ।

੩. ਅੱਗੇ ਪ੍ਰਸ਼ਨ ਹੈ ਕਿ ਫਿਰ ਐਸੇ 'ਸਚੁ' ਪਦ ਦੀ ਪ੍ਰਾਪਤੀ ਕੈਸੇ ਹੋਵੇ ? ਭਾਵ ਉਸ 'ਸਚੁ' ਨੂੰ ਕਿਵੇਂ ਜਾਣੀਏ ? ਅਤੇ ਇਹ (ਜੀਵ ਤੇ ਬ੍ਰਹਮ ਵਿਚਕਾਰ) ਕੂੜ ਦੇ ਓਲ੍ਹੇ ਵਾਲਾ ਪੜਦਾ ਵਾ ਕੋਟ ਕਿਵੇਂ ਟੁਟੇ ? {ਜੋ ਜੀਵ ਲਈ ਬ੍ਰਹਮ ਸਰੋਵਰ ਤੱਕ ਪਹੁੰਚਣ ਵਿੱਚ ਰੋਕ ਬਣਿਆ ਹੋਇਆ ਹੈ} । ਗੁਰੁ ਜੀ ਆਪ ਹੀ ਇਸਦਾ ਹੱਲ ਦਸਦੇ ਹੋਏ ਉਤਰ ਦਿੰਦੇ ਹਨ ਕਿ :- ਸਾਧਕ ਸਦਾ ਉਸ ਪਰਮਈਸ਼ਰ ਦੇ ਹੁਕਮ ਦਾ ਅਨੁਸਾਰੀ ਬਣਕੇ ਚੱਲੇ ਅਤੇ ਇਹ ਹੁਕਮ ਤਾਂ ਜਗਤ ਰਚਨਾ ਦੇ ਨਾਲ਼ ਹੀ ਮੁਢ ਤੋਂ ਉਸ ਪਰਮਈਸ਼ਰ ਵਲੋਂ ਵਿਧਾਨ ਹੈ । ਇਹੋ ਹੀ ਪਰਮ ਸਚੁ ਨੂੰ ਜਾਨਣ ਦਾ ਰਾਹ ਹੈ । **ਯਥਾ:- ਏਕੋ ਨਾਮੁ ਹੁਕਮੁ ਹੈ ਨਾਨਕ ਸਤਿਗੁਰਿ ਦੀਆ ਬੁਝਾਇ ਜੀਓ** ॥ (ਸ੍ਰੀ ਰਾਗ ਮ:੧ ਪੰ: ੭੨) ॥ ੧ ॥

ਮੂਲ

੧ **ਹੁਕਮੀ ਹੋਵਨਿ ਆਕਾਰ ਹੁਕਮੁ ਨ ਕਹਿਆ ਜਾਈ ॥**
੨ **ਹੁਕਮੀ ਹੋਵਨਿ ਜੀਅ ਹੁਕਮਿ ਮਿਲੈ ਵਡਿਆਈ ॥**
੩ **ਹੁਕਮੀ ਉਤਮੁ ਨੀਚੁ ਹੁਕਮਿ ਲਿਖਿ ਦੁਖ ਸੁਖ ਪਾਈਅਹਿ ॥**
੪ **ਇਕਨਾ ਹੁਕਮੀ ਬਖਸੀਸ ਇਕਿ ਹੁਕਮੀ ਸਦਾ ਭਵਾਈਅਹਿ ॥**
੫ **ਹੁਕਮੈ ਅੰਦਰਿ ਸਭੁ ਕੋ ਬਾਹਰਿ ਹੁਕਮ ਨ ਕੋਇ ॥**
੬ **ਨਾਨਕ ਹੁਕਮੈ ਜੇ ਬੁਝੈ ਤ ਹਉਮੈ ਕਹੈ ਨ ਕੋਇ ॥ ੨ ॥**

ਪਦ ਅਰਥ

ਹੁਕਮੀ = ਹੁਕਮ ਨਾਲ, ਰੱਬੀ ਹੁਕਮ ਨਾਲ, ਪਰਮਈਸ਼ਰ ਦੇ ਹੁਕਮ ਅੰਦਰ, ਹੁਕਮ ਕਰਨ ਵਾਲਾ ਪ੍ਰਭੂ । **ਆਕਾਰ** = ਸ੍ਰਿਸ਼ਟੀ ਰਚਨਾ ਦੇ ਸਭ ਜੜ੍ਹ ਤੇ ਚੇਤਨ ਆਕਾਰ, ਵਜੂਦ, ਸਰੀਰ, ਬ੍ਰਹਮੰਡੀ ਆਕਾਰ (ਰਚਨਾ)। **ਹੁਕਮੁ** = ਰੱਬੀ ਹੁਕਮ, ਰੱਬੀ ਫੁਰਮਾਣ, ਰੱਬੀ ਰਜ਼ਾ । **ਹੁਕਮਿ** = ਹੁਕਮ ਵਿੱਚ, ਹੁਕਮ ਅੰਦਰ, ਰੱਬੀ ਹੁਕਮ ਅਨੁਸਾਰ । **ਬਖਸੀਸ** = ਬਖਸ਼ਸ਼, ਮੁਕਤੀ, ਦੋਸ਼ ਮੁਕਤੀ ।**ਯਥਾ:**"ਜਾਕਉ

ਅਪੁਨੀ ਕਰੈ ਬਖਸੀਸ ॥ ਤਾਕਾ ਲੇਖਾ ਨ ਗਨੈ ਜਗਦੀਸ ॥ (ਸੁਖਮਨੀ) ॥ **ਹੁਕਮੈ** = ਰੱਬੀ ਹੁਕਮ ਨੂੰ, ਰੱਬੀ ਰਜ਼ਾ ਨੂੰ । **ਬੁਝੈ** = ਪਛਾਣੈ, ਸਮਝ ਲਏ, ਰੱਬੀ ਹੁਕਮ ਨੂੰ ਪਛਾਣ ਲਏ । **ਯਥਾ :- ਜਿਹਿ ਪ੍ਰਾਨੀ ਹਉਮੈ ਤਜੀ ਕਰਤਾ ਰਾਮ ਪਛਾਨ ॥ ਕਹੁ ਨਾਨਕ ਵਹੁ ਮੁਕਤ ਨਰੁ ਇਹ ਮਨ ਸਾਚੀ ਮਾਨ** ॥ (ਸਲੋਕ ਮਹਲਾ ੯ / ੧੯)॥

ਨੋਟ :- ਗੁਰੁ ਸਾਹਿਬ ਵਲੋਂ ਪਹਿਲੀ ਪਉੜੀ ਵਿੱਚ ਪਾਲਨਾ ਹਿਤ ਕਹੇ 'ਹੁਕਮਿ' ਦੀ ਇਸ ਪਉੜੀ ਵਿੱਚ ਵਿਸਥਾਰ ਸਹਿਤ ਵਿਆਖਿਆ ਕੀਤੀ ਹੈ ਕਿ ਪ੍ਰਭੂ ਦੇ ਹੁਕਮਿ ਦਾ ਸਮੁਚਾ ਕਥਨ ਤਾਂ ਔਖਾ ਹੈ, ਪਰ ਸਾਰੇ ਖੰਡ ਬ੍ਰਹਮੰਡ ਅਤੇ ਸਭ ਜੀਵ ਜੰਤੂ ਉਸਦੇ ਹੁਕਮ ਵਿੱਚ ਹੀ ਸਾਜੇ ਗਏ ਹਨ । ਉਸ ਪ੍ਰਭੂ ਦੇ ਹੁਕਮ ਅੰਦਰ ਹੀ ਜੀਵ ਵਡਿਆਈਆਂ ਤੇ ਦੁਖ ਸੁਖ ਪਾਉਂਦੇ ਹਨ ਅਤੇ ਉਤਮ ਨੀਚ ਬਣਦੇ ਹਨ, ਕਈ ਆਵਾਗਉਣ ਦੇ ਚਕਰ ਵਿੱਚ ਫਸਦੇ ਹਨ ਤੇ ਕਈ ਮੁਕਤੀ ਪਾ ਲੈਂਦੇ ਹਨ । ਪਰ ਇਹ ਸਭ ਉਸ ਦੇ ਹੁਕਮ ਵਿੱਚ ਹੀ ਹੁੰਦਾ ਹੈ ਅਤੇ ਕੁਝ ਵੀ ਉਸਦੇ ਹੁਕਮ ਤੋਂ ਬਾਹਰ ਨਹੀਂ ਹੁੰਦਾ, ਗੁਰੂ ਸਾਹਿਬ ਦਾ ਇਹ ਮਹਾਂ ਵਾਕ, ਅਧਿਆਤਮਿਕ ਫਲਸਫੇ ਦਾ ਬੜਾ ਮਹੱਤਵ ਪੂਰਨ ਤੇ ਸਾਰਥਕ ਕਥਨ ਹੈ । ਇਸ ਕਥਨ ਦੀ ਸਮਝ ਦੇ ਅਭਾਵ ਕਰਕੇ ਹੀ ਹਉਮੈ ਉਪਜਦੀ ਹੈ, ਜੋ ਪਰਮਸਚੁ ਦੀ ਪ੍ਰਾਪਤੀ ਨਹੀਂ ਹੋਣ ਦਿੰਦੀ । ਇਸ ਜੀਵ ਵਿਚਾਰੇ ਦੀ ਤਾਂ ਕੀ ਹਸਤੀ ਹੈ, ਜਦ ਪ੍ਰਭੁ ਦੇ ਭੇਜੇ ਹੋਏ ਮੁਖੀ ਪੁਰਖ, ਪੈਗੰਬਰ ਤੇ ਅਵਤਾਰ ਆਦਿਕ ਹਉਮੈ ਕਾਰਨ ਉਸ ਪ੍ਰਭੂ ਨੂੰ ਵਿਸਾਰ ਬੈਠੇ । ਜਿਸਦਾ ਬਚਿਤ੍ਰ ਨਾਟਕ ਦੇ ਛੇਵੇਂ ਅਧਿਆਏ ਵਿੱਚ ਵਿਸਥਾਰ ਸਹਿਤ ਵਰਨਣ ਹੈ । **ਯਥਾ:- ਜਿਨਿ ਜਿਨਿ ਤਨਿਕ ਸਿਧ ਕੋ ਪਾਯੋ ॥ ਤਿਨ ਤਿਨ ਆਪਨਾ ਰਾਹੁ ਚਲਾਯੋ ॥ ਪਰਮੇਸਰ ਨ ਕਿਨਹੂੰ ਪਹਿਚਾਨਾ ॥ ਮਮ ਉਚਾਰਤੇ ਭਯੋ ਦਿਵਾਨਾ ॥ ੧੯ ॥ ਜੇ ਜੇ ਭਏ ਪਹਿਲ ਅਵਤਾਰਾ ॥ ਅਪੁ ਆਪੁ ਤਿਨ ਜਾਪੁ ਉਚਾਰਾ ॥ ੪੪ ॥ ਜੇ ਜੇ ਗਉਸ ਅੰਬੀਆ ਭਏ ॥ ਮੈ ਮੈ ਕਰਤ ਜਗਤ ਤੇ ਗਏ ॥ ੪੫ ॥** ਇਸ ਸਾਰਥਕ ਕਥਨ ਨੂੰ ਸਮਝਣ ਲਈ, ਹਰ ਇਕ ਨਾਲ ਹੱਡ ਬੀਤਦੀ ਉਦਾਹਰਣ ਲੈਂਦੇ ਹਾਂ :- ਕੋਈ ਵੀ ਮਨੁਖ ਆਪਣੀ ਮਰਜ਼ੀ ਅਨੁਸਾਰ ਜਨਮ ਲੈਣ ਲਈ ਸੁਤੰਤਰ ਨਹੀਂ, ਉਹ ਆਪਣੀ ਮਰਜ਼ੀ ਅਨੁਸਾਰ ਨਰ ਜਾਂ ਮਾਦਾ ਹੋਂਣ ਦੀ ਚੋਂਣ ਨਹੀਂ ਕਰ ਸਕਦਾ, ਉਹ ਆਪਣੇ ਲਈ ਅਮੀਰ ਗਰੀਬ ਘਰਾਣੇ ਦੀ ਚੋਂਣ ਨਹੀਂ ਕਰ ਸਕਦਾ, ਉਹ ਆਪਣੀ ਮਰਜ਼ੀ ਨਾਲ ਅਵਤਾਰ ਪੈਗੰਬਰ ਹੋਣ ਦੀ ਚੋਣ ਨਹੀਂ ਕਰ ਸਕਦਾ, ਉਹ ਆਪਣੇ ਅਗਲੇ ਜਨਮ ਲਈ ਕਿਸੇ ਵਿਸ਼ੇਸ਼ ਜੂਨ ਦੀ ਚੋਂਣ ਨਹੀਂ ਕਰ ਸਕਦਾ । ਮਨੁਖ ਵੱਲੋਂ ਮਾੜੀ ਸਮਝੀ ਜਾਂਦੀ ਜੂਨੀ ਵਿੱਚ ਜੇ ਕਰ ਉਸਨੂੰ ਅਗਲਾ ਜਨਮ, ਉਸੇ ਮਾੜੀ ਜੂਨੀ ਵਿੱਚ ਮਿਲ ਜਾਵੇ ਤਾਂ ਉਸਨੂੰ ਉਸੇ ਜੂਨੀ ਦੇ ਜੀਵਨ ਨਾਲ ਅਨੁਰਾਗ ਹੋ ਜਾਂਦਾ ਹੈ ਅਤੇ ਉਸੇ ਜੂਨੀ ਵਿੱਚ ਹੋਰ ਜਿਊਣ ਨੂੰ ਜੀਅ ਕਰਦਾ ਹੈ । ਪ੍ਰਭੂ ਜੀ ਨੇ ਆਪਣੇ ਹੁਕਮ ਅੰਦਰ ਐਸੀ ਹੀ ਪ੍ਰਕ੍ਰਿਤਕ ਮਰਯਾਦਾ ਸਥਾਪਤ ਕੀਤੀ ਹੋਈ ਹੈ । ਮਨੁਖ ਦੇ ਕੁਝ ਵੀ ਵਸ ਨਹੀਂ । ਪਰ ਜੋ ਕੁਝ ਵੀ ਹੋਵੇਗਾ ਉਹ ਪ੍ਰਭੂ ਦੇ ਹੁਕਮ ਵਿੱਚ ਹੀ ਹੋਵੇਗਾ, ਇਤਆਦਿਕ । ਇਸ ਤਰਾਂ ਹੁਕਮ ਵਾਲੇ ਸਰਬ ਕਲਾ ਸਮਰੱਥ ਪ੍ਰਭੂ ਦੀ ਮਨ ਅੰਦਰ ਪਛਾਣ ਕਰਨ ਨਾਲ, ਹਉਮੈ ਰੋਗ ਮਿਟਦਾ ਹੈ ਅਤੇ ਮਨੁਖ ਉਸ ਪ੍ਰਭੂ ਦੀ ਬਖਸ਼ੀਸ਼ ਦਾ ਪਾਤਰ ਬਣਦਾ ਹੈ । ਯਥਾ ਫੁਰਮਾਣ ਹੈ :- **ਜਿਹਿ ਪ੍ਰਾਨੀ ਹਉਮੈ ਤਜੀ ਕਰਤਾ ਰਾਮ ਪਛਾਣ ॥ ਕਹੁ ਨਾਨਕ ਵਹੁ ਮੁਕਤ ਨਰੁ ਇਹ ਮਨ ਸਾਚੀ ਮਾਨ** ॥ (ਸਲੋਕ ਮਹਲਾ ੯ / ੧੯) ਤਥਾ:- **ਹੋਦਾ ਫੜੀਅਗੁ ਨਾਨਕ ਜਾਣੁ ॥ ਨ ਹਉ ਨ ਮੈ ਜੂਨੀ ਪਾਣੁ ॥"** (ਵਾਰ ਮਲਾਰ ਸਲੋਕ ਮ: ੧ ਪੰ:੧੨੮੯)

ਤਥਾ:- **ਜਿਨੀ ਹੁਕਮ ਪਛਾਣਿਆ ਸੇ ਮੇਲੇ ਹਉਮੈ ਸਬਦਿ ਜਲਾਇ ॥** (ਮਾਰੂ ਮਹਲਾ ੩ ਪੰ: ੧੨੫੯) ॥"

☬ ਇਸ ਪਉੜੀ ਵਿੱਚ ਗੁਰੂ ਸਾਹਿਬ ਦ੍ਰਿੜ ਕਰਵਉਂਦੇ ਹਨ ਕਿ ਆਪਣੀ ਸੀਮਤ ਬੁਧੀ ਅਤੇ ਸੀਮਤ ਸਰੀਰਕ ਸਮਰੱਥਾ ਦੀ ਸੂਝ ਕਰਕੇ ਤੇ ਕਰਤਾਪੁਰਖੁ ਨੂੰ ਸਰਬ ਸ਼ਕਤੀਮਾਨ ਜਾਣਕੇ ਤਿਆਗੀ ਹਉਮੈ ਹੀ ਪ੍ਰਭੂ ਦੀ ਬਖਸ਼ੀਸ਼ ਪ੍ਰਾਪਤੀ ਦਾ ਸਾਧਨ ਹੈ । ਇਹੋਂ ਹੀ ਹੁਕਮਿ ਰਜਾਈ ਚਲਣ ਦਾ ਸੌਖਾ ਤੇ ਸਥਾਪਤ ਮਾਰਗ ਹੈ ।

ਅਰਥ

੧. ਗੁਰੂ ਜੀ ਕਹਿੰਦੇ ਹਨ ਕਿ ਵੈਸੇ ਤਾਂ ਸਮੁੱਚਾ ਰੱਬੀ ਹੁਕਮ ਕਥਨ ਕਰਨਾ ਔਖਾ ਹੈ । ਪਰ (ਸੰਖੇਪ ਵਿੱਚ), ਇਹ ਖੰਡ ਬ੍ਰਹਮੰਡੀ ਜਗਤ ਰਚਨਾ ਉਸਦੇ ਹੁਕਮ ਨਾਲ ਹੀ ਵਜੂਦ (ਹੋਂਦ) ਵਿੱਚ ਆਈ ਹੈ ।

੨. ਉਸਦੇ ਹੁਕਮ ਅੰਦਰ ਹੀ ਜਗਤ ਦੇ ਜੀਵਾਂ ਦੀ ਰਚਨਾ ਹੋਈ ਹੈ ਅਤੇ ਉਸਦੇ ਹੁਕਮ ਅੰਦਰ ਹੀ ਇਹਨਾਂ ਜੀਵਾਂ ਨੂੰ ਵਡਿਆਈ ਮਿਲਦੀ ਹੈ ।

੩. ਉਸਦੇ ਲਿਖੇ ਹੁਕਮ ਅਨੁਸਾਰ ਹੀ ਜੀਵ ਉਤਮੁ ਜਾਂ ਨੀਚੁ ਪਦ ਨੂੰ ਪ੍ਰਾਪਤ ਕਰਦੇ ਹਨ ਅਤੇ ਉਸਦੇ ਹੁਕਮ ਵਿੱਚ ਹੀ ਜੀਵ ਦੁਖ ਸੁਖ ਭੋਗਦੇ ਹਨ ।

੪. ਇਕਨਾਂ ਨੂੰ ਉਸਦੇ ਹੁਕਮ ਵਿੱਚ ਮੁਕਤੀ ਮਿਲ ਜਾਂਦੀ ਹੈ ਅਤੇ ਇਕਨਾਂ ਨੂੰ ਉਸਦੇ ਹੁਕਮ ਅੰਦਰ ਸਦਾ ਹੀ ਆਵਾਗਉਣ ਦੇ ਗੇੜ ਵਿੱਚ ਫਿਰਨਾ ਪੈਂਦਾ ਹੈ ।

੫ ਅਸਲ ਵਿੱਚ ਸਭ ਕੋਈ ਉਸਦੇ ਹੁਕਮ ਵਿੱਚ ਹੈ ਅਤੇ ਉਸਦੇ ਹੁਕਮ ਤੋਂ ਬਾਹਰ ਕੋਈ ਵੀ ਨਹੀਂ ।

੬. ਗੁਰੂ ਜੀ ਕਹਿੰਦੇ ਹਨ ਕਿ ਜੇ ਕੋਈ ਆਪਣੇ ਮਨ ਅੰਦਰ ਨਿਸ਼ਚੈ ਪੂਰਬਕ ਉਸ ਪ੍ਰਭੂ ਨੂੰ ਕਰਨ ਕਾਰਨ ਅਤੇ ਸਰਬ ਕਲਾ ਸਮਰੱਥ ਸਮਝ ਕੇ ਉਸ ਦੇ ਹੁਕਮ ਨੂੰ ਸਮਝ ਲੈਂਦਾ ਹੈ ਤਾਂ ਫਿਰ ਉਹ ਹਉਮੈ (ਹਉਂ ਹਉਂ ਮੈਂ ਮੈਂ) ਵਾਲੀਆਂ ਗੱਲਾਂ ਨਹੀਂ ਕਰਦਾ॥੨॥

ਮੂਲ

੧ **ਗਾਵੈ ਕੋ ਤਾਣੁ ਹੋਵੈ ਕਿਸੈ ਤਾਣੁ ॥ ਗਾਵੈ ਕੋ ਦਾਤਿ ਜਾਣੈ ਨੀਸਾਣੁ ॥**
੨ **ਗਾਵੈ ਕੋ ਗੁਣ ਵਡਿਆਈਆ ਚਾਰ ॥ ਗਾਵੈ ਕੋ ਵਿਦਿਆ ਵਿਖਮੁ ਵੀਚਾਰੁ॥**
੩ **ਗਾਵੈ ਕੋ ਸਾਜਿ ਕਰੇ ਤਨੁ ਖੇਹ ॥ ਗਾਵੈ ਕੋ ਜੀਅ ਲੈ ਫਿਰਿ ਦੇਹ ॥**
੪ **ਗਾਵੈ ਕੋ ਜਾਪੈ ਦਿਸੈ ਦੂਰਿ ॥ ਗਾਵੈ ਕੋ ਵੇਖੈ ਹਾਦਰਾ ਹਦੂਰਿ ॥**
੫ **ਕਥਨਾ ਕਥੀ ਨ ਆਵੈ ਤੋਟਿ॥ ਕਥਿ ਕਥਿ ਕਥੀ ਕੋਟੀ ਕੋਟਿ ਕੋਟਿ ॥**
੬ **ਦੇਦਾ ਦੇ ਲੈਦੇ ਥਕਿ ਪਾਹਿ ॥ ਜੁਗਾ ਜੁਗੰਤਰਿ ਖਾਹੀ ਖਾਹਿ ॥**
੭ **ਹੁਕਮੀ ਹੁਕਮੁ ਚਲਾਏ ਰਾਹੁ ॥ ਨਾਨਕ ਵਿਗਸੈ ਵੇਪਰਵਾਹੁ ॥ ੩ ॥**

ਪਦ ਅਰਥ

ਕੋ = ਕੋਈ (ਇਹ ਸਬਦ ਕਿਸੇ ਪੂਰੇ ਵਰਗ ਦੇ ਧਾਰਮਿਕ ਵਿਸ਼ਵਸ਼ ਦਾ ਲਖਾਇਕ ਹੈ)। **ਤਾਣੁ** = ਬਲ, ਜ਼ੋਰ। **ਨੀਸਾਣੁ** = ਨਿਸ਼ਾਨੀ, ਝੰਡਾ। **ਚਾਰ** = ਸ੍ਰੇਸ਼ਟ, ਸ਼ੁਭ, ਸੁੰਦਰ, ਚੱਜ- (ਚਜ ਆਚਾਰ, ਚਜ-ਚਾਰ) **ਵਿਖਮੁ** = ਕਠਨ, ਔਖੀ, ਔਖਾ। **ਹਾਦਰਾ ਹਦੂਰਿ** = ਹਾਜਰਾ ਹਜੂਰ, ਹਾਜਰ ਨਾਜਰ। **ਕਥਿ ਕਥਿ ਕਥੀ** = ਪਿਛਲੇ ਭੂਤ ਕਾਲ ਦੇ ਕਥਨ + ਵਰਤਮਾਨ ਕਾਲ ਦੇ ਕਥਨ + ਭਵਿਖ ਕਾਲ ਵਿੱਚ ਹੋਣ ਵਾਲੇ ਕਥਨ ਭਾਵ ਤ੍ਰੈਕਾਲ ਹੋਣ ਵਾਲੇ ਕ੍ਰੋੜਾਂ ਕਥਨਾਂ ਨਾਲ ਵੀ ਉਸਦੀ ਬੇਅੰਤ ਵਡਿਆਈ ਦੀ ਤੋਟਿ (ਘਾਟ) ਨਹੀਂ ਆਉਂਦੀ। **ਜੁਗਾ ਜੁਗੰਤਰਿ** = ਜੁਗੋ ਜੁਗ, ਸਾਰੇ ਜੁਗਾਂ ਅੰਦਰ। **ਵਿਗਸੈ** = ਖਿੜਿਆ ਹੋਇਆ, ਖਿੜੇ ਮੱਥੇ, ਅਨੰਦ-ਪ੍ਰਸੰਨ। ਵੇਪਰਵਾਹੁ = ਬੇਫਿਕਰ, ਬੇਡਰ, ਮਰਜ਼ੀ ਦਾ ਮਾਲਕ, ਨਿਸਚਿੰਤ।

ਨੋਟ :- ਇਸ ਪਉੜੀ ਵਿੱਚ ਰੱਬੀ ਹੁਕਮ ਦੀ ਹੋਰ ਵਿਆਖਿਆ ਕੀਤੀ ਗਈ ਹੈ ਅਤੇ ਦਸਿਆ ਹੈ ਕਿ ਉਹ ਸਦਾ ਨਿਸ਼ਚਿੰਤ ਤੇ ਸਤਿਚਿਤਅਨੰਦ ਅਵਸਥਾ ਵਿੱਚ ਰਹਿੰਦਾ ਹੈ। ਹੋਰ ਇਸ ਪਉੜੀ ਵਿੱਚ ਖਾਸ ਕਰਕੇ ਤੀਜੀ ਤੋਂ ਅੱਠਵੀਂ ਤੁਕ ਤੱਕ "ਵਿਦਿਆ ਵਿਖਮੁ ਵੀਚਾਰੁ", "ਵੇਖੈ ਹਾਦਰਾ ਹਦੂਰਿ" ਇਤਿਆਦਕ ਸ਼ਬਦਾਵਲੀ ਤੋਂ ਪਤਾ ਚਲਦਾ ਹੈ ਕਿ ਇਹ ਵੇਦਾਂ ਸਾਸ਼ਤ੍ਰਾਂ ਦੇ ਰਚਨਹਾਰ ਰਿਸ਼ੀ ਮੁਨੀਆਂ ਦੇ ਕੀਤੇ ਕਥਨਾਂ ਵੱਲ ਸੰਕੇਤ ਹੈ ਭਾਵ ਜੋ ਸੰਬੰਧਤ ਤੁਕਾਂ ਦੇ ਸੰਕੇਤ ਕ੍ਰਮ ਅਨੁਸਾਰ ਇਹ ਇਸ ਤਰਾਂ ਹੈ ਕਿ (੧) ਕਪਿਲ ਮੁਨਿ ਦਾ ਸਾਂਖ ਸਾਸਤ੍ਰ ਗੁਣ ਪ੍ਰਧਾਨ ਹੈ ਜਿਸ ਵਿੱਚ ਪ੍ਰਕ੍ਰਿਤੀ ਅਨਾਦੀ ਹੈ ਅਤੇ ਸਤੋ, ਰਜੋ ਤੇ ਤਮੋਂ ਗੁਣਾਂ ਦੀ ਸਮ ਅਵਸਥਾ ਰੂਪ ਹੈ ਅਤੇ ਤਿੰਨ ਗੁਣਾਂ ਦੀ ਅਸਮਤਾ (ਬਿਖਮਤਾ) ਹੋਣ ਤੇ ਪ੍ਰਕ੍ਰਿਤੀ ਤੋਂ ਹੀ ਸਾਰੀਆਂ ਵਸਤਾਂ ਬਣੀਆਂ ਹਨ। (੨) ਨਜਾਯ ਸ਼ਾਸਤ੍ਰ ਵਾਲੇ ਗੌਤਮ ਮੁਨਿ ੧੬ ਪਦਾਰਥ ਮੰਨਦੇ ਹਨ ਅਤੇ ਇਹ ਆਪਣੇ ਮਤ ਨੂੰ ਵਿਖਮ ਤਰਕ ਵਿਤਰਕ ਭਾਵ ਤਰਕ ਉਤੇ ਹੋਰ ਤਰਕ ਕਰਕੇ ਸਿਧ ਕਰਦੇ ਹਨ। (੩) ਵੈਸ਼ੇਖ਼ਕ ਸ਼ਾਸਤ੍ਰ ਦੇ ਕਰਤਾ ਕਣਾਦ ਮੁਨੀ ਛੇ ਪਦਾਰਥ ਮੰਨਦੇ ਹਨ ਅਤੇ ਇਸ ਮਤ ਵਿੱਚ ਸਮਾਂ ਪ੍ਰਧਾਨ ਹੈ ਭਾਵ ਸਮਾਂ ਹੀ ਜਗਤ ਦੇ ਜੀਵਾਂ ਨੂੰ ਸਾਜਨਹਾਰਾ ਕਰਤਾ ਹੈ ਤੇ ਸਮਾਂ ਹੀ ਜਗਤ ਜੀਵਾਂ ਨੂੰ ਨਾਸ ਕਰਨ ਵਾਲਾ ਹਰਤਾ ਹੈ। (੪) ਮੀਮਾਂਸਾ ਸ਼ਾਸਤ੍ਰ ਦੇ ਕਰਤਾ ਜੈਮਿਨੀ ਰਿਖ਼ੀ ਪੂਰਨ ਗਿਆਨ ਨੂੰ ਹੀ ਮੁਕਤੀ ਦਾ ਸਾਧਨ ਮੰਨਦੇ ਹਨ। ਇਹ ਕਰਮ ਪ੍ਰਧਾਨ ਮਤ ਹੈ। ਜੀਵਾਂ ਦਾ ਜਨਮ ਮਰਨ ਦਾ ਗੇੜ ਕਰਮਾਂ ਅਧੀਨ ਹੈ। ਜਗਯ ਆਦਿਕ ਵੇਦ ਦੇ ਦੱਸੇ ਅਨੁਸਾਰ ਕਰਮ ਕਰਨੇ ਹੀ ਧਰਮ ਹੈ। (੫) ਯੋਗ ਦਰਸ਼ਨ ਦਾ ਕਰਤਾ ਪਤੰਜਲੀ ਰਿਖ਼ੀ ਹੈ। ਇਸ ਮਤ ਦਾ ਮੁਖ ਜ਼ੋਰ ਚਿੱਤ ਬ੍ਰਿਤੀਆਂ ਨੂੰ ਰੋਕ ਕੇ ਕਠਨ ਯੋਗ ਸਾਧਨਾ ਕਰਨਾ ਹੈ। (੬) ਵੇਦਾਂਤ ਦੇ ਆਚਾਰੀਆ ਵੇਦ ਵਿਆਸ ਜੀ ਹਨ। ਇਸ ਮਤ ਅਨੁਸਾਰ ਬ੍ਰਹਮ ਦੀ ਸੱਤਾ ਅਤੇ ਸ਼ਕਤੀ ਨਾਲ ਮਾਇਆ ਦੁਆਰਾ ਸਭ ਕੁਝ ਬ੍ਰਹਮ ਤੋਂ ਉਪਜਿਆ ਹੈ। ਪ੍ਰਕਾਸ਼ ਵਿੱਚ ਰੱਸੀ ਵਿੱਚ ਸਰਪ ਦਾ ਭਰਮ ਦੂਰ ਹੋਣ ਵਤ, ਇਹ ਅਗਿਆਨ ਦਾ ਭਰਮ ਦੂਰ ਹੋਣ ਤੇ ਜੀਵਆਤਮਾ ਨੂੰ ਪ੍ਰਤੱਖ ਬ੍ਰਹਮ ਹੀ ਨਿਸ਼ਚੈ ਕਰਦੇ ਹਨ। ਜਲ ਵਿੱਚ ਸੂਰਜ ਦੇ ਪ੍ਰਤਿਬਿੰਬ ਦੇ ਪ੍ਰਕਾਸ਼ ਵਤ ਬੁਧੀ (ਅੰਤਹਕਰਣ) ਵਿੱਚ ਬ੍ਰਹਮ ਦਾ ਪ੍ਰਤਿਬਿੰਬ ਪ੍ਰਕਾਸ਼

ਹੀ ਜੀਵ ਆਤਮਾ ਹੈ । ਹੋਰ ਵਿਸਥਾਰ ਲਈ ਭਾਈ ਕਾਨ੍ਹ ਸਿੰਘ ਨਾਭਾ ਦੇ ਮਹਾਨ ਕੋਸ਼ ਵਿੱਚੋਂ ਖਟ ਸ਼ਾਸਤ੍ਰ ਦਾ ਵਿਸਥਾਰ, ਫਰੀਦ ਕੋਟੀ ਟੀਕਾ, ਗਰਬ ਗੰਜਨੀ ਟੀਕਾ, ਵਾਰ ਪਹਿਲੀ ਭਾਈ ਗੁਰਦਾਸ ਜੀ, ਹਿੰਦੂ ਮਿਥਿਹਾਸ ਕੋਸ਼ ਦੇਖਿਆ ਜਾਵੇ ਜੀ । ਸੋਹਿਲਾ ਬਾਣੀ ਦੇ ਦੂਜੇ ਸ਼ਬਦ ਵਿੱਚ "**ਛਿਅ ਘਰ ਛਿਅ ਗੁਰ ਛਿਅ ਉਪਦੇਸ ॥**" ਵੀ ਇਹਨਾਂ ਆਚਾਰੀਆਂ ਦਾ ਹੀ ਜਿਕਰ ਹੈ । ਹੇਠ ਦਿੱਤੇ ਪ੍ਰਮਾਣਾਂ ਵਿੱਚ, ਸ਼ਬਦ 'ਕੋਈ 'ਤੇ ਕੋਊ' ਦੀ ਭਾਂਤੀ; ਉਪਰ ਮੂਲ ਵਿੱਚ ਆਇਆ ਸ਼ਬਦ "ਕੋ" ਕਿਸੇ ਵਿਅਕਤੀ ਵਿਸ਼ੇਸ਼ ਜਾਂ ਪੂਰੇ ਵਰਗ ਸਮੂਹ ਦੇ ਪੁਰਾਤਨ ਧਰਮ ਗ੍ਰੰਥਾਂ ਵਿੱਚ ਕਥਤ ਧਾਰਮਿਕ ਵਿਸ਼ਵਾਸ਼ਾਂ ਵੱਲ ਸੰਕੇਤ ਹੈ । **ਯਥਾ:**-੧)"**ਕੋਈ ਓਢੈ ਨੀਲ ਕੋਈ ਸੁਪੇਦ ॥**" ਰਾਮਕਲੀ ਮਹਲਾ ੫ ਪੰ:੮੮੫ ॥ ੨)"**ਕੋਊ ਬੁਤਾਨ ਕੋ ਪੂਜਤ ਹੈ ਪਸੁ ਕੋਊ ਮ੍ਰਿਤਾਨ ਕੋ ਪੂਜਨ ਧਾਇਓ ॥ ੧੦ ॥**" (ਤਵ ਪ੍ਰਸਾਦਿ ਸਵੱਯੇ) ॥ ਅਸੀਂ ਛੇ ਸਾਸਤ੍ਰਾਂ ਦੇ ਨਾਮ ਗਿਣਨ ਦੀ ਵਜਾਇ, ਸੰਖੇਪ ਤੇ ਸਰਲ ਰੂਪ ਵਿੱਚ ਅਰਥ ਇਉਂ ਵੀ ਕਰ ਸਕਦੇ ਹਾਂ ਕਿ ਕਿਸੇ ਗ੍ਰੰਥ ਕਰਤਾ ਬ ਆਚਾਰੀਆ ਦੇ ਮੱਤ ਅਨੁਸਾਰ ਕੋਈ ਪ੍ਰਭੂ ਦੇ ਤਾਣ, ਦਾਤਿ, ਗੁਣ, ਆਵਾਗਉਣ ਦੇ ਚਕਰ, ਪ੍ਰਭੂ ਨੂੰ ਦੂਰ ਜਾਂ ਹਾਜਰ ਨਾਜਰ ਜਾਨਣ ਦੇ ਵਿਸ਼ਵਾਸ਼ ਨੂੰ ਮੁਖ ਰੱਖਕੇ ਪ੍ਰਭੂ ਨੂੰ ਗਾਉਂਦਾ ਹੈ, ਇਤਿਆਦਿਕ ।

ਅਰਥ

੧. ਗੁਰੂ ਜੀ ਕਹਿੰਦੇ ਹਨ ਕਿ ਜਿੰਨਾ ਜਿੰਨਾ ਕਿਸੇ ਵਿੱਚ ਬਲ (ਬੁਧੀ ਦਾ ਜ਼ੋਰ) ਹੈ ਉਨਾਂ ਕੁ ਹੀ ਉਹ ਉਸ ਪਰਮਈਸ਼ਰ ਦੇ ਤਾਣ (ਬਲ, ਵਡਿਆਈ) ਨੂੰ ਗਾਉਂਦਾ ਹੈ । ਕੋਈ ਉਸ ਨੂੰ ਉਸਦੀਆ ਦਾਤਾਂ ਦੀ ਨਿਸ਼ਾਨੀ ਤੋਂ ਉਸਨੂੰ ਦਾਤਾਰ ਪ੍ਰਭੂ ਜਾਣਕੇ ਗਾਉਂਦਾ ਹੈ ।

੨. ਕੋਈ (ਸਾਂਖ ਸ਼ਾਸਤ੍ਰ ਕਰਤਾ ਕਪਿਲ ਮੁਨੀ ਆਦਿ ਗੁਣ ਪ੍ਰਧਾਨੀ ਜਗਤ ਰਚਨਾ ਨੂੰ ਮੁਖ ਰਖਕੇ) ਉਸਦੇ ਸੁੰਦਰ ਸ੍ਰੇਸ਼ਟ ਗੁਣ ਵਡਿਆਈਆਂ ਨੂੰ ਯਾਦ ਕਰਕੇ ਗਾਉਂਦਾ ਹੈ ਅਤੇ ਕੋਈ (ਨਿਯਾਇਕ ਸ਼ਾਸਤ੍ਰ ਕਰਤਾ ਗੌਤਮ ਮੁਨੀ ਆਦਿ) ਤਰਕ ਵਿਤਰਕ ਨਾਲ ਵਿਸ਼ਲੇਸ਼ਣ ਦੁਆਰਾ ਕਿਸੇ ਸਿੱਟੇ ਤੇ ਪਹੁੰਚਣ ਵਾਲੀ ਔਖੀ ਵਿਦਿਆ ਵੀਚਾਰ ਵੀਚਾਰ ਕੇ ਉਸ ਦੇ ਗੁਣਾਂ ਨੂੰ ਗਾਉਂਦਾ ਹੈ ।

੩. ਕੋਈ (ਸ਼ਾਸਤ੍ਰ ਕਰਤਾ ਕਣਾਦ ਰਿਖ਼ੀ ਆਦਿ ਕਾਲ ਭਾਵ ਸਮੇਂ ਅਨੁਸਾਰ) ਪ੍ਰਭੂ ਦੀ ਇਸ ਸ਼ਕਤੀ ਨੂੰ ਮੁਖ ਰਖਕੇ ਗਾਉਂਦਾ ਹੈ ਕਿ ਉਹ ਆਪ ਤਨ (ਸਰੀਰ) ਨੂੰ ਸਾਜਦਾ (ਰਚਦਾ) ਹੈ ਤੇ ਆਪ ਹੀ (ਸਮੇਂ ਨਾਲ) ਨਾਸ ਕਰ ਦੇਂਦਾ ਹੈ ਅਤੇ ਕੋਈ (ਜੈਮਿਨ ਰਿਖ਼ੀ ਆਦਿ ਕਰਮ ਗਤੀ ਅਨੁਸਾਰ) ਗਾਉਂਦਾ ਹੈ ਕਿ ਪ੍ਰਭੂ ਆਪ ਹੀ ਜੀਵਾਂ ਨੂੰ (ਕਰਮਾਂ ਅਨੁਸਾਰ) ਜਿੰਦ ਬਖਸ਼ਦਾ ਹੈ ਤੇ ਆਪ ਹੀ ਵਾਪਸ (ਖਿਚ) ਲੈਂਦਾ ਹੈ (ਭਾਵ ਇਹ ਆਵਾਗਵਣ ਦਾ ਚਕਰ ਉਸੇ ਦਾ ਬਣਾਇਆ ਹੋਇਆ ਹੈ) ।

੪. ਕੋਈ ਉਸ ਪ੍ਰਭੂ ਤੱਕ ਪਹੁੰਚ ਨੂੰ ਦੂਰਿ (ਭਾਵ ਯੋਗ ਮਤ ਦੇ ਕਠਨ ਸਾਧਨ ਵਾਲੀ) ਸਮਝ ਕੇ ਗਾਉਂਦਾ ਹੈ ਅਤੇ ਕੋਈ ਉਸਨੂੰ ਵੇਦਾਂਤੀਆਂ ਦੀ ਤਰਾਂ ਹਾਜਰ ਨਾਜਰ ਸਮਝ ਕੇ ਗਾਉਂਦਾ ਹੈ ।

੫. (ਇਹਨਾਂ ਵੇਦਾਂ ਸ਼ਾਸਤ੍ਰਾਂ ਦੇ ਆਚਾਰੀਆਂ ਤੋਂ ਇਲਾਵਾ ਹੋਰ) ਕ੍ਰੋੜਾਂ ਹੀ ਕ੍ਰੋੜਾਂ ਉਸਦੀ ਵਡਿਆਈ ਨੂੰ ਤ੍ਰੈਕਾਲ ਕਥਦੇ (ਆਖਦੇ) ਹਨ। ਪਰ ਉਸਦੀ ਵਡਿਆਈ ਇਤਨੀ ਬੇਅੰਤ ਹੈ ਕਿ ਉਸਦੀ ਤੋਟਿ (ਘਾਟ) ਹੀ ਨਹੀਂ ਆਉਂਦੀ।

੬. ਜੁਗੋ ਜੁਗ ਉਸਦਾ ਦਿੱਤਾ ਖਾ ਖਾ ਕੇ ਤੇ ਉਸਦੀਆਂ ਦਾਤਾਂ ਨੂੰ ਭੋਗ ਭੋਗ ਕੇ ਅੰਤ ਨੂੰ ਜੀਵਾਂ ਦਾ ਜੀਵਨ ਹੀ ਥੱਕ (ਮੁੱਕ) ਜਾਂਦਾ ਹੈ ਪਰ ਉਸ ਪ੍ਰਭੂ ਦੀਆਂ ਦਾਤਾਂ ਨਹੀਂ ਮੁਕਦੀਆਂ ਤੇ ਉਹ ਦੇਈ ਜਾਂਦਾ ਹੈ।

੭. ਉਹ ਹੁਕਮ ਦਾ ਮਾਲਕ ਪ੍ਰਭੂ ਸਾਰੇ ਜਗਤ ਨੂੰ ਆਪਣੇ ਹੁਕਮ ਅੰਦਰ ਚਲਾਏ ਰਾਹਾਂ ਤੇ ਨਿਸ਼ਚਿੰਤ ਹੋ ਕੇ ਆਪਣੀ ਮਰਜ਼ੀ ਅਨੁਸਾਰ ਚਲਾਉਂਦਾ ਹੈ ਭਾਵ ਉਸਦੀ ਨਿਰਧਾਰਤ ਪ੍ਰਕ੍ਰਿਤਕ ਮਰਯਾਦਾ ਨਿਰੰਤਰ ਨਿਰਵਿਘਨ ਚਲਦੀ ਹੈ ਅਤੇ ਉਹ ਆਪ ਸਦਾ ਖਿੜੇ ਮੱਥੇ ਅਨੰਦਤ ਅਵਸਥਾ ਵਿੱਚ ਰਹਿੰਦਾ ਹੈ।੩

ਮੂਲ

੧ **ਸਾਚਾ ਸਾਹਿਬੁ ਸਾਚੁ ਨਾਇ ਭਾਖਿਆ ਭਾਉ ਅਪਾਰੁ ॥**
੨ **ਆਖਹਿ ਮੰਗਹਿ ਦੇਹਿ ਦੇਹਿ ਦਾਤਿ ਕਰੇ ਦਾਤਾਰੁ ॥**
੩ **ਫੇਰਿ ਕਿ ਅਗੈ ਰਖੀਐ ਜਿਤੁ ਦਿਸੈ ਦਰਬਾਰੁ ॥**
੪ **ਮੁਹੌ ਕਿ ਬੋਲਣੁ ਬੋਲੀਐ ਜਿਤੁ ਸੁਣਿ ਧਰੇ ਪਿਆਰੁ ॥**
੫ **ਅੰਮ੍ਰਿਤ ਵੇਲਾ ਸਚੁ ਨਾਉ ਵਡਿਆਈ ਵੀਚਾਰੁ ॥**
੬ **ਕਰਮੀ ਆਵੈ ਕਪੜਾ ਨਦਰੀ ਮੋਖੁ ਦੁਆਰੁ ॥**
੭ **ਨਾਨਕ ਏਵੈ ਜਾਣੀਐ ਸਭੁ ਆਪੇ ਸਚਿਆਰੁ ॥ ੪ ॥**

ਪਦ ਅਰਥ

ਨਾਇ = ਨਾਉ, ਨਾਮ (**ਤੇਰੈ ਨਾਇ ਰਤੇ ਸੇ ਜਿਣਿ ਗਏ ਹਾਰਿ ਗਏ ਸਿ ਠਗਣ ਵਾਲਿਆ ॥** ਵਾਰ ਆਸਾ- ਪਉ:੨ ॥) **ਭਾਖਿਆ** = ਬੋਲੀ, ਭਾਸ਼ਾ, ਭਾਖਾ (**ਖਤ੍ਰੀਆ ਤ ਧਰਮੁ ਛੋਡਿਆ ਮਲੇਛ ਭਾਖਿਆ ਗਹੀ** ॥ ਧਨਾਸਰੀ ਮ: ੧ ਪੰ: ੬੬੩) ॥ **ਭਾਉ ਅਪਾਰ** = ਪ੍ਰੇਮ ਜਿਸਦਾ ਕੋਈ ਪਾਰ ਨਹੀਂ, ਉਹੀ ਪ੍ਰੇਮ ਉਸਦੇ ਦਰਬਾਰ ਚ ਪੁਕਾਰ ਕਰਨ ਦੀ ਭਾਖਿਆ (ਬੋਲੀ) ਹੈ। **ਫੇਰਿ ਕਿ ਅਗੈ ਰਖੀਐ** = ਫੇਰ ਉਸਦੀ ਭੇਟਾ ਕੀ ਵਸਤੂ ਰੱਖੀਏ (ਚੜ੍ਹਾਈਏ)। **ਮੁਹੌ ਕਿ ਬੋਲਣ ਬੋਲੀਐ** = ਮੁਖੋਂ ਕੀ ਬਚਨ ਬੋਲੀਐ (ਆਖੀਐ), ਮੁਖੋਂ ਕੀ ਬੇਨਤੀਆਂ ਕਰੀਏ, ਕੀ ਸਿਫ਼ਤ ਕਰੀਏ। **ਅੰਮ੍ਰਿਤ ਵੇਲਾ** = ਪਹੁ ਫੁਟਾਲੇ ਤੋਂ ਚਾਰ ਘੜੀਆਂ ਪਹਿਲਾਂ ਦਾ ਸਮਾਂ, ਸੁਭਾ, ਸਵੇਰਾ, ਝਲਾਂਗਾ। **ਯਥਾ**:- "**ਝਾਲਾਗੇ ਉਠਿ ਨਾਮੁ ਜਪਿ ਨਿਸਿ ਬਾਸੁਰ ਆਰਾਧਿ** ॥ ਬ: ਅ: ਮ: ੫ -੨੫ ॥ ਤਥਾ:- "**ਚਉਥੈ ਪਹਿਰ ਸਬਾਹ ਕੈ ਸੁਰਤਿਆ ਉਪਜੈ ਚਾਉ** ॥ ਵਾਰ ਮਾਝ

ਮ:੨-੧੯ ॥" ਕਈ ਥਾਂ ਸੂਰਜ ਦੀ ਟਿੱਕੀ ਚੜਨ ਤੱਕ ਦੇ ਸਮੇਂ ਤੋਂ ਲੈਕੇ ਚਾਰ ਘੜੀਆਂ ਪਹਿਲਾਂ ਤੱਕ ਦੇ ਸਮੇਂ ਨੂੰ ਵੀ ਅੰਮ੍ਰਿਤ ਵੇਲਾ ਮੰਨਿਆ ਗਿਆ ਹੈ । **ਕਪੜਾ** = ਸਿਰੋਪਾਉ, ਖਿਅਲਤ, ਚੋਗਾ, ਸਮਾਜਿਕ ਰਸਮ ਰਿਵਾਜ ਅਨੁਸਾਰ ਆਦਰ ਜਾਂ ਮਨੌਤ ਵਜੋਂ ਮਿਲਿਆ ਕਪੜਾ (ਪੱਗ, ਖੇਸ, ਤਿਊਰ, ਪੁਸ਼ਾਕ ਆਦਿ, **ਯਥਾ:- ਸਿਫਤ ਸਰਮ ਕਾ ਕਪੜਾ ਮਾਗਉ ਹਰਿ ਗੁਣ ਨਾਨਕ ਰਵਤ ਰਹੈ** ॥ ਪ੍ਰਭਾਤੀ ਮ:੧ ਪੰ: ੧੩੨੯ ॥ ਤਥਾ:- **ਸਚੀ ਸਿਫਤਿ ਸਾਲਾਹ ਕਪੜਾ ਪਾਇਆ** ॥ ਮਾਝ ਮਹਲਾ ੧ ਪੰ: ੧੫੦) । ਗੁਰੂ ਨਾਨਕ ਸਾਹਿਬ ਨੂੰ ਵੀ ਬਗਦਾਦ ਵਿੱਚ ਵੱਡਾ ਪੀਰ ਮੰਨਕੇ ਅਦਬ ਵਜੋਂ ਕੁਰਾਨ ਸ਼ਰੀਫ ਦੀਆਂ ਉਕਰੀਆਂ ਆਇਤਾਂ ਵਾਲਾ ਚੋਗਾ ਦਿੱਤਾ ਗਿਆ ਸੀ ਜੋ ਦੇਹੁਰਾ ਬਾਬਾ ਨਾਨਕ ਵਿਖੇ ਮੌਜ਼ੂਦ ਹੈ । **ਨਦਰੀ** = ਮਿਹਰ ਦੀ ਨਿਗ੍ਹਾ ਦੁਆਰਾ, ਕ੍ਰਿਪਾ ਦ੍ਰਿਸਟੀ ਦੁਆਰਾ, ਬਖਸ਼ਸ਼ ਵਾਲੀ ਤੱਕਣੀ ਦੁਆਰਾ । ਏਵੈ = ਏਹੋ ਹੀ, ਇਕੋ ਇਕ ਏਹੋ ਹੀ, ਨਿਸਚੈ ਪੂਰਬਕ ਏਹੋ ਹੀ । **ਸਚਿਆਰੁ** = ਪਰਮਈਸ਼ਰ, ਪਰਮਸਚੁ, ਸੱਚਾ ਮਾਲਕ ।

ਨੋਟ :-੧) ☬ ਜਪੁ ਬਾਣੀ ਅਤੀ ਸੂਤ੍ਰ ਮਈ ਹੈ ਭਾਵ ਥੋੜੇ ਅੱਖਰਾਂ ਵਿੱਚ ਵਿਸ਼ਾਲ ਵਿਸਥਾਰ ਸਮੋਇਆ ਹੋਇਆ ਹੈ । ਮਿਸਾਲ ਲਈ ਗੁਰੂ ਜੀ ਵਲੋਂ ਤੁਕ ਨੰਬਰ ਤਿੰਨ ਅਤੇ ਚਾਰ ਵਿੱਚ ਉਠਾਏ ਪ੍ਰਸ਼ਨਾਂ ਦਾ ਘੇਰਾ ਬੜਾ ਵਿਸ਼ਾਲ ਹੈ । ਜਿਵੇਂ ਪ੍ਰਸ਼ਨ ਹੈ:- **ਫੇਰਿ ਕਿ ਅਗੈ ਰਖੀਐ ਜਿਤੁ ਦਿਸੈ ਦਰਬਾਰੁ** ? ਵਿੱਚ ਉਹ ਸਭ ਵਸਤਾਂ ਅਤੇ ਇਨ੍ਹਾਂ ਵਸਤਾਂ ਨੂੰ ਪ੍ਰਭੂ ਦੇ ਅਰਪਨ ਬਿਧੀਆਂ ਬਾਰੇ ਜਗਿਆਸੂ ਦੇ ਮਨ ਵਿੱਚ ਖਿਆਲ ਆਉਂਦਾ ਹੈ ਕਿ ਖਬਰੇ ਕਿਹੜੀ ਵਸਤੂ ਤੇ ਬਿਧੀ ਪ੍ਰਭੂ ਨੂੰ ਭਾਉਂਦੀ ਹੋਵੇ ? ਜਿਵੇਂ ਕਿ ਗੁਰੂ ਨਾਨਕ ਸਾਹਿਬ ਦੇ ਜਮਾਨੇ ਤੱਕ ਤੀਰਥ ਇਸ਼ਨਾਨ, ਤੀਰਥਾਂ ਤੇ ਤਪ ਕਰਨਾ ਤੇ ਦਾਨ ਕਰਨਾ, ਯਗ ਕਰਨੇ, ਭੰਡਾਰੇ ਕਰਨੇ, ਤੀਰਥ ਰਟਨ ਕਰਨੇ, ਹੱਜ ਕਰਨਾ, ਪ੍ਰਭੂ ਨੂੰ, ਖੁਦਾ ਨੂੰ ਖੁਸ਼ ਕਰਨ ਲਈ ਪਸ਼ੂ ਬਲੀ ਦੇਣੀ, ਇਥੋਂ ਤੱਕ ਕਿ ਕਿਸੇ ਦੇਵੀ ਦੇਵਤੇ ਨੂੰ ਨਰ ਬਲੀ ਦੇਣਾ, ਆਪਣੇ ਭਾਰ ਤੁਲ ਸੋਨਾ ਦਾਨ ਕਰਨਾ, ਭੂਮੀ ਦਾਨ ਦੇਣਾ, ਕਿਸੇ ਵਿਸ਼ੇਸ਼ ਤੀਰਥ ਤੇ ਜਾਕੇ ਆਪਣੇ ਆਪ ਨੂੰ ਆਰੇ ਨਾਲ ਕਟਾ ਲੈਣਾ, ਧੂਣੀਆਂ ਤਾਪਣੀਆਂ, ਚਾਲੀਹੇ ਕੱਟਣੇ, ਵਰਤ ਤੇ ਰੋਜ਼ੇ ਰੱਖਣੇ, ਸੁੰਨਤ ਕਰਉਣੀ ਜਾਂ ਕੰਨ ਪੜਵਾਉਣੇ, ਮੜ੍ਹੀਆਂ ਮਸਾਣਾਂ ਪੂਜਣੀਆਂ, ਵਿਸ਼ੇਸ਼ ਜੰਤ੍ਰ ਮੰਤ੍ਰ ਤੇ ਤੰਤ੍ਰ ਵਿਧੀਆਂ ਅਪਨਾਉਣੀਆਂ ਇਤਿਆਦਿਕ । ਸੋ ਘੇਰਾ ਬਹੁਤ ਵਿਸ਼ਾਲ ਹੈ । ਇਸੇ ਤਰਾਂ ਦੂਜੇ ਪ੍ਰਸ਼ਨ ਦੇ ਘੇਰੇ ਬਾਰੇ ਸਮਝਣਾ ਚਾਹੀਏ, ਜਿਥੇ ਭਾਸ਼ਾ ਦਾ ਰੌਲਾ ਹੈ । ਕਿਹੜੀ ਦੇਵ ਭਾਸ਼ਾ ਹੈ ਤੇ ਕਿਹੜੀ ਮਲੇਛ, ਪ੍ਰਭੂ ਦੀ ਉਪਾਸਨਾ ਕਿਸ ਭਾਸ਼ਾ ਵਿੱਚ ਹੋਵੇ, ਪ੍ਰਭੂ ਦੇ ਨਾਮਾਂ ਵਿੱਚੋਂ ਰਾਮ, ਹਰੇ, ਗੋਬਿੰਦ ਜਾਂ ਖੁਦਾ, ਅਲ੍ਹਾ ਉਸਨੂੰ ਪਸੰਦ ਹੈ । ਫਿਰ ਸਾਡੀ ਪ੍ਰਾਰਥਨਾ ਵਿਧੀ ਕੀ ਹੋਵੇ, ਪ੍ਰਭੂ ਦੀ ਉਸਤਤਿ ਰਾਗਾਂ ਚ ਕਰੀਏ ਜਾਂ ਬਿਨਾਂ ਰਾਗਾਂ ਸਾਜਾਂ ਦੇ ਇਤਿਆਦਿਕ । ਐਸੇ ਰੌਲੇ ਵਿੱਚ ਉਤਰ ਦੇਣਾ ਭਾਵੇਂ ਕਠਨ ਸੀ । ਪਰ ਗੁਰੂ ਜੀ ਦਾ ਉਤਰ ਬਹੁਤ ਸਰਲ, ਸਪੱਸ਼ਟ ਤੇ ਸਰਬ ਵਿਸ਼ਵ ਮਾਨਨੀਯ ਹੈ । ਗੁਰੂ ਜੀ ਦਸਦੇ ਹਨ ਕਿ ਉਸ ਪ੍ਰਭੂ ਦੀ ਪ੍ਰਵਾਨਤ ਭਾਸ਼ਾ 'ਪ੍ਰੇਮ' ਹੈ । ਇਸੇ ਤਰਾਂ ਦਾਤਾਂ ਮੰਗਣ ਸਮੇਂ ਵਾਲੀ ਪ੍ਰੇਮ ਭਾਵਨਾ ਅਤੇ ਅਦਬ ਸਹਿਤ ਹੀ ਅੰਮ੍ਰਿਤ ਵੇਲੇ ਪ੍ਰਭੂ ਦੇ ਸੱਚੇ ਨਾਮ ਦਾ ਸਿਮਰਨ ਅਤੇ ਉਸਦੇ ਗੁਣਾਂ ਤੇ ਵਡਿਆਈਆਂ ਦਾ ਚਿੰਤਨ ਹੀ ਉਸਦੇ

ਦਰਬਾਰ ਦੀ ਪ੍ਰਵਾਨਤ ਬੋਲੀ ਤੇ ਪ੍ਰਵਾਨਤ ਭੇਟਾ ਹੈ ਅਤੇ ਇਹੀ ਕਰਮ ਉਸਨੂੰ ਪ੍ਰਵਾਨ ਹਨ ਅਤੇ ਇਨ੍ਹਾਂ ਕਰਮਾਂ ਦੁਆਰਾ ਹੀ ਉਸ ਪ੍ਰਭੂ ਦੀ ਦਰਗਾਹ ਵਿੱਚ ਮਾਨ ਮਿਲ਼ਦਾ ਹੈ । ਉਕਤ ਦੇ ਸੰਬੰਧ ਵਿੱਚ ਅਗੇ ਦਿੱਤੇ ਪ੍ਰਮਾਣ ਵੀਚਾਰਨ ਯੋਗ ਹਨ । **ਯਥਾ**:- ੧)"**ਪੁਛਨਿ ਫੋਲਿ ਕਿਤਾਬ ਨੋ ਹਿੰਦੂ ਵਡਾ ਕਿ ਮੁਸਲਮਾਨੋਈ ॥ ਬਾਬਾ ਆਖੇ ਹਾਜੀਆ ਸੁਭਿ ਅਮਲਾ ਬਾਝਹੁ ਦੋਨੋ ਰੋਈ ॥** (ਭਾਈ ਗੁਰਦਾਸ ਵਾਰ ੧ ਪਉੜੀ ੩੩)॥" ਤਥਾ:- ੨) "**ਨ ਭੀਜੈ ਰਾਗੀ ਨਾਦੀ ਬੇਦਿ ॥ ਨ ਭੀਜੈ ਸੁਰਤੀ ਗਿਆਨੀ ਜੋਗਿ ॥ ਨ ਭੀਜੈ ਸੋਗੀ ਕੀਤੈ ਰੋਜਿ ॥ ਨ ਭੀਜੈ ਰੂਪੀ ਮਾਲੀ ਰੰਗਿ ॥ ਨ ਭੀਜੈ ਤੀਰਥ ਭਵਿਐ ਨੰਗਿ ॥ ਨ ਭੀਜੈ ਦਾਤੀ ਕੀਤੈ ਪੁੰਨਿ ॥ ਨ ਭੀਜੈ ਬਾਹਰਿ ਬੈਠਿਆ ਸੁੰਨਿ ॥ ਨ ਭੀਜੈ ਭੇੜਿ ਮਰਹਿ ਭਿੜਿ ਸੂਰ ॥ ਨ ਭੀਜੈ ਕੇਤੇ ਹੋਵਹਿ ਧੂੜ ॥ ਲੇਖਾ ਲਿਖੀਐ ਮਨ ਕੈ ਭਾਇ ॥ ਨਾਨਕ ਭੀਜੈ ਸਾਚੈ ਨਾਇ ॥**" (ਸਲੋਕ ਮਹਲਾ ੧ ਵਾਰ ਸਾਰੰਗ)॥ ਤਥਾ:- ੩) "**ਗੁਰ ਸਤਿਗੁਰ ਕਾ ਜੋ ਸਿਖ ਅਖਾਏ ਸੁ ਭਲਕੇ ਉਠਿ ਹਰਿ ਨਾਮੁ ਧਿਆਵੈ ॥**" (ਮ: ੪ ਵਾਰ ਗਉੜੀ ਕੀ ਮਹਲਾ ੪ ਪੰ: ੩੦੫)॥

ਨੋਟ :- ੨) ਇਸ ਪਉੜੀ ਦੀ ਛੇਵੀਂ ਤੁਕ ਵਿੱਚ 'ਕਰਮੀ' ਸ਼ਬਦ ਦਾ ਸੰਬੰਧ ਪਹਿਲੀ ਪਉੜੀ ਵਿੱਚ ਆਤਮ ਸ਼ੁੱਧੀ (ਆਤਮਿਕ ਸੁੱਚਮ) ਪ੍ਰਾਪਤ ਕਰਨ ਲਈ ਸ਼ਾਸਤ੍ਰ ਵਿਧੀ ਅਨੁਸਾਰ ਦਰਸਾਏ ਕਰਮਾਂ ਨਾਲ ਜੋੜਕੇ 'ਕਪੜਾ' ਸਬਦ ਦੇ ਅਰਥ ਸਰੀਰ ਕਰਨਾ ਠੀਕ ਨਹੀਂ ਕਿਉਂਕਿ ਪਰਮਸਚੁ ਦੀ ਪ੍ਰਾਪਤੀ ਲਈ ਲੋੜੀਂਦੇ ਕਰਮ "**ਅੰਮ੍ਰਿਤ ਵੇਲਾ ਸਚੁ ਨਾਉ ਵਡਿਆਈ ਵੀਚਾਰੁ**" ਇਸੇ ਪਉੜੀ ਦੇ ਚਲੰਤ ਪ੍ਰਸੰਗ ਵਿੱਚ ਹੀ ਗੁਰੂ ਸਹਿਬ ਨੇ ਨਿਰਧਾਰਤ ਕੀਤੇ ਹੋਏ ਹਨ । ਇਹਨਾਂ ਕਰਮਾਂ ਨਾਲ ਨਿਸਚੈ ਹੀ ਦੋਨਾਂ ਜਹਾਨਾਂ ਵਿੱਚ **ਕਪੜਾ ਭਾਵ ਆਦਰ ਮਾਨ** ਮਿਲਦਾ ਹੈ । **ਯਥਾ**:- "**ਜਿਨਿ ਸੇਵਿਆ ਤਿਨਿ ਪਾਇਆ ਮਾਨੁ ॥**" ਤਥਾ:-"**ਪੰਚੇ ਪਾਵਹਿ ਦਰਗਹਿ ਮਾਨੁ ॥**" ਤਥਾ:-"**ਢਾਢੀ ਸਚੈ ਮਹਿਲ ਖਸਮਿ ਬੁਲਾਇਆ ॥ ਸਚੀ ਸਿਫਤਿ ਸਾਲਾਹਿ ਕਪੜਾ ਪਇਆ ॥** (ਵਾਰ ਮਾਝ-੨੭)॥ ਤਥਾ:- "**ਬਾਬਾ ਪੈਧਾ ਸਚ ਖੰਡ ਨਉ ਨਿਧਿ ਨਾਮੁ ਗਰੀਬੀ ਪਾਈ ॥** (ਭਾਈ ਗੁਰਦਾਸ ਵਾਰ ੧ ਪਉ: ੨੪) ॥ ਤਥਾ:-"**ਸਰਬ ਧਰਮ ਮਹਿ ਸ੍ਰੇਸਟ ਧਰਮੁ ॥ ਹਰਿ ਕੋ ਨਾਮੁ ਜਪਿ ਨਿਰਮਲ ਕਰਮੁ ॥**" (ਸੁਖਮਨੀ ੩-੮) ॥ ਤਥਾ:- ਗੁਰੂ ਜੀ ਅਗੇ ਛੇਵੀ ਪਾਉੜੀ ਵਿੱਚ ਫਿਰ ਦੱਸਦੇ ਹਨ ਕਿ ਉਕਤ ਦਸੇ ਕਰਮਾਂ ਅਨੁਸਾਰ ਭਾਵ ਪ੍ਰਭੂ ਦਾ ਨਾਮ ਸਿਮਰਨ ਅਤੇ ਉਸਦੀਆਂ ਗੁਣ ਵਡਿਆਈਆਂ ਦਾ ਚਿੰਤਨ ਕੀਤੇ ਵਗੈਰ ਸਾਰੇ ਜਗਤ ਵਿੱਚ ਕਦੇ ਕਿਸੇ ਨੂੰ ਪਰਮਸਚੁ ਦੀ ਪ੍ਰਾਪਤੀ ਨਹੀਂ ਹੁੰਦੀ । **ਯਥਾ**:- "**ਜੇਤੀ ਸਿਰਠਿ ਉਪਾਈ ਵੇਖਾ ਵਿਣੁ ਕਰਮਾ ਕਿ ਮਿਲੈ ਲਈ ॥**" ਪਉੜੀ ਨੰਬਰ ਪੰਜ ਤੇ ਛੇ ਵਿੱਚ ਉਕਤ ਦਰਸਾਈ ਉਪਾਸਨਾ ਹੀ ਦ੍ਰਿੜ ਕਰਵਾਈ ਗਈ ਹੈ । ਜਪੁਜੀ ਸਾਹਿਬ ਦੇ ਅਖੀਰ ਵਿੱਚ ਫਿਰ ਦ੍ਰਿੜ ਕਰਵਾਇਆ ਗਿਆ ਹੈ:-"**ਕਰਮੀ ਆਪੋ ਆਪਣੀ ਕੇ ਨੇੜੈ ਕੇ ਦੂਰਿ ॥**"

☬ ਪਰਉਪਕਾਰੀ ਗੁਰੂ ਨਾਨਕ ਸਾਹਿਬ ਜੀ ਨੇ ਇਸ ਪਉੜੀ ਵਿੱਚ ਜਗਤ ਦੇ ਕਲਿਆਣ ਹਿਤ, ਅਧਿਆਤਮਿਕ ਮਾਰਗ ਦੀ ਨਿਸ਼ਚੈ ਪੂਰਵਕ ਸਫਲਤਾ ਦਾ ਵਰਨਣ ਕੀਤਾ ਹੈ ਕਿ ਪ੍ਰਭੂ ਦੇ

ਦਰਬਾਰ ਚ ਪੁਕਾਰ ਕਰਨ ਲਈ "ਪ੍ਰੇਮ" ਤੋਂ ਪਰੇ (ਵਧਕੇ) ਹੋਰ ਕੋਈ ਭਾਸ਼ਾ ਨਹੀਂ । ਅੰਮ੍ਰਿਤ ਵੇਲੇ ਪ੍ਰੇਮ ਸਹਿਤ ਪ੍ਰਭੂ ਦੇ ਸੱਚੇ ਨਾਮ ਦਾ ਸਿਮਰਨ, ਉਸਦੇ ਉਪਕਾਰਾਂ ਦਾ ਚਿੰਤਨ, ਪਰਮਸਚੁ ਦੀ ਪ੍ਰਾਪਤੀ ਦਾ ਨਿਸ਼ਚੈ ਪੂਰਵਕ ਸਫਲ ਮਾਰਗ ਹੈ । ਸਿਖ ਰਹਿਤ ਮਰਯਾਦਾ ਦਾ ਇਹ ਲਾਜ਼ਮੀ 'ਤੇ ਸੁਨਹਿਰਾ ਅਸੂਲ ਹੈ । ਗੁਰਸਿਖਾਂ ਦੇ ਭਾਗ ਵਡੇ ਹਨ ਜਿਨ੍ਹਾਂ ਨੂੰ ਗੁਰੂ ਦੀ ਬਖਸ਼ਸ਼ ਨਾਲ ਇਹ ਸਹਜ ਮਾਰਗ ਨਸੀਬ ਹੋਇਆ ਹੈ । (ਮੁਖਬੰਦ ਦੇ ਤਹਿਤ "ਜਪੁ ਸੰਬੰਧੀ ਇਕ ਵੀਚਾਰ" ਨੂੰ ਅਰਥਾਂ ਦੀ ਵਧੇਰੇ ਸਪੱਸ਼ਟਤਾ ਲਈ ਜਰੂਰ ਪੜ੍ਹ ਲਿਆ ਜਾਵੇ ਜੀ ।)

ਅਰਥ

੧. ਜਪੁ ਬਾਣੀ ਦੀਆਂ ਪਹਿਲੀਆਂ ਪਉੜੀਆਂ ਵਿੱਚ ਦਰਸਾਏ ਆਦਿਸਚੁ (ਪਰਮਸਚੁ) ਜਿਸਨੇ ਆਪਣੇ ਹੁਕਮ ਅੰਦਰ ਇਹ ਜਗਤ ਰਚਨਾ ਕੀਤੀ ਹੈ; ਉਹੀ ਇਸ ਜਗਤ ਰਚਨਾ ਦਾ ਸੱਚਾ ਮਾਲਕ ਹੈ ਅਤੇ ਉਸਦਾ ਨਾਮ ਵੀ ਸੱਚਾ (ਸਤਿ) ਹੈ ਅਤੇ ਅਪਾਰ ਪ੍ਰੇਮ ਹੀ ਉਸਦੇ ਦਰਬਾਰ ਵਿੱਚ ਪੁਕਾਰ ਕਰਨ ਲਈ (ਸੱਚੀ ਤੇ ਪ੍ਰਵਾਨਤ) ਬੋਲੀ ਹੈ ।

੨. ਉਹੋ ਹੀ ਦਾਤਾਂ ਦਾ ਸੱਚਾ ਮਾਲਕ ਹੈ ਅਤੇ ਜਗਤ ਦੇ ਜੀਵ ਉਸੇ ਪਾਸੋਂ ਪ੍ਰੇਮ ਭਾਵਨਾ ਦੀ ਪੁਕਾਰ ਰਾਹੀਂ ਮੁੜ ਮੁੜ ਦਾਤਾਂ ਮੰਗਦੇ ਹਨ ਤੇ ਉਹ ਸਦਾ ਦੇਈ ਜਾਂਦਾ ਹੈ ।

੩. ਫਿਰ ਦਾਤਾਂ ਦੇ ਸ਼ੁਕਰਾਨੇ ਵਜੋਂ ਉਸ ਅਗੇ ਕੀ ਭੇਟਾ ਰੱਖੀਏ ਜਿਸ ਕਰਕੇ ਉਸਦੇ ਦਰਸ਼ਨਾਂ ਹਿਤ ਉਸਦੇ ਦਰਬਾਰ ਵਿੱਚ ਪਰਵੇਸ਼ ਹੋਣਾ ਮਿਲੇ ?

੪. (ਫਿਰ ਉਸ ਸੱਚੇ ਸਾਹਿਬ ਅੱਗੇ) ਮੁਖ ਤੋਂ ਬੇਨਤੀਆਂ ਭਰੇ ਕੀ ਬਚਨ ਬੋਲੀਏ ਜਿਨਾਂ ਬਚਨਾਂ ਨੂੰ ਸੁਣਕੇ ਉਸਦੇ ਮਨ ਵਿੱਚ ਸਾਡੇ ਲਈ ਪਿਆਰ ਉਤਪਨ ਹੋ ਜਾਵੇ ?

੫. ਇਸ ਤੁਕ ਵਿੱਚ ਉਪਰ ਉਠਾਏ ਦੋਨਾਂ ਪ੍ਰਸ਼ਨਾਂ ਦਾ ਉਤਰ ਹੈ ਕਿ:- ਅੰਮ੍ਰਿਤ ਵੇਲੇ (ਇਸ਼ਨਾਨ ਉਪ੍ਰੰਤ) ਪ੍ਰੇਮ ਸਹਿਤ ਉਸ ਸੱਚੇ ਮਾਲਕ ਦਾ ਸੱਚਾ ਨਾਮ ਜਪੀਏ ਅਤੇ ਆਪਣੇ ਮਨ ਅੰਦਰ ਉਸ ਦਾਤਾਰ ਦੀਆਂ ਵਡਿਆਈਆਂ ਦਾ ਚਿੰਤਨ ਕਰੀਏ (ਭਾਵ ਇਹੋ ਬੋਲ ਤੇ ਭੇਟਾ ਉਸਨੂੰ ਪ੍ਰਵਾਨ ਹੈ)। ਇਕਾਗਰ ਚਿੱਤ ਹੋ ਕੇ ਅਰਥ ਬੋਧ ਸਹਿਤ ਗੁਰਬਾਣੀ ਦਾ ਪਾਠ ਕਰਨਾ, ਪ੍ਰਭੂ ਦੀਆਂ ਵਡਿਆਈਆਂ ਦਾ ਹੀ ਵੀਚਾਰ ਹੈ । ਗੁਰੂ ਜੀ ਵਲੋਂ ਤਦੇ ਹੀ ਹਰ ਰੋਜ, ਘਟੋ ਘੱਟ ਨਿੱਤਨੇਮ ਦੇ ਪਾਠ ਦਾ ਵਿਧਾਨ ਹੈ, ਅਤੇ ਗੁਰੂ ਸਾਹਿਬਾਨ ਵਲੋਂ ਗੁਰ ਸ਼ਬਦ (ਮੁਖਵਾਕ) ਦੀ ਕਥਾ ਵੀਚਾਰ ਦਾ ਵਿਧਾਨ ਕੀਤਾ ਹੋਇਆ ਹੈ । **ਯਥਾ:-"ਫਿਰ ਬਾਬਾ ਆਇਆ ਕਰਤਾਰ ਪੁਰਿ ਭੇਖੁ ਉਦਾਸੀ ਸਗਲ ਉਤਾਰਾ ॥ ਪਹਿਰਿ ਸੰਸਾਰੀ ਕਪੜੇ ਮੰਜੀ ਬੈਠਿ ਕੀਆ ਅਵਤਾਰਾ ॥...॥ ਬਾਣੀ ਮੁਖਹੁ ਉਚਾਰੀਐ ਹੁਇ ਰੁਸਨਾਈ ਮਿਟੈ ਅੰਧਿਆਰਾ ॥ ਗਿਆਨ ਗੋਸਟਿ ਚਰਚਾ ਸਦਾ ਅਨਹਦਿ ਸਬਦਿ ਉਠੇ ਧੁਨਕਾਰਾ ॥ ਸੋਦਰੁ ਆਰਤੀ ਗਾਵੀਐ ਅੰਮ੍ਰਿਤ ਵੇਲੇ ਜਾਪੁ ਉਚਾਰਾ ॥ ਗੁਰਮੁਖਿ ਭਾਰਿ ਅਥਰਬਣਿ ਤਾਰਾ ॥"** (ਭਾਈ ਗੁਰਦਾਸ ਵਾਰ ੧ ਪਉੜੀ ੩੮)। ਗੁਰੂ ਅਰਜਨ ਦੇਵ ਜੀ ਵਲੋਂ ਮੰਜੀ ਸਾਹਿਬ ਦੇ ਅਸਥਾਨ ਤੋਂ ਅੰਮ੍ਰਿਤਸਰ ਵਿਖੇ ਸ੍ਰੀ

ਹਰਿਮੰਦਰ ਸਾਹਿਬ ਦਰਬਾਰ ਸਾਹਿਬ ਤੋਂ ਆਏ ਅੰਮ੍ਰਿਤ ਵੇਲੇ ਦੇ ਮੁਖਵਾਕ ਦੀ ਕਥਾ ਵੀਚਾਰ ਦੇ ਨਿਤਨੇਮ ਦਾ ਵਿਧਾਨ ਪ੍ਰਭੂ ਦੀ ਵਡਿਆਈ ਵੀਚਾਰ ਹੀ ਹੈ ।

੬. ਗੁਰੂ ਜੀ ਅਗੇ ਹੋਰ ਦੱਸਦੇ ਹਨ ਕਿ "ਕਰਮੀ" ਭਾਵ ਉਪਰ ਦਸੀ ਉਪਾਸਨਾ ਵਾਲੇ ਨਿਰਧਾਰਤ ਕਰਮਾਂ ਦੁਅਰਾ ਭਾਵ "ਅੰਮ੍ਰਿਤ ਵੇਲਾ, ਸਚੁ ਨਾਉ, ਵਡਿਆਈ ਵੀਚਾਰੁ" ਰੂਪੀ ਕਰਮ ਕਰਦਿਆਂ **'ਕਪੜਾ' ਭਾਵ ਪ੍ਰਭੂ ਦੇ ਪਿਆਰ ਵਜੋਂ ਆਦਰ ਮਾਨ ਰੂਪੀ ਸਿਰੋਪਾਉ** ਪ੍ਰਾਪਤ ਹੁੰਦਾ ਹੈ ਅਤੇ ਉਸਦੀ ਕ੍ਰਿਪਾ ਦ੍ਰਿਸਟੀ ਨਾਲ "ਮੋਖ ਦੁਆਰ" ਭਾਵ ਮੁਕਤੀ ਦਾ ਦਰ ਭਾਵ ਬ੍ਰਹਮ ਗਿਆਨ ਪ੍ਰਾਪਤ ਹੁੰਦਾ ਹੈ ।

੭. ਗੁਰੂ ਨਾਨਕ ਸਾਹਿਬ ਦਰਸਾਉਂਦੇ ਹਨ ਕਿ "ਏਵੈ ਜਾਣੀਐ" ਭਾਵ ਉਸ ਸੱਚੇ ਮਲਕ ਨੂੰ ਨਿਸਚੈ ਪੂਰਬਕ ਜਾਨਣ ਦਾ ਇਹੋ ਹੀ (ਇਕੋ ਇਕ) ਰਾਹ ਹੈ ਕਿ ਉਪਰ ਦਸੇ ਅਨੁਸਾਰ ਅੰਮ੍ਰਿਤ ਵੇਲੇ ਉਸਦੇ ਸੱਚੇ ਨਾਮ ਦਾ ਜਾਪੁ ਅਤੇ ਉਸ ਦੀਆਂ ਵਡਿਆਈਆਂ ਦਾ ਚਿੰਤਨ ਹੋਵੇ ਤਾਂ ਇਹ ਗਿਆਨ ਹੋ ਜਾਂਦਾ ਹੈ ਕਿ ਉਹ ਸੱਚਾ ਮਾਲਕ ਆਪ ਹੀ ਜਗਤ ਰਚਨਾ ਦੇ ਸਭ ਜੀਵਾਂ ਅੰਦਰ ਸਮਾਇਆ ਹੋਇਆ ਹੈ ॥ ੪ ॥

ਮੂਲ

੧ **ਥਾਪਿਆ ਨ ਜਾਇ ਕੀਤਾ ਨ ਹੋਇ ॥ ਆਪੇ ਆਪਿ ਨਿਰੰਜਨੁ ਸੋਇ ॥**
੨ **ਜਿਨਿ ਸੇਵਿਆ ਤਿਨਿ ਪਾਇਆ ਮਾਨੁ ॥ ਨਾਨਕ ਗਾਵੀਐ ਗੁਣੀ ਨਿਧਾਨੁ ॥**
੩ **ਗਾਵੀਐ ਸੁਣੀਐ ਮਨਿ ਰਖੀਐ ਭਾਉ ॥ ਦੁਖੁ ਪਰਹਰਿ ਸੁਖੁ ਘਰਿ ਲੈ ਜਾਇ॥**
੪ **ਗੁਰਮੁਖਿ ਨਾਦੰ ਗੁਰਮੁਖਿ ਵੇਦੰ ਗੁਰਮੁਖਿ ਰਹਿਆ ਸਮਾਈ ॥**
ਗੁਰੁ ਈਸਰੁ ਗੁਰੁ ਗੋਰਖੁ ਬਰਮਾ ਗੁਰੁ ਪਾਰਬਤੀ ਮਾਈ ॥
੫ **ਜੇਹਉ ਜਾਣਾ ਆਖਾ ਨਾਹੀ ਕਹਣਾ ਕਥਨੁ ਨ ਜਾਈ ॥**
੬ **ਗੁਰਾ ਇਕ ਦੇਹਿ ਬੁਝਾਈ ॥**
ਸਭਨਾ ਜੀਆ ਕਾ ਇਕੁ ਦਾਤਾ ਸੋ ਮੈ ਵਿਸਰਿ ਨ ਜਾਈ ॥ ੫ ॥

ਪਦ ਅਰਥ

ਥਾਪਿਆ = ਸਥਾਪਤ ਕੀਤਾ ਹੋਇਆ, ਮੰਦਰ ਦੀ ਮੂਰਤੀ ਦੀ ਭਾਂਤੀ ਸਥਾਪਤ ਕੀਤਾ ਹੋਇਆ, ਕਿਸੇ ਪਹਿਲੇ ਦੀ ਥਾਂ ਤੇ ਟਿੱਕਿਆ ਹੋਇਆ, ਕਿਸੇ ਹੋਰ ਦਾ ਸਾਜਿਆ (ਉਤਪਨ ਕੀਤਾ) ਹੋਇਆ । **ਆਪੇ ਆਪਿ** = ਸੈਭੰ, ਸਵਯੰਭੂ, ਸੁਤੇ ਸਿਧ ਹੋਂਦ ਵਾਲਾ । **ਨਿਰੰਜਨੁ** = ਮਾਇਆ ਦੀ ਕਾਲਖ ਤੋਂ ਰਹਿਤ ਪਰਮਈਸ਼ਰ । **ਸੇਵਿਆ** = ਸੇਵਾ ਕੀਤੀ, ਸਿਮਰਿਆ । **ਮਾਨ** = ਸਤਿਕਾਰ (ਸੁਣਿਐ ਪੜਿ ਪੜਿ ਪਾਵਹਿ ਮਾਨੁ - ਪੰਚੇ ਪਵਹਿ ਦਰਗਹਿ ਮਾਨੁ) **ਪਰਹਰਿ** = ਦੂਰ ਕਰਕੇ, ਨਿਵਿਰਤ ਕਰਕੇ । **ਗੁਰਮੁਖਿ** = ਪਰਮ ਗੁਰੂ, ਮੁਖੀ ਗੁਰੂ, ਪ੍ਰਧਾਨ ਗੁਰੂ, ਜੋ ਪੂਜਾ ਲਈ ਮੁਖ ਹੈ । **ਨਾਦੰ** = ਧੁਨਾਂ ਵੱਚ,

ਅਵਾਜਾਂ ਵਿੱਚ, ਬੋਲਾਂ ਵਿੱਚ, ਨਾਦ ਉਨਮੁਖੀ ਯੋਗ ਸ਼ਾਸਤ੍ਰ ਵਿੱਚ, ਜਿਸਦਾ ਵਰਨਣ ਹੈ, ਉਹ ਅਨਹਤ ਨਾਦ ਜੋ ਯੋਗੀ ਦਸਮ ਦੁਆਰ ਵਿੱਚ ਸੁਣਦੇ ਹਨ । **ਯਥਾ:-"ਸੁੰਨ ਸਮਾਧਿ ਅਨਹਤ ਤਹ ਨਾਦ ॥ ਕਹਨੁ ਨ ਜਾਈ ਅਚਰਜ ਬਿਸਮਾਦ ॥** (ਅੰਗ ੨੯੩)॥ **ਭੁਗਤਿ ਗਿਆਨੁ ਦਇਆ ਭੰਡਾਰਣਿ ਘਟਿ ਘਟਿ ਵਾਜਹਿ ਨਾਦ ॥** ਤਥਾ:- **ਸਭੈ ਘਟ ਰਾਮੁ ਬੋਲੈ ਰਾਮਾ ਬੋਲੈ ਰਾਮ ਬਿਨ ਕੋ ਬੋਲੈ ਰੇ ॥** (ਪੰ: ੯੮੮)॥ **ਮਨ ਕਰਿ ਮਕਾ ਕਿਬਲਾ ਕਰ ਦੇਹੀ ॥ ਬੋਲਣਹਾਰੁ ਪਰਮ ਗੁਰ ਏਹੀ ॥** (ਪੰ: ੧੧੫੮)॥" ਮਹਾਨ ਕੋਸ਼ ਅਨੁਸਾਰ ਯਾਸਕਮੁਨਿ ਦੁਅਰਾ ਰਚੇ ਨਿਘੰਟੁ (ਨਿਰੁਕਤ) ਵਿੱਚ ਨਾਦ ਦਾ ਅਰਥ ਹੈ ਉਸਤਤਿ ਕਰਨ ਯੋਗਯ, ਜਿਸਦੀ ਉਸਤਤਿ ਕਰੀਏ ਉਹ ਨਾਦ ਹੈ । **ਵੇਦੰ** = ਵੇਦਾਂ ਵਿੱਚ ਜਿਸਦਾ ਵਰਨਣ ਹੈ । **ਸਮਾਈ** = ਸਮਾਇਆ ਹੋਇਆ ਹੈ, ਜੋ ਸਭ ਵਿੱਚ ਰਮਿਆ ਹੋਇਆ ਹੈ । **ਗੁਰੁ ਈਸਰ ਗੁਰੁ ਗੋਰਖੁ ਬਰਮਾ ਗੁਰੁ ਪਾਰਬਤੀ ਮਾਈ** = (ਉਹ ਨਿਰੰਜਨ) ਪਰਮ ਗੁਰੂ ਹੀ ਸਾਡੇ ਲਈ ਸ਼ਿਵਜੀ, ਵਿਸ਼ਨੂੰ, ਬਰਮਾ ਤੇ ਪਾਰਬਤੀ ਮਾਂ ਦੀ ਥਾਂ ਪੂਜਯ ਹੈ ਭਾਵ ਈਸਰ (ਸ਼ਿਵਜੀ), ਗੋਰਖ (ਵਿਸ਼ਨੂੰ), ਬਰਮਾ (ਬ੍ਰਹਮਾ) ਅਤੇ ਪਾਰਬਤੀ ਮਾਂ ਸਾਡੇ ਇਸਟ (ਪੂਜਯ) ਨਹੀਂ । **ਜੇਹਉ ਜਾਣਾ** = ਜੇਹੋ ਜੇਹਾ ਮੈਂ ਜਾਣਿਆ ਹੈ । (!) ਇਹ ਅਰਥ ਕਰਨਾ ਕਿ:-ਜੇ ਮੈਂ ਜਾਣ ਵੀ ਲਵਾਂ, ਠੀਕ ਨਹੀਂ । ਕਿਉਂਕਿ ਜੋ ਜਾਣਿਆ ਹੀ ਨਹੀਂ ਫਿਰ ਉਸਦੇ ਕਹਣੇ ਕਥਨ ਦਾ ਤਾਂ ਪ੍ਰਸ਼ਨ ਹੀ ਨਹੀਂ ਉਠਦਾ । **ਗੁਰਾ** = ਹੇ ਪਰਮ ਗੁਰੂ ਜੀ, ਹੇ ਮੇਰੇ ਜਗਤ ਗੁਰਾ । (ਗੁਰਾ ਸ਼ਬਦ ਅਰਦਾਸ ਬੋਧਕ ਹੈ)।

ਨੋਟ :- ☬ ਗੁਰੂ ਜੀ ਪਉੜੀ ਨੰਬਰ ਚਾਰ ਵਿੱਚ ਦਸੀ ਉਪਾਸਨਾ "**ਅੰਮ੍ਰਿਤ ਵੇਲਾ ਸਚੁ ਨਾਉ ਵਡਿਆਈ ਵੀਚਾਰੁ**" ਦੇ ਅਭਿਆਸ ਨੂੰ ਹੋਰ ਸਪੱਸ਼ਟ ਕਰਦੇ ਹੋਏ ਇਹ ਵਾਧਾ ਕਰਦੇ ਹਨ ਕਿ "**ਗਾਵੀਐ ਸੁਣੀਐ ਮਨਿ ਰਖੀਐ ਭਾਉ**" ਭਾਵ ਪ੍ਰੇਮ ਤਥਾ ਅਦਬ ਸਹਿਤ ਸਿਮਰਿਆ, ਚਿੰਤਨ ਕੀਤਾ, ਗਾਵਿਆ ਤੇ ਸੁਣਿਆ ਨਿਸ਼ਚੈ ਹੀ ਫਲੀਭੂਤ ਹੁੰਦਾ ਹੈ । ਇਹੋ ਹੀ ਸਿੱਖ ਅਧਿਆਤਮਿਕ ਮਾਰਗ ਦਾ ਸੁਨਹਿਰੀ ਅਸੂਲ ਹੈ । ਇਸ ਪਉੜੀ ਵਿੱਚ ਅਮਲੀ ਪੱਖ ਦੀ ਵਿਲੱਖਣਤਾ ਇਹ ਹੈ ਕਿ ਇੱਥੇ ਉਸ ਕਰਤਾਪੁਰਖ ਦਾ 'ਜਗਤਗੁਰੂ' ਦੇ ਰੂਪ ਵਿੱਚ ਚਿੰਤਨ ਤਥਾ ਉਪਾਸਨਾ ਦਾ ਮੁਢ ਬਝਦਾ ਹੈ । ਦੂਜੀ ਅਮਲੀ ਅਤੇ ਇਤਿਹਾਸਕ ਵਿਲੱਖਣਤਾ ਇਹ ਹੈ ਕਿ ਸਾਰੇ ਗੁਰੂ ਸਾਹਿਬਾਨ ਨੇ ਐਸਾ ਜੀਵਨ ਜੀਵਿਆ ਕਿ '**ਸਭਨਾ ਜੀਆ ਕਾ ਇਕੁ ਦਾਤਾ**' ਵਾਲੀ ਕਥਨੀ ਤੇ ਕਰਨੀ ਨੂੰ ਇੱਕ ਕਰ ਵਿਖਾਇਆ । ਜਿਵੇਂ ਗੁਰੂ ਨਾਨਕ ਸਾਹਿਬ ਨੇ ਸਭ ਜਾਤੀ ਤੇ ਧਰਮਾਂ ਦੇ ਭਗਤਾਂ ਦੀ ਬਾਣੀ ਇਕੱਤਰ ਕੀਤੀ ਤੇ ਗੁਰੂ ਅਮਰਦਾਸ ਜੀ ਨੇ ਕ੍ਰਾਂਤੀਕਾਰੀ ਕਦਮ ਉਠਾਉਂਦੇ ਹੋਏ ੨੨ ਮੰਜੀਆਂ ਵਿੱਚੋਂ ੩ ਮੰਜੀਆਂ ਬੀਬੀਆਂ ਨੂੰ ਬਖ਼ਸ਼ੀਆਂ 'ਤੇ ਇਕੋ ਰੱਬ ਦੇ ਧੀਆਂ ਪੁਤਰ ਸਮਝ ਕੇ ਹਿੰਦੋਸਤਾਨ ਵਿੱਚ ਪਹਿਲੀ ਵਾਰੀ ਇਸਤ੍ਰੀ ਜਾਤੀ ਦਾ ਅਮਲੀ ਰੂਪ ਵਿੱਚ ਸਨਮਾਨ ਵਧਾਇਆ ; ਗੁਰੂ ਅਰਜਣ ਦੇਵ ਜੀ ਨੇ ਆਦਿ ਸ੍ਰੀ ਗ੍ਰੰਥ ਸਾਹਿਬ ਵਿੱਚ ਸਭ ਧਰਮਾਂ ਤੇ ਸਭ ਉਚ ਨੀਚ ਜਾਤੀ ਦੇ ਭਗਤਾਂ ਨੂੰ ਆਪਣੇ ਬਰਾਬਰ ਥਾਂ ਦਿੱਤਾ ਅਤੇ ਗੁਰੂ ਗੋਬਿੰਦ ਸਿੰਘ ਜੀ ਨੇ ਉਸੇ ਗ੍ਰੰਥ ਸਾਹਿਬ ਵਿੱਚ ਗੁਰੂ ਤੇਗ ਬਹਾਦਰ ਸਾਹਿਬ ਦੀ ਬਾਣੀ ਦਰਜ ਕਰਕੇ ਅਖੀਰ ਸਮੇਂ ਇਸੇ ਗ੍ਰੰਥ ਸਾਹਿਬ ਨੂੰ ਜੁਗੋ ਜੁਗ ਅਟੱਲ ਗੁਰੂ ਥਾਪ ਦਿੱਤਾ । ਸਾਰੇ ਵਿਸ਼ਵ ਦੇ ਇਤਿਹਾਸ ਵਿੱਚ ਐਸੀ ਮਿਸਾਲ ਨਹੀਂ ਮਿਲਦੀ । ਅੱਜ ਦੇ ਜ਼ਮਾਨੇ ਵਿੱਚ ਵਿਗਿਆਨ ਦੀ ਤਰੱਕੀ ਤੇ ਅੰਤ੍ਰਰਾਸਟਰੀ ਭਾਈਚਾਰਾ ਸਥਾਪਤ ਹੋਣ ਦੇ ਵਾਬਜੂਦ ਹਿੰਦੂ 'ਤੇ ਮੁਸਲਿਮ ਧਰਮ ਵਾਲੇ

ਗੁਰੂ ਸਾਹਿਬਾਨ ਦੇ ਤੁਲ ਐਸੀ ਕਾਰਵਾਈ ਕਰਨ ਦੀ ਸੁਪਨੇ ਵਿੱਚ ਵੀ ਨਹੀਂ ਸੋਚ ਸਕਦੇ। ਰੱਬੋਂ ਹੀ ਇਹ ਏਕਤਾ ਗੁਰੂ ਨਾਨਕ ਸਾਹਿਬ ਦੇ ਹਿੱਸੇ ਆਈ ਹੈ ਹੋਰ ਕਿਸੇ ਪਾਸ ਗੁਰੂ ਵਾਲੀ ਕਰਨੀ ਵਾਲਾ ਏਡਾ ਜਿਗਰਾ ਹੀ ਨਹੀਂ ਅਤੇ ਨਾ ਹੀ ਦੂਜੇ ਧਰਮਾਂ ਦੇ ਅਕੀਦੇ ਐਸਾ ਕਰਨ ਦੀ ਇਜਾਜ਼ਤ ਦਿੰਦੇ ਹਨ।

☬ ਜੰਗਾਂ ਯੁਧਾਂ ਦੀ ਤਰਾਸਦੀ ਤੋਂ ਬਾਅਦ ਅੰਤ੍ਰਰਾਸ਼ਟਰੀ ਭਾਈਚਾਰੇ ਦੇ ਰੂਪ ਵਿੱਚ ਸਾਲ ੧੯੪੫ ਵਿੱਚ ਸੰਯੁਕਤ ਰਾਸਟਰ ਸੰਸਥਾ (United Nations Organization - UNO) ਹੋਂਦ ਵਿੱਚ ਆਈ ਅਤੇ ਇਸ ਦੀ ਮਹਾਂਸਭਾ (General Assemmbly) ਵਲੋਂ ੧੦ ਅਕਤੂਬਰ ੧੯੪੮ ਨੂੰ ਅੰਤ੍ਰਰਾਸ਼ਟਰੀ ਮਨੁਖੀ ਅਧਿਕਾਰਾਂ (International Human Rights) ਦੀ ਘੋਸ਼ਣਾ ਕੀਤੀ ਗਈ; ਜਿਸਦੀਆਂ ਕੁਲ ੩੦ ਧਾਰਾਵਾਂ (Articles) ਹਨ। ਪਹਿਲੀ ਧਾਰਾ ਵਿੱਚ ਘੋਸ਼ਣਾ ਹੈ ਕਿ, "**ਸਭ ਮਨੁਖ ਜਨਮ ਤੋਂ ਆਜ਼ਾਦ ਹਨ, ਸਭ ਦੀ ਜਿਊਣ ਦੀ ਸ਼ਾਨ ਤੇ ਮਨੁਖੀ ਅਧਿਕਾਰ ਬਰਾਬਰ ਹਨ। ਇਸ ਲਈ ਸਭ ਨੂੰ ਸੂਝ ਬੂਝ ਨਾਲ ਭਰਾਤਰੀ ਦੀ ਭਾਵਨਾ ਨਾਲ ਵਰਤਣਾ ਚਾਹੀਦਾ ਹੈ।**" ਪ੍ਰਤੱਖ ਹੈ ਕਿ ਸਮਾਂ ਪਾ ਕੇ ਇਹ ਗੁਰੂ ਨਾਨਕ ਸਾਹਿਬ ਦੇ ਚਲਾਏ ਸਿੱਖ ਧਰਮ ਦੇ ਸਰਬ ਸਾਂਝਾ ਅੰਤਰ ਰਾਸਟਰੀ ਧਰਮ ਬਣਨ ਵੱਲ ਸੰਕੇਤ ਹੈ ਕਿਉਂਕਿ ਦੁਨੀਆ ਦਾ ਕੋਈ ਧਰਮ ਐਸਾ ਨਹੀਂ ਜੋ ਸਿੱਖ ਧਰਮ ਵਾਂਗ ਹਰ ਰੋਜ ਆਪਣੀਆਂ ਅਰਦਾਸਾਂ ਵਿੱਚ ਪਰਮਾਤਮਾ ਪਾਸੋਂ ਸਰਬੱਤ ਦਾ ਭਲਾ ਮੰਗਦਾ ਹੋਵੇ !!! ਯਥਾ :- "**ਪਰਥਾਇ ਸਾਖੀ ਮਹਾ ਪੁਰਖ ਬੋਲਦੇ ਸਾਝੀ ਸਗਲ ਜਹਾਨੈ** ॥ ਸਲੋਕੁ ਮਃ ੩॥ (ਅੰਗ ੬੪੭)"॥ ਗੁਰੂ ਨਾਨਕ ਸਾਹਿਬ ਦੀ ਸਿੱਖਿਆ ਸਾਰੇ ਸੰਸਾਰ ਲਈ ਸਾਂਝੀ ਹੈ !!!

ਅਰਥ

੧. ਉਹ ਸਚਾ ਸਾਹਿਬ ਨਾਂ ਤਾਂ ਕਿਸੇ ਮੰਦਰ ਦੀ ਮੂਰਤੀ ਦੀ ਤਰਾਂ ਕਿਸੇ ਦਾ ਸਥਾਪਤ ਕੀਤਾ ਹੋਇਆ ਹੈ ਤੇ ਨਾਂ ਹੀ ਕਿਸੇ ਦਾ ਟਿੱਕਿਆ ਹੋਇਆ ਹੈ ਅਤੇ ਨਾਂ ਹੀ ਕਿਸੇ ਹੋਰ ਕਰਤੇ ਦਾ ਪੈਦਾ ਕੀਤਾ ਹੋਇਆ ਹੈ। ਅਸਲ ਵਿੱਚ ਉਹ ਮਾਇਆ ਤੋਂ ਰਹਿਤ (ਨਿਰੰਜਨੁ) ਤਾਂ ਆਪਣੇ ਆਪ ਤੋਂ ਹੀ ਸੁਤੇ ਸਿਧ ਹੋਂਦ ਵਾਲਾ ਸੈਭੰ ਨਿਰੰਜਨੁ ਹੈ।

੨. ਜਿਨਾਂ ਨੇ ਉਸ ਸਵਯੰਭੂ ਨਿਰੰਜਨ ਦਾ ਸਿਮਰਨ ਕੀਤਾ ਹੈ, ਉਨ੍ਹਾਂ ਨੇ ਹੀ ਜਗਤ ਵਿੱਚ ਅਤੇ ਪ੍ਰਭੂ ਦੇ ਦਰਬਾਰ ਵਿੱਚ ਸਤਿਕਾਰ ਪਾਇਆ ਹੈ। ਇਸ ਲਈ ਹੇ ਨਾਨਕ ਉਸ ਬੇਅੰਤ ਗੁਣਾਂ ਵਾਲੇ (ਗੁਣੀ ਨਿਧਾਨ) ਦੇ ਗੁਣਾਂ ਦਾ ਗੁਣਗਾਨ ਕਰਨਾ ਚਾਹੀਦਾ ਹੈ।

੩. ਅਸਲ ਵਿੱਚ ਮਨ ਵਿੱਚ ਪ੍ਰੇਮ ਤਥਾ ਅਦਬ ਰਖਕੇ ਹੀ ਉਸ ਸੈਭੰ ਨਿਰੰਜਨ ਦਾ ਜਸ ਸੁਣਨਾ ਚਾਹੀਦਾ ਹੈ ਅਤੇ ਉਸਦੇ ਗੁਣਾਂ ਨੂੰ ਗਾਉਣਾ ਚਾਹੀਦਾ ਹੈ। ਇਸ ਤਰਾਂ ਜੀਵ ਆਪਣੇ ਦੁਖਾਂ ਦੀ ਨਿਵਿਰਤੀ ਕਰਕੇ ਆਪਣੇ ਹਿਰਦੇ ਵਿੱਚ ਸੁਖ ਅਨੰਦ ਨੂੰ ਪ੍ਰਾਪਤ ਕਰਦਾ ਹੈ। "**ਪ੍ਰਭ ਬਾਣੀ ਸਬਦੁ ਸੁਭਾਖਿਆ। ਗਾਵਹੁ ਸੁਣਹੁ ਪੜਹੁ ਨਿਤ ਭਾਈ ਗੁਰ ਪੂਰੈ ਤੂੰ ਰਾਖਿਆ॥**" (ਸੋਰਠਿ ਮਹਲਾ ੫ ॥ ਅੰਗ ੬੧੧)॥

੪. (ਸੈਭੰ ਨਿਰੰਜਨ ਦੇ ਟਿਕਾਣੇ ਵਲ ਸੰਕੇਤ ਕਰਦੇ ਹੋਏ, ਗੁਰੂ ਜੀ ਦੱਸਦੇ ਹਨ ਕਿ:-) ਉਹ ਪਰਮ ਗੁਰੂ ਜਿਸਦਾ ਨਾਦ ਉਨਮੁਖੀ ਯੋਗ ਸ਼ਾਸਤ੍ਰ ਵਿੱਚ ਵਰਨਣ ਹੈ ਅਤੇ ਸਭ ਜੀਵਾਂ ਦੇ ਅੰਦਰ ਨਾਦ ਹੋ ਕੇ ਬੋਲ ਰਿਹਾ ਹੈ ਅਤੇ ਜਿਸਦੇ ਜਸ ਦਾ ਵਰਨਣ ਵੇਦਾਂ ਵਿੱਚ ਕੀਤਾ ਹੋਇਆ ਹੈ ਅਤੇ ਜੋ ਪਰਮ

ਗੁਰੂ ਸਾਰੀ ਬ੍ਰਹਮੰਡੀ ਜਗਤ ਰਚਨਾ ਵਿੱਚ ਸਮਾਇਆ ਹੋਇਆ ਹੈ, ਮੇਰੇ ਲਈ ਤਾਂ ਕੇਵਲ ਉਹੀ ਪਰਮ ਗੁਰੂ (ਸ਼ਿਵਜੀ, ਵਿਸ਼ਨੂੰ, ਬ੍ਰਹਮਾ ਅਤੇ ਪਾਰਬਤੀ ਮਾਂ ਆਦਿਕ ਦੇਵੀ ਦੇਵਾਂ ਦੀ ਥਾਂ) ਪਰਮ ਪੂਜਯ ਹੈ। "**ਕਹੇ ਮੇ ਨਆਵੈ ਕਥੇ ਤਾਹਿ ਕੈਸੇ** ॥੧੨॥ ਤਥਾ:- "**ਕਹਾ ਮੈ ਬਖਾਨੋ ਕਹੇ ਮੋ ਨ ਆਵੈ** ॥੧੪} ਬਚਿਤ੍ਰ ਨਾਟਕ ॥ ਓਂਗ ੯੬॥

੫. ਅਸਲ ਵਿੱਚ ਜੇਹੋ ਜੇਹਾ ਉਸ ਸੈਭੰ ਨਿਰੰਜਨ ਪਰਮ ਗੁਰੂ ਨੂੰ ਮੈਂ ਜਾਣਿਆ ਹੈ, ਵੈਸਾ ਮੇਰੇ ਆਖਣ ਵਿੱਚ ਨਹੀਂ ਆਉਂਦਾ ਅਤੇ ਸ਼ਬਦਾਂ ਦੁਆਰਾ ਵੀ (ਕਥਨੁ) ਵਰਨਣ ਵਿੱਚ ਨਹੀਂ ਆਉਂਦਾ।

੬. ਇਸ ਲਈ ਹੇ ਮੇਰੇ ਪਰਮ ਪੂਜਯ ਜਗਤ ਗੁਰਾ ! ਮੈਨੂੰ ਤਾਂ ਇਹੋ ਸਮਝ ਦ੍ਰਿੜ ਕਰਵਾ ਦੇ ਕਿ:- ਤੂੰ ਜੋ ਜਗਤ ਦੇ ਸਾਰੇ ਜੀਵਾਂ ਨੂੰ ਜੁਗੋ ਜੁਗ ਦਾਤਾਂ ਦੇਣ ਵਾਲਾ ਇਕੋ ਇਕ ਦਾਤਾਰ ਹੈਂ, (ਸੋ) ਸੋਈ ਤੂੰ ਮੈਨੂੰ ਕਿਸੇ ਵੇਲੇ ਵਿਸਰੇਂ ਨਾਂ ॥ ੫ ॥ **ਯਥਾ**:-"**ਤੇਰੇ ਗੁਣ ਗਾਵਾ ਦੇਹਿ ਬੁਝਾਈ ॥ ਜੈਸੇ ਸਚ ਮਹਿ ਰਹਉ ਰਜਾਈ ॥**" (ਬਿਲਾਵਲੁ ਮ:੧ ਪੰ:੭੯੫)

ਮੂਲ

੧ **ਤੀਰਥਿ ਨਾਵਾ ਜੇ ਤਿਸੁ ਭਾਵਾ ਵਿਣੁ ਭਾਣੇ ਕਿ ਨਾਇ ਕਰੀ ॥**
੨ **ਜੇਤੀ ਸਿਰਠਿ ਉਪਾਈ ਵੇਖਾ ਵਿਣੁ ਕਰਮਾ ਕਿ ਮਿਲੈ ਲਈ ॥**
੩ **ਮਤਿ ਵਿਚਿ ਰਤਨ ਜਵਾਹਰ ਮਾਣਿਕ ਜੇ ਇਕ ਗੁਰ ਕੀ ਸਿਖ ਸੁਣੀ ॥**
੪ **ਗੁਰਾ ਇਕ ਦੇਹਿ ਬੁਝਾਈ ॥**
ਸਭਨਾ ਜੀਆ ਕਾ ਇਕੁ ਦਾਤਾ ਸੋ ਮੈ ਵਿਸਰਿ ਨ ਜਾਈ ॥ ੬ ॥

ਪਦ ਅਰਥ

ਵਿਣੁ ਕਰਮਾ = ਪਿਛੇ ਪਉੜੀ ਨੰਬਰ ਚਾਰ ਤੇ ਪੰਜ ਵਿੱਚ ਨਿਧਾਰਤ ਕੀਤੇ ਅਧਿਆਤਮਿਕ ਕਰਮਾਂ ਤੋਂ ਬਿਨਾਂ। **ਰਤਨ** = ਮਾਣਕ ਆਦਿ ਕੀਮਤੀ ਪਥਰ। **ਜਵਾਹਰ** = ਅਰਬੀ ਭਾਸ਼ਾ ਵਿੱਚ ਜੌਹਰ ਦਾ ਬਹੁ ਬਚਨ ਹੈ ਜਵਾਹਰ, ਜਵਾਹਰਾਤ, ਰਤਨ। **ਮਾਣਿਕ** = ਮਾਣਿਕਯ, ਲਾਲ ਰੰਗ ਦਾ ਰਤਨ, ਲਾਲ। **ਮਤਿ ਵਿਚਿ ਰਤਨ ਜਵਾਹਰ ਮਾਣਿਕ** = ਸ੍ਰਵਣ, ਮੰਨਣ ਤੇ ਨਿਧਿਆਸਣ ਆਦਿ ਸੁਭ ਗੁਣ ਸਹਿਜੇ ਹੀ ਬੁਧੀ ਵਿੱਚ ਪ੍ਰਗਟ ਹੋ ਜਾਂਦੇ ਹਨ। **ਯਥਾ**:-**ਜਿਨੀ ਰਾਵਿਆ ਪ੍ਰਭੁ ਆਪਣਾ ਸੇ ਦਿਸਨਿ ਨਿਤ ਖੜੀਆਹ॥ਰਤਨ ਜਵੇਹਰ ਲਾਲ ਕੰਠਿ ਤਿਨਾ ਜੜੀਆਹ॥** (ਬਾਰਹਮਾਹਾ ਮਾਝ ੧੦)॥ ਤਥਾ:- **ਲਾਲੁ ਰਤਨੁ ਹਰਿ ਨਾਮੁ ਗੁਰਿ ਸੁਰਤਿ ਬੁਝਾਈਐ ॥** (ਸੂਹੀ ਮਹਲਾ ੧ ਅੰਗ ੭੫੨)॥ **ਮੈ ਵਿਸਰ ਨ ਜਾਈ** = ਮੈਨੂੰ ਭੁਲੇਂ ਨਾਂ। (ਗੁਰੂ ਸਹਿਬ ਪੰਜਵੀਂ ਤੇ ਛੇਵੀਂ ਇਸ ਪਉੜੀ ਵਿੱਚ ਵਾਰ ਵਾਰ ਦ੍ਰਿੜ ਕਰਵਾਉਂਦੇ ਹਨ ਕਿ ਸਾਧਕ ਪ੍ਰਭੂ ਦੀਆਂ ਦਾਤਾਂ ਵਿੱਚ ਪਲਚ ਕੇ ਉਸ ਪ੍ਰਭੂ ਨੂੰ ਨਾਂ ਭੁਲਾਵੇ। ਯਥਾ ਸ੍ਰੀ ਰਾਗ ਦੇ ਪਹਿਲੇ ਸਬਦ

ਵਿੱਚ ਹੀ ਫੁਰਮਾਣ ਹੈ ਕਿ :- "**ਮਤੁ ਦੇਖਿ ਭੂਲਾ ਵੀਸਰੈ ਤੇਰਾ ਚਿਤਿ ਨ ਆਵੈ ਨਾਉ ॥**) **ਤੀਰਥ ਨਾਵਾ ਜੇ ਤਿਸੁ ਭਾਵਾ ਵਿਣੁ ਭਾਣੇ ਕਿ ਨਾਇ ਕਰੀ** = ਗੁਰੂ ਸਾਹਿਬ ਜਮਾਨੇ ਦੇ ਪ੍ਰਚਲਤ ਭਰਮ ਨੂੰ ਤੋੜਨ ਲਈ ਬੜੀ ਘੋਖ ਉਪ੍ਰੰਤ ਜਗਤ ਨੂੰ ਸਚਾਈ ਤੋਂ ਜਾਣੂ ਕਰਵਾਉਂਦੇ ਹਨ ਕਿ ਕੇਵਲ ਤੀਰਥ ਇਸ਼ਨਾਨ ਪਰਮਸਚੁ ਦੀ ਪ੍ਰਾਪਤੀ ਦਾ ਸਾਧਨ ਨਹੀਂ, ਤੀਰਥ ਇਸ਼ਨਾਨ ਦੇ ਨਾਲ ਆਪਣੇ ਅੰਤ੍ਰਆਤਮੇ ਸ਼ਬਦ ਦੁਆਰਾ ਪ੍ਰਭੂ ਨਾਮ ਸਿਮਰਨ ਵੀ ਹੋਣਾ ਚਾਹੀਦਾ ਹੈ । **ਯਥਾ**:- "**ਤੀਰਥਿ ਨਾਵਣ ਜਾਉ ਤੀਰਥੁ ਨਾਮੁ ਹੈ ॥ ਤੀਰਥੁ ਸਬਦ ਬੀਚਾਰੁ ਅੰਤਰਿ ਗਿਆਨ ਹੈ ॥** (ਧਨਾਸਰੀ ਮਹਲਾ ੧ ਅੰਗ ੬੮੭)॥ ਸ੍ਰੀ ਅੰਮ੍ਰਿਤਸਰ ਮਹਾਨ ਤੀਰਥ ਦੀ ਰਚਨਾ ਗੁਰੂ ਨਾਨਕ ਸਾਹਿਬ ਦੀ ਸੋਚ ਦਾ ਕ੍ਰਿਸ਼ਮਾ ਹੈ ਜੋ ਉਨ੍ਹਾਂ ਦੇ ਚੌਥੇ ਤੇ ਪੰਜਵੇਂ ਪੈਰੋਕਾਰਾਂ ਸ੍ਰੀ ਗੁਰੂ ਰਾਮਦਾਸ ਜੀ ਅਤੇ ਸ੍ਰੀ ਗੁਰੂ ਅਰਜਨ ਦੇਵ ਜੀ ਦੁਆਰਾ ਪ੍ਰਗਟ ਕੀਤਾ ਗਿਆ ਜਿਥੇ ੨੪ ਘੰਟੇ ਨਿਰੰਤਰ ਪ੍ਰਭੂ ਕੀਰਤਨ 'ਤੇ ਨਾਮ ਸਿਮਰਨ ਹੂੰਦਾ ਰਹਿੰਦਾ ਹੈ । ਇਸ ਤਰਾਂ ਹਰਿ ਨਾਮ ਜਸ ਤੇ ਕੀਰਤਨ ਤਰੰਗਾਂ ਦੁਆਰਾ ਪ੍ਰਭਾਵਤ ਹੋ ਕੇ ਪ੍ਰਫੁਲਤ ਹੋਏ ਸਰੋਵਰ ਦੇ ਅੰਮ੍ਰਿਤ ਜਲ ਵਿੱਚ ਕੀਤੇ ਇਸ਼ਨਾਨ ਅਤੇ ਚੂਲ਼ੇ ਲੈਣ ਨਾਲ ਤਨ ਮਨ ਮਉਲ ਉਠਦਾ ਹੈ ।...। ਇਸ ਤੀਰਥ ਦਾ ਪ੍ਰਗਟ ਕਰਨਾ ਗੁਰੂ ਸਾਹਿਬ ਦਾ ਇਹ ਜਗਤ ਪਰ ਬਹੁਤ ਵੱਡਾ ਪਰਉਪਕਾਰ ਹੈ ਕਿ ਕਿਸੇ ਨਿਰਾਸ ਹੋਏ ਨੂੰ ਜੇ ਕਿਤੋਂ ਖੈਰ ਨ ਮਿਲੇ ਤਾਂ ਇਥੇ ਗੁਰੂ ਰਾਮਦਾਸ ਦੇ ਦਰ ਤੋਂ ਸਭ ਨੂੰ ਖੈਰ ਮਿਲਦੀ ਹੈ !! ਅੱਗੋਂ ਸ੍ਰੀ ਗੁਰੂ ਹਰਿਗੋਬਿੰਦ ਸਾਹਿਬ ਨੇ ਅਕਾਲ ਬੁੰਗੇ ਦੀ ਰਚਨਾ ਕਰਕੇ ਅਤੇ ਸਾਰੇ ਸਿੱਖ ਜਗਤ ਨੂੰ ਸ੍ਰੀ ਅਕਾਲ ਤਖਤ ਦੀ ਤਾਬਿਆ ਕਰਕੇ ਇਸ ਤੀਰਥ ਨੂੰ ਸੰਪੂਰਨਤਾ ਬਖਸ਼ੀ ਹੈ । ਤਦੇ ਹੀ ਧੁਰ ਕੀ ਬਾਣੀ ਵਿੱਚ ਫੁਰਮਾਣ ਹੈ:-"**ਡਿਠੇ ਸਭੇ ਥਾਵ ਨਹੀ ਤੁਧੁ ਜੇਹਿਆ ॥ ਬਧੋਹੁ ਪੁਰਖਿ ਬਿਧਾਤੈ ਤਾਂ ਤੂ ਸੋਹਿਆ ॥ ਵਸਦੀ ਸਘਨ ਅਪਾਰ ਅਨੂਪ ਰਾਮਦਾਸ ਪੁਰ ॥ ਹਰਿਹਾਂ ਨਾਨਕ ਕਸਮਲ ਜਾਹਿ ਨਾਇਐ ਰਾਮਦਾਸ ਸਰ ॥੧੦॥** (ਅੰਗ ੧੩੬੨)॥

ਨੋਟ:- ਇਥੇ "**ਮਤਿ ਵਿਚਿ ਰਤਨ ਜਵਾਹਰ ਮਾਣਿਕ ਜੇ ਇਕ ਗੁਰ ਕੀ ਸਿਖ ਸੁਣੀ ॥**" ਦੇ ਅਰਥਾਂ ਨੂੰ ਸਮਝਣ ਲਈ ਅੱਗੇ ਦਿੱਤੀ ਪ੍ਰਮਾਣ ਸਹਿਤ ਵਿਸ਼ੇਸ਼ ਵਿਆਖਿਆ ਬੜੀ ਢੁਕਵੀਂ ਹੈ । ਸਾਡੇ ਪਾਸ ਇਕ ਮਹਾਂ ਪੁਰਸ਼ ਦੀ ਬੜੀ ਅਦਭੁਤ, ਕਰਾਮਾਤੀ ਤੇ ਇਤਿਹਾਸਕ ਜੀਵਨ ਕਥਾ ਹੈ ਜਿਸ ਦੇ ਅੰਦਰ ਇਹ ਰੱਬੀ ਗੁਣਾਂ ਦਾ ਚਸ਼ਮਾ ਗੁਰੂ ਦੀ ਸਿਖਿਆ ਨੂੰ ਅਮਲੀ ਜੀਵਨ ਵਿੱਚ ਦ੍ਰਿੜ ਕਰਕੇ ਪ੍ਰਭੂ ਨਾਮ ਸਿਮਰਨ ਦੁਆਰਾ ਪ੍ਰਗਟਿਆ । ਮੁਢਲੇ ਜੀਵਨ ਵਿੱਚ ਇਹ ਭੋਲਾ ਭਾਲਾ ਤੇ ਸਤਵਾਦੀ ਮਨੁਖ ਵੈਸ਼ਨਵ ਮਤ ਦਾ ਧਾਰਨੀ ਹੋਣ ਕਰਕੇ ਤੀਰਥ ਰਟਨ ਆਦਿ ਕਰਮਾਂ ਵਿੱਚ ਰੁਚਿਤ ਸੀ ਪਰ ਗੁਰੂ ਕੋਈ ਨਹੀਂ ਸੀ ਧਾਰਿਆ । ਦੇਵ ਨੇਤ ਨਾਲ ਉਸ ਮਨੁਖ ਦੇ ਇਕ ਪੁਰਾਣੇ ਪ੍ਰੇਮੀ ਤੇ ਸਾਥੀ ਸਾਧੂ ਨੇ ਪੁਛ ਲਿਆ ਕਿ ਤੁਹਾਡਾ ਗੁਰੂ ਕੌਣ ਹੈ ? ਉਸ ਸੱਤਵਾਦੀ, ਭੋਲ਼ੇ ਤੇ ਸਾਊ ਪੁਰਸ਼ ਨੇ ਬੜੇ ਸਰਲ ਸੁਭਾ ਨਾਲ ਕਿਹਾ ਕਿ ਮੈਂ ਅਜੇ ਗੁਰੂ ਨਹੀਂ ਧਾਰਿਆ । ਬਸ ਫੇਰ ਕੀ ਸੀ ਉਸ ਸਾਧੂ ਨੇ ਗੁਸੇ ਨਾਲ ਕਿਹਾ ਕਿ ਤੇਰੇ ਜੇਹੇ ਨਿਗੁਰੇ ਦੇ ਹੱਥੋਂ ਭੋਜਨ ਖਾਣ ਕਰਕੇ ਮੇਰਾ ਤਾਂ ਜਨਮ ਹੀ ਭ੍ਰਸ਼ਟ ਹੋ ਗਿਆ ਹੈ । ਉਸ ਭੋਲ਼ੇ ਸਾਊ ਪੁਰਸ਼ (ਅਮਰ ਦਾਸ ਜੀ) ਦੇ ਮਨ ਨੂੰ ਬਹੁਤ

ਚੋਟ ਪਹੁੰਚੀ ਤੇ ਪਛਤਾਵੇ ਚ ਡੁਬ ਗਿਆ ਤੇ ਗੁਰੂ ਦੀ ਤਲਾਸ਼ ਲਈ ਤਤਪਰ ਹੋ ਗਿਆ । ਗਵਾਂਢ ਵਿੱਚ, ਨਾਲ ਦੇ ਘਰ ਵਿੱਚ ਹੀ, ਗੁਰੂ ਅੰਗਦ ਦੇਵ ਜੀ ਦੀ ਸਪੁਤ੍ਰੀ ਬੀਬੀ ਅਮਰੋ ਜੋ ਰਿਸ਼ਤੇ ਵਿੱਚ ਉਨ੍ਹਾਂ ਦੀ ਭਤੀਜ ਨੂੰਹ ਲਗਦੀ ਸੀ ਪਾਸੋਂ ਅੰਮ੍ਰਿਤ ਵੇਲੇ ਗੁਰੂ ਨਾਨਕ ਦੀ ਬਾਣੀ ਦੇ ਪਾਠ ਦੀਆਂ ਕੁਝ ਤੁਕਾਂ ਕੰਨਾਂ ਵਿੱਚ ਪਈਆਂ ਜਿਨ੍ਹਾਂ ਨੂੰ ਸੁਣਕੇ ਮਨ ਨੂੰ ਸਕੂਨ ਮਿਲਿਆ ਤੇ ਇਸੇ ਅੰਮ੍ਰਿਤ ਬੋਲਾਂ ਵਾਲੇ ਮਹਾਂ ਪੁਰਸ਼ ਨੂੰ ਹੀ ਮਨ ਵਿੱਚ ਗੁਰੂ ਧਾਰਨ ਦਾ ਨਿਸ਼ਚਾ ਕਰਕੇ ਥੋੜੀ ਹੋਰ ਪੁਛ ਪੜਤਾਲ ਕਰਨ ਉਪ੍ਰੰਤ ਆਪਣੀ ਭਤੀਜ ਨੂੰਹ ਬੀਬੀ ਅਮਰੋ ਰਾਹੀਂ ਗੁਰੂ ਅੰਗਦ ਦੇਵ ਜੀ ਪਾਸ ਪਹੁੰਚ ਗਏ ਅਤੇ ਉਨ੍ਹਾਂ ਨੂੰ ਗੁਰੂ ਧਾਰਨ ਕਰ ਲਿਆ । ਗੁਰੂ ਅੰਗਦ ਦੇਵ ਜੀ ਦੀ ਸਿਖਿਆ ਸੁਣਕੇ ਐਸੀ ਦ੍ਰਿੜਤਾ ਨਾਲ ਮੰਨੀ ਤੇ ਪ੍ਰਭੂ ਦਾ ਸਿਮਰਨ ਕੀਤਾ ਤੇ ਗੁਰੂ ਦੀ ਸੇਵਾ ਬੜੀ ਦ੍ਰਿੜ ਲਗਨ ਨਾਲ ਕੀਤੀ ਤਾਂ ਫਿਰ ਉਨ੍ਹਾਂ ਅੰਦਰ ਰੱਬੀ ਗੁਣਾਂ ਦਾ ਚਸ਼ਮਾ ਬਹਿ ਤੁਰਿਆ । ਸੇਵਾ ਕੀਤੀ ਥਾਂਇ ਪਈ ਤੇ ਗੁਰੂ ਅੰਗਦ ਦੇਵ ਤੋਂ ਬਾਅਦ ਗੁਰੂ ਰੂਪ ਵਿੱਚ ਗੁਰੂ ਨਾਨਕ ਦੇਵ ਜੀ ਦੀ ਗੁਰ ਗੱਦੀ ਤੇ ਬੈਠੇ ਤੇ ਗੁਰੂ ਅਮਰ ਦਾਸ ਕਹਾਏ । ਭੱਟ ਭਲ ਕਹਿੰਦਾ ਹੈ ਕਿ ਗੁਰੂ ਦੇ ਅਮੋਲਕ ਗੁਣਾਂ ਦੀ ਗਿਣਤੀ ਸੰਭਵ ਨਹੀਂ ਜਿਵੇਂ ਬਸੰਤ ਰੁਤ ਵਿੱਚ ਖਿੜੇ ਫੁਲਾਂ ਤੇ ਸਮੁੰਦਰ ਦੀਆਂ ਲਹਿਰਾਂ ਦੀ ਗਿਣਤੀ ਸੰਭਵ ਨਹੀਂ । ਬਸ ਇਹੋ ਹੀ ਕਹਿਣਾ ਬਣਦਾ ਹੈ ਕਿ:-"**ਭਲੇ ਅਮਰਦਾਸ ਗੁਣ ਤੇਰੇ ਤੇਰੀ ਉਪਮਾ ਤੋਹਿ ਬਨਿ ਆਵੈ ॥**" ਗੁਰੂ ਅਮਰਦਾਸ ਜੀ ਆਪਣੀ ਬਾਣੀ 'ਅਨੰਦੁ' ਵਿੱਚ ਆਪ ਪੁਸ਼ਟੀ ਕਰਦੇ ਹਨ ਕਿ ਪਰਮਈਸ਼ਰ ਦੀ ਪ੍ਰਾਪਤੀ ਨਾਲ ਉਨ੍ਹਾਂ ਦੇ ਮਨ ਵਿੱਚ ਮਹਾਂ ਅਨੰਦ ਉਪਜਿਆ ਅਤੇ ਪ੍ਰਭੂ ਕੀਰਤੀ ਲਈ ਉਨ੍ਹਾਂ ਨੂੰ ਸਭ ਰਾਗ ਰਾਗਣੀਆਂ ਸੁਤੇ ਸਿਧ ਸਫੁਰ ਹੋ ਆਈਆਂ । **ਯਥਾ**:-"**ਅਨੰਦੁ ਭਇਆ ਮੇਰੀ ਮਾਏ ਸਤਿਗੁਰੂ ਮੈ ਪਾਇਆ ॥ ਸਤਿਗੁਰ ਤ ਪਾਇਆ ਸਹਜ ਸੇਤੀ ਮਨਿ ਵਜੀਆ ਵਾਧਾਈਆ ॥ ਰਾਗ ਰਤਨ ਪਰਵਾਰ ਪਰੀਆ ਸਬਦ ਗਾਵਣ ਆਈਆ ॥ ੧ ॥**" ਐਸੀ ਹੈ ਗੁਰ ਸਿਖਿਆ ਦ੍ਰਿੜ ਕਰਕੇ ਪ੍ਰਭੂ ਨਾਮ ਸਿਮਰਨ ਦੀ ਬਰਕਤ । ਇੱਥੇ ਹੀ ਵੱਸ ਨਹੀਂ ਗੁਰੂ ਅਮਰਦਾਸ ਜੀ ਨੇ ਇਕ ਬ੍ਰਿਧ ਮਾਂ ਦਾ ਆਪਣੇ ਪੁਤ੍ਰ ਦੀ ਮੌਤ ਤੇ ਵਿਰਲਾਪ ਸੁਣਕੇ ਕਰਤਾਰ ਨੂੰ ਅਰਦਾਸ ਕਰਕੇ ਕਿਹਾ ਕਿ ਹੇ ਕਰਤਾਰ ! ਅੱਜ ਤੋਂ, ਜਦ ਤੱਕ ਮੇਰਾ ਸਰੀਰ ਰਹੇ, ਗੋਇੰਦਵਾਲ ਵਿੱਚ ਕਿਸੇ ਮਾਂ ਦੇ ਜਿਊਂਦੇ ਉਸਦਾ ਪੁਤ੍ਰ ਨਾ ਮਰੇ; ਸੋ ਕਰਤਾਰ ਨੂੰ ਪ੍ਰਵਾਨ ਹੋਇਆ !! ਅਤੇ ਇਹ ਪੰਗਤੀਆਂ "**ਜਿਨਿ ਸੇਵਿਆ ਤਿਨਿ ਪਾਇਆ ਮਾਨੁ**" ਅਤੇ "**ਮਤਿ ਵਿਚਿ ਰਤਨ ਜਵਾਹਰ ਮਾਣਿਕ ਜੇ ਇਕ ਗੁਰ ਕੀ ਸਿਖ ਸੁਣੀ ॥**" ਪ੍ਰਤੱਖ ਗੁਰੂ ਅਮਰਦਾਸ ਜੀ ਦੇ ਜੀਵਨ ਵਿੱਚ ਫਲੀਭੂਤ ਹੋਈਆਂ ਨਜ਼ਰ ਆਉਂਦੀਆ ਹਨ !!!

ਅਰਥ

੧. ਤੀਰਥਾਂ ਤੇ ਵੀ ਤਾਂ ਹੀ ਨਹਾਈਏ ਜੇ ਇਹ ਉਸ ਪ੍ਰਭੂ ਨੂੰ ਭਾਵੇ, ਭਾਵ ਪ੍ਰਵਾਨ ਹੋਵੇ । ਪਰ ਜਦ ਤੀਰਥ ਇਸਨਾਨ ਉਸ ਦੇ ਭਾਣੇ ਵਿੱਚ (ਅੰਤਹਕਰਣ ਦੀ ਸੁਧੀ ਦਾ ਸਾਧਨ ਨਾ ਹੋਣ ਕਰਕੇ) ਉਸਨੂੰ ਪ੍ਰਵਾਨ ਹੀ ਨਹੀਂ ਤਾਂ ਫਿਰ ਨਹਾ ਕੇ ਕੀ ਕਰੀਏ ?

੨. ਅਸਲ ਵਿੱਚ ਦੇਖੋ ਸਾਰੀ ਸ੍ਰਿਸ਼ਟੀ ਵਿੱਚ ਕਿਸੇ ਨੂੰ ਪਿਛੇ ਚਉਥੀ ਤੇ ਪੰਜਵੀਂ ਪਉੜੀ ਵਿੱਚ ਦਸੇ

ਨਾਮ ਸਿਮਰਨ ਆਦਿ ਸ਼ੁਭ ਕਰਮਾਂ ਤੋਂ ਬਿਨਾਂ ਕਿਸੇ ਨੂੰ ਕੀ ਮਿਲਨਾ ਹੈ ? ਭਾਵ ਕੁਝ ਵੀ ਨਹੀਂ ।

੩. ਉਪਰਲੇ ਦੋਨਾਂ ਪ੍ਰਸ਼ਨਾਂ ਦਾ ਉਤਰ ਦਿੰਦੇ ਹੋਏ ਗੁਰੂ ਜੀ ਦਸਦੇ ਹਨ ਕਿ ਜੇ ਸਾਧਕ ਪਹਿਲਾਂ ਪਉੜੀ ਨੰਬਰ ਚਾਰ ਤੇ ਪੰਜ ਵਿੱਚ ਦਸੇ ਅਨੁਸਾਰ ਪ੍ਰਭੂ ਨੂੰ ਹਰ ਸਮੇਂ ਚੇਤੇ ਰਖਣ ਵਾਲੀ ਉਸ ਜਗਤ ਗੁਰੂ ਦੀ ਸਿਖਿਆ ਦ੍ਰਿੜ ਕਰ ਲਵੇ ਤਾਂ ਸੁਤੇ ਸਿਧ ਹੀ ਉਸਦੀ ਬੁਧੀ ਵਿੱਚ ਰਤਨਾਂ ਵਰਗੇ ਰੱਬੀ ਤੇ ਕੀਮਤੀ ਗੁਣ ਸ੍ਰਵਣ, ਮੰਨਣ ਤੇ ਨਿਧਿਆਸਣ ਆਦਿ ਪ੍ਰਗਟ ਹੋ ਜਾਣਗੇ ।

੪. ਹੇ ਮੇਰੇ ਪਰਮ ਪੂਜਯ ਜਗਤ ਗੁਰਾ ! ਮੈਨੂੰ ਇਹ ਸੋਝੀ ਦ੍ਰਿੜ ਕਰਵਾ ਦੇ ਕਿ :- ਤੂੰ ਜੋ ਸਭ ਜੀਆਂ ਨੂੰ ਦਾਤਾਂ ਦੇਣ ਵਾਲਾ ਇਕੋ ਇਕ ਦਾਤਾਰ ਹੈਂ; ਸੋਈ ਤੂੰ ਮੈਨੂੰ ਕਦੇ ਵੀ ਨਾਂ ਵੀਸਰੇਂ ॥ ੬ ॥ **ਯਥਾ**:-"**ਤੇਰੇ ਗੁਣ ਗਾਵਾ ਦੇਹਿ ਬੁਝਾਈ ॥ ਜੈਸੇ ਸਚ ਮਹਿ ਰਹਉ ਰਜਾਈ ॥**" (ਬਿਲਾਵਲੁ ਮ:੧ ਪੰ:੭੯੫)॥

ਮੂਲ

੧ **ਜੇ ਜੁਗ ਚਾਰੇ ਆਰਜਾ ਹੋਰ ਦਸੂਣੀ ਹੋਇ ॥**
੨ **ਨਵਾ ਖੰਡਾ ਵਿਚਿ ਜਾਣੀਐ ਨਾਲਿ ਚਲੈ ਸਭੁ ਕੋਇ ॥**
੩ **ਚੰਗਾ ਨਾਉ ਰਖਾਇ ਕੈ ਜਸੁ ਕੀਰਤਿ ਜਗਿ ਲੇਇ ॥**
੪ **ਜੇ ਤਿਸੁ ਨਦਰਿ ਨ ਆਵਈ ਤ ਵਾਤ ਨ ਪੁਛੈ ਕੇ॥**
੫ **ਕੀਟਾ ਅੰਦਰਿ ਕੀਟੁ ਕਰਿ ਦੋਸੀ ਦੋਸੁ ਧਰੇ ॥**
੬ **ਨਾਨਕ ਨਿਰਗੁਣਿ ਗੁਣੁ ਕਰੇ ਗੁਣਵੰਤਿਆ ਗੁਣੁ ਦੇ ॥**
੭ **ਤੇਹਾ ਕੋਇ ਨ ਸੁਝਈ ਜਿ ਤਿਸੁ ਗੁਣੁ ਕੋਇ ਕਰੇ ॥ ੭ ॥**

ਪਦ ਅਰਥ:- **ਜੁਗ ਚਾਰੇ ਆਰਜਾ** = ਚਾਰ ਜੁਗਾਂ ਜਿੰਨੀ ਉਮਰ ਭਾਵ ਤਿਰਤਾਲੀ ਲੱਖ ਵੀਹ ਹਜ਼ਾਰ (੪੩,੨੦,੦੦੦) ਸਾਲ । ਇੱਥੇ ਜਾਣਕਾਰੀ ਲਈ ਜੁਗਾਂ ਦਾ ਵੇਰਵਾ ਇਸ ਤਰਾਂ ਹੈ:-

ਸਤਿਜੁਗ	= ੧੭,੨੮,੦੦੦ ਸਾਲ
ਤੇਤ੍ਰਾਜੁਗ	= ੧੨,੯੬,੦੦੦ ਸਾਲ
ਦੁਆਪਰਜੁਗ	= ੮,੬੪,੦੦੦ ਸਾਲ
ਕਲਿਜੁਗ	= ੪,੩੨,੦੦੦ ਸਾਲ
ਕੁਲ	= ੪੩,੨੦,੦੦੦ ਸਾਲ

ਹੋਰ ਦਸੂਣੀ = ਇਸ ਤੋ ਵੀ ਹੋਰ ਦਸ ਗੁਣਾਂ ਭਾਵ (੪,੩੨,੦੦੦੦੦) ਭਾਵ ਚਾਰ ਕ੍ਰੋੜ ਬੱਤੀ ਲੱਖ ਸਾਲ। **ਨਵਾਂ ਖੰਡਾ** = ਸਾਰੀ ਪ੍ਰਿਥਵੀ ਦੇ ਭਾਰਤ ਆਦਿ (ਨੌਂ ਖੰਡ) ਨੌਂ ਹਿੱਸੇ

ਭਾਵ ਸਾਰੀ ਪ੍ਰਿਥਵੀ । **ਕੀਟਾ ਅੰਦਰਿ ਕੀਟੁ** = ਕੀੜਿਆ ਵਿੱਚੋਂ ਵੀ ਨਖਿਧ ਕੀੜਾ ਭਾਵ ਤੁੱਛ ਜੀਵ, ਮਾਮੂਲੀ ਤੋ ਮਾਮੂਲੀ ਹਸਤੀ ਵਾਲਾ ਜੀਵ । **ਦੋਸੀ ਦੋਸੁ ਧਰੇ** = ਦੋਸ਼ੀਆਂ ਵਿੱਚ ਮਹਾਂਦੋਸ਼ੀ ਠਹਿਰਾਇਆ ਜਾਵੇਗਾ ਭਾਵ ਅਤੀ ਦੋਸੀ, ਮਹਾ ਅਪਰਾਧੀ, ਮਹਾਂ ਪਾਪੀ । **ਚੰਗਾ ਨਾਉ ਰਖਾਇ ਕੈ** = ਜਗਤ ਵਿੱਚ ਆਪਣਾ ਨਾਂ ਰੌਸ਼ਨ ਕਰਕੇ, ਉਘੇ ਨਾਮ ਵਾਲਾ ਹੋਕੇ । **ਗੁਣੁ** = ਸ਼ੁਭ ਗੁਣ, ਉਪਕਾਰ ।

ਨੋਟ :- ਇਸ ਸਾਰੀ ਪਉੜੀ ਦਾ ਸੰਕੇਤ ਪੰਜਵੀਂ ਤੇ ਛੇਵੀਂ ਪਉੜੀ ਦੀ ਤੁਕ "**ਸਭਨਾ ਜੀਆ ਕਾ ਇਕੁ ਦਾਤਾ ਸੋ ਮੈ ਵਿਸਰ ਨ ਜਾਈ**" ਵੱਲ ਹੈ । ਭਾਵ ਪ੍ਰਭੂ ਦੇ ਗੁਣ ਤੇ ਉਪਕਾਰ ਦਸ ਕੇ, ਉਸਦੇ ਉਪਕਾਰਾਂ ਨੂੰ ਭੁਲਣ ਵਾਲੇ ਅਕ੍ਰਿਤਘਣ ਦੀ ਦੁਰਦਸ਼ਾ ਦਾ ਵਰਨਣ ਕੀਤਾ ਹੈ ਅਤੇ ਉਸ ਨੂੰ ਗੰਦਗੀ ਦੇ ਕੀੜੇ ਤੁਲ ਨਖਿਧ ਕਿਹਾ ਹੈ । ਭਾਈ ਗੁਰਦਾਸ ਨੇ ਅਕ੍ਰਿਤਘਣਾਂ ਨੂੰ 'ਮੰਦੀ ਹੂੰ ਮੰਦੇ' ਕਿਹਾ ਹੈ । ਅਰਥਾਂ ਦੀ ਹੋਰ ਸਪੱਸ਼ਟਤਾ ਲਈ ਸੁਖਮਨੀ ਸਾਹਿਬ ਦੀ ਬਾਰਵੀਂ ਅਸਟਪਦੀ ਦਾ ਪਹਿਲਾ ਤੇ ਦੂਜਾ ਪਦਾ ਵੀ ਵੀਚਾਰ ਗੋਚਰ ਕੀਤਾ ਜਾਵੇ । ਗੁਰੂ ਜੀ ਨੇ ਨਾਲ ਹੀ ਅਧਿਆਤਮਕ ਮਾਰਗ ਦੀ ਸੁਗਮਤਾ ਲਈ ਹੋਰ ਬੜਾ ਮਹੱਤਵ ਪੂਰਨ ਸੱਚ ਦੱਸਿਆ ਹੈ ਕਿ ਪ੍ਰਭੂ ਸਿਮਰਨ ਤੋਂ ਬਿਨਾਂ ਇਸ ਜਗਤ ਵਿੱਚ ਖੱਟੀ ਸੋਭਾ ਅਤੇ ਲੰਮੀ ਉਮਰ ਕਾਰਨ ਉਸ ਪ੍ਰਭੂ ਦੀ ਦਰਗਾਹ ਵਿੱਚ ਕੋਈ ਪੁੱਛ ਪ੍ਰਤੀਤ ਨਹੀਂ ਹੁੰਦੀ ਭਾਵ ਇਹ ਕਿ ਪ੍ਰਭੂ ਸਿਮਰਨ ਤੋਂ ਬਿਨਾਂ ਲੰਮੀ ਉਮਰ ਅਤੇ ਇਸ ਜਗਤ ਦੀ ਸੋਭਾ, ਪਰਮਸਚੁ ਦੀ ਪ੍ਰਾਪਤੀ ਦਾ ਸਾਧਨ ਨਹੀਂ ਹਨ । ਸ੍ਰੀ ਗੁਰੂ ਨਾਨਕ ਸਾਹਿਬ ਨੇ ਜੋਗੀਆਂ ਦੇ ਲੰਮੀ ਉਮਰ ਦੇ ਭਰਮ ਨੂੰ ਤੋੜਨ ਲਈ, ਆਪ ਪੰਜ ਸਾਲ ਦੀ ਬਾਲ ਉਮਰ ਦੇ ਸ੍ਰੀ ਗੁਰੂ ਹਰਿਕ੍ਰਿਸ਼ਨ ਸਾਹਿਬ ਵਿੱਚ ਆਪਣੀ ਜੋਤਿ ਧਾਰਨ ਕਰਕੇ ਇਸ ਇਤਿਹਾਸਕ ਘਟਨਾ ਦੁਆਰਾ ਜਗਤ ਦੇ ਭਰਮ ਤੋੜਿਆ ਹੈ । **ਯਥਾ:- ਸਿਰੀਰਾਗੁ ਮਹਲਾ ੧ ॥ ਕੋਟਿ ਕੋਟੀ ਮੇਰੀ ਆਰਜਾ ਪਵਣੁ ਪੀਅਣੁ ਅਪਿਆਉ ॥ ਚੰਦੁ ਸੂਰਜੁ ਦੁਇ ਗੁਫੈ ਨ ਦੇਖਾ ਸੁਪਨੈ ਸਉਣ ਨ ਥਾਉ ॥ ਭੀ ਤੇਰੀ ਕੀਮਤਿ ਨਾ ਪਵੈ ਹਉ ਕੇਵਡੁ ਆਖਾ ਨਾਉ ॥੧॥.....॥੪॥੨॥** (ਅੰਗ ੧੪)॥ ਹੋਰ ਸਿਖਿਆ ਇਹੋ ਹੈ ਕਿ ਅਕ੍ਰਿਤਘਣ ਹੋਣ ਤੋਂ ਬਚੋ !! ਸਦਾ ਉਸ ਦਾਤਾਂ ਦੇਣ ਵਾਲੇ ਦਾਤਾਰ ਪ੍ਰਭੂ ਦੇ ਸ਼ੁਕਰਗੁਜਾਰ ਬਣੇ ਰਹੋ !! ਸੁਖ ਸੰਪਦਾ ਦੇਖ ਕੇ ਉਸ ਦਾਤਾਰ ਪ੍ਰਭੂ ਨੂੰ ਨਾ ਭੁਲੋ !! **ਯਥਾ:- ਰਾਗੁ ਸਿਰੀਰਾਗੁ ਮਹਲਾ ਪਹਿਲਾ ੧ ਘਰੁ ੧ ॥ ਮੋਤੀ ਤ ਮੰਦਰ ਊਸਰਹਿ ਰਤਨੀ ਤ ਹੋਹਿ ਜੜਾਉ ॥ਕਸਤੂਰਿ ਕੁੰਗੂ ਅਗਰਿ ਚੰਦਨਿ ਲੀਪਿ ਆਵੈ ਚਾਉ ॥ ਮਤੁ ਦੇਖਿ ਭੂਲਾ ਵੀਸਰੈ ਤੇਰਾ ਚਿਤਿ ਨ ਆਵੈ ਨਾਉ ॥੧॥ ਹਰਿ ਬਿਨੁ ਜੀਉ ਜਲਿ ਬਲਿ ਜਾਉ ॥ ਮੈ ਆਪਨਾ ਗੁਰੁ ਪੂਛਿ ਦੇਖਿਆ ਅਵਰੁ ਨਾਹੀ ਥਾਉ ॥੧॥ ਰਹਾਉ ॥ ਧਰਤੀ ਤ ਹੀਰੇ ਲਾਲ ਜੜਤੀ ਪਲਘਿ ਲਾਲ ਜੜਾਉ ॥ ਮੋਹਣੀ ਮੁਖਿ ਮਣੀ ਸੋਹੈ ਕਰੇ ਰੰਗਿ ਪਸਾਉ ॥ ਮਤੁ ਦੇਖਿ ਭੂਲਾ ਵੀਸਰੈ ਤੇਰਾ ਚਿਤਿ ਨ ਆਵੈ ਨਾਉ ॥੨॥ ਸਿਧੁ ਹੋਵਾ ਸਿਧਿ ਲਾਈ ਰਿਧਿ ਆਖਾ ਆਉ ॥ ਗੁਪਤੁ ਪਰਗਟੁ ਹੋਇ ਬੈਸਾ ਲੋਕੁ ਰਾਖੈ ਭਾਉ ॥ ਮਤੁ ਦੇਖਿ ਭੂਲਾ ਵੀਸਰੈ ਤੇਰਾ ਚਿਤਿ ਨ ਆਵੈ ਨਾਉ ॥੩॥ ਸੁਲਤਾਨੁ ਹੋਵਾ ਮੇਲਿ ਲਸਕਰ ਤਖਤਿ ਰਾਖਾ ਪਾਉ ॥**

ਹੁਕਮੁ ਹਾਸਲੁ ਕਰੀ ਬੈਠਾ ਨਾਨਕਾ ਸਭ ਵਾਉ ॥ ਮਤੁ ਦੇਖਿ ਭੂਲਾ ਵੀਸਰੈ ਤੇਰਾ ਚਿਤਿ ਨ ਆਵੈ ਨਾਉ ॥੪॥੧॥ (ਅੰਗ ੧੩)॥

ਅਰਥ

੧. ਜੇ ਕਰ ਇਸ ਜੀਵ ਦੀ ਉਮਰ ਚਾਰ ਜੁਗਾਂ ਦੀ ਆਰਜਾ (ਉਮਰ) ਜਿੰਨੀ ਹੋ ਜਾਵੇ ਜਾਂ ਇਸ ਤੋ ਵੀ ਵਧ ਭਾਵ ਚਾਰਜੁਗ ਦੀ ਉਮਰ ਤੋਂ ਦਸ ਗੁਣਾਂ ਵੱਧ ਹੋ ਜਾਵੇ।

੨. ਅਤੇ ਫਿਰ ਉਹ (ਨਵਾਂ ਖੰਡਾ) ਭਾਵ ਸਾਰੀ ਪ੍ਰਿਥਵੀ ਉਤੇ ਆਪਣੀ ਸੋਭਾ ਤਥਾ ਪ੍ਰਤਿਭਾ ਕਰਕੇ ਜਾਣਿਆ ਜਾਵੇ ਤੇ ਦੁਨੀਆ ਉਸਦੀ ਸੋਭਾ ਕਰਕੇ ਸਦਾ ਉਸ ਨਾਲ ਸਹਿਮਤ ਹੋਕੇ ਚਲੇ ।

੩. ਅਤੇ ਜਗਤ ਵਿਚ ਉਸਦਾ ਨਾਂ ਉਘਾ ਹੋਵੇ ਤੇ ਜਗਤ ਦੇ ਲੋਕ ਉਸਦੀ ਪ੍ਰਤਿਭਾ ਦੀ ਬਹੁਤ ਵਡਿਆਈ (ਸੋਭਾ) ਕਰਨ ।

੪. ਪਰ ਜੇ ਉਹ ਪ੍ਰਭੂ ਤੋਂ ਮਿਲ਼ੀ ਇਤਨੀ ਲੰਮੀ ਉਮਰ, ਸੋਭਾ ਵਡਿਆਈ ਅਤੇ ਉਸ ਦੀਆਂ ਦਾਤਾਂ ਨੂੰ ਭੋਗਦਾ ਹੋਇਆ ਵੀ ਉਸ ਦਾਤਾਰ ਨੂੰ ਹੀ ਭੁਲ ਗਿਆ ਭਾਵ ਵਿਸਾਰ ਬੈਠਾ ਤਾਂ ਫਿਰ ਉਸ ਪ੍ਰਭੂ ਦੀ ਦਰਗਾਹ ਵਿੱਚ ਉਸਦੀ ਕੋਈ ਪੁਛ ਪ੍ਰਤੀਤ ਨਹੀਂ ਹੋਵੇਗੀ ।

੫. ਬਲਕਿ ਉਹ ਤਾਂ ਰੱਬੀ ਦਰਗਾਹ ਵਿੱਚ ਕੀੜਿਆਂ ਵਿੱਚੋਂ ਵੀ ਛੋਟੇ ਤੇ ਨਖਿਧ ਕੀੜੇ ਦੇ ਤੁਲ ਤੁਛ ਜੀਵ ਹੀ ਸਮਝਿਆ ਜਾਵੇਗਾ, ਸਗੋਂ ਉਹ ਪ੍ਰਭੂ ਦੇ ਉਪਕਾਰਾਂ ਨੂੰ ਭੁਲਨ ਕਰਕੇ ਦੋਸੀਆਂ ਸਿਰ ਦੋਸੀ ਭਾਵ ਮਹਾਂ ਅਪਰਾਧੀ ਹੀ ਸਮਝਿਆ ਜਾਵੇਗਾ । **ਯਥਾ**:-"**ਚਿਤਿ ਨ ਆਇਓ ਪਾਰਬ੍ਰਹਮੁ ਤਾ ਖੜਿ ਰਸਾਤਲਿ ਦੀਤ** ॥ (ਪੰ:੭੧)॥

੬. ਗੁਰੂ ਜੀ ਦਸਦੇ ਹਨ ਕਿ ਉਹ ਸੱਚਾ ਸਾਹਿਬ ਤਾਂ ਨਿਰਗੁਣਾਂ (ਬੇ ਗੁਣਿਆਂ) ਤੇ ਭੀ ਗੁਣ (ਉਪਕਾਰ) ਕਰਦਾ ਹੈ ਤੇ ਗੁਣਵਾਨਾਂ (ਗੁਣ ਵੰਤਿਆਂ) ਨੂੰ ਹੋਰ ਗੁਣ ਬਖ਼ਸ਼ ਕੇ ਗੁਣੀ ਨਿਧਾਨ ਬਣਾ ਦਿੰਦਾ ਹੈ ।

7. ਗੁਰੂ ਜੀ ਹੋਰ ਦਸਦੇ ਹਨ ਕਿ ਜਗਤ ਵਿੱਚ ਐਸਾ ਕੋਈ ਨਹੀਂ (ਜਨਮਿਆ) ਜਿਹੜਾ ਉਸ ਸਚੇ ਸਾਹਿਬ ਦੇ ਕੀਤੇ ਗੁਣਾਂ ਉਪਕਾਰਾਂ ਦਾ ਬਦਲਾ ਚੁਕਾ ਸਕੇ ਭਾਵ ਇਹ ਕਿ ਮੰਗਤੇ ਉਸ ਮਾਲਕ ਦਾਤਾਰ ਦੀਆਂ ਦਾਤਾਂ ਦਾ ਮੁਲ ਉਤਾਰਨ ਜੋਗੇ ਕਿਥੇ ਹਨ ? (ਭਾਵ ਮੰਗਤੇ ਦਾ ਫਰਜ਼ ਹੈ ਕਿ ਉਹ ਅਕ੍ਰਿਤਘਣ ਹੋਣ ਤੋਂ ਬਚੇ) ॥੭ ॥

ਮੂਲ

੧ ਸੁਣਿਐ ਸਿਧ ਪੀਰ ਸੁਰਿ ਨਾਥ ॥ ਸੁਣਿਐ ਧਰਤਿ ਧਵਲ ਆਕਾਸ॥
੨ ਸੁਣਿਐ ਦੀਪ ਲੋਅ ਪਾਤਾਲ ॥ ਸੁਣਿਐ ਪੋਹਿ ਨ ਸਕੈ ਕਾਲੁ॥
੩ ਨਾਨਕ ਭਗਤਾ ਸਦਾ ਵਿਗਾਸੁ ॥ ਸੁਣਿਐ ਦੂਖ ਪਾਪ ਕਾ ਨਾਸੁ॥੮॥

ਪਦ ਅਰਥ

ਸੁਣਿਐ = ਗੁਣੀ ਨਿਧਾਨੁ ਨਿਰੰਜਨੁ ਦਾ ਜਸ ਸੁਣਨ ਨਾਲ । ਸੰਕੇਤ ਪੰਜਵੀ ਪਉੜੀ ਦੀ ਤੁਕ "**ਗਾਵੀਐ ਸੁਣੀਐ ਮਨਿ ਰਖੀਐ ਭਾਉ**" ਵੱਲ ਹੈ । ਸੰਕੇਤ ਇਹੋ ਹੈ ਕਿ:-"**ਨਾਨਕ ਜਿਨੀ ਸੁਣਿ ਕੈ ਮੰਨਿਆ ਹਉ ਤਿਨਾ ਵਿਟਹੁ ਕੁਰਬਾਣ॥ਸ:ਮ:੧॥** (ਪੰ:੭੯੦)॥" **ਸਿਧ** = ਸਿਧ ਪੁਰਸ਼, ਜਿਸ ਦੇ ਸੁਤੇ ਸਿਧ ਕੀਤੇ ਵਾਕ ਪੂਰੈ ਹੋ ਜਾਂਦੇ ਹੋਣ । **ਪੀਰ** = ਮੁਸਲਮਾਨ ਧਾਰਮਿਕ ਗੁਰੂ । ਮੁਸਲਮਾਨ ਗੁਰੂ ਨੂੰ ਪੀਰ ਆਖਦੇ ਹਨ । **ਸੁਰਿ** = ਦੇਵਤਾ, ਦੇਵਤੇ । **ਧਵਲ** = ਪੌਰਾਣਿਕ ਕਥਾ ਵਾਲਾ ਧੌਲਾ ਬਲਦ ਜਿਸਦੇ ਸਿੰਗ ਤੇ ਧਰਤੀ ਟਿਕੀ ਹੋਈ ਮੰਨੀ ਜਾਂਦੀ ਹੈ । **ਨਾਥ** = ਜੋਗੀ (ਇਹ ਨਾਥ ਨੌਂ ਹੋਏ ਹਨ, ਮਛੇਂਦ੍ਰ ਨਾਥ ਤੇ ਗੋਰਖ ਨਾਥ ਦੀ ਗਿਣਤੀ ਇਹਨਾਂ ਨੌਂ ਨਾਥਾਂ ਵਿੱਚ ਸੁਮਾਰ ਹੈ)॥ **ਆਕਾਸ, ਪਾਤਾਲ** = ਮੁਸਲਿਮ ਮੱਤ ਅਨੁਸਾਰ ਸੱਤ ਆਕਾਸ ਤੇ ਸੱਤ ਪਾਤਾਲ ਮੰਨੇ ਗਏ ਹਨ । **ਦੀਪ** = ਪਾਣੀ ਵਿੱਚ ਘਿਰੇ ਹੋਏ ਧਰਤੀ ਖੰਡ (ਦੇਸ), ਇਹ ਦੀਪ ਸੱਤ ਮੰਨੇ ਗਏ ਹਨ । **ਲੋਅ** = ਲੋਕ, ਤਿੰਨ ਲੋਕ (ਧਰਤੀ, ਆਕਾਸ ਤੇ ਪਾਤਾਲ) । ☬ **ਭਗਤ** = ਭਗਤੀ ਕਰਨ ਵਾਲਾ । ਪ੍ਰਭੂ ਦਾ ਪ੍ਰੇਮ ਭਗਤੀ ਹੈ । **ਯਥਾ:-ਹਰਿ ਭਗਤਿ ਹਰਿ ਕਾ ਪਿਆਰ ਹੈ ਜੇ ਗੁਰਮੁਖਿ ਕਰੇ ਵੀਚਾਰ॥** ਸਿਰੀ ਰਾਗ ਮ:੩ ॥ (ਪੰ:੨੮)॥ ਹਿੰਦੂ ਧਰਮ ਗ੍ਰੰਥਾਂ ਵਿੱਚ ਭਗਤੀ ਨੌਂ ਪ੍ਰਕਾਰ ਦੀ ਮੰਨੀ ਗਈ ਹੈ । **ਯਥਾ:- ਭਗਤਿ ਨਵੈ ਪਰਕਾਰਾ ॥** ਸਿਰੀ ਰਾਗ ਮ:੫ ॥ (ਪੰ:੭੧)॥ ੧-ਸ਼੍ਰਵਣ ਭਗਤੀ:- ਆਪਣੇ ਇਸਟ ਦਾ ਜਸ ਸੁਣਨਾ । ੨-ਕੀਰਤਨ:- ਆਪਣੇ ਇਸਟ ਦੇ ਗੁਣ ਗਾਨ ਕਰਨਾ । ੩-ਸਿਮਰਨ:-ਆਪਣੇ ਇਸਟ ਦਾ ਚਿੰਤਨ ਕਰਨਾ । ੪-ਪਾਦ ਸੇਵਨ:-ਆਪਣੇ ਇਸਟ ਦੇ ਚਰਨ ਸੇਵਨ ਕਰਨਾ । ੫-ਅਰਚਨ:-ਚੰਦਨ, ਫੁਲ ਆਦਿ ਸਮੱਗ੍ਰੀ ਨਾਲ ਪੂਜਾ ਕਰਨਾ । ੬-ਵੰਦਨ:- ਆਪਣੇ ਇਸਟ ਨੂੰ ਪ੍ਰਣਾਮ ਕਰਨਾ। ੭-ਸਖਯ ਭਾਵ:-ਆਪਣੇ ਇਸਟ ਨਾਲ ਮਿਤ੍ਰ ਭਾਵ ਰਖਣਾ । ੮-ਦਾਸਯ ਭਾਵ:-ਆਪਣੇ ਇਸਟ ਦਾ ਦਾਸ ਬਣਕੇ ਰਹਿਣਾ । ੯-ਆਤਮ ਨਿਵੇਦਨ:-ਆਪਣੇ ਇਸਟ ਨੂੰ ਆਪਣਾ ਆਪ ਅਰਪਨ ਕਰਨਾ । ਧਰਮ ਆਚਾਰੀਆਂ ਅਨੁਸਾਰ ਇਸ ਨਵਧਾ ਭਗਤੀ ਵਿਚੋਂ ਵੀ ਪਹਿਲੇ ਤਿੰਨ ਪ੍ਰਕਾਰ ਦੀ ਭਾਵ ਸ੍ਰਵਣ, ਕੀਰਤਨ ਤੇ ਸਿਮਰਨ ਭਗਤੀ ਪ੍ਰਮੁਖ ਹੈ ਅਗੇ ਇੰਨ੍ਹਾਂ ਤਿੰਨ ਵਿਚੋਂ ਵੀ ਸਿਮਰਨ ਭਗਤੀ ਪ੍ਰਮੁਖ ਹੈ ਭਾਵ ਪ੍ਰਾਣ ਰੂਪ ਹੈ । ਭਗਤ ਚਾਰ ਪ੍ਰਕਾਰ ਦੇ ਮੰਨੇ ਗਏ ਹਨ । **ਯਥਾ**:- ੧-ਕਾਮਨਾ ਅਰਥੀ:-ਕਾਮਨਾ ਦੀ ਪੂਰਤੀ ਲਈ ਭਗਤੀ ਕਰਨ ਵਾਲੇ । ੨-ਆਰਤ:-ਰੋਗ ਨਿਵਿਰਤੀ ਲਈ ਭਗਤੀ ਕਰਨ ਵਾਲੇ । ੩-ਉਪਾਸਕ:-ਮੁਕਤੀ ਅਤੇ ਪਰਮੇਸਰ ਪ੍ਰਾਪਤੀ ਦੀ ਜਗਿਆਸਾ ਨਾਲ ਭਗਤੀ ਕਰਨ ਵਾਲੇ । ੪-ਗਿਆਨੀ:-ਜੋ ਪ੍ਰਮਾਤਮਾ ਨੂੰ ਸਰਬਰੂਪ ਜਾਣਕੇ ਉਪਾਸਦੇ ਹਨ । **ਵਿਗਾਸ** = ਖੇੜਾ, ਪ੍ਰਸੰਨ ਚਿੱਤ ਹੋਣਾ, ਫੁਲ ਵਾਂਗ ਖਿੜਨਾਂ ।

ਨੋਟ :- ਪਉੜੀ ੮ ਤੋਂ ੧੧ ਵੱਚ ਗੁਰੂ ਜੀ ਨੇ ਪ੍ਰਭੂ ਦੇ ਨਾਮ ਜਸ ਸ੍ਰਵਣ ਦਾ ਮਹਾਤਮ ਉਜਾਗਰ ਕੀਤਾ ਹੈ । ਮਹਾਨ ਅਧਿਆਤਮਿਕ ਪ੍ਰਾਪਤੀਆਂ ਤੋਂ ਇਲਾਵਾ ਇਹ ਵੀ ਉਜਾਗਰ ਕੀਤਾ ਕਿ ਨਾਮ ਜਸ ਸ੍ਰਵਣ ਕਰਨ ਨਾਲ ਭਗਤਾਂ ਦੇ ਸਭ ਦੁਖਾਂ ਪਾਪਾਂ ਦਾ ਨਾਸ ਹੁੰਦਾ ਹੈ ਅਤੇ ਉਹ ਭਗਤ ਸਦਾ ਵਿਗਾਸੁ ਭਾਵ ਆਤਮਿਕ ਖੇੜੇ ਵਿੱਚ ਰਹਿੰਦੇ ਹਨ ।

ਅਰਥ

੧. ਸਚੇ ਸਾਹਿਬ ਦਾ ਨਾਮ ਜਸ ਸੁਣਨ ਨਾਲ ਜਗਿਆਸੂ ਦੀ ਮਤ (ਮਨ ਬੁਧੀ) ਅੰਦਰ ਸਿਧਾਂ, ਪੀਰਾਂ, ਦੇਵਤਿਆਂ ਤੇ ਪੁਜੇ ਹੋਏ ਨਾਥ ਜੋਗੀਆਂ ਵਾਲੀ ਆਤਮਿਕ ਉਚਤਾ ਸੁਤੇ ਸਿਧ ਪ੍ਰਾਪਤ ਹੋ ਜਾਂਦੀ ਹੈ ਅਤੇ ਉਸ ਨੂੰ ਇਹ ਵੀ ਪਤਾ ਲਗ ਜਾਂਦਾ ਹੈ ਕਿ ਪੌਰਾਣਿਕ ਕਥਾ ਵਾਲ਼ੇ ਜਿਹੜੇ ਧਰਤੀ ਨੂੰ ਧੌਲੇ ਬਲ਼ਦ ਦੇ ਸਿੰਗ ਤੇ ਟਿਕੀ ਦਸਦੇ ਹਨ, ਉਹ ਕਿਵੇਂ ਕਰਤਾ ਪੁਰਖੁ ਨੇ ਆਕਾਸ਼ ਵਿੱਚ ਟਿਕਾਈ ਹੋਈ ਹੈ ।

੨. ਨਾਮ ਜਸ ਸੁਣਨ ਨਾਲ ਹੀ ਉਸਨੂੰ ਦੀਪਾਂ ਲੋਆਂ ਤੇ ਪਾਤਾਲਾਂ ਬਾਰੇ ਯਥਾਰਥ ਜਾਣਕਾਰੀ ਹੋ ਜਾਂਦੀ ਹੈ ਅਤੇ ਨਾਮ ਜਸ ਸ੍ਰਵਣ ਨਾਲ ਹੀ ਉਹ ਜਮਕਾਲ ਦੇ ਵਸ ਨਹੀਂ ਪੈਂਦਾ ਭਾਵ ਜਮਕਾਲ ਉਸਨੂੰ ਛੂਹ ਤੱਕ ਨਹੀਂ ਸਕਦਾ ਭਾਵ ਨਾਮ ਜਸ ਸ੍ਰਵਣ ਕਰਨ ਵਾਲਾ ਜਮਕਾਲ ਦੀ ਰਯਤ ਨਹੀਂ ਬਣਦਾ ।

੩. ਗੁਰੂ ਨਾਨਕ ਜੀ ਦਸਦੇ ਹਨ ਕਿ ਨਾਮ ਜਸ ਸ੍ਰਵਣ ਕਰਨ ਵਾਲੇ ਭਗਤਾਂ ਦੇ ਸਾਰੇ ਦੁਖਾਂ ਕਲੇਸ਼ਾਂ ਤੇ ਪਾਪਾਂ ਦਾ ਨਾਸ ਹੋ ਜਾਂਦਾ ਹੈ ਅਤੇ "**ਦੁਖੁ ਪਰਹਰਿ ਸੁਖੁ ਘਰਿ ਲੈ ਜਾਇ**" ਦੇ ਵਾਕ ਅਨੁਸਾਰ ਦੁਖਾਂ ਦੀ ਨਿਵਿਰਤੀ ਉਪ੍ਰੰਤ ਉਹਨਾਂ ਦੇ ਮਨ ਅੰਦਰ ਸੁਖ ਅਨੰਦ ਦਾ ਵਾਸਾ ਹੋਣ ਕਰਕੇ ਭਗਤ ਸਦਾ ਆਤਮਿਕ ਖੇੜੇ ਵਿੱਚ ਰਹਿੰਦੇ ਹਨ ॥੮॥

ਮੂਲ

੧ **ਸੁਣਿਐ ਈਸਰੁ ਬਰਮਾ ਇੰਦੁ ॥ ਸੁਣਿਐ ਮੁਖਿ ਸਾਲਾਹਣ ਮੰਦੁ ॥**
੨ **ਸੁਣਿਐ ਜੋਗ ਜੁਗਤਿ ਤਨਿ ਭੇਦ ॥ ਸੁਣਿਐ ਸਾਸਤ ਸਿਮ੍ਰਿਤਿ ਵੇਦ ॥**
੩ **ਨਾਨਕ ਭਗਤਾ ਸਦਾ ਵਿਗਾਸੁ ॥ ਸੁਣਿਐ ਦੂਖ ਪਾਪ ਕਾ ਨਾਸੁ ॥੯॥**

ਪਦ ਅਰਥ

ਇੰਦੁ = ਇੰਦ੍ਰ (ਸਵਰਗ ਦਾ ਰਾਜਾ), ਦੇਵਰਾਜ, ਚੰਦ੍ਰਮਾ । **ਮੰਦੁ** = ਥੋੜ ਬੁਧੀ, ਮੂੜ੍ਹ, ਮੂਰਖ, ਘਟੀਆ, ਨੀਚ, ਮਤਿ ਮੰਦ, ਮੂੜ੍ਹ ਮਤ । **ਸਾਸਤ** = ਸ਼ਾਸਤ੍ਰ ਇਹ ਛੇ ਹਨ (ਸਾਂਖਯ, ਨਿਆਇ, ਵਿਸ਼ੇਸ਼ਕ, ਯੋਗ, ਮੀਮਾਂਸਾ ਤੇ ਵੇਦਾਂਤ)। **ਸਿਮ੍ਰਿਤ** = ਸਿਮ੍ਰਤੀਆਂ ਇਹ ਗਿਣਤੀ ਵਿੱਚ ਸਤਾਈ

ਹਨ । ਮਨੂ ਸਿਮ੍ਰਤੀ ਜਿਆਦਾ ਮਸ਼ਹੂਰ ਹੈ । **ਵੇਦ** = ਵੇਦ ਚਾਰ ਹਨ (ਰਿਗ, ਯਜੁਰ, ਅਥਰਬਣ ਤੇ ਸ਼ਾਮ ਵੇਦ)

ਨੋਟ:- ਪ੍ਰਸੰਗ ਅਨੁਸਾਰ "ਇੰਦੁ" ਦੇ ਅਰਥ ਚੰਦ੍ਰਮਾ ਕਰਨੇ ਠੀਕ ਨਹੀਂ ਕਿਉਂਕਿ ਪਹਿਲਾਂ ਸ਼ਿਵ ਤੇ ਬ੍ਰਹਮਾ ਦਾ ਸੰਕੇਤ ਆ ਚੁਕਾ ਹੈ, ਹਾਂ ਜੇ ਕਿਤੇ ਇਹ ਸ਼ਬਦ ਪ੍ਰਿਥਵੀਂ, ਆਕਾਸ਼ ਦੇ ਨਾਲ ਆਇਆ ਹੁੰਦਾ ਤਾਂ ਇਸ ਦੇ ਅਰਥ ਚੰਦ੍ਰਮਾ ਹੋ ਜਾਂਦੇ । ਮੰਦੁ ਸ਼ਬਦ ਸੰਬੰਧੀ ਅਗੇ ਦਿਤੇ ਹਵਾਲੇ ਵੀਚਾਰਨ ਯੋਗ ਹਨ :-"**ਹੌ ਮਤਿ ਮੰਦ ਚਰਨ ਸਰਨਾਗਤਿ ਕਰੁ ਗਹਿ ਲੇਹੁ ਉਬਾਰੀ ॥ ਰਾਗ ਸੋਰਿਠ ਪਾ:੧੦ ॥**" ਤਥਾ :- "**ਮੰਦਾ ਕਿਸੈ ਨ ਆਖੀਐ ਪੜਿ ਅਖਰ ਏਹੋ ਬੁਝੀਐ ॥ ਵਾਰ ਆਸਾ ਪਉ: ੧੯ ॥**" ਤਥਾ :-"**ਸੁਨੈ ਮੂੜ ਚਿਤ ਲਾਇ ਚਤੁਰਤਾ ਆਵਈ ॥ ਅੜਿਲ ॥**" (ਦਸਮ ਗ੍ਰੰਥ)॥

ਅਰਥ

੧. ਸਚੇ ਸਾਹਿਬ ਦਾ ਨਾਮ ਸੁਣਨ ਨਾਲ ਜਗਿਆਸੂ ਨੂੰ ਈਸ਼ਰ (ਸ਼ਿਵ), ਬ੍ਰਹਮਾ ਤੇ ਸਵਰਗ ਦੇ ਰਾਜੇ ਇੰਦ੍ਰ ਦੇ ਸਾਰਖੇ ਪਦਵੀ ਪ੍ਰਾਪਤ ਹੋ ਜਾਂਦੀ ਹੈ ਅਤੇ ਨਾਮ ਜਸ ਸ੍ਰਵਣ ਕਰਨ ਨਾਲ ਮੂੜ੍ਹ ਵੀ ਮੁਖੋਂ ਉਸ ਸਚੇ ਸਾਹਿਬ ਨੂੰ ਸੁਚੇਤ ਬੁਧ ਸਹਿਤ ਸਾਲਾਹਣ (ਸਿਫ਼ਤ ਕਰਨ) ਯੋਗ ਹੋ ਜਾਂਦਾ ਹੈ ।

੨. ਸਚੇ ਸਾਹਿਬ ਦਾ ਨਾਮ ਜਸ ਸੁਣਨ ਕਰਕੇ ਹੀ ਜਗਿਆਸੂ ਆਪਣੇ ਕਰਮ ਤੇ ਗਿਆਨ ਇੰਦ੍ਰਿਆਂ ਨੂੰ ਵਸਗਤ ਰੱਖਣ ਦਾ ਤਨ ਭੇਦ ਸਮਝ ਕੇ ਜੋਗੀਆਂ ਵਾਂਗ ਦਸਮ ਦੁਆਰ ਦੇ ਰਹਸ ਦਾ ਭੇਦ ਪਾ ਲੈਂਦਾ ਹੈ ਅਤੇ ਉਸਨੂੰ ਸ਼ਾਸਤ੍ਰ, ਸਿਮ੍ਰਿਤੀਆਂ ਤੇ ਵੇਦਾਂ ਦੇ ਅਧਿਆਤਮਿਕ ਮੂਲ ਸਿਧਾਂਤ ਦੀ ਸਮਝ ਵੀ ਆ ਜਾਂਦੀ ਹੈ ।

੩. ਗੁਰੂ ਨਾਨਕ ਜੀ ਦਸਦੇ ਹਨ ਕਿ ਨਾਮ ਜਸ ਸ੍ਰਵਣ ਕਰਨ ਵਾਲੇ ਭਗਤਾਂ ਦੇ ਸਾਰੇ ਦੁੱਖਾਂ ਕਲੇਸ਼ਾਂ ਤੇ ਪਾਪਾਂ ਦਾ ਨਾਸ ਹੋ ਜਾਂਦਾ ਹੈ ਅਤੇ "**ਦੁਖੁ ਪਰਹਰਿ ਸੁਖੁ ਘਰਿ ਲੈ ਜਾਇ**" ਦੇ ਵਾਕ ਅਨੁਸਾਰ ਦੁੱਖਾਂ ਦੀ ਨਿਵਿਰਤੀ ਉਪ੍ਰੰਤ ਉਹਨਾਂ ਦੇ ਮਨ ਅੰਦਰ ਸੁਖ ਅਨੰਦ ਦਾ ਵਾਸਾ ਹੋਣ ਕਰਕੇ ਭਗਤ ਸਦਾ ਆਤਮਿਕ ਖੇੜੇ ਵਿੱਚ ਰਹਿੰਦੇ ਹਨ॥੯॥

ਮੂਲ

੧ **ਸੁਣਿਐ ਸਤੁ ਸੰਤੋਖੁ ਗਿਆਨੁ ॥ ਸੁਣਿਐ ਅਠਸਠਿ ਕਾ ਇਸਨਾਨੁ ॥**
੨ **ਸੁਣਿਐ ਪੜਿ ਪੜਿ ਪਾਵਹਿ ਮਾਨੁ ॥ ਸੁਣਿਐ ਲਾਗੈ ਸਹਜਿ ਧਿਆਨੁ॥**
੩ **ਨਾਨਕ ਭਗਤਾ ਸਦਾ ਵਿਗਾਸੁ ॥ ਸੁਣਿਐ ਦੂਖ ਪਾਪ ਕਾ ਨਾਸੁ॥੧੦॥**

ਪਦ ਅਰਥ

ਸਤੁ = ਸੱਚ । **ਅਠਸਠਿ** = ਅਠਾਹਟ (ਅੱਠ + ਸੱਠ = ੬੮) । **ਮਾਨ** = ਸਤਿਕਾਰ । **ਸਹਜਿ ਧਿਆਨ** = ਸੁਤੇ ਸਿਧ ਹੀ ਸੁਰਤ ਦਾ ਟਿਕਾਉ ਪ੍ਰਾਪਤ ਹੋਣਾ, ਸੁਭਾਵਿਕ ਹੀ ਮਨ ਦਾ ਦਸਮ ਦੁਅਰ ਵਿੱਚ ਪਰਮਸੱਚ ਨਾਲ ਧਿਆਨ ਜੁੜਨਾ । ਨੋਟ:- ਹਠ ਯੋਗ ਵਾਲੇ ਪ੍ਰਾਣਾਯਾਮ ਦੁਆਰਾ ਛੇ ਚੱਕ੍ਰਾਂ (ਮੂਲਾਧਾਰ, ਸ੍ਵਾਦਿਸ਼ਠਾਨ, ਮਨਿਪੁਰ, ਅਨਾਹਤ, ਵਿਸ਼ੁੱਧਿ, ਆਗਿਆ ਚਕ੍ਰਾਂ) ਨੂੰ ਬਿੰਨਦੇ ਹੋਏ ਦਸਮੇ ਦੁਆਰ ਪ੍ਰਾਣਾਂ ਨੂੰ ਅਤੇ ਮਨ ਨੂੰ ਠਹਿਰਾਉਂਦੇ ਹਨ । ਇਹਨਾਂ ਚੱਕ੍ਰਾਂ ਨੂੰ ਪਾਰ ਕਰਦੇ ਸਮੇਂ ਯੋਗੀਆਂ ਨੂੰ ਅਨਾਹਤ ਚੱਕ੍ਰ ਪਾਰ ਕਰਨ ਸਮੇਂ ਨਾਦ ਸੁਣਾਈ ਦਿੰਦਾ ਹੈ । ਜੋਗੀ ਇਸ ਢੋਲ, ਭੇਰੀ, ਵੀਣਾ ਆਦਿ ਦੇ ਸੰਗੀਤ ਨਾਦ ਨਾਲ ਮਨ ਨੂੰ ਜੋੜਕੇ ਬਾਹਰ ਭੱਜਨ ਤੋਂ ਰੋਕ ਕੇ ਦਸਮੇ ਦੁਆਰ ਪਹੁੰਚ ਕੇ ਸਮਾਧੀ ਲੀਨ ਹੋ ਜਾਂਦੇ ਹਨ । ਇਹ ਨਾਦ ਸੁਣਨਾ ਮਨ ਪ੍ਰਚਾਵੇ ਦਾ ਸਾਧਨ ਨਹੀਂ; ਸਗੋਂ ਮਨ ਨੂੰ ਪ੍ਰਾਣਾਂ ਦੇ ਨਾਲ ਨਾਲ ਦਸਮ ਦੁਆਰ ਵਿੱਚ ਲਿਜਾਣ ਦਾ ਸਾਧਨ ਹੈ । ਪਰ ਗੁਰੂ ਜੀ ਦੱਸਦੇ ਹਨ ਕਿ ਇਕਾਗਰ ਚਿੱਤ ਹੋ ਕੇ ਪ੍ਰਭੂ ਨਾਮ ਜਸ ਸੁਣਨ ਵਾਲੇ ਦਾ ਧਿਆਨ ਸਹਜੇ ਦਸਮੇ ਦੁਆਰ ਵਿੱਚ ਪ੍ਰਭੂ ਨਾਲ ਜੁੜ ਜਾਂਦਾ ਹੈ । **ਯਥਾ:- ਧੁਨਿ ਮਹਿ ਧਿਆਨੁ, ਧਿਆਨੁ ਮਹਿ ਜਾਨਿਆ, ਗੁਰਮੁਖਿ ਅਕਥ ਕਹਾਨੀ** ॥ (ਅੰਗ ੮੭੯)॥

ਨੋਟ:- ☬ਇਹਨਾਂ ਚਾਰਾਂ ਪਉੜੀਆਂ ੮ ਤੋਂ ੧੧ ਵਿੱਚ ਦਸੇ ਫ਼ਲ ਦੀ ਪ੍ਰਾਪਤੀ ਉਸੇ ਨੂੰ ਹੈ ਜਿਸਨੇ ਸੁਣ ਕੇ ਮੰਨ ਲਿਆ । ਇਸ ਤਰਾਂ ਤੁਰੰਤ ਗਿਆਨ ਪ੍ਰਾਪਤੀ ਦੀ ਸਾਖੀ ਰਾਜੇ ਜਨਕ ਤੇ ਬੜੀ ਢੁਕਦੀ ਹੈ । ਕਹਾਣੀ ਹੈ ਕਿ ਇੱਕ ਵਾਰ ਰਾਜੇ ਜਨਕ ਨੇ ਆਪਣੇ ਦਰਬਾਰ ਵਿੱਚ ਬੈਠੇ ਵਿਦਵਾਨ ਰਿਸ਼ੀਆਂ ਮੁਨੀਆਂ ਦੀ ਸਭਾ ਵਿੱਚ ਕਿਹਾ ਕਿ ਮੈਂ ਉਸਨੂੰ ਆਪਣਾ ਗੁਰੂ ਧਾਰਨ ਕਰੂੰਗਾ ਜੋ ਮੈਨੂੰ ਘੋੜੇ ਦੀ ਰਕਾਬ ਵਿੱਚ ਪੈਰ ਰੱਖਕੇ ਘੋੜੇ ਦੀ ਪਿੱਠ ਤੇ ਬੈਠਣ ਦੇ ਸਮੇਂ ਵਿੱਚ ਹੀ ਗਿਆਨ ਕਰਵਾ ਦੇਵੇ । ਰਾਜੇ ਦੀ ਇਛਾ ਸੁਣਦੇ ਸਾਰ ਸਭਾ ਵਿੱਚ ਸਨਾਟਾ ਛਾ ਗਿਆ ਕਿ ਇਤਨੇ ਥੋੜੇ ਸਮੇਂ ਗਿਆਨ ਕਿਵੇਂ ਦਿੱਤਾ ਜਾ ਸਕਦਾ ਹੈ ? ਕੁਝ ਸਮੇਂ ਬਾਅਦ ਅਸਟਾਵਕਰ ਮੁਨੀ ਨੇ ਕਿਹਾ ਕਿ ਰਾਜਨ ਮੈਂ ਆਪਦੀ ਇਛਾ ਅਨੁਸਾਰ ਇਤਨੇ ਥੋੜੇ ਸਮੇਂ ਵਿੱਚ ਹੀ ਗਿਆਨ ਕਰਵਾ ਸਕਦਾ ਹਾਂ ਅਤੇ ਕਿਹਾ ਕਿ ਪਰ ਆਪਨੂੰ ਤਿੰਨ ਚੀਜਾਂ ਤਨ ਮਨ ਧਨ ਵਿਚੋਂ ਇਕ ਚੀਜ ਪਹਿਲਾਂ ਮੈਨੂੰ ਦਕਸ਼ਣਾ ਵਜੋਂ ਦੇਣੀ ਪਵੇਗੀ । ਰਾਜੇ ਨੇ ਸ਼ਰਤ ਮੰਨ ਲਈ ਤੇ ਮੁਨੀ ਜੀ ਤੋਂ ਸਲਾਹ ਮਸ਼ਵਰੇ ਲਈ ਮੋਹਲਤ ਲੈ ਲਈ । ਰਾਜ ਦਰਬਾਰੀਆਂ ਤੇ ਵਜ਼ੀਰਾਂ ਨੇ ਵੀਚਾਰ ਉਪ੍ਰੰਤ ਦੇਖਿਆ ਕਿ ਅਗਰ ਰਾਜਾ ਤਨ ਦਿੰਦਾ ਹੈ ਤਾਂ ਸਾਧ ਦਾ ਕੀ ਪਤਾ ਰਾਜੇ ਨੂੰ ਕਿਧਰ ਲੈ ਜਾਵੇ 'ਤੇ ਜੇ ਰਾਜਾ ਧਨ ਦਿੰਦਾ ਹੈ ਤਾਂ ਸਾਡਾ ਕੀ ਬਣੂ ਤੇ ਅਖੀਰ ਨੂੰ ਡੂੰਘੀ ਸੋਚ ਵੀਚਾਰ ਉਪ੍ਰੰਤ ਸਲਾਹ ਦਿੱਤੀ ਕਿ ਰਾਜਨ ਮੁਨੀ ਜੀ ਨੂੰ ਮਨ ਅਰਪਨ ਕੀਤਾ ਜਾਵੇ । ਰਾਣੀਆਂ ਨੇ ਕਿਹਾ ਰਾਜਨ ਜੀ ਸ਼ਾਦੀ ਉਪ੍ਰੰਤ ਤੁਹਾਡਾ ਤਨ ਤਾਂ ਪਹਿਲਾਂ ਹੀ ਸਾਡਾ ਹੋ ਚੁਕਿਆ ਹੈ ਅਤੇ ਜੇ ਤੁਸੀਂ ਧਨ ਦੇਵੋਂਗੇ ਤਾਂ ਸਭ ਰਾਜਸੀ ਸੁਖ ਸੁਵਿਧਾ ਜਾਂਦੀ ਰਹੂ । ਇਸ ਲਈ ਹੇ ਰਾਜਨ ਤੁਸੀਂ ਮੁਨੀ ਜੀ ਨੂੰ ਮਨ ਹੀ ਦਿਓ ਨਾਲ਼ੇ ਸਾਧ ਮਨ ਨੂੰ ਜੇਬ ਚ ਪਾਕੇ ਤਾਂ ਲਿਜਾਣੋਂ ਰਿਹਾ । ਮੁਹਲਤ ਪੁਗਣ ਤੇ ਰਾਜੇ ਨੇ ਦਰਬਾਰ ਲਾਇਆ ਤੇ ਅਸ਼ਟਾਵਕਰ ਮੁਨੀ ਜੀ ਨੂੰ ਹੱਥ ਜੋੜ ਕੇ ਨਮਸਕਾਰ ਕੀਤੀ ਤੇ ਕਿਹਾ ਗੁਰੂ ਜੀ ਮੈਂ ਦਕਸ਼ਣਾ ਵਿੱਚ ਆਪਣਾ ਮਨ ਆਪ ਜੀ ਨੂੰ ਅਰਪਣ ਕਰਦਾ ਹਾਂ ਮੈਨੂੰ ਗਿਆਨ ਕਰਵਾਓ । ਘੋੜਾ ਮੰਗਵਾਇਆ ਗਿਆ ਤੇ ਰਾਜੇ ਨੇ ਆਪਣਾ ਖੱਬਾ ਪੈਰ

ਰਕਾਬ ਵਿੱਚ ਰੱਖਿਆ ਤਾਂ ਮੁਨੀ ਬੋਲੇ ਕਿ ਰਾਜਨ ਮੇਰੀ ਗਲ ਧਿਆਨ ਨਾਲ ਸੁਣੋ ! ਤੁਹਾਡਾ ਮਨ ਮੇਰਾ ਹੋ ਚੁਕਿਆ ਹੈ ! ਹੁਣ ਮੈਂ ਤੁਹਾਡਾ ਗੁਰੂ ਹਾਂ !! ਜੋ ਮੈਂ ਹੁਕਮ ਕਰਾਂ ਉਹ ਤੁਸੀਂ ਮੰਨੋ । 'ਤੇ ਮੇਰਾ ਹੁਕਮ ਹੈ ਕਿ ਤੁਸੀਂ ਘੋੜੇ ਤੇ ਨਹੀਂ ਚੜ੍ਹ ਸਕਦੇ !! ਰਾਜੇ ਜਨਕ ਨੇ ਤੁਰੰਤ ਸਮਝ ਲਿਆ ਕਿ ਸਭ ਗਲ ਮਨ ਵਿੱਚ ਗੁਰੂ ਦਾ ਹੁਕਮ ਧਿਆਨ ਨਾਲ ਸੁਣ ਕੇ ਦ੍ਰਿੜਤਾ ਨਾਲ ਮੰਨਣ ਦੀ ਹੀ ਹੈ 'ਤੇ ਰਾਜੇ ਜਨਕ ਨੇ ਗੁਰੂ ਮੁਨੀ ਦਾ ਹੁਕਮ ਮੰਨਕੇ ਰਕਾਬ ਵਿੱਚੋਂ ਪੈਰ ਕੱਢਿਆ ਤਾਂ ਮਨ ਬੁੱਧੀ ਵਿੱਚ ਅਧਿਆਤਮਿਕ ਚੇਤਨਤਾ ਆ ਗਈ ਤੇ ਗਿਆਨ ਪ੍ਰਗਟ ਹੋ ਗਿਆ । ਯਥਾ: - "**ਸੁਣਿਐ ਸਤੁ ਸੰਤੋਖੁ ਗਿਆਨੁ**" ਤੇ "**ਮੰਨੈ ਸੁਰਤਿ ਹੋਵੈ ਮਨਿ ਬੁਧਿ**" ਤੇ ਰਾਜੇ ਜਨਕ ਨੇ ਮੁਨੀ ਗੁਰੂ ਦੇ ਚਰਨਾਂ ਤੇ ਨਮਸਕਾਰ ਕੀਤੀ ਤੇ ਕਿਹਾ ਕਿ ਮੈਨੂੰ ਗਿਆਨ ਹੋ ਗਿਆ ਹੈ ਜੀ !! ਰਾਜਾ ਜਨਕ ਤੇ ਅਸ਼ਟਾਵਕਰ ਮੁਨੀ ਵਿੱਚ ਹੋਏ ਬਾਦ ਸੰਬਾਦ (ਵੀਚਾਰ ਚਰਚਾ) ਦਾ ਨਾਮ ਮਹਾਂ ਗੀਤਾ ਹੈ । ਲਗਦੇ ਹੱਥ, ਸੁਖਮਨੀ ਸਾਹਿਬ ਦੀ ੨੪ ਵੀਂ ਅਸਟਪਦੀ ਵਿੱਚ ਨਾਮ ਜਸ ਸ੍ਰਵਣ ਦਾ ਦਰਸਾਇਆ ਮਹਾਤਮ ਇਥੇ ਵੀਚਾਰਨ ਯੋਗ ਹੈ । **ਯਥਾ:-ਖੇਮ ਸਾਤ ਰਿਧਿ ਨਵ ਨਿਧਿ ॥ ਬੁਧਿ ਗਿਆਨੁ ਸਰਬ ਤਹ ਸਿਧਿ ॥ ਬਿਦਿਆ ਤਪੁ ਜੋਗੁ ਪ੍ਰਭ ਧਿਆਨੁ ॥ ਗਿਆਨੁ ਸ੍ਰੇਸਟ ਊਤਮ ਇਸਨਾਨੁ ॥ ਚਾਰਿ ਪਦਾਰਥ ਕਮਲ ਪ੍ਰਗਾਸ ॥ ਸਭ ਕੈ ਮਧਿ ਸਗਲ ਤੇ ਉਦਾਸ ॥ ਸੁੰਦਰੁ ਚਤੁਰੁ ਤਤ ਕਾ ਬੇਤਾ ॥ ਸਮਦਰਸੀ ਏਕ ਦ੍ਰਿਸਟੇਤਾ ॥ ਇਹ ਫਲ ਤਿਸੁ ਜਨ ਕੈ ਮੁਖਿ ਭਨੇ ॥ ਗੁਰ ਨਾਨਕ ਨਾਮ ਬਚਨ ਮਨਿ ਸੁਨੇ ॥ ੬ ॥ ੨੪ ॥**

ਅਰਥ

੧. ਉਸ ਸਚੇ ਸਾਹਿਬ ਦਾ ਨਾਮ ਜਸ ਸੁਣਨ ਨਾਲ ਜਗਿਆਸੂ ਦੀ ਮਨ ਬੁਧੀ ਅੰਦਰ ਸੁਤੇ ਸਿਧ ਹੀ ਸਤਿ ਸੰਤੋਖ ਆਦਿਕ ਗੁਣਾਂ ਵਾਲਾ ਆਚਰਨ ਅਤੇ ਆਤਮਿਕ ਗਿਆਨ ਪ੍ਰਗਟ ਹੋ ਜਾਂਦਾ ਹੈ ਅਤੇ ਨਾਮ ਜਸ ਸ਼੍ਰਵਣ ਕਰਨ ਨਾਲ ਹੀ ਉਸਨੂੰ ਅਠਾਹਟ ਤੀਰਥਾਂ ਦੇ ਇਸਨਾਨ ਦਾ ਫਲ ਪ੍ਰਾਪਤ ਹੋ ਜਾਂਦਾ ਹੈ ।

੨. ਨਾਮ ਜਸ ਸ਼੍ਰਵਣ ਕਰਨ ਨਾਲ ਹੀ ਉਸਨੂੰ ਉਹ ਮਾਨ (ਮਾਣ) ਪ੍ਰਾਪਤ ਹੋ ਜਾਂਦਾ ਹੈ ਜਿਸਨੂੰ ਪੰਡਿਤ ਲੋਕ (ਪੜਿ ਪੜਿ ਭਾਵ) ਵਿਦਿਆ ਪੜਨ ਉਪ੍ਰੰਤ ਪਾਉਂਦੇ ਹਨ ਅਤੇ ਨਾਮ ਜਸ ਸ਼੍ਰਵਣ ਕਰਨ ਨਾਲ ਹੀ ਸੁਤੇ ਸਿਧ ਉਸਦਾ ਧਿਆਨ ਸਹਜ ਪਦ (ਪਰਮਸਚੁ,ਜਿਸਦਾ ਉਹ ਨਾਮ ਜਸ ਸੁਣਦਾ ਹੈ ਉਸ ਨਾਮੀ) ਵਿੱਚ ਲਗ ਜਾਂਦਾ ਹੈ ।

੩. ਗੁਰੂ ਨਾਨਕ ਜੀ ਦਸਦੇ ਹਨ ਕਿ ਨਾਮ ਜਸ ਸ਼੍ਰਵਣ ਕਰਨ ਵਾਲੇ ਭਗਤਾਂ ਦੇ ਸਾਰੇ ਦੁਖਾਂ ਕਲੇਸ਼ਾਂ ਤੇ ਪਾਪਾਂ ਦਾ ਨਾਸ ਹੋ ਜਾਂਦਾ ਹੈ ਅਤੇ "ਦੁਖੁ ਪਰਹਰਿ ਸੁਖੁ ਘਰਿ ਲੈ ਜਾਇ" ਦੇ ਵਾਕ ਅਨੁਸਾਰ ਦੁਖਾਂ ਦੀ ਨਿਵਿਰਤੀ ਉਪ੍ਰੰਤ ਉਹਨਾਂ ਦੇ ਮਨ ਅੰਦਰ ਸੁਖ ਅਨੰਦ ਦਾ ਵਾਸਾ ਹੋਣ ਕਰਕੇ ਭਗਤ ਸਦਾ ਆਤਮਿਕ ਖੇੜੇ ਵਿੱਚ ਰਹਿੰਦੇ ਹਨ ॥੧੦॥

ਮੂਲ

੧ ਸੁਣਿਐ ਸਰਾ ਗੁਣਾ ਕੇ ਗਾਹ ॥ ਸੁਣਿਐ ਸੇਖ ਪੀਰ ਪਾਤਿਸਾਹ ॥
੨ ਸੁਣਿਐ ਅੰਧੇ ਪਾਵਹਿ ਰਾਹੁ ॥ ਸੁਣਿਐ ਹਾਥ ਹੋਵੈ ਅਸਗਾਹੁ ॥
੩ ਨਾਨਕ ਭਗਤਾ ਸਦਾ ਵਿਗਾਸੁ ॥ ਸੁਣਿਐ ਦੂਖ ਪਾਪ ਕਾ ਨਾਸੁ ॥੧੧॥

ਪਦ ਅਰਥ

ਸਰਾ = ਮੁਸਲਮਾਨੀ ਸ਼ਰਾਅ, ਮੁਸਲਮਾਨੀ ਧਰਮ ਦੀ ਮਰਯਾਦਾ, ਧਰਮ ਦੀ ਮਰਯਾਦਾ ।(ਮਹਾਨ ਕੋਸ਼)। **ਸੁਣਿਐ ਹਾਥ ਹੋਵੈ ਅਸਗਾਹੁ** = ਡੱਲਾ ਨਿਵਾਸੀ ਜੁਲਕਾ ਖਤ੍ਰੀ ਪਰਮਹੰਸ ਭਾਈ ਪਾਰੋ ਜੀ ਗੁਰੂ ਅਮਰਦਾਸ ਜੀ ਦੇ ਦਰਸ਼ਨ ਕਰਨ ਜਾਣ ਸਮੇ ਹੜ੍ਹ ਆਏ ਬਿਆਸ ਦਰਿਆ ਵਿੱਚੋਂ ਵੀ ਸਹਿਜੇ ਲੰਘ ਜਾਂਦੇ ਸਨ, ਦਰਿਆ ਉਨ੍ਹਾਂ ਨੂੰ ਨੀਵਾਂ ਹੋਕੇ ਰਸਤਾ ਦਿੰਦਾ ਸੀ । ਗੁਰੂ ਜੀ ਨੇ ਇਸਨੂੰ ਪ੍ਰਚਾਰਕ ਥਾਪਕੇ ਮੰਜੀ ਵੀ ਬਖ਼ਸ਼ੀ ਸੀ । ਭਾਈ ਪਾਰੋ ਦੀ ਵੰਸ਼ ਵਿੱਚੋਂ ਹੀ ਨਾਰਾਯਣਦਾਸ ਦੀ ਸੁਪੁਤ੍ਰੀ ਦਮੋਦਰੀ ਜੀ ਸ੍ਰੀ ਗੁਰੂ ਹਰਿਗੋਬਿੰਦ ਸਾਹਿਬ ਜੀ ਨੂੰ ਵਿਆਹੀ ਹੋਈ ਸੀ । ਦੇਖੋ ਸਾਖੀ ਭਾਈ ਪਾਰੋ ਪਰਮਹੰਸ ।

ਅਰਥ

੧. ਉਸ ਸਚੇ ਸਾਹਿਬ ਦਾ ਨਾਮ ਜਸ ਸੁਣਨ ਕਰਕੇ ਜਗਿਆਸੂ (ਸਰਾ ਗੁਣਾ) ਕੁਦਰਤੀ ਧਰਮ ਦੀ ਮਰਯਾਦਾ ਦੇ ਸਾਰੇ ਗੁਣਾਂ ਦੀ ਡੂੰਘੀ ਵਿਵੇਕ ਵੀਚਾਰ ਦੁਆਰਾ ਸਤਿ ਅਸਤਿ ਦੇ ਨਿਖੇੜਨ ਦੀ ਸਮਝ ਪਾ ਲੈਂਦਾ ਹੈ ਭਾਵ ਕੁਦਰਤੀ ਧਰਮ ਦੇ ਨਿਯਮਾਂ ਅਨੁਸਾਰ ਆਪਣਾ ਜੀਵਨ ਢਾਲ਼ ਲੈਂਦਾ ਹੈ ਅਤੇ ਸ਼ੇਖ, ਪੀਰ ਤੇ ਪਾਤਸ਼ਾਹੀ ਰੁਤਬੇ (ਪਦਵੀ) ਵਾਲੀ ਵਡਿਆਈ ਵੀ ਪਾ ਲੈਂਦਾ ਹੈ ।

੨. ਨਾਮ ਜਸ ਸਰਵਣ ਕਰਨ ਨਾਲ ਹੀ (ਅੰਧੇ) ਅਗਿਆਨੀ ਵੀ ਪ੍ਰਭੂ ਪ੍ਰਾਪਤੀ ਦੇ ਧਰਮ ਵਾਲੇ ਰਾਹ ਦੀ ਸੂਝ ਪਾ ਲੈਂਦੇ ਹਨ ਕਿਉਂਕਿ ਉਨ੍ਹਾਂ ਲਈ (ਅਸਗਾਹੁ) ਅਤੀ ਡੂੰਘੇ ਅਗਾਧ ਤੇ ਅਥਾਹ ਭਵਸਾਗਰ ਵਿੱਚ ਇਹ ਰਾਹ ਕੇਵਲ ਹੱਥ ਭਰ ਹੀ ਡੂੰਘਾ ਰਹਿ ਜਾਂਦਾ ਹੈ ਭਾਵ ਉਹ ਸੰਸਾਰ ਸਮੁੰਦਰ ਨੂੰ ਪਾਰ ਲੰਘਣ ਵਿੱਚ ਔਖਿਆਈ ਮਹਿਸੂਸ ਨਹੀਂ ਕਰਦੇ ।

੩. ਗੁਰੂ ਨਾਨਕ ਜੀ ਦਸਦੇ ਹਨ ਕਿ ਨਾਮ ਜਸ ਸ੍ਰਵਣ ਕਰਨ ਵਾਲੇ ਭਗਤਾਂ ਦੇ ਸਾਰੇ ਦੁਖਾਂ ਕਲੇਸ਼ਾਂ ਤੇ ਪਾਪਾਂ ਦਾ ਨਾਸ ਹੋ ਜਾਂਦਾ ਹੈ ਅਤੇ "**ਦੁਖੁ ਪਰਹਰਿ ਸੁਖੁ ਘਰਿ ਲੈ ਜਾਇ**" ਦੇ ਵਾਕ ਅਨੁਸਾਰ ਦੁਖਾਂ ਦੀ ਨਿਵਿਰਤੀ ਉਪ੍ਰੰਤ ਉਹਨਾਂ ਦੇ ਮਨ ਅੰਦਰ ਸੁਖ ਅਨੰਦ ਦਾ ਵਾਸਾ ਹੋਣ ਕਰਕੇ ਭਗਤ ਸਦਾ ਆਤਮਿਕ ਖੇੜੇ ਵਿੱਚ ਰਹਿੰਦੇ ਹਨ ॥ ੧੧ ॥

ਮੂਲ

੧ ਮੰਨੇ ਕੀ ਗਤਿ ਕਹੀ ਨ ਜਾਇ ॥ ਜੇ ਕੋ ਕਹੈ ਪਿਛੈ ਪਛੁਤਾਇ ॥
੨ ਕਾਗਦਿ ਕਲਮ ਨ ਲਿਖਣਹਾਰੁ ॥ ਮੰਨੇ ਕਾ ਬਹਿ ਕਰਨਿ ਵੀਚਾਰੁ॥
੩ ਐਸਾ ਨਾਮੁ ਨਿਰੰਜਨੁ ਹੋਇ ॥ ਜੇ ਕੋ ਮੰਨਿ ਜਾਣੈ ਮਨਿ ਕੋਇ॥੧੨॥

ਪਦ ਅਰਥ

ਮੰਨੇ = ਜਿਸਨੇ ਨਿਸਚੈ ਪੂਰਬਕ ਸਚੇ ਨਾਮ ਨੂੰ ਆਪਣੇ ਮਨ ਵਿੱਚ ਮੰਨ ਲਿਆ ਹੋਵੇ । **ਯਥਾ**:-"**ਕਹਤ ਸੁਨਤ ਸਭੇ ਸੁਖ ਪਾਵਹਿ ਮਾਨਤ ਪਾਹਿ ਨਿਧਾਨਾ ॥ ਬਿਲਾਵਲੁ ਮਹਲਾ ੩ ॥**" (ਪੰ: ੭੯੮)॥ **ਗਤਿ** = ਮਾਨਸਕ ਅਵਸਥਾ, ਆਤਮਕ ਅਵਸਥਾ । **ਨੋਟ**:- ਗੁਰੂ ਜੀ ਨੇ ਅਗੇ ਇਹਨਾਂ ਚਾਰ ਪਉੜੀਆਂ, ੧੨ ਤੋਂ ੧੫ ਤੱਕ ਨਾਮ ਜਸ ਸ੍ਰਵਣ ਉਪ੍ਰੰਤ ਮੰਨਣ ਦਾ ਮਹਾਤਮ ਉਜਾਗਰ ਕੀਤਾ ਹੈ । ਅਧਿਆਤਮਿਕ ਮਾਰਗ ਦੇ ਸਭ ਫਲ ਮੰਨਣ ਵਿੱਚ ਹੀ ਸਮੋਏ ਹੋਏ ਹਨ । ਜੇ ਸ੍ਰਵਣ ਉਪ੍ਰੰਤ ਮੰਨਣ ਨਹੀਂ ਤਾਂ ਫਲ ਵੀ ਪ੍ਰਾਪਤ ਨਹੀਂ ਹੁੰਦਾ । ☬ ਜਿਸਨੇ ਮੰਨਿਆ ਨਹੀਂ ਸਮਝੋ ਉਸਨੇ ਸੁਣਿਆ ਹੀ ਨਹੀਂ ।

ਅਰਥ

੧. ਸਚੇ ਸਹਿਬ ਦਾ ਨਾਮ ਸੁਣ ਕੇ ਮੰਨ ਲੈਣ ਵਾਲੇ ਦੀ ਉਚੀ ਆਤਮਿਕ ਅਵਸਥਾ ਨੂੰ ਕਥਨ ਨਹੀਂ ਕੀਤਾ ਜਾ ਸਕਦਾ । ਪਰ ਜੇ ਕੋਈ ਕਥਨ ਕਰਨ ਦੀ ਧਾਰਦਾ ਹੈ ਤਾਂ ਉਸਨੂੰ ਆਪਣੀ ਭੁਲ ਦੀ ਸਮਝ ਪੈਣ ਤੇ ਪਛਤਾਉਣਾ ਹੀ ਪੈਂਦਾ ਹੈ । (ਕਿਉਂਕਿ ਕਥਨ ਕਰਨ ਵਾਲੇ ਦੀ ਮਾਨਸਿਕ ਅਵਸਥਾ ਨਾਮ ਸੁਣ ਕੇ ਮੰਨਣ ਵਾਲੇ ਦੇ ਤੁਲ ਨਹੀਂ ਹੁੰਦੀ ਇਸ ਕਰਕੇ ਉਹ ਭੁਲ ਕਰ ਬੈਠਦਾ ਹੈ) ।

੨. ਸੱਚੀ ਗੱਲ ਤਾਂ ਇਹ ਕਿ ਨਾਮ ਸੁਣ ਕੇ ਮੰਨਣ ਵਾਲੇ ਦੀ ਆਤਮਿਕ ਅਵਸਥਾ ਦਾ ਵੀਚਾਰ ਲਿਖਣ ਲਈ ਨਾ ਕੋਈ ਲਿਖਾਰੀ ਸਮਰੱਥ ਹੈ ਤੇ ਨਾ ਹੀ ਕਲਮ ਅਤੇ ਕਾਗਜ ਕਾਫੀ ਹਨ । ਭਾਵ ਇਹ ਕਿ ਉਸ ਉਚ ਆਤਮਿਕ ਅਵਸਥਾ ਦਾ ਵਿਸਥਾਰ ਹੀ ਇਤਨਾ ਵੱਡਾ ਹੈ ਕਿ ਕਲਮ ਘਸ ਕੇ ਮੁਕ ਜਾਂਦੀ ਹੈ ਤੇ ਕਾਗਜ ਦੀ ਤੋਟ ਪੈ ਜਾਂਦੀ ਹੈ ।

੩. ਐਸੀ ਅਦਭੁਤ ਅਕੱਥ ਮਹਿਮਾ ਹੈ ਉਸ ਮਾਇਆ ਰਹਿਤ ਨਿਰੰਜਨ ਦੇ ਨਾਮ ਦੀ ਜਿਸਨੂੰ ਕੇਵਲ ਨਾਮ ਨੂੰ ਮੰਨਣ ਵਾਲਾ ਸਾਧਕ ਹੀ ਆਪਣੇ ਮਨ ਅੰਦਰ ਜਾਣਦਾ ਹੈ । ਪਰ ਉਹ ਅਵਸਥਾ ਸ਼ਬਦਾਂ ਦੁਆਰਾ ਅਕਥਨੀਯ ਹੈ ॥ ੧੨ ॥

ਮੂਲ

੧ **ਮੰਨੈ ਸੁਰਤਿ ਹੋਵੈ ਮਨਿ ਬੁਧਿ ॥ ਮੰਨੈ ਸਗਲ ਭਵਣ ਕੀ ਸੁਧਿ ॥**
੨ **ਮੰਨੈ ਮੁਹਿ ਚੋਟਾ ਨਾ ਖਾਇ ॥ ਮੰਨੈ ਜਮ ਕੈ ਸਾਥਿ ਨ ਜਾਇ ॥**
੩ **ਐਸਾ ਨਾਮੁ ਨਿਰੰਜਨੁ ਹੋਇ ॥ ਜੇ ਕੋ ਮੰਨਿ ਜਾਣੈ ਮਨਿ ਕੋਇ ॥੧੩॥**

ਪਦ ਅਰਥ

ਸੁਰਤਿ = ਗਿਆਨ, ਸੋਝੀ, ਧਿਆਨ,ਹੋਸ਼, ਚੇਤਾ, ਚੇਤਨਤਾ, ਜਾਗ੍ਰਿਤੀ । **ਸੁਧਿ** = ਸੋਝੀ, ਚੇਤਾ । **ਮਨਿ ਬੁਧਿ** = ਅੰਤਹਕਰਣ । ਭਾਈ ਕਾਨ੍ਹ ਸਿੰਘ ਨਾਭਾ ਜੀ ਨੇ ਮਹਾਨ ਕੋਸ਼ ਵਿੱਚ

ਅੰਤਹਕਰਣ ਦੇ ਇਹ ਚਾਰ ਭੇਦ ਦਸੇ ਹਨ: ਮਨ-ਜਿਸ ਕਰਕੇ ਸੰਕਲਪ ਵਿਕਲਪ ਫੁਰਦੇ ਹਨ। ਬੁਧਿ-ਜਿਸ ਤੋਂ ਵਿਚਾਰ ਤੇ ਨਿਸਚਾ ਹੁੰਦਾ ਹੈ। ਚਿੱਤ-ਜਿਸ ਕਰਕੇ ਸਮਰਣ (ਚੇਤਾ) ਹੁੰਦਾ ਹੈ। ਹੰਕਾਰ-ਜਿਸ ਤੋਂ ਪਦਾਰਥਾਂ ਨਾਲ ਆਪਣਾ ਸੰਬੰਧ ਹੁੰਦਾ ਹੈ, ਮਮਤਵ, ਮਮਤਾ। ਭਾਵ ਮਨ ਬੁਧ ਜੋ ਮਾਇਆ ਪ੍ਰਭਾਵ ਹੇਠ ਸੁਤੇ ਪਏ ਸਨ ਉਹ ਨਾਮ ਸਿਮਰਨ ਨਾਲ ਚੇਤਨ (ਜਾਗ੍ਰਿਤ) ਅਵਸਥਾ ਵਿੱਚ ਆ ਗਏ ਭਾਵ ਸੁਚੇਤ ਹੋ ਗਏ।

☬**ਨੋਟ**:- ਗੁਰੂ ਸਾਹਿਬ ਨੇ ਇਹ ਬੜੀ ਗੋਹਜ ਅਤੇ ਵੱਡੀ ਗਲ ਆਖੀ ਹੈ ਕਿ "**ਮੰਨੈ ਸਗਲ ਭਵਨ ਕੀ ਸੁਧਿ**"। ਜੇ ਇਸ ਤੱਥ ਦੀ ਅਜ ਦੇ ਪੁਲਾੜ ਵਿਗਿਆਨ ਦੀ ਰੌਸ਼ਨੀ ਵਿੱਚ ਪੜਤਾਲ ਕਰੀਏ ਕੋਈ ਧਰਮਾਚਾਰੀਯ ਨਜ਼ਰ ਨਹੀਂ ਆਉਂਦਾ ਜਿਸਨੇ ਸਗਲ ਭਵਨ ਕੀ ਸੁਧ ਪ੍ਰਾਪਤ ਕੀਤੀ ਹੋਵੇ। ਗੁਰੂ ਨਾਨਕ ਦੇ ਜ਼ਮਾਨੇ ਵਿੱਚ ਇਸ ਦੇਸ ਵਿਚ ਤਿੰਨ ਹੀ ਮੁਖੀ ਸਨ ਕਾਜ਼ੀ, ਬ੍ਰਾਹਮਣ ਤੇ ਜੋਗੀ। ਇਹ ਤਿੰਨੇ ਹੀ ਇਸ ਪ੍ਰਾਪਤੀ ਤੋਂ ਸਖਣੇ ਹਨ। ਇਹ ਪ੍ਰਾਪਤੀ ਕੇਵਲ ਤੇ ਕੇਵਲ ਗੁਰੂ ਨਾਨਕ ਹਿੱਸੇ ਆਈ ਹੈ। ਧੰਨਵਾਦ ਹੈ ਹਬਲ ਦੂਰਬੀਨ (Hubble Telescope) ਬਨਾਉਣ ਵਾਲਿਆਂ ਦਾ ਜਿਸ ਨਾਲ ਪੁਲਾੜ ਵਿਗਿਆਨ ਦਾ ਖੇਤਰ ਬਹੁਤ ਵਿਸ਼ਾਲ ਹੋ ਗਿਆ ਹੈ। ਬਲਿਹਾਰ ਜਾਈਏ ਗੁਰੂ ਨਾਨਕ ਦੇ ਜਿਸਨੇ ਨਾਮ ਸਿਮਰਨ ਨਾਲ ਸਗਲ ਭਵਨ ਦੀ ਸੋਝੀ ਪ੍ਰਾਪਤ ਕੀਤੀ। ਭਾਈ ਗੁਰਦਾਸ ਨੇ ਬਹੁਤ ਠੀਕ ਕਿਹਾ ਹੈ ਕਿ '**ਧੰਨ ਨਾਨਕ ਤੇਰੀ ਵਡੀ ਕਮਾਈ**'। ਗੁਰੂ ਨਾਨਕ ਸਾਹਿਬ ਨੇ ਸਾਇੰਸਦਾਨਾਂ ਤੋਂ ਪੰਜ ਸੌ ਸਾਲ ਪਹਿਲਾਂ ਪੁਲਾੜ ਬਾਰੇ ਜੋ ਦਸਿਆ ਪੁਲਾੜ ਵਿਗਿਆਨ ਨੇ ਅਜ ਉਸਦੀ ਪੁਸ਼ਟੀ ਕੀਤੀ ਹੈ। ਗੁਰੂ ਨਾਨਕ ਨੇ ਗੁਰਬਾਣੀ ਵਿੱਚ ਲੱਖਾਂ ਆਕਾਸ਼ਾਂ ਪਾਤਾਲ਼ਾਂ ਦੀ ਗੱਲ ਕੀਤੀ, ਕ੍ਰੋੜਾਂ ਬ੍ਰਹਮੰਡਾਂ ਦੀ ਗੱਲ ਕੀਤੀ, ਕ੍ਰੋੜਾਂ ਚੰਦਾਂ ਸੂਰਜਾਂ ਦੀ ਗੱਲ ਕੀਤੀ ਤੇ ਚੰਦ ਸੂਰਜ ਦੇ ਕ੍ਰੋੜਾਂ ਕੋਹਾਂ ਚਲਣ ਦੀ ਗੱਲ ਕੀਤੀ, ਪ੍ਰਮਾਤਮਾ ਦੇ ਲੇਖੇ ਤੋਂ ਬਾਹਰ ਹੋਣ ਦੀ ਗੱਲ ਕੀਤੀ (ਅੱਜ ਵੀ ਅਸੀਂ ਅੰਤਰਿਕਸ਼ ਦਾ ਉਰਵਾਰ ਪਾਰ ਨਹੀਂ ਲੱਭ ਸਕਦੇ ਤੇ ਅਰਬਾਂ ਖਰਬਾਂ ਦੀ ਤਾਦਾਦ ਵਿੱਚ ਸੂਰਜਾਂ ਦੀ ਗਿਣਤੀ ਨਹੀਂ ਕਰ ਸਕਦੇ), ਅਨੇਕਾਂ ਹੀ ਪ੍ਰਿਥਵੀਆਂ ਦੀ ਗੱਲ ਕੀਤੀ, ਸਮੇਂ ਦੇ ਨਾਲ ਚੰਦ ਸੂਰਜ ਦੇ ਮਰ ਮਿਟ ਜਾਣ ਦੀ ਗੱਲ ਕੀਤੀ, ਅਗੰਮ ਅਗੰਮ ਅਸੰਖ ਲੋਅ ਭਾਵ ਪਹੁੰਚ ਤੋਂ ਪਰੇ ਬ੍ਰਹਮੰਡਾਂ ਦੀ ਗੱਲ ਕੀਤੀ, ਇਥੋਂ ਤੱਕ ਕਿ ਸੂਰਜ ਦੇ ਸੋਖ ਲਏ ਜਾਣ ਦੀ ਗੱਲ ਕੀਤੀ (**ਕਿ ਆਦਿਤ ਸੋਕੈ**)॥੧੦੪॥ ਜਾਪੁ ਸਾਹਿਬ॥) ਜਿਵੇਂ ਕਿ ਅੱਜ ਸਾਨੂੰ ਪਤਾ ਹੈ ਕਿ ਬਲੈਕ ਹੋਲ (Black Hole) ਦੇ ਗੇੜ ਵਿੱਚ ਆਇਆ ਸੂਰਜ ਸੋਖ ਲਿਆ ਜਾਂਦਾ ਹੈ। ਜੋ ਅਜ ਤੋਂ ਪਹਿਲਾਂ ਇਕ ਕਲਪਨਾਂ ਹੀ ਸਮਝੀ ਜਾਂਦੀ ਸੀ। ਵਿਗਿਆਨ ਦੁਆਰਾ ਕੀਤੀ ਖੋਜ ਤੋਂ ਹੀ ਗੁਰੂ ਨਾਨਕ ਦੇ ਕਥਨ "**ਮੰਨੈ ਸਗਲ ਭਵਨ ਕੀ ਸੁਧਿ**" ਦੀ ਸਚਾਈ ਦੀ ਮਹੱਤਤਾ ਦਾ ਜਨ ਸਾਧਾਰਨ ਨੂੰ ਪਤਾ

ਲਗਿਆ । ਗੁਰਬਾਣੀ ਕੋਈ ਆਮ ਗੀਤ ਨਹੀਂ । ਇਹ ਸੱਚ ਕਥਨ ਹੈ । ਗੁਰੂ ਜੀ ਦੇ ਜੋ ਅਨੁਭਵ ਵਿੱਚ ਆਇਆ ਹੈ ਉਹੀ ਕਿਹਾ ਹੈ । **ਯਥਾ:-"ਅੰਮ੍ਰਿਤ ਬਾਣੀ ਤਤੁ ਵਖਾਣੀ ਗਿਆਨ ਧਿਆਨ ਵਿਚਿ ਆਈ ॥"** ਸਲੋਕ ਮ:੨ ॥(ਪੰ:੧੨੪੩)॥ ਜਦੋਂ ਸਇੰਸਦਾਨਾਂ ਨੂੰ ਹੋਰ ਪ੍ਰਿਥਵੀ (ਸੰਭਾਵਨਾ ਹੈ ਕਿ ਹੋਰ ਪੱਚੀ ਤੀਹ ਪੰਜਾਹ ਸਾਲਾਂ ਤੱਕ) ਲੱਭ ਪਵੇਗੀ ਤਾਂ ਗੁਰੂ ਨਾਨਕ ਦੀ ਹੋਰ ਜੈ ਜੈ ਕਾਰ ਹੋਵੇਗੀ । ਸੱਚ ਦੀ ਪੜਤਾਲ ਤੇ ਪ੍ਰਸ਼ਟੀ ਨਾਲ ਜਿਗਿਆਸੂ ਦਾ ਗੁਰਬਾਣੀ ਅਤੇ ਨਾਮ ਸਿਮਰਨ ਤੇ ਨਿਸਚਾ ਹੋਰ ਪੱਕਾ ਹੁੰਦਾ ਹੈ ।

ਅਰਥ

੧. ਸਚੇ ਸਾਹਿਬ ਦਾ ਨਾਮ ਸੁਣਕੇ (ਮੰਨੈ) ਮੰਨ ਲੈਣ ਵਾਲੇ ਦੇ ਮਨ ਬੁਧੀ (ਅੰਤਹਕਰਣ) ਅੰਦਰ (ਸੁਰਤਿ) ਚੇਤਨਤਾ ਭਾਵ ਅਧਿਆਤਮਿਕ ਸੋਝੀ ਵਾਲਾ ਗਿਆਨ ਪ੍ਰਗਟ ਹੋ ਜਾਂਦਾ ਹੈ ਅਤੇ ਉਸਨੂੰ (ਸਗਲ ਭਵਨ) ਤਿੰਨ ਲੋਕਾਂ ਦੀ ਸੋਝੀ ਹੋ ਜਾਂਦੀ ਹੈ । **ਯਥਾ:-ਨਾਮਿ ਰਤੇ ਤ੍ਰਿਭਵਨ ਸੋਝੀ ਹੋਇ ॥ ੩੨ ॥** (ਸਿਧ ਗੋਸਟਿ)।

੨. ਨਾਮ ਨੂੰ ਮੰਨਣ ਵਾਲਾ ਯਮਾਂ ਦੇ ਵਸ ਪੈਕੇ ਧਰਮਰਾਜ ਦੇ ਪੇਸ਼ ਨਹੀਂ ਹੁੰਦਾ ਅਤੇ ਉਹ ਉਥੇ ਯਮਾਂ ਦੀਆਂ (ਚੋਟਾਂ) ਦੀ ਮਾਰ ਮੂੰਹ ਤੇ ਨਹੀਂ ਖਾਂਦਾ ਭਾਵ ਉਹ ਆਪਣੇ ਕਰਮਾਂ ਦੇ ਲੇਖੇ ਜੋਖੇ ਲਈ ਧਰਮਰਾਜ ਅਗੇ ਜਵਾਬ ਦੇਹ ਨਹੀਂ ਹੁੰਦਾ ।

੩. ਐਸੀ ਅਦਭੁਤ ਅਕੱਥ ਮਹਿਮਾ ਹੈ ਉਸ ਮਾਇਆ ਰਹਿਤ ਨਿਰੰਜਨ ਦੇ ਨਾਮ ਦੀ ਜਿਸਨੂੰ ਕੇਵਲ ਨਾਮ ਨੂੰ ਮੰਨਣ ਵਾਲਾ ਸਾਧਕ ਆਪਣੇ ਮਨ ਅੰਦਰ ਹੀ ਜਾਣਦਾ ਹੈ, ਪਰ ਉਹ ਅਵਸਥਾ ਸ਼ਬਦਾਂ ਦੁਆਰਾ ਅਕਥਨੀਅਯ ਹੈ ॥ ੧੩ ॥

ਮੂਲ

੧ **ਮੰਨੈ ਮਾਰਗਿ ਠਾਕ ਨ ਪਾਇ ॥ ਮੰਨੈ ਪਤਿ ਸਿਉ ਪਰਗਟੁ ਜਾਇ ॥**
੨ **ਮੰਨੈ ਮਗੁ ਨ ਚਲੈ ਪੰਥੁ ॥ ਮੰਨੈ ਧਰਮ ਸੇਤੀ ਸਨਬੰਧੁ ॥**
੩ **ਐਸਾ ਨਾਮੁ ਨਿਰੰਜਨੁ ਹੋਇ ॥ ਜੇ ਕੋ ਮੰਨਿ ਜਾਣੈ ਮਨਿ ਕੋਇ॥੧੪॥**

ਪਦ ਅਰਥ

ਠਾਕ = ਰੋਕ, ਰੁਕਾਵਟ । **ਮਗੁ** = ਰਸਤਾ, ਮਾਰਗ । **ਪੰਥੁ** = ਰਸਤਾ, ਧਰਮ ਦਾ ਮਾਰਗ, ਧਰਮ ਦੇ ਫਿਰਕੇ ਦਾ ਮਾਰਗ, ਧਰਮ, ਮਜਹਬ ।(**ਯਥਾ:- ਮੈ ਆਪਨਾ ਸੁਤ ਤੋਹਿ ਨਿਵਾਜ਼ਾ ॥ ਪੰਥ ਪ੍ਰਚੁਰ ਕਰਬੇ ਕੋ ਸਾਜਾ ॥** (ਬਚਿਤ੍ਰ ਨਾਟਕ)॥ ਤਥਾ:- **ਗੁਰਮੁਖਿ ਪੰਥ ਨਿਰੋਲ ਨ ਰਲੈ ਰਲਾਈਐ ॥** (ਭਾਈ ਗੁਰਦਾਸ ਵਾਰ ੩ ਪਉ: ੫)॥

ਨੋਟ :- ਧਰਮਾਂ ਦੇ ਇਹ ਪੰਥ ਜਾਂ ਫਿਰਕੇ ਆਪਣੇ ਹੀ ਧਰਮ ਜਾਂ ਮਜ਼ਹਬ ਅੰਦਰ ਝਗੜਦੇ

ਰਹਿੰਦੇ ਹਨ । ਇਹ ਆਪਸੀ ਵੈਰ ਵਿਰੋਧ ਕਾਰਨ ਵਿਵੇਕ ਵੀਚਾਰ ਤੋਂ ਪਰੇ ਹਟੇ ਹੋਏ ਹਨ ।

ਮੰਨੈ ਧਰਮ ਸੇਤੀ ਸਨਬੰਧੁ = ਪਰਮਾਤਮਾ ਨੂੰ ਮੰਨਣ ਵਾਲਾ ਸੱਚ ਧਰਮ ਨਾਲ ਜੁੜਦਾ ਹੈ । ਪੰਚ ਲੋਕਾਂ ਦੀ ਧਾਰਨਾ ਵਾਲਾ ਕੁਦਰਤੀ ਧਰਮ ਜੋ ਦਇਆ ਤੋਂ ਉਪਜਦਾ ਹੈ ਜਿਸਦੀ ਵਿਅਖਿਆ ਗੁਰੂ ਜੀ ਨੇ ਅੱਗੇ ਸੋ਼ਲਵੀਂ ਪਉੜੀ ਵਿੱਚ ਕੀਤੀ ਹੈ ਨੂੰ ਵੀ ਵੀਚਾਰ ਗੋਚਰ ਕਰ ਲਿਆ ਜਾਵੇ ਜੀ ।

ਅਰਥ

੧. ਸਚੇ ਸਾਹਿਬ ਦਾ ਨਾਮ ਸੁਣ ਕੇ (ਮੰਨੈ) ਮੰਨ ਲੈਣ ਵਾਲੇ ਦੇ ਰਸਤੇ ਵਿੱਚ ਕੋਈ ਰੋਕ (ਰੁਕਾਵਟ) ਨਹੀਂ ਆਉਂਦੀ, ਸਗੋਂ ਉਹ ਤਾਂ ਪ੍ਰਤੱਖ ਪੂਰੀ ਪ੍ਰਤਿਸ਼ਠਾ ਨਾਲ ਸਚੇ ਸਾਹਿਬ ਦੇ ਦਰਬਾਰ ਵਿੱਚ ਜਾ ਪਹੁੰਚਦਾ ਹੈ ।

੨. ਨਾਮ ਨੂੰ ਮੰਨਣ ਵਾਲਾ ਧਰਮਾਂ ਅਤੇ ਉਹਨਾਂ ਦੇ ਆਪਣੇ ਵੈਰ ਵਿਰੋਧੀ ਫਿਰਕਿਆਂ (ਪੰਥਾਂ) ਦੇ (ਮਗੁ) ਰਸਤਿਆਂ ਤੇ ਨਹੀਂ ਚਲਦਾ, ਸਗੋਂ ਉਹ ਤਾਂ ਵਿਵੇਕੀ ਹੋ ਕੇ ਫਜ਼ੂਲ ਵਹਿਮਾਂ ਭਰਮਾਂ ਤੋਂ ਉਪਰ ਉਠ ਕੇ ਪੰਚ ਲੋਕਾਂ ਦੀ ਧਾਰਨਾ ਵਾਲੇ ਸੱਚੇ ਧਰਮ ਨਾਲ ਸੰਬੰਧ ਜੋੜਦਾ ਹੈ ।

੩. ਐਸੀ ਅਦਭੁਤ ਅਕੱਥ ਮਹਿਮਾ ਹੈ ਉਸ ਮਾਇਆ ਰਹਿਤ ਨਿਰੰਜਨ ਦੇ ਨਾਮ ਦੀ ਜਿਸਨੂੰ ਕੇਵਲ ਨਾਮ ਨੂੰ ਮੰਨਣ ਵਾਲਾ ਸਾਧਕ ਹੀ ਆਪਣੇ ਮਨ ਅੰਦਰ ਜਾਣਦਾ ਹੈ । ਪਰ ਉਹ ਅਵਸਥਾ ਸ਼ਬਦਾਂ ਦੁਆਰਾ ਅਕਥਨੀਯ ਹੈ ॥ ੧੪ ॥

ਮੂਲ

੧ **ਮੰਨੈ ਪਾਵਹਿ ਮੋਖੁ ਦੁਆਰੁ ॥ ਮੰਨੈ ਪਰਵਾਰੈ ਸਾਧਾਰੁ ॥**
੨ **ਮੰਨੈ ਤਰੈ ਤਾਰੇ ਗੁਰੁ ਸਿਖ ॥ ਮੰਨੈ ਨਾਨਕ ਭਵਹਿ ਨ ਭਿਖ ॥**
੩ **ਐਸਾਨਾਮੁ ਨਿਰੰਜਨੁ ਹੋਇ ॥ ਜੇ ਕੋ ਮੰਨਿ ਜਾਣੈ ਮਨਿ ਕੋਇ॥੧੫॥**

ਅਰਥ

੧. ਸਚੇ ਸਾਹਿਬ ਦਾ ਨਾਮ ਸੁਣਕੇ (ਮੰਨੈ) ਮੰਨ ਲੈਣ ਵਾਲਾ ਆਵਾਗਉਣ ਦੇ ਚਕਰ ਤੋਂ ਮੁਕਤੀ ਪਾ ਲੈਂਦਾ ਹੈ ਅਤੇ ਉਹ ਆਪਣੇ ਪਰਵਾਰ ਦੇ ਜੀਆਂ ਨੂੰ ਵੀ ਸਾਧਾਰੁ ਲੈਂਦਾ ਹੈ ਭਾਵ ਨਾਮ ਮੰਨਣ ਦੇ ਸ਼ੁਭ ਰਸਤੇ ਲਾ ਲੈਂਦਾ ਹੈ ।

੨. ਨਾਮ ਨੂੰ ਮੰਨਣ ਵਾਲਾ ਆਪ ਤਾਂ ਭਵ ਸਾਗਰ ਤੋਂ (ਤਰੈ) ਤਰ ਹੀ ਜਾਂਦਾ ਹੈ ਅਤੇ ਆਪਣੇ ਗੁਰਸਿਖ ਭਾਈਆਂ ਨੂੰ ਵੀ ਤਾਰ ਲੈਂਦਾ ਹੈ, ਭਾਵ ਇਹ ਕਿ ਨਾਮ ਮੰਨਣ ਵਾਲੇ

ਨੇ ਗੁਰੂ ਦੀ ਜੋ ਇਹ ਨਾਮ ਸਰਵਣ ਤੇ ਮੰਨਣ ਵਾਲੀ (ਗੁਰੁਸਿਖ) ਗੁਰ ਸਿਖਿਆ ਦ੍ਰਿੜ ਕੀਤੀ ਹੋਈ ਹੈ, ਇਸੇ ਗੁਰ ਸਿਖਿਆ ਦੇ ਆਸਰੇ ਉਹ ਆਪ ਤਰਦਾ ਹੈ ਤੇ ਸਾਥੀਆਂ ਨੂੰ ਉਹੀ ਗੁਰ ਸਿਖਿਆ ਦ੍ਰਿੜ ਕਰਵਾਕੇ ਤਾਰ ਲੈਂਦਾ ਹੈ। ** ਗੁਰੂ ਨਾਨਕ ਜੀ ਦਸਦੇ ਹਨ ਕਿ ਨਾਮ ਨੂੰ ਮੰਨਣ ਵਾਲਾ ਦਰ ਦਰ (ਭਿਖ) ਭਿਖਿਆ/ਖੈਰਾਤ ਨਹੀਂ ਮੰਗਦਾ ਫਿਰਦਾ ਬਲਕਿ ਦਾਤਾਰ ਤਾਂ ਉਸਨੂੰ ਘਰ ਬੈਠੇ ਨੂੰ ਹੀ ਸਭ ਕੁਝ ਦਿੰਦਾ ਹੈ। ** (ਰਾਗੁ ਆਸਾ ਛੰਤ ਮਹਲਾ ੪) ਗੁਰੂ ਸਿਖੁ ਸਿਖੁ ਗੁਰੂ ਹੈ ਏਕੋ ਗੁਰ ਉਪਦੇਸੁ ਚਲਾਏ ॥ ਰਾਮ ਨਾਮ ਮੰਤੁ ਹਿਰਦੈ ਦੇਵੈ ਨਾਨਕ ਮਿਲਣ ਸੁਭਾਏ ॥੮॥੨॥੯॥ ਪੰਨਾ ੪੪੪॥

੩. ਐਸੀ ਅਦਭੁਤ ਅਕੱਥ ਮਹਿਮਾ ਹੈ ਉਸ ਮਾਇਆ ਰਹਿਤ ਨਿਰੰਜਨ ਦੇ ਨਾਮ ਦੀ ਜਿਸਨੂੰ ਕੇਵਲ ਸਾਧਕ (ਨਾਮ ਮੰਨਣ ਵਾਲਾ) ਹੀ ਆਪਣੇ ਮਨ ਅੰਦਰ ਜਾਣਦਾ ਹੈ। ਪਰ ਉਹ ਅਵਸਥਾ ਸ਼ਬਦਾਂ ਦੁਆਰਾ ਅਕਥਨੀਯ ਹੈ ॥ ੧੫ ॥

ਮੂਲ

੧ **ਪੰਚ ਪਰਵਾਣ ਪੰਚ ਪਰਧਾਨੁ ॥ ਪੰਚੇ ਪਾਵਹਿ ਦਰਗਹਿ ਮਾਨੁ ॥**
੨ **ਪੰਚੇ ਸੋਹਹਿ ਦਰਿ ਰਾਜਾਨੁ ॥ ਪੰਚਾ ਕਾ ਗੁਰੁ ਏਕੁ ਧਿਆਨੁ ॥**
੩ **ਜੇ ਕੋ ਕਹੈ ਕਰੈ ਵੀਚਾਰੁ ॥ ਕਰਤੇ ਕੈ ਕਰਣੈ ਨਾਹੀ ਸੁਮਾਰੁ ॥**
੪ **ਧੌਲੁ ਧਰਮੁ ਦਇਆ ਕਾ ਪੂਤੁ ॥ ਸੰਤੋਖੁ ਥਾਪਿ ਰਖਿਆ ਜਿਨਿ ਸੂਤਿ ॥**
੫ **ਜੇ ਕੋ ਬੁਝੈ ਹੋਵੈ ਸਚਿਆਰੁ ॥ ਧਵਲੈ ਉਪਰਿ ਕੇਤਾ ਭਾਰੁ ॥**
੬ **ਧਰਤੀ ਹੋਰੁ ਪਰੈ ਹੋਰੁ ਹੋਰੁ ॥ ਤਿਸ ਤੇ ਭਾਰੁ ਤਲੈ ਕਵਣੁ ਜੋਰੁ ॥**
੭ **ਜੀਅ ਜਾਤਿ ਰੰਗਾ ਕੇ ਨਾਵ ॥ ਸਭਨਾ ਲਿਖਿਆ ਵੁੜੀ ਕਲਾਮ ॥**
੮ **ਏਹੁ ਲੇਖਾ ਲਿਖਿ ਜਾਣੈ ਕੋਇ ॥ ਲੇਖਾ ਲਿਖਿਆ ਕੇਤਾ ਹੋਇ ॥**
੯ **ਕੇਤਾ ਤਾਣੁ ਸੁਆਲਿਹੁ ਰੂਪੁ ॥ ਕੇਤੀ ਦਾਤਿ ਜਾਣੈ ਕੌਣੁ ਕੂਤੁ ॥**
੧੦ **ਕੀਤਾ ਪਸਾਉ ਏਕੋ ਕਵਾਉ ॥ ਤਿਸ ਤੇ ਹੋਏ ਲਖ ਦਰੀਆਉ ॥**
੧੧ **ਕੁਦਰਤਿ ਕਵਣ ਕਹਾ ਵੀਚਾਰੁ ॥ ਵਾਰਿਆ ਨ ਜਾਵਾ ਏਕ ਵਾਰ ॥**
੧੨ **ਜੋ ਤੁਧੁ ਭਾਵੈ ਸਾਈ ਭਲੀ ਕਾਰ ॥ ਤੂ ਸਦਾ ਸਲਾਮਤਿ ਨਿਰੰਕਾਰ॥੧੬॥**

ਪਦ ਅਰਥ

ਪੰਚ = ਸ੍ਰੇਸਟ ਪੁਰਸ਼ ਜਿਨਾਂ ਨੇ ਪੰਚ ਵਿਕਾਰ ਕਾਮ ਕ੍ਰੋਧ ਅਦਿ ਨੂੰ ਜਿਤ ਲਿਆ ਹੈ; ਸੰਤ, ਭਗਤ, ਸਾਧ, ਗੁਰਮੁਖ ਜਿਹਨਾਂ ਨੇ ਨਾਮ ਨੂੰ ਸੁਣ ਕੇ ਮੰਨ ਲਿਆ, ਜਿਹਨਾਂ ਦਾ ਧਿਆਨ ਕੇਵਲ ਇਕੋ ਪਰਮਈਸ਼ਰ ਗੁਰੂ 'ਚ ਲਗਿਆ ਰਹਿੰਦਾ ਹੈ। **ਯਥਾ:- ੧) ਪੰਚਮਿ ਪੰਚ ਪ੍ਰਧਾਨ ਤੇ ਜਿਹ ਜਾਨਿਓ ਪਰਪੰਚ ॥ਗਉੜੀ ਥਿਤੀ ਮ:੫ ॥ ੨) ਕਾਮ ਕ੍ਰੋਧ ਵਿਰੋਧੁ ਲੰਘਿ ਲੋਭੁ ਮੋਹੁ ਅਹੰਕਾਰ ਵਿਹਾਣਾ ॥**

ਸਤਿ ਸੰਤੋਖ ਦਇਆ ਧਰਮੁ ਅਰਥੁ ਸੁ ਗਰੰਥ ਪਰਵਾਣਾ॥ (ਭਾਈ ਗੁਰਦਾਸ ਵਾਰ ੨੯ ਪਉ:੬)॥ ਭਾਈ ਗੁਰਦਾਸ ਜੀ ਦਸਦੇ ਹਨ ਕਿ ਗਰੰਥ (ਹੁਣ ਗੁਰੂ ਗ੍ਰੰਥ ਸਾਹਿਬ) ਵਿੱਚ, ਇਸ ਪਉੜੀ ਵਿੱਚ ਕਹੇ "ਪੰਚ ਪਰਵਾਣ" ਦੇ ਇਹੋ ਹੀ ਉਕਤ ਕਹੇ ਗੁਣ ਹਨ; ਜੋ ਹਰ ਸਾਧਕ ਤਥਾ ਗੁਰਸਿਖ ਨੂੰ ਪ੍ਰਭੂ ਪ੍ਰਾਪਤੀ ਲਈ ਧਾਰਨ ਕਰਨੇ ਲੋੜੀਂਦੇ ਹਨ । **ਧਰਮੁ** = ਪ੍ਰਕ੍ਰਿਤਿਕ ਧਰਮ, ਪ੍ਰਕ੍ਰਿਤਿਕ ਮਰਯਾਦਾ, ਕੁਦਰਤੀ ਧਰਮ, ਕੁਦਰਤੀ ਨਿਯਮ, "ਜੋ ਸੰਸਾਰ ਨੂੰ ਧਾਰਨ ਕਰਦਾ ਹੈ, ਜਿਸ ਦੇ ਅਧਾਰ ਵਿਸ਼ਵ ਹੈ, ਉਹ ਪਵਿਤ੍ਰ ਨਿਯਮ । (ਮਹਾਨ ਕੋਸ਼)" । ਜਗਤ ਵਿੱਚ ਕੁਦਰਤੀ ਧਰਮ ਦਇਆ ਤੋਂ ਉਪਜਦਾ ਹੈ ਭਾਵ ਕੁਸ਼ਲ ਚਿਤ ਬ੍ਰਿਤੀ ਵਾਲਾ ਧਰਮ (ਸੁਭਾਓ) ਦਇਆ ਤੋਂ ਉਪਜਦਾ ਹੈ ਅਤੇ ਫਿਰ ਕੁਸ਼ਲ ਧਰਮ (ਸੁਭਾਓ) ਤੋਂ ਸੰਤੋਖ ਉਪਜਦਾ ਹੈ, ਮਨੁਖੀ ਜਿੰਦਗੀ ਵਿੱਚ ਐਸਾ ਧਰਮ ਕੇਵਲ ਸ੍ਰੇਸਟ ਪੁਰਸ਼ (ਪੰਚ ਲੋਕ) ਹੀ ਧਾਰਨ ਕਰਦੇ ਹਨ । ਦਇਆ ਤੋਂ ਹੀਨਾਂ ਵਲੋ, ਸਿੱਖ ਧਰਮੀਆਂ ਤੇ ਢਾਹੇ ਜੁਲਮਾਂ ਦੀ ਗਾਥਾ ਨੂੰ ਸਿੱਖ ਅਰਦਾਸ ਵਿੱਚ ਹਰ ਰੋਜ ਦੁਹਰਾਇਆ ਜਾਂਦਾ ਹੈ । ਪਸ਼ੂ ਪੰਛੀਆਂ ਤੇ ਹੁੰਦੇ ਜ਼ੁਲਮ ਨੂੰ ਇੰਟਰਨੈਟ ਸਾਈਟ www.earthlings.com ਤੇ ਦੇਖਿਆ ਜਾ ਸਕਦਾ ਹੈ । ਇਸ ਜ਼ੁਲਮ ਦਾ ਰੋਕਣਾ ਹਰ ਦਇਅਵਾਨ ਧਰਮੀ ਮਨੁਖ ਦਾ ਫਰਜ ਹੈ । **ਧਰਮੁ ਦਇਆ ਕਾ ਪੂਤ** = ਦਇਆ ਤੋਂ ਉਪਜਿਆ ਧਰਮ ਭਾਵ ਸਭ ਰੱਬੀ ਜੀਵਾਂ ਅਤੇ ਮਨੁਖਤਾ ਪ੍ਰਤੀ ਦਇਆਵਾਨ, ਤਰਸਵਾਨ, ਪਰਉਪਕਾਰੀ ਹੋਣਾ; ਮਨੁਖੀ ਰਹਿਬਰਾਂ ਵਲੋਂ ਚਲਾਏ ਸਰਬ ਧਰਮਾਂ ਅੰਤਰ ਕੁਦਰਤੀ ਦਇਆਵਾਨ, ਤਰਸਵਾਨ, ਪਰਉਪਕਾਰੀ ਹੋਣ ਦਾ ਨਿਯਮ । ਇਸ ਧਰਤੀ ਪਰ ਵੀ ਆਮ ਜੀਵਨ ਪ੍ਰਵਾਹ ਦਇਆ ਤੋਂ ਉਪਜੇ ਧਰਮ ਤੇ ਸੰਤੋਖ ਦੁਆਰਾ ਠੀਕ ਭਾਵ ਸੂਤ ਚਲਦਾ ਹੈ ਤੇ ਪੰਚ ਲੋਕ ਇਸੇ ਧਰਮ ਦੇ ਧਾਰਨੀ ਹੁੰਦੇ ਹਨ । ਦਇਆ ਦੇ ਗੁਣ ਕਰਕੇ ਪਰਮਾਤਮਾ ਦਾ ਨਾਮ ਵੀ ਦਇਆਲੂ, ਕ੍ਰਿਪਾਲੂ, ਦੀਨ ਦਇਆਲ, ਕ੍ਰਿਪਾਲ, ਮਿਹਰਵਾਨ ਪਇਆ ਹੋਇਆ ਹੈ ਕਿਉਂਕਿ ਉਹ ਸ਼ਰਨ ਪਏ ਦੀ ਦਇਆ ਕਰਕੇ ਰੱਖਿਆ ਕਰਦਾ ਹੈ । ਮਨੁਖ ਦਇਆ ਦੇ ਗੁਣ ਕਰਕੇ ਹੀ ਪਰਉਪਕਾਰੀ ਬਣਦਾ ਹੈ । ਗੁਰ ਇਤਿਹਾਸ ਵਿੱਚ ਸ੍ਰੀ ਗੁਰੂ ਅਮਰ ਦਾਸ ਜੀ ਦੀ ਕਥਾ ਹੈ ਕਿ ਗੋਇੰਦਵਾਲ ਵਿੱਚ ਇਕ ਮਾਂ ਦਾ ਪੁੱਤ ਮਰ ਜਾਣ ਤੇ ਕੀਰਨੇ ਪਾਉਂਦੀ ਮਾਂ ਦੇ ਦਰਦ ਤੇ ਤਰਸ ਖਾ ਕੇ, ਦਇਆ ਦੇ ਘਰ ਵਿੱਚ ਆ ਕੇ ਗੁਰੂ ਜੀ ਨੇ ਕਰਤਾਰ ਅਗੇ ਅਰਦਾਸ ਕੀਤੀ ਕਿ ਜਦੋਂ ਤੱਕ ਮੇਰੀ ਜਿੰਦਗੀ ਹੈ, ਉਦੋਂ ਤੱਕ ਗੋਇੰਦਵਾਲ ਵਿੱਚ ਕਿਸੇ ਮਾਂ ਦੇ ਜਿਉਂਦੇ ਜੀਅ ਮਾਂ ਦਾ ਪੁੱਤ ਨਾ ਮਰੇ । ਗੁਰੂ ਜੀ ਦੀ ਇਹ ਅਰਦਾਸ ਕਰਤਾਰ ਨੇ ਮੰਨ ਲਈ ਤੇ ਐਸਾ ਹੀ ਹੋਇਆ ਜੋ ਗੁਰੂ ਜੀ ਆਪਣੀ ਅਰਦਾਸ ਵਿੱਚ ਮੰਗਿਆ ! ਭਾਈ ਘਨਈਆ ਤੇ ਲਹੌਰ ਦੇ ਰਹਿਣ ਵਾਲਾ ਭਾਈ ਲੱਧਾ ਜੀ ਦਾ ਨਾਮ ਪਰਉਪਕਾਰੀ ਕਰਕੇ ਵਰਨਣ ਯੋਗ ਹੈ । ਧਰਮਾਂ ਦੇ ਵਿਤਕਰੇ ਤੋਂ ਉਪਰ ਉਠ ਕੇ ਜੀਵਾਂ ਅਤੇ ਮਨੁਖਤਾ ਤੇ ਦਇਆ ਕਰਨਾ ਹੀ ਸੱਚਾ (ਸ੍ਰੇਸ਼ਟ) ਮਾਰਗ ਹੈ ਅਤੇ ਸਰਬੋਤਮ ਪੁੰਨ ਹੈ । **ਯਥਾ :- ਸਚੈ ਮਾਰਗਿ ਚਲਦਿਆ ਉਸਤਤਿ ਕਰੇ ਜਹਾਨੁ ॥ ਅਠਸਠਿ ਤੀਰਥ ਸਗਲ ਪੁੰਨ ਜੀਅ ਦਇਅ ਪਰਵਾਨੁ ॥੧੨॥** (ਬਾਰਹਮਾਹਾ ਮਾਝ)॥ ਜੰਗਾਂ ਯੁਧਾਂ ਕਰਕੇ ਮਨੁਖਤਾ ਦੇ ਹੁੰਦੇ ਘਾਣ ਨੂੰ ਰੋਕਨ ਲਈ ਅਤੇ ਅਗੋਂ ਵੀ ਜੰਗਾਂ ਯੁਧਾ ਦੀ ਤ੍ਰਾਸਦੀ ਕਰਕੇ ਦੁਨੀਆ ਦੀ ਦੂਜੀ ਵੱਡੀ ਜੰਗ ਤੋਂ ਬਾਦ ਦਾਨੇ ਸਿਆਸਤਦਾਨਾਂ ਦੀ ਦਇਆਵਾਨ ਸੋਚ ਕਰਕੇ ੧੯੪੫ ਵਿੱਚ

ਰਾਸ਼ਟਰ ਸੰਘ (United Nations) ਹੋਂਦ ਵਿੱਚ ਅਇਆ । ਰਾਸਟਰ ਸੰਘ ਦੇ ਰਾਜ-ਪੱਤਰ ਦੀ ਪ੍ਰਸਤਾਵਨਾ (UN Charter Preamble) ਵਿੱਚ ਇਸ ਤਰਾਂ ਕਿਹਾ ਹੈ ਕਿ :-"ਅਸੀਂ ਰਾਸ਼ਟਰ ਸੰਘ ਦੇ ਲੋਕ, ਅਗੋਂ ਆਉਣ ਵਾਲੀਆਂ ਮਨੁਖੀ ਨਸਲਾਂ ਨੂੰ ਜੰਗਾਂ ਯੁਧਾਂ ਦੇ ਸੰਕਟ (ਅਤਿਆਚਾਰ) ਅਤੇ ਅਚਨਚੇਤ ਆ ਪੈਣ ਵਾਲੇ ਉਪਾਧਿਕ ਗ਼ਮ, ਜੋ ਅਸੀਂ ਆਪਣੀ ਜਿੰਦਗੀ ਵਿੱਚ ਦੋ ਵਾਰ ਹੰਢਾ ਚੁਕੇ ਹਾਂ ਤੋਂ ਬਚਾਉਣ ਲਈ; ਅਤੇ ਛੋਟੀਆ ਜਾਂ ਵੱਡੀਆਂ ਕੌਮਾਂ ਦੇ ਇਸਤ੍ਰੀਆਂ ਤੇ ਪੁਰਸ਼ਾਂ ਦੇ, ਮੂਲ ਮਨੁਖੀ ਅਧਿਕਾਰਾਂ ਵਿੱਚ ਮੁੜ ਤੋਂ ਨਿਸਚਾ ਕਰਦੇ ਹੋਏ ; ਅਤੇ ਅੰਤਰ ਰਾਸਟਰੀ ਕਾਨੂੰਨ ਤਹਿਤ ਇਨਸਾਫ ਤੇ ਆਪਸੀ ਸੰਧੀਆਂ ਦਾ ਸਨਮਾਨ ਕਾਇਮ ਰੱਖਣ ਲਈ ; ਅਤੇ ਉਚ ਪੱਧਰੀ ਆਜਾਦੀ ਦੇ ਤਹਿਤ ਜਿੰਦਗੀ ਦਾ ਉਚ ਪੱਧਰੀ ਰਹਿਣ ਸਹਿਣ ਤੇ ਸਮਾਜਿਕ ਉਨਤੀ ਲਈ ; ਅਤੇ ਅੰਤਰ ਰਾਸਟਰੀ ਅਮਨ ਤੇ ਰੱਖਿਆ ਦੀ ਨਿਸ਼ਚਿੰਤਤਾ (ਸੁਰੱਖਿਆ) ਕਾਇਮ ਰੱਖਣ ਲਈ ; ਅਤੇ ਆਪਸੀ ਸਹਿਨਸ਼ੀਲਤਾ ਤੇ ਆਪਸੀ ਅਮਨ ਅਮਾਨ ਵਾਲਾ ਗਵਾਂਢੀਪਣਾ ਕਾਇਮ ਰੱਖਣ ਲਈ ; ਅਤੇ ਅੰਤਰ ਰਾਸ਼ਟਰੀ ਪੱਧਰ ਤੇ ਸਾਰੇ ਲੋਕਾਂ ਲਈ ਅਗਾਂਹ ਵਧੂ ਸਮਾਜਿਕ ਤੇ ਆਰਥਿਕ ਉਨਤੀ ਦੇ ਸਾਧਨ ਜੁਟਾਉਣ ਲਈ ਬਚਨ ਬਧ ਤੌਰ ਤੇ ਦ੍ਰਿੜ ਸੰਕਲਪ ਹਾਂ" । ਇਹ ਰਾਸ਼ਟਰ ਸੰਘ ਚਾਰਟਰ ਦੀ ਪ੍ਰਸਤਾਵਨਾ, ਗੁਰੂ ਨਾਨਕ ਸਾਹਿਬ ਦੇ ਦਇਆ ਤੋਂ ਉਪਜੇ ਧਰਮ ਦੇ ਰਾਹ ਨੂੰ ਅਖਤਿਆਰ ਕਰਦੇ ਹੋਏ ਉਸਦੀ ਖੁੱਲ੍ਹਕੇ ਪੁਸ਼ਟੀ ਹੈ ਕਰਦੀ ਹੈ!!

☬ ਇਥੇ ਰਾਜਾ ਜਨਕ, ਗੁਰੂ ਹਰਿਗੋਵਿੰਦ ਸਾਹਿਬ ਤੇ ਗੁਰੂ ਤੇਗ ਬਹਾਦਰ ਸਾਹਿਬ ਦੀ ਉਦਾਹਰਨ ਬੜੀ ਢੁਕਵੀਂ ਹੈ । ਧਰਮੀ ਰਾਜੇ ਜਨਕ ਨੇ ਆਪ ਕਦੇ ਪਾਪ ਨਾ ਕੀਤਾ ਪਰ ਪਾਪੀਆਂ ਤੇ ਦਇਆ ਕਰਕੇ ਆਪਣੀ ਕਮਾਈ ਵਿੱਚੋਂ ਅੱਧੀ ਘੜੀ ਦਾ ਨਾਮ ਸਿਮਰਨ ਦਾਨ ਦੇ ਕੇ ਸਾਰੇ ਪਾਪੀ ਨਰਕਾਂ ਚੋਂ ਛਡਾ ਲਏ ਤੇ ਸਾਰੇ ਨਰਕ ਖਾਲੀ ਕਰ ਦਿੱਤੇ ਸਨ । ਪਰਉਪਕਾਰੀ, ਬੰਦੀ ਛੋੜ ਗੁਰੂ ਹਰਿਗੋਵਿੰਦ ਸਾਹਿਬ ਨੇ, ਮੁਗਲ ਬਾਦਸ਼ਾਹ ਜਹਾਂਗੀਰ ਦੀ ਕੈਦ ਚੋਂ ੫੨ ਰਾਜੇ ਛੁਡਾਏ ਤੇ ਗਵਾਲੀਅਰ ਦੇ ਕਿਲੇ ਦੀ ਜੇਲ੍ਹ ਖਾਲੀ ਕਰ ਦਿੱਤੀ ਅਤੇ ਸਨਾਤਨੀ ਮਿਥਹਾਸਕ ਕਥਾਵਾਂ ਨੂੰ ਪਹਿਲੀ ਵਾਰ ਪ੍ਰਤੱਖ ਇਤਿਹਾਸ ਵਿੱਚ ਬਦਲ ਦਿੱਤਾ, ਮਹਾਂ ਬਲੀ ਤੇ ਪਰਉਪਕਾਰੀ ਗੁਰੂ ਹਰਿਗੋਵਿੰਦ ਸਾਹਿਬ ਨੇ । ਸ਼੍ਰੋਮਣੀ ਕਮੇਟੀ ਨੂੰ ਚਾਹੀਂਦਾ ਹੈ ਕਿ ਇਤਿਹਾਸਕ ਪਖੋਂ, ਸ੍ਰੀ ਗੁਰੂ ਹਰਿਗੋਵਿੰਦ ਸਾਹਿਬ ਦੀ ਚਰਨ ਛੋਹ ਅਸਥਾਨਾਂ (ਗੁਰਦਵਾਰਿਆਂ) ਜਿਵੇਂ ਗਵਾਲੀਅਰ ਦਾ ਕਿਲਾ; ਮਜਨੂ ਟਿੱਲਾ ਦਿੱਲੀ; ਪੀਲੀਭੀਤ ਨਾਨਕਮਤਾ ਸਾਹਿਬ; ਕਸ਼ਮੀਰ (ਬਾਰਾਂਮੂਲਾ, ਨਲੂਛੀ ਪਿੰਡ); ਕੁਰਸ਼ੇਤਰ (ਥਨੇਸਰ); ਸ੍ਰੀ ਅਕਾਲ ਤਖ਼ਤ ਸਾਹਿਬ ਆਦਿ ਸਥਾਨਾਂ ਤੇ ਗਵਾਲੀਅਰ ਦੇ ਕਿਲੇ ਚੋਂ ਛੁਡਾਏ ੫੨ ਰਾਜਿਆਂ ਦੇ ਨਾਮ ਵੀ ਪਰਦਰਸ਼ਿਤ ਕਰਨੇ ਚਾਹੀਂਦੇ ਹਨ । ਕਸ਼ਮੀਰੀ ਪੰਡਤਾਂ ਨੇ ਬੰਦੀ ਛੋੜ ਗੁਰੂ ਹਰਿਗੋਵਿੰਦ ਸਾਹਿਬ ਤੇ ਸ੍ਰੀ ਗੁਰੂ ਹਰਿ ਕ੍ਰਿਸ਼ਨ ਸਾਹਿਬ ਦੇ ਪਰਉਪਕਾਰਾਂ ਨੂੰ ਧਿਆਨ ਵਿੱਚ ਰਖਦੇ ਹੋਏ ਸ੍ਰੀ ਗੁਰੂ ਤੇਗ ਬਹਾਦਰ ਸਾਹਿਬ ਪਾਸ ਆਪਣੇ ਧਰਮ ਦੀ ਰੱਖਿਆ ਲਈ ਪੁਕਾਰ ਕੀਤੀ ਤਾਂ ਗੁਰੂ ਤੇਗ ਬਹਾਦਰ ਜਿਨਾਂ ਨੇ ਆਪ ਨਾ ਕਦੀ ਜਨੇਊ ਪਾਇਆ ਤੇ ਨਾ ਕਦੇ ਤਿਲਕ ਲਾਇਆ ਪਰ ਕਸ਼ਮੀਰੀ ਪੰਡਤਾਂ ਦੀ ਫਰਿਆਦ ਸੁਣਕੇ ਤੇ ਦਇਆ ਕਰਕੇ ਆਪਣਾ ਬਲੀਦਾਨ ਦੇ ਕੇ ਹਿੰਦੂ ਧਰਮ ਨੂੰ ਬਚਾ ਲਿਆ । **ਯਥਾ**:-

ਤਿਲਕ ਜੰਞੂ ਰਾਖਾ ਪ੍ਰਭ ਤਾਕਾ ॥ ਕੀਨੋ ਬਡੋ ਕਲੂ ਮਹਿ ਸਾਕਾ ॥ (ਬਚਿਤ੍ਰ ਨਾਟਕ)॥

ਸੁਮਾਰੁ =ਗਿਣਤੀ, ਲੇਖਾ ਜੋਖਾ। **ਕੁਤੁ** =ਪੈਮਾਨਾ, ਅੰਦਾਜਾ, ਕੁਵਤ, ਸਮਰੱਥਾ। ਕਵਾਉ =ਬਚਨ, ਸ਼ਬਦ,(ਸੰਕੇਤ ਓਅੰ ਧੁਨਿ ਵੱਲ ਹੈ)। **ਵਾਰਿਆ** = ਵਰਨਣ, ਵਾਰ ਕਹਿਣੀ। ਵਾਰ = ਵਾ.ਲ, ਰੋਮ। **ਯਥਾ:- ਕਿਆ ਹਮ ਜੀਅ ਜੰਤ ਬੇਚਾਰੇ ਬਰਨਿ ਨ ਸਾਕਹ ਏਕ ਰੋਮਾਈ ॥**" (ਬਿਲਾਵਲੁ ਮ:੫ ਪੰ:੮੨੨)॥ ਤਥਾ:- **ਸਭ ਸਨਮੁਖ ਗੁਰ ਆਪ ਬਚਾਏ ॥ ਤਿਨਕੇ ਬਾਰ ਨ ਬਾਂਕਨ ਪਾਏ ॥** (ਬਚਿਤ੍ਰ ਨਾਟਕ)॥ **ਏਕ ਵਾਰ** = ਇਕ ਰੋਮ ਮਾਤ੍ਰ, ਕੇਵਲ ਇਕ ਕਥਨ (ਕਰਤਬ) ਮਾਤ੍ਰ।

ਨੋਟ :- ੧) ☬ ਧੌਲੇ ਬਲਦ ਦੀ ਮਿਥਹਾਸਕ ਕਥਾ ਕਰਕੇ ਇਥੇ ਐਸੇ ਪ੍ਰਸੰਗਾਂ ਦੇ ਖੰਡਨ ਮੰਡਨ ਬਾਰੇ ਸੰਖੇਪ ਵਿੱਚ ਕਹਿਣਾ ਬਣਦਾ ਹੈ ਕਿ ਇਕ ਢੰਗ ਇਹ ਹੈ ਕਿ ਅਗਲਿਆਂ ਦੇ ਧਾਰਮਿਕ ਗ੍ਰੰਥਾਂ ਦੇ ਹਵਾਲੇ ਨਾਲ ਤੇ ਦੂਜਾ ਢੰਗ ਹੈ ਪ੍ਰਤੱਖ ਦਲੀਲਾਂ ਦੇ ਕੇ, ਗੁਰਬਾਣੀ ਵਿੱਚ ਇਹ ਦ੍ਰਿਸ਼ਟਾਂਤ ਆਮ ਮਿਲਦੇ ਹਨ। ਯਥਾ ਜੋ ਵੇਦਾਂ ਪੁਰਾਣਾਂ ਆਦਿ ਵਿੱਚ ਲਿਖਿਆ ਹੈ ਉਹ ਪੰਡਤ ਲਈ ਮੰਨਣਾ ਬਾਧਿਯ ਹੈ। ਇਸੇ ਤਰਾਂ ਕਤੇਬ ਕੁਰਾਣ ਵਿੱਚ ਲਿਖਿਆ ਮੁਸਲਮਾਨ ਲਈ ਮੰਨਣਾ ਬਾਧਿਯ ਹੈ। ਭਾਵੇਂ ਸੱਚ ਤਾਂ ਇਹੋ ਹੀ ਹੈ ਕਿ ਧਰਤੀ ਕਿਸੇ ਧੌਲੇ ਬਲਦ ਦੇ ਸਿੰਗ ਤੇ ਨਹੀਂ ਟਿਕੀ ਹੋਈ। ਪਰ ਪੰਡਤ ਜਦੋਂ ਮਿਥਹਾਸ ਵੀ ਨਹੀਂ ਛਡਦਾ ਤੇ ਨਾਲੋ ਨਾਲ ਪ੍ਰਭੂ ਦੇ ਪ੍ਰਬਲ ਬਲ ਤੇ ਪ੍ਰਬਲ ਹੁਕਮ ਦੀ ਵੀ ਗਲ ਕਰਦਾ ਹੈ ਤਾਂ ਗੁਰੂ ਜੀ ਇਸ ਮਿਥਹਾਸ ਦਾ ਖੰਡਨ ਉਸੇ ਪ੍ਰਸੰਗ ਅਨੁਸਾਰ ਕਰਦੇ ਹਨ। **ਯਥਾ:- ਹੁਕਮੇ ਧਰਤੀ ਧਉਲ ਸਿਰਿ ਭਾਰੰ ॥ ਹੁਕਮੇ ਪਉਣ ਪਾਣੀ ਗੈਣਾਰੰ ॥ ਹੁਕਮੇ ਸਿਵ ਸਕਤੀ ਘਰਿ ਵਾਸਾ ਹੁਕਮੇ ਖੇਲ ਖੇਲਾਇਦਾ ॥** ਮਾਰੂ ਮ:੧ (ਪੰ:੧੦੩੭)॥ ਭਾਵ ਪੰਡਤ ਇਹ ਤਾਂ ਮੰਨਦਾ ਹੀ ਹੈ ਕਿ ਪ੍ਰਮਾਤਮਾ ਦੇ ਹੁਕਮ ਅੰਦਰ ਹੀ ਧੌਲੇ ਬਲਦ ਨੇ ਧਰਤੀ ਦਾ ਭਾਰ ਅਪਣੇ ਸਿਰ ਤੇ ਚੁਕਿਆ ਹੋਇਆ ਹੈ, ਨਹੀਂ ਤਾਂ ਧਰਤੀ ਕਿਹੜੀ ਪੰਡਤ ਨੇ ਚੁਕ ਕੇ ਧੌਲੇ ਦੇ ਸਿਰ ਤੇ ਰੱਖੀ ਹੈ ਜਾਂ ਕਿਹੜਾ ਧੌਲੇ ਨੇ ਆਪੇ ਚੁਕ ਕੇ ਸਿਰ ਤੇ ਰੱਖ ਲਈ ਅਤੇ ਧਰਤੀ ਜਿਵੇਂ ਕਿਵੇਂ ਵੀ ਟਿਕੀ ਹੋਈ ਹੈ, ਹੈ ਤਾਂ ਪ੍ਰਭੂ ਦੇ ਹੁਕਮ ਅੰਦਰ ਹੀ ਟਿਕੀ ਹੋਈ !! ਇਹ ਗੁਰੂ ਪੱਖ ਦੀ ਜਿੱਤ ਹੈ। ਪਰ ਜਦ ਧੌਲੇ ਬ.ਲਦ ਦੀ ਕਥਾ ਦਾ ਸਪੱਸ਼ਟ ਰੂਪ ਵਿੱਚ ਖੰਡਨ ਕੀਤਾ ਤਾਂ "**ਧਰਤੀ ਹੋਰੁ ਪਰੈ ਹੋਰੁ ਹੋਰੁ**" ਵਾਲੀ ਦਲੀਲ ਨਾਲ ਪੰਡਤ ਨੂੰ ਲਾਜਬਾਬ ਕੀਤਾ। ਐਸਾ ਹੈ ਗੁਰੂ ਸਾਹਿਬ ਦੇ ਖੰਡਨ ਮੰਡਨ ਦਾ ਢੰਗ। ਐਸਾ ਹੋਰ ਹਵਾਲਿਆਂ ਵਿੱਚ ਵੀ ਸਮਝਣਾ ਚਾਹੀਏ। ਪਰ ਗੁਰੂ ਸਹਿਬ ਨੂੰ ਅਧਿਆਤਮਵਾਦ ਵਿੱਚ ਮਿਥਿਹਾਸ ਉਕਾ ਹੀ ਪਸੰਦ ਨਹੀਂ। ਗੁਰੂ ਸਾਹਿਬ ਨੇ ਐਸੇ ਮਿਥਿਹਾਸਕ ਹਵਾਲੇ ਘੜਨ ਵਾਲਿਆਂ ਨੂੰ ਇਸੇ ਜਪੁ ਬਾਣੀ ਵਿੱਚ ਬੋਲ ਬਿਗਾੜ ਤੇ ਗਾਵਾਰਾਂ ਸਿਰ ਗਾਵਾਰ ਲਿਖਿਆ ਹੈ ਕਿਉਂਕਿ ਇਹੋ ਹੀ ਆਪਣੇ ਧਰਮ ਦੀ ਹਾਨੀ ਦਾ ਕਾਰਨ ਬਣਦੇ ਹਨ। ਉਂਝ ਅੱਜ ਅਸੀਂ ਪੁਲਾੜ ਵਿਗਿਆਨ ਦੀ ਵਾਕਫੀ ਕਰਕੇ ਭਲੀ ਭਾਂਤ ਜਾਣਦੇ ਹਾਂ ਕਿ ਉਸ ਸਮੇਂ ਐਸੇ ਮਘੌੜੇ (ਗੱਪ) ਘੜਨ ਵਾਲਿਆਂ ਨੂੰ ਲਗਦਾ ਸੀ ਕਿ ਕਿਹੜਾ ਕਿਸੇ ਨੇ ਧਰਤੀ ਦੇ ਹੇਠਾਂ ਜਾ ਕੇ ਧੌਲੇ ਨੂੰ ਦੇਖ ਲੈਂਣਾ ਹੈ !! ਇਸੇ ਤਰਾਂ ਚੰਦ ਦੇ ਗਿੱਲੀ ਧੋਤੀ ਦਾ ਪੱਲਾ ਮਾਰ ਕੇ ਦਾਗ ਪਾ ਦਿੱਤਾ ਆਦਿ। ਉਹ

ਸਮਝਦੇ ਸਨ ਕਿ ਕਿਹੜਾ ਕਿਸੇ ਨੇ ਚੰਦ ਤੇ ਜਾਕੇ ਉਹ ਦਾਗ ਦੇਖ ਲੈਣਾ ਹੈ। ਉਨ੍ਹਾਂ ਨੂੰ ਸੁਪਨੇ ਵੀ ਧਿਆਨ ਨਹੀਂ ਸੀ ਕਿ ਉਨ੍ਹਾਂ ਦੀ ਗੱਲ ਝੂਠੀ ਸਾਬਤ ਹੋਵੇਗੀ ਤਾਂ ਲਾਹਣਤ ਦਾ ਕਾਰਨ ਬਣੇਗੀ। ਅੱਜ ਦੇ ਪੁਲਾੜ ਵਿਗਿਆਨ ਦੀ ਵਾਕਫੀ ਕਰਕੇ ਚਰਚ ਨੂੰ ਬੜੀ ਨਮੋਸ਼ੀ ਨਾਲ ਗੈਲਿਲੀਓ ਵਲੋਂ ਦਰਸਾਈ ਸਚਾਈ ਨੂੰ ਮੰਨਕੇ ਉਸ ਮਹਾਨ ਸਾਇੰਸਦਾਨ ਗੈਲਿਲੀਓ ਤੋਂ ਉਸਦੀ ਮੌਤ ਤੋਂ ਤਿੰਨ ਸੌ ਸਾਲ ਬਾਅਦ ਮਾਫੀ ਮੰਗਣੀ ਪਈ।

ਨੋਟ :- ੨) ਇਹਨਾਂ ਚਾਰ ਪਉੜੀਆਂ, ੧੬ ਤੋਂ ੧੯ ਤਕ ਗੁਰੂ ਜੀ ਨੇ ਦਸਿਆ ਹੈ ਕਿ ਕਰਤਾ ਪੁਰਖ ਇਤਨਾ ਬੇਅੰਤ ਹੈ ਕਿ ਉਸਦੀ ਗਿਣਤੀ ਮਿਣਤੀ ਤੇ ਉਸਦੇ ਕਰਤਬਾਂ ਦਾ ਲੇਖਾ ਜੋਖਾ ਸੰਭਵ ਨਹੀ ਕਿਉਂਕਿ ਉਸਦੇ ਤਾਂ ਇਕ ਰੋਮ ਮਾਤ੍ਰ ਦਾ ਵਰਨਣ ਕਰਨਾ ਔਖਾ ਹੈ। ਇਨਸਾਨ ਕੋਲੇ ਕਥਨ ਕਰਨ ਦਾ ਵੱਡੇ ਤੋਂ ਵੱਡਾ ਸਾਧਨ ਅੱਖਰ ਹਨ, ਪਰ ਉਹ ਬੇਅੰਤ, ਅੱਖਰਾਂ ਦੁਆਰਾ ਕਥਨ ਤੋਂ ਬਾਹਰ (ਅਕਥਨੀਯ) ਹੈ। ਉਹ ਕਰਤਾ ਪੁਰਖ ਇਤਨਾ ਸਮਰੱਥ ਹੈ ਕਿ ਉਸਦੇ ਸ਼ਬਦ ਮਾਤ੍ਰ ਨਾਲ ਹੀ ਸ੍ਰਿਸਟੀ ਰਚਨਾ ਦੇ ਲਖਾਂ ਬ੍ਰਹਮੰਡੀ ਦਰਿਆ ਬਹਿ ਤੁਰੇ ਅਤੇ ਉਹ ਨਿਰੰਕਾਰ ਸਦਾ ਸਲਾਮਤ ਰਹਿਣ ਵਾਲਾ ਹੈ। ☬ ਗੁਰੂ ਸਾਹਿਬ ਦਾ ਇਥੇ ਮਹੱਤਵ ਪੂਰਨ ਉਪਦੇਸ ਹੈ ਕਿ ਪਰਮਸਚੁ ਦੀ ਪ੍ਰਾਪਤੀ ਲਈ ਸਾਧਕ ਨੂੰ ਇਸ ਪਉੜੀ ਵਿੱਚ ਦਰਸਾਏ ਪੰਚਾਂ ਵਾਲਾ ਆਚਰਨ ਧਾਰਨ ਕਰਨਾ ਚਾਹੀਂਦਾ ਹੈ ਕਿਉਂਕਿ ਇਹ ਪੰਚ ਹੀ ਸਾਰੀ ਜਗਤ ਰਚਨਾ ਵਿੱਚ ਪ੍ਰਵਾਨ ਤੇ ਪ੍ਰਧਾਨ ਹਨ ਜਿੰਨਾਂ ਨੇ ਪੰਜ ਕਾਮ ਕ੍ਰੋਧ ਆਦਿ ਵਿਕਾਰਾਂ ਨੂੰ ਜਿੱਤ ਕੇ ਸ੍ਰਵਣ ਮੰਨਣ ਉਪ੍ਰੰਤ ਨਿਧਿਆਸਨ (ਨਿਧਯਾਸਨ) ਦੁਆਰਾ ਆਪਣਾ ਧਿਆਨ ਇਕੋ ਇਕ ਪਰਮ ਪੂਜਯ ਜਗਤ ਗੁਰੂ (ਵਾਹਿਗੁਰੂ) ਵਿੱਚ ਜੋੜਿਆ ਹੋਇਆ ਹੈ ਅਤੇ ਪ੍ਰਭੂ ਦੀ ਦਰਗਾਹ ਵਿੱਚ ਵੀ ਇਹੀ ਮਾਣ ਪਾਉਂਦੇ ਹਨ।

ਅਰਥ

੧. ਉਹ ਪੰਚ (ਸ੍ਰੇਸ਼ਟ ਪੁਰਸ਼ ਜਿਨ੍ਹਾਂ ਨੇ ਕਾਮ ਕ੍ਰੋਧ ਆਦਿ ਪੰਜ ਵਿਕਾਰਾਂ ਨੂੰ ਜਿਤ ਲਿਆ ਹੈ) ਹੀ ਸਚੇ ਸਾਹਿਬ ਦੇ ਦਰਬਾਰ ਵਿੱਚ ਪ੍ਰਵਾਨ ਹਨ ਤੇ ਉਹੀ ਉਥੇ ਮੋਢੀ ਹਨ ਤੇ ਉਹੀ ਉਸਦੇ ਦਰਬਾਰ ਵਿੱਚ ਆਦਰ ਮਾਣ ਪਾਉਂਦੇ ਹਨ।

੨. ਉਹੀ ਪੰਚ ਜਨ (ਰਾਜਾ ਜਨਕ ਦੇ ਦਰਬਾਰ ਵਿੱਚ ਸਨਮਾਨ ਪਉਣ ਵਾਲੇ ਅਸ਼ਟਾਵਕਰ ਮੁਨੀ ਦੀ ਭਾਂਤੀ) ਰਾਜ ਦਰਬਾਰਾਂ ਵਿੱਚ ਸਤਕਾਰੇ ਜਾਂਦੇ ਹਨ ਤੇ ਉਹਨਾਂ ਪੰਚ ਜਨਾਂ ਦਾ ਧਿਆਨ ਸਦਾ ਕੇਵਲ ਇਕੋ ਇਕ ਪਰਮ ਪੂਜਯ ਜਗਤ ਗੁਰੂ (ਵਾਹਿਗੁਰੂ) ਵਿੱਚ ਜੁੜਿਆ ਰਹਿੰਦਾ ਹੈ।

੩. ਪਰ ਜੇ ਕੋਈ ਮਨੁਖ ਉਸ ਕਰਤਾ ਪੁਰਖ (ਵਾਹਿਗੁਰੂ) ਦੀ ਰਚਨਾ ਦੇ (ਕਰਣੈ) ਕਰਤਬਾਂ ਦਾ ਕਥਨ ਤਥਾ ਵੀਚਾਰ (ਲੇਖਾ ਜੋਖਾ) ਕਰਨਾ ਚਾਹੇ ਤਾਂ ਉਹ ਉਸਦੇ ਉਹਨਾਂ ਕਰਤਬਾਂ ਦਾ ਹੀ ਸੁਮਾਰੁ (ਗਿਣਤੀ) ਨਹੀਂ ਕਰ ਸਕਦਾ।

੪. ਪਰ ਜਿਸਨੇ (ਮਿਥਿਹਾਸ ਦੇ ਖੜੇ ਕੀਤੇ ਭਰਮ ਦੇ ਪ੍ਰਭਾਵ ਹੇਠ) ਕਰਤਾ ਪੁਰਖ ਦੇ ਇਕ ਕਰਤਬ ਦਾ ਵੀਚਾਰ ਕਰਕੇ ਲੇਖਾ ਕੀਤਾ ਕਿ ਧਰਤੀ (ਧੌਲ) ਧੌਲੇ ਬਲਦ ਦੇ ਸਿੰਗਾਂ ਤੇ ਟਿਕੀ ਹੋਈ ਹੈ,

ਉਸਦਾ ਲੇਖਾ ਠੀਕ ਨਹੀਂ ਹੈ । ਅਸਲ ਵਿੱਚ ਇਹ ਧੌਲ ਪਰਮੇਸ਼ਰ ਦੀ ਦਯਾ ਦੁਆਰਾ ਥਾਪਿਆ ਪ੍ਰਕ੍ਰਿਤਿਕ ਧਰਮ (ਨਿਯਮ) ਹੈ । ਇਸੇ ਪ੍ਰਕ੍ਰਿਤਿਕ ਧਰਮ (ਨਿਯਮ) ਕਰਕੇ ਧੀਰਜ ਨਾਲ ਧਰਤੀ ਆਪਣੇ ਥਾਂ ਟਿਕੀ ਹੋਈ ਹੈ । ਇਸ ਧਰਤੀ ਪਰ ਵੀ ਆਮ ਜੀਵਨ ਪ੍ਰਵਾਹ ਦਇਆ ਤੋਂ ਉਪਜੇ ਧਰਮ ਤੇ ਸੰਤੋਖ ਦੁਆਰਾ ਠੀਕ ਭਾਵ ਸੂਤ ਚਲਦਾ ਹੈ ਤੇ ਪੰਚ ਲੋਕ ਇਸੇ ਧਰਮ ਦੇ ਧਾਰਨੀ ਹੁੰਦੇ ਹਨ ।

੫. ਕਹਿਣ ਵਾਲੇ ਨੇ ਤਾਂ ਭਾਵੇਂ ਇਹ ਝੂਠਾ ਬਤੰਗੜ ਛੱਡ ਦਿਤਾ ਕਿ ਧਰਤੀ ਧੌਲੇ ਬਲਦ ਦੇ ਸਿੰਗ ਤੇ ਟਿਕੀ ਹੋਈ ਹੈ । ਪਰ ਜੇ ਕੋਈ (ਸਚਿਆਰ) ਸੱਚ ਜਾਨਣਾ ਚਾਹੇ ਤਾਂ ਪਹਿਲਾਂ ਇਹ (ਬੁਝੈ) ਸਮਝੇ ਕਿ ਧਰਤੀ ਕਿੰਨੀ ਭਾਰੀ ਹੈ ਤੇ ਵਿਚਾਰਾ ਧੌਲਾ ਇਸ ਭਾਰ ਨੂੰ ਕਿਵੇਂ ਚੁੱਕੇਗਾ ?

੬. ਪਰ ਫੇਰ ਵੀ ਜੇ ਕੋਈ ਇਹ ਮੰਨ ਬੈਠੇ ਕਿ ਧੌਲਾ ਬਹੁਤ ਤਾਕਤਵਰ ਹੈ ਤਾਂ ਫਿਰ ਉਹੀ ਦੱਸੇ ਕਿ ਧਰਤੀ ਤਾਂ ਧੌਲੇ ਦੇ ਸਿੰਗ ਤੇ ਟਿਕੀ ਹੋਈ ਹੈ ਫਿਰ ਧੌਲਾ ਕਿਸ ਸਹਾਰੇ ਖੜਾ ਹੈ । ਜੇ ਧੌਲੇ ਹੇਠਾਂ ਹੋਰ ਧਰਤੀ ਮੰਨ ਲਈਏ ਤਾਂ ਫਿਰ ਉਹ ਧਰਤੀ ਕਿਸ ਸਹਾਰੇ ਖੜੀ ਹੈ ? ਸੋ ਜੇ ਕਰ ਹੋਰ ਧੌਲਾ ਹੋਰ ਧਰਤੀ ਸੋਚਾਂਗੇ ਤਾਂ ਇਹ ਲੜੀ ਮੁਕਣ ਵਾਲੀ ਨਹੀਂ ਤੇ ਅਖੀਰ ਨੂੰ ਧੌਲੇ ਵਾਲੇ ਇਸ ਬਤੰਗੜ ਨੂੰ ਝੂਠਾ ਮੰਨਕੇ ਛਡਣਾ ਪਵੇਗਾ !!

੭. ਗੁਰੂ ਜੀ ਅਗੇ ਹੋਰ ਦਸਣਾ ਚਾਹੁੰਦੇ ਹਨ ਕਿ ਕਰਤੇ ਦੀ ਰਚਨਾ ਵਿੱਚ ਕਿੰਨੀਆਂ ਹੀ ਜਾਤੀਆਂ (ਕਿਸਮਾਂ) ਦੇ ਜੀਵ ਜੰਤੂ ਹਨ ਤੇ ਫੇਰ ਕਿੰਨੇ ਹੀ ਉਨ੍ਹਾਂ ਦੇ ਰੰਗ ਵੰਨ ਹਨ । ਫਿਰ ਉਨ੍ਹਾਂ ਸਭਨਾਂ ਦੇ ਸਿਰ ਉਪਰ ਕਰਤਾਰ ਦੀ ਨਿਰੰਤਰ ਵਗ ਰਹੀ (ਅਗੰਮੀ) ਕਲਮ ਨਾਲ ਲੇਖ ਲਿਖੇ ਹੋਏ ਹਨ ।

੮. ਜੇ ਕੋਈ ਇਹਨਾਂ ਜੀਵ ਜੰਤੂਆਂ ਦੇ ਰੰਗ ਵੰਨ, ਜਾਤੀ ਕਿਸਮਾਂ ਤੇ ਇਨ੍ਹਾਂ ਸਿਰ ਦੇ ਲੇਖਾਂ ਆਦਿ ਦਾ ਲੇਖਾ ਜੋਖਾ ਕਰਨਾ ਚਾਹੇ ਤਾਂ ਇਹ ਵੀ ਕਿੰਨਾਂ ਹੀ ਹੋਵੇਗਾ ਭਾਵ ਬੇਅੰਤ ਹੋਵੇਗਾ ਭਾਵ ਉਹ ਲੇਖਾ ਨਹੀਂ ਕਰ ਸਕੇਗਾ ।

੯. ਇਥੇ ਹੀ ਵਸ ਨਹੀਂ ਫਿਰ ਉਸ ਸਾਜਣਹਾਰ ਕਰਤਾ ਪੁਰਖ ਦੇ (ਤਾਣ) ਬਲ ਦਾ ਲੇਖਾ ਕਿਵੇਂ ਕਰੂ ? ਜਦ ਉਸਦੇ ਸਾਜੇ ਜੀਵ ਜੰਤੂਆਂ ਦਾ ਲੇਖਾ ਹੀ ਪੂਰਾ ਨਹੀਂ ਹੁੰਦਾ । ਫਿਰ ਉਸਦੇ ਸੁੰਦਰ ਰੂਪ ਨੂੰ ਕਿਵੇਂ ਕਥਨ ਕਰੂ ? ਫਿਰ ਉਸ ਦੀਆਂ ਦਾਤਾਂ ਦਾ ਲੇਖਾ ਕਿਵੇਂ ਕਰੂ ਅਤੇ ਫਿਰ ਉਸਦੇ ਦਾਤਾਂ ਦੇਣ ਦੇ (ਕੂਤੁ) ਪੈਮਾਨੇ ਦਾ ਕੀ ਲੇਖਾ ਦਸੂ ? ਭਾਵ ਉਸਦੇ ਦਾਤਾਂ ਦੇਣ ਦੇ ਨਿਯਮਾਂ ਦਾ ਕਿਵੇਂ ਲੇਖਾ ਕਰ ਸਕੇਗਾ ?

੧੦. ਉਹ ਕਰਤਾ ਪੁਰਖ ਤਾਂ ਇਤਨਾ ਤਾਣ ਵਾਲਾ ਹੈ ਕਿ ਉਸਨੇ ਤਾਂ ਇਕ ਸ਼ਬਦ ਮਾਤ੍ਰ ਨਾਲ ਹੀ ਇਹ ਸ੍ਰਿਸਟੀ ਰਚਨਾ ਦਾ ਪਸਾਰਾ ਕਰ ਦਿੱਤਾ ਹੈ ਅਤੇ ਉਸਦੇ ਇਕ ਸ਼ਬਦ (ਓਅੰ ਧੁਨਿ) ਮਾਤ੍ਰ ਨਾਲ ਉਸ ਤੋਂ ਲਗਾਤਾਰ ਭਾਂਤ ਭਾਂਤ ਦੀ ਰਚਨਾ ਦੇ ਲਖਾਂ ਦਰਿਆ ਬਹਿ ਤੁਰੇ ।

੧੧. ਗੁਰੂ ਜੀ ਕਹਿੰਦੇ ਹਨ ਕਿ ਉਸਦੀ ਕੁਦਰਤਿ (ਰਚਨਾ) ਦਾ ਕਿੰਨਾ ਕੁ ਵੀਚਾਰ ਪੇਸ਼ ਕੀਤਾ ਜਾ ਸਕਦਾ ਹੈ ? ਉਸਦਾ ਤਾਂ ਇਕ (ਵਾਰ) ਰੋਮ ਭਾਵ ਇਕ ਕਰਤਬ ਵੀ (ਵਾਰਿਆ) ਵਰਨਣ ਨਹੀਂ

ਕੀਤਾ ਜਾ ਸਕਦਾ !!

੧੨. ਗੁਰੂ ਜੀ ਹੋਰ ਦਸਦੇ ਹਨ ਕਿ ਕਰਤਾ ਪੁਰਖ ਦੇ ਕਰਤਬਾਂ ਦੇ ਲੇਖੇ ਵਾਲੀ ਗਲ ਛੱਡ ਕੇ ਇਹੋ ਹੀ ਦ੍ਰਿੜ ਕਰਨਾ ਚਾਹੀਂਦਾ ਹੈ ਕਿ ਜੋ ਉਸ ਬੇਪ੍ਰਵਾਹ ਕਰਤਾਰ ਨੂੰ ਭਾਉਂਦਾ ਹੈ ਉਹੀ ਭਲਾ ਹੈ। ਹੇ ਨਿਰੰਕਾਰ ਜੀ ਤੂੰ ਸਦਾ ਸਲਾਮਤਿ (ਸਤਿ) ਹੈਂ ਭਾਵ ਤੂੰ ਸਦਾ ਥਿਰ ਰਹਿਣ ਵਾਲਾ ਹੈਂ ॥੧੯

ਮੂਲ

੧ **ਅਸੰਖ ਜਪ ਅਸੰਖ ਭਾਉ ॥ ਅਸੰਖ ਪੂਜਾ ਅਸੰਖ ਤਪ ਤਾਉ ॥**
੨ **ਅਸੰਖ ਗਰੰਥ ਮੁਖਿ ਵੇਦ ਪਾਠ ॥ ਅਸੰਖ ਜੋਗ ਮਨਿ ਰਹਹਿ ਉਦਾਸ॥**
੩ **ਅਸੰਖ ਭਗਤ ਗੁਣ ਗਿਆਨ ਵੀਚਾਰ ॥ ਅਸੰਖ ਸਤੀ ਅਸੰਖ ਦਾਤਾਰ॥**
੪ **ਅਸੰਖ ਸੂਰ ਮੁਹ ਭਖ ਸਾਰ ॥ ਅਸੰਖ ਮੋਨਿ ਲਿਵ ਲਾਇ ਤਾਰ॥**
੫ **ਕੁਦਰਤਿ ਕਵਣ ਕਹਾ ਵੀਚਾਰੁ ॥ ਵਾਰਿਆ ਨ ਜਾਵਾ ਏਕ ਵਾਰ ॥**
੬ **ਜੋ ਤੁਧੁ ਭਾਵੈ ਸਾਈ ਭਲੀ ਕਾਰ ॥ ਤੂ ਸਦਾ ਸਲਾਮਤਿ ਨਿਰੰਕਾਰ॥੧੭ ॥**

ਪਦ ਅਰਥ

ਅਸੰਖ = ਅਨਗਿਣਤ, ਬੇਸੁਮਾਰ, ਅਨੇਕ। **ਪੂਜਾ** = ਇਸਟ ਨੂੰ ਪੁਸ਼ਪ ਨਈਵੇਦ ਅਰਪਨ ਕਰਨਾ, ਧੂਪ ਦੀਪ ਕਰਨਾ ਆਦਿ। **ਤਪ** = ਜੇਠ ਹਾੜ ਵਿੱਚ ਧੂਣੀਆਂ ਤਾਪਣੀਆਂ, ਪੋਹ ਮਾਘ ਵਿੱਚ ਜਲ ਧਾਰੇ ਕਰਨੇ, ਬਾਹਾਂ ਉਪਰ ਕਰਕੇ ਊਰਧ ਤਪ ਕਰਨਾ, ਇਕ ਲੱਤ ਪਰ ਖੜਕੇ ਤਪ ਕਰਨਾ, ਪੁਠੇ ਲਮਕਣਾ ਆਦਿ ਤਪ ਕਰਨੇ। **ਮੁਖਿ ਪਾਠ** = ਮੂੰਹ ਜਬਾਨੀ ਪਾਠ ਕਰਨਾ। **ਉਦਾਸ** = ਵੈਰਾਗ। **ਸਤੀ** = ਸਚ ਦੇ ਧਾਰਨੀ। **ਸੂਰ** = ਸੂਰਮੇ, ਬਹਾਦਰ, ਯੋਧੇ। **ਮੁਹ ਭਖ ਸਾਰ** = ਸਾਹਮਣੇ ਹੋ ਕੇ ਸਸਤ੍ਰ ਦਾ ਵਾਰ ਝਲਣਾ, ਸਨਮੁਖ ਹੋ ਕੇ ਬਿਨਾਂ ਪਿਠ ਦਿਖਾਏ ਯੁਧ ਕਰਨਾ।

ਅਰਥ

੧. ਹੇ ਕਰਤਾਰ ਤੇਰੀ ਰਚਨਾ ਦੇ ਅਸੰਖ (ਅਨਗਿਣਤ) ਜੀਵ ਤੇਰਾ ਜਪ ਕਰਨ ਵਿੱਚ ਲਗੇ ਹੋਏ ਹਨ ਤੇ ਅਨਗਿਣਤ ਹੀ ਤੈਨੂੰ ਪ੍ਰੇਮ ਕਰਨ ਵਾਲੇ ਹਨ ਤੇ ਅਨਗਿਣਤ ਹੀ ਤੇਰੀ ਪੂਜਾ ਵਿੱਚ ਲਗੇ ਹੋਏ ਹਨ ਤੇ ਅਨਗਿਣਤ ਹੀ ਤੇਰੀ ਤਪੱਸਿਆ ਵਿੱਚ ਲਗੇ ਹੋਏ ਹਨ।

੨. ਅਨਗਿਣਤ ਹੀ ਵੇਦ ਆਦਿਕ ਧਰਮ ਗ੍ਰੰਥਾਂ ਦੇ ਮੁਖਿ (ਮੂੰਹ ਜਬਾਨੀ) ਪਾਠ ਕਰਨ ਵਿੱਚ ਲਗੇ ਹੋਏ ਹਨ ਤੇ ਅਨਗਿਣਤ ਹੀ ਮਨ ਵਿੱਚ ਉਦਾਸ (ਵੈਰਾਗ) ਧਾਰਕੇ ਤੇਰੇ ਜੋਗੀ ਬਣੇ ਹੋਏ ਜੋਗ ਕਮਾਉਣ ਵਿੱਚ ਲਗੇ ਹੋਏ ਹਨ।

੩. ਅਨਗਿਣਤ ਹੀ ਤੇਰੇ ਭਗਤ ਹਨ ਜੋ ਤੇਰੇ ਗੁਣਾਂ ਦੀ ਗਿਆਨ ਵੀਚਾਰ ਵਿੱਚ ਲਗੇ ਹੋਏ ਹਨ ਤੇ ਅਨਗਿਣਤ ਹੀ (ਸਤੀ) ਸਚ ਦੇ ਧਾਰਨ ਵਾਲੇ ਹਨ ਤੇ ਅਨਗਿਣਤ ਹੀ ਦਾਤੇ ਹੋ ਕੇ ਵਿਚਰ ਰਹੇ ਹਨ।

੪. ਅਣਗਿਣਤ ਹੀ ਸੂਰਮੇ ਹਨ ਜੋ ਲੜਾਈ ਵਿੱਚ ਸਨਮੁਖ ਰਹਿ ਕੇ ਭਾਵ ਬਿਨਾਂ ਪਿਠ ਦਿਖਾਏ ਸਾਹਮਣੇ ਹੋ ਕੇ ਸਸਤ੍ਰਾਂ ਦਾ ਵਾਰ ਝਲਦੇ ਹਨ ਤੇ ਅਣਗਿਣਤ ਹੀ (ਮੋਨੀ) ਚੁਪ ਧਾਰਨ ਕਰਕੇ ਲਗਾਤਾਰ ਤੇਰੇ ਵਿੱਚ ਲਿਵ (ਧਿਆਨ) ਲਾਉਂਦੇ ਹਨ ।

੫. ਗੁਰੂ ਜੀ ਕਹਿੰਦੇ ਹਨ ਕਿ ਤੇਰੀ ਕੁਦਰਤਿ ਦਾ ਕਿਥੋਂ ਤਕ ਵੀਚਾਰ ਕਹਿ ਸਕਦੇ ਹਾਂ ? ਹੇ ਕਰਤਾਰ ਤੇਰੀ ਰਚਨਾ ਦਾ ਤਾਂ ਇਕ (ਵਾਰ) ਰੋਮ ਮਾਤ੍ਰ ਭਾਵ ਇਕ ਕਰਤਬ ਵੀ ਵਰਨਣ ਨਹੀਂ ਕੀਤਾ ਜਾ ਸਕਦਾ ।

੬. ਗੁਰੂ ਜੀ ਦਸਦੇ ਹਨ ਕਿ ਕਰਤਾਰ ਦੇ ਕਰਤਬਾਂ ਦੇ ਲੇਖੇ ਦਾ ਵੀਚਾਰ ਛਡ ਕੇ ਇਹੋ ਹੀ ਦ੍ਰਿੜ ਕਰਨਾ ਚਾਹੀਂਦਾ ਹੈ ਕਿ ਜੋ ਉਸ ਬੇਪ੍ਰਵਾਹ ਕਰਤਾਰ ਨੂੰ ਭਾਉਂਦਾ ਹੈ ਉਹੋ ਹੀ ਭਲਾ ਹੈ । ਹੇ ਨਿਰੰਕਾਰ ਜੀ ਤੂੰ ਤ੍ਰੈਕਾਲ (ਸਲਾਮਤਿ) ਸਤਿ ਹੈਂ ਭਾਵ ਤੂੰ ਸਦਾ ਥਿਰ ਰਹਿਣ ਵਾਲ਼ਾ ਹੈਂ ॥੧੭॥

ਮੂਲ

੧ **ਅਸੰਖ ਮੂਰਖ ਅੰਧ ਘੋਰ ॥ ਅਸੰਖ ਚੋਰ ਹਰਾਮਖੋਰ ॥**
੨ **ਅਸੰਖ ਅਮਰ ਕਰਿ ਜਾਹਿ ਜੋਰ ॥ ਅਸੰਖ ਗਲਵਢ ਹਤਿਆ ਕਮਾਹਿ ॥**
੩ **ਅਸੰਖ ਪਾਪੀ ਪਾਪੁ ਕਰਿ ਜਾਹਿ ॥ ਅਸੰਖ ਕੂੜਿਆਰ ਕੂੜੇ ਫਿਰਾਹਿ ॥**
੪ **ਅਸੰਖ ਮਲੇਛ ਮਲੁ ਭਖਿ ਖਾਹਿ ॥ ਅਸੰਖ ਨਿੰਦਕ ਸਿਰਿ ਕਰਹਿ ਭਾਰੁ ॥**
੫ **ਨਾਨਕੁ ਨੀਚੁ ਕਹੈ ਵੀਚਾਰੁ ॥ ਵਾਰਿਆ ਨ ਜਾਵਾ ਏਕ ਵਾਰ ॥**
੬ **ਜੋ ਤੁਧੁ ਭਾਵੈ ਸਾਈ ਭਲੀ ਕਾਰ ॥ ਤੂ ਸਦਾ ਸਲਾਮਤਿ ਨਿਰੰਕਾਰ ॥੧੮॥**

ਪਦ ਅਰਥ

ਅੰਧ ਘੋਰ = ਅਤੀ ਅਗਿਆਨੀ, ਮਹਾਂ ਅਗਿਆਨੀ । **ਅਮਰ** = ਹੁਕਮ, ਹਕੂਮਤ, ਰਾਜ । **ਜੋਰ** = ਧੱਕਾ, ਧਿਙਾਣਾ । **ਮਲੇਛ** = ਮਲੀਨ ਬੁਧੀ, ਭ੍ਰਿਸਟ ਬੁਧੀ । **ਮਲ ਭਖਿ** = ਮੈਲਾ ਖਾਣਾ, ਅਖਾਜ (ਨਾ ਖਾਣ ਯੋਗ) । **ਨੀਚੁ** = ਘਟੀਆ, ਛੋਟਾ, ਨਿਮਾਣਾ, ਵਿਚਾਰਾ, ਪਾਪੀ ।

ਨੋਟ ੧:- ਨੀਚੁ ਸ਼ਬਦ 'ਦੇਹੁਰੀ ਦੀਪਕ' ਦੀ ਨਿਆਈਂ ਇਥੇ ਸੰਬੋਧਨ ਕਰਤਾ ਅਤੇ ਸੰਬੋਧਤਾਂ ਲਈ ਸਾਂਝਾ ਹੈ ਅਤੇ 'ਪਾਪੀ ਪਾਪੁ' ਸ਼ਬਦਾਂ ਦਾ ਸੰਕੇਤ ਧਰਮ ਦੇ ਨਾਮ ਤੇ ਕੀਤੇ ਜਾਣ ਵਾਲੇ ਪਾਪਾਂ ਪਸ਼ੂ ਬਲੀ, ਨਰ ਬਲੀ ਆਦਿ ਵੱਲ ਹੈ । ਗੁਰੂ ਗੋਬਿੰਦ ਸਿੰਘ ਜੀ ਬਚਿਤ੍ਰ ਨਾਟਕ ਵਿੱਚ ਕਥਨ ਕਰਦੇ ਹਨ ਕਿ ਧਰਮ ਦੇ ਨਾਮ ਤੇ ਐਸੇ ਪਾਪ ਕੀਤੇ ਜਾਂਦੇ ਹਨ ਕਿ ਉਨਾਂ ਪਾਪਾਂ ਤੋਂ ਪਾਪ ਹੀ ਲਜਾਵਾਨ ਹੋ ਜਾਂਦੇ ਹਨ । **ਯਥਾ:-"ਪਾਪ ਕਰੋ ਪਰਮਾਰਥ ਕੈ ਜਿਹ ਪਾਪਨ ਤੇ ਅਤਿ ਪਾਪ ਲਜਾਹੀ ॥ ੯੯ ॥"** ਇਥੇ ਲਗਦੇ ਹੱਥ ਇਹ ਜਾਣ ਲੈਣਾ ਵੀ ਜਰੂਰੀ ਹੈ ਕਿ ਧਾਰਮਿਕ ਜਗਤ ਵਿੱਚ ਪਾਪ ਦਾ ਪਾਸਾਰਾ ਕੇਵਲ ਹਿੰਦੋਸਤਾਨ ਤੇ ਏਸ਼ੀਆ ਤੱਕ ਹੀ ਸੀਮਤ ਨਹੀਂ । ਇਹ ਸਾਰੇ ਜਗਤ ਵਿੱਚ ਹੀ ਫੈਲਿਆ ਹੋਇਆ ਹੈ । ਈਸਾਈ ਮਤ ਵਾਲੇ ਹਜ਼ਰਤ ਈਸਾ ਨੂੰ ਰੱਬ

ਦਾ ਪੁਤਰ ਜਾਣਕੇ ਉਸਨੂੰ ਮਨੁਖਤਾ ਦਾ ਰੱਖਿਅਕ ਮੰਨਦੇ ਹਨ ਅਤੇ ਪੋਪ ਨੂੰ ਇਕ ਨਾ ਭੁਲਣਯੋਗ ਧਾਰਮਕ ਆਗੂ ਮੰਨਦੇ ਹਨ ਜੋ ਈਸਾਈ ਜਗਤ ਵਿੱਚ ਹਜ਼ਰਤ ਈਸਾ ਜੀ ਦਾ ਨਾਇਬ ਮੰਨਿਆ ਜਾਂਦਾ ਹੈ। ਸੋਲਵੀਂ ਸਦੀ ਵਿੱਚ ਪੁਰਾਣੇ ਈਸਾਈ ਮਤ ਵਿੱਚ ਪਾਦਰੀਆਂ ਨੂੰ ਵਿਆਹ ਕਰਾਉਣ ਦੀ ਇਜਾਜਤ ਨਹੀਂ ਸੀ। ਰੋਮ ਵਿੱਚ, ਸਾਡੇ ਬਨਾਰਸ ਦੇ ਠੱਗਾਂ ਵਾਂਗ, ਬਹੁਤੇ ਈਸਾਈ ਸੰਤਾਂ ਦੇ ਡੇਰੇ ਚੋਰੀਆਂ ਠੱਗੀਆਂ ਆਦਿ ਬਦਫੈਲੀਆਂ ਦੇ ਅੱਡੇ ਬਣੇ ਹੋਏ ਸਨ। ਦਸਵੇਂ ਪੋਪ ਲਿਓਸ ਨੇ ਸੰਤ ਪੀਟਰ ਦਾ ਗਿਰਜਾ ਨਵੇਂ ਸਿਰਿਓਂ ਉਸਾਰਨ ਲਈ ਜਦ ਚੰਦਿਆਂ ਦੇ ਰੂਪ ਵਿੱਚ ਇਕੱਠੀ ਕੀਤੀ ਮਾਇਆ ਨਾਲ ਪੂਰੀ ਨਾ ਪਈ ਤਾਂ ਸੋਚੀ ਸਮਝੀ ਵਿਉਂਤ ਅਧੀਨ ਲੋਕਾਂ ਨੂੰ "ਮਾਫੀ ਨਾਮੇ" ਵੇਚ ਕੇ ਮਇਆ ਇਕੱਠੀ ਕੀਤੀ ਜਾਣ ਲੱਗੀ। ਮਾਫੀ ਨਾਮਾ ਪੋਪ ਵਲੋਂ ਇਕ ਲਿਖਤ ਦਿੱਤੀ ਜਾਂਦੀ ਸੀ ਜੋ ਦਿੱਤੀ ਰਕਮ ਅਨੁਸਾਰ ਅਗਲੀ ਦਰਗਾਹ ਵਿੱਚ ਪਾਪਾਂ, ਗੁਨਾਹਾਂ, ਠੱਗੀਆਂ, ਬਦਫੈਲੀਆਂ ਤੇ ਕਤਲਾਂ ਤੱਕ ਦੇ ਗੁਨਾਹ, ਮਾਫੀ ਨਾਮਾ ਖਰੀਦਣ ਵਾਲੇ ਦੇ ਮਾਫ ਸਮਝੇ ਜਾਂਦੇ ਸਨ। ਇੱਥੋਂ ਤੱਕ ਕਿ ਭਵਿਖ ਕੀਤੇ ਜਾਣ ਵਾਲ ਸੋਚੇ ਸਮਝੇ ਗੁਨਾਹਾਂ ਬਦਲੇ ਵੀ ਮਾਫੀ ਨਾਮੇ ਵੇਚੇ ਜਾਂਦੇ ਸਨ। ਇਕ ਅਮੀਰ ਆਦਮੀ ਨੇ ਮਹਿੰਗਾ ਮਾਫੀ ਨਾਮਾ ਖਰੀਦਕੇ ਬਾਦ ਵਿੱਚ, ਆਪਣੇ ਵਿਰੋਧੀ ਮਾਫੀਨਾਮਾ ਦੇਣ ਵਾਲੇ ਪੋਪ ਦੇ ਏਜੰਟ ਨੂੰ ਹੀ ਕੁਟਿਆ ਤੇ ਉਸ ਤੋਂ ਦਿੱਤੀ ਰਕਮ ਵੀ ਖੋਹ ਲਈ ਅਤੇ ਬਾਦ ਵਿੱਚ ਕੇਸ ਚਲਨ ਤੇ ਜੱਜ ਨੇ ਉਸੇ ਮਾਫੀਨਾਮੇ ਦੇ ਆਧਾਰ ਤੇ ਉਸਨੂੰ ਬਰੀ ਕਰ ਦਿੱਤਾ। ਇਤਿਆਦਕ ਬਦਫੈਲੀਆਂ ਨੂੰ ਰੋਕਣ ਲਈ ਇਕ ਈਸਾਈ ਮਹਾਂ ਪੁਰਸ਼ ਮਾਰਟਿਨ ਲੂਥਰ ਜੀ ਨੇ ਆਪਣਾ ਸਾਰਾ ਜੀਵਨ ਲਾ ਦਿੱਤਾ, ਜਿਸਤੋਂ ਈਸਾਈ ਮਤ ਵਿੱਚ ਪ੍ਰੋਟੈਸਟੈਂਟ ਫਿਰਕੇ ਦੀ ਸ਼ੁਰੂਆਤ ਹੋਈ।

ਨੋਟ ੨:– ਅਸੰਖ ਨਿੰਦਕ ਸਿਰਿ ਕਰਹਿ ਭਾਰੁ = ਨਿੰਦਕ ਦਾ ਆਚਾਰ ਹੈ ਕਿ ਉਹ ਅਗਲੇ ਦਾ ਸੱਚ ਛੁਪਾ ਕੇ ਝੂਠੇ ਦੋਸ਼ ਅਰੋਪਣ ਕਰਦਾ ਹੈ। ਇਸ ਤਰਾਂ ਜਾਣਬੁਝ ਕੇ ਸੱਚ ਤੋਂ ਪਰੇ ਹੋਣ ਨਾਲ ਮਨ ਮੈਲਾ ਹੁੰਦਾ ਜਾਂਦਾ ਹੈ। ਇਸ ਕਾਰਨ ਕਰਕੇ ਨਿੰਦਕ ਮੁਫਤ ਵਿੱਚ ਆਪਣਾਂ ਮੂੰਹ ਕਾਲਾ ਕਰਦਾ ਹੈ ਅਤੇ ਪਾਪਾਂ ਨਾਲ ਆਪਣਾ ਸਿਰ ਭਾਰੀ ਕਰਦਾ ਹੈ। ਗੁਰੂ ਸਾਹਿਬ ਸਭ ਨੂੰ ਇਸ ਰੋਗ ਤੋਂ ਬਚਣ ਲਈ ਸਾਵਧਾਨ ਕਰਦੇ ਹਨ। **ਯਥਾ:– ਅਣਹੋਂਦਾ ਅਜਗਰੁ ਭਾਰੁ ਉਠਾਏ ਨਿੰਦਕੁ ਅਗਨੀ ਮਾਹਿ ਜਲਾਵੈ ॥੧॥ ਪਰਮੇਸਰ ਕੈ ਦੁਆਰੈ ਜਿ ਹੋਇ ਬਿਤੀਤੈ ਸੁ ਨਾਨਕੁ ਆਖਿ ਸੁਣਾਵੈ ॥** (ਅੰਗ ੩੭੩)॥ **ਨਿੰਦਾ ਭਲੀ ਕਿਸੈ ਕੀ ਨਾਹੀ ਮਨਮੁਖ ਮੁਗਧ ਕਰੰਨਿ ॥ ਮੁਹ ਕਾਲੇ ਤਿਨ ਨਿੰਦਕਾ ਨਰਕੇ ਘੋਰਿ ਪਵੰਨਿ ॥੬॥** (ਅੰਗ ੭੫੫)॥

ਅਰਥ

੧. ਹੇ ਕਰਤਾਰ ਤੇਰੀ ਰਚਨਾ ਦੇ ਅਣਗਿਣਤ ਜੀਵ ਮੂਰਖ ਤੇ ਮਹਾਂ ਅਗਿਆਨੀ ਹਨ ਅਤੇ ਅਨੇਕਾਂ ਹੀ ਚੋਰੀ ਕਰਕੇ ਹਰਾਮ (ਬੇਗਾਨਾ ਹੱਕ) ਖਾਣ ਵਾਲੇ ਹਨ।

੨. ਅਣਗਿਣਤ ਹੀ (ਜੋਰ) ਧਿਙਾਣੇ ਨਾਲ ਦੂਜਿਆਂ ਤੇ ਰਾਜ ਕਰਕੇ ਇਸ ਸੰਸਾਰ ਤੋਂ ਚਲੇ ਜਾਂਦੇ ਹਨ ਅਤੇ ਅਨੇਕਾਂ ਹੀ ਹੋਰਾਂ ਦੇ ਗਲ ਵੱਢਕੇ ਹਤਿਆ (ਕਤਲ) ਕਰਨ ਵਾਲੇ ਹਨ।

੩. ਅਣਗਿਣਤ ਹੀ (ਧਰਮ ਦੇ ਨਾਂ ਤੇ) ਅਨੇਕ ਤਰਾਂ ਦੇ ਪਾਪ ਕਰਮ ਕਰਕੇ ਸੰਸਾਰ ਤੋਂ ਚਲੇ ਜਾਂਦੇ ਹਨ ਅਤੇ ਅਣਗਿਣਤ ਹੀ ਸੱਚ ਤੋਂ ਭਟਕੇ ਹੋਏ ਕੂੜੇ ਕਰਮ ਕਮਾਉਂਦੇ ਫਿਰਦੇ ਹਨ। ਯਥਾ;–"**ਪਾਪ**

ਕਰੋ ਪਰਮਾਰਥ ਕੈ ਜਿਹ ਪਾਪਨ ਤੇ ਅਤਿ ਪਾਪ ਲਜਾਹੀ ॥ ੯੯ ॥ ੧ ॥ (ਬਚਿਤ੍ਰ ਨਾਟਕ)॥"

੪. ਅਣਗਿਣਤ ਹੀ ਭ੍ਰਿਸ਼ਟ ਬੁਧੀ ਵਾਲੇ (ਘੋਰ ਪੰਥੀਆਂ ਵਾਂਗ) ਅਖਾਜ ਖਾਣ ਖਾਂਦੇ ਹਨ ਅਤੇ ਅਨੇਕਾਂ ਨਿੰਦਕ ਬਣਕੇ ਆਪਣੇ ਸਿਰ ਪਾਪਾਂ ਦਾ ਭਾਰ ਚੜ੍ਹਾਈ ਜਾਂਦੇ ਹਨ ।

੫. ਗੁਰੂ ਨਾਨਕ ਜੀ ਕਹਿੰਦੇ ਹਨ ਕਿ ਚਲ ਰਹੇ ਪ੍ਰਸੰਗ ਵਿੱਚ ਮੈਂ ਵਿਚਾਰੇ ਨਿਮਾਣੇ ਨੇ ਜੋ ਕਰਤਾ ਪੁਰਖ ਦੀ ਰਚਨਾ ਦਾ ਪਉੜੀ ੧੭ ਦੇ ਉਲਟ ਇਸ ਪਉੜੀ ਵਿੱਚ ਨੀਚ ਕਰਮਾਂ ਵਾਲਿਆਂ ਦਾ ਇਹ ਵੀਚਾਰ ਆਖਿਆ ਹੈ (ਇਹ ਕੋਈ ਬਹੁਤਾ ਨਹੀਂ) ਅਸਲ ਵਿੱਚ ਉਸ ਕਰਤਾਰ ਦੀ ਰਚਨਾ ਦਾ ਤਾਂ ਇਕ (ਵਾਰ) ਰੋਮ ਮਾਤ੍ਰ ਭਾਵ ਇਕ ਕਰਤਬ ਵੀ ਵਰਨਣ ਨਹੀਂ ਕੀਤਾ ਜਾ ਸਕਦਾ । (**ਨੀਚੁ** = ਨਿਮਾਣਾ । **ਯਥਾ:-ਭਾਉ ਭਗਤਿ ਕਰਿ ਨੀਚੁ ਸਦਾਏ** ॥ (ਵਾਰ ਆਸਾ ਸਲੋਕ ਮ:੧ ਪਉ: ੧੩)॥

੬ ਗੁਰੂ ਜੀ ਦਸਦੇ ਹਨ ਕਿ ਕਰਤਾਰ ਦੇ ਕਰਤਬਾਂ ਦੇ ਲੇਖੇ ਦਾ ਵੀਚਾਰ ਛਡਕੇ ਇਹੋ ਹੀ ਦ੍ਰਿੜ ਕਰਨਾ ਚਾਹੀਂਦਾ ਹੈ ਕਿ ਜੋ ਉਸ ਬੇਪ੍ਰਵਾਹ ਕਰਤਾਰ ਨੂੰ ਭਾਉਂਦਾ ਹੈ ਉਹੋ ਹੀ ਭਲਾ ਹੈ ਤੇ ਹੇ ਨਿਰੰਕਾਰ ਜੀ ! ਤੂੰ ਤਾਂ ਤ੍ਰੈਕਾਲ (ਸਲਾਮਤਿ) ਸਤਿ ਹੈ ॥ ੧੮ ॥

ਮੂਲ

੧ **ਅਸੰਖ ਨਾਵ ਅਸੰਖ ਥਾਵ ॥ ਅਗੰਮ ਅਗੰਮ ਅਸੰਖ ਲੋਅ ॥**
ਅਸੰਖ ਕਹਹਿ ਸਿਰਿ ਭਾਰੁ ਹੋਇ ॥
੨ **ਅਖਰੀ ਨਾਮੁ ਅਖਰੀ ਸਾਲਾਹ॥ਅਖਰੀ ਗਿਆਨੁ ਗੀਤ ਗੁਣ ਗਾਹ ॥**
੩ **ਅਖਰੀ ਲਿਖਣੁ ਬੋਲਣੁ ਬਾਣਿ ॥ ਅਖਰਾ ਸਿਰਿ ਸੰਜੋਗੁ ਵਖਾਣਿ ॥**
੪ **ਜਿਨਿ ਏਹਿ ਲਿਖੇ ਤਿਸੁ ਸਿਰਿ ਨਾਹਿ॥ਜਿਵ ਫੁਰਮਾਏ ਤਿਵਤਿਵ ਪਾਹਿ ॥**
੫ **ਜੇਤਾ ਕੀਤਾ ਤੇਤਾ ਨਾਉ ॥ ਵਿਣੁ ਨਾਵੈ ਨਾਹੀ ਕੋ ਥਾਉ ॥**
੬ **ਕੁਦਰਤਿ ਕਵਣ ਕਹਾ ਵੀਚਾਰੁ ॥ ਵਾਰਿਆ ਨ ਜਾਵਾ ਏਕ ਵਾਰ ॥**
੭ **ਜੋ ਤੁਧੁ ਭਾਵੈ ਸਾਈ ਭਲੀ ਕਾਰ॥ ਤੂ ਸਦਾ ਸਲਾਮਤਿ ਨਿਰੰਕਾਰ ॥ ੧੯ ॥**

ਪਦ ਅਰਥ

ਲੋਅ = ਲੋਕ, ਬ੍ਰਹਮੰਡ । **ਸਿਰਿਭਾਰੁ ਹੋਇ** = ਪੂਰੇ ਤਾਣ (ਬਲ) ਨਾਲ, ਸਿਰ ਪਰਨੇ ਹੋ ਕੇ ਭਾਵ ਪੂਰਾ ਜ਼ੋਰ ਲਾ ਕੇ । **ਯਥਾ:-** "**ਭੈ ਵਿਚਿ ਇੰਦੁ ਫਿਰੈ ਸਿਰ ਭਾਰਿ** ॥ (ਪੰਨਾ ੪੬੪)॥ **ਫੁਰਮਾਏ** = ਹੁਕਮ ਕਰਦਾ ਹੈ, ਹੁਕਮ ।

ਨੋਟ:- "**ਅਸੰਖ ਕਹਹਿ ਸਿਰਿਭਾਰੁ ਹੋਇ**" ਦੇ ਇਹ ਅਰਥ ਕਰਨਾ ਕਿ ਹੇ ਕਰਤਾਰ ਤੈਨੂੰ ਅਸੰਖ (ਅਣਗਿਣਤ-ਬੇਅੰਤ) ਕਹਿਣਾ ਵੀ ਸਿਰ ਤੇ ਭਾਰ (ਪਾਪ) ਲੈਣ ਤੁਲ ਹੈ; ਇਹ ਠੀਕ ਨਹੀਂ ਹੈ । ਜੇ ਕਰਤਾਰ ਨੂੰ (ਅਸੰਖ) ਬੇਅੰਤ ਕਹਿਕੇ ਵੀ ਸਿਰ ਪਾਪ ਚੜ੍ਹਦਾ ਹੈ ਤਾਂ ਫਿਰ ਕੀ ਕਹੀਏ ? ਜਿਥੋਂ ਤੱਕ ਲਗਾਂ ਮਾਤ੍ਰਾਂ ਦੇ ਹਿਸਾਬ ਉਕਤ ਅਰਥਾਂ ਨੂੰ ਠੀਕ

ਠਹਿਰਾਉਣ ਦਾ ਸੰਬੰਧ ਹੈ ਇਹ ਠੀਕ ਨਹੀਂ ਹੈ । ਵੈਸੇ ਵੀ ਇਹ ਚਲੰਤ ਪ੍ਰਸੰਗ ਦੇ ਵਿਰੁਧ ਹੈ । ਅਗੇ ਲਿਖੀਆਂ ਗੁਰਬਾਣੀ ਦੀਆਂ ਤੁਕਾਂ ਨੂੰ ਵੀਚਾਰ ਕੇ ਦੇਖੋ ; ਕੀ ਅਸੰਖ ਕਹਿਣ ਨਾਲ ਸਿਰ ਤੇ ਭਾਰ ਚੜ੍ਹਦਾ ਹੈ ਕਿ ਉਤਰਦਾ ਹੈ ? **ਯਥਾ:- ਸਲੋਕ ॥ ਨਿਰਤਿ ਨ ਪਵੈ ਅਸੰਖ ਗੁਣ ਊਚਾ ਪ੍ਰਭ ਕਾ ਨਾਉ ॥ ਨਾਨਕ ਕੀ ਬੇਨੰਤੀਆ ਮਿਲੈ ਨਿਥਾਵੇ ਥਾਉ ॥ ਜੈਤਸਰੀ ਮਹਲਾਪ ਛੰਤ ॥** (ਅੰਗ ੭੦੪)॥ ਤਥਾ:-**ਜਗਜੀਵਨੁ ਹਰਿ ਧਿਆਇ ਤਰਣੇ ॥ ਅਨੇਕ ਅਸੰਖ ਨਾਮ ਹਰਿ ਤੇਰੇ ਨ ਜਾਹੀ ਜਿਹਵਾ ਇਤੁ ਗਨਣੇ ॥੧॥ ਰਹਾਉ ॥ ਭੈਰਉ ਮਹਲਾ ੪ ॥** (ਅੰਗ ੧੧੩੫)॥ ਸਪੱਸ਼ਟ ਹੈ ਕਿ ਪ੍ਰਭੂ ਨੂੰ ਅਸੰਖ ਕਹਿਣ ਨਾਲ ਕੋਈ ਸਿਰ ਭਾਰ ਨਹੀਂ ਚੜ੍ਹਦਾ !! ਜਪੁਜੀ ਸਾਹਿਬ ਦੇ ਰਚਾਇਤਾ ਗੁਰੂ ਨਾਨਕ ਸਾਹਿਬ ਨੇ ਪ੍ਰਭੂ ਦੀ ਵਿਭਿੰਨ ਪ੍ਰਕਾਰ ਦੀ ਰਚਨਾ ਅਤੇ ਪ੍ਰਭੂ ਦੀ ਅਗੰਮੀ ਮਹਿਮਾ ਨੂੰ ਦਰਸਾਉਣ ਲਈ ਸੰਬੰਧਤ ਪਉੜੀਆਂ ਵਿੱਚ ਹੀ ੨੨ ਵਾਰ 'ਅਸੰਖ' ਸ਼ਬਦ ਦੀ ਵਰਤੋਂ ਕੀਤੀ ਹੈ ।

ਅਰਥ

੧. ਹੇ ਕਰਤਾਰ ਅਣਗਿਣਤ ਹੀ ਤੇਰੀ ਸਾਜੀ ਰਚਨਾ ਦੇ ਥਾਂ ਟਿਕਾਣੇ ਹਨ ਅਤੇ ਅਣਗਿਣਤ ਹੀ ਉਨਾਂ ਦੇ ਨਾਮ ਹਨ ਅਤੇ ਅਣਗਿਣਤ ਹੀ ਤੇਰੇ ਸਾਜੇ ਹੋਏ ਐਸੇ (ਲੋਅ) ਲੋਕ (ਬ੍ਰਹਮੰਡ) ਹਨ ਜੋ ਪਰੇ ਤੋਂ ਪਰੇ ਅਤਿਅੰਤ ਦੂਰ ਹੋਣ ਕਰਕੇ ਸਾਡੀ ਗਮਤਾ (ਪਹੁੰਚ) ਤੋਂ ਬਾਹਰ ਹਨ । ਫਿਰ ਅਣਗਿਣਤ ਹੀ (ਸਿਰਿਭਾਰੁ ਹੋਇ) ਆਪਣੇ ਪੂਰੇ ਤਾਣ ਨਾਲ ਤੇਰਾ ਕਥਨ ਕਰ ਰਹੇ ਹਨ । (ਅਨੇਕਾਂ ਬ੍ਰਹਮੰਡਾਂ ਦੇ ਪਹੁੰਚ ਤੋਂ ਪਰੇ ਹੋਣ ਬਾਰੇ, ਗੁਰੂ ਜੀ ਦੇ ਕਥਨ ਦੀ ਪੁਲਾੜ ਵਿਗਿਆਨ ਪੁਸ਼ਟੀ ਕਰਦਾ ਹੈ, ਜੋ ਲੱਖਾਂ ਪ੍ਰਕਾਸ਼ ਸਾਲ ਦੂਰ ਦੇਖਣ ਵਾਲੀ ਹਬਲ ਟੈਲੀ ਸਕੋਪ ਦੇ ਘੇਰੇ ਵਿੱਚ ਵੀ ਨਹੀਂ ਆਉਂਦੇ)।

੨. ਸੋ, ਹੇ ਕਰਤਾਰ ! ਬੇਸ਼ਕ ਤੂੰ ਪਰੇ ਤੋਂ ਪਰੇ ਅਗੰਮ ਹੈਂ ਪਰ ਫਿਰ ਵੀ ਤਾਂ ਇਹ ਜੀਵ ਅੱਖਰਾਂ ਦੁਆਰਾ ਹੀ ਤੇਰੀ ਸਿਫਤ ਸਾਲਾਹ ਕਰਦੇ ਹਨ ਕਿ ਅਣਗਿਣਤ ਹੀ ਤੇਰੇ ਨਾਮ ਹਨ । ਅੱਖਰਾਂ ਦੁਆਰਾ ਹੀ ਤੇਰਾ ਗਿਆਨ ਕਥਨ ਕਰਦੇ ਹਨ ਅਤੇ ਅੱਖਰਾਂ ਦੁਆਰਾ ਹੀ ਤੇਰੇ ਗੁਣ ਗਉਂਦੇ ਹਨ । (ਕਿਉਂਕਿ ਇਹਨਾਂ ਪਾਸ ਕੇਵਲ ਅੱਖਰ ਹੀ ਐਸਾ ਸਾਧਨ ਹਨ ।)

੩. ਅੱਖਰਾਂ ਦੁਆਰਾ ਹੀ ਲਿਖਣ ਬੋਲਣ ਵਿੱਚ ਆਉਣ ਵਾਲੀ ਬਾਣੀ ਕਥੀ ਜਾਂਦੀ ਹੈ । ਅੱਖਰਾਂ ਦੁਆਰਾ ਹੀ ਜੀਵਾਂ ਦੇ ਸਿਰ ਲਿਖਿਆ ਤੇਰਾ ਸੰਜੋਗ ਭਾਵ ਮੇਲ ਮਿਲਾਪ ਦਾ ਲੇਖ ਕਥਨ ਕੀਤਾ ਜਾਂਦਾ ਹੈ ।

੪. ਜੀਵਾਂ ਦੇ ਸਿਰ ਪਰ ਸੰਜੋਗੀ ਅੱਖਰ ਲਿਖਣ ਵਾਲੇ ਹੇ ਕਰਤਾਰ ! ਤੇਰੇ ਸਿਰ ਇਹ ਲੇਖ ਨਹੀਂ ਹਨ ਕਿਉਂਕਿ ਤੂੰ ਅਜ਼ਾਦ ਕਰਤਾ ਪੁਰਖ ਹੈਂ । ਪਰ ਜਿਵੇਂ ਜਿਵੇਂ ਇਹਨਾਂ ਜੀਵਾਂ ਦੇ ਸਿਰ ਤੇਰੇ ਹੁਕਮ ਦੁਆਰਾ ਲੇਖ ਲਿਖੇ ਜਾਂਦੇ ਹਨ ਤਿਵੇਂ ਤਿਵੇਂ ਹੀ ਇਹ ਜੀਵ ਦਾਤਾਂ ਪ੍ਰਾਪਤ ਕਰਦੇ ਹਨ ।

੫. ਹੇ ਕਰਤਾਰ ! ਜਿੰਨਾਂ ਵੀ ਤੂੰ ਸੰਸਾਰ (ਕੀਤਾ) ਰਚਿਆ ਹੈ ਉਹ ਸਭ ਤੇਰਾ ਹੀ ਸਰੂਪ ਹੈ ਅਤੇ ਤੇਰੇ ਸਰੂਪ ਤੋਂ ਬਿਨਾਂ ਹੋਰ (ਕੋ ਥਾਉ) ਕੋਈ ਰਚਨਾ ਨਹੀਂ ਹੈ । **ਯਥਾ:-"ਜੋ ਦੀਸੈ ਸੋ ਤੇਰਾ ਰੂਪੁ ॥** (ਤਿਲੰਗ ਮ:੫ ਪ:੭੨੪)॥"

੬. ਗੁਰੂ ਜੀ ਕਹਿੰਦੇ ਹਨ ਕਿ ਤੇਰੀ ਕੁਦਰਤ ਦਾ ਕਿਥੋਂ ਤੱਕ ਵੀਚਾਰ ਕਹਿ ਸਕਦੇ ਹਾਂ । ਹੇ ਕਰਤਾਰ ! ਤੇਰੀ ਕੀਤੀ ਰਚਨਾ ਦਾ ਤਾਂ ਇਕ (ਵਾਰ) ਰੋਮ ਮਾਤ੍ਰ ਭਾਵ ਇਕ ਕਰਤਬ ਵੀ ਨਹੀਂ ਵਰਨਣ ਕੀਤਾ ਜਾ ਸਕਦਾ ।

੭. ਗੁਰੂ ਜੀ ਦਸਦੇ ਹਨ ਕਿ ਕਰਤਾਰ ਦੇ ਕਰਤਬਾਂ ਦੇ ਲੇਖੇ ਦਾ ਵੀਚਾਰ ਛੱਡਕੇ ਇਹੋ ਹੀ ਦ੍ਰਿੜ ਕਰਨਾ ਚਾਹੀਦਾ ਹੈ ਕਿ ਜੋ ਉਸ ਬੇਪ੍ਰਵਾਹ ਕਰਤਾਰ ਨੂੰ ਭਾਉਂਦਾ ਹੈ ਉਹੋ ਹੀ ਭਲਾ ਹੈ । ਹੇ ਨਿਰੰਕਾਰ ਜੀ ਤੂੰ ਤ੍ਰੈਕਾ਼ਲ (ਸਲਾਮਤਿ) ਸਤਿ ਹੈਂ ਭਾਵ ਤੂੰ ਸਦਾ ਥਿਰ ਰਹਿਣ ਵਾਲਾ ਹੈਂ ॥੧੯ ॥

ਮੂਲ

੧ **ਭਰੀਐ ਹਥੁ ਪੈਰੁ ਤਨੁ ਦੇਹ ॥ ਪਾਣੀ ਧੋਤੈ ਉਤਰਸੁ ਖੇਹ ॥**
੨ **ਮੂਤ ਪਲੀਤੀ ਕਪੜੁ ਹੋਇ ॥ ਦੇ ਸਾਬੂਣੁ ਲਈਐ ਓਹੁ ਧੋਇ ॥**
੩ **ਭਰੀਐ ਮਤਿ ਪਾਪਾ ਕੈ ਸੰਗਿ ॥ ਓਹੁ ਧੋਪੈ ਨਾਵੈ ਕੈ ਰੰਗਿ ॥**
੪ **ਪੁੰਨੀ ਪਾਪੀ ਆਖਣੁ ਨਾਹਿ ॥ ਕਰਿ ਕਰਿ ਕਰਣਾ ਲਿਖਿ ਲੈ ਜਾਹੁ॥**
੫ **ਆਪੇ ਬੀਜਿ ਆਪੇ ਹੀ ਖਾਹੁ ॥ ਨਾਨਕ ਹੁਕਮੀ ਆਵਹੁ ਜਾਹੁ॥੨੦॥**

ਪਦ ਅਰਥ

ਖੇਹ = ਮਿਟੀ, ਧੂੜ, ਮੈਲ । **ਪਲੀਤੀ** = ਪਲੀਤ, ਅਪਵਿਤਰ । **ਮਤਿ** = ਬੁਧੀ, ਮਨ ਬੁਧੀ, ਅੰਤਹਕਰਣ । **ਰੰਗਿ** = ਪ੍ਰੇਮ ।

ਨੋਟ :-☬ ਗੁਰੂ ਜੀ ਬੜੇ ਪਤੇ ਦੀ ਗਲ ਦਸਦੇ ਹਨ ਕਿ ਜੋ ਮਨ ਪਿੱਛੇ ਕਹੇ ਸੌਚਿ ਤੇ ਤੀਰਥ ਇਸ਼ਨਾਨ ਆਦਿ ਕਰਮਾਂ ਨਾਲ ਪਵਿਤਰ ਨਹੀਂ ਹੁੰਦਾ ਅਤੇ ਵਿਵੇਕ ਹੀਣ ਹੋ ਕੇ ਪਾਪ ਕਰਮਾਂ ਨਾਲ ਮਲੀਨ ਹੋ ਗਿਆ ਉਹ ਕੇਵਲ ਪ੍ਰੇਮ ਸਹਿਤ ਨਾਮ ਸਿਮਰਨ ਨਾਲ ਹੀ ਪਵਿਤਰ ਹੁੰਦਾ ਹੈ । ਇਹੋ ਕਾਰਨ ਹੈ ਕਿ ਸਿਖ ਮਤ ਵਿੱਚ ਧਰਮ ਵਿਰੁਧ ਕਾਰਜ ਕਰਨ ਵਾਲੇ ਨੂੰ ਕੁਝ ਦਿਨਾਂ ਲਈ ਗੁਰਬਾਣੀ ਦਾ ਬਝਵਾਂ ਪਾਠ ਅਤੇ ਲੰਗਰ ਵਿੱਚ ਜੂਠੇ ਭਾਂਡੇ ਮਾਂਜਣ, ਗੁਰਦੁਆਰੇ ਵਿੱਚ ਝਾੜੂ ਦੇਣ, ਜੁਤੀਆਂ ਸਾਫ ਕਰਨ ਆਦਿ ਦੀ ਤਨਖਾਹ ਲਾਈ ਜਾਂਦੀ ਹੈ ਤਾਂਕਿ ਉਸਦੀ ਪਾਪਾਂ ਦੀ ਭਰੀ ਮਤਿ ਸ਼ੁਧ ਹੋ ਜਾਵੇ । ਸਿਖ ਧਰਮ ਵਿੱਚ ਇਹ ਪ੍ਰਚਲਤ ਰਸਮ ਅਤੀ ਉਤਮ ਹੈ । ਹੋਰ ਜਦ ਆਪਣਾ ਬੀਜਿਆ ਆਪ ਨੂੰ ਹੀ ਖਾਣਾ ਪੈਣਾ ਹੈ ਤਾਂ ਮੰਦੇ ਕਰਮ ਹੀ ਕਿਉਂ ਕਰੀਏ । **ਯਥਾ** ਫੁਰਮਾਣ ਹੈ:-**ਜਿਤੁ ਕੀਤਾ ਪਾਈਐ ਆਪਣਾ ਸਾ ਘਾਲ ਬੁਰੀ ਕਿਉਂ ਘਾਲੀਐ ॥ ਮੰਦਾ ਮੂਲਿ ਨ ਕੀਚਈ ਦੇ ਲੰਮੀ ਨਦਰਿ ਨਿਹਾਲੀਐ ॥ ਜਿਉ ਸਾਹਿਬ ਨਾਲਿ ਨ ਹਾਰੀਐ ਤੇਵੇਹਾ ਪਾਸਾ ਢਾਲੀਐ ॥ ਕਿਛੁ ਲਾਹੇ ਉਪਰਿ ਘਾਲੀਐ ॥ ੨੧ ॥** (ਵਾਰ ਆਸਾ ਮਹਲਾ ੧)॥

ਅਰਥ

੧. ਜਦੋਂ ਕਦੀ ਹੱਥ ਪੈਰ ਜਾਂ ਸਰੀਰ ਮਿੱਟੀ ਨਾਲ (ਭਰੀਐ) ਲਿਬੜ ਜਾਣ ਤਾਂ ਪਾਣੀ ਨਾਲ ਧੋਤਿਆਂ ਉਹ ਮੈਲ (ਉਤਰਸੁ) ਉਤਰ ਜਾਂਦੀ ਹੈ ।

੨. ਜਦੋਂ ਕਦੀ ਮਲ ਮੂਤਰ ਨਾਲ ਕਪੜੇ ਲਿਬੜ ਕੇ (ਪਲੀਤ) ਅਪਵਿਤਰ ਹੋ ਜਾਣ ਤਾਂ ਉਨਾਂ ਨੂੰ ਸਾਬਣ ਨਾਲ ਧੋ ਕੇ ਮਲੀਨਤਾ ਦੂਰ ਕਰ ਲਈ ਜਾਂਦੀ ਹੈ ।

੩. ਇਸੇ ਤਰਾਂ ਜਦ ਮਤਿ (ਬੁੱਧੀ) ਪਾਪਾਂ ਨਾਲ ਮਲੀਨ ਹੋ ਗਈ ਹੋਵੇ ਤਾਂ ਉਹ ਪ੍ਰੇਮ ਨਾਲ ਨਿਰੰਜਨ ਦਾ ਨਾਮ ਜਪ ਕੇ ਹੀ (ਧੋਪੈ) ਧੋਤੀ ਜਾ ਸਕਦੀ ਹੈ । ਭਾਵ ਅੰਤਹਕਰਣ ਦੀ ਸੁਧੀ ਕੇਵਲ ਪ੍ਰੇਮ ਨਾਲ ਨਾਮ ਜਪਣ ਕਰਕੇ ਹੀ ਹੋ ਸਕਦੀ ਹੈ ।

੪. ਪੁੰਨ ਜਾਂ ਪਾਪ ਕਰਮ ਕੇਵਲ ਆਖਣ ਮਾਤ੍ਰ ਹੀ ਨਹੀਂ ਸਗੋਂ ਇਨਾਂ ਕਰਮਾਂ ਦਾ ਅਕਸ ਅੰਤਹਕਰਣ ਵਿੱਚ ਉਕਰਿਆ ਜਾਂਦਾ ਹੈ । ਇਸੇ ਕਰਕੇ ਜੇਹੋ ਜੇਹੇ ਕੋਈ ਕਰਮ ਕਰਦਾ ਹੈ ਉਹੋ ਜੇਹੇ ਕਰਮਾਂ ਦਾ ਲੇਖ ਆਪਣੇ ਅੰਤਹਕਰਣ ਵਿੱਚ ਸਮੋਅ ਕੇ ਲੈ ਜਾਂਦਾ ਹੈ ।

੫. ਗੁਰੂ ਨਾਨਕ ਸਾਹਿਬ ਦ੍ਰਿੜ ਕਰਵਾਉਂਦੇ ਹਨ ਕਿ ਆਵਾਗਵਨ ਦਾ ਚਕਰ ਉਸ ਕਰਤਾਰ ਦੇ ਹੁਕਮ ਅੰਦਰ ਬਣਿਆ ਹੋਇਆ ਹੈ ਤੇ ਇਹ ਯਕੀਨੀ ਹੈ ਕਿ ਹਰ ਜੀਵ ਜੇਹੋ ਜੇਹਾ ਬੀਜੇਗਾ ਉਹੋ ਜੇਹਾ ਹੀ ਫਲ ਖਾਵੇਗਾ ॥ ੨੦ ॥

ਮੂਲ

੧ ਤੀਰਥੁ ਤਪੁ ਦਇਆ ਦਤੁ ਦਾਨੁ ॥ ਜੇ ਕੋ ਪਾਵੈ ਤਿਲ ਕਾ ਮਾਨੁ ॥
੨ ਸੁਣਿਆ ਮੰਨਿਆ ਮਨਿ ਕੀਤਾ ਭਾਉ ॥ ਅੰਤਰਗਤਿ ਤੀਰਥਿ ਮਲਿ ਨਾਉ ॥
੩ ਸਭਿ ਗੁਣ ਤੇਰੇ ਮੈ ਨਾਹੀ ਕੋਇ ॥ ਵਿਣੁ ਗੁਣ ਕੀਤੇ ਭਗਤਿ ਨ ਹੋਇ॥
੪ ਸੁਅਸਤਿ ਆਥਿ ਬਾਣੀ ਬਰਮਾਉ ॥ ਸਤਿ ਸੁਹਾਣੁ ਸਦਾ ਮਨਿ ਚਾਉ ॥
੫ ਕਵਣੁ ਸੁ ਵੇਲਾ ਵਖਤੁ ਕਵਣੁ ਕਵਣ ਥਿਤਿ ਕਵਣੁ ਵਾਰੁ ॥
੬ ਕਵਣਿ ਸਿ ਰੁਤੀ ਮਾਹੁ ਕਵਣੁ ਜਿਤੁ ਹੋਆ ਆਕਾਰੁ ॥
੭ ਵੇਲ ਨ ਪਾਈਆ ਪੰਡਤੀ ਜਿ ਹੋਵੈ ਲੇਖੁ ਪੁਰਾਣੁ ॥
੮ ਵਖਤੁ ਨ ਪਾਇਓ ਕਾਦੀਆ ਜਿ ਲਿਖਨਿ ਲੇਖੁ ਕੁਰਾਣੁ ॥
੯ ਥਿਤਿ ਵਾਰੁ ਨਾ ਜੋਗੀ ਜਾਣੈ ਰੁਤਿ ਮਾਹੁ ਨਾ ਕੋਈ ॥
੧੦ ਜਾ ਕਰਤਾ ਸਿਰਠੀ ਕਉ ਸਾਜੇ ਆਪੇ ਜਾਣੈ ਸੋਈ ॥
੧੧ ਕਿਵ ਕਰਿ ਆਖਾ ਕਿਵ ਸਾਲਾਹੀ ਕਿਉ ਵਰਨੀ ਕਿਵ ਜਾਣਾ ॥
੧੨ ਨਾਨਕ ਆਖਣਿ ਸਭੁ ਕੋ ਆਖੈ ਇਕ ਦੂ ਇਕੁ ਸਿਆਣਾ ॥
੧੩ ਵਡਾ ਸਾਹਿਬੁ ਵਡੀ ਨਾਈ ਕੀਤਾ ਜਾ ਕਾ ਹੋਵੈ ॥
੧੪ ਨਾਨਕ ਜੇ ਕੋ ਆਪੌ ਜਾਣੈ ਅਗੈ ਗਇਆ ਨ ਸੋਹੈ ॥ ੨੧ ॥

ਪਦ ਅਰਥ

ਦਤੁ = ਦਾਨ, ਦੇਣਾ । **ਭਾਉ** = ਅਦਬ ਸਹਿਤ ਪ੍ਰੇਮ ਨਾਲ । **ਅੰਤਰਗਤਿ** = ਅੰਤਹਕਰਣ ਅੰਦਰ । **ਤੀਰਥਿ ਮਲਿ ਨਾਉ** = ਤੀਰਥ ਤੇ ਮਲ ਮਲ ਕੇ ਇਸ਼ਨਾਨ ਕਰਨਾ ਭਾਵ ਸ੍ਰਵਨ ਮੰਨਨ ਤੇ ਵਾਰ ਵਾਰ ਚਿੱਤ ਵਿਰਤੀ ਨੂੰ ਪ੍ਰਭੂ ਧਿਆਨ ਵਿੱਚ ਜੋੜਨ (ਨਿਦਿਧਯਾਸਨ) ਕਰਕੇ ਬਿਬੇਕ ਵੀਚਾਰ ਦੁਆਰਾ ਵਿਕਾਰਾਂ ਦੀ ਮੈਲ ਉਤਾਰਨ ਦਾ ਭਾਵ ਇਥੇ, ਔਗਣ ਛੱਡਣ ਤੇ ਗੁਣ ਗ੍ਰਹਿਣ ਕਰਨ ਵੱਲ ਸੰਕੇਤ ਹੈ । **ਸੁਅਸਤਿ** = ਜੈਕਾਰ ਦੀ ਸਦ, ਕਲਿਆਣ ਮਈ, ਓਅੰ ਧੁਨਿ । **ਆਥਿ** = ਮੁਢ, ਮੁਢਲਾ, ਮੰਗਲ ਮਈ ਸਬਦ। **ਆਥਿ** = ਪ੍ਰਾਚੀਨ ਹਿੰਦੂ ਰਿਸ਼ੀਆਂ ਦਾ ਮੰਨਿਆ ਹੋਇਆ ਮੰਗਲ ਪ੍ਰਗਟ ਕਰਨ ਵਾਲਾ ਸ਼ਬਦ । (ਮਹਾਨ ਕੋਸ਼)। ਬਾਣੀ ਬਰਮਾਉ = ਬ੍ਰਹਮ ਦੀ ਬਾਣੀ । **ਸੁਹਾਣ** = ਸੁਬਹਾਨ, ਅੱਲਾ ਪਾਕ । **ਵੇਲਾ** = ਸਮਾਂ ('ਸਤਿ' ਵਾਲੀ ਭਾਸ਼ਾ ਵੇਦ ਵੱਲ ਸੰਕੇਤ ਹੈ) । **ਵਖਤ** = ਵਕਤ ('ਸੁਹਾਣ' ਵਾਲੀ ਭਾਸ਼ਾ ਕੁਰਾਣ ਵੱਲ ਸੰਕੇਤ ਹੈ) **ਇਕਦੂ ਇਕੁ ਸਿਆਣਾਂ** = ਇਕ ਦੂਜੇ ਤੋਂ ਵਧ ਚੜ੍ਹਕੇ ਭਾਵ ਵਧ ਚਤੁਰ ਬਣਕੇ । ਗੁਰੁ ਜੀ ਦੇ ਸਮੇਂ ਪੰਡਤ, ਕਾਜ਼ੀ ਤੇ ਜੋਗੀ ਧਾਰਮਿਕ ਜਗਤ ਵਿੱਚ ਛਾਏ ਹੋਏ ਸਨ ਇਸ ਕਰਕੇ ਇਸ ਕਰਕੇ ਇਹਨਾਂ ਤਿੰਨਾਂ ਦਾ ਇਥੇ ਵਰਨਣ ਹੈ । ਧਨਾਸਰੀ ਰਾਗ ਵਿੱਚ ਗੁਰੂ ਜੀ ਨੇ ਇਸ ਗੱਲ ਨੂੰ ਹੋਰ ਸਪੱਸ਼ਟ ਕਰਕੇ ਦਰਸਾਇਆ ਹੈ । **ਯਥਾ:- ਕਾਦੀ ਕੂੜੁ ਬੋਲਿ ਮਲੁ ਖਾਇ ॥ ਬ੍ਰਾਹਮਣੁ ਨਾਵੈ ਜੀਆ ਘਾਇ ॥ ਜੋਗੀ ਜੁਗਤਿ ਨ ਜਾਣੈ ਅੰਧੁ ॥ ਤੀਨੇ ਓਜਾੜੇ ਕਾ ਬੰਧੁ ॥੨॥** (ਅੰਗ: ੬੬੨)॥

ਨੋਟ:-੧ ☬ ਗੁਰੂ ਜੀ ਇਸ ਗਲ ਨੂੰ ਫਿਰ ਦ੍ਰਿੜ ਕਰਵਾਉਂਦੇ ਹਨ ਕਿ ਸ਼ਾਸਤ੍ਰ ਵਿਧੀ ਅਨੁਸਾਰ ਤੀਰਥ ਇਸ਼ਨਾਨ, ਪੁੰਨ ਦਾਨ ਪਰਮਸਚੁ ਦੀ ਪ੍ਰਾਪਤੀ ਦਾ ਸਾਧਨ ਨਹੀਂ । ਅਸਲ ਤੀਰਥ ਤਾਂ ਆਪਣੇ ਅੰਤਰਆਤਮੇ ਨਾਮ ਸਿਮਰਨ ਹੀ ਹੈ । ਸਾਖਯਾਤਕਾਰ ਭਾਵ ਪਰਮਸਚੁ ਦੀ ਪ੍ਰਾਪਤੀ ਲਈ ਪ੍ਰੇਮ ਸਹਿਤ ਕੀਤਾ ਸ੍ਰਵਣ, ਮੰਨਣ ਤੇ ਨਿਧਿਆਸਣ ਹੀ ਉਤਮ ਸਾਧਨ ਹੈ । ਪ੍ਰਭੂ ਭਗਤੀ ਕਰਨ ਲਈ ਗੁਣ ਧਾਰਨ ਕਰਨੇ ਜਰੂਰੀ ਹਨ । ਗੁਣਾਂ ਦੀ ਦਾਤੀ ਬ੍ਰਹਮ (ਪ੍ਰਮੇਸ਼ਰ) ਦੀ ਬਾਣੀ ਹੈ ਜੋ ਮੰਗਲ ਮਈ, ਕਲਿਆਣ ਸਰੂਪ ਤੇ ਮਨ ਵਿੱਚ ਵਿਗਾਸ ਪੈਦਾ ਕਰਨ ਵਾਲੀ ਹੈ । ਗੁਰੁ ਨਾਨਕ ਸਾਹਿਬ ਜੀ ਵਲੋਂ, ਇਹ ਪਹਿਲਾ ਸੰਕੇਤ ਸੀ ਗੁਰ ਬਾਣੀ (ਗੁਰ ਸ਼ਬਦ) ਦੇ ਗੁਰੂ ਥਾਪੇ ਜਾਣ ਦਾ । ਫਿਰ ਗੁਰੂ ਰਾਮ ਦਾਸ ਜੀ ਦਾ ਪੰਨਾ ੯੮੨ ਤੇ ਰਾਗ ਨਟ ਨਰਾਇਣ ਵਿੱਚ ਆਇਆ ਸ਼ਬਦ "**ਬਾਣੀ ਗੁਰੂ ਗੁਰੂ ਹੈ ਬਾਣੀ ਵਿਚਿ ਬਾਣੀ ਅੰਮ੍ਰਿਤੁ ਸਾਰੇ**" ਸੰਕੇਤ ਆਇਆ । ਫਿਰ ਜਦ ਗੁਰੂ ਅਰਜਨ ਦੇਵ ਜੀ ਨੇ ਗੁਰ ਸ਼ਬਦ ਗ੍ਰੰਥ ਜੀ ਦਾ ਪ੍ਰਕਾਸ਼ ਹਰਿਮੰਦਰ ਸਹਿਬ ਵਿੱਚ ਕੀਤਾ ਤੇ ਆਪ ਅਦਬ ਵਜੋਂ ਗ੍ਰੰਥ ਸਹਿਬ ਦੇ ਸੁਖ ਆਸਣ ਪਲੰਗ ਦੇ ਹੇਠਾਂ ਥੱਲੇ ਹੀ ਸੌਂਦੇ ਰਹੇ, ਇਸੇ ਸਤਿਕਾਰ ਵਜੋਂ ਅੱਜ ਵੀ ਗੁਰੂ ਗ੍ਰੰਥ ਸਾਹਿਬ ਦੇ ਸੁਖ ਆਸਣ ਪਲੰਗ ਥੱਲੇ ਚਾਦਰ ਵਿਸ਼ਾਈ ਜਾਂਦੀ ਹੈ । ਇਹ ਬੜਾ ਨਰੋਆ ਸੰਕੇਤ ਸੀ ਗੁਰ ਬਾਣੀ (ਗੁਰ ਸ਼ਬਦ) ਦੇ ਗੁਰੂ ਥਾਪੇ ਜਾਣ ਦਾ ਜੋ ਗੁਰੂ ਗੋਬਿੰਦ ਸਿੰਘ ਜੀ ਨੇ ਸੰਪੂਰਨ ਕੀਤਾ !! ਇਹੋ ਬ੍ਰਹਮ ਦੀ ਮੰਗਲ ਮਈ ਬਾਣੀ (ਗੁਰਬਾਣੀ) ਭਗਤੀ ਮਾਰਗ ਦੇ ਗੁਣਾਂ ਦੀ ਦਾਤੀ ਹੈ । ਭਗਤੀ ਮਾਰਗ ਦੇ ਲਈ ਲੋੜੀਂਦੇ ਇਹਨਾਂ ਅਮੋਲਕ ਗੁਣਾਂ ਦਾ ਵੇਰਵਾ ਗੁਰੂ ਜੀ ਨੇ ਅੱਗੇ ੩੯ਵੀਂ ਪਉੜੀ ਵਿੱਚ ਵਿਸਥਾਰ ਸਹਿਤ ਦਿੱਤਾ ਹੈ ।

ਨੋਟ:-੨ ☬ "ਸੁਣਿਆ ਮੰਨਿਆ ਮਨਿ ਕੀਤਾ ਭਾਉ" ਵਾਲੀ ਪੰਗਤੀ ਵਿਸ਼ੇਸ਼ ਧਿਆਨ ਮੰਗਦੀ ਹੈ। ਕੋਈ ਵੀ ਜਪੁ, ਤਪੁ, ਪੂਜਾ, ਉਪਾਸਨਾ, ਨਾਮ ਜਸ ਸੁਣਨਾ, ਮੰਨਣਾ ਤਦ ਹੀ ਫਲੀਭੂਤ ਹੁੰਦਾ ਹੈ ਜੇ ਪ੍ਰੇਮ ਭਾਵਨਾ ਤਥਾ ਪ੍ਰਭੂ ਦੇ ਅਦਬ ਵਿੱਚ ਰਹਿਕੇ ਕੀਤਾ ਜਾਵੇ ।

ਇਥੇ ਸਮਾਜਕ ਸੰਕੇਤ ਵਜੋਂ ਜਗਤ ਪ੍ਰਸਿੱਧ ਗ੍ਰੰਥਾਂ ਮਹਾਂਭਾਰਤ ਤੇ ਰਾਮਾਇਣ ਵਿੱਚ ਪ੍ਰੇਮ ਭਾਵਨਾ ਤੇ ਅਦਬ ਸੰਬੰਧੀ ਬੜੀਆਂ ਸੁੰਦਰ ਕਥਾਵਾਂ ਵਰਨਣਯੋਗ ਹਨ:- ਮਹਾਂਭਾਰਤ ਦੀ ਇੱਕ ਕਥਾ ਹੈ ਕਿ ਇਕ ਵਾਰੀ ਦੁਆਰਕਾ ਦੇ ਰਾਜਾ, ਸ਼੍ਰੀ ਕ੍ਰਿਸ਼ਨ ਜਦ ਹਸਤਨਾਪੁਰ ਗਏ ਤਾਂ ਉਹ ਦੁਰਯੋਧਨ ਦੀ ਵਜਾਇ ਉਸਦੇ ਗੋਲੇ (ਟਹਲਿਕਾਰ) ਬਿਦਰ ਦੇ ਘਰ ਹੀ ਰਾਤ ਠਹਿਰ ਗਏ ਤਾਂ ਦੂਜੇ ਦਿਨ ਦੁਰਯੋਧਨ ਨੇ ਸ਼੍ਰੀ ਕ੍ਰਿਸ਼ਨ ਨੂੰ ਉਲਾਂਭਾ ਦਿੱਤਾ ਕਿ ਇਕ ਰਾਜੇ ਨੂੰ ਰਾਜੇ ਦੇ ਘਰ ਹੀ ਠਹਿਰਨਾ ਚਾਹੀਦਾ ਸੀ । ਤੁਹਾਨੂੰ ਸਾਡੇ ਗੋਲੇ ਦੇ ਘਰ ਠਹਿਰਨਾ ਸ਼ੋਭਾ ਨਹੀਂ ਦਿੰਦਾ; ਤਾਂ ਸ਼੍ਰੀ ਕ੍ਰਿਸ਼ਨ ਨੇ (ਭਾਈ ਗੁਰਦਾਸ ਦੇ ਕਥਨ ਅਨੁਸਾਰ) ਉਤਰ ਦਿੱਤਾ ਕਿ:-**ਤੇਰੇ ਭਾਉ ਨ ਦਿਸਈ ਮੇਰੇ ਨਾਹੀਂ ਅਪਦਾ ਦੁਖਾ ॥ ਭਾਉ ਜਿਵੇਹਾ ਬਿਦਰ ਦੇ ਹੋਰੀ ਦੇ ਚਿਤਿ ਚਾਉ ਨ ਚੁਖਾ ॥ ਗੋਬਿੰਦ ਭਾਉ ਭਗਤਿ ਦਾ ਭੁਖਾ ॥** (ਭਾਈ ਗੁਰਦਾਸ ਵਾਰ ੧੦ ਪਉ: ੭)॥ ਇਸੇ ਤਰਾਂ ਅਦਬ ਦੇ ਸੰਬੰਧ ਵਿੱਚ ਦੂਜਾ ਹਵਾਲਾ ਰਾਮਾਇਣ ਵਿੱਚ ਕਥਾ ਹੈ ਕਿ ਜਦ ਲੰਕਾ ਨਰੇਸ਼ ਰਾਵਣ ਸ਼੍ਰੀ ਰਾਮਚੰਦ੍ਰ ਦੁਆਰਾ ਘਾਇਲ ਕੀਤਾ ਆਖਰੀ ਸਾਹਾਂ ਤੇ ਪਿਆ ਸੀ ਤਾਂ ਸ਼੍ਰੀ ਰਾਮ ਨੇ ਭਰਾਤਾ ਲਕਛਮਣ ਨੂੰ ਕਿਹਾ ਕਿ ਜਾਓ ਰਾਵਣ ਤੋਂ ਦੁਨੀਆਦਾਰੀ ਤੇ ਰਾਜਨੀਤੀ ਬਾਰੇ ਉਨ੍ਹਾਂ ਦੇ ਤਜਰਬੇ ਦੀ ਸਿਖਿਆਦਾਇਕ ਉਤਮ ਗੱਲ ਪੁਛੋ ! ਲਕਛਮਣ ਨੇ ਜਾਕੇ ਤੇ ਰਾਵਣ ਦੇ ਸਿਰ ਵੱਲ ਖੜ੍ਹ ਕੇ ਪੁਛਿਆ ਤਾਂ ਰਾਵਣ ਚੁਪ ਰਿਹਾ, ਨਹੀਂ ਬੋਲਿਆ । ਐਸਾ ਸਭ ਕੁਝ ਲਕਛਮਣ ਨੇ ਸ਼੍ਰੀ ਰਾਮ ਨੂੰ ਜਿਉਂ ਦਾ ਤਿਉਂ ਜਾ ਦੱਸਿਆ ਕਿ ਰਾਵਣ ਤਾਂ ਬੋਲਿਆ ਹੀ ਨਹੀਂ । ਤਾਂ ਸ਼੍ਰੀ ਰਾਮ ਨੇ ਲਕਛਮਣ ਨੂੰ ਸਮਝਾਇਆ ਕਿ ਜਿਸਤੋਂ ਕੁਝ ਸਿਖਣਾ ਹੈ ਤੇ ਪ੍ਰਾਪਤ ਕਰਨਾ ਹੈ ਉਸਦਾ ਅਦਬ ਕਰਨਾ ਸਿਖੋ ! ਤੇ ਜਾਉ ਹੁਣ ਉਸਦੇ ਪੈਰਾਂ ਵੱਲ ਖੜ੍ਹਕੇ ਅਦਬ ਸਹਿਤ ਬੇਨਤੀ ਸਹਿਤ ਪੁੱਛੋ ! ਤਾਂ ਫਿਰ ਦੁਬਾਰਾ ਲਕਛਮਣ ਨੇ, ਰਾਵਣ ਦੇ ਪੈਰਾਂ ਵੱਲ ਖੜ੍ਹਕੇ ਅਦਬ ਸਹਿਤ ਬੇਨਤੀ ਕਰਕੇ ਪੁਛਿਆ, ਕਿ ਹੇ ਲੰਕਾ ਨਰੇਸ਼ ! ਮੈਨੂੰ ਦੁਨਿਆਦਾਰੀ ਤੇ ਰਾਜਨੀਤੀ ਦੀ ਉਤਮ ਸਿਖਿਆ ਬਾਰੇ ਦਸੋ ਜੀ ! ਤਾਂ ਰਾਵਣ ਨੇ ਸੁਆਸ ਤਿਆਗਣ ਤੋਂ ਪਹਿਲਾਂ ਕਿਹਾ ਕਿ:-"**ਅੱਜ ਦਾ ਕੰਮ ਕੱਲ੍ਹ ਤੇ ਨਾ ਛਡੋ** !" ਮੈਂ ਇਸੇ ਕਰਕੇ ਸ਼੍ਰੀ ਰਾਮ ਹੱਥੋਂ ਮਾਰਿਆ ਗਿਆ ਕਿ ਮੰਜੇ ਦੇ ਪਾਵੇ ਨਾਲ ਬੰਨ੍ਹੇ ਕਾਲ਼ ਨੂੰ ਮਾਰਨ ਚ ਘੌਲ਼ ਕੀਤੀ !

ਸੋ ਗੱਲ ਕਰ ਰਹੇ ਸੀ ਸਿਖਿਆ ਅਤੇ ਅਦਬ ਦੀ । ਮਹਾਨ ਗੁਰੂ ਅਰਜਨ ਦੇਵ ਜੀ ਨੇ ਮਨੁਖ ਮਾਤ੍ਰ ਦੇ ਕਲਿਆਨ ਹਿਤ ਗੁਰਬਾਣੀ ਦਾ ਅਦਬ ਕਰਨਾ ਸਿਖਿਆਇਆ ਤੇ ਆਪ ਸ਼੍ਰੀ ਆਦਿ ਗ੍ਰੰਥ ਸਾਹਿਬ ਦੇ ਸੁਖ ਆਸਣ ਵਾਲੇ ਪਲੰਗ ਦੇ ਹੇਠਾਂ ਥੱਲੇ ਹੀ ਸੌਂਦੇ ਰਹੇ !! ਅੱਜ ਵੀ ਸੁਖ ਆਸਣ ਪਲੰਗ ਹੇਠਾਂ ਚਿਟੀ ਚਾਦਰ ਵਿਛਾਕੇ ਇਸ ਇਤਿਹਾਸਕ ਘਟਨਾ ਨੂੰ ਤਾਜਾ ਰੱਖਿਆਂ ਜਾਂਦਾ ਹੈ ।

ਅਰਥ

੧. ਤੀਰਥਾਂ ਤੇ ਤਪ ਕਰਨ ਨਾਲ ਤੇ ਦਇਆ ਕਰਕੇ ਦਾਨ ਦੇਣ ਨਾਲ ਕੇਵਲ (ਤਿਲ ਕਾ) ਤਿਲ ਮਾਤ੍ਰ ਮਾਣ ਹੀ ਪ੍ਰਾਪਤ ਹੁੰਦਾ ਹੈ। ਪਰ ਇਹਨਾਂ ਕਰਮਾਂ ਨਾਲ ਨਾ ਅੰਤਹਕਰਣ ਦੀ ਮੈਲ ਧੋਤੀ ਜਾਂਦੀ ਤੇ ਨਾ ਹੀ ਪਰਮਸਚੁ ਦੀ ਪ੍ਰਾਪਤੀ ਹੁੰਦੀ ਹੈ।

੨. ਅੰਤਹਕਰਣ ਦੀ ਸੁਧੀ ਲਈ ਤੇ ਪਰਮਸਚੁ ਦੀ ਪ੍ਰਾਪਤੀ ਲਈ ਇਹੋ ਉਤਮ ਤੀਰਥ ਇਸ਼ਨਾਨ ਹੈ ਕਿ ਅਦਬ ਸਹਿਤ ਪ੍ਰੇਮ ਨਾਲ ਪ੍ਰਭੂ ਦਾ ਨਾਮ ਜਸ ਸੁਣੋਂ ਤੇ ਨਿਸ਼ਚੈ ਪੂਰਵਕ ਮੰਨਣ ਕਰੋ ਅਤੇ ਵੀਚਾਰ ਸਹਿਤ ਇਕਾਗਰ ਚਿਤ ਹੋ ਕੇ ਆਪਣੇ ਅੰਤਰਆਤਮੇ ਪ੍ਰਭੂ ਦੇ ਨਾਮ ਦਾ ਚਿੰਤਨ ਸਿਮਰਨ ਕਰੋ ਭਾਵ ਸ੍ਰਵਨ, ਮੰਨਣ ਅਤੇ ਵਾਰ ਵਾਰ ਨਿਧਿਆਸਨ ਹੀ ਪਰਮਸਚੁ ਦੀ ਪ੍ਰਾਪਤੀ ਲਈ ਵਿਵੇਕ ਵੀਚਾਰ ਦੁਆਰਾ ਮਲ਼ ਮਲ਼ ਕੇ ਔਗਣਾਂ ਵਿਕਾਰਾਂ ਦੀ ਮੈਲ਼ ਉਤਾਰਨ ਲਈ ਪਵਿੱਤਰ ਤੀਰਥ ਇਸ਼ਨਾਨ ਹੈ। **ਯਥਾ**:-"**ਤੀਰਥਿ ਨਾਵਣ ਜਾਉ ਤੀਰਥੁ ਨਾਮੁ ਹੈ ॥ ਤੀਰਥੁ ਸਬਦ ਬੀਚਾਰੁ ਅੰਤਰਿ ਗਿਆਨ ਹੈ ॥** (ਧਨਾਸਰੀ ਮਹਲਾ ੧ ਛੰਤ-੧ ਪੰ:੬੮੭)॥"

੩. ਹੇ ਕਰਤਾਰ ! ਮੇਰੇ ਵਿੱਚ ਕੋਈ ਗੁਣ ਨਹੀਂ ਹਨ, ਗੁਣਾਂ ਦਾ ਦਾਤਾ ਤੂੰ ਆਪ ਹੈਂ। ਇਸ ਲਈ ਹੇ ਕਰਤਾਰ ! ਬਿਨਾਂ (ਪ੍ਰੇਮ, ਸ੍ਰਵਨ, ਮੰਨਣ ਨਿਧਿਆਸਣ ਆਦਿ) ਗੁਣਾਂ ਦੇ ਤੇਰੀ ਭਗਤੀ ਕਿਵੇਂ ਹੋਵੇ ? ਭਾਵ ਜੇ ਤੂੰ ਇਹ ਗੁਣ ਬਖਸ਼ੇਂ ਤਾਂ ਹੀ ਤੇਰੀ ਭਗਤੀ ਹੋ ਸਕਦੀ ਹੈ। **ਯਥਾ**:-**ਗੁਣ ਵਿਚਾਰੇ ਗਿਆਨੀ ਸੋਇ ॥ ਗੁਣ ਮਹਿ ਗਿਆਨੁ ਪਰਾਪਤਿ ਹੋਇ ॥** (ਓਅੰਕਾਰ,ਦਖਣੀ ਪੰ:੯੩੧)॥ ਤਥਾ:-**ਨਿਰਗੁਣ ਰਾਮੁ ਗੁਣਹ ਵਸਿ ਹੋਇ ॥** (ਗਉੜੀ ਗੁਆਰੇਰੀ ਮ:੧ ਪੰ:੨੨੨)॥

੪. ਮੁਢਲੀ ਮੰਗਲ ਮਈ "ਓਅੰ" ਧੁਨਿ ਤੋਂ ਸ੍ਰਿਸਟੀ ਦੀ ਰਚਨਾ ਕਰਨ ਵਾਲੇ ਬ੍ਰਹਮ ਦੀ ਮੰਗਲ ਮਈ ਬਾਣੀ ਹੀ ਭਗਤੀ ਮਾਰਗ ਦੇ ਗੁਣਾਂ ਦੀ ਦਾਤੀ ਹੈ। ਉਂਝ ਭਾਸ਼ਾ ਦੇ ਵਖਰੇਵੇਂ ਨਾਲ ਬਾਣੀ ਦੁਆਰਾ ਭਾਵੇਂ ਉਸ ਬ੍ਰਹਮ ਨੂੰ 'ਸਤਿ' ਕਿਹਾ ਗਿਆ ਹੋਵੇ ਜਾਂ 'ਸੁਹਾਣ' ਭਾਵ ਸੁਬਹਾਨ; ਪਰ ਉਸ ਬ੍ਰਹਮ ਦੀ ਬਾਣੀ, ਗੁਣਾਂ ਦੀ ਦਾਤੀ ਹੋਣ ਕਰਕੇ ਸਦਾ ਮਨ ਵਿੱਚ ਚਾਉ ਭਾਵ ਵਿਗਾਸ ਪੈਦਾ ਕਰਨ ਵਾਲੀ ਹੈ। **ਯਥਾ**:-**ਬਾਣੀ ਬਿਰਲਉ ਬੀਚਾਰਸੀ ਜੇ ਕੋ ਗੁਰਮੁਖਿ ਹੋਇ ॥ ਇਹ ਬਾਣੀ ਮਹਾ ਪੁਰਖ ਕੀ ਨਿਜ ਘਰਿ ਵਾਸਾ ਹੋਇ ॥** (ਰਾਮਕਲੀ ਮਹਲਾ ੧ ਪੰ:੯੩੫)॥ ਤਥਾ:-**ਓਅੰਕਾਰ ਆਦਿ** ਭਾਵ ਆਦਿ ਵਿੱਚ 'ਓਅੰ' ਧੁਨਿ ਕਰਨ ਵਾਲੇ ਬ੍ਰਹਮ ਦੀ ਬਾਣੀ ਵੱਲ ਇਸ਼ਾਰਾ ਕੀਤਾ ਹੋਇਆ ਹੈ।

੫. ਉਹ ਕਿਹੜਾ ਵੇਲਾ ਵਖਤ (ਸਮਾਂ) ਸੀ, ਕਿਹੜੀ (ਥਿਤਿ) ਤਿਥ ਸੀ ਤੇ ਕਿਹੜਾ ਵਾਰ (ਦਿਨ) ਸੀ ?

੬. ਉਹ ਕਿਹੜੀ ਰੁਤ ਸੀ ਤੇ ਕਿਹੜਾ ਮਹੀਨਾ ਸੀ ਜਦ ਕਰਤਾ ਪੁਰਖ ਨੇ ਸ੍ਰਿਸ਼ਟੀ ਦੀ ਰਚਨਾ ਕੀਤੀ ?

੭. ਉਸ ਵੇਲੇ ਦਾ ਪੰਡਤਾਂ ਨੂੰ ਵੀ ਨਹੀਂ ਪਤਾ ! ਜੇ ਪਤਾ ਹੁੰਦਾ (ਭਾਵ ਉਨ੍ਹਾਂ ਨੂੰ ਸਗਲ ਭਵਨ ਦੀ

ਸੋਝੀ ਹੁੰਦੀ) ਤਾਂ ਉਨਾਂ ਦੇ ਕਿਸੇ ਪੁਰਾਣ ਆਦਿ ਧਰਮ ਗ੍ਰੰਥ ਵਿੱਚ ਜਰੂਰ ਕੋਈ ਲਿਖਤ ਹੁੰਦੀ ।

੮. ਉਸ ਵਖਤ ਦਾ ਕਾਜ਼ੀਆਂ ਨੂੰ ਵੀ ਨਹੀਂ ਪਤਾ ! ਜੇ ਪਤਾ ਹੁੰਦਾ (ਭਾਵ ਉਨ੍ਹਾਂ ਨੂੰ ਸਗਲ ਭਵਨ ਦੀ ਸੋਝੀ ਹੁੰਦੀ) ਤਾਂ ਉਸ ਬਾਰੇ ਜਰੂਰ ਉਨ੍ਹਾਂ ਦੇ ਧਰਮ ਗ੍ਰੰਥ ਕੁਰਾਨ ਵਿੱਚ ਲਿਖਿਆ ਹੁੰਦਾ ।

੯. ਥਿਤ ਤੇ ਵਾਰ ਦਾ ਜੋਗੀ ਨੂੰ ਵੀ ਨਹੀਂ ਪਤਾ ! ਨਾ ਹੀ ਉਸ ਨੂੰ ਕਿਸੇ ਰੁਤ ਤੇ ਮਹੀਨੇ ਦਾ ਪਤਾ ਹੈ ! ਜੇ ਉਸ ਨੂੰ ਪਤਾ ਹੁੰਦਾ (ਭਾਵ ਉਸ ਨੂੰ ਸਗਲ ਭਵਨ ਦੀ ਸੋਝੀ ਹੁੰਦੀ) ਤਾਂ ਜਰੂਰ ਇਸਦੇ ਯੋਗ ਸ਼ਾਸਤ੍ਰ ਵਿੱਚ ਕੋਈ ਲਿਖਤ ਹੁੰਦੀ ।

੧੦. ਗੁਰੂ ਜੀ ਦਸਦੇ ਹਨ ਕਿ ਸਚ ਤਾਂ ਇਹ ਹੈ ਕਿ ਕਰਤਾ ਪੁਰਖ ਨੇ ਜਦੋਂ ਸ੍ਰਿਸਟੀ ਨੂੰ ਸਾਜਿਆ ਹੈ ਇਹ ਤਾਂ ਕੇਵਲ ਉਸਨੂੰ ਆਪਨੂੰ ਹੀ ਪਤਾ ਹੈ । (ਅੱਜ ਪੁਲਾੜ ਵਿਗਿਆਨ ਗੁਰੂ ਜੀ ਦੇ ਇਸ ਕਥਨ ਦੀ ਪੁਸ਼ਟੀ ਕਰਦਾ ਹੈ) ।

੧੧. ਹੇ ਕਰਤਾਰ ! ਤੇਰੇ ਕਰਤਬਾਂ ਨੂੰ ਮੈਂ ਕਿਵੇਂ ਕਥਨ ਕਰਾਂ ? ਕਿਵੇਂ ਤੇਰੀ ਉਸਤਤਿ ਕਰਾਂ ? ਕਿਵੇਂ ਤੇਰਾ ਵਰਨਣ (ਵਖਿਆਨ) ਕਰਾਂ ਅਤੇ ਕਿਸ ਤਰਾਂ ਤੈਨੂੰ ਜਾਣ ਸਕਾਂ ?

੧੨. ਗੁਰੂ ਨਾਨਕ ਜੀ ਦਸਦੇ ਹਨ ਕਿ ਆਖਣ ਨੂੰ ਤਾਂ ਹਰ ਕੋਈ (ਪੰਡਤ, ਕਾਜ਼ੀ, ਜੋਗੀ) ਇਕ ਤੋਂ ਇਕ ਚੜ੍ਹਕੇ ਕਥਨ ਕਰਨਾ ਲੋਚਦਾ ਹੈ ।

੧੩. ਪਰ ਉਹ ਸਚਾ ਸਾਹਿਬ ਵੱਡਾ ਹੈ, ਉਸਦੀ ਵਡਿਆਈ (ਕੀਰਤ) ਵੱਡੀ ਹੈ ਕਿਉਂਕਿ ਸਭ ਕੁਝ ਉਸੇ ਕਰਤਾ ਪੁਰਖ ਦਾ ਕੀਤਾ ਹੁੰਦਾ ਹੈ ।

੧੪. ਗੁਰੂ ਨਾਨਕ ਜੀ ਦਸਦੇ ਹਨ ਕਿ ਜੋ ਕੋਈ ਆਪਣੇ ਆਪ ਨੂੰ ਵਡਾ ਸਿਆਣਾ ਸਮਝ ਕੇ (ਆਪੌ ਜਾਣੈ) ਆਪਾ ਜਣਾਉਂਦਾ ਹੈ ਉਹ ਅਗੇ ਉਸਦੇ ਦਰਬਾਰ ਵਿੱਚ ਜਾ ਕੇ ਸੋਭਾ ਨਹੀਂ ਪਾਉਂਦਾ ॥ ੨੧ ॥

ਮੂਲ

੧ **ਪਾਤਾਲਾ ਪਾਤਾਲ ਲਖ ਆਗਾਸਾ ਆਗਾਸ ॥**
੨ **ਓੜਕ ਓੜਕ ਭਾਲਿ ਥਕੇ ਵੇਦ ਕਹਨਿ ਇਕ ਵਾਤ ॥**
੩ **ਸਹਸ ਅਠਾਰਹ ਕਹਨਿ ਕਤੇਬਾ ਅਸੁਲੂ ਇਕੁ ਧਾਤੁ ॥**
੪ **ਲੇਖਾ ਹੋਇ ਤ ਲਿਖੀਐ ਲੇਖੈ ਹੋਇ ਵਿਣਾਸੁ ॥**
੫ **ਨਾਨਕ ਵਡਾ ਆਖੀਐ ਆਪੇ ਜਾਣੈ ਆਪੁ ॥ ੨੨ ॥**

ਪਦ ਅਰਥ

ਸਹਸ ਅਠਾਰਹ = ਅਠਾਰਾਂ ਹਜ਼ਾਰ, ਮਹਾਨ ਕੋਸ਼ ਵਿੱਚ ਭਾਈ ਕਾਨ੍ਹ ਸਿੰਘ ਜੀ ਨੇ ਦਸਿਆ ਹੈ ਕਿ ਕਿਤਾਬ 'ਬਸਾਯਰ' ਵਿੱਚ ਜਿਕਰ ਹੈ ਕਿ ਖੁਦਾ ਨੇ ਸਾਰੀ ਰਚਨਾ (ਮਖਲੂਕਾਤ) ਅਠਾਰਾਂ ਹਜ਼ਾਰ

ਪ੍ਰਕਾਰ ਦੀ ਬਣਾਈ ਹੈ, ਜਿਸ ਵਿੱਚ ਜੜ੍ਹ ਚੈਤੰਨ ਸਭ ਸ਼ਾਮਲ ਹੈ । **ਅਸੁਲੂ ਇਕੁ ਧਾਤੁ** = ਅਸਲ ਵਿੱਚ ਸਭ ਰਚਨਾ ਦਾ ਮੂਲ ਆਧਾਰ (ਸੋਮਾ) ਇਕੋ ਹੈ । **ਲੇਖੈ ਹੋਇ ਵਿਣਾਸੁ** = ਲੇਖੇ ਦਾ ਹੀ ਨਾਸ ਹੋ ਜਾਂਦਾ ਹੈ ਭਾਵ ਲੇਖਾ ਹਿੰਦਸਿਆਂ ਵਿੱਚ ਪ੍ਰਗਟ ਨਹੀਂ ਕੀਤਾ ਜਾ ਸਕਦਾ । ਜਿਵੇਂ ਪੁਲਾੜ ਦੀ ਲੰਬਾਈ ਚੌੜਾਈ ਉਚਾਈ ਮੀਲਾਂ ਵਿੱਚ ਪ੍ਰਗਟ ਨਹੀਂ ਕੀਤੀ ਜਾ ਸਕਦੀ ਕਿਉਂਕਿ ਸਾਡੀ ਆਕਾਸ਼ ਗੰਗਾ ਤੋਂ ਹੋਰ ਆਕਾਸ਼ ਗੰਗਾਵਾਂ ਦੀ ਦੂਰੀ ਲੱਖਾਂ ਪ੍ਰਕਾਸ਼ ਸਾਲਾਂ ਤੋਂ ਵੀ ਵੱਧ ਹੈ । ਇਸੇ ਤਰਾਂ ਸੂਰਜਾਂ ਦੀ ਗਿਣਤੀ ਹਿੰਦਸਿਆਂ ਵਿੱਚ ਨਹੀਂ ਦਸੀ ਜਾ ਸਕਦੀ ਕਿਉਂਕਿ ਇਕ ਆਕਾਸ਼ ਗੰਗਾ ਵਿੱਚ ਹੀ ਅਰਬਾਂ ਸੂਰਜ ਹਨ ਤੇ ਐਸੀਆਂ ਲੱਖਾਂ ਹੀ ਆਕਾਸ਼ ਗੰਗਾਵਾਂ ਹਨ । ਇਸੇ ਤਰਾਂ ਪੁਲਾੜ ਵਿੱਚ ਇਨਾਂ ਸੂਰਜਾਂ ਵਿੱਚੋਂ ਕੇਵਲ ਸਾਡੇ ਸੂਰਜ ਵਿੱਚ ਹੀ ੪੫ ਲੱਖ ਟਨ ਮਾਦਾ ਪ੍ਰਤੀ ਸਕਿੰਟ ਦੇ ਹਿਸਾਬ ਖਪਤ ਹੋ ਰਿਹਾ ਹੈ ; ਫਿਰ ਅਰਬਾਂ ਖਰਬਾਂ ਸੂਰਜਾਂ ਵਿੱਚ ਖਪਤ ਹੋ ਰਹੇ ਮਾਦੇ ਦਾ ਸਾਰਾ ਲੇਖਾ ਕਰਨਾ ਹੀ ਅਸੰਭਵ ਹੈ । ਇਸ ਤਰਾਂ ਲੇਖੇ ਨੂੰ ਹਿੰਦਸਿਆਂ ਵਿੱਚ ਨਾ ਪ੍ਰਗਟ ਕਰ ਸਕਣ ਨੂੰ ਹੀ ਗੁਰੂ ਜੀ ਨੇ ਲੇਖੇ ਦਾ ਨਾਸ ਹੋਣਾ ਕਿਹਾ ਹੈ । ਗੁਰੂ ਨਾਨਕ ਸਾਹਿਬ ਦੇ ਜਮਾਨੇ ਵਿੱਚ ਜਦ ਪੁਲਾੜ ਵਿਗਿਆਨ ਦਾ ਵਿਸਥਾਰ ਨਹੀਂ ਸੀ ਹੋਇਆ ਉਦੋਂ ਲੱਖਾਂ ਆਕਾਸ਼ਾਂ ਪਾਤਾਲਾਂ ਦੀ ਗਲ ਅਤੇ ਇਸ ਦੇ ਲੇਖੇ ਦੇ ਨਸਟ ਹੋਣ ਦੀ ਗਲ ਕਿਸੇ ਦੇ ਕੀ ਸਮਝ ਆਉਂਦੀ ਹੋਵੇਗੀ ?

ਅਰਥ

੧. ਪਿੱਛੇ ੧੯ਵੀਂ ਪਉੜੀ ਵਿੱਚ ਕਹੇ '**ਅਗੰਮ ਅਗੰਮ ਅਸੰਖ ਲੋਅ**' ਕਥਨ ਦਾ ਵਿਸਥਾਰ ਕਰਦੇ ਹੋਏ ਗੁਰੂ ਜੀ ਦਸਦੇ ਹਨ ਕਿ ਪੁਲਾੜ ਵਿੱਚ ਲੱਖਾਂ (ਬੇਅੰਤ) ਪਾਤਾਲਾਂ ਦੇ ਹੇਠਾਂ ਹੋਰ ਪਾਤਾਲ਼ ਤੇ ਆਕਾਸ਼ਾਂ ਦੇ ਉਪਰ ਹੋਰ ਆਕਾਸ਼ (ਉਸ ਕਰਤਾ ਪੁਰਖ ਦੇ ਸਾਜੇ ਹੋਏ) ਹਨ । **ਯਥਾ**:- **ਕਈ ਕੋਟਿ ਖਾਣੀ ਅਰੁ ਖੰਡ ॥ ਕਈ ਕੋਟਿ ਅਕਾਸ ਬ੍ਰਹਮੰਡ ॥** (ਸੁਖਮਨੀ ਅ:੧੦ ਪ:੭)॥

੨. ਚਾਰੇ ਵੇਦ ਵੀ ਥਕ ਕੇ ਓੜਕ ਨੂੰ (ਅਖੀਰ ਨੂੰ) ਸੋਚ ਵੀਚਾਰ ਕੇ ਇਹੋ ਗੱਲ ਆਖਦੇ ਹਨ ਕਿ ਉਸਦਾ ਓੜਕ (ਅੰਤ) ਨਹੀਂ ਮਿਲਦਾ । (ਪਰ ਨਾਲ਼ੋ ਨਾਲ਼ ਚੁਰਾਸੀ ਲੱਖ ਜੂਨਾਂ ਆਦਿ ਦੀ ਗੱਲ ਕਰਕੇ ਗਿਣਤੀ ਮਿਣਤੀ ਦੀ ਗਲ ਵੀ ਕਰੀ ਜਾਂਦੇ ਹਨ) ।

੩. ਸਾਮੀ ਧਰਮਾਂ ਦੀਆਂ ਕਤੇਬਾਂ (ਧਰਮ ਗ੍ਰੰਥ) ਵੀ ਸੱਤ ਆਕਾਸ਼ਾਂ ਤੇ ਸੱਤ ਪਾਤਾਲਾਂ ਦਾ ਜ਼ਿਕਰ ਕਰਨ ਦੇ ਨਾਲ ਨਾਲ ਇਹ ਜ਼ਿਕਰ ਵੀ ਕਰਦੀਆਂ ਹਨ ਕਿ ਅਠਾਰਾਂ ਹਜ਼ਾਰ ਭਾਂਤ ਦੀ ਰਚਨਾ ਦਾ ਮੁਢ (ਅਸੁਲੂ) ਅਸਲ ਵਿੱਚ ਉਹ ਖੁਦਾ ਹੀ ਹੈ ।

੪. ਗੁਰੂ ਜੀ ਪੁਲਾੜ ਗਿਆਨ ਦੀ ਇਕ ਬੜੀ ਠੋਸ ਤੇ ਅਦਭੁਤ ਗਲ ਦਸਦੇ ਹਨ ਕਿ ਉਸ ਕਰਤਾ ਪੁਰਖ ਦੀ ਰਚਨਾ ਵਿੱਚ ਆਕਾਸ਼ਾਂ ਪਾਤਾ਼ਲਾਂ ਦੀ ਗਿਣਤੀ ਇੰਨੀ ਜਿਆਦਾ ਹੈ ਕਿ ਜਿਸਨੂੰ ਲੇਖੇ ਦੁਆਰਾ ਪ੍ਰਗਟ ਨਹੀਂ ਕੀਤਾ ਜਾ ਸਕਦਾ ਭਾਵ ਮਨੁਖ ਦੀਆਂ ਮਿਥੀਆਂ ਲੇਖੇ ਦੀਆਂ ਇਕਾਈਆਂ (ਭਾਵ ਲੱਖਾਂ, ਕ੍ਰੋੜਾਂ, ਅਰਬਾਂ, ਖਰਬਾਂ ਦੀ ਸੰਖਿਆ ਦੀ ਗਿਣਤੀ ਮਿਣਤੀ ਦੀਆਂ ਇਕਾਈਆਂ) ਵੀ ਲੇਖੇ ਨੂੰ ਪ੍ਰਗਟਾਉਣ ਲਈ ਅਸਮਰੱਥ ਹਨ ਭਾਵ ਇਕ ਤਰਾਂ ਨਾਲ ਇਹਨਾਂ ਲੇਖੇ ਦੀਆਂ ਇਕਾਈਆਂ ਦਾ ਹੀ ਖਾਤਮਾ ਹੋ ਜਾਂਦਾ ਹੈ ।

੫. ਗੁਰੂ ਨਾਨਕ ਜੀ ਉਪਦੇਸ ਕਰਦੇ ਹਨ ਕਿ ਤਾਂ ਤੇ ਉਸ ਕਰਤਾ ਪੁਰਖ ਨੂੰ ਵੱਡਾ ਹੀ ਕਹਿਣਾ

ਯੋਗ ਹੈ ਜੋ ਆਪਣਾ ਵਡਪਣਾ ਆਪ ਹੀ ਜਾਣਦਾ ਹੈ ॥ ੨੨ ॥

ਮੂਲ

੧ ਸਾਲਾਹੀ ਸਾਲਾਹਿ ਏਤੀ ਸੁਰਤਿ ਨ ਪਾਈਆ ॥
ਨਦੀਆ ਅਤੈ ਵਾਹ ਪਵਹਿ ਸਮੁੰਦਿ ਨ ਜਾਣੀਅਹਿ ॥
੨ ਸਮੁੰਦ ਸਾਹ ਸੁਲਤਾਨ ਗਿਰਹਾ ਸੇਤੀ ਮਾਲੁ ਧਨੁ ॥
ਕੀੜੀ ਤੁਲਿ ਨ ਹੋਵਨੀ ਜੇ ਤਿਸੁ ਮਨਹੁ ਨ ਵੀਸਰਹਿ ॥ ੨੩ ॥

ਪਦ ਅਰਥ

ਸਾਲਾਹੀ = ਸਾਲਾਹੁਣ ਵਾਲੇ, ਸਿਫ਼ਤ ਕਰਨ ਵਾਲੇ ਸਾਧਕ । **ਏਤੀ** = ਇਤਨੀ । **ਸੁਰਤਿ** = ਗਿਆਤ, ਸੋਝੀ, ਜਾਣਕਾਰੀ । **ਵਾਹ** = ਵਾਹੜਾ, ਨਾਲਾ, ਨਦੀ ਜਾਂ ਦਰਿਆ ਦੀ ਸ਼ਾਖਾ । **ਸਮੁੰਦ ਸਾਹ** = ਸਮੁੰਦਰ ਸਰੀਖੇ ਵਡਾ, ਸਮੁੰਦਰ ਦੀ ਤਰਾਂ ਮਹਾਨ । **ਸਮੁੰਦ ਸਾਹ ਸੁਲਤਾਨ** = ਸਮੁੰਦਰ ਦੀ ਨਿਆਈਂ ਵਿਸ਼ਾਲ ਰਾਜ ਦਾ ਮਾਲਕ । **ਕੀੜੀ** = ਗ਼ਰੀਬ ਨਾਮ ਸਿਮਰਨ ਕਰਨ ਵਾਲਾ ਸਾਧਕ ।

ਅਰਥ

੧. ਸਿਫ਼ਤ ਸਾਲਾਹ (ਉਸਤਤਿ) ਕਰਨ ਵਾਲੇ ਸਾਧਕ ਵੀ ਉਸ ਪਰਮਾਤਮਾ ਦੀ ਸਿਫ਼ਤ ਕਰਕੇ ਇਤਨੀ ਸੋਝੀ (ਗਿਆਤ) ਨਹੀਂ ਪਾ ਸਕਦੇ ਕਿ ਉਸਦੀ ਵਿਸ਼ਾਲਤਾ ਦਾ ਓੜਕ (ਅੰਤ) ਪਾ ਸਕਣ । ਜਿਵੇਂ ਨਦੀਆਂ (ਦਰਿਆ) 'ਤੇ ਨਾਲੇ ਸਮੁੰਦਰ ਵਿੱਚ ਡਿਗਣ (ਪ੍ਰਵੇਸ਼) ਉਪ੍ਰੰਤ ਸਮੁੰਦਰ ਦੇ ਧੁਰ ਅੰਦਰ ਆਪਣਾ ਵਖਰਾ ਪ੍ਰਵਾਹ ਕਾਇਮ ਰੱਖਣ ਤੋਂ ਅਸਮਰੱਥ ਹੋ ਜਾਂਦੇ ਹਨ 'ਤੇ ਆਪਣੀ ਵਖਰੀ ਹੋਂਦ ਗਵਾ ਬੈਠਦੇ ਹਨ ਤੇ ਸਮੁੰਦਰ ਦੇ ਧੁਰ ਅੰਦਰ ਦੀ ਸਾਰ ਨਹੀਂ ਪਾ ਸਕਦੇ । ਇਸੇ ਤਰਾਂ ਸਾਧਕ ਵੀ ਦਰਿਆ ਦੀ ਭਾਂਤੀ ਉਸ ਪਰਮਾਤਮਾ ਦੀ ਸੰਪੂਰਨ ਗਿਆਤ ਸੋਝੀ ਨਹੀਂ ਪਾ ਸਕਦਾ ।

੨. ਫਿਰ ਵੀ ਸਮੁੰਦਰ ਦੀ ਤਰਾਂ ਵਿਸ਼ਾਲ ਰਾਜ ਦਾ ਮਾਲਕ ਪਾਤਸ਼ਾਹ ਜਿਸ ਪਾਸ ਪਹਾੜਾਂ ਦੇ ਤੋਲ ਬਰਾਬਰ ਧਨ ਦੌਲਤ, ਸੋਨਾ ਚਾਂਦੀ ਹੋਵੇ ਪਰ ਦੇਣਹਾਰ ਪਰਮਾਤਮਾ ਨੂੰ ਵਿਸਾਰੀ ਬੈਠਾ ਹੋਵੇ ਤਾਂ ਪਰਮਾਤਮਾ ਦੇ ਦਰਬਾਰ ਵਿੱਚ ਉਹ ਪਾਤਸ਼ਾਹ, ਇਕ ਗਰੀਬ ਨਾਮ ਸਿਮਰਨ ਵਾਲੇ ਸਾਧਕ ਦੇ ਤੁਲਿ (ਬਰਾਬਰ) ਨਹੀਂ, ਜਿਸਨੂੰ ਮਨ ਵਿੱਚ ਪਰਮਾਤਮਾ ਨਹੀਂ ਵਿਸਰਦਾ ॥੨੩ ॥ **ਯਥਾ**:- ਪਹਲਿਾਂ ਦਿੱਤੇ ਹਵਾਲੇ ਮੁਤਾਬਕ ਸ੍ਰੀ ਕ੍ਰਿਸ਼ਨ ਜੀ ਨੇ ਕੌਰਵਾਂ ਦੀ ਰਾਜਧਾਨੀ ਹਸਤਿਨਾਪੁਰ ਵਿਖੇ ਦੁਰਯੋਧਨ ਦੇ ਸ਼ਾਹੀ ਮਹਿਲ ਵਿੱਚ ਠਹਿਰਨ ਦੀ ਵਜਾਏ ਗਰੀਬ ਦਾਸੀ ਸੁਤ ਬਿਦਰ ਘਰ ਠਹਿਰੇ ਤੇ ਛੱਤੀ ਪਦਾਰਥਾਂ ਦੀ ਥਾਂ ਬਿਦਰ ਦੇ ਘਰ ਸਾਗ ਖਾ ਕੇ ਹੀ ਪ੍ਰਸੰਨਤਾ ਜ਼ਾਹਰ ਕੀਤੀ । ਇਸੇ ਤਰਾਂ ਇਸ ਜਪੁ ਬਾਣੀ ਦੇ ਕਰਤਾ ਸ੍ਰੀ ਗੁਰੂ ਨਾਨਕ ਸਾਹਿਬ ਨੇ ਏਮਨਾਬਾਦ ਵਿੱਚ ਮਲਿਕ ਭਾਗੋ ਦੇ ਬ੍ਰਹਮ ਭੋਜ ਦੇ ਛੱਤੀ ਪਦਾਰਥਾਂ ਦੀ ਥਾਂ ਗਰੀਬ ਭਾਈ ਲਾਲੋ ਦੇ ਘਰ ਕੋਧਰੇ ਦੀ ਰੁਖੀ ਮਿੱਸੀ ਰੋਟੀ ਖਾ ਕੇ ਪ੍ਰਸੰਨਤਾ ਜ਼ਾਹਰ ਕੀਤੀ ਤੇ ਸਾਰੀ ਜਨਤਾ ਵਿੱਚ ਭਾਈ ਲਾਲੋ

ਦੀ ਸੁਚੀ ਕ੍ਰਿਤ ਦਾ ਪੱਖ ਉਚਾ ਕੀਤਾ ।

ਮੂਲ

੧ **ਅੰਤੁ ਨ ਸਿਫਤੀ ਕਹਣਿ ਨ ਅੰਤੁ ॥ ਅੰਤੁ ਨ ਕਰਣੈ ਦੇਣਿ ਨ ਅੰਤ ॥**
੨ **ਅੰਤੁ ਨ ਵੇਖਣਿ ਸੁਣਣਿ ਨ ਅੰਤੁ ॥ ਅੰਤੁ ਨ ਜਾਪੈ ਕਿਆ ਮਨਿ ਮੰਤੁ ॥**
੩ **ਅੰਤੁ ਨ ਜਾਪੈ ਕੀਤਾ ਆਕਾਰੁ ॥ ਅੰਤੁ ਨ ਜਾਪੈ ਪਾਰਾਵਾਰੁ ॥**
੪ **ਅੰਤ ਕਾਰਣਿ ਕੇਤੇ ਬਿਲਲਾਹਿ ॥ ਤਾ ਕੇ ਅੰਤ ਨ ਪਾਏ ਜਾਹਿ ॥**
੫ **ਏਹੁ ਅੰਤੁ ਨ ਜਾਣੈ ਕੋਇ ॥ ਬਹੁਤਾ ਕਹੀਐ ਬਹੁਤਾ ਹੋਇ ॥**
੬ **ਵਡਾ ਸਾਹਿਬੁ ਊਚਾ ਥਾਉ ॥ ਊਚੇ ਉਪਰਿ ਊਚਾ ਨਾਉ ॥**
੭ **ਏਵਡੁ ਊਚਾ ਹੋਵੈ ਕੋਇ ॥ ਤਿਸੁ ਊਚੇ ਕਉ ਜਾਣੈ ਸੋਇ ॥**
੮ **ਜੇਵਡੁ ਆਪਿ ਜਾਣੈ ਆਪਿ ਆਪਿ ॥ ਨਾਨਕ ਨਦਰੀ ਕਰਮੀ ਦਾਤਿ॥੨੪**

ਪਦ ਅਰਥ

ਕਰਣੈ = ਕਰਤਬ । **ਮੰਤ** = ਮੰਤਵ, ਮਨਸਾ । **ਆਕਾਰੁ** = ਬ੍ਰਹਮੰਡੀ ਪਾਸਾਰੇ ਵਿੱਚ ਜੜ੍ਹ ਤੇ ਚੇਤਨ ਜੀਵਨ ਰਚਨਾ । **ਪਾਰਾਵਾਰ** = ਆਰ ਪਾਰ, ਉਰਵਾਰ ਪਾਰ । **ਨਦਰੀ ਕਰਮੀ ਦਾਤਿ** = ਕਰਮਾਂ ਅਨੁਸਾਰ ਦਾਤਾਂ ਦੀ ਬਖ਼ਸ਼ਸ਼ ਹੁੰਦੀ ਹੈ ।

ਅਰਥ

੧. ਪਰਮਾਤਮਾ ਦੇ ਗੁਣ (ਸਿਫਤਾਂ) ਇਤਨੇ ਬੇਅੰਤ ਹਨ ਕਿ ਕਥਨੀ ਦੁਆਰਾ ਉਸਦੇ ਗੁਣਾਂ ਦਾ ਅੰਤ ਨਹੀਂ ਪਾਇਆ ਸਕਦਾ (ਜਿਵੇਂ ਕਿ ਸਹਸ ਫਨੀ ਵਾਲਾ ਸ਼ੇਸ਼ ਨਾਗ ਆਪਣੇ ਹਰ ਮੂੰਹ ਨਾਲ ਨਿਤ ਨਵੇਂ ਸਿਫਾਤੀ ਨਾਮ ਉਚਾਰਦਾ ਹੈ ਪਰ ਫਿਰ ਵੀ ਉਹ ਪਰਮਾਤਮਾ ਦੇ ਨਾਮਾਂ ਦਾ ਅੰਤ ਨਹੀਂ ਪਾ ਸਕਿਆ) । ਉਸਦੇ ਕਰਤਬਾਂ ਦਾ ਵੀ ਕੋਈ ਅੰਤ ਨਹੀਂ ਤੇ ਨਾ ਹੀ ਉਸ ਦੀਆਂ ਦਾਤਾਂ ਦਾ ਕੋਈ ਅੰਤ ਹੈ ।

੨. ਵੇਖਣ ਤੇ ਸੁਣਨ ਵਿੱਚ ਵੀ ਉਸਦਾ ਕੋਈ ਅੰਤ ਨਹੀਂ ਮਿਲ਼ਦਾ । ਉਸਦੇ ਮਨ ਦੇ ਮੰਤਵਾਂ ਦਾ (ਕਿ ਐਹ ਕਿਉਂ ਕੀਤਾ ਤੇ ਅਗੋਂ ਕੀ ਕਰੇਗਾ ਦਾ) ਕੋਈ ਅੰਤ ਨਹੀ ਪਾ ਜਾ ਸਕਦਾ ਭਾਵ ਉਸਦੀ ਮਨਸਾ ਕੋਈ ਨਹੀਂ ਬੁਝ ਸਕਦਾ ।

੩. ਉਸ ਕਰਤਾਪੁਰਖ ਦੀ ਕੀਤੀ ਜਗਤ ਰਚਨਾ ਵਿੱਚ ਬੇਸ਼ੁਮਾਰ ਖੰਡਾਂ ਬ੍ਰਹਮੰਡਾਂ ਦੀ ਰਚਨਾ ਅਤੇ ਭਿੰਨ ਭਿੰਨ ਆਕਾਰ ਪ੍ਰਕਾਰ ਦੀ ਜੜ੍ਹ ਤੇ ਚੇਤਨ ਜੀਵਨ ਰਚਨਾ ਦਾ ਕੋਈ ਅੰਤ ਨਹੀਂ ਅਤੇ ਉਸਦੇ ਕੀਤੇ ਵਿਸਥਾਰ ਦੇ ਹੱਦ ਬੰਨੇ ਭਾਵ ਆਰ ਪਾਰ ਦਾ ਵੀ ਕੋਈ ਅੰਤ ਨਹੀਂ ।

੪. ਕਿੰਨੇ ਹੀ ਭਿੰਨ ਭਿੰਨ ਖੇਤ੍ਰ ਦੀ ਵਿਦਿਆ ਦੇ ਗਿਆਨੀ ਵਿਗਿਆਨੀ ਉਸਦਾ ਅੰਤ ਪਾਉਣ ਲਈ ਜੁਟੇ ਹੋਏ ਹਨ, ਪਰ ਉਸਦਾ ਅੰਤ ਨਹੀਂ ਪਾ ਸਕਦੇ ਜਿਸ ਕਰਕੇ ਥੱਕ ਹਾਰ ਕੇ ਬਿਲਕਦੇ ਹਨ ।

੫. ਅਸਲ ਵਿੱਚ ਉਸ ਪਰਮਾਤਮਾ ਦਾ ਅੰਤ ਕੋਈ ਨਹੀਂ ਪਾ ਸਕਦਾ, ਜਿੰਨਾ ਕਥਨ ਕਰੀਏ ਉਨਾਂ ਹੀ ਹੋਰ ਬਾਕੀ ਬਚਿਆ ਨਜ਼ਰ ਆਉਂਦਾ ਹੈ ।

੬. ਅਸਲ ਵਿੱਚ ਉਸ ਵਡੇ ਸਾਹਿਬ ਦੀ ਹਸਤੀ ਇਸ ਜਗਤ ਰਚਨਾ ਦੇ ਸਭ ਵੱਡ ਵਡੇਰਿਆਂ ਭਾਵ ਸਭ ਦੇਵੀ ਦੇਵਤਿਆਂ ਤੋਂ ਉਚੀ ਹੈ (ਕਿਉਂਕਿ ਉਹ ਹਰ ਪੱਖੋਂ ਬੇਅੰਤ ਹੈ ਤੇ ਉਸ ਦਾ ਕੋਈ ਅੰਤ ਨਹੀਂ ਪਾ ਸਕਦਾ) । ਜਦ ਜਗਤ ਰਚਨਾ ਵਿੱਚ ਉਹ ਸਭ ਤੋਂ ਉਚਾ ਹੈ ਤਦ ਹੀ ਉਸਦਾ ਨਾਮ ਵੀ ਸਭ ਤੋਂ ਉਚਾ ਹੈ (ਕਿਉਂਕਿ ਉਸਦਾ ਨਾਮ ਜੀਵਾਂ ਨੂੰ ਹਰ ਪੱਖੋਂ ਰਾਹਤ ਤੇ ਧਰਵਾਸ ਦੇਣ ਵਾਲਾ ਹੈ) ।

੭. ਜੇ ਕੋਈ ਸਭ ਪੱਖਾਂ ਤੋਂ ਉਸ ਜਿੱਡਾ ਵੱਡਾ ਹੋਵੇ ਤਦ ਹੀ ਉਸ ਵੱਡੇ ਨੂੰ ਜਾਣ ਸਕੇ !! ਭਾਵ ਉਸ ਜਿੱਡਾ ਵੱਡਾ ਕੋਈ ਹੈ ਹੀ ਨਹੀਂ ਤਦੇ ਹੀ ਉਸਦਾ ਕੋਈ ਅੰਤ ਨਹੀਂ ਪਾ ਸਕਦਾ ।

੮. ਹਾਂ ! ਜਿੱਡਾ ਵੱਡਾ ਉਹ ਆਪ ਹੈ, ਉਹ ਆਪਣੇ ਵੱਡਪਣੇ ਨੂੰ ਆਪ ਹੀ ਜਾਣਦਾ ਹੈ ! ਗੁਰੂ ਨਾਨਕ ਜੀ ਦਸਦੇ ਹਨ ਕਿ ਇਹ ਭੀ ਉਸਦਾ ਵੱਡਪਣਾ ਹੀ ਹੈ ਕਿ ਉਹ ਸਭ ਨੂੰ ਆਪਣੀ ਕ੍ਰਿਪਾ ਦ੍ਰਿਸ਼ਟੀ ਦੁਆਰਾ ਤੇ ਕਰਮਾਂ ਅਨੁਸਾਰ ਦਾਤਾਂ ਦਿੰਦਾ ਹੈ ॥੨੪ ॥

ਮੂਲ

੧ ਬਹੁਤਾ ਕਰਮੁ ਲਿਖਿਆ ਨਾ ਜਾਇ ॥ ਵਡਾ ਦਾਤਾ ਤਿਲੁ ਨ ਤਮਾਇ ॥
੨ ਕੇਤੇ ਮੰਗਹਿ ਜੋਧ ਅਪਾਰ ॥ ਕੇਤਿਆ ਗਣਤ ਨਹੀ ਵੀਚਾਰੁ ॥
ਕੇਤੇ ਖਪਿ ਤੁਟਹਿ ਵੇਕਾਰ ॥
੩ ਕੇਤੇ ਲੈ ਲੈ ਮੁਕਰੁ ਪਾਹਿ ॥ ਕੇਤੇ ਮੂਰਖ ਖਾਹੀ ਖਾਹਿ ॥
੪ ਕੇਤਿਆ ਦੂਖ ਭੂਖ ਸਦ ਮਾਰ ॥ ਏਹਿ ਭਿ ਦਾਤਿ ਤੇਰੀ ਦਾਤਾਰ ॥
੫ ਬੰਦਿ ਖਲਾਸੀ ਭਾਣੈ ਹੋਇ ॥ ਹੋਰੁ ਆਖਿ ਨ ਸਕੈ ਕੋਇ ॥
੬ ਜੇ ਕੋ ਖਾਇਕੁ ਆਖਣਿ ਪਾਇ ॥ ਓਹੁ ਜਾਣੈ ਜੇਤੀਆ ਮੁਹਿ ਖਾਇ ॥
੭ ਆਪੇ ਜਾਣੈ ਆਪੇ ਦੇਇ ॥ ਆਖਹਿ ਸਿ ਭਿ ਕੇਈ ਕੇਇ ॥
੮ ਜਿਸ ਨੋ ਬਖਸੇ ਸਿਫਤਿ ਸਾਲਾਹ ॥ ਨਾਨਕ ਪਾਤਿਸਾਹੀ ਪਤਿਸਾਹੁ ॥੨੫॥

ਪਦ ਅਰਥ

ਕਰਮੁ = ਕਰਤਬ, ਕੰਮ । **ਤਮਾਇ** = ਤ੍ਰਿਸਨਾ,ਲੋਭ, ਤਮਾ, ਲਾਲਸਾ । **ਕੇਤਿਆ ਦੂਖ ਭੂਖ ਸਦ ਮਾਰ ॥ ਏਹਿ ਭਿ ਦਾਤਿ ਤੇਰੀ ਦਾਤਾਰ** = ਗੁਰੂ ਸਾਹਿਬ ਨੇ ਦੁਖ ਭੁਖ ਨੂੰ ਪ੍ਰਭੂ ਦੀ ਦਾਤ ਇਸ ਕਰਕੇ ਕਿਹਾ ਹੈ ਕਿ ਪ੍ਰਭੂ ਕਿਸੇ ਨਾਲ ਬੇਇਨਸਾਫੀ ਨਹੀਂ ਕਰਦਾ । ਉਸਦੀ ਜਗਤ ਰਚਨਾ ਵੇਲੇ ਦੀ ਸਥਾਪਤ ਕੀਤੀ ਹੋਈ ਕਰਮ ਗਤੀ ਦੀ ਮਰਯਾਦਾ ਅਨੁਸਾਰ ਹੀ ਜੀਵਾਂ ਨੂੰ ਓਹਨਾਂ ਦੇ ਕੀਤੇ ਕਰਮਾਂ ਅਨੁਸਾਰ ਹੀ ਦੁਖ ਸੁਖ ਦੀ ਦਾਤ ਮਿਲਦੀ ਹੈ ।

ਯਥਾ ਫੁਰਮਾਣ ਹੈ ਕਿ:-**ਦਦੈ ਦੋਸੁ ਨ ਦੇਊ ਕਿਸੈ ਦੋਸੁ ਕਰੰਮਾ ਆਪਣਿਆ ॥ ਜੋ ਮੈ ਕੀਆ ਸੋ ਮੈ ਪਾਇਆ ਦੋਸੁ ਨ ਦੀਜੈ ਅਵਰ ਜਨਾ ॥੨੧॥** (ਅੰਗ ੪੩੩)॥ ਤਥਾ:-**ਮ: ੧ ॥ ਨਾਨਕ ਬੋਲਣੁ ਝਖਣਾ ਦੁਖ ਛਡਿ ਮੰਗੀਅਹਿ ਸੁਖ ॥ ਸੁਖੁ ਦੁਖੁ ਦੁਇ ਦਰਿ ਕਪੜੇ ਪਹਿਰਹਿ ਜਾਇ ਮਨੁਖ ॥ ਜਿਥੈ ਬੋਲਣਿ ਹਾਰੀਐ ਤਿਥੈ ਚੰਗੀ ਚੁਪ ॥੨॥** (ਅੰਗ ੧੪੯)॥ ਤਥਾ:-**ਜੇਹਾ ਬੀਜੈ ਸੋ ਲੁਣੈ ਕਰਮਾ ਸੰਦੜਾ ਖੇਤੁ ॥ ਨਾਨਕ ਪ੍ਰਭ ਸਰਣਾਗਤੀ ਚਰਣ ਬੋਹਿਥ ਪ੍ਰਭ ਦੇਤੁ ॥** (ਅੰਗ ੧੩੪)॥ ਤਥਾ:-**ਕਤਿਕਿ ਕਰਮ ਕਮਾਵਣੇ ਦੋਸੁ ਨ ਕਾਹੂ ਜੋਗੁ ॥ ਪਰਮੇਸਰ ਤੇ ਭੁਲਿਆਂ ਵਿਆਪਨਿ ਸਭੇ ਰੋਗ ॥** (ਅੰਗ ੧੩੫)॥
ਖਾਇਕ = ਪੇਟੂ, ਖਾਣ ਮੁਖ ਰੱਖਣ ਵਾਲਾ, ਗੱਪੀ, ਮੂਰਖ, ਹੋਛਾ, ਤਰਕ ਵਾਦੀ ।

ਅਰਥ

੧. ਉਸ ਪਰਮਾਤਮਾ ਦੇ ਪਿਛੇ ਦਰਸਾਏ "**ਨਾਨਕ ਨਦਰੀ ਕਰਮੀ ਦਾਤਿ**" ਵਾਲੇ ਕਰਮੁ (ਬਖਸ਼ਿਸ਼ ਦੇ ਕਰਤਬ) ਦਾ ਵੀ ਅੰਤ ਨਾ ਮਿਲਣ ਕਰਕੇ ਉਸ ਬਾਰੇ ਬਹੁਤਾ ਲਿਖਣ ਵਿੱਚ ਨਹੀਂ ਆਉਂਦਾ । ਪਰ ਹਾਂ ! ਉਹ ਵੱਡਾ ਦਾਤਾ ਆਪਣੀਆਂ ਦਾਤਾਂ ਦੇ ਬਦਲੇ ਵਿੱਚ, ਤਿਲ ਮਾਤ੍ਰ ਲਾਲਸਾ ਵੀ ਮਨ ਵਿੱਚ ਨਹੀਂ ਰੱਖਦਾ ।

੨. ਕਿੰਨੇ ਹੀ ਵੱਡੇ ਯੋਧੇ (ਮਹਾਨ ਸੂਰਵੀਰ) ਉਸਦੇ ਦਰ ਦੇ ਮੰਗਤੇ ਹਨ । ਕਿਤਨੇ ਹੀ ਹੋਰ ਉਸ ਤੋਂ ਦਾਤਾਂ ਮੰਗਣ ਵਾਲਿਆਂ ਦੀ ਗਿਣਤੀ ਕਰਨੀ ਆਉਖੀ ਹੈ ਕਿਉਂਕਿ ਮੰਗਣ ਵਾਲੇ ਅਣਗਿਣਤ ਹਨ । ਕਿਤਨੇ ਹੀ (ਦਾਤਾਂ ਪ੍ਰਾਪਤ ਕਰਨ ਉਪ੍ਰੰਤ) ਵੇਕਾਰਾਂ (ਦੁਸ਼ਟ ਕਰਮਾਂ, ਵਿਸ਼ੇ ਵਿਕਾਰਾਂ) ਵਿੱਚ ਖਚਤ ਹੋ ਕੇ ਉਸ ਪਰਮਾਤਮਾ ਤੋਂ ਹੀ (ਤੁਟਹਿ) ਬੇਮੁਖ ਹੋ ਜਾਂਦੇ ।

੩. ਕਿਤਨੇ ਹੀ ਦਾਤਾਂ ਲੈ ਕੇ ਉਸ ਦਾਤੇ ਨੂੰ ਹੀ ਮੰਨਣੋਂ ਮੁਨਕਰ ਹੋ ਜਾਂਦੇ ਹਨ ਅਤੇ ਕਿਤਨੇ ਹੀ ਅਜੇਹੇ ਮੂਰਖ ਹਮੇਸ਼ਾ ਦਾਤਾਂ ਭੋਗਣ ਵੱਲ ਹੀ ਰੁਚਿਤ ਰਹਿੰਦੇ ਹਨ ।

੪. ਕਿਤਨਿਆਂ ਨੂੰ (ਉਸ ਦੇ ਹੁਕਮ ਚ ਆਪਣੇ ਕੀਤੇ ਕਰਮਾਂ ਅਨੁਸਾਰ) ਦੁਖ ਭੋਖੇ ਦੀ ਮਾਰ ਝਲਣੀ ਪੈਂਦੀ ਹੈ । ਪਰ ਹੇ ਪ੍ਰਭੂ ! ਏਹ ਭੀ ਉਨਾਂ ਲਈ ਦੁਖ ਭੁਖ ਦੀ ਤੇਰੀ ਉਹਨਾਂ ਦੇ ਕੀਤੇ ਹੋਏ ਕਰਮਾਂ ਅਨੁਸਾਰ ਦਿੱਤੀ ਹੋਈ ਦਾਤ ਹੀ ਹੈ ।

੫. ਅਸਲ ਵਿੱਚ ਕਰਮ ਬੰਧਨਾਂ ਦੀ ਕੈਦ ਤੋਂ ਛੁਟਕਾਰਾ ਉਸਦੇ ਭਾਣੇ ਵਿੱਚ ਹੀ ਹੁੰਦਾ ਹੈ । (ਭਾਵ ਜਿਸ ਤੇ ਕ੍ਰਿਪਾ ਦ੍ਰਿਸਟੀ ਧਾਰਨ ਕਰਦਾ ਹੈ ਉਸਦੀ ਹਉਮੈ ਛੁੱਟ ਜਾਂਦੀ ਹੈ, ਹਉਮੈ ਗਈ ਤਾਂ ਕਰਮ ਬੰਧਨ ਗਏ) । ਤੇਰੇ ਭਾਣੇ ਤੋਂ ਬਿਨਾਂ ਬੰਧਨਾਂ ਤੋਂ ਛੁਟਕਾਰੇ ਦੀ ਗੱਲ ਹੋਰ ਕੋਈ ਆਖ ਵੀ ਨਹੀਂ ਸਕਦਾ ਭਾਵ ਹੋਰ ਕੋਈ ਉਪਾਅ ਹੈ ਹੀ ਨਹੀਂ । **ਯਥਾ**:-"**ਹੋਦਾ ਫੜੀਅਗੁ ਨਾਨਕ ਜਾਣੁ ॥ ਨ ਹਉ ਨ ਮੈ ਜੂਨੀ ਪਾਣੁ ॥** (ਸਲੋਕ ਮਹਲਾ ੧ ਵਾਰ ਮਲਾਰ ਪੰ ੧੨੮੯)॥

੬. ਪਰ ਜੇ ਕੋਈ ਤਰਕ ਬੁਧੀ ਵਾਲਾ (ਸਦਾ ਦਾਤਾਂ ਦੇ ਭੋਗਾਂ ਨੂੰ ਮੁਖ ਰੱਖਣ ਵਾਲਾ ਮੂਰਖ ਪੇਟੂ) ਤੇਰੇ ਭਾਣੇ ਬਾਰੇ ਐਵੇਂ ਉਲਟਾ ਸਿਧਾ ਤਰਕ ਭਰਿਆ ਕਥਨ ਕਰੇ ਤਾਂ ਫਿਰ ਉਹ ਆਪਣੇ ਮੂੰਹ ਤੇ ਪੈਣ

ਵਾਲੀ ਮਾਰ ਦੀ ਪੀੜਾ ਨੂੰ ਓਹੀ ਜਾਣੇਗਾ ।

੭. ਪਰ ਕਈ ਪ੍ਰਭੂ ਦੇ ਭਾਣੇ ਨੂੰ ਮੰਨਣ ਵਾਲੇ ਇਹ ਵੀ ਆਖਦੇ ਹਨ ਕਿ ਉਹ ਜਾਣੀਜਾਣ ਦਾਤਾਰ ਹੈ ਤੇ ਸਭ ਨੂੰ ਪਾਤ੍ਰਤਾ ਅਨੁਸਾਰ ਕਰਮ ਵੀਚਾਰ ਕੇ ਤੇ ਕ੍ਰਿਪਾ ਦ੍ਰਿਸਟੀ ਧਾਰ ਕੇ ਦਾਤਾਂ ਦਿੰਦਾ ਹੈ । ਪਰ ਉਹ ਆਪਣੇ ਇਸ ਵਰਤਾਰੇ ਨੂੰ ਆਪ ਹੀ ਜਾਣਦਾ ਹੈ !

੮. ਗੁਰੂ ਨਾਨਕ ਸਾਹਿਬ ਦਸਦੇ ਹਨ ਕਿ ਮੁਕਦੀ ਗਲ ਇਹ ਹੈ ਕਿ ਜਿਸ ਕਿਸੇ ਨੂੰ ਉਹ ਆਪਣੀ ਸਿਫ਼ਤ ਸਾਲਾਹ ਦੀ ਦਾਤ ਬਖਸ਼ਦਾ ਹੈ ਤਾਂ ਉਹ ਪਾਤਸ਼ਾਹਾਂ ਦਾ ਪਾਤਸ਼ਾਹ ਹੋ ਨਿਬੜਦਾ ਹੈ । ਭਾਵ ਇਹ ਕਿ ਦਾਤਾਂ ਵਿਚੋਂ ਸਿਰੇ ਦੀ ਦਾਤ ਉਸ ਦੀ ਸਿਫ਼ਤ ਸਾਲਾਹ ਦੀ ਦਾਤ ਹੈ ॥ ੨੫ ॥

ਮੂਲ

੧ **ਅਮੁਲ ਗੁਣ ਅਮੁਲ ਵਾਪਾਰ ॥ ਅਮੁਲ ਵਾਪਾਰੀਏ ਅਮੁਲ ਭੰਡਾਰ ॥**
੨ **ਅਮੁਲ ਆਵਹਿ ਅਮੁਲ ਲੈ ਜਹਿ ॥ ਅਮੁਲ ਭਾਇ ਅਮੁਲਾ ਸਮਾਹਿ ॥**
੩ **ਅਮੁਲੁ ਧਰਮੁ ਅਮੁਲੁ ਦੀਬਾਣੁ ॥ ਅਮੁਲੁ ਤੁਲੁ ਅਮੁਲੁ ਪਰਵਾਣੁ ॥**
੪ **ਅਮੁਲੁਬਖਸੀਸ ਅਮੁਲੁ ਨੀਸਾਣੁ ॥ ਅਮੁਲੁ ਕਰਮੁ ਅਮੁਲੁ ਫੁਰਮਾਣੁ॥**
੫ **ਅਮੁਲੋ ਅਮੁਲੁ ਆਖਿਆ ਨ ਜਾਇ ॥ ਆਖਿ ਆਖਿ ਰਹੇ ਲਿਵ ਲਾਇ॥**
੬ **ਆਖਹਿ ਵੇਦ ਪਾਠ ਪੁਰਾਣ ॥ ਆਖਹਿ ਪੜੇ ਕਰਹਿ ਵਖਿਆਣ ॥**
੭ **ਆਖਹਿ ਬਰਮੇ ਆਖਹਿ ਇੰਦ ॥ ਆਖਹਿ ਗੋਪੀ ਤੈ ਗੋਵਿੰਦ ॥**
੮ **ਆਖਹਿ ਈਸਰ ਆਖਹਿ ਸਿਧ ॥ ਆਖਹਿ ਕੇਤੇ ਕੀਤੇ ਬੁਧ ॥**
੯ **ਆਖਹਿ ਦਾਨਵ ਆਖਹਿ ਦੇਵ ॥ ਆਖਹਿ ਸੁਰਿ ਨਰ ਮੁਨਿ ਜਨ ਸੇਵ॥**
੧੦ **ਕੇਤੇ ਆਖਹਿ ਆਖਣਿ ਪਾਹਿ ॥ ਕੇਤੇ ਕਹਿ ਕਹਿ ਉਠਿ ਉਠਿ ਜਾਹਿ॥**
੧੧ **ਏਤੇ ਕੀਤੇ ਹੋਰਿ ਕਰੇਹਿ ॥ ਤਾ ਆਖਿ ਨ ਸਕਹਿ ਕੇਈ ਕੇਇ ॥**
੧੨ **ਜੇਵਡੁ ਭਾਵੈ ਤੇਵਡੁ ਹੋਇ ॥ ਨਾਨਕ ਜਾਣੈ ਸਾਚਾ ਸੋਇ ॥**
੧੩ **ਜੇ ਕੋ ਆਖੈ ਬੋਲੁ ਵਿਗਾੜੁ ॥ ਤਾ ਲਿਖੀਐ ਸਿਰਿ ਗਾਵਾਰਾ ਗਾਵਾਰੁ॥੨੬॥**

ਪਦ ਅਰਥ

ਅਮੁਲ = ਅਮੋਲਕ, ਜਿਸ ਦਾ ਮੁਲ ਨਾ ਪਇਆ ਜਾ ਸਕੇ ।**ਯਥਾ:-ਸੰਮਨ ਜਉ ਇਸ ਪ੍ਰੇਮ ਕੀ ਦਮਕਿਅਹੁ ਹੋਤੀ ਸਾਟ ॥ ਰਾਵਨ ਹੁਤੇ ਸੁ ਰੰਕ ਨਹਿ ਜਿਨਿ ਸਿਰ ਦੀਨੇ ਕਾਟਿ ॥** (ਚਉਪਦੇ ਮ:੫ ਪੰ:੧੩੬੩)॥ **ਵਾਪਾਰੀਏ** = ਗੁਰਮੁਖਿ, ਸੰਤ, ਜਿਗਿਆਸੂ । **ਇੰਦ** = ਇੰਦਰ । **ਗੋਵਿੰਦ** = ਸ੍ਰੀ ਕ੍ਰਿਸ਼ਨ । **ਬੁਧ** = ਮਹਾਤਮਾ ਬੁਧ, ਗੌਤਮ ਬੁਧ, ਬੁਧ ਅਵਤਾਰ । **ਬੋਲੁ ਵਿਗਾੜੁ** =ਬਕਬਾਦੀ, ਗਲਤ ਬੋਲਕੇ ਕੰਮ ਵਿਗਾੜਨ ਵਾਲਾ । ਪ੍ਰਭੂ ਬਾਰੇ ਭਰਮ ਜਾਲ ਫੈਲਾਉਣ ਵਾਲੇ ਧਰਮਾਚਾਰੀਆ । **ਸਿਰਿ ਗਾਵਾਰਾ ਗਾਵਾਰੁ** = ਮਰੂਖਾਂ ਸਿਰ ਮੂਰਖ, ਮੂਰਖਾਂ ਦਾ ਸਿਰਤਾਜ ।

ਅਰਥ

੧. ਉਸ ਪ੍ਰਭੂ ਦੇ ਗੁਣ ਅਮੋਲਕ ਹਨ ਅਤੇ ਉਸਦੇ ਗੁਣਾਂ ਦਾ ਵਾਪਾਰ ਭੀ ਅਮੋਲਕ ਹੈ । ਇਨਾਂ ਗੁਣਾਂ ਦਾ ਵਾਪਾਰ ਕਰਨ ਵਾਲੇ ਸੰਤ ਜਨ ਵੀ ਅਮੋਲਕ ਹਨ । ਪ੍ਰਭੂ ਦੇ ਬੇਅੰਤ ਗੁਣਾਂ ਦਾ ਭੰਡਾਰ (ਖਜ਼ਾਨਾ) ਵੀ ਅਮੋਲਕ ਹੈ ।

੨. ਸੰਤ ਜਨਾਂ ਨੂੰ ਪ੍ਰਭੂ ਦੇ ਗੁਣ ਅਮੁਲ ਹੀ (ਆਵਹਿ) ਪ੍ਰਾਪਤ ਹੁੰਦੇ ਹਨ ਅਤੇ ਉਨਾਂ ਪਾਸੋਂ ਹੋਰ ਜਿਗਿਆਸੂ ਅਮੁੱਲ ਹੀ ਲੈ ਜਾਂਦੇ ਹਨ । ਗੁਣ ਵਿਹਾਜਣ ਵਾਲੇ ਇਨਾਂ ਵਾਪਾਰੀਆਂ ਦਾ ਪ੍ਰੇਮ ਭੀ ਅਮੋਲਕ ਹੈ ਅਤੇ ਇਨਾਂ ਗੁਣਾਂ ਦਾ ਸਦਕਾ ਇਨਾਂ ਦਾ ਉਸ ਪ੍ਰਭੂ ਵਿੱਚ (ਸਮਾਹਿ) ਲੀਨ ਹੋਣ ਦਾ ਕਰਮ ਭੀ ਅਮੋਲਕ ਹੈ ।

੩. ਉਸ ਪ੍ਰਭੂ ਦਾ (ਧਰਮੁ) ਵਿਤਕਰਾ ਰਹਿਤ ਇਨਸਾਫ ਵੀ ਅਮੋਲਕ ਹੈ ਅਤੇ ਸੱਚਾ ਨਿਆਉਂ ਕਰਨ ਵਾਲੀ ਉਸਦੀ ਕਚਹਿਰੀ ਵੀ ਅਮੋਲਕ ਹੈ । ਉਸਦੀ ਇਨਸਾਫ ਵਾਲੀ (ਤੁਲੁ) ਤੱਕੜੀ ਬਿਨਾਂ ਪਾਂਸਕ ਦੇ ਹੋਣ ਕਰਕੇ ਉਹ ਵੀ ਅਮੋਲਕ ਹੈ ਅਤੇ ਚੰਗੇ ਮਾੜੇ ਕਰਮਾਂ ਨੂੰ ਤੋਲਣ ਵਾਲਾ (ਪਰਵਾਣੁ) ਵੱਟਾ ਵੀ ਅਮੋਲਕ ਹੈ ।

੪. ਉਸ ਪ੍ਰਭੂ ਦੀ ਜੀਵਾਂ ਨੂੰ ਮੁਕਤੀ ਦੇਣ ਵਾਲੀ ਬਖ਼ਸ਼ੀਸ਼ ਵੀ ਅਮੋਲਕ ਹੈ ਤੇ ਇਸ ਬਖ਼ਸ਼ੀਸ਼ ਦਾ ਨੀਸਾਣੁ ਉਸਦਾ ਨਾਮ ਵੀ ਅਮੋਲਕ ਹੈ । ਉਸਦਾ (ਕਰਮੁ) ਫ਼ਜ਼ਲ ਭਾਵ ਜੀਵਾਂ ਪਰ ਰਹਿਮਤ ਵਾਲਾ ਕਰਮ ਵੀ ਅਮੋਲਕ ਹੈ । ਉਸਦਾ (ਫੁਰਮਾਣੁ) ਹੁਕਮ ਵੀ ਅਮੋਲਕ ਹੈ ।

੫. ਅਸਲ ਵਿੱਚ ਉਸ ਪ੍ਰਭੂ ਦਾ ਹਰ ਗੁਣ ਤੇ ਕਰਤਵ ਅਮੋਲਕ ਹੀ ਅਮੋਲਕ ਹੈ ਤੇ ਕਥਨ ਤੋਂ ਬਾਹਰ ਹੈ ਭਾਵੇਂ ਕਿਤਨੇ ਹੀ ਉਸ ਪ੍ਰਭੂ ਵਿੱਚ ਧਿਆਨ ਜੋੜ ਕੇ ਉਸ ਦੇ ਅਮੋਲਕ ਗੁਣਾਂ ਤੇ ਕਰਤਬਾਂ ਦਾ ਕਥਨ ਕਰਦੇ ਹੀ ਰਹਿੰਦੇ ਹਨ ।

੬. ਆਖਣ ਨੂੰ ਤਾਂ ਚਾਰੇ ਵੇਦ ਤੇ ਅਠਾਰਾਂ ਪੁਰਾਣ ਵੀ ਉਸਦੇ ਅਮੋਲਕ ਗੁਣਾਂ ਦਾ ਕਥਨ ਕਰਦੇ ਹਨ । ਹੋਰ ਪੜ੍ਹੇ ਹੋਏ (ਵਿਦਵਾਨ ਲੋਕ) ਵੀ ਉਸਦਾ ਕਥਨ ਕਰਦੇ ਹਨ ।

੭. ਕਈ ਬਰਮੇ ਤੇ ਇੰਦਰ ਵੀ ਉਸਦਾ ਕਥਨ ਕਰਦੇ ਹਨ । ਗੋਪੀਆਂ ਤੇ ਸ੍ਰੀ ਕ੍ਰਿਸ਼ਨ ਵੀ ਗੀਤਾ ਵਿੱਚ ਉਸਦਾ ਕਥਨ ਕਰਦੇ ਹਨ ।

੮. ਸ਼ਿਵਜੀ ਅਤੇ ਸਾਰੇ ਸਿੱਧ ਵੀ ਉਸਦਾ ਕਥਨ ਕਰਦੇ ਹਨ । ਹੋਰ ਉਸ ਪ੍ਰਭੂ ਦੇ ਪੈਦਾ ਕੀਤੇ ਕਿਤਨੇ ਹੀ ਬੁੱਧ (ਬੁੱਧ ਅਵਤਾਰ) ਉਸਦੇ ਕਥਨ ਵਿੱਚ ਲੱਗੇ ਹੋਏ ਹਨ ।

੯. ਦਾਨਵ ਤੇ ਦੇਵਤੇ ਵੀ ਉਸਦਾ ਜਸ ਕਥਨ ਕਰਦੇ ਹਨ । ਪ੍ਰਭੂ ਦੀ ਸੇਵਾ ਵਿੱਚ ਲਗੇ ਹੋਏ ਦੇਵਤਾ ਸੁਭਾਓ ਵਾਲੇ ਮਨੁਖ ਤੇ ਮੁਨੀ ਲੋਕ ਵੀ ਪ੍ਰਭੂ ਦੇ ਅਮੁੱਲ ਗੁਣਾਂ ਦਾ ਕਥਨ ਕਰਦੇ ਹਨ ।

੧੦. ਕਿਤਨੇ ਹੋਰ ਕਥਨ ਕਰਨ ਵਿੱਚ ਲਗੇ ਹੋਏ ਹਨ ਤੇ ਕਿਤਨੇ ਹੀ ਹੋਰ ਕਥਨ ਕਰਨ ਦੀ ਤਾਂਘ ਵਿੱਚ ਹਨ। ਕਿਤਨੇ ਹੀ ਕਥ ਕਥ ਕੇ ਇਸ ਸੰਸਾਰ ਤੋਂ ਕੂਚ ਕਰ ਉਠ ਗਏ ਹਨ।

੧੧. ਜੇ ਕਰ ਪਹਿਲਾਂ ਕਥਨ ਕਰਕੇ ਕੂਚ ਕਰ ਗਇਆਂ ਜਿੰਨੇ ਆਖਣ ਵਾਲੇ ਪ੍ਰਭੂ ਹੋਰ ਸਾਜ ਦੇਵੇ ਤਾਂ ਉਹ ਵੀ ਪ੍ਰਭੂ ਦੇ ਅਮੋਲਕ ਗੁਣਾਂ ਦਾ ਪੂਰਾ ਪੂਰਾ ਕਥਨ ਨਹੀਂ ਕਰ ਸਕਣਗੇ।

੧੨. ਉਹ ਪ੍ਰਭੂ ਇਸ ਜਗਤ ਰਚਨਾ ਦੇ ਪਾਸਾਰੇ ਨੂੰ ਜਿੰਨਾਂ ਵੱਡਾ ਕਰਨਾ ਚਾਹੇ (ਲੋਚੇ) ਤਾਂ ਇਹ ਪਾਸਾਰਾ ਓਡਾ ਵੱਡਾ ਹੀ ਹੋ ਜਾਂਦਾ ਹੈ। ਗੁਰੂ ਨਾਨਕ ਸਾਹਿਬ ਦਸਦੇ ਹਨ ਕਿ ਅਸਲ ਵਿੱਚ ਉਹ ਸੱਚਾ ਸਾਹਿਬ ਆਪਣੇ ਤਾਣ ਬਲ ਨੂੰ ਆਪ ਹੀ ਜਾਣਦਾ ਹੈ।

੧੩. ਜੇ ਕੋਈ ਬੋਲ ਵਿਗਾੜ (ਬਕਬਾਦੀ) ਐਵੇਂ ਅਟੇ ਸਟੇ ਨਾਲ ਕੁਝ ਐਸਾ (ਗੱਪ ਸੜੱਪ) ਆਖ ਦੇਵੇ (ਕਿ ਧਰਤੀ ਤਾਂ ਧੌਲੇ ਬਲਦ ਦੇ ਸਿੰਗਾਂ ਤੇ ਟਿਕੀ ਹੋਈ ਹੈ, ਇਤਿਆਦਿ;) ਤਾਂ ਫਿਰ ਉਹ ਮੂਰਖਾਂ ਸਿਰ ਮੂਰਖ (ਲਿਖਿਆ) ਗਿਣਿਆ ਜਾਵੇਗਾ (ਕਿਉਂਕਿ ਪਰਮਾਰਥ ਦੇ ਮਾਰਗ ਵਿੱਚ ਉਹ ਭਰਮ ਜਾਲ ਹੀ ਵਿਛਾਉਂਦਾ ਮੰਨਿਆ ਜਾਵੇਗਾ 'ਤੇ ਸਿਆਣੇ ਮਨੁਖ ਉਸ ਬਾਰੇ ਇਹੀ ਲਿਖਣਗੇ ਕਿ ਅਜੇਹੇ ਮੂਰਖ ਧਰਮਾਚਾਰੀਆਂ ਬਿਨਾਂ ਜੱਗ ਵਿੱਚ ਕੀ ਥੁੜਿਆ ਪਿਆ ਸੀ) ॥ ੨੯ ॥

ਮੂਲ

੧ ਸੋ ਦਰੁ ਕੇਹਾ ਸੋ ਘਰੁ ਕੇਹਾ ਜਿਤੁ ਬਹਿ ਸਰਬ ਸਮਾਲੇ ॥
੨ ਵਾਜੇ ਨਾਦ ਅਨੇਕ ਅਸੰਖਾ ਕੇਤੇ ਵਾਵਣਹਾਰੇ ॥
੩ ਕੇਤੇ ਰਾਗ ਪਰੀ ਸਿਉ ਕਹੀਅਨਿ ਕੇਤੇ ਗਾਵਣਹਾਰੇ ॥
੪ ਗਾਵਹਿ ਤੁਹਨੋ ਪਉਣੁ ਪਾਣੀ ਬੈਸੰਤਰੁ ਗਾਵੈ ਰਾਜਾ ਧਰਮੁ ਦੁਆਰੇ ॥
੫ ਗਾਵਹਿ ਚਿਤੁ ਗੁਪਤੁ ਲਿਖਿ ਜਾਣਹਿ ਲਿਖਿ ਲਿਖਿ ਧਰਮੁ ਵੀਚਾਰੇ ॥
੬ ਗਾਵਹਿ ਈਸਰੁ ਬਰਮਾ ਦੇਵੀ ਸੋਹਨਿ ਸਦਾ ਸਵਾਰੇ ॥
੭ ਗਾਵਹਿ ਇੰਦ ਇਦਾਸਣਿ ਬੈਠੇ ਦੇਵਤਿਆ ਦਰਿ ਨਾਲੇ ॥
੮ ਗਾਵਹਿ ਸਿਧ ਸਮਾਧੀ ਅੰਦਰਿ ਗਾਵਨਿ ਸਾਧ ਵਿਚਾਰੇ ॥
੯ ਗਾਵਨਿ ਜਤੀ ਸਤੀ ਸੰਤੋਖੀ ਗਾਵਹਿ ਵੀਰ ਕਰਾਰੇ ॥
੧੦ ਗਾਵਨਿ ਪੰਡਿਤ ਪੜਨਿ ਰਖੀਸਰ ਜੁਗੁ ਜੁਗੁ ਵੇਦਾ ਨਾਲੇ ॥
੧੧ ਗਾਵਹਿ ਮੋਹਣੀਆ ਮਨੁ ਮੋਹਨਿ ਸੁਰਗਾ ਮਛ ਪਇਆਲੇ ॥
੧੨ ਗਾਵਨਿ ਰਤਨ ਉਪਾਏ ਤੇਰੇ ਅਠਸਠਿ ਤੀਰਥ ਨਾਲੇ ॥
੧੩ ਗਾਵਹਿ ਜੋਧ ਮਹਾਬਲ ਸੂਰਾ ਗਾਵਹਿ ਖਾਣੀ ਚਾਰੇ ॥
੧੪ ਗਾਵਹਿ ਖੰਡ ਮੰਡਲ ਵਰਭੰਡਾ ਕਰਿ ਕਰਿ ਰਖੇ ਧਾਰੇ ॥
੧੫ ਸੇਈ ਤੁਧੁ ਨੋ ਗਾਵਹਿ ਜੋ ਤੁਧੁ ਭਾਵਨਿ ਰਤੇ ਤੇਰੇ ਭਗਤ ਰਸਾਲੇ ॥
੧੬

ਹੋਰਿ ਕੇਤੇ ਗਾਵਨਿ ਸੇ ਮੈ ਚਿਤਿ ਨ ਆਵਨਿ ਨਾਨਕੁ ਕਿਆ ਵੀਚਾਰੇ ॥
੧੭ ਸੋਈ ਸੋਈ ਸਦਾ ਸਚੁ ਸਾਹਿਬੁ ਸਾਚਾ ਸਾਚੀ ਨਾਈ ॥
੧੮ ਹੈ ਭੀ ਹੋਸੀ ਜਾਇ ਨ ਜਾਸੀ ਰਚਨਾ ਜਿਨਿ ਰਚਾਈ ॥
੧੯ ਰੰਗੀ ਰੰਗੀ ਭਾਤੀ ਕਰਿ ਕਰਿ ਜਿਨਸੀ ਮਾਇਆ ਜਿਨਿ ਉਪਾਈ ॥
੨੦ ਕਰਿ ਕਰਿ ਵੇਖੈ ਕੀਤਾ ਆਪਣਾ ਜਿਵ ਤਿਸ ਦੀ ਵਡਿਆਈ ॥
੨੧ ਜੋ ਤਿਸੁ ਭਾਵੈ ਸੋਈ ਕਰਸੀ ਹੁਕਮੁ ਨ ਕਰਣਾ ਜਾਈ ॥
੨੨ ਸੋ ਪਾਤਿਸਾਹੁ ਸਾਹਾ ਪਾਤਿਸਾਹਿਬੁ ਨਾਨਕ ਰਹਣੁ ਰਜਾਈ ॥੨੭॥

ਪਦ ਅਰਥ

ਰਾਗ ਪਰੀ = ਰਾਗਾਂ ਦੇ ਘਰ ਵਾਲੀਆਂ ਰਾਗਣੀਆਂ । **ਇੰਦ ਇਦਾਸਣ ਬੈਠੇ** = ਸਵਰਗ ਦੀ ਰਾਜ ਗੱਦੀ ਤੇ ਬੈਠਣ ਵਾਲਾ ਇੰਦਰ । **ਸੁਰਗਾ ਮਛ ਪਇਆਲੇ** = ਸੁਰਗ, ਮਾਤ ਲੋਕ ਤੇ ਪਾਤਾਲ ਭਾਵ ਤੀਨ ਲੋਕ । **ਜੋਧ ਮਹਾਬਲ ਸੂਰਾ** = ਬਹਾਦਰੀ ਦੀ ਕਸਵੱਟੀ ਦੁਆਰਾ ਦਰਸਾਇਆ ਪਦਵੀ ਭੇਦ, **ਯਥਾ** :- ਪੰਜ ਹਜ਼ਾਰੀ, ਦਸ ਹਜ਼ਾਰੀ ਇਤਿਆਦਿ ਅਥਵਾ ਰਥੀ, ਮਹਾਂਰਥੀ ਇਤਿਆਦਿ ।

ਨੋਟ:-੧ ਇਹ ਸਬਦ ਗੁਰੂ ਗ੍ਰੰਥ ਸਾਹਿਬ ਵਿੱਚ ਤਿੰਨ ਵੱਖ ਵੱਖ ਥਾਵਾਂ ਤੇ ਕੁਝ ਪਾਠ ਭੇਦਾਂ ਸਹਿਤ ਵਿਦਮਾਨ ਹੈ । ਇਹ ਪਾਠ ਭੇਦ ਕਥਾ ਵਾਚਕਾਂ ਤੇ ਟੀਕਾਕਾਰਾਂ ਆਦਿ ਲਈ ਬੜੀ ਸੁਖਦ ਸੇਧ ਬਖਸ਼ਦੇ ਹਨ ਕਿ ਉਹ ਗੁਰਬਾਣੀ ਦਾ ਅਦਬ ਕਾਇਮ ਰਖਦੇ ਹੋਏ ਪੂਰੇ ਜਬਤ ਵਿੱਚ ਰਹਿੰਦੇ ਹੋਏ ਗੁਰਬਾਣੀ ਦੇ ਅਰਥ ਸਪੱਸਟ ਕਰਨ ਲਈ ਸਾਵਧਨੀ ਤੇ ਸੰਜਮ ਸਹਿਤ ਕੇਵਲ ਆਪਣੀ ਵਿਆਖਿਆ ਵਿੱਚ ਕੁਝ ਖੁਲ ਵਰਤ ਸਕਦੇ ਹਨ । ਉਕਤ ਦੇ ਪੱਖ ਵਿੱਚ ਹੇਠ ਲਿਖੇ ਕੁਝ ਪਾਠ ਭੇਦ ਵੀਚਾਰਨ ਯੋਗ ਹਨ :-

ਜਪੁਜੀ ਸਾਹਿਬ	ਸੋ ਦਰੁ ਰਹਿਰਾਸ
ਗਾਵਹਿ ਇੰਦ ਇਦਾਸਣਿ ਬੈਠ	ਗਾਵਨਿ ਤੁਧਨੋ ਇੰਦ੍ਰ ਇੰਦ੍ਰਾਸਣਿ ਬੈਠੇ
ਹੁਕਮੁ ਨ ਕਰਣਾ ਜਾਈ	ਫਿਰ ਹੁਕਮੁ ਨ ਕਰਣਾ ਜਾਈ
ਸੋ ਪਾਤਿਸਾਹੁ ਸਾਹਾ ਪਾਤਿਸਾਹਿਬੁ	ਸੋ ਪਾਤਿਸਾਹੁ ਸਾਹਾ ਪਤਿ ਸਾਹਿਬੁ

ਨੋਟ:-੨ ਕੇਨ ਉਪਨਿਸ਼ਦ ਦੇ ਤੀਜੇ ਖੰਡ ਇਕ ਕਥਾ ਆਉਂਦੀ ਹੈ ਕਿ ਦੇਵਤੇ ਦਾਨਵਾਂ ਤੇ ਜਿਤ ਪ੍ਰਾਪਤ ਕਰਨ ਉਪ੍ਰੰਤ ਅਭਿਮਾਨੀ ਹੋ ਗਏ, ਤਾਂ ਦੇਵਤਿਆਂ ਦਾ ਅਭਿਮਾਨ ਉਤਾਰਨ ਲਈ, ਬ੍ਰਹਮ ਇਕ ਯਕਸ਼ ਭਾਵ ਬਜੁਰਗ ਦੇ ਰੂਪ ਵਿੱਚ ਪ੍ਰਗਟ ਹੋਕੇ ਦੇਵਤਿਆਂ ਦੇ ਸਾਹਮਣੇ ਕੁਝ ਦੂਰੀ ਤੇ ਆਣ ਖੜ੍ਹਾ ਹੋਇਆ । ਉਸਨੂੰ ਦੇਖਕੇ ਦੇਵ ਆਖਣ ਲੱਗੇ ਕਿ ਇਹ ਚਮਕ ਦਮਕ ਤੇ ਰੋਹਬ ਵਾਲਾ ਬਜੁਰਗ ਕੌਣ ਹੈ ? ਪਤਾ ਕੀਤਾ ਜਾਵੇ ਇਹ ਕੌਣ ਹੈ ? ਸਲਾਹ ਉਪ੍ਰੰਤ

ਪਤਾ ਕਰਨ ਲਈ ਪਹਿਲਾਂ ਅਗਨ ਦੇਵਤੇ ਨੂੰ ਭੇਜਿਆ ਗਿਆ । ਅਗਨ ਦੇਵ ਨੂੰ ਨਜ਼ਦੀਕ ਆਇਆ ਦੇਖਕੇ, ਯਕਸ਼ ਨੇ ਪਹਿਲਾਂ ਹੀ ਸਵਾਲ ਕਰ ਦਿੱਤਾ ਕਿ ਤੂੰ ਕੌਣ ਹੈਂ ? ਅਗਨ ਦੇਵ ਕਿਹਾ ਮੈਂ ਜੀ ! ਅਗਨ ਦੇਵਤਾ । ਯਕਸ਼ ਨੇ ਫਿਰ ਪੁਛਿਆ ਕਿ ਤੇਰੇ ਵਿੱਚ ਕੀ ਸ਼ਕਤੀ ਹੈ ? ਤਾਂ ਅਗਨ ਦੇਵ ਨੇ ਕਿਹਾ ਮੈਂ ਜੀ ! ਸਭ ਕਾਸੇ ਨੂੰ ਜ਼ਲ਼ਾ ਸਕਦਾ ਹਾਂ । ਤਾਂ ਯਕਸ਼ ਨੇ ਇੱਕ ਤਿਨਕਾ ਸੁਟ ਕੇ ਕਿਹਾ ਕਿ ਇਸ ਤਿਣਕੇ ਨੂੰ ਜ਼ਲ਼ਾ ਕੇ ਦਿਖਾ । ਅਗਨ ਦੇਵ ਨੇ ਆਪਣੀ ਪੂਰੀ ਵਾਹ ਲਾਈ ਪਰ ਉਹ ਤਿਣਕਾ ਨਾ ਜ਼ਲ਼ਾ ਸਕਿਆ ਤੇ ਸ਼ਰਮਿੰਦਾ ਹੋ ਕੇ ਵਾਪਸ ਚਲਾ ਗਿਆ ਤੇ ਸਾਥੀ ਦੇਵਤਿਆਂ ਨੂੰ ਕਹਿਣ ਲੱਗਾ ਕਿ ਮੈਂ ਉਸ ਯਕਸ਼ ਨੂੰ ਨਹੀਂ ਜਾਣ ਸਕਿਆ ! ਕਿ ਉਹ ਕੌਣ ਹੈ ? ਫਿਰ ਸਲਾਹ ਮਸ਼ਵਰੇ ਉਪ੍ਰੰਤ ਪਵਨ ਦੇਵਤੇ ਨੂੰ ਭੇਜਿਆ ਗਿਆ । ਯਕਸ਼ ਨੇ ਫਿਰ ਉਹੀ ਸਵਾਲ ਪਵਨ ਦੇਵ ਨੂੰ ਕੀਤਾ ਕਿ ਤੂੰ ਕੌਣ ਹੈਂ ? ਉਸਨੇ ਕਿਹਾ ਮੈਂ ਜੀ ! ਪਵਨ ਦੇਵਤਾ ਹਾਂ ਤੇ ਸਭ ਕਾਸੇ ਨੂੰ ਉਡਾ ਸਕਦਾ ਹਾਂ । ਤਾਂ ਯਕਸ਼ ਨੇ ਉਹੀ ਤਿਣਕਾ ਪਵਨ ਦੇਵ ਅੱਗੇ ਸੁਟਿਆ ਤੇ ਕਿਹਾ ਕਿ ਇਸ ਨੂੰ ਉਡਾ ਕੇ ਦਿਖਾ । ਪਰ ਉਹ ਵੀ ਤਿਣਕੇ ਨੂੰ ਉਡਾ ਨਾ ਸਕਿਆ ਤੇ ਲਜਾਵਾਨ ਹੋਕੇ ਵਾਪਸ ਚਲਾ ਗਿਆ ਤੇ ਕਹਿਣ ਲੱਗਾ ਕਿ ਉਹ ਨਹੀਂ ਜਾਣ ਸਕਿਆ ਕਿ ਉਹ ਯਕਸ਼ ਕੌਣ ਹੈ ? ਫਿਰ ਇੰਦਰ ਦੇਵ ਨੂੰ ਭੇਜਿਆ ਗਿਆ । ਪਰ ਇਤਨੀ ਦੇਰ ਤੱਕ ਯਕਸ਼ ਉਥੋਂ ਅਲੋਪ ਹੋ ਗਿਆ । ਇੰਦਰ ਨੇ ਉਸਨੂੰ ਆਲ਼ੇ ਦੁਆਲ਼ੇ ਦੇਖਿਆ ਪਰ ਉਹ ਨਾ ਦਿਸਿਆ ਤੇ ਫਿਰ ਉਸਨੇ ਆਕਾਸ਼ ਵੱਲ ਦੇਖਿਆ ਤਾਂ ਉਸ ਨੂੰ ਆਕਾਸ਼ ਵਿੱਚ ਇੱਕ ਦੇਵੀ ਦਿਸੀ ਤੇ ਉਸ ਦੇਵੀ ਨੇ ਇੰਦਰ ਨੂੰ ਦੱਸਿਆ ਕਿ ਉਹ ਯਕਸ਼ ਤਾਂ ਬ੍ਰਹਮ (ਪਰਮਈਸ਼ਰ) ਸੀ ਜਿਸਦੇ ਪ੍ਰਤਾਪ ਕਰਕੇ ਤੁਹਾਡੀ ਦਾਨਵਾਂ ਤੇ ਜਿੱਤ ਹੋਈ ਸੀ ਤੇ ਤੁਹਾਡਾ ਤੇਜ ਵਧਿਆ ਹੈ । ਇਹ ਸੁਣਕੇ ਉਹ ਬ੍ਰਹਮ (ਪਰਮਈਸ਼ਰ) ਪ੍ਰਤੀ ਸ਼ਰਧਾਵਾਨ ਹੋ ਕੇ ਉਸ ਬ੍ਰਹਮ ਨੂੰ ਨਮਸ਼ਕਾਰ ਕਰਨ ਲੱਗੇ ਤੇ ਉਨ੍ਹਾਂ ਦਾ ਅਭਿਮਾਨ ਦੂਰ ਹੋ ਗਿਆ ਤੇ ਸਮਝ ਗਏ ਕਿ ਸਭ ਸ਼ਕਤੀ ਬ੍ਰਹਮ ਪਾਸ ਹੀ ਹੈ । ਗੁਰੂ ਨਾਨਕ ਜੀ ਵੀ ਕਥਨ ਕਰ ਰਹੇ ਹਨ ਕਿ ਮਾਨੋ ਇਹ ਪਵਨ, ਪਾਣੀ, ਬੈਸੰਤਰ ਅਤੇ ਇੰਦਰ ਆਦਿ ਦੇਵਤੇ ਉਸ ਸੱਚੇ ਸਾਹਿਬ (ਬ੍ਰਹਮ) ਦੇ ਦਰ ਤੇ ਖੜ੍ਹੇ ਉਸੇ ਦਾ ਹੀ ਜਸ ਗਾ ਰਹੇ ਹਨ ਅਤੇ ਇਹ ਸਭ ਉਸਦੇ ਹੁਕਮ ਅੰਦਰ ਹੀ ਕਾਰ ਕਮਾ ਰਹੇ ਹਨ।

ਅਰਥ

੧. ਹੇ ਸਚੇ ਸਾਹਿਬ ! ਤੇਰਾ ਉਹ ਘਰ ਤੇ ਦਰ (ਮਹਿਲ ਦੁਆਰ) ਕੇਹੋ ਜੇਹਾ ਹੈ ? ਜਿਥੇ ਬੈਠ ਕੇ ਤੂੰ ਸਾਰੀ ਸ੍ਰਿਸ਼ਟੀ ਦੀ ਸੰਭਾਲ ਕਰਦਾ ਹੈਂ ।

੨. ਤੇਰੇ ਦਰ ਤੇ ਅਨੇਕਾਂ ਹੀ ਸਾਜਾਂ ਦੀਆਂ ਬੇਅੰਤ ਨਾਦ ਧੁਨਾਂ ਹੋ ਰਹੀਆਂ ਹਨ ਤੇ ਕਿਤਨੇ ਉਨਾਂ ਸਾਜਾਂ ਨੂੰ ਵਜਾਉਣ ਵਾਲੇ ਹਨ ।

੩. ਕਿਤਨੇ ਹੀ ਰਾਗ ਤੇ ਰਾਗਣੀਆਂ ਹਨ ਤੇ ਕਿਤਨੇ ਹੀ ਇਨਾਂ ਰਾਗਾਂ ਤੇ ਰਾਗਣੀਆਂ

ਦੁਆਰਾ ਤੇਰਾ ਜਸ ਗਾਉਣ ਵਾਲੇ ਹਨ ।

੪. ਤੇਰੇ ਦਰ ਤੇ ਖੜ੍ਹੇ ਪਉਣ ਪਾਣੀ ਤੇ ਬੈਸੰਤਰ (ਅਗਨੀ) ਆਦਿ ਦੇਵਤੇ ਅਤੇ ਧਰਮ ਰਾਜਾ ਤੇਰਾ ਜਸ ਗਾਇਨ ਕਰ ਰਹੇ ਹਨ ।

੫. ਧਰਮ ਰਾਜਾ, ਜਿਹੜਾ ਚਿਤ੍ਰ ਗੁਪਤਾਂ ਦੁਆਰਾ ਜੀਵਾਂ ਦੇ ਕਰਮਾਂ ਦੇ ਲਿਖੇ ਲੇਖੇ ਨੂੰ ਵੀਚਾਰ ਕੇ ਜੀਵਾਂ ਨਾਲ ਇਨਸਾਫ ਕਰਦਾ ਹੈ, ਵੀ ਤੇਰਾ ਜਸ ਗਾ ਰਿਹਾ ਹੈ ਅਤੇ ਉਹ ਲੇਖਾ ਲਿਖਣ ਵਾਲੇ ਚਿਤ੍ਰ ਗੁਪਤ ਵੀ ਤੇਰੇ ਦਰ ਤੇ ਖੜ੍ਹੇ ਤੇਰਾ ਜਸ ਗਾ ਰਹੇ ਹਨ ।

੬. ਆਪਦੇ ਸਵਾਰੇ ਹੋਏ ਭਾਵ ਜਿਨਾਂ ਨੂੰ ਬਹੁਤੇ ਲੋਕ ਪੂਜਦੇ ਹਨ ਇਹ ਸ਼ਿਵਜੀ, ਬ੍ਰਹਮਾ ਤੇ ਦੇਵੀ ਇਤਿਆਦਿਕ ਸਭ ਤੇਰਾ ਹੀ ਜਸ ਗਾਇਨ ਕਰਦੇ ਹਨ । ਭਾਵ ਤੂੰ ਇਹਨਾਂ ਪੂਜਣਯੋਗਾਂ ਦਾ ਵੀ ਪਰਮ ਪੂਜਯ ਹੈਂ ।

੭. ਸੁਰਗ ਦੀ ਰਾਜ ਗੱਦੀ ਤੇ ਬੈਠਣ ਵਾਲਾ ਰਾਜਾ ਇੰਦਰ ਵੀ ਆਪਣੇ ਦੇਵਤਿਆਂ ਸਮੇਤ ਤੇਰੇ ਦਰ ਤੇ ਖੜ੍ਹਾ ਤੇਰਾ ਜਸ ਗਾ ਰਿਹਾ ਹੈ ।

੮. ਸਿਧ ਪੁਰਸ਼ ਆਪਣੀ ਸਮਾਧੀ ਅੰਦਰ ਤੇਰਾ ਚਿੰਤਨ ਕਰ ਰਹੇ ਹਨ ਤੇ ਵਿਚਾਰੇ ਸਾਧ ਫਕੀਰ ਵੀ ਤੇਰਾ ਹੀ ਜਸ ਗਾਇਨ ਕਰਦੇ ਹਨ ।

੯. ਇਹ ਜਤੀ ਸਤੀ ਤੇ ਸੰਤੋਖੀ ਪੁਰਸ਼ ਅਤੇ ਬੜੇ ਹਠੀਲੇ ਸੂਰਵੀਰ ਵੀ ਤੇਰੇ ਦਰ ਤੇ ਖੜ੍ਹੇ ਤੇਰਾ ਹੀ ਜਸ ਗਾ ਰਹੇ ਹਨ ।

੧੦. ਇਹ ਵੇਦਾਂ ਸ਼ਾਸਤ੍ਰਾਂ ਦੇ ਪੜ੍ਹਨ ਵਾਲੇ ਪੰਡਿਤ ਲੋਕ ਅਤੇ ਵੇਦ ਮੰਤ੍ਰਾਂ ਦੇ ਗਿਆਤਾ (ਵੇਦ ਵਿਆਸ ਵਰਗੇ) ਰਿਖੀਵਰ ਚਾਰੇ ਜੁਗਾਂ ਲਈ ਸਥਾਪਤ ਚਾਰੇ ਵੇਦਾਂ ਦੇ ਮੰਤ੍ਰਾਂ ਦੁਆਰਾ ਤੇਰਾ ਹੀ ਜਸ ਗਾਇਨ ਕਰ ਰਹੇ ਹਨ ।

੧੧. ਤ੍ਰਿਲੋਕੀ ਦੀਆਂ ਮਨ ਨੂੰ ਮੋਹ ਲੈਣ ਵਾਲੀਆਂ ਇਸਤ੍ਰੀਆਂ ਵੀ ਤੇਰਾ ਹੀ ਜਸ ਗਾਇਨ ਕਰਦੀਆਂ ਹਨ ਭਾਵ ਉਨਾਂ ਦੀ ਮਨ ਮੋਹਕ ਸੁੰਦਰਤਾ ਵਿੱਚੋਂ ਸਾਜਣਹਾਰ ਦਾ ਹੀ ਜਸ ਪ੍ਰਗਟ ਹੁੰਦਾ ਹੈ ।

੧੨. ਇਹ ਅਠਾਹਟ ਤੀਰਥ ਅਤੇ ਤੇਰੇ ਸਾਜੇ ਹੋਏ ਰਤਨ (ਹੀਰਾ ਮੋਤੀ ਆਦਿ ਨੌਂ ਰਤਨ ਅਤੇ ਸਮੁੰਦਰ ਰਿੜਕਣ ਉਪ੍ਰੰਤ ਨਿਕਲੇ ਕਾਮਧੇਨ ਤੇ ਕਲਪ ਬ੍ਰਿਛ ਆਦਿ ਚੌਦਾਂ ਰਤਨ) ਭੀ ਤੇਰਾ ਹੀ ਜਸ ਗਾਇਨ ਕਰਦੇ ਹਨ ।

੧੩. ਇਹ ਚਾਰੇ ਖਾਣੀਆਂ (ਅੰਡਜ, ਜੇਰਜ, ਸੇਤਜ ਤੇ ਉਤਭੁਜ) ਅਤੇ ਯੋਧੇ ਤੇ ਮਹਾਂਬਲੀ

ਸੂਰਮੇਂ ਵੀ ਸਭ ਤੇਰਾ ਹੀ ਜਸ ਗਾਇਨ ਕਰ ਰਹੇ ਹਨ ।

੧੪. ਤੇਰੇ ਸਾਜੇ ਹੋਏ ਇਹ ਸਭ ਨੌਂ ਖੰਡ ਪ੍ਰਿਥਵੀ, ਸੂਰਜ ਮੰਡਲ ਤੇ ਬਾਕੀ ਸਾਰਾ ਬ੍ਰਹਮੰਡ ਜੋ ਤੇਰੇ ਸਹਾਰੇ ਖੜੇ ਹਨ, ਇਹ ਵੀ ਸਭ ਤੇਰਾ ਹੀ ਜਸ ਗਾਇਨ ਕਰ ਰਹੇ ਹਨ ।

੧੫. ਅਸਲ ਵਿੱਚ ਸੋਈ ਜਨ ਖਾਸ ਕਰਕੇ ਤੇਰਾ ਜਸ ਗਾਇਨ ਕਰਦੇ ਹਨ ਜੋ ਤੈਨੂੰ ਭਾਉਂਦੇ (ਚੰਗੇ ਲਗਦੇ) ਹਨ । ਏਹ ਤੈਨੂੰ ਭਾਉਣ ਵਾਲੇ ਭਗਤਿ ਲੋਕ ਵੀ ਤੇਰੀ ਭਗਤੀ ਦੇ ਰਸ ਵਿੱਚ ਗੜੂੰਦ ਹੋਏ ਤੇਰਾ ਜਸ ਕਰਨ ਵਿੱਚ ਲਗੇ ਹੋਏ ਹਨ ।

੧੬. ਗੁਰੂ ਨਾਨਕ ਸਾਹਿਬ ਕਹਿੰਦੇ ਹਨ ਕਿ ਹੋਰ ਕਿਤਨੇ ਹੀ ਤੇਰਾ ਜਸ ਗਾਇਨ ਕਰਨ ਵਿੱਚ ਲਗੇ ਹੋਏ ਹਨ ਜਿੰਨਾਂ ਦੀ ਗਿਣਤੀ ਮੈਂਨੂੰ ਯਾਦ ਨਹੀਂ ਆ ਰਹੀ, ਮੈਂ ਉਨਾਂ ਨੂੰ ਕਿਵੇਂ ਗਿਣਤੀ ਵਿੱਚ ਲਿਆਵਾਂ ਤੇ ਕਿਵੇਂ ਉਨ੍ਹਾਂ ਬਾਰੇ ਵੀਚਾਰ ਦਸਾਂ !

੧੭. ਗੁਰੂ ਸਾਹਿਬ ਦਸਦੇ ਹਨ ਕਿ ਅਸਲ ਵਿੱਚ ਸੋਈ, ਉਹ ਸਦਾ ਥਿਰ ਰਹਿਣ ਵਾਲਾ ਸਚਾ ਸਾਹਿਬ ਹੈ ਤੇ ਉਸਦੀ ਵਡਿਆਈ ਵੀ ਸੱਚੀ ਹੈ ।

੧੮. ਉਹ ਸਚਾ ਸਾਹਿਬ ਜਿਸਨੇ ਇਹ ਸ੍ਰਿਸ਼ਟੀ ਦੀ ਰਚਨਾ ਰਚੀ ਹੈ ਉਹ ਸਦਾ ਹੀ ਸਤਿ ਹੈ ਤੇ ਇਸ ਰਚਨਾ ਦੇ ਨਸ਼ਟ ਹੋਣ ਉਪ੍ਰੰਤ ਵੀ ਉਹ ਆਪ ਨਹੀਂ ਮਰਦਾ ਤੇ ਸਦਾ ਸਲਾਮਤ ਰਹਿੰਦਾ ਹੈ ਭਾਵ ਉਸਦੀ ਹੋਂਦ ਤ੍ਰੈਕਾਲ ਸਤਿ ਹੈ । **ਜਿਵੇਂ**:-ਅੱਜ ਅਸੀਂ ਖੁਗੋਲ ਵਿਗਿਆਨ ਦੀ ਸੋਝੀ ਕਰਕੇ ਇਹ ਵੀ ਜਾਣਦੇ ਹਾਂ ਕਿ ਸਾਡਾ ਸੂਰਜ ਜੋ ਆਪਣੀ ਲਗਪਗ ਅੱਧੀ ਉਮਰ ਭੋਗ ਚੁਕਿਆ ਹੈ ਜਦ ਮਰੇਗਾ ਇਸਦੇ ਸੌਰਮੰਡਲ ਸਮੇਤ ਸਾਡੀ ਧਰਤੀ ਦਾ ਸਾਰਾ ਜੀਵਣ ਨਸ਼ਟ ਹੋ ਜਾਵੇਗਾ । ਪਰ ਹੋਰ ਬ੍ਰਹਮੰਡਾਂ ਸੌਰ ਮੰਡਲਾ ਅਤੇ ਉਨ੍ਹਾਂ ਵਿੱਚ ਗ੍ਰਹਾਂ ਦੀ ਰਚਨਾ ਆਪਣੀ ਆਪਣੀ ਆਰਜਾ ਤਕ ਕਾਇਮ ਰਹੇਗੀ । ਉਂਞ ਗੁਰੂ ਸਾਹਿਬ ਦਾ ਭਾਵ ਹੈ ਕਿ ਜੇ ਕਰ ਸਾਰੀ ਦੀ ਸਾਰੀ ਜਗਤ ਰਚਨਾ ਵੀ ਖਤਮ ਹੋ ਜਾਵੇ ਤਾਂ ਵੀ ਕਰਤਾ ਪੁਰਖ ਆਪਣੇ ਨਿਰਗੁਣ (ਏਕੰਕਾਰ) ਸਰੂਪ ਵਿੱਚ ਸਦਾ ਹੀ ਸਲਾਮਤ ਰਹੇਗਾ ।

੧੯. ਉਸ ਕਰਤਾ ਪੁਰਖ ਨੇ ਅਨੇਕਾਂ ਰੰਗਾਂ (ਲਾਲ ਪੀਲੇ ਆਦਿ) ਦੀ ਤੇ ਅਨੇਕਾਂ ਭਾਂਤ (ਜੜ੍ਹ ਚੇਤਨ ਪ੍ਰਕਾਰ) ਦੀ ਜਿਨਸੀ (ਜੀਵ ਜਾਤੀਆਂ) ਵਾਲੀ ਮਾਇਆ ਭਾਵ ਤ੍ਰੈਗੁਣੀ ਰਚਨਾ ਸਾਜ ਦਿੱਤੀ ਹੈ ।

੨੦. ਉਹ ਸਚਾ ਸਹਿਬ ਅਸਲ ਵਿੱਚ ਚੋਜ ਹੀ ਕਰ ਕਰ ਵੇਖ ਰਿਹਾ ਹੈ ਜਿਵੇਂ ਉਸਦੀ ਵਡਿਆਈ ਭਾਵ ਇੱਛਾ ਹੋਵੇ, ਰਜ਼ਾ ਹੋਵੇ ।

੨੧. ਜੋ ਉਸ ਸਚੇ ਸਾਹਿਬ ਨੂੰ ਭਾਉਂਦਾ ਹੈ ਉਹੀ ਉਹ ਕਰਦਾ ਹੈ । ਉਸਨੂੰ ਕੋਈ ਹੁਕਮ ਨਹੀਂ ਕੀਤਾ ਜਾ ਸਕਦਾ ਕਿ ਹੇ ਸਾਹਿਬ ! ਇੰਝ ਨਹੀਂ ਇੰਝ ਕਰ !! **ਯਥਾ**:- "**ਸਾਹਿਬ ਸੇਤੀ ਹੁਕਮੁ ਨ ਚਲੈ ਕਹੀ ਬਣੈ ਅਰਦਾਸਿ** ॥ (ਮ:੨ ਵਾਰ ਆਸਾ-੨੨ ਪੰ:੪੭੪)॥ ।

੨੨. ਗੁਰੂ ਨਾਨਕ ਸਾਹਿਬ ਦਸਦੇ ਹਨ ਕਿ ਉਹ ਤਾਂ ਪਾਤਸ਼ਾਂਹਾਂ ਦਾ ਵੀ ਪਾਤਸ਼ਾਹ (ਹੁਕਮ ਚਲਾਉਣ ਵਾਲਿਆਂ ਤੇ ਵੀ ਹੁਕਮ ਚਲਾਉਣ ਵਾਲਾ) ਹੈ । ਇਸ ਲਈ ਉਸਦੀ ਰਜ਼ਾ ਵਿੱਚ ਹੀ ਰਹਿਣਾ ਉਚਿਤ (ਠੀਕ) ਹੈ ॥ ੨੭ ॥

ਮੂਲ

੧ **ਮੁੰਦਾ ਸੰਤੋਖੁ ਸਰਮੁ ਪਤੁ ਝੋਲੀ ਧਿਆਨ ਕੀ ਕਰਹਿ ਬਿਭੂਤਿ ॥**
੨ **ਖਿੰਥਾ ਕਾਲੁ ਕੁਆਰੀ ਕਾਇਆ ਜੁਗਤਿ ਡੰਡਾ ਪਰਤੀਤਿ ॥**
੩ **ਆਈ ਪੰਥੀ ਸਗਲ ਜਮਾਤੀ ਮਨਿ ਜੀਤੈ ਜਗੁ ਜੀਤੁ ॥**
੪ **ਆਦੇਸੁ ਤਿਸੈ ਆਦੇਸੁ ॥**
੫ **ਆਦਿ ਅਨੀਲੁ ਅਨਾਦਿ ਅਨਾਹਤਿ ਜੁਗੁ ਜੁਗੁ ਏਕੋ ਵੇਸੁ॥੨੮॥**

ਪਦ ਅਰਥ

ਮੁੰਦਾ = ਮੁੰਦਰਾਂ, ਜੋਗੀ ਕੰਨਾਂ ਵਿੱਚ ਬਿਲੌਰੀ ਪਥਰ ਜਾਂ ਕਚ ਦੀਆਂ ਮੁੰਦਰਾਂ ਪਾਉਂਦੇ ਹਨ । **ਸੰਤੋਖੁ** = ਸਬਰ,ਪ੍ਰਾਪਤ ਵਸਤੂ ਵਿੱਚ ਹੀ ਸੰਤੁਟਤ ਰਹਿਣਾ, ਲਾਲਸਾ ਰਹਿਤ ।**ਯਥਾ:-ਬਿਨਾ ਸੰਤੋਖ ਨਹੀ ਕੋਊ ਰਾਜੈ** (ਸੁਖਮਨੀ) । **ਸਰਮੁ** = ਸ਼ਰਮ, ਲੱਜਾ, ਹਿਆ, ਬੁਰੇ ਕਰਮ ਤੋਂ ਸੰਕੋਚ, ਆਪ ਤੋਂ ਵੱਡੇ ਦਾ ਅਦਬ, (ਸਰਮ ਤੇ ਸ੍ਰਮ ਪਦਾਂ ਦੇ ਅਰਥ ਭੇਦ ਨੂੰ ਸਮਝਣ ਲਈ ਅੱਗੇ ੩੬ਵੀਂ ਪਉੜੀ ਵਿੱਚ ਸਰਮ ਦੇ ਅਰਥ ਦੇਖੋ)। **ਪਤੁ** = ਖਪਰ, ਚਿੱਪੀ, ਭਿਖਿਆ ਮੰਗਨ ਵਾਲਾ ਭਾਂਡਾ । **ਝੋਲੀ** = ਭਿਛਿਆ ਪਾਉਣ ਵਾਲੀ ਬਗਲੀ । **ਖਿੰਥਾ** = ਖਫਣੀ, ਟਾਕੀਆਂ ਜੋੜਕੇ ਬਣਾਈ ਗੋਦੜੀ । **ਆਈ ਪੰਥੀ** = ਜੋਗੀਆਂ ਦੇ ੧੨ ਫਿਰਕਿਆਂ ਵਿੱਚੋਂ ਸਭ ਤੋਂ ਵੱਡਾ ਤੇ ਮਸ਼ਹੂਰ ਫਿਰਕਾ ਆਈ ਪੰਥੀਆਂ ਦਾ ਹੈ ; ਆਈ ਪੰਥ ਨਾਲ ਸੰਬੰਧ ਰਖਣ ਵਾਲਾ ; ਜੋਗੀਆਂ ਦਾ ਪੰਥ ਜਿਸਦੇ ਨਾਮ ਦਾ ਅੰਤ '-ਆਈ' ਸਬਦ ਧੁਨ ਨਾਲ ਹੁੰਦਾ ਹੈ - ਜਵਿੰ 'ਬਾਲਗੁੰਦਾਈ' । ਜਮਾਤੀ = ਇਕੋ ਜਮਾਤ, ਸਮਾਜ, ਸ੍ਰੇਣੀ, ਕਲਾਸ ਦੇ ਸਾਥੀ ; ਹਮਜਮਾਤੀ । **ਅਨੀਲੁ** = ਰੰਗ ਰਹਿਤ, ਜੋ ਜੋਗੀਆਂ ਦੇ ਆਦਿ ਨਾਥ ਸ਼ਿਵਜੀ ਵਾਂਗ ਨੀਲਕੰਠ ਨਹੀਂ ; ਗਿਣਤੀ ਰਹਿਤ, ਲੇਖੇ ਤੋਂ ਬਾਹਰ, ਬੇਸ਼ੁਮਾਰ । **ਅਨਾਹਤਿ** = ਨਾਸ ਰਹਿਤ, ਅਬਿਨਾਸੀ । ਵੇਸੁ = ਭੇਸ, ਸਰੂਪ, ਪਹਿਰਾਵਾ । **ਜਗੁ ਜੀਤੁ** = ਜੋਗੀ ਬਹਿਸਾਂ ਕਰਾਮਾਤਾਂ ਨਾਲ ਜਗਤ ਦੇ ਦੂਜੇ ਜੋਗੀਆਂ ਤੇ ਧਾਰਮਿਕ ਵਿਅਕਤੀਆਂ ਨੂੰ ਜਿਤਣ ਦਾ ਹਮੇਸ਼ਾ ਖਿਆਲ (ਸੰਕਲਪ) ਰਖਦੇ ਹਨ । **ਆਦੇਸੁ** = ਇਹ ਯੋਗ ਮਤ ਵਾਲੇ ਅਪਸ ਵਿੱਚ ਮਿਲਣ ਵੇਲੇ "ਆਦੇਸੁ ਆਦੇਸੁ" ਸ਼ਬਦ ਉਚਾਰਨ ਕਰਦੇ ਹਨ ਜਿਵੇਂ ਹਿੰਦੂ ਲੋਕ ਆਪਸੀ ਮੇਲ ਸਮੇਂ 'ਰਾਮ ਰਾਮ' ਅਤੇ ਅਸੀਂ ਸਿੱਖ 'ਸਤਿ ਸ੍ਰੀ ਅਕਾਲ' ਆਖਦੇ ਹਾਂ

ਜਾਂ ਵਾਹਿਗੁਰੂ ਜੀ ਕਾ ਖਾਲਸਾ ਵਾਹਿਗੁਰੂ ਜੀ ਕੀ ਫਤਹਿ ਗਜਾਉਂਦੇ ਹਾਂ ; ਆਦਰ ਬੋਧਕ ਨਮਸਕਾਰ ।

ਨੋਟ:- ਗੁਰੂ ਨਾਨਕ ਸਾਹਿਬ ਜੀ ਦੇ ਸਮੇਂ ਨਾਥ ਜੋਗੀਆਂ ਦਾ ਦੇਸ਼ ਵਿੱਚ ਖਾਸ ਕਰਕੇ ਪੰਜਾਬ ਵਿੱਚ ਬਹੁਤ ਪ੍ਰਭਾਵ ਸੀ । ਗੁਰੂ ਜੀ ਆਪਣੇ ਪ੍ਰਚਾਰ ਦੇ ਨਵੇਕਲੇ ਢੰਗ ਤਰੀਕੇ ਨਾਲ ਉਨਾਂ ਜੋਗੀਆਂ ਪ੍ਰਤੀ ਜੋਗ ਮੱਤ ਦੇ ਰੂਪਕ ਵਰਤਕੇ ਉਨਾਂ ਨੂੰ ਉਪਦੇਸ਼ ਕਰਦੇ ਹਨ । ਇਨਾਂ ਚਾਰਾਂ ਪਉੜੀਆਂ ਵਿੱਚ ਲਗਪਗ ਜੋਗ ਮਾਰਗ ਦੇ ਕੁਝ ਚੋਂਣਵੇਂ ਰਸਮਾਂ ਰਿਵਾਜਾਂ ਤੇ ਬੰਦਗੀ ਦੇ ਤਰੀਕਿਆਂ ਦਾ ਵਰਨਣ ਕਰਕੇ ਉਪਦੇਸ਼ ਕੀਤਾ ਹੈ ਤਾਂ ਕਿ ਸਾਧਕ ਜੋਗ ਮੱਤ ਦੇ ਵਹਿਮਾਂ ਭਰਮਾਂ ਤੇ ਭੁਲੇਖਿਆਂ ਨੂੰ ਸਮਝ ਸਕੇ । ਜੋਗ ਮੱਤ ਬਾਰੇ ਸੰਖੇਪ ਵਿੱਚ ਇਹ ਵੀਚਾਰ ਹੈ ਕਿ ਸਿਧ ਮੱਤ ਤੇ ਸੈਵ ਮੱਤ ਦੀਆਂ ਵਿਚਾਰ ਧਾਰਾਵਾਂ ਵਿੱਚੋਂ ਹੀ ਜੋਗ ਮੱਤ (ਨਾਥ ਮੱਤ) ਦਾ ਜਨਮ ਹੋਇਆ ਹੈ । ਪਹਿਲੇ ਸਮਿਆਂ ਵਿੱਚ ਕਿਤੇ ਕਿਤੇ ਨਾਥਾਂ ਨੂੰ ਸਿਧ ਮੰਨਿਆ ਜਾਂਦਾ ਸੀ । ਇਸੇ ਕਰਕੇ ਗੋਰਖ ਨਾਥ ਨੂੰ ਨੌਂ ਨਾਥਾਂ ਅਤੇ ਚੌਰਾਸੀ ਸਿਧਾਂ ਵਿੱਚ ਵੀ ਗਿਣਿਆ ਜਾਂਦਾ ਹੈ । ਸੈਵ ਮੱਤ ਦੇ ਪ੍ਰਭਾਵ ਕਰਕੇ ਹੀ ਨਾਥ ਮੱਤ ਵਾਲੇ ਸ਼ਿਵਜੀ (ਮਹਾਂਦੇਵ) ਨੂੰ ਆਦਿ ਨਾਥ ਕਰਕੇ ਮੰਨਦੇ ਹਨ ਅਤੇ ਨਾਥ ਮੱਤ ਨੇ ਸੈਵ ਮੱਤ ਦਾ ਬਾਹਰੀ ਭੇਸ (ਭੇਖ) ਲਗਪਗ ਉਸੇ ਤਰਾਂ ਅਪਣਾਅ ਲਿਆ ਜਿਵੇਂ ਕਿ ਕੰਨਾਂ ਵਿੱਚ ਮੁੰਦਰਾਂ, ਖਿੰਥਾ, ਖਪਰ, ਸਿੰਙੀ, ਬਿਭੂਤ ਤੇ ਡੰਡਾ (ਸੋਟਾ) ਆਦਿ । ਇਹ ਜੋਗ ਮੱਤ ਵਾਲੇ ਆਦਿ ਨਾਥ (ਸ਼ਿਵਜੀ) ਦੀ ਆੜ ਹੇਠਾਂ ਮਾਸ, ਭੰਗ ਤੇ ਚਰਸ ਆਮ ਵਰਤਦੇ ਹਨ । ਆਮ ਕਰਕੇ ਮੜੀਆਂ ਮਸਾਣਾਂ ਵਿੱਚ ਵਾਸ ਕਰਨ ਨੂੰ ਮੁਖ ਰਖਦੇ ਹਨ । ਇਥੇ ਇਹ ਸਮਝ ਲੈਣਾ ਵੀ ਜਰੂਰੀ ਹੈ ਕਿ ਪਾਤੰਜਲ ਦਾ ਯੋਗ ਮੱਤ ਨਾਥ ਜੋਗੀਆਂ ਵਾਲੇ ਜੋਗ ਮੱਤ ਤੋਂ ਬਹੁਤ ਭਿੰਨ ਹੈ । ਪਾਤੰਜਲ ਦਾ ਯੋਗ ਮੱਤ ਬੁਧ ਮੱਤ ਦੇ ਸਮੇਂ ਤੋਂ ਪਹਿਲਾਂ ਦਾ ਹੈ ਅਤੇ ਨਾਥਾਂ ਜੋਗੀਆਂ ਵਾਲਾ ਬੁਧ ਮੱਤ ਤੋਂ ਕਈ ਸਦੀਆਂ ਬਾਅਦ ਦਾ ਹੈ । ਜੋਗ ਦੇ ਅੱਠ ਅੰਗ ਪਾਤੰਜਲ ਦੇ ਯੋਗ ਮੱਤ ਨਾਲ ਸੰਬੰਧਤ ਹਨ । ਪਤੰਜਲ ਰਿਖ਼ੀ ਦੇ ਇਸ ਯੋਗ ਸ਼ਾਸਤ੍ਰ ਦੀ ਗਿਣਤੀ ਛਿਅ ਸ਼ਾਸਤ੍ਰਾਂ (ਖਟ ਦਰਸ਼ਨਾਂ) ਵਿੱਚ ਹੁੰਦੀ ਹੈ । ਯੋਗ ਮੱਤ ਦੇ ਫਲਸਫੇ ਬਾਰੇ ਜਿਵੇਂ ਕਿ ਯੋਗ ਦੇ ਅੱਠ ਅੰਗਾਂ ਬਾਰੇ, ਖਟ ਕਰਮਾਂ ਬਾਰੇ, ਖਟ ਚਕ੍ਰਾਂ ਬਾਰੇ, ਚੌਰਾਸੀ ਆਸਣਾਂ ਬਾਰੇ ਅਤੇ ਇੜਾ ਪਿੰਗਲਾ ਸੁਖਮਣਾ ਬਾਰੇ ਗੁਰਬਾਣੀ ਵਿੱਚ ਥਾਂ ਥਾਂ ਤੇ ਜਿਕਰ ਹੈ । ਗੁਰੂ ਜੀ ਦੇ ਉਪਦੇਸ਼ ਦਾ ਸੰਕੇਤ ਹੈ ਕਿ ਹੇ ਜੋਗੀ ਜੇ ਤੇਰੇ ਮਨ ਵਿੱਚ ਆਈ ਪੰਥੀ ਬਣਕੇ ਜਗਤ ਨੂੰ ਜਿਤਣ ਦੀ ਹੀ ਮਨਸਾ ਹੈ ਤਾਂ ਤੂੰ ਆਦਿ ਨਾਥ (ਪ੍ਰਭੂ) ਦੇ ਲੜ ਲੱਗਕੇ ਆਪਣੇ ਮਨ ਨੂੰ ਹੀ ਜਿੱਤ ਲੈ ਤਾਂ ਤੂੰ ਜਗਤ ਜੇਤੂ ਹੋ ਜਾਵੇਂਗਾ ।

ਅਰਥ

੧. ਹੇ ਜੋਗੀ ਤੂੰ ਆਪਣੇ ਕੰਨਾਂ ਵਿੱਚ ਸੰਤੋਖ ਦੀਆਂ ਭਾਵ ਆਪਣੇ ਭਾਗਯ ਦੁਆਰਾ ਪ੍ਰਾਪਤ ਹੋਣ ਵਾਲੀ ਵਸਤੂ ਤੇ ਹੀ ਸੰਤੁਸ਼ਟ ਰਹਿਣ ਰੂਪੀ ਦੋ ਮੁੰਦਰਾਂ ਧਾਰਨ ਕਰ ਅਤੇ ਸ਼ਰਮ ਭਾਵ ਬੁਰੇ ਕਰਮਾਂ ਤੋਂ ਸੰਕੋਚ ਤੇ ਲੱਜਿਆ ਰੂਪੀ ਪਤੁ ਭਾਵ ਚਿਪੀ ਅਤੇ ਮੰਗਣ ਵਾਲੀ ਝੋਲੀ ਧਾਰਨ ਕਰ ਅਤੇ ਪ੍ਰਮੇਸ਼ਰ ਵਿੱਚ ਧਿਆਨ ਲਾਉਣ ਰੂਪੀ ਬਿਭੂਤਿ (ਸੁਆਹ) ਆਪਣੇ ਪਿੰਡੇ ਤੇ ਮਲਣੀ ਕਰ ।

੨. ਹੇ ਜੋਗੀ ਇਹ ਤੇਰੀ ਕਾਇਆ (ਸਰੀਰ) ਜਿੰਨਾ ਚਿਰ ਕਾਲ (ਮੌਤ) ਨੇ ਨਹੀਂ

ਗੁਸੀ, ਇਹੋ ਆਪਣੀ ਖਿੰਥਾ (ਖਫਣੀ) ਸਮਝ ਅਤੇ ਉਸ ਪ੍ਰਮੇਸ਼ਰ ਨਾਲ ਪਰਤੀਤਿ (ਦ੍ਰਿੜ ਯਕੀਨ) ਸਹਿਤ ਜੁਗਤਿ (ਜੁੜਨਾ), ਆਪਣੇ ਹੱਥ ਵਿੱਚ ਡੰਡਾ ਸਮਝ ।

੩. ਹੇ ਜੋਗੀ ਤੂੰ ਸਾਰੇ ਮਨੁਖਾਂ ਨੂੰ ਇਕੋ ਕਰਤੇ ਦੇ ਸਾਜੇ ਹੋਏ ਸਮਝਕੇ, ਸਭ ਨੂੰ ਹਮਜਮਾਤੀ ਸਮਝ ਇਹੋ ਤੇਰਾ ਵੱਡਾ ਤੇ ਮਸ਼ਹੂਰ ਆਈ ਪੰਥ ਹੈ ਅਤੇ ਜੇ ਕਰ ਤੂੰ ਆਪਣੇ ਮਨ ਨੂੰ ਹੀ ਜਿਤ ਲਵੇਂ ਤਾਂ ਸਮਝ ਕਿ ਤੂੰ ਸਾਰਾ ਸੰਸਰ ਜਿੱਤ ਲਿਆ ਹੈ ।

੪. ਹੇ ਜੋਗੀ ਤੂੰ ਸਾਰੀ ਸ੍ਰਿਸ਼ਟੀ ਦੇ ਸਾਜਣਹਾਰ (ਕਰਤਾ ਪੁਰਖ) ਨੂੰ ਹੀ ਆਦਿ ਨਾਥ ਮੰਨਕੇ ਉਸੇ ਨੂੰ ਹੀ ਆਦੇਸੁ (ਨਮਸਕਾਰ) ਕਰ ਕਿਉਂਕਿ

੫. ਉਹ ਕਰਤਾ ਪੁਰਖ ਹੀ ਸਭ ਦਾ ਆਦਿ (ਮੁਢ) ਹੈ, ਉਹ ਰੰਗ ਰੂਪ ਰਹਿਤ ਹੈ, ਉਹ ਆਪ ਆਦਿ ਰਹਿਤ (ਅਨਾਦਿ) ਹੈ ਅਤੇ ਉਹ (ਅਨਾਹਤਿ) ਅਬਿਨਾਸੀ ਹੈ ਭਾਵ ਉਸਦੀ ਹਸਤੀ ਦਾ ਨਾਸ ਨਹੀਂ ਹੁੰਦਾ ਤੇ ਉਹ ਬਿਨਾਂ ਕਿਸੇ ਬਦਲਾਵ ਦੇ ਜੁਗਾਂ ਜੁਗਾਂ ਤੋਂ (ਨਿਰੰਤਰ) ਇਕੋ ਸਰੂਪ (ਵੇਸੁ) ਹੈ ॥ ੨੯ ॥

ਮੂਲ

੧ **ਭੁਗਤਿ ਗਿਆਨੁ ਦਇਆ ਭੰਡਾਰਣਿ ਘਟਿ ਘਟਿ ਵਾਜਹਿ ਨਾਦ॥**
੨ **ਆਪਿ ਨਾਥੁ ਨਾਥੀ ਸਭ ਜਾ ਕੀ ਰਿਧਿ ਸਿਧਿ ਅਵਰਾ ਸਾਦ ॥**
੩ **ਸੰਜੋਗੁ ਵਿਜੋਗੁ ਦੁਇ ਕਾਰ ਚਲਾਵਹਿ ਲੇਖੇ ਆਵਹਿ ਭਾਗ ॥**
੪ **ਆਦੇਸੁ ਤਿਸੈ ਆਦੇਸੁ ॥**
੫ **ਅਦਿ ਅਨੀਲੁ ਅਨਾਦਿ ਅਨਾਹਤਿ ਜੁਗੁ ਜੁਗੁ ਏਕੋ ਵੇਸੁ ॥੨੯॥**

ਪਦ ਅਰਥ

ਭੁਗਤਿ = ਪੱਕਿਆ ਹੋਇਆ ਭੋਜਨ । **ਨਾਦ** = ਸਿੰਙੀ ਧੁਨ, ਸਬਦ । **ਨਾਥੀ** = ਨਥੀ ਹੋਈ, ਨੱਕ ਵਿੱਚ ਨੱਥ ਪਾ ਕੇ ਕਾਬੂ ਕੀਤੀ ਹੋਈ ; "**ਸਭ ਕੋ ਨਥੈ ਨਥਿਆ ਬਖਸੇ ਤੋੜੇ ਨਥ ॥** ਪੰ:੧੨੮੯)॥" **ਰਿਧਿ** = ਵਿਭੂਤੀ, ਸੰਪਦਾ, ਰਿਧੀਆਂ ਗਿਣਤੀ ਵਿੱਚ ਨੌਂ ਹਨ । **ਸਿਧਿ** = ਕਰਾਮਾਤੀ ਸਕਤੀ, ਸਿਧੀਆਂ ਗਿਣਤੀ ਵਿੱਚ ਅਠਾਰਹ ਹਨ । **ਅਵਰਾ**= ਦੂਜਾ, ਹੋਰ, ਸਹੀ ਦੇ ਉਲਟ । **ਸਾਦ** = ਸਵਾਦ, ਚਸਕਾ । **ਭਾਗ** = ਹਿੱਸਾ, ਛਾਂਦਾ, ਹਿੱਸੇ ਬਹਿੰਦਾ, ਕਿਸਮਤ ।

ਨੋਟ:- ਜੋਗੀ ਆਪਣੇ ਟਿਕਾਣੇ (ਡੇਰੇ) ਤੇ ਜੋ ਤਿਆਰ ਭੋਜਨ (ਪਕੇ ਹੋਏ ਭੋਜਨ) ਦਾ ਭੰਡਾਰਾ ਕਰਦੇ ਹਨ । ਤਦ ਵਰਤਾਉਣ ਤੋਂ ਪਹਿਲਾਂ ਸਿੰਙੀ ਵਜਾਉਂਦੇ ਹਨ ਜੋ ਭੰਡਾਰੇ ਦੇ ਵਰਤਾਉਣ ਦੀ ਸੂਚਕ ਹੁੰਦੀ ਹੈ । ਸਿੰਙੀ ਦੀ ਧੁਨ ਸੁਣਕੇ ਸਭ ਇਕੱਠੇ ਹੋ ਜਾਂਦੇ ਹਨ । ਮੁਖੀ ਜੋਗੀਆਂ (ਨਾਥਾਂ) ਦੇ ਆਪਣੇ ਆਪਣੇ ਚੇਲੇ ਵੀ ਹੁੰਦੇ ਹਨ ਜੋ ਭੰਡਾਰੇ ਸਮੇਂ ਰਸਦ ਤੇ ਹੋਰ ਸਾਮਾਨ ਲਿਆਉਣ ਤੇ ਲੈ ਜਾਣ ਲਈ ਤਥਾ ਭੰਡਾਰਾ ਵਰਤਾਉਣ ਵੇਲੇ ਬਤੌਰ ਸੇਵਕ ਕੰਮ ਕਰਦੇ ਹਨ । ਗੁਰੂ ਜੀ ਦੇ ਉਪਦੇਸ਼

ਦਾ ਸੰਕੇਤ ਹੈ ਕਿ ਹੇ ਜੋਗੀ ਕੀ ਤੂੰ ਭਰਮ ਵਿੱਚ ਪਿਆ ਹੋਇਆ ਹੈ ? ਰਿੱਧੀਆਂ ਸਿੱਧੀਆਂ ਵਿੱਚ ਪ੍ਰਮਾਰਥ ਦਾ ਸੁਅਦ ਨਹੀਂ, ਤੂੰ ਰਿੱਧੀਆਂ ਸਿੱਧੀਆਂ ਦੀਆਂ ਦਾਤਾਂ ਦੇਣ ਵਾਲੇ ਮਾਲਕ ਆਦਿ ਨਾਥ (ਪ੍ਰਭੂ) ਦੇ ਲੜ ਲੱਗ ਕੇ ਉਸੇ ਦਾ ਹੀ ਚੇਲਾ ਬਣ ਜਿਸ ਦੇ ਦਰ ਤੇ ਜਗਤ ਦੇ ਭੰਡਾਰੇ ਸੁਤੇ ਸਿੱਧ ਆਪਣੇ ਆਪ ਹੀ ਚਲਦੇ ਰਹਿੰਦੇ ਹਨ ਅਤੇ ਜਿਸਦੇ 'ਸੰਜੋਗ ਵਿਜੋਗ' ਇਹ ਦੋਨੋਂ ਚੇਲੇ ਉਸਦੇ ਹੁਕਮ ਅੰਦਰ ਜੀਵਾਂ ਦੇ ਭਾਗਾਂ ਅਨੁਸਾਰ ਆਪਣੇ ਆਪ ਹੀ ਕਾਰ ਵਿਹਾਰ ਚਲਾਈ ਜਾਂਦੇ ਹਨ ।

ਨੋਟ ੨:- ਇਥੇ ਇਹ ਵੀਚਾਰ ਕਰਨੀ ਜਰੂਰੀ ਬਣਦੀ ਹੈ ਕਿ ਗੁਰੂ ਸਾਹਿਬ ਜੀ ਨੇ ਰਿੱਧਿਆਂ ਸਿੱਧਿਆਂ ਨੂੰ ਅਵਰਾ ਸਾਦ ਕਿਉਂ ਕਿਹਾ ਹੈ ? ਸਾਡੇ ਪਾਸ ਕੋਈ ਇਤਿਹਾਸਕ ਜਾਂ ਮਿਥਿਹਾਸਕ ਸਰੋਤ ਉਪਲਬਧ ਨਹੀਂ ਜਿਸ ਤੋਂ ਪਤਾ ਲੱਗੇ ਕਿ ਕਿਸੇ ਨੂੰ ਰਿੱਧਿਆਂ ਸਿੱਧਿਆਂ ਦੁਆਰਾ ਪਰਮਸਚੁ ਦੀ ਪ੍ਰਾਪਤੀ ਹੋਈ ਹੋਵੇ । ਪਰ ਇਨ੍ਹਾਂ ਰਿੱਧਿਆਂ ਸਿੱਧਿਆਂ ਦੇ ਸੰਬੰਧ ਵਿੱਚ ਨਿਸ਼ੇਧਆਤਮਕ ਕਹਾਣੀਆਂ ਉਪਲਬਧ ਹਨ ਜੈਸਾ ਕਿ:- ਗੋਰਖਨਾਥ ਦੇ ਗੁਰੂ ਮਛੰਦਰ ਨਾਥ ਜਿਸਦਾ ਸੁਮਾਰ ੮੪ ਸਿੱਧਾਂ ਤੇ ੯ ਨਾਥਾਂ ਵਿੱਚ ਕੀਤਾ ਜਾਂਦਾ ਹੈ ਉਹ ਇਨ੍ਹਾਂ ਰਿਧਿਆਂ ਸਿਧਿਆਂ ਕਰਕੇ ਭਰਿਸ਼ਟ ਹੋ ਗਿਆ ਸੀ ਕਿਉਂਕਿ ਉਹ ਇਕ ਮਰੇ ਰਾਜੇ ਦੇ ਸਰੀਰ ਵਿੱਚ ਪ੍ਰਵੇਸ਼ ਕਰਕੇ ਉਸਦੀ ਰਾਣੀ ਨਾਲ ਭੋਗ ਵਿਲਾਸ ਕਰਦਾ ਰਿਹਾ । **ਯਥਾ:- ਗੋਰਖ ਜਤੀ ਸਦਾਇੰਦਾ ਤਿਸੁ ਗੁਰੁ ਘਰਿਬਾਰੀ ॥** (ਭਾਈ ਗੁਰਦਾਸ, ਵਾਰ ੩੯ ਪਉ:੭)॥ ਇਸੇ ਤਰਾਂ ਜਦ ਹਿੰਦੁਸਤਾਨ ਤੇ ਬਾਬਰ ਨੇ ਹਮਲਾ ਕੀਤਾ ਤਾਂ ਉਸਦਾ ਹਮਲਾ ਰੋਕਣ ਲਈ ਰਿਧਿਆਂ ਸਿਧਿਆਂ ਦਾ ਸਹਾਰਾ ਬੇਕਾਰ ਗਿਆ । **ਯਥਾ:- ਕੋਟੀ ਹੂ ਪੀਰ ਵਰਜਿ ਰਹਾਏ ਜਾ ਮੀਰੁ ਸੁਣਿਆ ਧਾਇਆ ॥ ਥਾਨ ਮੁਕਾਮ ਜਲੇ ਬਿਜ ਮੰਦਰ ਮੁਛਿ ਮੁਛਿ ਕੁਇਰ ਰੁਲਾਇਆ ॥ ਕੋਈ ਮੁਗਲੁ ਨ ਹੋਆ ਅੰਧਾ ਕਿਨੈ ਨ ਪਰਚਾ ਲਾਇਆ ॥੪॥** (ਅੰਗ ੪੧੮)॥ ਫਿਰ ਰਿਧਿਆਂ ਸਿਧਿਆਂ ਦੇ ਧਨੀ ਬਾਬਾ ਰਾਮ ਰਾਇ ਜਿਸਨੇ ਬਾਦਸ਼ਾਹ ਔਰੰਗਜ਼ੇਬ ਨੂੰ ਲਗਪਗ ੭੨ ਕਰਾਮਾਤਾਂ ਦਿਖਾਈਆਂ ਸਨ ਉਹ ਬਾਦਸ਼ਾਹ ਔਰੰਗਜ਼ੇਬ ਤੋਂ ਡਰਦਾ ਹੋਇਆ ਗੁਰਬਾਣੀ ਦੀ ਤੁਕ ਬਦਲ ਕੇ ਗੁਰਗੱਦੀ ਦੀ ਪਰਮ ਪਦਵੀ ਤੋਂ ਹੱਥ ਧੋ ਬੈਠਾ ਅਤੇ ਇਨ੍ਹਾਂ ਰਿੱਧਿਆਂ ਸਿੱਧਿਆਂ ਸਹਾਰੇ ਔਰੰਗਜ਼ੇਬ ਨੂੰ ਸਚਾਈ ਦੱਸ ਕੇ ਆਪਣਾ ਪੱਖ ਬਚਾਉਣ ਤੋਂ ਅਸਮਰੱਥ ਰਿਹਾ ਅਤੇ ਇਨ੍ਹਾਂ ਰਿੱਧਿਆਂ ਸਿੱਧਿਆਂ ਕਰਕੇ ਹੀ ਉਸਦਾ ਸਰੀਰ ਜਿਉਂਦੇ ਜੀਅ ਅੱਗ ਵਿੱਚ ਸਾੜ ਦਿੱਤਾ ਗਿਆ ਸੀ, ਇਤਿਆਦਕ । ਇਨ੍ਹਾਂ ਰਿਧਿਆਂ ਸਿਧਿਆਂ ਦੇ ਸਹਾਰੇ ਚੇਲੇਆਂ ਦਾ ਪਰਵਾਰ ਜਰੂਰ ਵੱਡਾ ਹੋ ਜਾਂਦਾ ਹੈ ਪਰ ਹਾਲਤ ਇਹ ਹੋ ਜਾਂਦੀ ਹੈ:- **ਕਬੀਰ ਗਹਗਚਿ ਪਰਿਓ ਕੁਟੰਬ ਕੈ ਕਾਂਠੈ ਰਹਿ ਗਇਓ ਰਾਮੁ ॥ ਆਇ ਪਰੇ ਧਰਮ ਰਾਇ ਕੇ ਬੀਚਹਿ ਧੂਮਾ ਧਾਮ ॥੧੪੨॥** (ਅੰਗ ੧੩੭੨)॥ ਵੈਸੇ ਵੀ ਗੁਰੂ ਸਾਹਿਬ ਦਾ ਫਰਮਾਨ ਹੈ ਕਿ:- **ਬ੍ਰਹਮੁ ਬਿੰਦੇ ਤਿਸ ਦਾ ਬ੍ਰਹਮਤੁ ਰਹੈ ਏਕ ਸਬਦਿ ਲਿਵ ਲਾਇ ॥ ਨਵ ਨਿਧੀ ਅਠਾਰਹ ਸਿਧੀ ਪਿਛੈ ਲਗੀਆ ਫਿਰਹਿ ਜੋ ਹਰਿ ਹਿਰਦੈ ਸਦਾ ਵਸਾਇ ॥** (ਅੰਗ ੬੪੯)॥ ਸਾਮੀ ਧਰਮਾਂ ਵਿੱਚ ਰਿੱਧਿਆਂ ਸਿੱਧਿਆਂ (ਕਰਾਮਾਤਾਂ) ਨੂੰ ਬਹੁਤ ਪਰਮੁਖਤਾ ਦਿੱਤੀ ਜਾਂਦੀ ਹੈ । ਮੁਗਲ ਬਾਦਸ਼ਾਹ ਔਰੰਗਜ਼ੇਬ ਵੀ ਰਿੱਧਿਆਂ ਸਿੱਧਿਆਂ (ਕਰਾਮਾਤਾਂ) ਦਾ ਬਹੁਤ ਕਾਇਲ ਸੀ । ਇਸੇ ਕਰਕੇ ਉਸਨੇ ਸ਼ਹੀਦ ਕਰਨ ਤੋਂ ਪਹਿਲਾਂ ਗੁਰੂ ਤੇਗ ਬਹਾਦਰ ਸਾਹਿਬ ਨੂੰ ਵੀ ਕਰਾਮਾਤਾਂ ਦਿਖਾਉਣ ਲਈ ਕਿਹਾ ਸੀ । ਪਰ ਗੁਰੂ ਤੇਗ ਬਹਾਦਰ

ਸਾਹਿਬ ਨੇ ਕੋਈ ਕਰਾਮਾਤ ਦਿਖਾਉਣ ਤੋਂ ਉਕਾ ਹੀ ਨਾਹ ਕਰ ਦਿੱਤੀ ਸੀ । **ਯਥਾ:-ਨਾਟਕ ਚੇਟਕ ਕੀਏ ਕੁਕਾਜਾ ॥ ਪ੍ਰਭ ਲੋਗਨ ਕਹ ਆਵਤ ਲਾਜਾ ॥੧੪॥** (ਬਚਿਤ੍ਰ ਨਾਟਕ ਪੰਚਮੋ ਧਿਆਇ)॥ ਪਰ ਹਿੰਦੂ ਧਰਮ ਦੀ ਰੱਖਿਆ ਹਿਤ ਆਪਣੇ ਦਿੱਤੇ ਬਚਨ ਦੀ ਪਾਲਣਾ ਕਰਦੇ ਹੋਏ ਆਪਣੀ ਸ਼ਹੀਦੀ ਦੇ ਦਿੱਤੀ । ਇਥੇ ਇਹ ਵੀ ਜਾਣ ਲੈਣਾ ਚਾਹੀਏ ਕਿ ਰਿੱਧਿਆਂ ਸਿੱਧਿਆਂ ਦੀ ਦਾਤਿ ਮਾੜੀ ਨਹੀਂ । ਇਨ੍ਹਾਂ ਦੀ ਫਜ਼ੂਲ ਪ੍ਰਦਰਸ਼ਨੀ ਮਾੜੀ ਹੈ ਜਿਸ ਨਾਲ ਪਰਮਸਚੁ ਦੀ ਪ੍ਰਾਪਤੀ ਦੇ ਰਸਤੇ ਤੋਂ ਫਿਸਲਨ ਦਾ ਡਰ ਬਣਿਆ ਰਹਿੰਦਾ ਹੈ । ਇਨ੍ਹਾ ਦੀ ਯੋਗ ਵਰਤੋਂ ਗੁਰੂਆਂ ਸੰਤਾਂ ਭਗਤਾਂ ਦੇ ਹੀ ਹਿੱਸੇ ਆਈ ਹੈ ।

ਅਰਥ

੧. ਹੇ ਜੋਗੀ ਤੂੰ ਆਤਮ ਗਿਆਨ ਨੂੰ ਭੰਡਾਰੇ ਵਿੱਚੋਂ ਪ੍ਰਾਪਤ ਹੋਣ ਵਾਲਾ ਭੋਜਨ ਸਮਝ ਤੇ ਘਟਿ ਘਟਿ ਭਾਵ ਹਰ ਹਿਰਦੇ ਦੇ ਅੰਦਰ ਜੋ ਪ੍ਰਭੂ ਆਪ ਬੋਲ ਰਿਹਾ ਹੈ ਇਸਨੂੰ ਭੰਡਾਰਾ ਵਰਤਾਉਣ ਵੇਲੇ ਦੀ ਸਿੰਙੀ ਦੀ ਧੁਨ ਸਮਝ ਤੇ ਦਇਆ ਨੂੰ ਭੰਡਾਰਨ (ਭੰਡਾਰੇ ਦੀ ਸੰਚਾਲਕ) ਜਾਣ ਕੇ ਮੰਨ ਲੈ । ਭਾਵ ਜੇ ਮਨ ਵਿੱਚ ਦਇਆ ਹੋਵੇ ਤਾਂ ਵਰਤਾਉਣ ਵੇਲੇ ਵਿਤਕਰਾ ਨਹੀਂ ਹੁੰਦਾ ਤੇ ਭੰਡਾਰੇ ਵਾਸਤੇ ਇਕੱਤਰ ਰਸਦ ਵਾਂਗ ਹਿਰਦੇ ਰੂਪੀ ਭੰਡਾਰ ਵਿੱਚ ਸ਼ੁਭ ਗੁਣ ਠੀਕ ਤਰਾਂ ਸਾਂਭੇ ਜਾਂਦੇ ਹਨ ।

੨. ਹੇ ਜੋਗੀ ਆਪ ਹੀ ਉਹ ਪ੍ਰਭੂ ਆਦਿ ਨਾਥ ਹੈ ਤੇ ਸਾਰੀ ਸ੍ਰਿਸ਼ਟੀ ਦੀ ਨੱਥ ਉਸਦੇ ਹੱਥ ਹੈ ਅਤੇ ਰਿਧੀਆਂ ਸਿਧੀਆਂ ਦਾ (ਸਾਦ) ਚਸਕਾ ਆਤਮ ਗਿਆਨ ਦੁਆਰਾ ਪ੍ਰਭੂ ਮਿਲਾਪ ਦੇ ਰਸਤੇ ਤੋਂ ਵਖਰਾ ਰਾਹ ਹੈ ਭਾਵ ਰਿਧੀਆਂ ਸਿਧੀਆਂ ਦੀ ਪ੍ਰਾਪਤੀ ਪ੍ਰਭੂ ਮਿਲਾਪ ਦਾ ਮਾਰਗ ਨਹੀਂ ਹੈ । ਯਥਾ ਫੁਰਮਾਣ ਹੈ ਕਿ:-**ਨਾਟਕ ਚੇਟਕ ਕੀਏ ਕੁਕਾਜਾ ॥ ਪ੍ਰਭ ਲੋਗਨ ਕਹ ਆਵਤ ਲਾਜਾ ॥੧੪॥**(ਬਚਿਤ੍ਰ ਨਾਟਕ ਪੰਚਮੋ ਧਿਆਇ)॥

੩. ਹੇ ਜੋਗੀ ਸੰਜੋਗ ਤੇ ਵਿਜੋਗ ਨੂੰ ਆਦਿ ਨਾਥ ਦੇ ਚੇਲੇ ਮੰਨ ਕਿਉਂਕਿ ਇਹੋ ਹੀ ਸ੍ਰਿਸਟੀ ਦੇ ਜੀਵਾਂ ਨੂੰ (ਸੰਜੋਗ) ਵਸਤੂ ਦੇ ਲੈ ਆਉਣ ਭਾਵ ਮਿਲਾਪ ਤੇ (ਵਿਜੋਗ) ਵਸਤੂ ਦੇ ਲੈ ਜਾਣ ਭਾਵ ਵਿਛੋੜੇ ਦਾ ਸੰਚਾਲਨ ਕਰਦੇ ਹਨ ਤੇ ਆਦਿ ਨਾਥ ਦੇ ਭੰਡਾਰੇ ਵਿੱਚੋਂ ਕਰਮਾਂ ਦੇ ਲੇਖੇ ਅਨੁਸਾਰ ਜੀਵਾਂ ਨੂੰ (ਭਾਗ) ਛਾਂਦਾ ਵਰਤਾਉਂਦੇ ਰਹਿੰਦੇ ਹਨ ।

੪. ਹੇ ਜੋਗੀ ਤੂੰ ਸਾਰੀ ਸ੍ਰਿਸ਼ਟੀ ਦੇ ਸਾਜਣਹਾਰ (ਕਰਤਾ ਪੁਰਖ) ਨੂੰ ਹੀ ਆਦਿ ਨਾਥ ਜਾਣਕੇ (ਮੰਨ ਕੇ) ਉਸੇ ਨੂੰ ਹੀ ਆਦੇਸ (ਨਮਸਕਾਰ) ਕਰ

੫. ਕਿਉਂਕਿ ਉਹ ਕਰਤਾ ਪੁਰਖ ਹੀ ਸਭ ਦਾ ਆਦਿ (ਮੁਢ) ਹੈ ਤੇ ਉਹ ਰੰਗ ਰੂਪ ਰਹਿਤ ਹੈ ਤੇ ਆਦਿ ਰਹਤਿ (ਅਨਾਦਿ) ਹੈ । ਉਹ (ਅਨਾਹਤਿ) ਅਬਿਨਾਸੀ ਹੈ ਭਾਵ ਉਸਦੀ ਹਸਤੀ ਦਾ ਨਾਸ ਨਹੀਂ ਹੁੰਦਾ ਅਤੇ ਉਹ ਜੁਗਾਂ ਜੁਗਾਂ ਤੋਂ ਬਿਨਾਂ ਕਿਸੇ ਬਦਲਾਵ ਦੇ ਨਿਰੰਤਰ ਇਕੋ (ਵੇਸੁ) ਸਰੂਪ ਹੈ ॥ ੨੯ ॥

ਮੂਲ

੧ **ਏਕਾ ਮਾਈ ਜੁਗਤਿ ਵਿਆਈ ਤਿਨਿ ਚੇਲੇ ਪਰਵਾਣੁ ॥**
੨ **ਇਕੁ ਸੰਸਾਰੀ ਇਕੁ ਭੰਡਾਰੀ ਇਕੁ ਲਾਏ ਦੀਬਾਣੁ ॥**
੩ **ਜਿਵ ਤਿਸੁ ਭਾਵੈ ਤਿਵੈ ਚਲਾਵੈ ਜਿਵ ਹੋਵੈ ਫੁਰਮਾਣੁ ॥**
੪ **ਓਹੁ ਵੇਖੈ ਓਨਾ ਨਦਰਿ ਨ ਆਵੈ ਬਹੁਤਾ ਏਹੁ ਵਿਡਾਣੁ ॥**
੫ **ਆਦੇਸੁ ਤਿਸੈ ਆਦੇਸੁ ॥**
੬ **ਆਦਿ ਅਨੀਲੁ ਅਨਾਦਿ ਅਨਾਹਤਿ ਜੁਗੁ ਜੁਗੁ ਏਕੋ ਵੇਸੁ ॥੩੦॥**

ਪਦ ਅਰਥ

ਏਕਾ ਮਾਈ = ਇਕ ਸ਼ਕਤੀ ਜੋ ਮਾਯਾ ਕਰਕੇ ਜਾਣੀ ਜਾਂਦੀ ਹੈ, ਇਸਦਾ ਜਿਕਰ ਆਮ ਕਰਕੇ ਸ਼ਿਵ ਨਾਲ ਆਉਂਦਾ ਹੈ । ਜਿਵੇਂ:- ਸ਼ਿਵ-ਸ਼ਕਤੀ । **ਜੁਗਤਿ ਵਿਆਈ** = ਇਹ (ਮਾਯਾ) ਸ਼ਕਤੀ (ਬ੍ਰਹਮ) ਸ਼ਿਵ ਨਾਲ ਮੇਲਾਪ ਕਰਕੇ ਪ੍ਰਸੂਤ ਹੋਈ । **ਤਿਨਿ ਚੇਲੇ** = ਤਿੰਨ ਸੇਵਕ । ਗੁਰੂ ਨਾਨਕ ਸਾਹਿਬ ਨੇ ਤ੍ਰੈ-ਮੂਰਤੀ ਵਿਚਾਰਧਾਰਾ ਨੂੰ ਖੰਡਨ ਕਰਨ ਲਈ ਹੀ ਬ੍ਰਹਮਾ ਵਿਸ਼ਨ ਤੇ ਮਹੇਸ਼ ਨੂੰ ਉਸ ਬ੍ਰਹਮ (ਕਰਤਾ ਪੁਰਖ) ਦੇ ਚੇਲੇ ਭਾਵ ਸੇਵਕ ਆਖਿਆ ਹੈ । **ਜਿਵ ਹੋਵੈ ਫੁਰਮਾਣੁ** = ਜਿਵੇਂ ਕਰਤਾ ਪੁਰਖ ਦਾ ਹੁਕਮ ਹੁੰਦਾ ਹੈ ।

ਨੋਟ:-ਜੋਗੀਆਂ ਦੇ ਵਿਸ਼ਵਾਸ ਅਨੁਸਾਰ ਅਤੇ ਹਿੰਦੂ ਮਤ ਦੀ ਵੀਚਾਰਧਾਰਾ ਕਿ ਸੰਸਾਰ ਦੀ ਉਤਪਤੀ ਦਾ ਪ੍ਰਾਰੰਭ ਬ੍ਰਹਮ ਤੇ ਮਾਯਾ (ਸ਼ਿਵ-ਸ਼ਕਤੀ) ਦੇ ਮਿਲਾਪ ਨਾਲ, ਮਾਇਆ ਨੇ ਤਿੰਨ ਸਰਬ ਪ੍ਰਵਾਨਤ ਦੇਵਤਿਆਂ (ਬ੍ਰਹਮਾ ਵਿਸ਼ਨੂੰ ਤੇ ਮਹੇਸ਼) ਨੂੰ ਜਨਮ ਦਿੱਤਾ ਜਿੰਨ੍ਹਾਂ ਵਿੱਚੋਂ ਬ੍ਰਹਮਾ ਸੰਸਾਰ ਦੀ ਰਚਨਾ ਕਰਨ ਕਰਕੇ ਸੰਸਾਰੀ ਮੰਨਿਆ ਗਿਆ ਤੇ ਵਿਸ਼ਨੂੰ ਜੀਵਾਂ ਨੂੰ ਰਿਜ਼ਕ ਦੇਣ ਵਾਲਾ ਕਰਕੇ ਭੰਡਾਰੀ ਮੰਨਿਆ ਗਿਆ ਤੇ ਜੀਵਾਂ ਦੇ ਸੰਘਾਰ ਦਾ ਕੰਮ ਸ਼ਿਵਜੀ ਦੇ ਹਿਸੇ ਆਉਣ ਕਰਕੇ ਉਸਨੂੰ ਕਚਹਿਰੀ ਲਾਉਣ ਵਾਲਾ ਕਿਹਾ ਗਿਆ । ਪਰ ਗੁਰੂ ਨਾਨਕ ਸਾਹਿਬ ਇਸ ਵੀਚਾਰ ਨਾਲ ਸਹਿਮਤ ਨਹੀਂ ਤੇ ਉਹਨਾਂ ਨੇ "**ਓਹੁ ਵੇਖੈ ਓਨਾ ਨਦਰਿ ਨ ਆਵੈ ਬਹੁਤਾ ਏਹੁ ਵਿਡਾਣੁ**" ਆਖਕੇ ਆਪਣੇ ਢੰਗ ਨਾਲ ਇਸ ਤ੍ਰੈ-ਮੂਰਤੀ ਵੀਚਾਰਧਾਰਾ ਦਾ ਖੰਡਨ ਕੀਤਾ ਹੈ । ਉਂਝ ਵੀ ਰਿਗ ਵੇਦ ਦੇ ਮੁਢਲਿਆਂ ਦੇਵਤਿਆਂ ਵਿੱਚ ਇਨਾਂ ਤਿੰਨਾਂ ਦਾ ਜ਼ਿਕਰ ਨਹੀਂ ਆਉਂਦਾ । ਗੁਰੂ ਜੀ ਦੇ ਉਪਦੇਸ਼ ਦਾ ਸੰਕੇਤ ਹੈ ਕਿ ਹੇ ਜੋਗੀ ਤੂੰ ਭਰਮ ਵਿੱਚ ਪਿਆ ਸ਼ਿਵਜੀ ਨੂੰ ਹੀ ਆਦਿ ਨਾਥ ਸਮਝੀ ਬੈਠਾ ਹੈਂ । ਇਹ ਸ਼ਿਵਜੀ (ਮਹੇਸ਼) ਬ੍ਰਹਮਾ ਤੇ ਵਿਸ਼ਨੂੰ ਤਾਂ ਸਭ ਉਸ ਅਸਲੀ ਆਦਿ ਨਾਥ (ਪ੍ਰਭੂ) ਦੇ ਚੇਲੇ ਹਨ ਜੋ ਉਸਦੇ ਹੁਕਮ ਵਿੱਚ ਕਾਰ ਕਮਾਉਂਦੇ ਹਨ । ਇਸ ਲਈ ਤੂੰ ਅਸਲੀ ਆਦਿ ਨਾਥ (ਪ੍ਰਭੂ) ਦੇ ਲੜ ਲੱਗ ਕੇ ਉਸੇ ਦਾ ਹੀ ਚੇਲਾ ਬਣ ਜਿਸ ਦੇ ਦਰ ਤੇ ਇਹ ਤਿੰਨੇ ਕਾਰ ਕਮਾਉਂਦੇ ਹਨ ।

ਅਰਥ

੧. ਹੇ ਜੋਗੀ ਇਕ ਇਹ ਮਾਯਾ, ਅਦਵੈਤ ਬ੍ਰਹਮ ਨਾਲ ਮਿਲਕੇ ਪ੍ਰਸੂਤ ਹੋਈ ਤਾਂ ਤਿੰਨ ਪ੍ਰਵਾਨਤ ਦੇਵਤਿਆਂ ਬ੍ਰਹਮਾ ਵਿਸ਼ਨ ਮਹੇਸ਼ ਦਾ ਜਨਮ ਹੋਇਆ ਤੇ ਉਹ ਕਰਤਾ ਪੁਰਖ ਦੇ ਚੇਲੇ (ਸੇਵਕ) ਹਨ ਭਾਵ ਉਹ ਆਪਣੇ ਕਾਰਜ ਵਿੱਚ ਪੂਰਨ ਤੌਰ ਤੇ ਸੁਤੰਤਰ ਨਹੀਂ ਹਨ।

੨. ਇਨਾਂ ਤਿੰਨਾਂ ਵਿੱਚੋਂ ਇਕ ਬ੍ਰਹਮਾ ਸੰਸਾਰ ਦੀ ਉਤਪਤੀ ਦਾ ਕੰਮ ਸੰਭਾਲਣ ਕਰਕੇ ਸੰਸਾਰੀ ਹੈ ਤੇ ਦੂਜਾ ਵਿਸ਼ਨੂੰ ਸੰਸਾਰ ਦੇ ਜੀਵਾਂ ਨੂੰ ਭੁਗਤਾਂ (ਰੋਜੀ) ਪਹੁੰਚਾਣ ਕਰਕੇ ਭੰਡਾਰੀ ਹੈ ਅਤੇ ਤੀਜਾ ਸ਼ਿਵਜੀ (ਸੰਸਾਰ ਦੀ ਚਾਲ ਨੂੰ ਠੀਕ ਰੱਖਣ ਲਈ) ਆਪਣੀ ਕਚਹਿਰੀ (ਦੀਬਾਣ) ਲਾਕੇ ਜੀਵਾਂ ਨੂੰ ਨੀਯਤ ਸਮੇਂ ਅਨੁਸਾਰ ਸੰਘਾਰ ਕਰਦਾ ਹੈ।

੩. ਜਿਵੇਂ ਹੀ ਕਰਤਾ ਪੁਰਖ ਨੂੰ ਭਾਉਂਦਾ ਹੈ ਤਿਵੇਂ ਹੀ ਉਹ ਆਪਣੇ ਹੁਕਮ ਅੰਦਰ ਇਨਾਂ ਤਿੰਨਾਂ ਦੇਵ ਚੇਲਿਆਂ ਨੂੰ ਚਲਾਉਂਦਾ ਹੈ।

੪. ਇਹ ਵੀ ਵਡੇ ਅਸਚਰਜ ਦੀ ਗਲ ਹੈ ਕਿ ਕਰਤਾ ਪੁਰਖ ਆਪ ਤਾਂ ਇਨਾਂ ਤਿੰਨ ਦੇਵ ਚੇਲਿਆਂ ਨੂੰ ਵੇਖ ਕੇ ਪੂਰੀ ਨਿਗਰਾਨੀ ਹੇਠ ਰਖਦਾ ਹੈ ਪਰ ਆਪ ਉਹ ਇਨਾਂ ਚੇਲਿਆਂ ਨੂੰ ਨਜ਼ਰ ਨਹੀ ਆਉਂਦਾ ਭਾਵ ਉਹ ਕਰਤਾ ਪੁਰਖ ਇਨਾਂ ਤਿੰਨਾਂ ਦੀ ਪਹੁੰਚ ਤੋਂ ਪਰੇ ਹੈ।

੫. ਇਸ ਲਈ ਹੇ ਜੋਗੀ ਤੂੰ ਸਾਰੀ ਸ੍ਰਿਸਟੀ ਦੇ ਸਾਜਣਹਾਰ (ਕਰਤਾ ਪੁਰਖ) ਨੂੰ ਹੀ ਆਦਿ ਨਾਥ ਮੰਨ ਕੇ ਉਸੇ ਨੂੰ ਹੀ ਆਦੇਸੁ (ਨਮਸਕਾਰ) ਕਰ ਕਿਉਂਕਿ

੬. ਉਹ ਕਰਤਾ ਪੁਰਖ ਹੀ ਸਭ ਦਾ ਆਦਿ (ਮੁਢ) ਹੈ ਤੇ ਉਹ ਆਪ (ਅਨੀਲੁ) ਰੰਗ ਰੂਪ ਰਹਿਤ ਹੈ ਤੇ ਆਦਿ ਰਹਿਤ (ਅਨਾਦਿ) ਹੈ। ਉਹ (ਅਨਾਹਤਿ) ਅਬਿਨਾਸੀ ਹੈ ਭਾਵ ਉਸਦੀ ਹਸਤੀ ਦਾ ਨਾਸ ਨਹੀਂ ਹੁੰਦਾ ਅਤੇ ਉਹ ਜੁਗਾਂ ਜੁਗਾਂ ਤੋਂ ਬਿਨਾਂ ਕਿਸੇ ਬਦਲਾਵ ਦੇ ਨਿਰੰਤਰ ਇਕੋ (ਵੇਸੁ) ਸਰੂਪ ਹੈ ॥ ੩੦ ॥

ਮੂਲ

੧ **ਆਸਣੁ ਲੋਇ ਲੋਇ ਭੰਡਾਰ ॥**
੨ **ਜੋ ਕਿਛੁ ਪਾਇਆ ਸੁ ਏਕਾ ਵਾਰ ॥**
੩ **ਕਰਿ ਕਰਿ ਵੇਖੈ ਸਿਰਜਣਹਾਰੁ ॥**
੪ **ਨਾਨਕ ਸਚੇ ਕੀ ਸਾਚੀ ਕਾਰ ॥**
੫ **ਆਦੇਸੁ ਤਿਸੈ ਆਦੇਸੁ ॥**
੬ **ਆਦਿ ਅਨੀਲੁ ਅਨਾਦਿ ਅਨਾਹਤਿ ਜੁਗੁ ਜੁਗੁ ਏਕੋ ਵੇਸੁ ॥ ੩੧ ॥**

ਪਦ ਅਰਥ

ਆਸਣੁ = ਟਿਕਾਣਾ, ਬੈਠਣ ਦੀ ਥਾਂ, ਤਖਤ, ਸਿੰਘਾਂਸਣ, ਗੱਦੀ । **ਲੋਇ ਲੋਇ** = ਬ੍ਰਹਮੰਡਾਂ ਦੇ ਸਭ ਲੋਕਾਂ ਵਿੱਚ । **ਸਿਰਜਣਹਾਰ** = ਸਾਜਣਹਾਰ, ਕਰਤਾ ਪੁਰਖ । **ਸਚੇ ਕੀ** = ਸਚੇ ਪਾਤਸ਼ਾਹ ਦੀ । **ਸਾਚੀ** = ਸਦਾ ਥਿਰ ਰਹਿਣ ਵਾਲੀ, ਅਟੱਲ, ਅਚੁਤ ।

ਨੋਟ:- ਅੰਤ ਵਿੱਚ ਗੁਰੂ ਸਾਹਿਬ ਨੇ ਸਪੱਸ਼ਟ ਕਰ ਦਿੱਤਾ ਕਿ ਹੇ ਜੋਗੀਓ, ਤ੍ਰੈਮੂਰਤੀ ਵੀਚਾਰਧਾਰਾ ਵਾਲਾ ਤੁਹਾਡਾ ਵਿਸ਼ਵਾਸ ਠੀਕ ਨਹੀਂ ਕਿਉਂਕਿ ਉਹ ਕਰਤਾ ਪੁਰਖ ਸਾਰੇ ਬ੍ਰਹਮਾਂਡ ਵਿੱਚ ਵਿਆਪਕ ਹੈ ਤੇ ਉਸਨੇ ਸਾਰੀ ਸ੍ਰਿਸਟੀ ਇਕੋ ਵਾਰ ਹੀ ਪੈਦਾ ਕੀਤੀ ਹੈ ਤੇ ਨਾਲ ਹੀ ਇਕੋ ਵਾਰੀ ਸਾਰੇ ਜੀਵਾਂ ਦੇ ਖਾਣ ਵਾਸਤੇ ਭੰਡਾਰੇ ਦਾ ਪ੍ਰਬੰਧ ਕਰ ਦਿੱਤਾ ਹੋਇਆ ਹੈ । ਉਹ ਕਰਤਾ ਪੁਰਖ ਤੁਹਾਡੇ ਆਦਿ ਨਾਥ ਸ਼ਿਵਜੀ ਵਾਂਗ ਹਿਮਾਲਿਆ ਪਰਬਤ ਤੇ ਟਿਕਾਣਾ ਬਣਾਕੇ ਨਹੀਂ ਬੈਠਾ ਹੋਇਆ ਤੇ ਨਾ ਉਹ ਬ੍ਰਹਮਾ ਵਾਂਗ ਨਾਭ ਕਮਲ ਵਿੱਚ ਬੈਠਾ ਹੈ ਤੇ ਨਾ ਹੀ ਵਿਸ਼ਨੂੰ ਵਾਂਗ ਬੈਕੁੰਠ ਵਿੱਚ ਬੈਠਾ ਹੋਇਆ ਹੈ । ਅਸਲ ਵਿੱਚ ਉਸ ਕਰਤਾ ਪੁਰਖ ਦਾ ਆਸਣ ਤਾਂ ਪੂਰੇ ਬ੍ਰਹਮਾਂਡ ਦੇ ਕੁਲ ਲੋਕਾਂ ਵਿੱਚ ਹੈ ਤੇ ਆਪ ਹੀ ਉਹ ਜੀਵਾਂ ਦਾ ਸਿਰਜਣਹਾਰ ਹੈ ਤੇ ਆਪ ਹੀ ਸਭ ਨੂੰ ਰਿਜ਼ਕ ਦੇਕੇ ਪਾਲਣਹਾਰਾ ਹੈ । ਇਸ ਲਈ ਉਸ ਆਦਿ ਨਾਥ ਕਰਤਾ ਪੁਰਖ ਨੂੰ ਹੀ ਨਮਸਕਾਰ ਕਰਨੀ ਬਣਦੀ ਹੈ । ਗੁਰੂ ਜੀ ਦੇ ਉਪਦੇਸ਼ ਦਾ ਸੰਕੇਤ ਹੈ ਕਿ ਹੇ ਜੋਗੀ ਤੁਹਾਡੇ ਜੋਗੀ ਲੋਕਾਂ ਦੇ ਭੰਡਾਰੇ ਬਹੁਤ ਸੀਮਤ ਜੇਹੇ ਹੁੰਦੇ ਹਨ ਅਤੇ ਤੁਸੀਂ ਭੰਡਾਰਿਆ ਦਾ ਸਮਾਨ ਇਕੱਠਾ ਕਰਨ ਵਿੱਚ ਹੀ ਲੱਗੇ ਰਹਿੰਦੇ ਹੋ । ਇਸ ਲਈ ਤੂੰ ਅਸਲੀ ਆਦਿ ਨਾਥ ਸੱਚੀ ਕਰਨੀ ਵਾਲੇ ਸਿਰਜਣਹਾਰ (ਪ੍ਰਭੂ) ਦੇ ਲੜ ਲੱਗ ਕੇ ਉਸੇ ਦਾ ਹੀ ਚੇਲਾ ਬਣ ਜਿਸ ਨੇ ਜਗਤ ਦੇ ਸਾਰੇ ਜੀਵਾਂ ਲਈ, ਸਾਰੇ ਹੀ ਲੋਕਾਂ ਵਿੱਚ ਇਕੋ ਵਾਰ ਹੀ ਸਦੀਵੀ ਭੰਡਾਰੇ ਕਾਇਮ ਕਰ ਰੱਖੇ ਹੋਏ ਹਨ ।

ਅਰਥ

੧. ਹੇ ਜੋਗੀ ਉਸ ਕਰਤਾ ਪੁਰਖ (ਸ੍ਰਿਸ਼ਟੀ ਦੇ ਸਾਜਣਹਾਰ) ਦਾ ਆਸਣ ਤਾਂ ਪੂਰੇ ਬ੍ਰਹਮਾਂਡ ਦੇ ਕੁਲ ਲੋਕਾਂ ਵਿੱਚ ਕਾਇਮ ਹੈ ਅਤੇ ਕੁਲ ਲੋਕਾਂ ਵਿੱਚ ਹੀ ਉਸਦੇ ਭੰਡਾਰੇ ਜੀਵਾਂ ਦੀ ਪਾਲਣਾ ਹਿਤ ਕਾਇਮ ਹਨ । ਭਾਵ ਮੁਖੀ ਜੋਗੀ (ਨਾਥ) ਦੇ ਵਿਸ਼ੇਸ਼ ਟਿਕਾਣੇ ਤੇ ਚਲਾਏ ਭੰਡਾਰੇ ਵਾਂਗ ਨਹੀਂ, ਉਹ ਸਿਰਜਣਹਾਰ ਦਾ ਟਿਕਾਣਾ ਤਾਂ ਸਭ ਥਾਂ ਹੈ ਤੇ ਸਭ ਥਾਂ ਉਸਦਾ ਭੰਡਾਰਾ ਚਲ ਰਿਹਾ ਹੈ ।

੨. ਅਸਲ ਵਿੱਚ ਇਸ ਸ੍ਰਿਸ਼ਟੀ ਦੀ ਰਚਨਾ ਅਤੇ ਰਚੇ ਹੋਏ ਜੀਵਾਂ ਲਈ ਭੰਡਾਰੇ ਉਸ ਕਰਤਾ ਪੁਰਖ ਨੇ ਇਕੋ ਵਾਰ ਹੀ ਸਦਾ ਲਈ ਕਾਇਮ ਕਰ ਰੱਖੇ ਹਨ । ਭਾਵ ਉਸਨੂੰ ਮੁਖੀ ਨਾਥ ਜੋਗੀ ਵਾਂਗ ਭੰਡਾਰੇ ਲਈ ਵਾਰ ਵਾਰ ਸਮਗਰੀ ਇਕੱਠੀ ਨਹੀਂ ਕਰਨੀ ਪੈਂਦੀ ।

੩. ਉਹ ਸਿਰਜਣਹਾਰ ਆਪ ਸ੍ਰਿਸ਼ਟੀ ਨੂੰ ਕਰਿ (ਸਾਜਕੇ) ਆਪ ਹੀ ਉਸਦੀ ਸੰਭਾਲ (ਕਰਿ)

ਕਰਦਾ ਹੈ । ਭਾਵ ਉਹ ਸ੍ਰਿਸ਼ਟੀ ਦੀ ਸੰਭਾਲ ਕਿਸੇ ਹੋਰ ਦੇ ਹੱਥ ਨਹੀਂ ਦਿੰਦਾ ।

੪. ਗੁਰੂ ਨਾਨਕ ਸਾਹਿਬ ਦਸਦੇ ਹਨ ਕਿ ਅਸਲ ਵਿੱਚ ਉਹ ਸਚੇ ਪਾਤਸ਼ਾਹ ਦੀ ਇਹ ਕਾਇਮ ਕੀਤੀ ਹੋਈ (ਕਾਰ) ਮਰਯਾਦਾ ਵੀ ਸੱਚੀ ਹੈ । ਭਾਵ ਉਸਦੀ ਇਹ ਮਰਿਯਾਦਾ ਅਟੱਲ ਹੈ ਕਿ ਉਹ ਜੀਵਾਂ ਲਈ ਉਨਾਂ ਦੇ ਟਿਕਾਣੇ ਤੇ ਹੀ ਭੰਡਾਰੇ ਖੋਲਦਾ ਹੈ ।

੫. ਇਸ ਲਈ ਹੇ ਜੋਗੀ ਤੂੰ ਸਾਰੀ ਸ੍ਰਿਸ਼ਟੀ ਦੇ ਸਾਜਣਹਾਰ (ਕਰਤਾ ਪੁਰਖ) ਨੂੰ ਹੀ ਆਦਿ ਨਾਥ ਮੰਨਕੇ ਉਸੇ ਨੂੰ ਹੀ ਆਦੇਸੁ (ਨਮਸਕਾਰ) ਕਰ ਕਿਉਂਕਿ

੬. ਉਹ ਕਰਤਾ ਪੁਰਖ ਹੀ ਸਭ ਦਾ ਆਦਿ (ਮੁਢ) ਹੈ ਤੇ ਉਹ ਆਪ ਅਨੀਲੁ ਭਾਵ ਰੰਗ ਰੂਪ ਰਹਿਤ ਹੈ ਤੇ ਆਦਿ ਰਹਿਤ (ਅਨਾਦਿ) ਹੈ ਤੇ ਉਹ (ਅਨਾਹਤਿ) ਅਬਿਨਾਸੀ ਹੈ ਭਾਵ ਉਸਦੀ ਹਸਤੀ ਦਾ ਨਾਸ ਨਹੀਂ ਹੁੰਦਾ ਅਤੇ ਉਹ ਜੁਗਾਂ ਜੁਗਾਂ ਤੋਂ ਬਿਨਾਂ ਕਿਸੇ ਬਦਲਾਵ ਦੇ ਨਿਰੰਤਰ ਇਕੋ ਸਰੂਪ ਵਿੱਚ ਹੈ ॥ ੩੧ ॥

ਮੂਲ

੧ **ਇਕ ਦੂ ਜੀਭੌ ਲਖ ਹੋਹਿ ਲਖ ਹੋਵਹਿ ਲਖ ਵੀਸ ॥**
੨ **ਲਖੁ ਲਖੁ ਗੇੜਾ ਆਖੀਅਹਿ ਏਕੁ ਨਾਮੁ ਜਗਦੀਸ ॥**
੩ **ਏਤੁ ਰਾਹਿ ਪਤਿ ਪਵੜੀਆ ਚੜੀਐ ਹੋਇ ਇਕੀਸ ॥**
੪ **ਸੁਣਿ ਗਲਾ ਆਕਾਸ ਕੀ ਕੀਟਾ ਆਈ ਰੀਸ ॥**
੫ **ਨਾਨਕ ਨਦਰੀ ਪਾਈਐ ਕੂੜੀ ਕੂੜੈ ਠੀਸ ॥ ੩੨ ॥**

ਪਦ ਅਰਥ

ਲਖੁ ਲਖੁ ਗੇੜਾ = ਲੱਖ ਲੱਖ ਵਾਰ, ਰੋਮ ਰੋਮ । **ਜਗਦੀਸ** = ਜਗਤ ਦਾ ਈਸ਼ਰ । **ਏਤੁ ਰਾਹਿ** = ਇਸ ਰਸਤੇ । **ਪਤਿ** = ਪਤੀ, ਪ੍ਰਮੇਸਰ । **ਪਵੜੀਆ** = ਪਉੜੀਆਂ । **ਪਵੜੀਆ ਚੜੀਐ** = ਭਾਵ ਵੈਖਰੀ ਬਾਨੀ ਦੁਆਰਾ ਪ੍ਰਮੇਸਰ ਦੇ ਨਾਮ ਦੇ ਜਾਪ ਤੋਂ ਹਿਰਦੇ ਅੰਦਰ ਅਜਪਾ ਜਾਪ ਦੀ ਉਨਤੀ ਰਾਹੀਂ ਕਰਮਵਾਰ (ਪਤੀ ਪ੍ਰਮੇਸਰ ਦੇ ਮਹਿਲ ਦੀਆਂ) ਪਉੜੀਆਂ ਚੜਦਾ ਹੋਇਆ ; ਸ੍ਰਵਣ ਮੰਨਨ ਤੇ ਨਿਧਿਆਸਣ ਵਾਲ਼ੀਆਂ ਪਉੜੀਆਂ ਚੜਦਾ ਹੋਇਆ ਤ੍ਰੈਗੁਣ ਅਤੀਤ ਹੋਕੇ ਚੌਥੇ ਤੁਰੀਆ ਪਦ ਪਹੁੰਚਕੇ ; ਭਾਈ ਗੁਰਦਾਸ ਜੀ ਇਸੇ ਭਾਵ ਨੂੰ ਮੁਖ ਰਖਕੇ ਕਹਿੰਦੇ ਹਨ ਕਿ ਦੁਨੀਆ ਰੀਤੀ ਦੇ ਬੀਸ ਵਿਸਵੇ ਲੰਘਕੇ ਇਕੀਸ ਅਤੀਤ (ਤੁਰੀਆ) ਪਦ ਪਹੁੰਚਕੇ ਪ੍ਰਭੂ ਨੂੰ ਮਿਲੇ ।**ਯਥਾ:-ਚੜਿ ਇਕੀਹ ਪਤਿ ਪਉੜੀਆਂ ਨਿਰੰਕਾਰੁ ਗੁਰ ਸਬਦ ਸਹੀੜੀ ॥** (ਭਾਈ ਗੁਰਦਾਸ ਵਾਰ ੧੧ ਪਉ: ੫)॥ **ਹੋਇ ਇਕੀਸ** = ਈਸ਼ਵਰ ਨਾਲ ਇਕ ਹੋਣਾ, ਈਸ਼ਵਰ ਵਿੱਚ ਲੀਨ ਹੋਣਾ, ਨਿਧਿਆਸਨ ਉਪ੍ਰੰਤ ਈਸ਼ਵਰ ਦਾ ਸਾਖਿਯਾਤਕਾਰ ਹੋਣਾ। ਦੁਨੀਆ ਰੀਤੀ ਦੇ ਬੀਸ ਵਿਸਵੇ ਲੰਘਕੇ

ਇਕੀਸ ਵਿਸਵੇ ਹੋਣਾ। ਮਹਾਨ ਕੋਸ਼ ਵਿੱਚ ਭਾਈ ਕਾਨ੍ਹ ਸਿੰਘ ਜੀ ਦਸਦੇ ਹਨ ਕਿ, **"ਵਿਦਵਾਨਾਂ ਨੇ ਸਾਰਾ ਵਿਸ਼ਵ ਵੀਹ ਅੰਸ ਕਲਪਕੇ ਆਤਮਾ ਨੂੰ ਇਕੀ ਕਥਨ ਕੀਤਾ ਹੈ।"** ਅਤੇ 'ਭਗਤਾਵਲੀ' ਅਨੁਸਾਰ ਦੱਸਿਆ ਹੈ ਕਿ, "ਬੀਸ ਬਿਸਵੇ ਤ੍ਰੈ ਗੁਣ ਹੈ, ਤੇ ਇਕੀਹ ਤੁਰੀਆ ਪਦ ਹੈ।" (ਮਹਾਨ ਕੋਸ਼ ਪੰਨਾ ੪੭੫)। **ਆਕਾਸ ਕੀ** = ਭਾਵ ਆਕਾਸ ਵਿੱਚ ਉਡਣ ਵਾਲੇ ਪੰਛੀ ਦੀ। **ਕੀਟਾ** = ਕੀੜਾ, ਫੰਗਾਂ ਵਾਲਾ ਕੀੜਾ। **ਠੀਸ** = ਸੇਖ਼ੀ, ਫੜ੍ਹ, ਗੱਪ। ਅਰਥਾਂ ਦੀ ਹੋਰ ਸਪਸਟਤਾ ਹੇਠ ਲਿਖੀਆਂ ਤੁਕਾਂ ਵੀਚਾਰਨ ਯੋਗ ਹਨ :- **ਲਾਖ ਜਿਹਵਾ ਦੇਹੁ ਮੇਰੇ ਪਿਆਰੇ ਮੁਖੁ ਹਰਿ ਆਰਾਧੇ ਮੇਰਾ ਰਾਮ ॥** (ਸੂਹੀ ਮਹਲਾ ੫ ਪੰ:੭੮੦)॥ **ਜਿਹਵਾ ਏਕ ਹੋਇ ਲਖ ਕੋਟੀ ਲਖ ਕੋਟੀ ਕੋਟਿ ਧਿਆਵੈਗੋ** ॥ (ਪੰਨਾ ੧੩੦੯)॥ **ਗੁਰਮੁਖਿ ਰੋਮਿ ਰੋਮਿ ਹਰਿ ਧਿਆਵੈ ॥ ਸਿਧ ਗੋਸਟਿ -੨੮ ॥ ਬਗੁਲਾ ਹੰਸ ਨ ਹੋਵਈ ਮਾਨ ਸਰੋਵਰ ਜਾਇ ਖਲੋਈ ॥ ਵੀਹਾ ਦੈ ਵਰਤਾਰੈ ਓਹੀ ॥** (ਵਾਰ ੧੧ ਪਉ: ੧੦)॥ ਜੈ ਜੈ ਕਾਰੁ ਜਪਉ ਜਗਦੀਸ ॥ ਗੁਰਮਤਿ ਮਿਲੀਐ ਬੀਸ ਇਕੀਸ ॥੨੫॥ ਰਾਮਕਲੀ ਮਹਲਾ ੧ ਦਖਣੀ , ਓਅੰਕਾਰ ॥ ਪੰਨਾ ੯੩੩ ॥

ਅਰਥ

੧. ਜੇ ਇਕ ਜੀਭ ਤੋਂ ਇਕ ਲੱਖ ਹੋ ਜਾਣ, ਫਿਰ ਲੱਖ ਤੋਂ ਅਗੋਂ ਹੋਰ ਵੀਹ ਲੱਖ ਜੀਭਾਂ ਹੋ ਜਾਣ।

੨. ਫਿਰ ਹਰੇਕ ਜੀਭ ਨਾਲ ਲੱਖ ਲੱਖ ਵਾਰ ਉਸ ਜਗਤ ਦੇ ਮਾਲਕ ਦਾ ਕੇਵਲ ਇਕੋ ਨਾਮ ਸਿਮਰਨ ਕਰੀਏ ਭਾਵ ਨਿਰੰਤਰ ਸਿਮਰਨ ਕਰਦੇ ਰਹੀਏ।

੩. ਇਉਂ ਰੋਮ ਰੋਮ ਨਾਮ ਸਿਮਰਨ ਦੇ ਰਸਤੇ ਪੈ ਕੇ ਪਤੀ (ਪ੍ਰਮੇਸ਼ਰ) ਦੇ ਮਹਿਲ ਦੀਆਂ ਪੌੜੀਆਂ ਚੜੀਏ (ਭਾਵ ਜਾਪ ਤੋਂ ਅਜਪਾ ਜਾਪ ਦੇ ਅਭਿਆਸ ਦੀ ਉਨਤੀ ਦੁਆਰਾ ਪਤੀ ਪ੍ਰਮੇਸ਼ਰ ਦੇ ਮਹਿਲ ਦੀਆਂ ਪੌੜੀਆਂ ਚੜੀਏ) ਤਾਂ ਕਿਤੇ ਜਾ ਕੇ ਉਸ ਈਸ਼ਵਰ ਨਾਲ ਇਕ ਰੂਪ ਹੋਈਂਦਾ ਹੈ। (ਤਥਾ ਦੁਨੀਆਂ ਵਾਲੇ ਵੀਹਾਂ ਦੈ ਵਰਤਾਰੈ ਤੋਂ ਅਗੇ ਲੰਘਕੇ ਇੱਕੀ ਵਿਸਵੇ ਹੋ ਜਾਈਂਦਾ ਹੈ) **ਯਥਾ:- ਜੈ ਜੈ ਕਾਰੁ ਜਪਉ ਜਗਦੀਸ ॥ ਗੁਰਮਤਿ ਮਿਲੀਐ ਬੀਸ ਇਕੀਸ ॥੨੫॥** (ਰਮਕਲੀ ਮਹਲਾ ੧ ਦਖਣੀ ਓਅੰਕਾਰ ॥ ਪੰਨਾ ੯੩੩)॥ ਤਥਾ :- **ਬਿਨੁ ਜਿਹਵਾ ਜੋ ਜਪੈ ਹਿਆਇ ॥ ਕੋਈ ਜਾਣੈ ਕੈਸਾ ਨਉ** ॥ (ਮਲਾਰ ਮ:੧-੬ ਪੰ:੧੨੫੬)॥

੪. ਪਰ ਜੇ ਕੋਈ ਖੰਭਾਂ ਵਾਲਾ ਕੀੜਾ (ਸ਼ੇਖੀਖੋਰ, ਪਾਖੰਡੀ, ਚੁੰਚ ਗਿਆਨੀ) ਅਸਮਾਨ ਦੀਆਂ ਗਹਿਰਾਈਆਂ ਤੱਕ ਉਡਣ ਵਾਲੇ ਪੰਛੀ ਹੰਸ (ਭਾਵ ਰੋਮ ਰੋਮ ਸਿਮਰਨ ਕਰਨ ਵਾਲੇ ਗੁਰਮੁਖ) ਦੀ ਰੀਸ ਕਰੇ

੫. ਤਾਂ ਉਸ ਝੂਠੇ ਨੂੰ ਉਸਦੇ ਝੂਠ ਦਾ ਪਾਜ ਉਘੜ ਜਾਣ ਤੇ ਜਗਤ ਦੇ ਲੋਕ ਕਹਿੰਦੇ ਹਨ ਕਿ ਇਹ ਤਾਂ ਐਵੇਂ ਉਸ ਕੂੜਿਆਰ ਦੀ ਕੂੜੀ ਫੜ੍ਹ ਹੈ। ਗੁਰੂ ਨਾਨਕ ਜੀ ਦਸਦੇ ਹਨ ਕਿ ਅਸਲ ਵਿੱਚ ਉਸ ਪਰਮਈਸ਼ਰ ਦੀ ਪ੍ਰਾਪਤੀ ਰੋਮ ਰੋਮ ਨਾਮ ਸਿਮਰਨ ਦੁਆਰਾ ਤੇ ਉਸਦੀ ਆਪਣੀ

ਕ੍ਰਿਪਾ ਦ੍ਰਿਸ਼ਟੀ ਦੁਆਰਾ ਹੀ ਹੁੰਦੀ ਹੈ ॥ ੩੨ ॥

ਮੂਲ

੧ **ਆਖਣਿ ਜੋਰੁ ਚੁਪੈ ਨਹ ਜੋਰੁ ॥ ਜੋਰੁ ਨ ਮੰਗਣਿ ਦੇਣਿ ਨ ਜੋਰੁ ॥**
੨ **ਜੋਰੁ ਨ ਜੀਵਣਿ ਮਰਣਿ ਨਹ ਜੋਰੁ ॥ ਜੋਰੁ ਨ ਰਾਜਿ ਮਾਲਿ ਮਨਿ ਸੋਰੁ॥**
੩ **ਜੋਰੁ ਨ ਸੁਰਤੀ ਗਿਆਨਿ ਵੀਚਾਰਿ ॥ ਜੋਰੁ ਨ ਜੁਗਤੀ ਛੁਟੈ ਸੰਸਾਰੁ ॥**
੪ **ਜਿਸੁ ਹਥਿ ਜੋਰੁ ਕਰਿ ਵੇਖੈ ਸੋਇ ॥ ਨਾਨਕ ਉਤਮੁ ਨੀਚੁ ਨ ਕੋਇ॥੩੩ ॥**

ਪਦ ਅਰਥ

ਜੋਰੁ = ਜ਼ੋਰ, ਤਾਕਤ, ਬਲ, ਤਾਣ, ਵਸ । **ਸੋਰੁ** = ਸ਼ੋਰ, ਰੌਲਾ ਰਪਾ, ਰੋਲ ਘਚੋਲਾ, ਖਲਬਲੀ, ਸ਼ੋਰ-ਸ਼ਰਾਬਾ । **ਜਿਸ ਹਥਿ ਜੋਰੁ** = ਜਿਸ ਪ੍ਰਭੂ ਦੇ ਹੱਥ ਵਸ ਹੈ ।

ਅਰਥ

੧. ਅਸਲ ਵਿੱਚ ਅਸੀਂ ਜਗਤ ਦੇ ਜੀਵ ਪ੍ਰਮਾਤਮਾ ਦੀ ਹਸਤੀ ਅਗੇ ਇੰਨੇ ਨਿਤਾਣੇ ਹਾਂ ਕਿ ਸਾਡੇ ਵਿੱਚ ਇੰਨਾ ਵੀ ਤਾਣ ਨਹੀਂ ਕਿ ਅਸੀਂ ਕੁਝ ਆਖ ਸਕੀਏ, ਸਾਡੇ ਵਿੱਚ ਚੁਪ ਰਹਿਣ ਦਾ ਵੀ ਤਾਣ ਨਹੀਂ । ਨਾ ਹੀ ਸਾਡੇ ਵਿੱਚ ਮੰਗਣ ਦਾ ਤਾਣ ਹੈ ਤੇ ਨਾ ਹੀ ਕੁਝ ਦੇਣ ਦਾ ਤਾਣ ਹੈ ।

੨. ਸਾਡੇ ਵਿੱਚ ਨਾ ਆਪਦੀ ਮਰਜ਼ੀ ਨਾਲ ਜਿਉਣ ਦਾ ਜ਼ੋਰ ਹੈ ਤੇ ਨਾ ਹੀ ਮਰਨ ਦਾ । ਰਾਜ ਪ੍ਰਾਪਤੀ ਤੇ ਮਾਲਿ (ਧਨ ਦੌਲਤ) ਇਕੱਠੀ ਕਰਨ ਵਿੱਚ ਵੀ ਸਾਡਾ ਜ਼ੋਰ ਨਹੀਂ ਚਲਦਾ ਜਿਸਦੀ ਪ੍ਰਾਪਤੀ ਲਈ ਸਾਡੇ ਮਨ ਅੰਦਰ ਸਦਾ ਖਲਬਲੀ ਮੱਚੀ ਰਹਿੰਦੀ ਹੈ ਉਸ ਤੇ ਵੀ ਸਾਡਾ ਵਸ ਨਹੀਂ ਚਲਦਾ ।

੩. ਗਿਆਨ ਵੀਚਾਰ ਦੁਆਰਾ ਪ੍ਰਭੂ ਸਿਮਰਨ ਵਿੱਚ ਸੁਰਤੀ (ਬ੍ਰਿਤੀ) ਲਾਉਣਾ ਵੀ ਸਾਡੇ ਵਸ ਵਿੱਚ ਨਹੀਂ । ਸੰਸਾਰ ਦੇ ਬੰਧਨਾਂ ਤੋਂ ਕਿਸੇ ਜੁਗਤੀ (ਤਰਕੀਬ) ਨਾਲ ਛੁਟਕਾਰਾ ਪਾਉਣ ਦਾ ਵੀ ਜ਼ੋਰ ਸਾਡੇ ਵਿੱਚ ਨਹੀਂ ਹੈ ।

੪. ਗੁਰੂ ਨਾਨਕ ਜੀ ਦਸਦੇ ਹਨ ਕਿ ਅਸਲ ਵਿੱਚ ਜਿਸ ਪ੍ਰਭੂ ਦੇ ਹੱਥ ਵਸ ਉਕਤ ਕਹੀਆਂ ਗਲਾਂ ਹਨ ਉਹੀ ਆਪਣੇ ਹੁਕਮ ਅੰਦਰ ਰਚੀ ਹੋਈ ਸ੍ਰਿਸ਼ਟੀ ਦੀ ਹੋ ਰਹੀ ਖੇਡ ਨੂੰ ਵੇਖ ਰਿਹਾ ਹੈ । ਅਸਲ ਵਿੱਚ ਨਾ ਕੋਈ ਮਨੁਖ ਆਪਣੇ ਆਪ ਉਤਮ ਹੈ ਤੇ ਨਾ ਹੀ ਕੋਈ ਨੀਚ । ਭਾਵ ਪ੍ਰਭੂ ਜਿਸਨੂੰ ਜਿੰਨਾਂ ਜ਼ੋਰ ਬਖ਼ਸ਼ਦਾ ਹੈ ਉਹ ਉਤਨੀ ਹੀ ਸਮਰੱਥਾ ਵਾਲਾ ਹੋ ਜਾਂਦਾ ਹੈ ॥ ੩੩ ॥

ਮੂਲ

੧ **ਰਾਤੀ ਰੁਤੀ ਥਿਤੀ ਵਾਰ ॥ ਪਵਣ ਪਾਣੀ ਅਗਨੀ ਪਾਤਾਲ ॥**
ਤਿਸੁ ਵਿਚਿ ਧਰਤੀ ਥਾਪਿ ਰਖੀ ਧਰਮ ਸਾਲ ॥
੨ **ਤਿਸੁ ਵਿਚਿ ਜੀਅ ਜੁਗਤਿ ਕੇ ਰੰਗ ॥ ਤਿਨ ਕੇ ਨਾਮ ਅਨੇਕ ਅਨੰਤ॥**
੩ **ਕਰਮੀ ਕਰਮੀ ਹੋਇ ਵੀਚਾਰੁ ॥ ਸਚਾ ਆਪਿ ਸਚਾ ਦਰਬਾਰੁ ॥**
੪ **ਤਿਥੈ ਸੋਹਨਿ ਪੰਚ ਪਰਵਾਣੁ ॥ ਨਦਰੀ ਕਰਮਿ ਪਵੈ ਨੀਸਾਣੁ ॥**
੫ **ਕਚ ਪਕਾਈ ਓਥੈ ਪਾਇ ॥ ਨਾਨਕ ਗਇਆ ਜਾਪੈ ਜਾਇ ॥੩੪॥**

ਪਦ ਅਰਥ

ਥਾਪਿ ਰਖੀ = ਸੋਚੀ ਸਮਝੀ ਇਛਾ ਅਨੁਸਾਰ ਸਥਾਪਤ ਕੀਤੀ ਹੋਈ । **ਵਾਰ** = ਹਫਤੇ ਦੇ ਸੱਤ ਵਾਰ (ਦਿਨ) । **ਤਿਥੈ** = ਓਥੈ ਤਿਸ ਸਚੇ ਸਾਹਿਬ ਦੇ ਦਰਬਾਰ ਵਿੱਚ । **ਨੀਸਾਣ** = ਨੀਸ਼ਾਣ, ਚਿੰਨ੍ਹ, ਨਿਸ਼ਾਨ, ਮੁਹਰ । **ਕਚ ਪਕਾਈ** = ਕੱਚਾ ਪੱਕਾ, ਝੂਠਾ ਸੱਚਾ । **ਓਥੈ ਪਾਇ** = ਅੱਗੇ ਉਸ ਦਰਗਾਹ ਵਿੱਚ । **ਜਾਪੈ ਜਾਇ** = ਜਾ ਕੇ ਪਤਾ ਲਗਦਾ ਹੈ ।

ਨੋਟ:-੧…ਗੁਰੂ ਨਾਨਕ ਸਾਹਿਬ ਇਨਾਂ ਚਾਰ ਪਉੜੀਆਂ ੩੪ ਤੋਂ ੩੭ ਤੱਕ ਅਧਿਆਤਮਿਕ ਮਾਰਗ ਦੇ ਲੜੀ ਬਧ ਪੰਜ ਖੰਡਾਂ ਦਾ ਵਰਨਣ ਕਰਦੇ ਹਨ । ਇਨਾਂ ਖੰਡਾਂ ਨੂੰ ਕਲਪਤ ਜਾਂ ਅਲੌਕਿਕ ਮੰਨਣਾ ਉਚਿੱਤ ਨਹੀਂ । ਇਨਾਂ ਖੰਡਾਂ ਨੂੰ ਸੂਫੀਆਂ ਦੀਆਂ ਆਤਮਕ ਮੰਜ਼ਲਾਂ (ਸਰੀਅਤ, ਤਰੀਕਤ, ਮਾਰਫਤ ਤੇ ਹਕੀਕਤ) ਤੁਲ ਮੰਨਣਾ ਉਚਿੱਤ ਨਹੀਂ ਤੇ ਨਾ ਹੀ ਇਨਾਂ ਨੂੰ ਹਿੰਦੂ ਵੀਚਾਰਧਾਰਾ ਦੇ ਚੰਦ੍ਰ ਲੋਕ, ਸੂਰਯ ਲ਼ੋਕ, ਇੰਦ੍ਰ ਲੋਕ ਇਤਿਆਦ ਵਾਂਗ ਪੰਜ ਲੋਕ ਜਾਂ ਸਤ ਲੋਕ ਥਾਪਣਾ ਵੀ ਉਚਿੱਤ ਨਹੀਂ । ਗੁਰੂ ਜੀ ਦੁਆਰਾ ਥਾਪੇ ਗਏ ਏਹ ਪੰਜ ਖੰਡ ਵਿਵਹਾਰਕ ਭਾਵ ਅਮਲੀ ਮਾਰਗ ਦੀ ਅਸਲੀਅਤ ਹਨ । ਗੁਰੂ ਜੀ ਨੇ ਗੁਰਬਾਣੀ ਵਿੱਚ ਉਹੀ ਗਲ ਆਖੀ ਹੈ ਜੋ ਉਨਾਂ ਦੇ ਤਜਰਬੇ ਵਿੱਚ ਆਈ ਹੈ । **ਯਥਾ:-ਅੰਮ੍ਰਿਤ ਬਾਣੀ ਤਤੁ ਵਖਾਣੀ ਗਿਆਨ ਧਿਆਨ ਵਿਚਿ ਆਈ ॥** (ਸਲੋਕ ਮ:੨ ਪੰ:੧੨੪੩)॥ ਤਥਾ:-**ਸੰਤਨ ਕੀ ਸੁਣਿ ਸਾਚੀ ਸਾਖੀ ॥ ਸੋ ਬੋਲਹਿ ਜੋ ਪੇਖਹਿ ਆਖੀ ॥** (ਰਾਮਕਲੀ ਮਹਲਾ ੫ ਪੰ:੮੯੪)॥ ਜਪੁਜੀ ਸਾਹਿਬ ਦੀ ੩੮ ਵੀਂ ਪਉੜੀ ਦੇ ਭਾਵ ਨੂੰ ਮੁਖ ਰਖਕੇ ਇਹ ਆਖਿਆ ਜਾ ਸਕਦਾ ਹੈ ਕਿ ਇਨਾਂ ਖੰਡਾਂ ਦਾ ਰਹੱਸ ਅਤਿ ਸੂਖਮ ਹੋਣ ਦੇ ਬਾਵਜੂਦ ਇਨਾਂ ਪੰਜਾਂ ਖੰਡਾਂ ਵਿੱਚ ਵਿਵਹਾਰਕ ਤੇ ਵਿਕਾਸ ਮਈ ਕ੍ਰਮ ਮੌਜੂਦ ਹੈ ਜਿਵੇਂ ਕਿ ਇਹ ਖੰਡ ਇਕ ਦੂਜੇ ਦੇ ਪੂਰਕ ਹੋਣ । ਇਸੇ ਕਰਕੇ ਸਾਧਕ ਤਰੱਕੀ ਕਰਦਾ ਹੋਇਆ ਧਰਮ ਖੰਡ ਤੋਂ ਸਚ ਖੰਡ ਵਿੱਚ ਪ੍ਰਵੇਸ਼ ਕਰਦਾ ਹੈ । ਜਿਵੇਂ, ਧਰਮ ਖੰਡ ਵਿੱਚ

ਸਾਧਕ ਇਹ ਦ੍ਰਿੜ ਕਰਦਾ ਹੈ ਕਿ ਇਹ ਧਰਤੀ ਧਰਮਸਾਲ ਹੈ ਤੇ ਇਥੇ ਕੀਤੇ ਕਰਮਾਂ ਦਾ ਫਲ ਉਸ ਪ੍ਰਭੂ ਦਰਬਾਰ ਵਿੱਚ ਕੀਤੇ ਲੇਖੇ ਅਨੁਸਾਰ ਭੁਗਤਨਾ ਪਵੇਗਾ । ਪੰਚਾਂ ਵਾਲਾ ਧਰਮ ਤੇ ਪੰਚਾਂ ਵਾਲੇ ਕਰਮ ਹੀ ਸ੍ਰੇਸ਼ਟ ਹਨ ਤੇ ਸਾਧਕ ਇਸ ਮਾਰਗ ਚਲਣਾ ਸ਼ੁਰੂ ਕਰੇ । ਧਰਮ ਖੰਡ ਦਾ ਤਤਸਾਰ ਹੈ:-**ਸਰਬ ਧਰਮ ਮਹਿ ਸ੍ਰੇਸਟ ਧਰਮੁ ॥ ਹਰਿ ਕੋ ਨਾਮੁ ਜਪਿ ਨਿਰਮਲ ਕਰਮੁ ॥** (ਸੁਖਮਨੀ-੩/੮)॥ ਅਗਲੇ ਗਿਆਨ ਖੰਡ ਦਾ ਤਤਸਾਰ ਹੈ ਕਿ ਉਸ ਪ੍ਰਭੂ ਨੂੰ ਬੇਅੰਤ ਜਾਨਣਾ । ਉਹ ਇਤਨਾ ਬੇਅੰਤ ਹੈ ਕਿ ਸਿਆਣਿਆਂ ਦੀਆਂ ਦੱਸੀਆਂ ਹੋਈਆਂ ਚੌਰਾਸੀ ਲੱਖ, ਅਠਾਰਾਂ ਹਜ਼ਾਰ ਇਤਿਆਦਿਕ ਗਿਣਤੀਆਂ ਮਿਣਤੀਆਂ ਬਹੁਤ ਤੁਛ ਹਨ । ਇਸ ਤਰਾਂ ਪ੍ਰਭੂ ਨੂੰ ਅਨੰਤ ਬੇਅੰਤ ਦ੍ਰਿੜ ਕਰਕੇ, ਸ਼ਰਧਾ ਜਾਗਣ ਨਾਲ ਸਾਧਕ ਦੇ ਮਨ ਅਨੰਦ ਉਪਜਣ ਲਗਦਾ ਹੈ । ਅਗਲੇ ਸਰਮ ਖੰਡ ਦਾ ਤਤਸਾਰ ਹੈ ਕਿ ਜਦੋਂ ਸਾਧਕ ਆਪਣੇ ਮਨ ਅੰਦਰ ਪ੍ਰਭੂ ਤੇ ਸਮਾਜ ਪ੍ਰਤੀ ਸ਼ਰਮ (ਲਜਿਆ) ਦ੍ਰਿੜ ਕਰਦਾ ਹੈ ਤਾਂ ਉਸ ਅੰਦਰ ਸਿੱਧਾਂ ਪੁਰਸ਼ਾਂ ਵਾਲੀ ਸੂਝ ਬੂਝ ਪ੍ਰਗਟ ਹੋ ਜਾਂਦੀ ਹੈ । ਅਗਲੇ ਕਰਮ ਖੰਡ ਦਾ ਤਤਸਾਰ ਹੈ ਕਿ ਇਥੇ ਸਾਧਕ ਸਤਯ ਕਰਮ ਭਾਵ ਕਰਣੀ ਦ੍ਰਿੜ ਕਰਦਾ ਹੈ ਤੇ ਪ੍ਰਭੂ ਭਗਤੀ ਵਿੱਚ ਲੀਨ ਰਹਿੰਦਾ ਹੈ, ਤਾਂ ਉਸਦੇ ਬਚਨ ਬੜੇ ਪ੍ਰਭਾਵਸਾਲੀ ਤੇ ਜ਼ੋਰ ਵਾਲੇ ਹੋ ਜਾਂਦੇ ਹਨ । **ਯਥਾ:-ਸੂਰਬੀਰ ਬਚਨ ਕੇ ਬਲੀ ॥ ਕਉਲਾ ਬਪੁਰੀ ਸੰਤੀ ਛਲੀ ॥** (ਆਸਾ ਮਹਲਾ ੫-੩੯੨)॥ ਤਥਾ:-**ਜਹ ਕਰਣੀ ਤਹ ਪੂਰੀ ਮਤਿ ॥ ਕਰਣੀ ਬਾਝਹੁ ਘਟੇ ਘਟਿ ॥** ਸਿਰੀ: ਮਹਲਾ ੧ ਪੰ:੨੫ ॥ ਅਗਲੇ ਸਚ ਖੰਡ ਦਾ ਤਤਸਾਰ ਹੈ ਕਿ ਸਾਧਕ ਇਥੇ ਕਰਮ ਖੰਡ ਵਾਲੀ ਕਰਣੀ ਦੀ ਦ੍ਰਿੜਤਾ ਉਪ੍ਰੰਤ ਪ੍ਰਭੂ ਦੀ ਕ੍ਰਿਪਾ ਦਾ ਪਾਤਰ ਬਣਦਾ ਹੈ ਤੇ ਪ੍ਰਭੂ ਦੀ ਕ੍ਰਿਪਾ ਦ੍ਰਿਸ਼ਟੀ ਨਾਲ ਸਦਾ ਸਦਾ ਲਈ ਨਿਹਾਲ ਹੋ ਜਾਂਦਾ ਹੈ ਤੇ ਇਥੇ ਉਸਨੂੰ ਸਭ ਕੁਝ ਪ੍ਰਭੂ ਦੇ ਹੁਕਮ ਅੰਦਰ ਵਾਪਰਦਾ ਪ੍ਰਤੱਖ ਨਜ਼ਰ ਆਉਂਦਾ ਹੈ ।

ਨੋਟ:-੨ ਜਪੁ ਬਾਣੀ ਵਿੱਚ ਆਈਆਂ ਤੁਕਾਂ "**ਅਗੰਮ ਅਗੰਮ ਅਸੰਖ ਲੋਅ**" ਤਥਾ:-**ਪਾਤਾਲਾ ਪਾਤਾਲ ਲਖ ਆਗਾਸਾ ਆਗਾਸ** ਤਥਾ:-**ਕੇਤੇ ਇੰਦ ਚੰਦ ਸੂਰ ਕੇਤੇ ਕੇਤੇ ਮੰਡਲ ਦੇਸ** ਨੂੰ ਮੁਖ ਰਖਕੇ ਅਸੀਂ ਸਹਿਜੇ ਹੀ ਮੰਨ ਸਕਦੇ ਹਾਂ ਕਿ ਗੁਰੂ ਜੀ ਨੇ ਇਸ ਪਉੜੀ ਦੀਆਂ ਮੁਢਲੀਆਂ ਦੋ ਤੁਕਾਂ ਵਿੱਚ, ਕਰਤਾਪੁਰਖ ਦੇ ਮਹਾਂ ਚੇਤਨ ਹਸਤੀ ਅਤੇ ਸਾਹਿਬੇ ਦਿਮਾਗ ਹੋਣ ਦੇ ਗੁਣ ਦਾ ਕਥਨ ਕੀਤਾ ਹੈ । ਜਿਵੇਂ, ਦਿਨ ਰਾਤ ਤੇ ਰੁਤਾਂ ਦਾ ਸੰਕੇਤ ਸੂਰਜ ਵੱਲ ਹੈ; ਥਿਤਾਂ ਦਾ ਸੰਕੇਤ ਚੰਦ ਵੱਲ ਹੈ; ਵਾਰਾਂ ਦਾ ਸੰਕੇਤ ਸਾਡੇ ਸੱਤ ਗ੍ਰਹਾਂ ਸੂਰਜ, ਚੰਦ੍ਰਮਾ, ਮੰਗਲ, ਬੁਧ, ਬ੍ਰਹਸਪਤ, ਸ਼ੁਕਰ ਤੇ ਛਨੀ ਵੱਲ ਹੈ; ਧਰਤੀ ਦੇ ਉਤੇ ਆਕਾਸ਼ ਤੇ ਥਲੇ ਪਾਤਾਲ਼ ਜਿੰਨਾਂ ਵਿੱਚ ਕਰਤਾ ਪੁਰਖ ਨੇ ਧਰਤੀ ਨੂੰ ਬੜੀ ਸੁਚੱਜਤਾ ਨਾਲ ਇਸਥਿਤ ਕੀਤਾ ਹੋਇਆ ਹੈ । ਧਰਤੀ ਤੇ ਜੀਵਨ ਸੰਭਵ ਬਣਾਉਣ ਲਈ ਹਵਾ ਤੇ ਪਾਣੀ ਦੀ ਸਿਰਜਣਾ ਕੀਤੀ ਹੈ । ਸੂਰਜ ਚੰਦ ਹਵਾ ਪਾਣੀ ਬਾਰੇ ਤਾਂ ਸਾਨੂੰ ਬਹੁਤ ਸਮੇਂ ਤੋਂ ਪਤਾ ਹੈ ਕਿ ਧਰਤੀ ਤੇ ਜੀਵਨ ਲਈ ਇਹ ਅਤੀ ਜਰੂਰੀ ਹਨ ।

ਪਰ ਅੱਜ ਤੋਂ ਸੱਤਰ ਅੱਸੀ ਸਾਲ ਪਹਿਲਾਂ ਤੱਕ ਇਹ ਪਤਾ ਨਹੀਂ ਸੀ ਕਿ ਧਰਤੀ ਤੇ ਜੀਵਨ ਨੂੰ ਕਾਇਮ ਰੱਖਣ ਲਈ ਬਾਕੀ ਗ੍ਰਹ ਕਿਵੇਂ ਸਹਾਈ ਹਨ । ਅੱਜ ਅਸੀਂ ਜਾਣਦੇ ਹਾਂ ਕਿ ਆਕਾਸ ਵਿੱਚ ਅਵਾਰਾ ਘੁੰਮਦੇ ਪਦਾਰਥ ਦੇ ਟੁਕੜੇ ਜੋ ਧੂਮ ਕੇਤੂ ਆਦਿ ਦੀ ਸਕਲ ਵਿੱਚ ਫਿਰਦੇ ਹਨ ਇਨਾਂ ਨੂੰ ਧਰਤੀ ਤੱਕ ਆਉਣ ਤੋਂ ਰੋਕਣ ਲਈ ਉਨਾਂ ਦੀ ਸੱਟ ਇਹ ਗ੍ਰਹ ਆਪਣੇ ਸੀਨੇ ਤੇ ਝਲਦੇ ਹਨ ਅਤੇ ਧਰਤੀ ਤੇ ਜੀਵਨ ਦੀ ਰੱਖਿਆ ਕਰਦੇ ਹਨ । ਗੁਰੂ ਜੀ ਵਲੋਂ ਉਕਤ ਦਰਸਾਏ ਪ੍ਰਮਾਣਾਂ ਦਾ ਆਭਾਸ ਸਾਨੂੰ "**ਤਿਸੁ ਵਿਚਿ ਧਰਤੀ ਥਾਪਿ ਰਖੀ ਧਰਮਸਾਲ**" ਤੋਂ ਮਿਲਦਾ ਹੈ ਕਿ ਐਸੀ ਸੁਰਖਿਅਤ ਹੈ ਇਹ ਧਰਮਸਾਲ ਜੋ ਕਰਤਾਪੁਰਖ ਨੇ ਇਸਥਿਤ ਕਰ ਰੱਖੀ ਹੈ । ਇਸ ਧਰਮਸਾਲ ਰੂਪੀ ਧਰਤੀ ਤੇ ਜੀਵ ਜੋ ਕਰਮ ਕਰਦੇ ਹਨ ਉਨ੍ਹਾਂ ਅਨੁਸਾਰ ਹੀ ਜੀਵਾਂ ਨੂੰ ਦੂਖ ਸੁਖ ਰੂਪੀ ਫਲ ਮਿਲ਼ਦਾ ਹੈ ਕਿਉਂਕਿ ਕਰਮਾਂ ਲਈ ਉਹ ਆਪ ਜੁਮੇਂਵਾਰ ਹਨ । ਕਰਮਾਂ ਦੇ ਭੁਗਤਨ ਦਾ ਵਿਧਾਨ ਮਨੁਖ ਤੇ ਇਸ ਲਈ ਆਇਦ ਹੁੰਦਾ ਹੈ ਕਿਉਂਕਿ ਪ੍ਰਭੂ ਨੇ ਮਨੁਖ ਨੂੰ ਅਤੀ ਚੇਤਨਤਾ ਬਖ਼ਸ਼ਕੇ ਸਾਰੀਆਂ ਜੂਨਾਂ ਦਾ ਸਰਦਾਰ ਬਣਾਇਆ ਹੈ । ਯਥਾ ਫੁਰਮਾਣ ਹੈ ਕਿ :-**ਅਪਵਿਤ੍ਰ ਪਵਿਤ੍ਰ ਜਿਨਿ ਤੂੰ ਕਰਿਆ ॥ ਸਗਲ ਜੋਨਿ ਮਹਿ ਤੂ ਸਿਰਿ ਧਰਿਆ ॥** (ਪੰ:੯੧੩)॥ ☬ ਉਪਨਿਸ਼ਦ ਕਥਾਵਾਂ ਦੀ ਤਰਜ਼ ਤੇ ਗੁਰੂ ਸਾਹਿਬ ਨੇ ਪ੍ਰਭਾਤੀ ਰਾਗ ਵਿੱਚ ਇਸੇ ਭਾਵਨਾ ਨੂੰ ਪ੍ਰਗਟਾਉਂਦੀ ਇਕ ਅਤੀ ਸੁੰਦਰ ਕਥਾ ਦਾ ਵਰਨਣ ਕੀਤਾ ਹੈ । ਕਥਾ ਇਸ ਤਰਾਂ ਹੈ ਕਿ ਮਨੁਖੀ ਜੀਵ ਆਤਮਾ ਤੇ ਕਾਮ ਕ੍ਰੋਧ ਲੋਭ ਮੋਹ ਅਹੰਕਾਰ ਆਦਿ ਵਿਸ਼ੇ ਵਿਕਾਰਾਂ ਵਿੱਚ ਝਗੜਾ ਹੋ ਗਿਆ ਕਿ ਅਸਲ ਵਿੱਚ ਇਸ ਮਨੁਖੀ ਸਰੀਰ ਰੂਪੀ ਘਰ ਤੇ ਕਿਸਦਾ ਅਧਿਕਾਰ ਹੈ ? ਵਿਸ਼ੇ ਵਿਕਾਰ ਆਪਣਾ ਅਧਿਕਾਰ ਜਿਤਾਉਂਦੇ ਹਨ ਤੇ ਜੀਵ ਆਤਮਾ ਆਪਣਾ । ਜੀਵ ਆਤਮਾ ਨੇ ਗੁਰੂ ਦੀ ਸਿਖਿਆ ਨੂੰ ਧਿਆਨ ਗੋਚਰ ਕਰਦੇ ਹੋਏ ਵਿਵੇਕ ਦੁਆਰਾ ਹਰ ਵਿਸ਼ੇ (ਦੂਤ) ਦੇ ਅਧਿਕਾਰ ਨੂੰ ਖੰਡਨ ਕੀਤਾ । ਰੌਲ਼ਾ ਇਥੋਂ ਤੱਕ ਵਧ ਗਿਆ ਕਿ ਦੋਨੋਂ ਜੀਵ ਆਤਮਾ ਤੇ ਇਨ੍ਹਾਂ ਦੂਤਾਂ ਦਾ ਰਲਕੇ ਇਕ ਘਰ ਵਿੱਚ ਇਕੱਠੇ ਰਹਿਣਾ ਦੁੱਭਰ ਹੋ ਗਿਆ । ਜੀਵ ਆਤਮਾ ਅਖੀਰ ਨੂੰ ਗੁਰੂ ਦਾ ਲੜ ਫੜਕੇ ਝਗੜਾ ਪ੍ਰਭੂ ਦੇ ਦਰਬਾਰ ਵਿੱਚ ਲੈ ਗਈ ਕਿ ਹੇ ਸਰਵਗਯ ਪ੍ਰਭੂ ਜੀ ! ਤੁਸੀਂ ਆਪ ਹੀ ਨਿਆਏ ਕਰੋ ਕਿ ਇਸ ਘਰ ਦਾ ਅਸਲ ਮਾਲਕ ਕੌਣ ਹੈ ? ਪ੍ਰਭੂ ਜੀ ਹੱਸੇ ਤੇ ਫਿਰ ਬੋਲੇ ਤੇ ਫੈਸਲਾ ਇਹ ਸੁਣਾਇਆ ਕਿ ਹੇ ਜੀਵ ਆਤਮਾ ਇਸ ਘਰ ਦਾ ਅਸਲੀ ਮਾਲਕ ਤੂੰ ਹੈਂ ! ਇਹ ਵਿਸ਼ੇ ਰੂਪੀ ਦੂਤ ਤਾਂ ਤੇਰੇ ਸੇਵਕ ਹਨ ! ਇਹ ਇਸ ਘਰ ਦੇ ਮਾਲਕ ਨਹੀਂ ! **ਯਥਾ**:-"......॥ **ਇਨ ਲੋਗਨ ਸਿਉ ਹਮ ਭਏ ਬੈਰਾਈ ॥ ਏਕ ਗ੍ਰਿਹ ਮਹਿ ਦੁਇ ਨ ਖਟਾਈ ॥ ਆਏ ਪ੍ਰਭ ਪਹਿ ਅੰਚਰਿ ਲਾਗ ॥ ਕਰਹੁ ਤਪਾਵਸੁ ਪ੍ਰਭ ਸਰਬਾਗਿ ॥ ਪ੍ਰਭ ਹਸਿ ਬੋਲੇ ਕੀਏ ਨਿਆਏ ॥ ਸਗਲ ਦੂਤ ਮੇਰੀ ਸੇਵਾ ਲਏ ॥ ਤੂੰ ਠਾਕੁਰੁ ਇਹੁ ਗ੍ਰਿਹ ਸਭੁ ਤੇਰਾ ॥ ਕਹੁ ਨਾਨਕ ਗੁਰਿ ਕੀਆ ਨਿਬੇਰਾ ॥ ੧ ॥** (ਪ੍ਰਭਾਤੀ ਮਹਲਾ ੫ ਪੰ:੧੩੪੭)॥

ਅਰਥ

੧. ਉਸ ਸਾਹਿਬੇ ਦਿਮਾਗ ਕਰਤਾ ਪੁਰਖ ਨੇ ਰਾਤਾਂ ਰੁਤਾਂ, ਥਿਤਾਂ ਅਤੇ ਵਾਰਾਂ (ਦਿਨਾਂ) ਦੀ ਬਣਤ ਬਣਾਕੇ, ਤੇ ਪਉਣ, ਪਾਣੀ, ਅੱਗ (ਆਦਿ ਪੰਜ ਤੱਤ ਸਾਜ ਕੇ) ਪਾਤਾਲ ਤੇ (ਆਕਾਸ਼) ਦੇ ਮਧ ਇਹ ਧਰਤੀ ਨੂੰ ਧਰਮਸਾਲ (ਧਰਮ ਕਮਾਉਣ ਦਾ ਸਥਾਨ) ਬਣਾਕੇ ਥਾਪ ਦਿੱਤਾ ਹੈ।

੨. ਇਸ ਧਰਮਸਾਲ ਰੂਪੀ ਧਰਤੀ ਤੇ ਕਈ ਜੁਗਤਾਂ, ਰੰਗਾਂ (ਭਾਵ ਭਾਂਤ ਭਾਂਤ ਦੀ ਬਣਤਰ ਤੇ ਰੰਗਾਂ) ਦੇ ਜੀਵ ਵੀ ਰਚ ਦਿੱਤੇ ਜਿੰਨ੍ਹਾਂ ਦੇ ਅਨੇਕਾਂ ਹੀ ਬੇਅੰਤ ਨਾਮ ਹਨ।

੩. ਇੰਨ੍ਹਾਂ ਜੀਵਾਂ ਦੇ ਆਪੋ ਆਪਣੇ (ਫ਼ਲ ਦੀ ਇਛਾ ਨਾ਼ਲ) ਕੀਤੇ ਹੋਏ ਕਰਮਾਂ ਦੀ ਵੀਚਾਰ (ਖੋਟੇ ਖਰੇ ਦੀ ਪਰਖ) ਉਸ ਸੱਚੇ ਸਹਿਬ ਦੇ ਸੱਚੇ ਦਰਬਾਰ ਵਿੱਚ ਹੁੰਦੀ ਹੈ।

੪. ਤਿਥੈ (ਉਸ ਸੱਚੇ ਦਰਬਾਰ ਵਿੱਚ) ਪੰਚ ਜਨ ਸੋਭਾ ਪਾਉਂਦੇ ਹਨ ਕਿਉਂਕਿ ਉਹ (ਆਪਣੇ ਸੁਭ ਕਰਮਾਂ ਕਰਕੇ) ਸੱਚੇ ਸਾਹਿਬ ਦੀ ਕ੍ਰਿਪਾ ਦ੍ਰਿਸ਼ਟੀ ਦੇ ਨਿਸ਼ਾਨ ਦੁਆਰਾ (ਬਤੌਰ ਧਰਮੀ ਬੰਦੇ) ਪ੍ਰਵਾਨ ਚੜਦੇ ਹਨ।

੫. ਗੁਰੂ ਨਾਨਕ ਸਾਹਿਬ ਦਸਦੇ ਹਨ ਕਿ (ਭਾਵੇਂ ਇਸ ਸੰਸਾਰ ਵਿੱਚ ਸੱਚੇ ਝੂਠੇ ਹੋਣ ਵਿੱਚ ਕੋਈ ਓਹਲਾ ਰਹ ਜਾਵੇ ਪਰ) ਅਗੈ ਉਸ ਸੱਚੇ ਸਾਹਿਬ ਦੇ ਸੱਚੇ ਦਰਬਾਰ ਵਿੱਚ ਹੀ ਠੀਕ ਠੀਕ ਪਤਾ ਚਲੂ ਕੌਣ ਸੱਚਾ ਹੈ ਤੇ ਕੌਣ ਝੂਠਾ ਹੈ ॥ ੩੪ ॥

ਮੂਲ

੧ **ਧਰਮ ਖੰਡ ਕਾ ਏਹੋ ਧਰਮੁ ॥ ਗਿਆਨ ਖੰਡ ਕਾ ਆਖਹੁ ਕਰਮੁ ॥**
੨ **ਕੇਤੇ ਪਵਣ ਪਾਣੀ ਵੈਸੰਤਰ ਕੇਤੇ ਕਾਨ ਮਹੇਸ ॥**
ਕੇਤੇ ਬਰਮੇ ਘਾੜਤਿ ਘੜੀਅਹਿ ਰੂਪ ਰੰਗ ਕੇ ਵੇਸ ॥
੩ **ਕੇਤੀਆ ਕਰਮ ਭੂਮੀ ਮੇਰ ਕੇਤੇ ਕੇਤੇ ਧੂ ਉਪਦੇਸ ॥**
ਕੇਤੇ ਇੰਦ ਚੰਦ ਸੂਰ ਕੇਤੇ ਕੇਤੇ ਮੰਡਲ ਦੇਸ ॥
ਕੇਤੇ ਸਿਧ ਬੁਧ ਨਾਥ ਕੇਤੇ ਕੇਤੇ ਦੇਵੀ ਵੇਸ ॥
੪ **ਕੇਤੇ ਦੇਵ ਦਾਨਵ ਮੁਨਿ ਕੇਤੇ ਕੇਤੇ ਰਤਨ ਸਮੁੰਦ ॥**
ਕੇਤੀਆ ਖਾਣੀ ਕੇਤੀਆ ਬਾਣੀ ਕੇਤੇ ਪਾਤ ਨਰਿੰਦ ॥
ਕੇਤੀਆ ਸੁਰਤੀ ਸੇਵਕ ਕੇਤੇ ਨਾਨਕ ਅੰਤੁ ਨ ਅੰਤੁ ॥ ੩੫ ॥

ਪਦ ਅਰਥ

ਗਿਆਨ ਖੰਡ ਕਾ ਆਖਹੁ ਕਰਮੁ = ਗਿਅਨ ਖੰਡ ਦਾ ਨਿਯਮ, ਕੰਮ, ਕਰਤਬ।

ਕਰਮ ਭੂਮੀ = ਧਰਮ ਕਮਾਉਣ ਦੀ ਥਾਂ, ਧਰਤੀ । **ਸੂਰ** = ਸੂਰਜ । **ਦਾਨਵ** = ਦੈਂਤ, ਅਸੁਰ । **ਕੇਤੀਆ ਖਾਣੀ** = ਅੰਡਜ, ਜੇਰਜ, ਸੇਤਜ, ਉਤਭੁਜ ਆਦਿ ਕਿਤਨੀਆਂ ਹੀ ਖਾਣੀਆਂ । **ਅੰਤੁ ਨ ਅੰਤੁ** = ਉਹ ਪ੍ਰਭੂ ਆਪ ਬਅੰਤ ਹੈ ਅਤੇ ਉਸ ਦੀ ਭਿੰਨ ਭਿੰਨ ਪ੍ਰਕਾਰ ਦੀ ਰਚਨਾ ਵੀ ਬੇਅੰਤ ਹੈ ।

ਨੋਟ:- ਪੁਲਾੜ ਵਿਗਿਆਨ ਸੰਬੰਧੀ ਜਪੁ ਬਾਣੀ ਵਿੱਚ ਆਏ ਹਵਾਲੇ ਤੇ ਇਹ ਸੰਬੰਧਤ ਤੁਕਾਂ ਵਿੱਚ ਦਰਸਾਏ ਕਿਤਨੇ ਹੀ ਸੂਰਜਾਂ, ਚੰਦਾਂ ਦੇ ਕਥਨ ਬਾਰੇ ਗੁਰੂ ਸਾਹਿਬ ਦੇ ਜ਼ਮਾਨੇ ਤੋਂ ਲੈਕੇ ਸਾਢੇ ਚਾਰ ਸੌ ਸਾਲ ਤੱਕ ਸਭ ਸਰਧਾ ਵਸ ਤਾਂ ਮੰਨਦੇ ਹੋਣਗੇ ਪਰ ਇਹ ਗਲ ਪੁਲਾੜ ਵਿਗਿਆਨ ਦੀ ਨਾ ਵਾਕਫੀ ਕਾਰਨ ਕਿਸੇ ਦੇ ਗਲ਼ੇ ਘੱਟ ਹੀ ਉਤਰਦੀ ਹਵੇਗੀ ਕਿ ਇਤਨੇ ਸਾਰੇ ਸੂਰਜ, ਚੰਦ, ਬ੍ਰਹਮੰਡ ਹੋਣਗੇ ਵੀ ? ਗੁਰੂ ਸਾਹਿਬ ਨੇ ਆਪ ਨਾਮ ਸੁਣਨ ਤੇ ਮੰਨਣ ਦੇ ਜ਼ਰੀਏ ਇਹ ਸਭ ਕੁਝ ਜਾਣਿਆ । ਸੋ ਸਾਡੇ ਪਾਸ ਅੱਜ ਪੁਲਾੜ ਵਿਗਿਆਨ ਦੀ ਜਾਣਕਾਰੀ ਕਰਕੇ ਜਪੁ ਬਾਣੀ ਵਿੱਚ ਆਏ ਪੁਲਾੜ ਸੰਬੰਧੀ ਸਭ ਪ੍ਰਗਟਾਵੇ ਨਾਮ ਸੁਣਨ ਤੇ ਮੰਨਣ ਵਾਲੀਆਂ ਪਉੜੀਆਂ ਵਿੱਚ ਦਰਸਾਈਆਂ ਪ੍ਰਾਪਤੀਆਂ ਦਾ ਪ੍ਰਤੱਖ ਪ੍ਰਮਾਣ ਹਨ ਅਤੇ ਇਹ ਜ਼ਾਹਰ ਕਰਦੇ ਹਨ ਕਿ ਕਿਵੇਂ ਨਾਮ ਸਿਮਰਨ ਦੁਆਰਾ ਮੱਤ ਬੁਧੀ ਵਿੱਚ ਰਤਨ ਜਵਾਹਰ ਤੇ ਮਾਨਕਾਂ ਵਰਗੇ ਗੁਣਾਂ ਦਾ ਫੁਟਾਰਾ ਝਰਨੇ ਵਾਂਗ ਸੁਤੇ ਸਿਧ ਹੋ ਜਾਂਦਾ ਹੈ । ਇਹੋ ਪ੍ਰਮਾਤਮਾ ਦੀ ਬੇਅੰਤਤਾ ਦਾ ਦ੍ਰਿੜ ਗਿਆਨ ਹੋਣਾ ਹੀ ਗਿਆਨ ਖੰਡ ਦਾ ਪ੍ਰਚੰਡ ਗਿਆਨ ਹੈ ਭਾਵ ਭਾਵੇਂ ਪ੍ਰਮਾਤਮਾ ਆਪ ਤਾਂ ਇਕੋ ਇਕ ਹਸਤੀ ਹੈ ਪਰ ਉਸਦੀ ਕੀਤੀ ਹੋਈ ਕੁਲ ਰਚਨਾ ਭਾਵ ਸੂਰਜ ਚੰਦ ਧਰਤੀਆਂ ਆਦਿਕ ਬੇਅੰਤ ਹਨ । ਇਸ ਤਰਾਂ ਸਾਇੰਸ ਨੇ ਲਗਭਗ ਬਾਕੀ ਸਾਰੇ ਧਰਮਾਂ ਦੀਆਂ ਮਨਘੜਤ ਧਾਰਨਾਵਾਂ ਅਤੇ ਵਹਮਿਾ ਦਾ ਪੋਲ ਖੋਲ੍ਹ ਦਿੱਤਾ ਹੈ । ਕੇਵਲ ਗੁਰੂ ਨਾਨਕ ਦਾ ਸਿੱਖ ਧਰਮ ਹੀ ਬਚਿਆ ਹੈ । ਹੁਣ ਸੰਭਵ ਹੈ ਕਿ ਅਗਲੇ ੫੦ ਸਾਲਾਂ ਵਿੱਚ ਜਾਂ ਇਸ ਤੋਂ ਵੀ ਪਹਿਲਾਂ ਹੋਰ ਨਵੀਆਂ ਧਰਤੀਆਂ (ਕਰਮ ਭੂਮੀਆਂ) ਲੱਭ ਪੈਣ ਜਿਥੇ ਸਾਡੀ ਧਰਤੀ ਵਾਂਗ ਜੀਵਨ ਹੋਵੇ ਕਿਉਂਕਿ ਹੁਣ ਹਬਲ ਦੂਰਬੀਨ ਤੋਂ ਵੀ ਕਿਤੇ ਸ਼ਕਤੀਸ਼ਾਲੀ ਯੂਰੋ-੫੦ ਵਰਗੀਆਂ ਅਤੀ ਕੀਮਤੀ ਦੂਰਬੀਨਾਂ ਸਥਾਪਤ ਹੋਣ ਜਾ ਰਹੀਆਂ ਹਨ । ਇਥੇ ਹੋਰ ਇਹ ਜਾਨਣਾ ਵੀ ਦਿਲਚਸਪ ਰਹੇਗਾ ਕਿ ਭਾਵੇਂ ਅੱਜ ਸਾਨੂੰ ਦੂਸਰੇ ਸੂਰਜ ਮੰਡਲ਼ਾਂ ਦੇ ਚੰਦਾਂ ਬਾਰੇ ਕੁਝ ਵੀ ਪਤਾ ਨਹੀਂ ਪਰ ਸਾਨੂੰ ਪਤਾ ਹੈ ਕਿ ਸਾਡੇ ਸੂਰਜ ਮੰਡਲ ਦੇ ਗ੍ਰਹਾਂ ਦੇ ਅਨੇਕਾਂ ਚੰਦ ਹਨ । ਚੰਦ ਵੀ ਦੋ ਪ੍ਰਕਾਰ ਦੇ ਹਨ, ਇਕ ਸਿਧੀ ਦਿਸ਼ਾ ਵਿੱਚ ਚਲਣ ਵਾਲੇ ਤਰਤੀਬੀ (Regular) ਤੇ ਦੂਜੇ ਉਲਟੀ ਦਿਸ਼ਾ ਵਿੱਚ ਚਲਣ ਵਾਲੇ ਬੇਤਰਤੀਬੀ (Irregular) । ਮਿਸਾਲ ਦੇ ਤੌਰ ਤੇ ਅੱਜ ਵਿਗਿਆਨਆਂ ਨੂੰ ਪਤਾ ਹੈ ਕਿ ਛਨੀ ਗ੍ਰਹਿ ਦੇ ੨੧ ਤਰਤੀਬੀ 'ਤੇ ੨੯ ਬੇਤਰਤੀਬੇ ਚੰਦ ਹਨ, ਬ੍ਰਹਸਪਤ ਦੇ ੮ ਤਰਤੀਬੇ ਤੇ ੫੫ ਬੇਤਰਤੀਬੇ ਚੰਦ ਹਨ ਇਤਿਆਦਕ । ਨਵੀਆਂ ਲੱਭਤਾਂ ਨਾਲ ਇਹ ਗਿਣਤੀ ਮਾਮੂਲੀ ਬਦਲਦੀ ਰਹਿੰਦੀ ਹੈ । ਜੇ ਦੁਨੀਆਂ ਨੇ ਸਚ ਵੱਲ ਮੂੰਹ ਕਰ ਲਿਆ ਤਾਂ ਸਿੱਖ ਧਰਮ ਹੀ ਸਾਰੀ ਦੁਨੀਆਂ ਦਾ ਧਰਮ ਹੋਵੇਗਾ !!!

ਅਰਥ

੧. ਗੁਰੂ ਜੀ ਦਸਦੇ ਹਨ ਕਿ ਧਰਮ ਖੰਡ ਦਾ ਤਾਂ ਇਹੋ ਧਰਮ (ਨਿਯਮ) ਹੈ ਜੋ ਪਿੱਛੇ ੩੪ਵੀਂ ਪਉੜੀ ਵਿਚ ਕਹਿਆ ਹੈ ਕਿ ਮਨੁਖ ਇਸ ਧਰਤੀ ਰੂਪੀ ਧਰਮਸਾਲ ਵਿੱਚ ਧਰਮ ਕਮਾਵੇ । ਹੁਣ ਅਗੇ ਗਿਆਨ ਖੰਡ ਦਾ ਕਰਮੁ ਭਾਵ ਨਿਯਮ ਆਖ ਰਹੇ ਹਾਂ ।

੨. (ਕਿ ਕਰਤਾ ਪੁਰਖ ਦੇ ਸਾਜੇ ਹੋਏ) ਕਈ ਪ੍ਰਕਾਰ ਦੇ ਪੌਣ, ਪਾਣੀ ਤੇ ਅਗਨੀ ਹਨ ਅਤੇ ਕਿਤਨੇ ਹੀ (ਕਾਨ੍ਹ) ਕ੍ਰਿਸ਼ਨ ਤੇ ਸ਼ਿਵਜੀ ਹਨ ਤੇ ਕਿਤਨੇ ਹੀ ਬ੍ਰਹਮੇ ਕਈ ਪ੍ਰਕਾਰ ਦੇ ਰੂਪਾਂ, ਰੰਗਾਂ ਦੇ ਜੀਵਾਂ ਦੇ ਭੇਸ ਘੜਨ ਵਿੱਚ ਲਗੇ ਹੋਏ ਹਨ ।

੩. ਕਿਤਨੀਆਂ ਹੀ ਇਸ ਧਰਤੀ ਵਰਗੀਆਂ ਧਰਮਸਾਲ ਰੂਪੀ ਹੋਰ ਕਰਮ ਭੂਮੀਆਂ (ਧਰਤੀਆਂ) ਹਨ ਤੇ ਕਿਤਨੇ ਹੀ ਧਰੂ ਭਗਤ ‘ਤੇ ਉਨਾਂ ਨੂੰ ਉਪਦੇਸ਼ ਦੇਣ ਵਾਲੇ (ਨਾਰਦ ਮੁਨੀ) ਹਨ ‘ਤੇ ਕਿਤਨੇ ਹੀ ਇੰਦ੍ਰ ਰਾਜੇ ਤੇ ਕਿਤਨੇ ਹੀ ਚੰਦ੍ਰਮਾਂ ਅਤੇ ਕਿਤਨੇ ਹੀ ਸੂਰਜ ਹਨ ਅਤੇ ਕਿਤਨੇ ਮੰਡਲ (ਤਾਰਾ ਮੰਡਲ) ‘ਤੇ ਦੇਸ ਹਨ । ਕਿਤਨੇ ਹੀ ਸਿੱਧ ਪੁਰਸ਼ ਤੇ ਕਿਤਨੇ ਹੀ ਬੁਧ ਅਵਤਾਰ ‘ਤੇ ਕਿਤਨੇ ਹੀ ਨਾਥ ਜੋਗੀ ਅਤੇ ਕਿਤਨੇ ਹੀ ਸਰੂਪਾਂ ਵਾਲੀਆਂ ਦੇਵੀਆਂ ਹਨ ।

੪. ਕਿਤਨੇ ਹੀ ਦੇਵਤੇ, ਦਾਨਵ (ਦੈਂਤ) ਤੇ ਰਿਸ਼ੀ ਮੁਨੀ ਹਨ ਤੇ ਕਿਤਨੇ ਹੀ ਰਤਨਾਂ ਦੀ ਖਾਣ ਵਾਲੇ ਸਮੁੰਦਰ ਹਨ । ਤੇ ਕਿਤਨੀਆਂ ਹੀ ਜੀਵ ਰਚਨਾ ਦੀਆਂ ਖਾਣੀਆਂ ਹਨ ਤੇ ਕਿਤਨੀਆਂ ਹੀ ਇਨਾਂ ਜੀਵਾਂ ਦੀਆਂ ਬਾਣੀਆਂ ਹਨ ਤੇ ਕਿਤਨੇ ਹੀ ਮਨੁਖਾਂ ਤੇ ਰਾਜ ਕਰਨ ਵਾਲੇ ਪਾਤਸ਼ਾਹ ਹਨ ‘ਤੇ ਕਿਤਨੀਆਂ ਹੀ (ਪ੍ਰੰਪਰਾਗਤ ਸੁਣਕੇ ਯਾਦ ਕੀਤੀਆਂ ਜਾਣ ਵਾਲ਼ੀਆ ਵੇਦ) ਸਰੁਤੀਆਂ ਹਨ ਤੇ ਕਿਤਨੇ ਹੀ ਇਨਾਂ ਸਰੁਤੀਆਂ ਦੇ (ਸੇਵਨ) ਯਾਦ ਕਰਨ ਵਾਲੇ ਹਨ । ਗੁਰੂ ਨਾਨਕ ਜੀ ਦਸਦੇ ਹਨ ਕਿ ਉਸ ਪ੍ਰਭੂ ਦੀ ਕਿਸੇ ਵੀ ਗੱਲ (ਕਿਸੇ ਵੀ ਕਲਾ) ਦਾ ਅੰਤ ਨਹੀਂ ਕਿਉਂਕਿ ਉਹ ਆਪ ਬੇਅੰਤ ਹੈ ਤੇ ਉਸਦੀ ਭਿੰਨ ਭਿੰਨ ਪ੍ਰਕਾਰ ਦੀ ਰਚਨਾ ਵੀ ਬੇਅੰਤ ਹੈ ॥ ੩੫ ॥

ਮੂਲ

੧ **ਗਿਆਨ ਖੰਡ ਮਹਿ ਗਿਆਨੁ ਪਰਚੰਡੁ ॥ ਤਿਥੈ ਨਾਦ ਬਿਨੋਦ ਕੋਡ ਅਨੰਦੁ॥**
੨ **ਸਰਮ ਖੰਡ ਕੀ ਬਾਣੀ ਰੂਪੁ ॥ ਤਿਥੈ ਘਾੜਤਿ ਘੜੀਐ ਬਹੁਤੁ ਅਨੂਪੁ ॥**
੩ **ਤਾ ਕੀਆ ਗਲਾ ਕਥੀਆ ਨਾ ਜਾਹਿ ॥ ਜੇ ਕੋ ਕਹੈ ਪਿਛੈ ਪਛੁਤਾਇ ॥**
੪ **ਤਿਥੈ ਘੜੀਐ ਸੁਰਤਿ ਮਤਿ ਮਨਿ ਬੁਧਿ ॥ ਤਿਥੈ ਘੜੀਐ ਸੁਰਾ ਸਿਧਾ ਕੀ ਸੁਧਿ ॥੩੬॥**

ਪਦ ਅਰਥ

ਪਰਚੰਡ = ਤੇਜ਼, ਅਤੀ ਪ੍ਰਬਲ, ਪ੍ਰਕਾਸ਼ । **ਸਰਮ** = ਸ਼ਰਮ, ਲੱਜਿਆ (ਇਸਟ ਤੇ ਸਮਾਜ ਦੀ ਲੱਜਿਆ), ਅਦਬ । **ਸੁਰਤਿ ਮਤਿ ਮਨਿ ਬੁਧਿ** = ਅੰਤਹਕਰਣ, ਇਸ ਦੇ ਚਾਰ ਭੇਦ

ਮਨ, ਬੁਧ, ਚਿਤ (ਸੁਰਤਿ) ਤੇ ਅਹੰਕਾਰ (ਮਤਿ) ਦਸੇ ਗਏ ਹਨ । ਹੋਰ ਵਿਸਥਾਰ ਲਈ ਦੇਖੋ ਪਿਛੇ ਪਉੜੀ ਨੰਬਰ ੧੩ ਥੱਲੇ ਦਿੱਤੇ ਅੰਤਹਕਰਣ ਦੇ ਅਰਥ । **ਘੜੀਐ ਸੁਰਾ ਸਿਧਾ ਕੀ ਸੁਧਿ** = ਦੇਵਤਿਆਂ ਤੇ ਸਿਧਾਂ ਵਾਲੀ ਕਰਣੀ ਦੀ ਸੋਝੀ ਵਾਲੇ ਗਿਆਨ ਦੀ ਘਾੜਤ ਘੜੀ ਜਾਂਦੀ ਹੈ । ਇਥੇ "ਘੜੀਐ" ਸਬਦ ਤਿੰਨ ਵਾਰੀ ਪ੍ਰਯੋਗ ਹੋਣ ਕਰਕੇ ਸਬਦ ਪ੍ਰਮਾਣ ਬਣ ਗਿਆ ਜੋ ਸੰਕੇਤ ਮਾਤਰ ਦਸਦਾ ਹੈ ਕਿ ਅੰਤਹਕਰਣ ਤੇ ਆਚਰਨ ਦੀ ਘਾੜਤ ਸਿਧਾਂ ਪੁਰਸ਼ਾਂ ਵਾਲੀ ਹੋਵੇ । **ਸੁਧਿ** = ਸੁਰਤ, ਸੁਚੇਤਨਾ, ਬਿਬੇਕ ਬੁਧਿ, ਗਿਆਨ ।

ਨੋਟ:- ਜਿਥੇ ਸ਼ਰਮ ਹੈ ਉਥੇ ਹੀ ਅਦਬ ਹੈ । ਜਿਥੇ ਅਦਬ ਹੈ ਉਥੇ ਬੋਲੀ ਭੀ ਅਦਬ ਭਰਪੂਰ, ਮਿਠੀ ਰਸ ਭਰੀ ਤੇ ਸੁੰਦਰ ਹੁੰਦੀ ਹੈ । ਜਿਥੇ ਸ਼ਰਮ, ਅਦਬ ਹੈ, ਉਥੇ ਸ਼ੁਕਰ ਗੁਜਾਰ ਹੋਣ ਲਈ, ਸ਼ਬਦ ਵਿਵੇਕ ਵੀਚਾਰ ਦੁਆਰਾ ਲੱਭ ਕੇ ਸੁੰਦਰ ਤੇ ਮਿਠੇ ਬੋਲੇ ਜਾਂਦੇ ਹਨ । ਇਸੇ ਕਰਕੇ ਸ਼ਰਮ ਖੰਡ ਦੀ ਬਾਣੀ ਨੂੰ ਰੂਪ ਵਾਲੀ ਤੇ ਉਪਮਾ ਰਹਿਤ ਸੁੰਦਰ ਕਿਹਾ ਹੈ । ਰੱਬ ਤੇ ਗੁਰੂ ਦੇ 'ਭੈ' ਦਾ ਮਤਲਬ ਹੈ ਰੱਬ ਤੇ ਗੁਰੂ ਦਾ ਅਦਬ ਕਰਨਾ । ਅਦਬ ਵਿੱਚ ਸਭ ਕੁਝ ਲੱਭਦਾ ਹੈ ਤੇ ਬੇਅਦਬ ਦੀ ਮਤਿ ਹੋਛੀ ਹੋਣ ਕਰਕੇ ਸਭ ਕੁਝ ਖੋਂ ਲੈਂਦਾ ਹੈ । **ਯਥਾ:-ਮਤਿ ਥੋੜੀ ਸੇਵ ਗਵਾਈਐ** ॥ (ਪਉ: ੧੦ ਵਾਰ ਆਸਾ ਮਹਲਾ ੧)॥ ਤਥਾ:-**ਭੈ ਬਿਨੁ ਘਾੜਤ ਕਚੁ ਨਿਕਚ ॥** (ਗਉੜੀ ਮਹਲਾ ੧ ਪੰ: ੧੫੧)॥ ਭਾਈ ਨੰਦ ਲਾਲ ਜੀ ਜ਼ਿੰਦਗੀ ਨਾਮਹ ਵਿੱਚ ਦਸਦੇ ਹਨ ਕਿ ਅਦਬ, ਵਾਹਿਗੁਰੂ ਦੇ ਰਾਹ ਦੀ ਸਿਖਿਆ ਦੇਣ ਵਾਲਾ ਹੈ ਤੇ ਬੇਅਦਬ ਰੱਬ ਦੀਆਂ ਦਾਤਾਂ ਤੋਂ ਵਾਂਝਾ ਰਹਿੰਦਾ ਹੈ । **ਯਥਾ**:-ਹਾਦੀਏ ਰਾਹੇ ਖ਼ੁਦਾ ਆਮਦ ਅਦਬ । ਬੇਅਦਬ ਖ਼ਾਲੀਸਤ ਅਜ਼ ਅਲਤਾਫ਼ੇ ਰੱਬ । ੩੦੬। ਸਰਮ ਖੰਡ ਦੇ ਅਰਥ ਮਿਹਨਤ ਮੁਸ਼ੱਕਤ ਦਾ ਖੰਡ ਕਰਨਾ ਉਚਿੱਤ ਨਹੀਂ ਕਿਉਂਕਿ ਮਿਹਨਤ ਮੁਸ਼ੱਕਤ ਲਈ ਗੁਰੂ ਗ੍ਰੰਥ ਸਾਹਿਬ ਵਿੱਚ ਕਿਤੇ ਵੀ "ਸਰਮ" ਸ਼ਬਦ ਨਹੀਂ ਵਰਤਿਆ ਬਲਕਿ ਮਿਹਨਤ ਮੁਸ਼ੱਕਤ ਲਈ ਅਨੇਕਾਂ ਵਾਰ "ਸ੍ਰਮ" ਸ਼ਬਦ ਵਰਤਿਆ ਹੈ। ਦੇਖੋ ਪੰਨਾ ੨੫੬, ੨੫੭, ੨੬੭, ੨੭੫, ੨੭੯, ... ਇਤਿਆਦਕ । ਸ਼ਰਮ ਫਾਰਸੀ ਬੋਲੀ ਦਾ ਸ਼ਬਦ ਤਦਭਵ ਰੂਪ ਹੋ ਕੇ ਪੰਜਾਬੀ ਸਰਮ ਬਣ ਗਿਆ । ਪੰਜਾਬੀ ਵਿੱਚ ਇਹ ਤਤਸਮ ਰੂਪ ਵਿੱਚ 'ਸ਼ਰਮ' ਵੀ ਆਮ ਵਰਤਿਆ ਜਾਂਦਾ ਹੈ । ਸ੍ਰਮ (ਸ਼੍ਰਮ) ਸੰਸਕ੍ਰਿਤ ਭਾਸ਼ਾ ਦਾ ਸ਼ਬਦ ਹੈ ਜੋ ਸ੍ਰੀ ਗੁਰੂ ਗ੍ਰੰਥ ਸਾਹਿਬ ਵਿੱਚ ਤਤਸਮ ਰੂਪ ਵਿੱਚ ਹੀ ਵਰਤਿਆ ਗਿਆ ਹੈ ਜਿਵੇਂ ਕਿ ਉਪਰ ਦਿੱਤੀ ਉਧਾਹਰਨ ਵਿੱਚ ਦਰਸਾਇਆ ਗਿਆ ਹੈ ।

ਅਰਥ

੧. ਗਿਆਨ ਖੰਡ ਵਿੱਚ ਪ੍ਰਭੂ ਦੀ ਬੇਅੰਤਤਾ, ਅਨੇਕਤਾ ਤੇ ਵਿਸ਼ਾਲਤਾ ਦਾ ਗਿਆਨ ਹੀ ਬੜਾ ਪ੍ਰਬਲ ਪ੍ਰਕਾਸ਼ ਹੈ ਜਿਸ ਕਰਕੇ ਉਥੇ ਸਾਧਕ ਦੇ ਮਨ ਚਿਤ ਵਿੱਚ ਸੰਗੀਤ

ਵਰਗੀ ਮਸਤੀ ਦਾ ਉਲਾਸ ਤੇ ਕੋਡ (ਕ੍ਰੋੜ) ਭਾਵ ਬੇਅੰਤ ਅਨੰਦ ਉਪਜਦਾ ਹੈ ।

੨. ਸ਼ਰਮ ਖੰਡ ਵਿੱਚ ਸਾਧਕ ਦੀ (ਬੋਲੀ) ਬਾਣੀ (ਧਰਮ, ਸਮਾਜ, ਇਸਟ ਦੇ ਅਦਬ ਵਿੱਚ ਖੋਟੇ ਕਰਮਾਂ ਤੋਂ ਲੱਜਿਆ ਕਰਨ ਕਰਕੇ) ਬਹੁਤ ਮਿਠੀ ਤੇ ਸੁੰਦਰ ਹੋ ਜਾਂਦੀ ਹੈ । ਓਥੈ ਉਸਦੀ (ਪੰਚਾਂ, ਸਿਧਾਂ ਪੁਰਸ਼ਾਂ ਦੀ ਅਵਸਥਾ ਵਾਲੀ) ਅਤੀ ਸੁੰਦਰ ਘਾੜਤ ਘੜੀ ਜਾਂਦੀ ਹੈ ।

੩. ਉਸ ਅਵਸਥਾ ਦੀ ਮਹਿਮਾ ਕਹਿਣ ਤੋਂ ਬਾਹਰ (ਅਕੱਥ) ਹੈ । ਪਰ ਜੇ ਕੋਈ (ਉਸ ਅਵਸਥਾ ਦੀ ਮਹਿਮਾ ਬਾਰੇ) ਅੰਦਾਜੇ ਨਾਲ ਕਥਨ ਕਰਨ ਦਾ ਉਦਮ ਕਰੇ ਤਾਂ (ਉਸ ਨੂੰ ਆਪਣੀ ਭੁਲ ਪਤਾ ਲਗਣ ਤੇ) ਪਛਤਾਉਣਾ ਪੈਂਦਾ ਹੈ ।

੪. ਓਥੈ (ਸ਼ਰਮ ਖੰਡ ਵਿੱਚ) ਉਸ ਸਾਧਕ ਦੇ ਅੰਤਹਕਰਣ ਦੀ (ਸੁੰਦਰ ਘਾੜਤ) ਘੜੀ ਜਾਂਦੀ ਹੈ ਅਤੇ ਓਥੈ ਉਸ ਦੇ ਅੰਤਹਕਰਣ ਅੰਦਰ ਦੇਵਤਿਆਂ ਤੇ ਸਿਧਾਂ ਪੁਰਸ਼ਾਂ ਦੀ ਉਚੀ ਕਰਣੀ ਵਾਲਾ ਗਿਆਨ 'ਘੜੀਐ' ਭਾਵ ਪ੍ਰਗਟ ਹੋ ਜਾਂਦਾ ਹੈ ਭਾਵ ਸਾਧਕ ਦੀ ਕਰਣੀ ਦੇਵਤਿਆਂ ਤੇ ਸਿਧਾਂ ਦੀ ਕਰਣੀ ਦੇ ਤੁਲ ਹੋ ਜਾਂਦੀ ਹੈ ॥ ੩੬ ॥

ਮੂਲ

੧ **ਕਰਮ ਖੰਡ ਕੀ ਬਾਣੀ ਜੋਰੁ ॥ ਤਿਥੈ ਹੋਰੁ ਨ ਕੋਈ ਹੋਰੁ ॥**
੨ **ਤਿਥੈ ਜੋਧ ਮਹਾਬਲ ਸੂਰ ॥ ਤਿਨ ਮਹਿ ਰਾਮੁ ਰਹਿਆ ਭਰਪੂਰ ॥**
੩ **ਤਿਥੈ ਸੀਤੋ ਸੀਤਾ ਮਹਿਮਾ ਮਾਹਿ ॥ ਤਾ ਕੇ ਰੂਪ ਨ ਕਥਨੇ ਜਾਹਿ ॥**
੪ **ਨਾ ਓਹਿ ਮਰਹਿ ਨ ਠਾਗੇ ਜਾਹਿ ॥ ਜਿਨ ਕੈ ਰਾਮੁ ਵਸੈ ਮਨ ਮਾਹਿ॥**
੫ **ਤਿਥੈ ਭਗਤ ਵਸਹਿ ਕੇ ਲੋਅ ॥ ਕਰਹਿ ਅਨੰਦੁ ਸਚਾ ਮਨਿ ਸੋਇ॥**
੬ **ਸਚ ਖੰਡਿ ਵਸੈ ਨਿਰੰਕਾਰੁ ॥ ਕਰਿ ਕਰਿ ਵੇਖੈ ਨਦਰਿ ਨਿਹਾਲ ॥**
੭ **ਤਿਥੈ ਖੰਡ ਮੰਡਲ ਵਰਭੰਡ ॥ ਜੇ ਕੋ ਕਥੈ ਤ ਅੰਤ ਨ ਅੰਤ ॥**
੮ **ਤਿਥੈ ਲੋਅ ਲੋਅ ਆਕਾਰ ॥ ਜਿਵ ਜਿਵ ਹੁਕਮੁ ਤਿਵੈ ਤਿਵ ਕਾਰ॥**
੯ **ਵੇਖੈ ਵਿਗਸੈ ਕਰਿ ਵੀਚਾਰੁ ॥ ਨਾਨਕ ਕਥਨਾ ਕਰੜਾ ਸਾਰੁ ॥੩੭॥**

ਪਦ ਅਰਥ

ਕਰਮ ਖੰਡ = ਸਿਧਾਂ ਪੁਰਸਾਂ ਵਾਲੇ ਨਿਸ਼ਕਾਮ ਤੇ ਨਿਰਮਲ ਕਰਮਾਂ ਦੀ ਅਵਸਥਾ । **ਜੋਧ ਮਹਾਬਲ ਸੂਰ** = ਬਚਨ ਦੇ ਬਲੀ ਸੂਰਮੇ । **ਨਦਰਿ ਨਿਹਾਲ** = ਮੁਰਾਦਾਂ ਪੂਰਨ ਕਰਨ ਵਾਲੀ ਦ੍ਰਿਸ਼ਟੀ । **ਲੋਅ ਲੋਅ ਆਕਾਰ** = ਬੇਅੰਤ ਲੋਕਾਂ ਦੀ ਰਚਨਾ । **ਰਹਿਆ ਭਰਪੂਰ** = ਰੋਮ ਰੋਮ ਵਸਿਆ ਹੋਇਆ, ਨਿਰੰਤਰ ਵਿਆਪਕ, ਸੁਭਰ ਭਰਿਆ ਹੋਇਆ, ਨਕੋ ਨੱਕ ਭਰਿਆ ਹੋਇਆ ।

ਸੀਤੋ ਸੀਤਾ = ਤਨ ਕਰਕੇ ਅਤੇ ਮਨ ਕਰਕੇ ਜੁੜਿਆ ਹੋਇਆ, ਚੰਗੀ ਤਰਾਂ ਸੀਤਾ ਹੋਇਆ। **ਨ ਠਾਗੇ ਜਾਹਿ** = ਜਗਤ ਵਿੱਚ ਵਾਪਰ ਦੀਆਂ ਠੱਗੀਆ ਦੇ ਸੰਕੇਤ ਦੁਆਰਾ ਗੁਰੂ ਜੀ ਦਸਦੇ ਹਨ ਕਿ ਨਿਰਮਲ ਕਰਮਾਂ ਵਾਲੇ ਪੰਚ ਲੋਕ ਜਿੰਨ੍ਹਾਂ ਦੇ ਮਨ ਵਿੱਚ ਸਦਾ ਰਾਮ ਵਸਿਆ ਰਹਿੰਦਾ ਹੈ ਉਹ ਸੰਸਾਰੀ ਲੋਕਾਂ ਵਾਂਗ ਅਗਿਆਨ ਵੱਸ ਹੋਏ ਮਾਇਆ ਮੋਹਣੀ (ਕਾਮ ਕ੍ਰੋਧ ਲੋਭ ਮੋਹ ਅਹੰਕਾਰ ਆਦਿ ਨਾਮੀ ਠੱਗਾਂ) ਦੁਆਰਾ ਨਹੀਂ ਠੱਗੇ ਜਾਂਦੇ। **ਯਥਾ:- ਮ: ੧ ॥ ਰਾਜੁ ਮਾਲੁ ਰੂਪੁ ਜਾਤਿ ਜੋਬਨੁ ਪੰਜੇ ਠਗ ॥ ਏਨੀ ਠਗੀਂ ਜਗੁ ਠਗਿਆ ਕਿਨੈ ਨ ਰਖੀ ਲਜ ॥ ਏਨਾ ਠਗਨਿ੍ ਠਗ ਸੇ ਜਿ ਗੁਰ ਕੀ ਪੈਰੀ ਪਾਹਿ ॥ ਨਾਨਕ ਕਰਮਾ ਬਾਹਰੇ ਹੋਰਿ ਕੇਤੇ ਮੁਠੇ ਜਾਹਿ ॥੨॥** (ਅੰਗ ੧੨੮੮)॥ ਤਥਾ:-**ਸਿਰੀਰਾਗੁ ਮਹਲਾ ੧ ॥ ਤ੍ਰਿਸਨਾ ਮਾਇਆ ਮੋਹਣੀ ਸੁਤ ਬੰਧਪ ਘਰ ਨਾਰਿ ॥ ਧਨਿ ਜੋਬਨਿ ਜਗੁ ਠਗਿਆ ਲਬਿ ਲੋਭਿ ਅਹੰਕਾਰਿ ॥ ਮੋਹ ਠਗਉਲੀ ਹਉ ਮੁਈ ਸਾ ਵਰਤੈ ਸੰਸਾਰਿ ॥੧॥** (ਅੰਗ ੬੧)॥ **ਸਚ ਖੰਡਿ** = ਸਚ ਵਾਲੀ ਅਵਸਥਾ ਭਾਵ ਜਿਥੇ ਸਾਧਕ ਮਨ ਬਚ ਕ੍ਰਮ ਕਰਕੇ ਸਚ ਦ੍ਰਿੜ ਕਰਦਾ ਹੈ। **ਕਰਿ ਵੀਚਾਰੁ** = ਵਿਵੇਕ ਵੀਚਾਰ ਦੁਆਰਾ। **ਕਰੜਾ ਸਾਰੁ** = ਲੋਹੇ ਵਾਂਗ ਕਰੜਾ।

ਨੋਟ:- ਇਥੇ ਇਹ ਧਿਆਨ ਰਖਣਾ ਜਰੂਰੀ ਹੈ ਕਿ ਇਸ ਪਉੜੀ ਵਿੱਚ ਰਾਮ ਤੇ ਸੀਤਾ ਦੇ ਦਸ਼ਰਥ ਪੁਤਰ ਸ੍ਰੀ ਰਾਮਚੰਦਰ ਤੇ ਜਨਕ ਪੁਤਰੀ ਸੀਤਾ ਦੇ ਅਰਥ ਲੈਣਾ ਉਚਿਤ ਨਹੀਂ। ਵੈਸੇ ਵੀ ਇਹ ਚਲੰਤ ਪ੍ਰਸੰਗ ਵਿਰੁਧ ਹੈ ਤੇ ਨਾ ਹੀ ਇਥੇ ਰਾਮ ਤੇ ਸੀਤਾ ਦਾ ਨਾਮ ਕਿਸੇ ਪੌਰਾਣਕ ਹਵਾਲੇ ਅਧੀਨ ਆਇਆ ਹੈ। ਚਲੰਤ ਪ੍ਰਸੰਗ ਦੀ ਤੁਕ "**ਕਰਹਿ ਅਨੰਦੁ ਸਚਾ ਮਨਿ ਸੋਇ**" ਨੂੰ ਵੀਚਾਰ ਗੋਚਰ ਕਰਨ ਤੇ ਸੰਸਾ ਨਹੀਂ ਰਹਿਣਾ ਚਾਹੀਏ।

ਅਰਥ

੧. ਸਿਧਾਂ ਪੁਰਸ਼ਾਂ ਵਾਲੇ ਨਿਸ਼ਕਾਮ ਤੇ ਨਿਰਮਲ ਕਰਮਾਂ ਦੇ ਇਸ 'ਕਰਮ ਖੰਡ' ਦੀ ਬਾਣੀ ਜ਼ੋਰ ਵਾਲੀ (ਭਾਵ ਨਿਸਫਲ ਨਾ ਜਾਣ ਵਾਲੀ) ਹੋ ਜਾਂਦੀ ਹੈ ਅਤੇ ਓਥੈ (ਇਸ ਅਵਸਥਾ ਨੂੰ ਕੋਈ ਸਿੱਧਾਂ ਪੁਰਸ਼ਾਂ ਵਾਲੀ ਘਾੜਤ ਤੋਂ ਵਗੈਰ) ਕੋਈ ਹੋਰ ਜਣਾ ਖੁਣਾ ਰੀਸੋ ਰੀਸੀ ਨਹੀਂ ਪਹੁੰਚ ਸਕਦਾ।(ਜਿਨੀ ਕਰਣੀ ਉਚੀ ਉਨਾ ਹੀ ਬਾਣੀ ਭਾਵ ਬੋਲਾਂ ਚ ਜ਼ੋਰ। **ਯਥਾ:-ਦਿਤੀ ਬਾਂਗਿ ਨਿਵਾਜਿ ਕਰਿ ਸੁੰਨਿ ਸਮਾਨਿ ਹੋਆ ਜਹਾਨਾ ॥ ਸੁੰਨਿ ਮੁੰਨਿ ਨਗਰੀ ਭਈ ਦੇਖਿ ਪੀਰ ਭਇਆ ਹੈਰਾਨਾ** ॥ (ਭਾਈ ਗੁਰਦਾਸ ਵਾਰ ੧ ਪਉੜੀ ੩੫)॥ (ਇਹ ਬਗਦਾਦ ਵਿੱਚ ਵਾਪਰੀ ਜਾਹਰਾ ਇਤਿਹਾਸਕ ਘਟਨਾ ਹੈ)।

੨. ਓਥੈ (ਸੂਰਬੀਰ ਬਚਨ ਕੇ ਬਲੀ ਭਾਵ) ਉਹੀ ਮਹਾਂਬਲੀ ਸੂਰਬੀਰ ਯੋਧੇ ਹੀ ਹਨ ਜਿਨ੍ਹਾਂ ਦੇ ਮਨ ਚਿਤ ਵਿੱਚ ਰਾਮ (ਕਰਤਾ ਪੁਰਖ) ਰੋਮ ਰੋਮ ਵਸਿਆ ਹੋਇਆ ਹੈ।

੩. ਓਥੈ ਉਹ ਸਾਧਕ ਪੂਰੀ ਤਰਾਂ ਤਨ ਕਰਕੇ ਤੇ ਮਨ ਕਰਕੇ ਰਾਮ (ਕਰਤਾ ਪੁਰਖ) ਦੀ ਮਹਿਮਾ ਵਿੱਚ ਸੀਤਾ ਪ੍ਰੋਇਆ ਜਾਂਦਾ ਹੈ। ਇਸ ਕਰਕੇ ਇਨ੍ਹਾਂ ਕਰਮ ਖੰਡ ਵਾਸੀਆਂ

ਦਾ ਸੁੰਦਰ ਰੂਪ ਕਥਨ ਤੋਂ ਬਾਹਰ ਹੈ । **ਯਥਾ:-ਤੂ ਮੇਰੇ ਮੀਤ ਸਖਾ ਹਰਿ ਪ੍ਰਾਨ ॥ ਮਨੁ ਧਨੁ ਜੀਉ ਪਿੰਡੁ ਸਭੁ ਤੁਮਰਾ ਇਹੁ ਤਨੁ ਸੀਤੋ ਤੁਮਰੈ ਧਾਨ ॥** (ਸਾਰਗ ਮਹਲਾ ੫ ॥ਪੰ:੧੨੧੬)॥

੪. ਜਿਨ੍ਹਾਂ ਸਾਧਕਾਂ ਦੇ ਮਨ ਵਿੱਚ ਰਾਮ (ਕਰਤਾ ਪੁਰਖ) ਵਸ ਜਾਂਦਾ ਹੈ ਉਹ ਨਾ ਕਦੇ ਮਰਦੇ ਹਨ ਤੇ ਨਾ ਹੀ (ਮਾਯਾ ਮੋਹਨੀ ਦੁਆਰਾ) ਠਗੇ ਜਾਂਦੇ ਹਨ ।

੫. ਓਥੈ ਕਰਮ ਖੰਡ ਵਿੱਚ ਇਸ ਸ੍ਰਿਸਟੀ ਦੇ ਕੇਵਲ ਭਗਤ ਲੋਕ ਹੀ ਵਸਦੇ ਹਨ ਅਤੇ ਸਚਾ ਸਾਹਿਬ ਸਦਾ ਉਨ੍ਹਾਂ ਦੇ ਮਨ ਵਿੱਚ ਵਸਿਆ ਹੋਣ ਕਰਕੇ ਉਹ ਸਦਾ ਅਨੰਦਤ ਰਹਿੰਦੇ ਹਨ ।

੬. ਸੱਚ ਖੰਡ ਵਾਸੀਆਂ ਵਿੱਚ (ਭਾਵ ਪਹਿਲਾਂ ਦਰਸਾਏ ਖੰਡਾਂ ਵਾਲੀ ਰਹਿਤ ਦ੍ਰਿੜ ਕਰਨ ਉਪ੍ਰੰਤ ਸਚੀ ਘਾੜਤ ਵਾਲੀ ਉਚੀ ਅਵਸਥਾ, ਜਿਥੇ ਸਾਧਕ ਦੇ ਮਨ, ਬਾਣੀ ਤੇ ਕ੍ਰਮ ਵਿੱਚ ਸੱਚ ਦ੍ਰਿੜ ਹੋ ਜਾਵੇ ਤਾਂ) ਆਪ ਨਿਰੰਕਾਰ ਉਥੇ ਆ ਵਸਦਾ ਹੈ ਅਤੇ ਉਹ ਸਦਾ ਸਦਾ ਉਨ੍ਹਾਂ (ਸਾਧਕਾਂ) ਵੱਲ ਨਿਹਾਲ (ਮੁਰਾਦਾਂ ਪੂਰੀਆਂ) ਕਰਨ ਵਾਲੀ ਦ੍ਰਿਸਟੀ ਕਰ ਕਰ ਦੇਖਦਾ ਹੈ ।

੭. ਓਥੇ ਉਸ ਸਚ ਖੰਡ ਵਾਸੀ ਨੂੰ ਖੰਡਾਂ ਮੰਡਲਾਂ ਬ੍ਰਹਮੰਡਾਂ ਬਾਰੇ ਯਥਾਰਥ ਸੋਝੀ ਹੋ ਜਾਂਦੀ ਹੈ (**ਯਥਾ:-ਮੰਨੈ ਸਗਲ ਭਵਨ ਕੀ ਸੁਧਿ**) ਅਤੇ ਇਸ ਸੋਝੀ ਦਾ ਸਦਕਾ ਉਹ ਜਾਣਦਾ ਹੈ ਕਿ ਜੇ ਕੋਈ ਇਨ੍ਹਾਂ ਦਾ ਕਥਨ ਕਰਨਾ ਚਾਹੇ ਤਾਂ ਉਹ, ਉਸ ਬੇਅੰਤ ਦਾ ਅੰਤ ਨਹੀਂ ਪਾ ਸਕਦਾ ।

੮. ਓਥੈ ਉਸ ਸਾਧਕ ਨੂੰ ਇਹ ਸੋਝੀ ਵੀ ਹੁੰਦੀ ਹੈ ਕਿ ਇਹ ਜੋ ਲੋਅ ਲੋਅ ਭਾਵ ਬੇਅੰਤ ਲੋਕਾਂ (ਖੰਡਾਂ ਬ੍ਰਹਮੰਡਾ) ਵਿੱਚ ਜੋ (ਜੀਵ) ਰਚਨਾ ਦਾ ਆਕਾਰ ਭਾਵ ਪਸਾਰਾ ਹੈ ਉਹ ਸਭ ਉਸੇ ਤਰਾਂ ਕਾਰ ਕਮਾਉਂਦੇ ਹਨ ਜਿਵੇਂ ਜਿਵੇਂ ਉਸ ਨਿਰੰਕਾਰ ਦਾ ਹੁਕਮ ਹੁੰਦਾ ਹੈ ।

੯. ਉਹ (ਸਚ ਖੰਡ ਵਸਣ ਵਾਲਾ ਸਾਧਕ ਨਿਰੰਕਾਰ ਅਤੇ ਉਸ ਦੇ ਹੁਕਮ ਅੰਦਰ ਚਲ ਰਹੀ ਕਾਰ ਨੂੰ) ਪ੍ਰਤੱਖ ਵੇਖਕੇ ਅਤੇ ਉਸ ਨਿਰੰਕਾਰ ਦੇ ਕਰਤਬਾਂ ਦੀ ਵਿਵੇਕ ਵੀਚਾਰ ਕਰਕੇ ਪੂਰੀ ਤਰਾਂ ਖਿੜ ਜਾਂਦਾ ਹੈ । ਪਰ ਗੁਰੂ ਨਾਨਕ ਜੀ ਦਸਦੇ ਹਨ ਕਿ ਇਸ ਅਵਸਥਾ ਦਾ ਬਹੁਤਾ ਵਰਨਣ ਕਰਨਾ ਲੋਹੇ ਨੂੰ ਚੱਬਣ ਵਾਂਗ ਬਹੁਤ ਕਠਨ ਹੈ ॥ ੩੭ ॥

ਮੂਲ

੧ **ਜਤੁ ਪਾਹਾਰਾ ਧੀਰਜੁ ਸੁਨਿਆਰੁ ॥**
੨ **ਅਹਰਣਿ ਮਤਿ ਵੇਦੁ ਹਥੀਆਰੁ ॥**
੩ **ਭਉ ਖਲਾ ਅਗਨਿ ਤਪ ਤਾਉ ॥**
੪ **ਭਾਂਡਾ ਭਾਉ ਅੰਮ੍ਰਿਤੁ ਤਿਤੁ ਢਾਲਿ ॥**
੫ **ਘੜੀਐ ਸਬਦੁ ਸਚੀ ਟਕਸਾਲ ॥**
੬ **ਜਿਨ ਕਉ ਨਦਰਿ ਕਰਮੁ ਤਿਨ ਕਾਰ ॥**
੭ **ਨਾਨਕ ਨਦਰੀ ਨਦਰਿ ਨਿਹਾਲ ॥ ੩੮ ॥**

ਪਦ ਅਰਥ

ਜਤੁ = ਆਪਣੀਆਂ ਇੰਦਰੀਆਂ ਨੂੰ ਵਿਕਾਰਾਂ ਤੋਂ ਰੋਕਣਾ, ਵਿਭਚਾਰ ਤੋਂ ਬਚਣਾ। **ਯਥਾ**:- **ਏਕਾ ਨਾਰੀ ਜਤੀ ਹੁਇ, ਪਰ ਨਾਰੀ ਧੀ ਭੈਣ ਵਖਾਣੈ** ॥ (ਭਾਈ ਗੁਰਦਾਸ ਵਾਰ ੬ ਪਉੜੀ ੮)॥ ਸ੍ਰੀ ਗੁਰੂ ਹਰਿਗੋਵਿੰਦ ਸਾਹਿਬ ਜੀ ਨੇ ਗੁਜਰਾਤ ਵਿਖੇ ਸ਼ਾਹ ਦੌਲਾ ਦੇ ਸ਼ੰਕਾ ਕਰਨ ਤੇ ਕਿ ਇਕ ਸ਼ਾਦੀ ਸ਼ੁਦਾ ਮਨੁਖ ਜੋ ਜਤੀ ਹੀ ਨਹੀਂ ਹੈ; ਉਹ ਫਕੀਰ (ਸੰਤ) ਕਿਵੇਂ ਹੋ ਸਕਦਾ ਹੈ ? ਦਾ ਉਤਰ ਦਿੰਦੇ ਹੋਏ ਗੁਰੂ ਜੀ ਨੇ ਔਰਤ ਨੂੰ ਈਮਾਨ ਆਖਿਆ ਹੈ । **ਯਥਾ**:- ਸ਼ਾਹ ਦੌਲਾ ਦੀ ਸ਼ੰਕਾ:-ਹਿੰਦੂ ਕੀ ਤੇ ਪੀਰੀ ਕੀ ? ਔਰਤ ਕੀ ਤੇ ਫਕੀਰੀ ਕੀ ? ਪੁਤਰ ਕੀ ਤੇ ਵੈਰਾਗ ਕੀ ? ਦੌਲਤ ਕੀ ਤੇ ਤਿਆਗ ਕੀ ? ਗੁਰੂ ਜੀ ਦਾ ਉਤਰ:- ਔਰਤ ਈਮਾਨ ਹੈ ! ਪੁਤਰ ਨੀਸ਼ਾਨ ਹੈ ! ਦੌਲਤ ਗੁਜ਼ਰਾਨ ਹੈ ! ਫਕੀਰ ਨਾ ਹਿੰਦੂ, ਨਾ ਮੁਸਲਮਾਨ ਹੈ ! ਕਰਣੀ ਪ੍ਰਧਾਨ ਹੈ ! ਸਿੱਖ ਧਰਮ ਵਿੱਚ ਹਰ ਅੰਮ੍ਰਿਤਧਾਰੀ ਸਿੱਖ ਪਰ ਇਸਤ੍ਰੀ ਗਾਮੀ ਹੋ ਕੇ ਆਪਣਾ ਈਮਾਨ ਗੁਆ ਲੈਂਦਾ ਹੈ ਤੇ ਬਜਰ ਕੁਰਹਿਤ ਦਾ ਭਾਗੀ ਹੋਣ ਕਰਕੇ ਸਿੱਖੀ ਤੋਂ ਪਤਿਤ ਹੋਇਆ ਸਮਝਿਆ ਜਾਂਦਾ ਹੈ । **ਪਾਹਾਰਾ** = ਸੁਨਿਆਰੇ ਦੀ ਗਹਿਣੇ ਘੜਨ ਵਾਲੀ ਦੁਕਾਨ, ਸੁਨਿਆਰੇ ਦੀ ਭੱਠੀ । **ਧੀਰਜੁ** = ਠਰੰਮਾ, ਭਾਵ ਸਾਧਕ ਸੁਨਿਆਰੇ ਵਾਲੀ ਧੀਰਜ ਧਾਰ ਕੇ ਚਲੇ । ਭਾਵ ਇਹ ਹੈ ਕਿ ਸਿਮਰਨ, ਚਿੰਤਨ, ਨਿਤਨੇਮ, ਕਥਾ ਕੀਰਤਨ (ਨਵਧਾ ਭਗਤੀ), ਅਰਦਾਸ ਇਤਿਆਦਿਕ ਸਹਿਜ ਵਿੱਚ ਕਰਨਾ ਹੀ ਸਹੀ ਘਾੜਤ ਵਿੱਚ ਸਹਾਈ ਹੋਵੇਗਾ । **ਯਥਾ**:-**ਅਨੰਦੁ ਭਇਆ ਮੇਰੀ ਮਾਏ ਸਤਿਗੁਰੂ ਮੈ ਪਾਇਆ ॥ ਸਤਿਗੁਰੁ ਤ ਪਾਇਆ ਸਹਜ ਸੇਤੀ ਮਨਿ ਵਜੀਆ ਵਾਧਾਈਆ** ॥ (ਅੰਗ ੯੧੭)॥ ਤਥਾ:-**ਪ੍ਰਭ ਕੀ ਉਸਤਤਿ ਕਰਹੁ ਸੰਤ ਮੀਤ ॥ ਸਾਵਧਾਨ ਏਕਾਗਰ ਚੀਤ** ॥ (ਅੰਗ ੨੯੫)॥ ਤਥਾ:-**ਹਰਿ ਕਾ ਬਿਲੋਵਨਾ ਬਿਲੋਵਹੁ ਮੇਰੇ ਭਾਈ ॥ ਸਹਜਿ ਬਿਲੋਵਹੁ ਜੈਸੇ ਤਤੁ ਨ ਜਾਈ ॥੧॥ ਰਹਾਉ** ॥ (ਅੰਗ ੪੭੮)॥ **ਅਹਰਣਿ** = ਲੋਹੇ ਦਾ ਛੋਟਾ ਮਚਾਕ ਜਿਸ ਤੇ ਸੋਨੇ ਨੂੰ ਰੱਖਕੇ ਸੁਨਿਆਰ ਹਥੌੜੀ ਆਦਿ ਨਾਲ ਸੱਟ ਮਾਰਦਾ ਹੈ । **ਵੇਦੁ** = ਗਿਆਨ, ਪਰਮਾਰਥ ਦਾ ਗਿਆਨ, ਅਧਿਆਤਮਕ ਗਿਆਨ ਜੋ 'ਜਪੁ' ਬਾਣੀ ਦੇ ਉਪਦੇਸ ਵਿੱਚ ਦਰਸਾਇਆ ਗਿਆ ਹੈ; **ਨੋਟ**:- ਸੱਚੀ ਬਾਣੀ, ਗੁਰਬਾਣੀ ਤੋਂ ਪ੍ਰਾਪਤ ਹੋਣ ਵਾਲਾ

ਅਧਿਆਤਮਕ ਗਿਆਨ ਪਰਮਸਚੁ ਦੀ ਪ੍ਰਾਪਤੀ ਦਾ ਸਾਧਨ ਹੈ ਅਤੇ ਪਦਾਰਥ ਦਾ ਗਿਆਨ ਵਿਗਿਆਨ ਕੇਵਲ ਸੰਸਾਰਕ ਸੁਖਾਂ ਦਾ ਸਾਧਨ ਹੈ, ਪਰਮਸਚੁ ਦੀ ਪ੍ਰਾਪਤੀ ਦਾ ਸਾਧਨ ਨਹੀਂ । **ਹਥੀਆਰੁ** = ਸੁਨਿਆਰੇ ਦੇ ਸੰਦ, ਔਜਾਰ । **ਭਉ** = ਕਰਤਾ ਪੁਰਖ ਦਾ ਅਦਬ, ਡਰ, **ਯਥਾ:-ਭੈ ਬਿਨੁ ਘਾੜਤ ਕਚੁ ਨਿਕਚ ॥** (ਗਉੜੀ ਗੁਆਰੇਰੀ ਮਹਲਾ ੧ ਪੰਨਾ ੧੫੧)॥ **ਗੁਰਮਤੀ ਭਉ ਊਪਜੈ ਭਾਈ ਭਉ ਕਰਣੀ ਸਚੁ ਸਾਰੁ** ॥ (ਅੰਗ ੬੩੮)॥ ਪ੍ਰਮਾਤਮਾ, ਗੁਰੂ, ਮਾਤਾ ਪਿਤਾ, ਸੱਸ ਸਹੁਰੇ ਦਾ ਭਉ ਅਦਬ ਕਹਾਉਂਦਾ ਹੈ; ਜਦ ਕਿ ਮੌਤ, ਬਿਮਾਰੀ, ਚੋਰ ਉਚੱਕੇ ਆਦਿ ਦਾ ਭਉ ਡਰ ਹੀ ਕਹਾਉਂਦਾ ਹੈ । **ਖਲਾ** = ਖੱਲਾ, ਫੂਕਣੀ, ਇਹ ਫੂਕਣੀ ਟੰਕਾ ਵਗੈਰਾ ਲਾਉਂਣ ਦੇ ਕੰਮ ਆਉਂਦੀ ਹੈ; ਧੌਂਕਣੀ (ਪੁਰਾਣੇ ਸਮੇਂ ਸੁਨਿਆਰ ਭੱਠੀ ਦੇ ਕੋਲਿਆਂ ਨੂੰ ਭਖਾਉਣ ਲਈ ਚਮੜੇ ਦੀ ਧੌਂਕਣੀ ਵਰਤਦੇ ਸਨ ਅੱਜ ਕਲ ਹੱਥ ਨਾਲ ਚਲਾਉਣ ਵਾਲੀ ਜਾਂ ਬਿਜਲੀ ਦੀ ਪੱਖੀ ਵਰਤਦੇ ਹਨ) । ਭਉ ਖਲਾ ਭਾਵ ਸੁਨਿਆਰੇ ਦਾ ਭਉ, ਫੂਕਣੀ ਦੁਆਰਾ ਸੰਭਲਕੇ ਲੋੜ ਅਨੁਸਾਰ, ਘਾੜਤ ਵਾਲੀ ਟੂਮ ਨੂੰ ਸੇਕ ਲਉਣਾ ਹੁੰਦਾ ਹੈ, ਤਾਂ ਕਿ ਟੂਮ ਦੀ ਘਾੜਤ ਖਰਾਬ ਨਾ ਹੋਵੇ । ਸੁਨਿਆਰੇ ਦਾ ਭਉ ਇਥੇ ਪਰਮਾਰਥ ਦੀ ਘਾੜਤ ਵਿੱਚ ਪਰਮਾਤਮਾ ਅਤੇ ਗੁਰੂ ਦੇ ਹੁਕਮ ਦਾ ਭਉ ਹੈ, ਅਦਬ ਹੈ । **ਤਾਉ** = ਸੇਕ, ਅੱਗ ਦਾ ਸੇਕ । **ਤਪ** = ਤਪੱਸਿਆ, ਘਾਲਣਾ, ਨਿਤਨੇਮ ਦੀ ਤਤਪਰ ਹੋ ਕੇ ਪਾਲਨਾ ਕਰਨੀ ਅਤੇ ਗੁਰ ਉਪਦੇਸ ਦੁਆਰਾ ਕੀਤੇ ਹੁਕਮ ਦੀ ਪਾਲਨਾ (ਭਾਵ ਇਸ ਤਪਸਿਆ ਦਾ ਸੇਕ ਹੋਵੇ) । **ਅਗਨਿ ਤਪ ਤਾਉ** = ਤਪੱਸਿਆ ਦੀ ਅਗਨਿ ਦਾ ਸੇਕ, ਬ੍ਰਹਮ ਅਗਨਿ ਦਾ ਸੇਕ । **ਭਾਉ** = ਪ੍ਰੇਮ (ਭਾਵ ਪ੍ਰੇਮ ਦੀ ਕੁਠਾਲੀ ਹੋਵੇ) ਭਾਵ ਪ੍ਰੇਮ ਸੁਨਿਆਰੇ ਦੀ ਕੁਠਾਲੀ ਵਾਂਗ ਪੱਕਾ ਹੋਵੇ ਕਿਉਂਕਿ ਕੁਠਾਲੀ ਆਪ ਅੱਗ ਵਿੱਚ ਨਹੀਂ ਢਲਦੀ ਕੇਵਲ ਸੋਨਾ ਹੀ ਢ਼ਲਦਾ (ਪਿਘ਼ਲਦਾ) ਹੈ । **ਭਾਡਾ** = ਭਾਂਡਾ, ਕੁਠਾਲੀ । **ਅੰਮ੍ਰਿਤ** = ਸੋਨਾ (ਭਾਵ ਅਸੁਧ ਸੋਨਾ ਜੋ ਢਾਲ ਕੇ ਸੁਧ ਕਰਨਾ ਹੈ; ਉਸੀ ਭਾਂਤੀ ਮਾਯਾ ਭਰਮ ਗ੍ਰਸਤ ਮਨ, ਆਤਮਾ, ਅੰਤਹਕਰਣ ਤੇ ਪੰਚ ਦੋਸ਼ ਗ੍ਰਸਤ ਆਚਰਨ ਜੋ ਨਾਮ ਰੂਪੀ ਸੁਹਾਗਾ ਪਾ ਕੇ ਕੁਠਾਲੀ ਵਿੱਚ ਢਾਲ ਕੇ ਸ਼ੁਧ ਕਰਨਾ ਹੈ); ਕਰਤਾ ਪੁਰਖ ਦਾ ਅੰਮ੍ਰਿਤ ਨਾਮ, ਤਤ ਵਸਤੂ, ਸਾਰ ਵਸਤੂ, ਅਮੋਲਕ ਮਨੁਖੀ ਜੀਵਨ ਜੋ ਤਪ ਦੇ ਸੇਕ ਨਾਲ ਢਾ਼ਲਕੇ ਸ਼ੁਧ ਕਰਨ ਯੋਗ ਹੈ । **ਨੋਟ** :- ਅੰਮ੍ਰਿਤ ਨਾਮ ਨੂੰ ਢਾ਼ਲਨਾ ਅਰਥ ਕਰਨੇ ਸੁਨਿਆਰੇ ਦੀ ਦਿੱਤੀ ਜਾ ਰਹੀ ਉਦਾਹਰਨ ਦੇ ਚਲੰਤ ਪ੍ਰਸੰਗ ਤੋਂ ਬਾਹਰ ਜਾਣ ਦੇ ਤੁਲ ਹੈ । ਪ੍ਰਸੰਗ ਦੇ ਅੰਤਰਗਤਿ ਰਹਿੰਦੇ ਹੋਏ ਅਰਥ ਕਰਾਂਗੇ ਕਿ ਅੰਮ੍ਰਿਤ ਨਾਮ ਰੂਪੀ ਸੁਹਾਗਾ ਹਿਰਦੇ ਰੂਪ ਕੁਠਾਲੀ ਵਿੱਚ ਪਾਕੇ ਅਤੇ ਨਾਮ ਸਿਮਰਨ ਦੇ ਸੇਕ ਦੁਆਰਾ ਮਲੀਨ ਅੰਤਹਕਰਣ ਨੂੰ ਸ਼ੁਧ ਕਰਕੇ ਮਾਲਕ ਦੇ ਕਹੇ ਸ਼ਬਦ (ਹੁਕਮ / ਉਪਦੇਸ਼) ਅਨੁਸਾਰ ਘਾੜਤ ਘੜ । ☬ **ਸ਼ਬਦ** = ਬਚਨ, ਪਰਮਾਰਥ ਦੇ ਗਿਆਨ ਨੂੰ ਪ੍ਰਗਟਾਉਣ ਦੀ ਸਮਰੱਥਾ ਵਾਲੇ ਸਤਿਪੁਰਖਾਂ ਦੇ ਬਚਨ, ਵਾਕ, ਫੁਰਮਾਣ, ਸਬਦ ਪ੍ਰਮਾਣ ਭਾਵ ਸਬਦ ਵਿੱਚ ਆਇਆ ਹਵਾਲਾ । **ਯਥਾ:-ਸਬਦੈ ਕਾ ਨਿਬੇੜਾ ਸੁਣ ਤੂ ਅਉਧੂ ਬਿਨੁ ਨਾਵੈ ਜੋਗੁ ਨ ਹੋਈ ॥** ਭਾਵ ਆਪਣੀ ਹੋਈ ਵਾਰਤਾਲਤਪ (ਸਿਧ ਗੋਸਟਿ) ਦਾ ਸਾਰ ਇਹੋ ਹੀ ਹੈ ਕਿ ਬਿਨਾ ਨਾਮ ਤੋਂ ਜੋਗ ਸੰਭਵ ਨਹੀਂ ਹੈ । ਅਤੇ ਇਸੇ ਤਰਾਂ ਬ੍ਰਹਮ ਸੂਤ੍ਰ (ਵੇਦਾਂਤ) ਵਿੱਚ ਸੂਤ੍ਰ ਰਚ ਕੇ ਇਸ਼ਾਰੇ ਨਾਲ ਕਿਹਾ ਜਾਂਦਾ ਹੈ ਕਿ ਇਸ ਕਥਨ ਦੀ ਪੁਸ਼ਟੀ ਸ੍ਰੁਤੀ ਤੋਂ ਭਾਵ ਅਮਕੀ ਉਪਨਿਸ਼ਦ ਦੇ ਅਮਕੇ ਸਲੋਕ

ਤੋਂ ਹੁੰਦੀ ਹੈ ਕਿਉਂਕਿ ਵੇਦ ਸ੍ਰੁਤੀ ਦੇਵ ਬਾਣੀ ਹੋਣ ਕਰਕੇ ਸਬਦ ਪ੍ਰਮਾਨ ਮੰਨੀ ਗਈ ਹੈ । ਇਸੇ ਤਰਾਂ ਇਸ ਪਉੜੀ ਵਿੱਚ "ਸਬਦ" ਪਦ ਦੇ ਅਰਥ ਸਮਝੋ, ਜਿਸਦਾ ਭਾਵ ਹੈ ਕਿ ਪਿਛੇ ਜਪੁ ਬਾਣੀ ਕਹੇ ਗਏ ਉਪਦੇਸ, ਹੁਕਮ ਅਨੁਸਾਰ । + 'ਸਬਦ' ਅਖਰ ਦੇ ਅਰਥ ਬਹੁਤ ਵਿਸਤ੍ਰਿਤ ਹਨ । ਭਾਰਤੀ ਵੈਦਿਕ ਸ਼ਾਸਤ੍ਰਾਂ ਵਿੱਚ "ਸਬਦ" ਨੂੰ ਗਿਆਨ ਦਾ ਪ੍ਰਮਾਣ ਜਾਂ ਸਾਧਨ ਪ੍ਰਵਾਨ ਕੀਤਾ ਗਿਆ ਹੈ । ਇਹ ਸਬਦ ਹੈ ਕੀ ? ਅਸਲ ਵਿੱਚ ਇਹ ਸਬਦ ਸਿਧ ਪੁਰਸ਼ (ਬ੍ਰਹਮ ਗਿਆਨੀ) ਦਾ ਉਚਾਰਿਆ ਪ੍ਰਮਾਣੀਕ ਵਾਕ ਹੁੰਦਾ ਹੈ । ਸਬਦ ਜੋੜਾਂ ਦੇ ਇਸ ਵਾਕ ਵਿੱਚ ਈਸ਼ਵਰੀ ਸੰਕੇਤ ਨੂੰ ਪ੍ਰਗਟ ਕਰਨ ਦੀ ਸਮਰੱਥਾ ਹੁੰਦੀ ਹੈ । ਬਾਕੀ ਐਵੇਂ ਜਣੇ ਖਣੇ ਦੇ ਕਹੇ ਸਬਦ ਪ੍ਰਮਾਣ ਨਹੀਂ ਹੁੰਦੇ । ਕੇਵਲ ਘਾਲ ਕਮਾਈ ਵਾਲੇ ਤੇ ਯਥਾਰਥਵਾਦੀ ਗੁਰੂਬਰ, ਭਗਤਬਰ ਤੇ ਸਿਧ ਪੁਰਸ਼ਾਂ ਦੇ ਅਨਭਵੀ ਕਥਨ ਹੀ ਸਬਦ ਪ੍ਰਮਾਣ ਮੰਨੇ ਜਾਂਦੇ ਹਨ ਜੋ ਬ੍ਰਹਮ ਗਿਆਨ ਪ੍ਰਗਟਾਉਣ ਲਈ ਬਲਵਾਨ ਸਾਧਨ ਹਨ । ਗੁਰਬਾਣੀ ਵਿੱਚ "ਪਰਮਸਤਿ" ਨੂੰ ਵੀ ਸਬਦ ਰੂਪ ਮੰਨਿਆ ਗਿਆ ਹੈ । ਇਸੇ ਕਰਕੇ ਸਬਦ ਸੁਰਤਿ ਦੇ ਮੇਲ ਦੁਆਰਾ 'ਪਰਮਸਤਿ' ਦੀ ਪ੍ਰਾਪਤੀ ਦੱਸੀ ਗਈ ਹੈ । ਇਹ ੩੮ ਵੀਂ ਪਉੜੀ ਜਪੁਜੀ ਸਾਹਿਬ ਅਤੇ ਗੁਰਮੁਖ ਅਧਿਆਤਮਕ ਮਾਰਗ ਦਾ ਤਤਸਾਰ ਹੈ । ਸੋ ਇੱਥੇ 'ਸਬਦ' ਤੋਂ ਭਾਵ 'ਜਪੁ ਬਾਣੀ' ਵਿੱਚ ਦਰਸਾਏ ਉਪਦੇਸ਼ (ਹੁਕਮ) ਅਨੁਸਾਰ ਜੀਵਨ ਸ਼ੈਲੀ ਦੀ ਘਾੜਤ ਹੋਵੇ । **ਸਚੀ ਟਕਸਾਲ** = ਪੰਚ ਪਰਧਾਨੀ ਰਹੁਰੀਤ, ਸਚ ਪ੍ਰਾਪਤੀ ਵਾਲਾ ਅਧਿਆਤਮਕ ਮਾਰਗ, ਸਤਿਸੰਗ ਰੂਪੀ ਟਕਸਾਲ ਟਕਸਾਲ =(ਪ੍ਰਮਾਣਤ) ਸਿੱਕੇ ਘੜਨ ਦੀ ਥਾਂ (ਜਗ੍ਹਾ), ਮੁਹਰਾਂ, ਰੁਪੈ ਆਦਿ ਘੜਨ ਦਾ ਸਰਕਾਰੀ ਕਾਰਖਾਨਾ ।

ਨੋਟ:- ਸ਼ਾਸਤ੍ਰ ਰੀਤ ਅਨੁਸਾਰ ਜਦ ਕੋਈ ਕਥਨ (ਵਾਕ) ਕਈ ਵਾਰ ਦੁਹਰਾਇਆ ਜਾਵੇ ਤਾਂ ਉਸਨੂੰ ਮਹਾਂਵਾਕ ਦੀ ਸੰਗਿਆ ਦਿੱਤੀ ਜਾਂਦੀ ਹੈ । ਇਸੇ ਤਰਾਂ ਕਿਸੇ ਸੰਕੇਤਾਤਮਕ ਜਾਂ ਹਵਾਲੇ ਵਾਲੇ ਸਬਦ ਦੀ ਸੰਗਿਆ ਸਬਦ ਪ੍ਰਮਾਣ ਹੈ । ਗੁਰਬਾਣੀ ਦੇ ਹਰ ਸਬਦ ਵਿੱਚ ਵਾਰ ਵਾਰ ਪਰਮਸਤਿ (ਪ੍ਰਮਤਮਾ) ਦੀ ਉਪਮਾ ਦੀ ਗਲ ਕੀਤੀ ਗਈ ਹੈ ਤੇ ਹਰ ਸਬਦ ਵਿੱਚ ਪਰਮਸਤਿ ਦੀ ਪ੍ਰਾਪਤੀ ਦੀ ਗਲ ਕੀਤੀ ਗਈ ਹੈ । ਇਸ ਲਈ ਸਾਰੀ ਬਾਣੀ ਮਹਾਂਵਾਕ ਹੈ ਤੇ ਸਬਦ ਪ੍ਰਮਾਣ ਹੈ । ਗੁਰੂ ਗ੍ਰੰਥ ਸਾਹਿਬ ਵਿੱਚ ਦਰਜ ਬਾਣੀ ਨਾ ਤਾਂ ਲਿਖੀ ਲਿਖਾਈ ਕਿਸੇ ਫਰਿਸ਼ਤੇ ਦੁਆਰਾ ਗੁਰੂ ਜਨਾਂ ਤੇ ਭਗਤ ਜਨਾਂ ਨੂੰ ਕਿਸੇ ਕਿਤਾਬ ਜਾਂ ਬਹੀ ਦੇ ਰੂਪ ਵਿੱਚ ਦਿਤੀ ਗਈ ਹੈ ਨਾ ਆਕਾਸ ਬਾਣੀ ਰਾਹੀਂ ਜਾਂ ਕਿਸੇ ਦੇਵਤੇ ਰਾਹੀਂ ਉਨ੍ਹਾਂ ਤੇ ਉਤਰੀ ਹੈ । ਗੁਰਬਾਣੀ ਦਾ ਸਭ ਤੋਂ ਵੱਡਾ ਤੇ ਵਿਸ਼ੇਸ਼ ਗੁਣ ਇਹ ਹੈ ਕਿ ਗੁਰਬਾਣੀ ਦਾ ਹਰ ਕਥਨ ਤਜਰਬੇ ਵਿੱਚ ਆਈ ਸਚਾਈ ਦਾ ਵਰਨਣ ਹੈ ਤੇ ਗੁਰਬਾਣੀ ਦੇ ਦਸੇ ਸੰਜਮ ਤੇ ਅਭਿਆਸ ਦੁਆਰਾ ਸਾਖਯਾਤਕਾਰ ਅਵੱਸ ਹੈ । ਹੁਣ ਅਸੀਂ ਦੇਖਦੇ ਹਾਂ ਕਿ ਇਸ ਪਉੜੀ ਵਿੱਚ ਕਹੇ ਗਏ "ਘੜੀਐ ਸਬਦੁ" ਦਾ ਸੰਕੇਤ 'ਸਬਦ ਪ੍ਰਮਾਣ' ਅਨੁਸਾਰ ੩੬ਵੀਂ ਪਉੜੀ ਵੱਲ ਹੈ ਕਿਉਂਕਿ ਓਥੈ ਘਾੜਤ ਦੇ ਸੰਬੰਧ ਵਿੱਚ "ਘੜੀਐ" ਸਬਦ ਤਿੰਨ ਵਾਰ ਆਇਆ ਹੈ । ਓਥੈ ਦੇਵਤਿਆਂ ਤੇ ਸਿਧਾਂ ਪੁਰਸ਼ਾਂ ਵਾਲੇ ਅੰਤਹਕਰਣ ਤੇ ਉਚ ਕਰਣੀ ਵਾਲੀ ਘਾੜਤ ਦਾ ਵਰਨਣ ਹੈ ਭਾਵ ਪੰਚ ਪਰਧਾਨੀ ਆਚਰਣ

ਦਾ ਵਰਨਣ ਹੈ ਜਿਨ੍ਹਾਂ ਦਾ ਧਿਆਨ ਹਰ ਸਮੇਂ ਕੇਵਲ ਇਕ ਪ੍ਰਮਾਤਮਾ ਵਿੱਚ ਲੱਗਿਆ ਰਹਿੰਦਾ ਹੈ ।ਗੁਰਬਾਣੀ ਵਿੱਚੋਂ ਇਕ ਹੋਰ ਬੜਾ ਸੌਖਾ ਤੇ ਸਪੱਸਟ ਦ੍ਰਿਸ਼ਟਾਂਤ ਲੈਂਦੇ ਹਾਂ । ਜਿਵੇਂ:- ਸ੍ਰੀ ਰਾਗ ਵਿੱਚ ਕਬੀਰ ਜੀ ਦੇ ਪਹਿਲੇ ਸਬਦ ਦਾ ਸਿਰਲੇਖ ਹੈ ਕਿ "**ਏਕੁ ਸੁਆਨ ਕੈ ਘਰਿ ਗਾਵਣਾ**" ਹੁਣ ਸਬਦ ਪ੍ਰਮਾਣ ਅਨੁਸਾਰ "ਏਕੁ ਸੁਆਨ" ਦਾ ਵਰਨਣ ਗੁਰੂ ਨਾਨਕ ਸਾਹਿਬ ਜੀ ਦੇ ਇਸੇ 'ਸ੍ਰੀ ਰਾਗ' ਵਿੱਚ ਪਹਿਲਾਂ ਆਏ ੨੯ਵੇਂ ਸਬਦ "ਸ੍ਰੀ ਰਾਗ ਮਹਲਾ ੧ ਘਰੁ ੪" ਵਿੱਚ ਹੈ, ਜਿਸਦੀ ਮੁਢਲੀ ਤੁਕ ਹੈ:- "**ਏਕੁ ਸੁਆਨੁ ਦੁਇ ਸੁਆਨੀ ਨਾਲਿ**" ਵਿੱਚ ਦਰਸਾਏ "ਚੌਥੇ ਘਰੁ" ਅਨੁਸਾਰ, ਕਬੀਰ ਸਾਹਿਬ ਦਾ ਪਹਿਲਾ ਸਬਦ "ਚੌਥੇ ਘਰੁ" ਵਿੱਚ ਗਾਵਣਾ ਹੈ । ਹੁਣ ਅਸੀਂ ਸਬਦ ਪ੍ਰਮਾਣ ਦੇ ਹਵਾਲੇ ਨਾਲ ਜਾਣਦੇ ਹਾਂ ਕਿ ਘਾੜਤ ਦਾ ਸੰਕੇਤ ੩੬ਵੀਂ ਪਉੜੀ ਵਿੱਚ ਕਹੇ ਸੁਰਾਂ ਸਿਧਾਂ ਵਾਲੇ ਆਚਰਣ ਵੱਲ ਹੈ ਅਤੇ ਉਸ ਆਚਰਣ ਦੀ ਘਾੜਤ ਦੇ ਵਿਵਰਣ ਦਾ ਪ੍ਰਮਾਣ ਜਪੁ ਬਾਣੀ ਦੀਆਂ ਇਨ੍ਹਾਂ ਤੁਕਾਂ ਵਿੱਚ ਕਹੇ ਹੁਕਮ (ਫੁਰਮਾਣ) ਤੋਂ ਮਿਲਦਾ ਹੈ ਕਿ:- "**ਹੁਕਮਿ ਰਜਾਈਚਲਣਾ ਨਾਨਕ ਲਿਖਿਆ ਨਾਲਿ ॥**", "**ਅੰਮ੍ਰਿਤ ਵੇਲਾ ਸਚੁ ਨਾਉ ਵਡਿਆਈ ਵੀਚਾਰ ॥**", "**ਸਭਨਾ ਜੀਆ ਕਾ ਇਕੁ ਦਾਤਾ ਸੋ ਮੈ ਵਿਸਰਿ ਨ ਜਾਈ ॥**", "**ਸੁਣਿਆ ਮੰਨਿਆ ਮਨਿ ਕੀਤਾ ਭਾਉ ॥ ਅੰਤਰਗਤਿ ਤੀਰਥਿ ਮਲਿ ਨਾਉ ॥**" ਅਤੇ ਚਲੰਤ ਪ੍ਰਸੰਗ ਅਨੁਸਾਰ ਇਸ ੩੮ਵੀਂ ਪਉੜੀ ਵਿੱਚ ਦਰਸਾਇਆ ਆਚਰਣ, ਇਤਿਆਦਿਕ ਆਏ ਸਾਰੇ ਹਵਾਲੇ ਇਸ ਟਕਸਾਲ ਦੀ ਪ੍ਰਵਾਨਤ ਘਾੜਤ ਲਈ ਸ਼ਬਦ ਪ੍ਰਮਾਣ ਹਨ । ਸਮੁਚੀ ਵੀਚਾਰ ਦਾ ਸਾਰ ਹੈ ਕਿ "ਸਬਦ" ਭਾਵ "ਜਪੁ ਬਾਣੀ" ਵਿੱਚ ਕਥਨ ਕੀਤੇ ਬਿਰਤਾਂਤ ਅਨੁਸਾਰ ਸੁਰਤਿ, ਮਤਿ, ਮਨਿ, ਬੁਧਿ ਦੀ ਘਾੜਤ ਸੁਰਾਂ ਸਿੱਧਾਂ ਵਾਲੀ ਹੋਵੇ ਤਾਂ ਗੁਰੂ ਨਾਨਕ ਸਾਹਿਬ ਐਲਾਨੀਆਂ ਫਰਮਾਉਂਦੇ ਹਨ ਕਿ ਫਿਰ ਜਗਿਆਸੂ ਦਾ ਪ੍ਰਭੂ ਦੀ ਨਦਰਿ ਕਰਮ ਦੁਆਰਾ ਨਿਹਾਲ ਹੋਣ ਨਿਸ਼ਚਿਤ ਹੈ !!

ਅਰਥ

੧. (ਹੇ ਸਾਧਕ, ਸਿਧਾਂ ਪੰਚਾਂ ਭਾਵ ਸੰਤ ਪੁਰਸ਼ਾਂ ਵਾਲੀ ਅਨੂਪ ਅਵਸਥਾ ਦੀ ਘਾੜਤ ਲਈ ਤੂੰ ਇਨ੍ਹਾਂ ਸ਼ੁਭ ਗੁਣਾਂ ਦੀ ਧਾਰਨਾ ਦੁਆਰਾ ਐਸੀ ਸੱਚੀ ਟਕਸਾਲ ਬਣਾ ਜਿਥੇ) ਧੀਰਜ ਸੁਨਿਆਰ ਹੋਵੇ ਤੇ ਜਤ ਤੇਰਾ ਪਾਹਾਰਾ ਹੋਵੇ । ਭਾਵ ਜਿਵੇਂ ਸੁਨਿਆਰੇ ਦਾ ਕੰਮ ਕਾਹਲ ਵਾਲਾ ਨਹੀਂ ਹੁੰਦਾ ਉਹ ਧੀਰਜ ਚੈਨ ਨਾਲ ਅਤੇ ਪੂਰੇ ਸੰਕੋਚ ਤੇ ਲਗਨ ਨਾਲ ਪਹਾਰੇ ਤੇ ਬੈਠਦਾ ਹੈ ਇਵੇਂ ਤੂੰ ਧੀਰਜਵਾਨ ਹੋ ਕੇ ਤੇ ਆਪਣੀਆਂ ਚਿਤ ਬ੍ਰਿਤੀਆਂ ਨੂੰ ਵਿਭਚਾਰ ਤੋਂ ਸੰਕੋਚ ਕੇ ਕਰਤਾ ਪੁਰਖ ਦੀ ਉਪਾਸਨਾ ਵਾਲਾ ਇਹ ਕੰਮ ਕਰ ।

੨. ਬੁਧੀ ਤੇਰੀ ਅਹਿਰਣ ਹੋਵੇ ਤੇ ਗਿਆਨ ਤੇਰੇ ਸੰਦ (ਔਜ਼ਾਰ) ਹੋਣ । ਭਾਵ ਅਹਿਰਣ ਵਾਂਗ ਆਪਣੇ ਟਿਕਾਣੇ ਤੋਂ ਨਾ ਹਿਲਣ ਵਾਲੀ ਸਥਿਰ ਲਗਨ ਵਾਲੀ ਅਡੋਲ ਤੇਰੀ ਬੁਧੀ ਹੋਵੇ ਅਤੇ ਪਰਮਾਰਥ ਦਾ ਗਿਆਨ ਤੇਰੇ ਲਈ ਸੁਨਿਆਰੇ ਦੇ ਸੰਦਾਂ ਦਾ ਕੰਮ ਕਰੇ ।

੩. ਭਉ ਤੇਰੀ ਧੌਂਕਣੀ ਤਥਾ ਫੂਕਣੀ ਹੋਵੇ ਅਤੇ ਤਪ ਤੇਰਾ ਅਗਨੀ ਦਾ ਸੇਕ ਹੋਵੇ । ਭਾਵ ਕਰਤਾ

ਪੁਰਖ ਦਾ ਡਰ (ਤੇ ਅਦਬ) ਅੱਗ ਭਖਾਉਣ ਵਾਲੀ ਧੌਂਕਣੀ ਅਤੇ ਤਪਸਿਆ (ਨਾਮ ਸਿਮਰਨ ਦੀ ਕਰੜੀ ਘਾਲਣਾ) ਭੱਠੀ ਦੀ ਅੱਗ ਦਾ ਸੇਕ ਹੋਵੇ ।

੪. ਹਿਰਦੇ ਅੰਦਰ ਪ੍ਰਭੂ ਦਾ ਪ੍ਰੇਮ ਤੇਰੀ ਕੁਠਾਲੀ ਹੋਵੇ ਤੇ ਉਸ ਵਿੱਚ ਅਸੁਧ ਸੋਨੇ ਪ੍ਰਮਾਣ ਅਸੁਧ ਅੰਤਹਕਰਣ ਤੇ ਪੰਚ ਦੋਸ ਗ੍ਰਸਤ ਆਚਰਣ ਨੂੰ ਪਾ ਕੇ ਅਤੇ ਅੰਮ੍ਰਿਤ ਨਾਮ ਸੁਹਾਗਾ ਪਾ ਕੇ ਤਪੱਸਿਆ ਦੇ ਸੇਕ ਨਾਲ ਢਾਲਕੇ ਆਚਰਣ ਦੀ ਮੈਲ ਨੂੰ ਸਾੜਕੇ ਸੁਧ ਕਰ । ਭਾਵ ਕੁਠਾਲੀ ਵਾਂਗ ਤੇਰਾ ਪ੍ਰੇਮ ਪੱਕਾ ਹੋਵੇ ਤੇ ਨਾਮ ਸਿਮਰਨ ਦੀ ਕਰੜੀ ਘਾਲਣਾ ਵਾਲੀ ਤਪਸਿਆ (ਬ੍ਰਹਮ ਅਗਨਿ) ਦੇ ਸੇਕ ਨਾਲ ਮਨ ਦੀ ਮੈਲ ਸਾੜਕੇ ਆਪਣੇ ਅੰਤਹਕਰਣ ਤੇ ਆਚਰਣ ਨੂੰ ਬਾਰਾਂ ਵੰਨੀਆਂ ਦੇ ਸੋਨੇ ਵਾਂਗ ਸੁਧ ਕਰ ਲੈ ਭਾਵ ਸਾਧ ਲੈ ; ਤੇ ਫਿਰ

੫. ਜਪੁ ਬਾਣੀ ਵਿੱਚ ਕਹੇ ਗਏ ਉਪਦੇਸ਼ ਭਾਵ ਹੁਕਮ ਅਨੁਸਾਰ, ਦੇਵਤਿਆਂ ਤੇ ਸਿਧਾਂ ਪੁਰਸ਼ਾਂ ਵਾਲੀ ਸਚੀ ਟਕਸਾਲ ਭਾਵ ਨਿਰਮਲ ਤੇ ਉਚ ਕਰਣੀ ਵਾਲੀ ਰਹੁਰੀਤ ਦੀ ਜੀਵਨ ਸ਼ੈਲੀ ਵਰਗੀ ਆਪਣੀ ਜੀਵਨ ਸ਼ੈਲੀ ਦੀ ਘਾੜਤ ਘੜਕੇ ਆਪਣੇ ਅਮੋਲਕ ਮਨੁਖੀ ਜੀਵਨ ਨੂੰ ਸਫਲਾ ਕਰ ਲੈ । ਇਹ ਜੀਵਨ ਸ਼ੈਲੀ ਹੈ:- "**ਹੁਕਮਿ ਰਜਾਈ ਚਲਣਾ ਨਾਨਕ ਲਿਖਿਆ ਨਾਲਿ ॥**", "**ਅੰਮ੍ਰਿਤ ਵੇਲਾ ਸਚੁ ਨਾਉ ਵਡਿਆਈ ਵੀਚਾਰੁ ॥**", "**ਸਭਨਾ ਜੀਆ ਕਾ ਇਕੁ ਦਾਤਾ ਸੋ ਮੈ ਵਿਸਰਿ ਨ ਜਾਈ ॥**", "**ਸੁਣਿਆ ਮੰਨਿਆ ਮਨਿ ਕੀਤਾ ਭਾਉ ॥ ਅੰਤਰਗਤਿ ਤੀਰਥਿ ਮਲਿ ਨਾਉ ॥**", ਅਤੇ ਚਲੰਤ ਪ੍ਰਸੰਗ ਅਨੁਸਾਰ ਇਸੇ ੩੮ਵੀਂ ਪਉੜੀ ਵਿੱਚ ਦਰਸਾਈ ਜੀਵਨ ਸ਼ੈਲੀ ਵਾਲੀ ਘਾੜਤ, ਇਤਿਆਦਿਕ ।

੬. ਪਰ ਅਸਲ ਵਿੱਚ ਐਸੀ ਕਾਰ (ਕਰਣੀ) ਉਨ੍ਹਾਂ ਦੇ ਹਿੱਸੇ ਹੀ ਆਉਂਦੀ ਹੈ ਜਿਨ੍ਹਾਂ ਤੇ ਕਰਤਾ ਪੁਰਖ ਆਪ ਕ੍ਰਿਪਾ ਦ੍ਰਿਸ਼ਟੀ ਕਰੇ ।

੭. ਗੁਰੂ ਨਾਨਕ ਸਾਹਿਬ ਫਰਮਾਉਂਦੇ ਹਨ ਕਿ ਫਿਰ ਐਸੀ ਕਰਣੀ ਵਾਲਾ ਉਹ ਸਾਧਕ ਕਰਤਾ ਪੁਰਖ ਦੀ ਕ੍ਰਿਪਾ ਦ੍ਰਿਸ਼ਟੀ ਦੁਆਰਾ ਨਿਸ਼ਚੇ ਹੀ ਸਦਾ ਲਈ ਨਿਹਾਲ (ਕ੍ਰਿਤਾਰਥ) ਹੋ ਜਾਂਦਾ ਹੈ ॥ ੩੮ ॥

ਮੂਲ

੧ **ਸਲੋਕੁ ॥ ਪਵਣੁ ਗੁਰੂ ਪਾਣੀ ਪਿਤਾ ਮਾਤਾ ਧਰਤਿ ਮਹਤੁ ॥**
੨ **ਦਿਵਸੁ ਰਾਤਿ ਦੁਇ ਦਾਈ ਦਾਇਆ ਖੇਲੈ ਸਗਲ ਜਗਤੁ ॥**
੩ **ਚੰਗਿਆਈਆ ਬੁਰਿਆਈਆ ਵਾਚੈ ਧਰਮੁ ਹਦੂਰਿ ॥**
੪ **ਕਰਮੀ ਆਪੋ ਆਪਣੀ ਕੇ ਨੇੜੈ ਕੇ ਦੂਰਿ ॥**
੫ **ਜਿਨੀ ਨਾਮੁ ਧਿਆਇਆ ਗਏ ਮਸਕਤਿ ਘਾਲਿ ॥**
੬ **ਨਾਨਕ ਤੇ ਮੁਖ ਉਜਲੇ ਕੇਤੀ ਛੁਟੀ ਨਾਲਿ ॥ ੧ ॥**

ਪਦ ਅਰਥ

ਪਵਣੁ ਗੁਰੂ = ਪਵਣ ਨੂੰ ਗੁਰੂ ਦਾ ਰੂਪਕ ਜਾਣੋ । ਗੁਰੂ ਗ੍ਰੰਥ ਸਾਹਿਬ ਵਿੱਚ 'ਗੁਰੂ' ਸਬਦ ਬਹੁ ਅਰਥਾਂ ਵਿੱਚ ਆਇਆ ਹੈ । ਪਵਣ ਸਬਦ ਦਾ ਮਾਧਿਅਮ ਹੋਣ ਕਰਕੇ ਇਥੇ ਇਸ ਦੇ ਅਰਥ ਹਨ "ਸਿਖਿਆ ਦਾਤਾ" । ਇਸ ਸਲੋਕ ਦੀਆਂ ਪਿਛਲੀਆਂ ਚਾਰੇ ਪੰਗਤੀਆਂ ਵਿੱਚ ਦਰਸਾਈ ਸਿਖਿਆ ਇਸ "ਗੁਰੂ" ਪਦ ਨਾਲ ਸੰਬੰਧਤ ਹੈ ਜੋ ਪਵਣ ਗੁਰੂ ਰੂਪ ਹੋਇਆ, ਬਾਲਕ ਰੂਪ ਜਗਤ ਨੂੰ ਦਿੰਦਾ ਹੈ । ਜਿਥੇ ਇਹ ਸਲੋਕ ਸਾਰੀ ਜਪੁ ਬਾਣੀ ਦੀ ਸਿਖਿਆ ਦਾ ਸੰਖੇਪ ਸਾਰ ਹੈ ਉਥੇ ਗੁਰੂ ਪਦ ਦੀ ਮਹਤਤਾ ਨੂੰ ਵੀ ਬੜੇ ਸਪਸ਼ਟ ਰੂਪ ਵਿੱਚ ਪ੍ਰਗਟ ਕਰਦਾ ਹੈ । ਜਗਤ ਵਿੱਚ ਅਤੀ ਨੇੜ ਦੇ ਰਿਸ਼ਤਿਆਂ ਵਿੱਚ ਮਾਤਾ, ਪਿਤਾ ਅਤੇ ਗੁਰੂ ਨੂੰ ਪਰਮੁਖਤਾ ਹਾਸਲ ਹੈ । ਇਸੇ ਤਰਾਂ ਮਾਰੂ ਰਾਗ ਵਿੱਚ ਪਹਿਲੀਆਂ ਦੋ ਪੰਗਤੀਆਂ ਦਾ ਦੁਹਰਾਉ ਹੈ ਤੇ ਪਵਣ ਨੂੰ ਫਿਰ ਗੁਰੂ ਕਿਹਾ ਹੈ :- "**ਪਉਣੁ ਗੁਰੂ ਪਾਣੀ ਪਿਤ ਜਾਤਾ ॥ ਉਦਰ ਸੰਜੋਗੀ ਧਰਤੀ ਮਾਤਾ ॥ ਰੈਣਿ ਦਿਨਸੁ ਦੁਇ ਦਾਈ ਦਾਇਆ ਜਗੁ ਖੇਲੈ ਖੇਲਾਈ ਹੇ ॥੧੦॥** (ਮਾਰੂ ਮ:੧ ਪੰ: ੧੦੨੧)॥ ਪਵਣ ਰੂਪ ਗੁਰੂ ਨੂੰ ਸਬਦ ਦਾ ਮਾਧਿਅਮ ਸਮਝਣ ਲਈ ਇਹ ਦ੍ਰਿਸਟਾਂਤ ਹਨ । **ਯਥਾ:- ਅਖੀ ਅੰਧੁ ਜੀਭ ਰਸੁ ਨਾਹੀ ਕੰਨੀ ਪਵਣੁ ਨ ਵਾਜੈ ॥** (ਆਸਾ ਮ: ੧ ਪੰ:੩੫੪)॥ ਤਥਾ:-**ਪਵਨ ਗੁਰੂ ਗੁਰ ਸਬਦੁ ਹੈ ਰਾਗ ਨਾਦ ਵੀਚਾਰਾ** ॥ (ਭਾਈ ਗੁਰਦਾਸ ਵਾਰ ੨ ਪਉ: ੧੯)॥ ਤਥਾ:- **ਪਉਣ ਗੁਰੂ ਗੁਰ ਸਬਦੁ ਹੈ ਵਾਹਿਗੁਰੂ ਗੁਰ ਸਬਦੁ ਸੁਣਾਇਆ** ॥ (ਭਾਈ ਗੁਰਦਾਸ ਵਾਰ ੬ ਪਉ: ੫)॥ ਸੋ ਸਪਸ਼ਟ ਹੋਇਆ ਕਿ ਜਿਵੇ ਸਬਦ ਵਿੱਚ ਕਹੇ ਉਪਦੇਸ ਨੂੰ ਸਾਡੇ ਤੱਕ ਪਹੁਚਉਣ ਲਈ, ਪਵਣ ਸ਼ਬਦ ਦਾ ਮਾਧਿਅਮ ਹੈ ਉਸੇ ਤਰਾਂ 'ਗੁਰੂ' ਅਧਿਆਤਮਕ ਸਿਖਿਆ ਦਾ ਮਾਧਿਅਮ ਹੈ । ਇਸੇ ਕਰਕੇ ਗੁਰੂ ਜੀ ਨੇ ਪਵਨ ਨੂੰ ਗੁਰੂ ਕਹਿਆ ਹੈ । ਗੁਰੂ ਦੀ ਸਿਖਿਆ ਦਾ ਸਦੀਵੀ ਮਾਧਿਅਮ ਹੋਣ ਕਰਕੇ ਗੁਰਬਾਣੀ ਨੂੰ ਸਬਦ ਗੁਰੂ ਕਹਿਆ ਜਾਂਦਾ ਹੈ । ਇਸ ਸਲੋਕ ਵਿੱਚ ਨਾਮ ਸਿਮਰਨ ਤੇ ਗੁਰੂ ਦੇ ਮਹੱਤਵ ਨੂੰ ਉਜਾਗਰ ਕੀਤਾ ਗਿਆ ਹੈ !!! **ਪਵਣੁ ਗੁਰੂ ਪਾਣੀ ਪਿਤਾ ਮਾਤਾ ਧਰਤਿ ਮਹਤੁ ॥ ਦਿਵਸੁ ਰਾਤਿ ਦੁਇ ਦਾਈ ਦਾਇਆ ਖੇਲੈ ਸਗਲ ਜਗਤੁ ॥** ਇਹਨਾਂ ਦੋਨਾਂ ਪੰਗਤੀਆਂ ਤੋਂ ਸਪੱਸ਼ਟ ਸੰਕੇਤ ਮਿਲਦਾ ਹੈ ਕਿ ਇਹ ਗੁਰਬਾਣੀ ਸਾਰੇ ਜਗਤ ਨੂੰ ਸੰਬੋਧਤ ਹੈ । ਤਦੇ ਹੀ ਗੁਰਬਾਣੀ ਵਿੱਚ ਗੁਰਸਿੱਖਾਂ ਨੂੰ ਵਡੇਭਾਗਾਂ ਵਾਲੇ ਕਿਹਾ ਗਿਆ ਹੈ ਕਿਉਂਕਿ ☬ **ਗੁਰਸਿੱਖਾਂ ਨੂੰ ਗੁਰਬਾਣੀ ਵਿਰਸੇ ਵਿੱਚ ਹੀ ਪ੍ਰਾਪਤ ਹੋ ਜਾਂਦੀ ਹੈ** । ਬਾਕੀ ਜਗਤ ਨੂੰ ਇਸ ਗੁਰਬਾਣੀ ਨੂੰ ਕੇਵਲ ਸਿੱਖਾਂ ਲਈ ਉਚਾਰੀ ਸਮਝੇ ਜਾਣ ਦੀ ਭੁਲ ਨਹੀਂ ਕਰਨੀ ਚਾਹੀਂਦੀ !! **ਯਥਾ:-ਗੁਰਬਾਣੀ ਇਸੁ ਜਗ ਮਹਿ ਚਾਨਣੁ ਕਰਮਿ ਵਸੈ ਮਨਿ ਆਏ ॥੧॥** (ਅੰਗ ੬੭)॥ ਤਥਾ:-**ਸਭਿ ਨਾਦ ਬੇਦ ਗੁਰਬਾਣੀ ॥ ਮਨੁ ਰਾਤਾ ਸਾਰਿਗਪਾਣੀ ॥ ਤਹ ਤੀਰਥ ਵਰਤ ਤਪ ਸਾਰੇ ॥ ਗੁਰ ਮਿਲਿਆ ਹਰਿ ਨਿਸਤਾਰੇ ॥੩॥** (ਅੰਗ ੮੭੯)॥ ਤਥਾ:-**ਬਾਣੀ ਬਿਰਲਉ ਬੀਚਾਰਸੀ ਜੇ ਕੋ ਗੁਰਮੁਖਿ ਹੋਇ ॥ ਇਹ ਬਾਣੀ ਮਹਾ ਪੁਰਖ ਕੀ ਨਿਜ ਘਰਿ ਵਾਸਾ ਹੋਇ ॥੪੦॥** (ਅੰਗ ੯੩੫)॥ **ਦਾਈ** = ਖੇਡਾਵੀ । **ਦਾਇਆ** = ਖੇਡਾਵਾ । **ਧਰਮੁ** = ਧਰਮਰਾਜ । **ਕਰਮੀ ਆਪੋ ਆਪਣੀ** = ਆਪੋ ਆਪਣੇ ਕੀਤੇ ਕਰਮਾਂ ਕਰਕੇ । ਅਰਥਾਂ ਦੀ ਹੋਰ ਸਪਸ਼ਟਤਾ ਲਈ ਗਉੜੀ ਕੀ ਵਾਰ ਮਹਲਾ ੪ ਦੀ ੨੭ਵੀਂ ਪਉੜੀ ਵਿੱਚ ਹੂ-ਬ-ਹੂ ਇਹੋ ਸ਼ਬਦ ਦੁਹਰਾਏ ਹੋਏ ਹਨ । **ਯਥਾ:- ਕਰਮੀ ਆਪੋ ਆਪਣੀ ਆਪੇ ਪਛੁਤਾਣੀ ॥ ਅਜਰਾਈਲੁ ਫਰੇਸਤਾ ਤਿਲ ਪੀੜੇ ਘਾਣੀ ॥** (ਵਾਰ ਗਉੜੀ ਮਹਲਾ ੪ ਪਉ:੨੭ ਪੰ:੩੧੫)॥

ਅਰਥ

੧. ਸਾਰੇ ਜਗਤ ਦੇ ਮਨੁਖ ਮਾਨੋ ਬਾਲਕ ਰੂਪ ਹਨ ਤੇ ਪਵਣ ਜੋ ਸ਼ਬਦ ਦਾ ਮਾਧਿਅਮ ਹੈ ਉਹ ਬਾਲਕ ਰੂਪ ਜਗਤ ਦੇ ਕਲਿਆਣ ਹਿਤ ਉਸਦਾ ਸਿਖਿਆ ਦਾਤਾ "ਗੁਰੂ" ਹੈ । ਪਾਣੀ ਤੇ ਧਰਤੀ ਦੇ ਸੰਜੋਗ ਨਾਲ ਸਭ ਉਤਪਤੀ ਹੋਣ ਕਰਕੇ ਪਾਣੀ ਜਗਤ ਦਾ ਪਿਤਾ ਹੈ ਤੇ ਧਰਤੀ ਸਭਨਾਂ ਦੀ ਵੱਡੀ ਭਾਵ ਪੂਜਨੀਯ ਮਾਤਾ ਹੈ, ਜੋ ਜਗਤ ਰੂਪ ਬਾਲਕ ਨੂੰ ਨਾਨ੍ਹਾ ਪ੍ਰਕਾਰ ਖਾਣ ਪਾਣ ਦੇਕੇ ਪਾਲਦੀ ਹੈ ਤੇ ਇਸ ਜਗਤ ਰੂਪ ਬਾਲਕ ਦਾ ਮਲ ਮੂਤਰ ਸਮੇਟਦੀ ਹੈ ।

੨. ਦਿਨ 'ਬਾਲਕ ਜਗਤ' ਨੂੰ ਕਾਰ ਵਿਹਾਰ ਦੇ ਪ੍ਰਚਾਵੇ ਵਿੱਚ ਲਾਈ ਰਖਦਾ ਹੈ ਇਸ ਕਰਕੇ ਇਹ ਜਗਤ ਦਾ 'ਦਾਇਆ' ਭਾਵ ਖੇਡਾਵਾ ਹੈ ਤੇ ਰਾਤ 'ਬਾਲਕ ਜਗਤ' ਨੂੰ ਖੇਲ ਤੋਂ ਵਰਜਕੇ ਥਕਾਵਟ ਦੂਰ ਕਰਨ ਲਈ ਲੋਰੀਆਂ ਦੇ ਦੇ ਕੇ ਸਮਾਉਂਦੀ ਹੈ ਇਸ ਕਰਕੇ ਇਹ 'ਦਾਈ' ਭਾਵ ਇਹ ਜਗਤ ਦੀ 'ਖੇਡਾਵੀ' ਹੈ । ਸਾਰਾ ਜਗਤ ਇਨ੍ਹਾਂ ਦੀ ਗੋਦੀ ਵਿੱਚ ਖੇਲਾਂ ਖੇਲਦਾ ਹੈ ।

੩. ਸਿਖਿਆ ਦੇ ਦਾਤਾ 'ਪਵਨਗੁਰੂ' ਦਾ ਖੇਡਾਂ ਵਿੱਚ ਰੁਝੇ 'ਬਾਲਕ ਜਗਤ' ਨੂੰ ਉਪਦੇਸ਼ ਹੈ ਕਿ ਉਸਦੇ ਚੰਗੇ ਬੁਰੇ ਕੀਤੇ ਕੰਮਾਂ ਦਾ ਲੇਖਾ ਜੋਖਾ ਧਰਮਰਾਜ ਕਰਤਾ ਪੁਰਖ ਦੀ ਹਜ਼ੂਰੀ ਵਿੱਚ ਕਰੇਗਾ ।

੪. ਤੇ 'ਪਵਨਗੁਰੂ' ਦਾ ਇਹ ਵੀ ਉਪਦੇਸ਼ ਹੈ ਕਿ ਚੰਗੇ ਕਰਮ ਕਰਨ ਵਾਲੇ ਕਰਤਾ ਪੁਰਖ ਦੇ ਨੇੜੇ ਹੋਣਗੇ ਭਾਵ ਆਦਰ ਪਾਉਣਗੇ ਤੇ ਬੁਰੇ ਕਰਮ ਕਰਨ ਵਾਲੇ ਦੂਰ ਭਾਵ ਦਰਬਾਰ ਚੋਂ ਬਾਹਰ ਕਢੇ ਜਾਣ ਕਰਕੇ ਨਿਰਾਦਰੇ ਜਾਣਗੇ ।

੫. 'ਪਵਨ ਗੁਰੂ' ਜੀ ਦਾ ਇਹ ਵੀ ਉਪਦੇਸ਼ ਹੈ ਕਿ ਜਿਨ੍ਹਾਂ ਨੇ ਕਰਤਾ ਪੁਰਖ ਦਾ ਨਾਮ ਧਿਆਇਆ ਹੈ ਉਹ ਜਗਤ ਖੇਡ੍ਹ ਖੇਡ੍ਹਦੇ ਹੋਏ ਵੀ ਆਪਣੀ ਨਾਮ ਸਿਮਰਨ ਦੀ ਕਰੜੀ ਘਾਲਣਾ ਦੁਆਰਾ ਆਪਣਾ ਮਨੁਖੀ ਜੀਵਨ ਸਫਲਾ ਕਰ ਜਾਂਦੇ ਹਨ । ਯਥਾ ਫੁਰਮਾਣ ਹੈ :- **ਨਾਨਕ ਸਤਿਗੁਰਿ ਭੇਟਿਐ ਪੂਰੀ ਹੋਵੈ ਜੁਗਤਿ ॥ ਹਸੰਦਿਆ ਖੇਲੰਦਿਆ ਪੈਨੰਦਿਆ ਖਾਵੰਦਿਆ ਵਿਚੇ ਹੋਵੈ ਮੁਕਤਿ ॥** ਵਾਰ ਗੂਜਰੀ ਮਹਲਾ ੫ (ਪਉ; ੧੯ ਪੰ: ੫੨੨)॥

੬. ਗੁਰੂ ਨਾਨਕ ਸਾਹਿਬ ਫਰਮਾਉਂਦੇ ਹਨ ਕਿ ! ਸਿਖਿਆ ਦੇ ਦਾਤਾ 'ਪਵਨਗੁਰੂ' ਦਾ ਖੇਡ ਵਿੱਚ ਰੁਝੇ ਹੋਏ 'ਬਾਲਕ ਜਗਤ' ਨੂੰ ਉਸਦੇ ਕਲਿਆਣ ਹਿਤ ਆਪਣੀ ਸਿਖਿਆ ਦੇ ਤਤਸਾਰ ਵਿੱਚ ਇਹ ਵੀ ਉਪਦੇਸ਼ ਹੈ ਕਿ ਅਸਲ ਵਿੱਚ ਨਾਮ ਸਿਮਰਨ ਵਾਲਿਆਂ ਦੇ ਮੁੱਖ ਕਰਤਾ ਪੁਰਖ ਦੇ ਦਰਬਾਰ ਵਿੱਚ ਸਦਾ ਉਜਲੇ ਭਾਵ ਖਿੜੇ ਹੋਏ ਹੁੰਦੇ ਹਨ ਅਤੇ ਕਿਤਨੀ ਹੋਰ ਲੋਕਾਈ (ਸ੍ਰਿਸ਼ਟੀ) ਉਨ੍ਹਾਂ ਦੀ ਸੰਗਤ ਕਰਨ ਨਾਲ ਹੀ ਜਗਤ ਦੇ ਬੰਧਨਾਂ ਤੋਂ ਛੁਟ ਜਾਂਦੀ ਹੈ ॥ ੧ ॥

☬ ☬ ☬ ☬ ☬

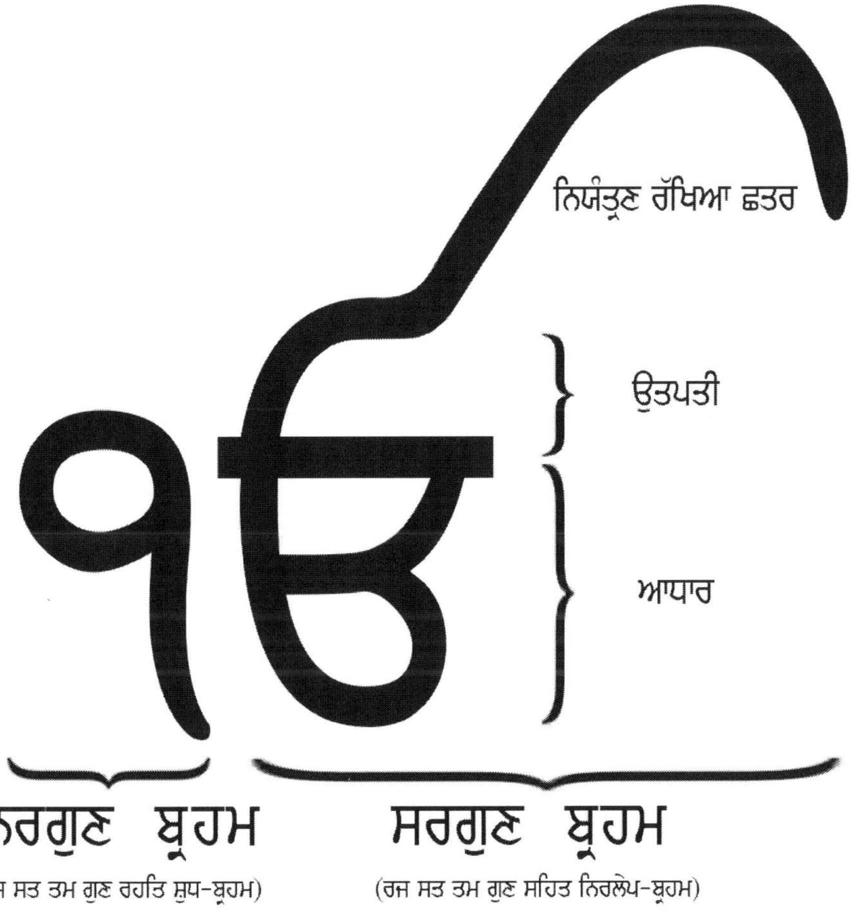
ਨਿਯੰਤ੍ਰਨ ਰੱਖਿਆ ਛਤਰ
ਉਤਪਤੀ
ਆਧਾਰ
ਨਿਰਗੁਣ ਬ੍ਰਹਮ
(ਰਜ ਸਤ ਤਮ ਗੁਣ ਰਹਤਿ ਸ਼ੁਧ-ਬ੍ਰਹਮ)
ਸਰਗੁਣ ਬ੍ਰਹਮ
(ਰਜ ਸਤ ਤਮ ਗੁਣ ਸਹਿਤ ਨਿਰਲੇਪ-ਬ੍ਰਹਮ)

Printed in Dunstable, United Kingdom

91342771R00093